போகரின்
சப்த காண்டம் 7000

5, 6, 7 காண்டங்கள்

பதிப்பாசிரியர்

டாக்டர் C.S முருகேசன்

சங்கர் பதிப்பகம்
15 / 21, டீச்சர்ஸ் கில்டு காலனி, 2-வது தெரு,
இராஜாஜி நகர் விரிவு,
வில்லிவாக்கம், சென்னை - 600 049.
தொலைபேசி: 044-26502086, 9444191256
email: shankar_pathippagam@yahoo.com
wef: www shankarpathippagam.in & www bookthagam.com

நூல் விவரப் பட்டியல்

நூலின் பெயர்
போகரின் சப்த காண்டம் 7000 - பகுதி 5,6,7

உரிமை
பதிப்பகத்தார்க்கு

பதிப்பாசிரியர்
டாக்டர் சி.எஸ். முருகேசன்

நூல் அளவு
டெம்மி

பதிப்பு ஆண்டு
முதல் பதிப்பு - 2022

பக்கங்கள்
416

விலை
ரூ.400/-

வெளியீடு
சங்கர் பதிப்பகம்
15/21, டீச்சர்ஸ் கில்டு காலனி,
2-வது தெரு, இராஜாஜி நகர் விரிவு,
வில்லிவாக்கம், சென்னை - 600 049.
தொலைபேசி: 044 - 2650 2086

வடிவமைப்பு & மேலட்டை
பழனி & லதா, வில்லிவாக்கம்.
தொலைபேசி : 8667041889

அச்சிட்டோர்
எம்.கே.கிராபிக்ஸ், சென்னை - 600 021.
தொலைபேசி : 98408 28213

போகரின்
சப்த காண்டம் 7000
ஐந்தாவது காண்டம்

பதிப்பாசிரியர்

டாக்டர் C.S முருகேசன்

பொருளடக்கம்

போகரின் ஐந்தாவது காண்டம்

அறியவே ஐந்தாவதான காண்டம் அவனிதனில்
அதிசயங்கள் இதில் அடக்கம்
குறியான காண்டமது ஐந்துக்குள்ளே குவலயத்தில்
மலை குகைகள் சாகரங்கள்
தெரியாத கானாறு குன்று தானும் தெளிவான
சத்த நதி இதில் அடக்கம்
சரியான சீனபதி மாங்கம் எல்லாம்
சட்டமுடன் கூறுவேன் போகர் நானே

- போகர்

ஐந்தாம் காண்டத்தில் சில துளிகள்

போகரின் அதிசயங்கள் தொடருகிறது.

ஐந்தாவது காண்டமான இதில் உலக அதிசயங்கள், சப்த நதிகள், மலைக் குகைகள், சாகரத்தின் பெருமைகள், சீனபதி மார்க்கங்கள் எல்லாவற்றையும் மறைக்காமல் பாடியுள்ளதாகப் போகர் புலிப்பாணியிடம் தெரிவிக்கிறார்

அதிசயங்களைக் காண நாமும் போகரைத் தொடருகிறோம்.

போகரின் ஐந்தாவது பயணம் இது.

ஏழு கடல்கள், ஏழு தீவுகள், ஏழு மலைகள், ஏழு குன்றுகள், ஏழு ரிஷிகள், ஏழு கன்னியர், ஏழு சித்தர்கள் என்று தனது ஐந்தாவது பயணத்தில் கண்ட அனுபவங்களையெல்லாம் தன் சீடன் புலிப்பாணியிடம் விவரிக்கிறார். அதுமட்டுமா! இந்த அதிசயங்களையெல்லாம் சீனப் பெண்களிடம் சுவைப்பட சொல்லியதையும் தன் சீடனிடம் தெரிவிக்கிறார்.

இந்தப் பயணத்தில் முதலில் ஏழு கடல்களைக் கப்பலில் வலம் வருகிறார். மரக்கப்பலில் அல்ல காலாங்கிநாதர் தயவால் பெற்ற குளிகையின் உதவியால் காய கப்பலில்.

போகரின் சீன விஜயம்

சீனதேசத்தில் தன் குருநாதர் காலாங்கிநாதரின் சமாதியைக் காணச் சென்ற போகர் அவர் கட்டளைப்படியே குளிகை கொண்டு உலகம் முழுவதும் சுற்றி தாம் கண்ட அதிசயங்களை எல்லாம் சீன மக்களுக்குத் தெரிவித்ததுடன் தாம் கண்ட பெரும் நிதியங்களையும் அவர்கள் வளம் பெற வழங்கியதைத் தம் சீடனான புலிப்பாணிக்குத் தெரிவிக்கிறார்.

புலிப்பாணியும் சீனாக்காரர் என்பதனால் அவருக்கு இந்த எல்லா இரகசியங்களையும் தெரிவித்தாரோ?

குளிகை பூண்டு சீன தேசம் சென்ற போகர் அங்கு நீண்ட தூரம் சென்றதும் மிகப் பெரிய நெடிய சப்த ரிஷி மலையைக் காண்கிறார். அம்மலையின் குன்றுகளில் சப்த ரிஷிகளையும்

கண்டு தரிசித்துள்ளார். அவர்களிடம் உபதேசம் பெற்ற அவர் ஏழுவகை குளிகையைப் பூண்டு அங்கிருந்து சீனபதி உள்ளே வந்து ஐயன் காலாங்கியின் சமாதியை வணங்கி அங்கு கமல முனியையும் தரிசிக்கிறார்.

மறுபடியும் சீனக்கடலோரம் செல்கின்றார். வடக்குப் பாகத்தில் குதிரை முகத்தைப் போல தோற்றம் கொண்ட மனிதர்களைப் பார்க்கிறார். அங்குள்ள சித்தர்கள் சமாதி பக்கத்தில் சில காலம் இருந்த பின் வடகோடியில் தோப்பு குளம் இருந்த இடத்தில் சப்த கன்னிகளின் ஆசிரமத்தையும் கண்டார். அவர்களிடம் பேசி அச்சதன் முதல் பஞ்ச பாண்டவர் வரை எல்லோரும் கலியுகத் தொடக்கத்தில் எப்படி மாண்டு மண்ணாய்ப் போனார்கள் என்று கேட்டுத் தெரிந்து கொள்கிறார்.

அங்கிருந்து தயிர்க்கடலைக் கடந்து, வடகோடிப் பகுதி கானகத்தில் தேவரிஷிகள் கூட்டமாக இருந்த ஓர் ஆசிரமத்தில் இறங்கினார். தடாகத்தின் நடுவே வசந்த மண்டபத்தில் நவரத்தின பீடத்தில் மனோண்மணியாள் ஜோதி வடிவாய் வீற்றிருக்க தேவியைத் தரிசித்துக் கொண்டார். தன் குருநாதரான காலாங்கிக்குக் கூட கிடைக்காத இந்தத் தரிசனம் தனக்குக் கிடைத்தது பெரும் பாக்கியம் என்கிறார்.

இராமேசுவரத்தின் அன்றைய பெயர் தனக்கோட்டி (இந்தப் பெயர் தான் பின்னாளில் தனுஷ்கோடியாக மாறியதோ?) இந்த தனக்கோட்டியில் அலையில்லாத கடலையும், ஸ்ரீ ராமர், சீதை இவர்களின் ஆசிரமம், குகை, பொய்கை ஆகியவைகளையும் கண்டதாக போகர் தெரிவிக்கிறார்.

தனக்கோட்டியின் மேற்கு திசையின் கீழ்பகுதி கடலோரத்தில் தென்பொதிகை மலைக்கு அருகில் சங்கு விளையும் பிரதேசத்தின் (தூத்துக்குடி?) நடுக்கடலில் மணல் திட்டுப் போன்ற தீவுகளைக் காண்கிறார் போகர். அந்தத் தீவுகளின் நடுவில் கனமான பெரிய பாறை ஒன்றும். அந்தப் பாறையில் கண்ணபிரானின் மண்டபம் ஒன்றும் இருப்பதைக் காண்கிறார். அங்கு தான் ஸ்ரீ ராமரும் சீதையும் வாழ்ந்த ஆசிரமமும் குகையும் இருப்பதாகப் போகர் தெரிவிக்கிறார்.

அந்தக் குகையில் சீதைக்கு ஒரு சிலையுண்டு, சேதுவில் நீராடும் முனிவர்கள் அங்குள்ள இராமலிங்கத்தைப் பூசை செய்தபின் ஓடத்திலேறிப் போய் குகைக்குள் இருக்கும் சீதைக்கு அலங்காரங்கள் பல செய்து பூசனையும் செய்வார்கள் என்கிறார் போகர்.

தனக்கோட்டியின் இடப்பாகத்தில் வனமும் குகையும் இருக்கும் பகுதியில் குருபர்ன மகரிஷி ஆசிரமம் இருப்பதை அறிந்து அவரைத் தரிசிக்கச் செல்கிறார்.

தன்னைக் காண வந்த போகரைக் கண்ட குருபர்ன மகரிஷிக்கு ஆச்சரியம்,

பாலகனே, யாரப்பா நீ, குளிகையுடன் இங்கு ஏன் வந்தாய்? சித்தர்கள் உன்னைக் கண்டால் சபித்து விடுவார்களே, என்றார்.

போகர் பயப்படவில்லை. அவரை வணங்கி, 'மகரிஷியே, காலாங்கியின் சீடன் போகன் நான். குளிகைக் கொண்டு பறக்கும் போது தனக்கோட்டியின் கடலோரத்தில் தங்களையும் சம்பு மகரிஷியையும் தரிசித்து ஆசி பெற வந்தேன்' என்று தெரிவித்தார்.

குருபர்ன மகரிஷியும் போகருக்கு ஆசிகள் கூறி சம்பு மகரிஷி ஆசிரமத்துக்கு அனுப்பி வைத்தார்.

ஆசிரமத்திற்குச் செல்லும் வழியில் அலைவீசாமல் அமைதியாக இருக்கும் தனக்கோட்டி கடலைக் காண்கிறார். அதன் பழைய காட்சி நினைவுக்கு வருகிறது. எல்லாக் கடலையும் போலவே இந்தத் தனக்கோட்டிக் கடலும் ஒரு காலத்தில் அலைவீசும் கடலாகத்தான் இருந்தது. பின்னர் அது அலையில்லாத கடலாக மாறியதற்கு ஒரு கதையும் சொல்லப்படுகிறது.

அது என்ன கதை

ஒரு சமயம் குருபர்ன மகரிஷி வேள்வி ஒன்றை ஆரம்பிக்கிறார். வேள்வியின் மந்திர ஒலி கடல் ஓசையையும் கடந்து சீதைக்குக் கேட்கிறது. மகரிஷியின் வேள்விக்கு சீதையும் வருகிறாள்.

திடீரென்று பலத்த காற்றோசையுடன் கடலில் பனை மர உயரத்தில் அலைகள் எழுந்து வீசுகின்றன. குருபரன மகரிஷி வேள்வியைத் தொடர முடியாமல் திணறுகிறார்.

குருபரன மகரிஷியின் வேள்வி மந்திர ஒலியைக் கேட்டுக் கொண்டிருந்த சீதைக்கும் இந்தக் கடலோசை கேட்டது. திடீரென ஏற்பட்ட இந்த மாற்றத்திற்கான காரணமும் தெரிந்தது. இராமபிரானை மனதில் எண்ணியபடி கடலின் பேரோசை அடங்க சாபமிடுகிறார். சீதையின் இந்தச் சாபத்தால் அலைகடலும் அமைதியானது.

இராமேசுவரம் கடல் பகுதியில் அலையில்லாமலிருப்பதற்கு சீதையின் இந்தச் சாபமே காரணம் என்று போகர் தெரிவிக்கிறார்.

சம்பு மகரிஷி ஆசிரமம்

தனகோட்டிக்கு வடக்கே சம்பு மகரிஷி ஆசிரமம் உள்ளது. ஆசிரமத்தில் மகரிஷியை சந்தித்த போகர் அவரிடம் உபதேசம் பெற்றதுடன் கடலுக்குக் கீழ்பால் இருக்கும் திருச்சங்கு கோட்டைக்கும் செல்கிறார். திருச்சங்கு கோட்டையின் சுவர் முத்துக்களால் கட்டப்பட்டது. கடலின் மத்தியில் சங்கினாலான திடமான ஏழு சுற்று கோட்டையும் நிற்க அங்கு சித்தர்கள் சூழ ஆணிமுத்து சிம்மாசனத்தில் பிருங்கி முனிவர் அமர்ந்திருந்தார்.

பிருங்கியிடம் ஆசிகள் பெற்ற போகர் அந்தக் கோட்டையிலேயே கிருஷ்ணருடைய ஆசிரமமும், மகாதேவர் ஆசிரமமும் இருக்கக் கண்டு அவர்களையும் தரிசனம் செய்கிறார். பிருங்கி தன்னுடைய கோட்டை வளத்தையெல்லாம் சுற்றிக் காண்பிக்கிறார். அவர் தந்த தகவலின்படி கடலுக்குள் முத்துக்கள் இருக்கும் இரகசியத்தையும் தெரிந்து மாதிரிக்கு கொஞ்சம் முத்துக்களையும் எடுத்துக் கொண்டு சீனாவுக்குத் திரும்புகிறார். கொண்டு வந்த முத்துக்களை சீனத்து மக்களுக்குக் காண்பித்து தாம் கண்டு வந்த அதிசயங்களை எல்லாம் கூறினார். அவர் சொன்ன கதையெல்லாவற்றையும் ஆர்வமுடன் கேட்ட சீன

மக்கள் தாங்களும் அத்தகைய தனக்கோட்டி கடலுக்குப் போய் முத்தெடுக்க ஆசைப்பட்டனர். இந்தக் கடலில் வெறுமனே போய் முத்தெடுக்க முடியாதென்றும். குளிகை இல்லை என்றால் நீராவிக் கப்பலில் மட்டுமே போய் தான் முத்தெடுக்க முடியும் என்று தெரிவிக்கிறார் போகர்,

அப்படி நீராவிக்கப்பலில் போய் முத்தெடுக்கப் போவதென்றாலும் மிகவும் எச்சரிக்கையாய்ச் செல்ல வேண்டும். இந்தக் கடல் பகுதியில் கடலுக்கு அடியிலோ மத்தியிலோ மலைப்பாறைக் குன்றுகள் இருக்கும். இதுதெரியாமல் கப்பலை ஓட்டிச் சென்றால், மரக்கப்பல் பாறைகளில் மோதி உடையவும் கூடும். அதனால் கப்பலின் முனையில் நின்று கண்ணாடியைப் பிடித்து கடலுக்கடியில் என்னவுள்ளது என்று பார்த்து, பாறைக் குன்றுகளைத் தவிர்த்து ஒதுங்கியே நீண்ட தூரம் சென்று ஆணிமுத்தை எடுக்க வேண்டும் என்கிறார்.

மறுபடியும் சீனாவிலிருந்து வடகோடி கடலுக்குப் பறந்து செல்கிறார்

கடலுக்கு மத்தியில் பச்சைப் பசேல் என்று ஓர் அதிசயத் தீவு, தீவுக்கு என்ன பாசி பிடித்து விட்டதோ? என்ற சந்தேகம் போகருக்கு. தீவுக்கருகே செல்கிறார். அருகில் செல்லச் செல்ல எல்லாமே பச்சை நிறமாகவே தெரிகிறது

தீவின் நடுவே பச்சைக் கல்லே ஒரு பெரிய மலை தெரிகிறது. அதனுடைய பிரதிபலிப்புத்தான் அது என்பது புரிகிறது.

தீவில் இறங்குகிறார்.

அவ்வளவுதான் அங்குள்ள சித்தர்கள் இவரைச் சபிக்க ஓடோடி வருகிறார்கள். தான் காலாங்கியின் சீடன் என்பதைக் கூறி அவர்களை போகர் வணங்குகிறார். அவர்களும் கோபம் தணிந்து இவரை உபசரித்து தங்கள் இருப்பிடத்துக்கு அழைத்துச் செல்கின்றனர்.

அந்தத் தீவில் ஊர் என்று குறிப்பிடும்படியாக ஒன்றுமில்லை. மனிதர்கள் வசிக்காத அந்தத் தீவின்

வடகோடி கானகத்தில் ஓர் ஆசிரமம். அந்த ஆசிரமத்தில் சித்தர்கள் பலர் சூழ பொன்னுலக சித்தரெனப் பெயர் பெற்ற, கரடிமுடி சித்தர் இருக்கிறார். அவரை கம்பளிச் சித்தர் என்றும் அழைப்பர்.

போகர் சித்தரை வணங்கி, தன்னைப் பற்றிய விவரத்தை அவரிடம் சொல்லி ஞான உபதேசம் பெறுகிறார். பேச்சோடு பேச்சாக தான் கெம்பு நதியைக் காண ஆவல் கொண்டிருப்பதாய்த் தெரிவிக்கிறார். கம்பளிச் சித்தரும் அது அயோத்திக்கு மேற்கே உள்ள விபரத்தை அவரிடம் தெரிவிக்கிறார்.

போகர் அவரிடம் பச்சைக் கல் ஒன்றை பரிசாகப் பெற்றுக் கொண்டு விடைபெறுகிறார்.

இப்பொழுது கெம்பு நதியைத் தேடிப் பயணம்.

குளிகையின் உதவியால் வானில் பறந்து சென்ற போகர் அயோத்தியின் மேற்கே ஓடும் நதியின் அருகே இறங்குகிறார். அங்கே நதியின் நடுவே ஒரு கெம்புகல் குகை மண்டபம். குகை நடுவே நீலவண்ண முகத்தோடு ஒரு சித்தர்.

போகரை சித்தர் ஆச்சரியமாகப் பார்க்கிறார்.

சித்தரை வணங்கிய போகர் தன்னைப் பற்றியும் தான் வந்த நோக்கத்தையும் தெரிவிக்கிறார். கெம்பு சித்தரும் அவருக்கு கெம்பு அருவியைக் காட்டி அதில் கழற்சிக்காய் அளவில் கெம்புக் கல் விளையும் அதிசயத்தையும் காட்டினார். போகர் சிறிது கெம்புக் கல்லை அவரிடமிருந்து பரிசாகப் பெற்றுக் கொண்டு சீனாவுக்குத் திரும்புகிறார்.

தன்னுடைய பச்சை மலை மற்றும் கெம்பு தீவு பயணங்களை சீன மக்களுக்கு விவரிக்கின்றார்.

போகர் காட்டிய பச்சைக் கல்லையும், கெம்புக் கல்லையும் கண்ட சீனர்கள் தங்களுக்கும் அவைகள் தேவை என்பதைத் தெரிவித்தனர்.

எனதருமை சீனமக்களே, வடகோடி கடலின் மத்தியில் போய் பச்சைக் கல்லை எடுக்க வேண்டுமானால் நீராவிக்

கப்பலில் தான் போக வேண்டும். ஆனால் அந்த கடல் பகுதி கப்பல் செல்வதற்கேற்ற வழித்தடமல்ல. விரைந்து அடிக்கும் சூறாவளிக் காற்றில் கப்பல் கவிழ்ந்து போனாலும் போகலாம், அதனால் ஆகாயக் கூண்டு ஒன்று அமைத்து அதில் செல்வது தான் பாதுகாப்பானது. அதன் மூலம் ஆகாயத்தில் பறந்து சென்று தீவில் இறங்கி பச்சை மலைக்குச் செல்லலாம். அங்கு பச்சையை எடுத்தபின் கூண்டில் எழும்பி காற்றுச் சுழலில் சிக்காமல் பறந்து சென்று சீனபதி கோட்டையில் சுலபமாக இறங்கிடலாம் என்று தெரிவிக்கிறார்.

சீனர்களுக்கு ஆகாயக்கூண்டைப் பற்றி ஏற்கனவே போகர் தெரிவித்து இருக்கிறார். (மூன்றாம் காண்டத்தில் பார்க்கவும்) போகர் ஆகாய கூண்டு அமைக்கும் வழிமுறையைக் பற்றி மீண்டும் விளக்குகிறார்.

இதே முறையில் கெம்பு தீவிற்கும் சென்று கெம்புக் கல்லையும் எடுத்து வரலாமா? சீனப் பெண் ஒருத்தி ஆர்வமுடன் கேட்டாள்.

எடுத்து வரலாம். ஆனால் அதில் ஒரு சிக்கல். கெம்பு அருவி பக்கத்தில் சித்தர்கள் காவலிருப்பதால் அவர்கள் அனுமதியின்றி அதனை எடுக்க முடியாது என்று தெரிவித்தவர். அவர்களின் அனுமதி பெற்றே அவற்றைப் பெற வேண்டும் என்று கூறி, உலக அதிசங்களைக் காண தான் மறுபடியும் பயணப்பட போவதைத் தெரிவிக்கிறார்.

இந்த முறை பவள மலை பயணம்.

அஷ்டதிசையில் பறக்கும் போது வடக்கு முகத்தில் ஒரு கானகம். அந்தக் கானகத்தில் போகர் இறங்குகிறார். அங்கு கடுவெளிச் சித்தரைக் கண்டு தான் காலாங்கியின் சீடன் என்ற விவரத்தைக் கூறி வணங்கி, தான் அங்கு பவளப்பாறைகளைக் காண வந்த விவரத்தைத் தெரியப்படுத்துகிறார்.

காலாங்கியின் சீடனே, சித்து நாதாக்கள் யாரும் அறியாத அந்தக் காடு காண்பதற்குப் பயமாகவும், அண்ணாந்து பார்த்தால் குதிரையின் தலைபோன்ற நீண்ட முகடுகளையும், குத்திக் கிழித்து விடும்படியான கூரான பாறைகளையும், கீழே

இறங்கினால் ஆளையே விழுங்கி விடும் படு பாதாளத்தையும் உடையது, அங்கே இருக்கும் பவளத்தைத் தேடி வந்த ராஜாதி ராஜாக்களெல்லாம் அந்தப் பவளக்காட்டைக் கண்டு குலை நடுங்கி மடிந்து போனார்கள். எல்லாம் துறந்த ஞானிகளும் கூட அந்த இடத்திற்குப் போய் திரும்பியதில்லை இப்படிப்பட்ட அந்த இடத்தை நீ அவசியம் காண வேண்டுமா?

குருவே! உங்கள் ஆசிர்வாதத்தால் இத்தகைய துன்பங்களை நான் கடந்து விடுவேன் என்ற நம்பிக்கை எனக்குண்டு. அவ்விடத்தை அடைவதற்கான வழியைத் தாங்கள் தான் எனக்கு அருள வேண்டும் என்றார் பணிவுடன்.

கதண்டு மகரிஷியாரிடம் சென்றால் பவளமலையைக் காண்பிப்பார் என்று கடுவெளியார் கூற, தன்னை அவரிடம் அழைத்துச் சென்று அறிமுகப்படுத்துமாறு போகர் வேண்டுகிறார்.

கடுவெளியாரும் அமாவாசையன்று கதண்டுகள் (வண்டினம்) கூட்டமாகத் தன்னிடம் உபதேசம் கேட்க வரும் போது அழைத்துச் செல்வதாகக் கூறி, அமாவாசை வரை போகரை அவரது ஆசிரமத்திலேயே தங்கச் சொல்கிறார்.

அமாவாசை தினம். கதண்டு மகரிஷியின் ஆசிரமத்திற்கு கடுவெளியாருடன் செல்கிறார்.

கதகண்டு மகரிஷியின் ஆசிரமம் கோட்டை போல் தோற்றம் தருகிறது. கோட்டைக்குள் பவளத்தூண்களால் ஆன நிலவறைகளும், சுரங்கங்களும் காணப்படுகின்றன. கதகண்டுவிடம் போகரை அறிமுகப்படுத்துகின்றார் கடுவெளியார்.

போகரை வரவேற்ற மகரிஷி அவரை பவளபீடத்தில் அமரச்செய்கிறார். மகரிஷயின் சீடர்கள் போகருக்கு பவளத்தில் செய்த மாலைகளை கழுத்தில் பரிசாய் அணிவிக்கின்றனர். பவள சிம்மாசனத்தையும் வெகுமதியாய் தந்து கௌரவிக்கின்றனர்.

சீனநாட்டுக்குத் திரும்பிய போகர் தான் வாங்கிவந்த பவளமாலைகளை சீனத்துப் பெண்களக்கு பரிசாகத் தருகிறார்.

தான்கண்டு வந்த அதிசயங்களையெல்லாம் கதைகதையாய் அவர்களிடம் சொல்கிறார். இவர் சொல்லும் அந்தக் கதைகளைக் கேட்டு புலிப்பாணியும் ஆச்சரியப்படுகிறார்.

அவர்களுக்காகவே. பொன், பொருள், நிதி பொக்கிஷங்களை துல்லிய சாத்திரப்படி கணித சூத்திரம் பிரயோகித்து எடுத்ததாகப் போகர் கூறியுள்ளார். அவரின் குரு காலாங்கியின் உதவியால் தயாரித்த அஞ்சன மையைப் போட்டுப் பார்த்து, அதல பாதாள களஞ்சியங்களைக் கண்டு அவைகளை எடுக்க அஞ்சனாதேவி பூஜையையும் செய்கின்றார்.

அந்த நிதிக் கிடாரங்களைக் காவல் காக்கும் பூதங்களும் அஞ்சனாதேவி பூஜைக்கு நடுநடுங்கி திரவியங்களை எடுத்துக் கொடுத்துள்ளன. ஸ்ரீ ராமருடைய வைப்பு நிதி களஞ்சியத்திலிருந்து கோடித் தங்கக் காசுகளை போகரின் கண்ணில் காண வைத்த சிவரிஷியார் அதனை போகருக்குத் தந்ததுடன், அந்தத் திரவியங்களையும் வாரகன்களையும் சீனத்துக்குக் கொண்டுபோக அனுமதியும் தந்தார். இப்படி சொர்ணகிரியில் பெற்றத் தங்கத்தைப் போகர் சீனாவுக்குக் கொண்டு சென்றார்.

மறுபடியும் அஞ்சனத்தை நெற்றியில் இட்டு குளிகை கொண்டு பறந்து சென்ற போகர் மலைதோறுமுள்ள நிதியனைத்தையும் கண்டெடுத்தார். ராமருடைய அடை யாளங்கள் பதித்த தங்கக்காசு கிடாரத்தையே சீனர்களுக்குக் கொண்டு போய்க் கொடுத்தார். தென் பொதிகையில் இவர் எடுத்த தங்க வராகன்களைக் கண்ட சீனத்தார் அவை பற்பல தேசங்களில் ராஜாதி ராஜாக்கள் செய்தவை என்பதைத் தெரிந்து கொண்டார்களாம்.

இந்த முறை ரோமரிஷி சமாதி, ரோமரிஷி சமாதி கடுவெளி சித்தர் சமாதி, ஜெயமுனி சித்தர் சமாதி அதிசயங்களைத் தெரிவித்ததுடன் அசுவினி சித்தர் ஆசிரம் ஒன்றில் கண்ட அதிசயம் ஒன்றையும் தெரிவிக்கிறார். அது பேசும் அதிசய குதிரை.

குளிகை பூண்டு சீனம் விட்டு வடகோடி கானகம் வரும் வழியில் கடல் பக்கத்தில் அசுவினி மகரிஷி ஆசிரமம் கண்டு ,

அங்கு இறங்கினார் போகர். விசாரிப்புக்குப் பின்னர் சீடர்கள் அவரை அசுவினி தேவரிடம் அழைத்துச் சென்றனர்.

போகர் சீனபதி ஆசிரமம் விட்டு தனது ஆசிரமத்திற்கு வந்ததன் காரணத்தை வினவுகிறார் அசுவினி.

போகரும் அவரிடம் இருக்கும் பாய்ச்சலுடன் கூடிய பறக்கும் அதிசய செம்புரவியைக் காண வந்ததாகத் தெரிவிக்கிறார். அசுவினி தேவரும் அவரை அழைத்துச் சென்று சுவதாரிஷி வனத்திலே இருக்கும் செம்புரவியைக் காண்பிக்கிறார்.

போகருக்கு அதன் மேல் ஏறி சவாரி செய்ய ஆசை. அதைக் குறிப்பால் உணர்ந்த அசுவினி தேவர் அவரை குதிரை சவாரிக்கு அனுமதிக்கிறார். குளிகையைப் பூண்டு கொண்டு புரவியின் மேல் ஏறி ஒரு சுற்று சுற்றி வந்தார் போகர்.

இப்பொழுது போகருக்கு வேறொரு ஆசை, அந்த அதிசய செம்புரவியை சீனபதிக்குக் கொண்டு சென்று தம் மக்களிடம் காட்டி ஆச்சரியத்தில் ஆழ்த்த வேண்டுமென்று. அதற்கு அசுவினி தேவரிடம் அனுமதி கோரினார்.

அசுவினி தேவர் அதற்கும் சம்மதித்தார்;.

சீனாவுக்குத் திரும்பிய போகர் அந்நாட்டு மக்களுக்கு செம்புரவி பறக்கும் வேகத்தையும் அது தன்மையுடன் பேசும் மகிமையையும் கூறி, இந்த உலகத்தில் இப்படியொரு அதிசய செம்புரவியை யாரும் கண்டிருக்க வாய்ப்பே இல்லை என்று கூறினர்.

ஏன் இருக்க முடியாது? நீங்கள் உதவி செய்தால் நாங்கள் புதியதாய் உருவாக்கிக் காட்டுகிறோம் என்று சீனர்கள் கூறினர்.

செம்பினால் ஒரு புரவியைச் செய்கின்றார். பஞ்சலோகத்தை உருக்கி அதற்குப் பூச்சு தருகின்றார். பிறகு செம்புரவிக்கு உயிரூட்டினார் போகர்.

பஞ்சலோகப் புரவி போகரின் கட்டளைக்கு ஏற்ப செயல்பட்டது. அழகாக பேசியது. வேகமாகப் பறந்தது.

போகருக்கு மட்டுமல்ல அந்த அதிசயப் புரவியைக் கண்ட சீன மக்களுக்கும் ஓரே சந்தோஷம்.

போகர் செய்த செம்புரவியைப் பற்றிக் கேள்விப்பட்ட அசுவினி தேவர் அதன் செயல்பாட்டைக் காண வருகிறார். சிறப்பாக உருவாக்கிய போகரை மிகவும் பாராட்டினார்.

சீனத்து மக்களுக்கு பெருமை பிடிபடவில்லை தாங்கள் உருவாக்கிய புரவி அழகாகப் பேசுகிறதே, அழகாகப் பறக்கிறதே என்று வியந்து மகிழ்ந்தனர்.

அவர்களின் சந்தோஷம் தானே போகரின் சந்தோஷமும் கூட, அந்த சந்தோஷத்தில் சீன தேசத்தையும், சீனமக்களையும் வானளாவப் புகழ்கின்றார் போகர். தான் கண்ட தேசங்களிலே சீனபதி தேசம் போல் இதுவரை கண்டதில்லை என்றும„ சீனத்து மக்களுக்கு பிறரை மோசம் செய்யத் தெரியாது என்றும், காணும் எல்லாவற்றையும் மெய்யென்று நம்பும் மக்கள் அவர்கள்; கபடு சூதுவாது, பழிபாவம் என்று எதையும் அறியாதவர்கள் என்றும் புகழ்கின்றார்.

சீனத்தார்களுக்கு பொருள் திரவியங்கள் எடுத்துக் கொடுப்பதற்காகவே ஆர்வத்துடன் இன்னும் பல வித்தைகளைக் கற்று அதிசயங்கள் பலவற்றையும் காணப் போவதாகத் தெரிவிக்கிறார்.

தொடரப் போகும் போகரின் அதிசயங்களை மேலும் அறிய நாம் தயாராகிறோம்.

ஆறாம் காண்டத்தில் போகரின் அதிசயங்கள் தொடரும்.

போக முனிவர் திருவாய் மலர்ந்தருளிய ஐந்தாவது சப்த காண்டம்

ஆதியென்ற சத்திபரா பரமேகாப்பு அகிலமெலாம் பேர்படைத்த உமையாள் காப்பு
நீதியெனும் பரஞ்சோதி சுடரேகாப்பு நீபாழி உலகனைத்தும் கொண்டோன்காப்பு
பாதிமதி சடையணிந்த பரமன்காப்பு பாதாளந்தனில் வாழும் சேடன்காப்பு
ஜோதியெனும் காலாங்கி பாதங்காப்பு சுத்தமுடன் தாள்பணிந்தேன் பாதங்காப்பே. 4001

பணிந்தேனே காலாங்கி நாதர்பாதம் பரங்கான திருவடிக்கு நமஸ்கரித்தேன்
துணிந்தேனே காண்டமது ஏழுஞ்சொன்னேன் துறையான ஆயிரத்துக்கு ஒருகாண்டந்தான்
மணிபோன்ற போகர்யேழா யிரந்தான் மகத்தான நூலிதுகாண் பெருநூலப்பா
கணிதமுடன் காண்டமிது ஐந்துமாகும் காசினியில் வெகுமதியை அறியலாமே. 4002

அறியவே ஐந்தாவதானகாண்டம் அவனிதனில் அதிசயங்கள் இதிலடக்கம்
குறியான காண்டமது ஐந்துக்குள்ளே குவலயத்தில் மலைக்குகைகள் சாகரங்கள்
தெரியாத கானாறு குன்றுதானும் தெளிவான சந்தநதி இதிலடக்கம்
சரியான சீனபதிமார்க்கமெல்லாம் சட்டமுடன் கூறுவேன் போகர்தானே. 4003

தானான காண்டமது ஐந்துக்குள்ளே சாகரத்தின் பெருமையெலாம் சாற்றலாகும்
கோனான எனதையர் காலாங்கிநாதர் குருபாதந்தனை வணங்கி யானுஞ் சொல்வேன்
பானான மனோன்மணியாள் முன்னேநிற்க பாடிவைத்தேன் போகரேழாயிரந்தான்
மானான நாதாக்கள் என்பேரிற்தான் மனங்கோபங் கொள்ளாமல் மன்னிப்பீரே. 4004

சத்த சாகரப் பெருமை

கொள்ளவே பிரிதுவென்ற பூமிதானும் குவலயத்தில் நான்கிலோர் பங்குமாகும்
விள்ளவே சத்தசாகரமுமப்பா மிக்கான மூன்றுபங் கென்னலாகும்
உள்ளவே காலாங்கி கிருபையாலே உத்தமனார் அடியேனும் குளிகைபூண்டு
தெள்ளமிர்தமானதொரு சாகரந்தான் தேற்றமுடன் திருப்பாலின் கடலுமாமே. 4005

கடலான ஏழுவரை கோடிமட்டும் காசினியில் குளிகைகொண்டு சுத்திவந்தேன்
மடலான சீனபதிக் கடலும்விட்டு மகத்தான திருப்பாலின் கடலுங்கண்டேன்
அடலாக அஷ்டதிசை சுத்திவந்தேன் அப்பனே மற்றசாகரமும் கண்டேன்
திடலான நெய்க்கடலும் நானும்கண்டேன் தீர்க்கமுடன் உவர்கடலுங் கண்டேன்நானே. 4006

கண்டேனே உவர்கடலை கடந்தபின்பு கடிதான தயிர்க்கடலை யானுங்கண்டேன்
விண்டேனே மதுபானக் கடலுங்கண்டேன் விரிவான கறுப்பன் சாகரமும் கண்டேன்
அண்டமெலாம்தான்புகழும் நன்னீரான அழகான சாகரமும் கண்ணிற்கண்டேன்
தண்டுளவ மாலையணி கிருஷ்ணன்கொண்ட சாகரமாம் மத்திபத்தில் இறங்கினேனே 4007

இறங்கினேன் கிருஷ்ணனவர் பள்ளிகொண்ட எழிலான கடலினது நடுமையத்தில்
அறங்குடைய ஆவிலையைக்கண்டேனங்கே அப்பனே குளிகைகொண்டு அதின்மேல் நின்றேன்
திறமுடைய குளிகையது வலுவினாலே தீர்க்கமுடன் சென்றேறி வந்தேனப்பா
சிறகில்லாப் பட்சியது போலேநானும் கீர்த்தியுடன் குளிகையினால் பறந்திட்டேனே. 4008

இட்டேனே சத்தசாகரமுங் கண்டேன் எழிலான சத்ததீவுகளுங் கண்டேன்
திட்டமுடன் சம்புவென்ற தீவுங் கண்டேன் திகழான இலட்சமார் தீவுங்கண்டேன்
சட்டமுடன் செத்தீவு யானுங்கண்டேன் சார்பான கிரவுஞ்சத்தீவு கண்டேன்
வட்டமாஞ் சாகரத்தின் தீவுகண்டேன் வளமான சான்மலியுங் கண்டேன்பாரே. 4009

பாரேதான் சான்மலிக தீவுகண்டேன் பாங்கான புஷ்கரத் தீவுகண்டேன்
நேரேதான் சத்ததீவுகளுங்கண்டேன் நேரான குளிகையது பூண்டுகொண்டு
சீரேதான் காலாங்கி புஜபலத்தால் சிறப்புடனே லோகமெலாம் சுத்திவந்தேன்
கூரேதான் சீனபதி யானுஞ்சென்றேன் குவலயத்தி லிதுபோல ஒன்றுங்காணே. 4010

போகர் சத்த ரிஷிகளைக் கண்டது

காணேனே சீனபதி தேசம்போலே கண்டதில்லை ஒருதேசம் யானுமப்பா
பாலமுடன் சீனபதி கடலோரத்தில் பண்பான மலையொன்று குகைதானுண்டு
வாணர்முதல் வந்திறங்கும் பொய்கையுண்டு வளமான மண்டபந்தான் அங்கொன்றுண்டு
தோணவே குளிகையது பூண்டுகொண்டு தொல்லுலகை யான்மறந்து சென்றேன்பாரே. 4011

சென்றேனே மலையிட்டு மண்டபத்தில் சேனநெடுங்காத வழிபோனேன்யானும்
நின்றதொரு இடிமலையாம் அங்கொன்றுண்டு நிலையான சப்தரிஷி மலைதானாகும்
குன்றான மலையோரங் குளிகைகொண்டு கொற்றவனார் காலாங்கி தனைநினைத்து
தென்திசையில் பொதிகைமுனி கார்த்தார்ப்போல தேர்வந்தே எந்தனையுங் காரென்றாரே. 4012

காரென்று சொல்லுகையில் காலாங்கிதம்மை கருத்திலே தான்நினைத்து நமஸ்கரித்து
ஆரென்று நினையாமல் ஐயர்பாதம் அப்பனே வணங்கினேன் கார்க்கவென்று
பாரென்னைக் காத்தருள வேண்டுமென்று பட்சமுடன் ஆதரிக்க மனமுவந்து
சீரென்ற நாமமது பேர்விளங்க சிறப்புடனே யான்தொழுதேன் போகர்தாமே. 4013

தாமான அதிசயங்கள் இன்னஞ்சொல்வேன் தாக்கான மலைகளிலே ரிஷிகளப்பா
கோமான்கள் தாமறியார் ரிஷியார்தம்மை குவலயத்தில் சத்தரிஷி யானுங்கண்டேன்
நாமான வரீசியென்ற ரிஷியார்தாமும் நவமான முதல்வரையி லிருந்தாரப்பா
வேமானமாகவல்லோ அத்திரியார்தாமும் வேகமுடன் இரண்டாங்கால் வரைமீதுண்டே. 4014

உண்டான அங்கீசய ரிஷியார்தாமும் உத்தமனே மூன்றாங்கால் வரையிலப்பா
திண்டான தவபதியிலிருந்துகொண்டு திறமான யோகநிஷ்டை செய்வாரப்பா
கண்டேனே நாலாங்கால் வரையிலப்பா கனமான புலஸ்தியரைக் கண்டேன்யானும்
சண்டமாருதம்போல ஐந்தாங்கலாம் சங்கநிதி மேல்வரையிலிருப்பார்பாரே. 4015

பாரேதான் புலகனா ரிஷியார்தாமும் பான்மையுடன் மேல்வரையில் இருப்பாரங்கே
நேரேதான் ஆறாங்கால் மேல்வரையிலப்பா நேர்மையுடன் பிறகுமகாரிஷிதானுண்டு
சீரேதான் ஏழாங்கால் வரைமேலப்பா சிறப்பான வரிஷ்டருங் கண்டேன்யானும்
தீரேதான் சப்தமகா ரிஷிகள்தம்மை தீர்க்கமுடன் மலையதனில் கண்டேன்தாமே. 4016

தானான சப்தரிஷி ஏழுபேர்கள் தாக்கான மலைகளிலே தவசிருக்கும்
கோனான குகைகளிலே கண்டேன்யானும் கொற்றவர்கள் ஆசீர்மங்கள் கண்டேன்யானும்
தேனான ரிஷிகளுள் சேர்வைகாண தீர்க்கமுடன் ஏழுவகை குளிகைபூண்டு
மானான மனோன்மணியாள் கிருபையாலே மலைமீதில் ஏழுவரை கண்டேன்காணே. 4017

காணவே ரிஷிகளிடஞ் சென்றேன்யானும் காலாங்கி நாதருட கிருபையாலே
பூணவே ஞானோபதேசம் பெற்றேன் பொங்கமுடன் கருவிகரணாதியெல்லாம்
தோணவே எந்தனுக்கு உபதேசங்கள் துரைராஜ சுந்தரனார் சொன்னாரங்கே
வேணவே சகலகலை கியானமெல்லாம் விருப்பமுடன் பிழைக்கவென்று கொடுத்திட்டாரே. 4018

கொடுத்தாரே பூவுலகில் பிழைக்கவென்று குவலயத்தில் என்மீதில் பட்சம்வைத்து
அடுத்ததொரு குளிகைக்கு உறுதிசொல்லி அப்பனே சாரணைகள் மிகவுங்கூறி
உடுத்துமே எந்தனையும் மலைவிட்டேகி வேதாந்த சித்துமுனி ரிஷிகளெல்லாம்
ஒடுக்கம்வர புத்தியது மிகவும்கூற ஓகோகோ சப்தரிஷி போவென்றாரே. 4019

என்றாரே சப்தரிஷி உரையும்பெற்று எழிலான காலாங்கி கிருபையாலே
சென்றேனே குளிகையது மிகவும்பூண்டு சீனபதிக்குள்ளாக வந்தேன் யானும்
நின்றேனே எனதையர் காலாங்கிநாதர் நிலையான சமாதியிடஞ் சேர்வைசெய்தேன்
குன்றான மலைதனிலே ஏறியல்லோ கொப்பெனவே கமலமுனி கண்டேன்தாமே. 4020

தாமேதான் கமலமுனி சமாதிபக்கல் தண்மையுடன் யான்சென்று சேர்வைசெய்தேன்
வேமேதான் சீனபதி கோட்டைக்குள்ளே வேகமுடன் குளிகைகொண்டு இறங்கினேன்யான்
போமேதான் சீனபதிபெண்களெல்லாம் போகமுடன் எந்தனையும் அணையவல்லோ
நாமேதான் நினைத்தபடி பெண்களெல்லாம் நாட்டமுடன் மோகித்து அணைந்தார்பாரே. 4021

சீனபதியில் சப்தரிஷிகளைப்போல் போகருக்கு புத்திரருண்டாதல்

பாரேதான் நினைத்ததொரு கலவிதன்னால் பாங்கான சப்தரிஷிபோலேயப்பா
நேரேதான் நினைத்தவண்ணம் ரிஷிகள்போல் நேர்மையுடன் தான்பிரிந்தார் ரிஷிகளப்பா
சீரேதான் அவர்கொடுத்த வரத்தினாலே சிறப்பான சப்தரிஷிபிறந்தாரங்கே
கூரேதான் தேவரிஷி என்னலாகும் குவலயத்தில் அரசரைப்போல் பிறந்தார்தாமே. 4022

பிறந்தாரே சீனபதிஅரசுசெய்ய பேரான சப்தரிஷி அரசரப்பா
துறந்ததொரு ஞானிகள்போல் அரசரப்பா துப்புரவாய் சீனபதியாண்டதுண்டு
மறந்தாரே வெகுகாலம் இருந்துமல்லோ வையகத்தில் வாழ்க்கைதனை விட்டுநீங்கி
கறந்ததொரு பால்போலே ஞானம்பூண்டு காசினியில் வெகுகால மிருப்பார்பாரே. 4023

இருந்தாரே கோடிவரை யுகாந்தகாலம் எழிலான சீனபதிக்கோட்டைதன்னை
பொருந்தவே அரசாட்சி நடத்தியேதான் பொங்கமுடன் காயாதிகற்பங்கொண்டு
திருந்தவே சமாதிதனில் இறங்கியல்லோ திட்டமுடன் தாமிருந்தார் சித்துதாமும்
வருந்தவே கோட்டையது ஏழுசுத்து வாகாகத் தலைவாசல் ஏழுதானே. 4024

ஏழான தலைவாசல் ஒவ்வோர்சித்து இறங்கியே சமாதியது பூண்டுகொண்டார்
தாழான திருவாசல் ஒவ்வோர்பக்கம் தன்மையுடன் சமாதியது பெருமைமெத்த
வீழாமல் தேகமது வழியாமற்றான் வீரான கோட்டையது வாசல்முன்னே
சாழான சமாதியது ஏழுங்கண்டேன் சட்டமுடன் சீஷவர்க்கம் நெருங்கினேனே. 4025

நெருங்கவே வெகுகோடி மாண்பரப்பா நேராக எந்தன்முன் வந்துநின்று
குருங்கையென்ற காமதனைத் தானெடுத்து கொப்பெனவே முடிமீதில் சுமந்துகொண்டு
தருங்கவே யாசீர்மம் மிகவுஞ்செய்து சட்டமுடன் எந்தனையுங் கேள்விகேட்டு
வருந்தியே இக்காலம் எங்கேசென்றீர் வண்மையுடன் வந்ததுவும் புதுமையாச்சே. 4026

ஆச்சென்ற புதுமையது மிகவுரைத்து அப்பனே என்தேவா இக்காலந்தான்
போச்சென்று தேகமது மனதிலெண்ணி பொங்கமுடன் வந்ததுவும் புதுமையாச்சு
பாச்சலுடன் காயாதிகற்பங்கொண்ட பாங்கான தேகமது என்றுசொல்லி
வீச்சலுடன் காலாங்கிகிருபையாலே விதித்துதே காணவல்லோ என்றிட்டாரே. 4027

இட்டாரே வெகுமாண்பர் கும்பல்கூடி எழிலாக எந்தனிடம் வந்தாரப்பா
சட்டமுடன் யான்கண்ட அதிசயங்கள் சார்புடனே யானுரைத்தேன் யோகமெல்லாம்
கிட்டமுடன் மாண்பரெல்லாம் அதிசயித்து தீரமுடன் வீற்றிருந்தார் சீனந்தன்னில்
பட்டமுள்ள அரசரது சமாதிவிட்டு பாங்குடனே குளிகைகொண்டு புறப்பட்டேனே. 4028

புறப்பட்டேன் சீனபதி கடலோரந்தான் புகழான அதிசயங்களெல்லாம்பார்த்து
திறக்கவே வடக்குமுகந் திருப்பால்தன்னில் தீரமுடன் குளிகைகொண்டு சென்றேன்யானும்
நிறமாறி தானிருக்கும் மாண்பரல்லோ நீடான வசுவத்தின் முகத்தைப்போல
உறமான மாண்பர்களைக் கண்டேனப்பா உத்தமனே ஜெகத்துக்குள் இருப்பார்தானே. 4029

இருப்பாரே மலைமீதும் பாறைமீதும் எழிலான வட்டமதில் இறங்கினேன்யான்
விருப்பமுடன் குளிகையது பூண்டுகொண்டு வீரமுடன் அவர்களிடம் சென்றபோது
பொறுப்பான மலையொன்று குகைதானுண்டு பொங்கமுடன் ஐராவதம் என்னலாகும்
குருப்பான ஏழுவரை உயரங்காணும் குணமான மலையொன்று கண்டேன்தானே. 4030

சப்த கன்னிகளைக் கண்டது

கண்டேனே என்மனத்தில் சந்தேகத்தால் கவனமுடன் குளிகைகொண்டு சென்றேன்யானும்
அண்டவொண்ணாப் பாறையது மேலேயுண்டு கவலமது யோசனைகள் சொல்லப்போமோ
தொண்டர்முனி சித்தர்களும் அனேகமுண்டு தோற்றமுடன் எந்தனுக்கு கண்ணிற்றோன்ற
சண்டமாருதம் போலேயென்னைக் கண்டார் சட்டமுடன் யாரென்று கேட்டார்தாமே. 4031

கேட்டாரே சித்துமுனி எந்தனுக்காய் கிருபையுடன் யாரென்று கேட்கும்போது
தாட்டிகமாய் குளிகைகொண்டு வந்தவர்யார் தண்மையுள்ள சிறுபாலாவென்றபோது
நீட்டமுடன் காலாங்கி சீஷனென்றேன் நீடான சித்துமுனி ரிஷிகளெல்லாம்
வாட்டமுடன் எந்தனையும் வாசீர்மித்து வளமுடனே ஞானோபம்செய்தார்பாரே. 4032

பாரேதான் யானுமல்லோ சிலதுகாலம் பாண்மையுடன் அங்கிருந்தேன் சித்தர்பக்கல்
நேரேதான் வடகோடி கானகத்தில் நேரான தோப்புண்டு குளமுமுண்டு
ஊரேதான் என்றறிந்து உளவறிந்து உத்தமனே யாசீர்மங்காணுதென்றேன்
பேரென்ன ஊரென்ன பதிதானென்றேன் பேரான சத்தகன்னி பதியென்றாரே. 4033

பதியென்று சொல்லுகையில் அடியேன்தானும் பட்சமுடன் என்மீதில் கிருபைவைத்து
துதிபுரியும் சத்தகன்னி ஆசீர்மந்தான் துப்புரவாய் அவ்விடத்தில் சொல்லொணாது
மதிபோன்ற சத்தகன்னி இருக்குந்தானம் மகத்தான தேவதா வாசீர்மந்தான்
கதிபெறவே சென்றவர்க்கு எல்லாமுண்டு காசினியில் போவார்தா னில்லைதானே. 4034

இல்லையென்று போனாலும்கன்னிமார்கள் எழிலான மாண்பர்களை சபிப்பாரப்பா
கொல்லவே எமனுக்கு உறுதியாகும் கோபத்தால் சாபமது வாய்க்கும்பாரு
புல்லவே அவ்விடத்திற் செல்லவேண்டாம் புகழான சத்தகன்னிமார்களப்பா
எல்லைவிட்டு போகாதே எந்தன்பாலா எடுத்துரைத்தார் எந்தனுக்கு மிகுதியாச்சே. 4035

ஆச்சென்று போகாமல் அடியேன்தானும் அன்புடனே மறுபடியுங்கேள்விகேட்டு
பாச்சலுடன் குளிகையது போட்டுக்கொண்டு பாங்கிமார் சத்தகன்னி ஏழுபேரை
மூச்சடங்கி போனதொரு தேகம்போல மொய்குழல்மார் முன்னடியேன்நின்று
ஏச்சியே அவர்களிடம் கண்டுபேசி எழிலாக யான்வருவேன் என்றிட்டேனே. 4336

என்றேனே சிறுபாலன் சொன்னவார்த்தை எழிலான தவமுனிகள் ரிஷிகள்கேட்டு
நின்றதொரு நெடுமூச்சு தானறிந்து நேர்மையுடன் எந்தனுக்கு யிதவுகூறி
குன்றின்மேல் செல்வதற்கு வினயஞ்சொல்லி கொப்பெனவே யாசீர்மம் மிகவுங்கூறி
வென்றிடவே அடியேனை அனுப்பினார்கள் விடுபட்டு குளிகைகொண்டு போனேன்நானே. 4037

போனேனே யாசீர்மந் தன்னிலேதான் பொங்கமுடன் காவனத்தை இறங்கினேன்யான்
சோனைபோல் சுனையருகே இறங்கிநின்றேன் சொர்ணமென்ற சத்தகன்னி மார்கள் கண்டார்
தேனேதான் அகலிகை யாசீர்மந்தான் திகழான முதற்பீடம் முதற்காவனந்தான்
மானேதான் திரௌபதியாம் ரெண்டாம்பீடம் மகத்தான சீதையது பீடந்தானே. 4038

சீதையாம் பீடமது மூன்றாம்பீடம் சிறப்பான தாரையாம் நான்காம்பீடம்
வேதையாம் மண்டோதரி ஐந்தாம்பீடம் மிக்கான சாமாலி ஆறாம்பீடம்
பாதையாம் காந்திரௌதா சிறமாலியாகும் பாங்கான சத்தகன்னியேழுபேர்கள்
கோதையாம் தேவகன்னி ஏழுபேர்கள் குளிகைகொண்டு யானுமங்கே கண்டிட்டேனே. 4039

பஞ்சவர்களை சப்தகன்னி விசாரித்தல்

கண்டேனே அவர்களிடம் வார்த்தைபேசி கலியுகத்து அதிசயங்கள் எல்லாங்கேட்டேன்
கொண்டல் வண்ணஅச்சுதனார் செய்திகேட்டேன் கோடான கோடிபெண்கள் முறைமைசொன்ன
விண்டபடி வார்த்தையது மிகவுமங்கே வேதாந்தத் தாயினது அருளும்பெற்று
தொண்டனெனும் மைத்துனர்கள் ஐந்துபேரும் சுகமுடனே கேட்டுமல்லோ விசாரித்தாரே. 4040

கேட்டுமே கலியுகச் சேதிதன்னை கீர்த்தியுள்ள பஞ்சபாண்டவர்கள்தம்மை
வாட்டமுடன் கலியுக முதலில்தன்னில் வளமாக எவ்விடத்தில் மடித்தாரென்று
நீட்டமுடன் எந்தனையும் கேட்கும்போது நீடூழி கோடிவரையிருந்தாரங்கே
காட்டமது கலியுக முதலிலப்பா கண்காணா மண்மேலே போனார்தாமே. 4041

போனதொரு செய்திதன்னை யானுரைத்தேன் பொங்கமுடன் எந்தன்மேல் பட்சம்வைத்து
தானமொடு சித்தர்முனி ரிஷியார் தம்மால் தாரிணியில் சாபமது நேரிட்டாலும்
தீனமொடு சாபமது சொல்லாமற்றான் தீர்க்கமுடன் எந்தனுக்கு வரந்தந்தாரே. 4042

தந்தாரே சாபமது நீக்கியல்லோ தாரணியில் சத்தகன்னி மார்கள்தானும்
அந்தமுடன் எந்தனுக்கு ஆசீர்மித்து அவனியெல்லாம் செல்வதற்கு அதீதஞ்சொல்லி
சொந்தமுடன் உபதேசம் மிகவுங்கூறி சூட்சாதி சூட்சமெல்லாம் தெளிவுரைத்து
எந்தனுக்கு மாற்றமென்ற மைகொடுத்து எழிலாக சீனபதி போமென்றாரே. 4043

என்றவுடன் காலாங்கி நாதர்தம்மை எழிலாக தாளினைத்து சீனம்போக
சென்றுமே குளிகைகொண்டு அடியேன்தானும் சிறப்புடனே சீனபதிவந்தேன்யானும்
மூன்றுமே தானடந்த சேதியெல்லாம் முனையான சீனபதிமாந்தருக்கு
நன்றாகத் தானுரைத்தேன் அடியேன்தானும் நலமுடனே மனக்களிப்பு கொண்டார்பாரே. 4044

சப்த கன்னியர் குறித்து சீனத்தாருக்குக் கூறுதல்

பாரேதான் சத்தகன்னி மார்கள்நேர்மை பாங்குடனே தானுரைத்தேன் சீனத்தார்க்கு
நேரேதான் எந்தனுக்கு உறுதிசொல்லி நேர்மையுடன் சாபமதை தவிர்த்தாரென்றே
ஊரேதான் போகவென்று விடையுந்தந்து உத்தமர்க்கு ஆதியந்த முடிவுசொல்லி
பேரேதான் வாழ்கவென்று எந்தநாளும் பெருமையுடன் இருக்கவென்று வரந்தந்தாரே. 4045

தயிர் கடலுக்கு வடகோடி

தந்தாரே சீனபதி விட்டுவந்தேன் தகமையுள்ள குளிகையது பூண்டுகொண்டு
வந்தேனே தயிர்கடலுக் கப்பாலப்பா வாகான வடகோடி கானகத்தில்
சொந்தமுடன் யானுமல்லோ சென்றேனங்கே சுத்தமுள்ள யாசீர்மங்கண்டேன்யானும்
அந்தமுடன் ஆசீர்மம் நடுமையத்தில் அழகான வாயக்கால் கூடந்தானே. 4046

தானான கூடமது சித்ரகூடம் தண்மையுள்ள சித்தர்களும் அறியாநாடு
கோனான எனதையர் காலாங்கிநாதர் கொற்றவனார் எந்தனுக்கு உரைத்தநீதி
மானான வடகோடி கானகத்தில் வளமான வாயக்கால் மண்டபந்தான்
தேனான மனோன்மணியாள் இருக்கும்ஸ்தானம் தேவியென்ற கூடமது விசித்திரமாமே. 4047

ஆமேதான் ஆயக்கால் மண்டபத்தில் அண்டவொண்ணா தேவரிஷிகூட்டமப்பா
தாமேதான் காலாங்கி சொன்னவாக்கு தாரிணியில் மெய்யான வார்த்தைகொண்டு
போமெனவே வடகோடிகானகத்தில் பொங்கமுடன் குளிகையது பூண்டுகொண்டு
வேமெனவே யாசீர்மம் தன்னிற்சென்றேன் வேதாந்தத் தாயினது இடங்கண்டேனே. 4048

போகர் வடகோடி கானகத்தில் மனோன்மணியைத் தரிசித்தது

கண்டேனே மனோன்மணியாள் வீற்றிருக்கும் கடிதான வாசீர்மந் தன்னைக்கண்டேன்
அண்டவொண்ணாச் சேனையது ரிஷிகள்கூட்டம் அங்ஙனமே யான்கண்டு பயமுங்கொண்டு
தொண்டரெனும் ரிஷிமுனிவர் சித்தர்தாமும் தோற்றமுடன் ஆசீர்மந் தன்னைச்சுற்றி
கொண்டல்வண்ணன் அச்சுதனும் முன்னேநிற்க கோடான கோடிவரை பார்த்திட்டேனே. 4049

பார்த்தேனே மனோன்மணியாள் ஆசீர்மத்தில் பலகோடி நவகோடி ரிஷியார்தாமும்
கார்த்துமே சதாகாலஞ் சூழ்ந்திருக்க கண்மணி நவரத்தின வாசீர்மத்தில்
தீர்த்தமுடன் தடாகமென்ற பொய்கைதன்னில் திகழான மனுக்கூட்டம் அனேகம்பேர்கள்
சார்த்த கையாழ்வார் பன்னீராயிரந்தான் சட்டமுடன் தவசிருக்கக் கண்டேன்தானே. 4050

மனோன்மணியாள் தாமரைப் பொய்கை

கண்டேனே மனோன்மணியாள் பொய்கைதன்னை காசினியில் மற்றெவரால் காணப்போமோ
தொண்டனென்னும் ஆழ்வார்கள் பொய்கைதன்னில் தேற்றமுடன் காவலது பூண்டுநிற்பார்
வண்டுழலாள் மனோன்மணியாள் நிர்த்தஞ்செய்வாள் வசந்தமணிமண்டபத்தின் பொய்கைதன்னில்
தெண்டமுட னடியார்கள் கூட்டமெல்லாந் தெரிசிப்பார் மனோன்மணியை தெரிசிப்பாரே. 4051

பாரேதான் அடியேனுங் குளிகைகொண்டு பட்சமுடன் சீஷவர்க்கந் தன்னைக்கண்டேன்
நேரேதான் ஆசீர்மந் தன்னைச்சுற்றி நேர்மையுடன் காத்திருக்கும் ரிஷியார்பக்கம்
சீரேதான் குளிகையது பூண்டுகொண்டு சிறப்புடனே பொய்கைதனில் நடுமையத்தில்
சூரேதான் நீடாழி மண்டபத்தில் கொப்பெனவே இறங்கிவிட்டேன் பண்பாய்த்தானே. 4052

பண்புடனே ரிஷிமுனிவர் என்னைக்கண்டு பதறியே ஓடிவந்து யாரென்றார்கள்
திண்பான காலாங்கி நாதர்தம்மை திடுக்கிட்டு மனந்தனிலே தான்நினைத்து
நண்பாக காலாங்கி சீடனென்றேன் நாதாக்கள் சித்தொளிவு நடுங்கினார்கள்
கண்பான மனோன்மணியைக் காணவென்று காசினியில் குளிகைகொண்டு வந்திட்டேனே. 4053

வந்திட்டேன் என்றதுமே ரிஷியார்தாமும் வணக்கமுடன் எந்தனுக்கு வாசீர்மித்து
தந்திட்டார் மனோன்மணியைக் காணவென்று தகமையுடன் இடமதுவும் காண்பித்தார்கள்
அந்தமுடன் எந்தனையும் அழைத்துக்கொண்டு அன்பான வாசீர்மம் தன்னின்முன்னே
சொந்தமுடன் என்னைநிறுத்தி உளவுசொன்னார் சூட்சமுடன் தான்கண்டு திரும்பினேனே. 4054

மனோன்மணியைக் கண்டதை சீடர்க்குக் கூறுதல்

திரும்பியே மனோன்மணியைக் காணவென்று சிலகாலம் அங்கிருந்து உளவுகண்டேன்
அரும்பொன்மணி நவரத்தின வாசீர்மத்தில் அழகான மனோன்மணியாள் பீடம்கண்டேன்
சுரும்புடைய பூந்துடையாள் சொரூபங்கண்டேன் தோற்றமுடன் கண்ணிற்குத் தோற்றலாச்சு
கரும்பெனவும் தேன்மாரி பொழியக்கண்டேன் கைலங்கிரி போலிருக்கும் பொய்கையாமே. 4055

ஆமேதான் பொய்கையிடம் கிட்டிநின்றேன் அப்பனே மனோன்மணியைக் கண்டதில்லை
தாமேதான் மனோன்மணியாள் ரூபம்போல சொரூபமானதொரு ஜோதிகண்டேன்
போமேதான் பொன்னான வாசீர்மத்தைப் பொங்கமுடன் நெடுந்தூரங் கண்டேன்யானும்
தேமேதானவச் சித்திரப்பொய்கையப்பா தெளிவான மண்டபத்தைப் பார்த்தேன்பாரே. 4056

பார்த்தேனே நீராழிமண்டபத்தை டளிங்கான பன்னகச் சாலைகண்டேன்
தீர்த்தமுடன் பூஞ்சோலைத் தன்னைக்கண்டேன் கதிழான பொன்னம்பலந்தன்னைக் கண்டேன்
சேர்த்துமே ரிஷிகோடி முனிவர்தம்மை சேனைமுதல் நவகோடி சித்தர்கண்டேன்
சார்த்தகிரி ஆழ்வார்கள் கணக்கேயில்லை சட்டமுடன் வடகோடி மகிமைதானே. 4057

தானான இன்னமொரு மார்க்கஞ்சொல்வேன் தகமையுள்ள புலிப்பாணி சொல்லக்கேளும்
கோனான எனதையர் காலாங்கிநாதர் குவலயத்தில் வெகுகாலம் இருந்தாரப்பா
தேனான மனோன்மணியாள் காமரூபி தேவிதனை ஒருநாளுங்கண்டதில்லை
பானான பராபரியாள் ஜோதியல்லால் பாங்கியரை ஒருநாளுங் காணேன்தானே. 4058

காணேனே என்றுசொல்லி காலாங்கிநாதர் கனமாக எந்தனுக்குச் சொன்னதுண்டு
வேணபடி வெகுகாலங் காத்திருந்தார் வேதாந்தத் தாயினது அருளைக்காண
மாணவே வரைகோடி காலமப்பா வையகத்தில் மனோன்மணியாள் சொரூபங்காண
நீணவே காயாதிகற்பங்கொண்டு நெடுங்காலந் தாமிருந்தார் தவசியாமே. 4059

தவசுடனே சின்மயத்தில் இருந்துகொண்டு தாரிணியில் மதியமுர்தம் வெகுவாய்ப்பூண்டு
பவமகற்றி சமாதிதனில் கோடிகாலம் சட்டமுடன் தாமிருந்தார் நாதர்தாமும்
சிவக்கடலைக் காணுதற்கு வெகுவாய் எண்ணி தீரமுடன் சமாதிதனில் இருந்தாரப்பா
அவமுடனே சமாதிவிட்டு ஏகியுந்தான் அவனிதனில் மனோன்மணியைக் காணார்பாரே. 4060

பாரேதான் இன்னமொரு மார்க்கங்கேளு பாருலகில் வெகுகோடி சித்தருண்டு
நேரேதான் மனோன்மணியைக் கண்டதில்லை நேர்மையுடன் ஜோதியென்ற ஒளிவுகண்டார்
வீரேதான் சொரூபநிலைக் கண்டபோதே விருப்பமுடன் ஜோதிமயந் தன்னிற்தோன்றி
சூரேதான் மனோன்மணியை நினைத்தவண்ணம் கொப்பெனவே தெரிசனைப்போல் தோற்றலாச்சே.

போகர் தனகோட்டி என்னும் ராமேஸ்வரத்தைக் கண்டது

தோற்றமுடன் புலிப்பாணி மைந்தாகேளு தொல்லுலகை சுத்திவந்து குளிகைகொண்டேன்
காற்றில்லா ராமேஸ்வரந் தானென்னுங் கனமான தனக்கோட்டி கடலைக்கண்டேன்
மேற்றிசைக்குக் கீழ்பாகங் கடலோரந்தான் மேலான தென்பொதிகை சமீபமப்பா
நாற்றமுள்ள சங்கதுவும் பிறக்கும்ஸ்தானம் நடுக்கடலாந் திட்டொன்று கண்டேன்பாரே. 4062

கண்டேனே நடுக்கடலாம் மத்திபத்தின் கனமான பாறையொன்று கட்டொன்றுண்டு
தண்டுளவ மாலையணி கிருஷ்ணபூபன் தகமையுள்ள மண்டபந்தா னங்கொன்றுண்டு
கொண்டல்வண்ணன் ராமர் சீதாதேவி குடியிருப்பு வாசீர்மந் தன்னைக்கண்டேன்
வெண்டாமரைப் பொய்கையுண்டு ஸ்தலமுமுண்டு மேன்மையுள்ள குகையதுவும் பார்த்திட்டேனே

பார்த்தேனே சீதையென்ற பெண்ணணங்கையை பண்பான வச்சிரமாங் கல்லினாலே
நேர்த்தியாய் கைச்சிலையாய் அமைத்துமேதான் நேரான முகவையென்னும் சாகரத்தில்
பூர்த்தியாய் சேதுபதி ஸ்நானம்செய்வோர் புகழான ராமருட தேவிதன்னை
தீர்த்தமுடன் சீதாவின் பிராட்டியரை தினக்கிரம வலங்காரம் செய்வார்தாமே. 4064

செய்வாரே ராமலிங்கம் பூசைசெய்து ஸ்ரீராமர் பிராட்டியார் ரூபங்காண
உய்யவே ஓடமது தன்னிற்சென்று உத்தமனார் ஸ்ரீராமர்தேவிதன்னை
துய்யமுனி சித்தனவர் ரிஷிகளெல்லாம் சுத்தமுடன் ஓடமதிற்சென்றுமேதான்
பையவே விக்கிரகம் பூசைசெய்ய பட்சமுடன் போவாரும் வருவார்தாமே. 4065

தனகோட்டிக்கு இடப்பாகம்

தாமான இன்னமொரு மார்க்கங்கேளு தாக்கான தனக்கோட்டி இடபாகத்தில்
வேமான மென்றதொரு வாசீர்மந்தான் மிக்கான காடுள்ளே குகைதானுண்டு
கோமானுக் கொப்பான ரிஷியார்தாமும் குருவான சாமியென்ற சித்துவுண்டு
நாமான மாகவல்லோ குளிகைபூண்டு நன்மையுடன் சென்றேனே வனந்தானுள்ளே. 4066

போகர் குரு பர்ன மகாரிஷியைக் கண்டது

உள்ளான வாசீர்மந் தன்னிற்சென்றேன் ஓகோகோ நாதாக்கள் சித்தருண்டு
கள்ளரென்ற சித்தரப்பா கணக்கோயில்லை காசினியில் அவர்பெருமை மெத்தவுண்டு
தெள்ளமுர்தமானதொரு சித்துமுன்னே சிறப்புடனே குளிகைகொண்டு யானும்சென்றேன்
மெள்ளவே சித்தர்முனி கண்டபோது மேதினியில் யாரென்று எனைக்கேட்பாரே. 4067

கேட்டவுடன் சித்தர்கட்கு விடையுஞ்சொன்னேன் கெடியான காலாங்கி சீஷனென்றேன்
நீட்டமுடன் தனக்கோட்டி காணவந்தேன் நீதியுடன் சீதையென்னும் தேவிகண்டேன்
வாட்டமுடன் இடப்பாகங் குளிகைகொண்டேன் வாகான வாசீர்மமிங்கேகண்டேன்
நாட்டமுடன் குளிகைகொண்டு இறங்கியல்லோ நாதாந்த சித்தொளிவைக் கண்டேனே. 4068

கண்டவுடன் ரிஷிக்கூட்டம் முனிவர்தாமும் கருத்துடனே எந்தனுக்கு உறுதிசொல்லி
அண்டமுடன் ஆகாயரிஷிகள் தேவர்அப்பனே அதிசயங்கள் தாமுரைத்து
மண்டலங்கள் தான்புகழும் ரிஷியார்தம்மை வாட்டமுடன் யான்கண்டேன்போகர்தாமும்
தண்டமிழ்சூழ் சித்தர்முனிரிஷிகள் கூட்டம் தன்மையுடன் எந்தனுக்கு விதிசொன்னாரே. 4069

விதியான வாசகத்தை யானுங்கேட்டு விருப்பமுடன் குளிகைகொண்டு வாசீர்மத்தில்
பதியான குருபர்னரிஷியார்தம்மை பட்சமுடன் காணுதற்கு அருகிற்சென்றேன்
ததியான ரிஷிபக்கஞ்சென்றபோது தகமையுள்ள ரிஷியாரும் என்னைப்பார்த்து
மதிபோன்ற திருமுகத்தை நோக்கியல்லோ மார்க்கமுடன் வார்த்தையது சொன்னார்பாரே. 4070

சொன்னாரே குருபர்ன ரிஷியார்தாமும் தோற்றமுடன் சிறுபாலா எங்கேவந்தீர்
மன்னவனே குளிகைகொண்டு வந்ததென்ன மாராட்டமாகவல்லோ வந்தாயப்பா
வன்னநெடுங்கோபமுள்ள சித்தர்தாமும் வளமுடனே உந்தனையும் சபிப்பாரப்பா
இன்னநெடுங் காலமிலா திந்தகாலம் இறையவனே ஏன்வந்தீர் என்றிட்டாரே. 4071

இட்டாரே குருபர்ன ரிஷியார்தாமும் எழிலான போகர்முகந் தன்னைப்பார்த்து
பட்டமரந் துளித்ததுபோல் பாலாநீயும் பட்சமுடன் வந்ததினால் உந்தனுக்கு
சட்டமுடன் வரந்தருவேன் என்றுசொல்லி சாங்கமுடன் எனக்குரைத்தார் ரிஷியார்தாமும்
அட்டதிசை புகழவல்லோ வரங்கள்பெற்று வாசீர்மந்தான்கடந்து வந்திட்டேனே. 4072

சம்பு மகாரிஷியைக் கண்டது

வந்திட்டேன் தனக்கோட்டிக் கடலோரந்தான் வாகான சம்புவென்ற சங்கரைக்கண்டேன்
பந்திட்டமாகவல்லோ கடலோரந்தான் பாரினிலே குளிகைகொண்டு செல்லும்போது
முந்திட்ட குருபர்னார் செய்தியெல்லாம் முனையான சம்புவென்ற சங்கர்தானும்
தொந்திட்ட மாகவல்லோ சம்புதானும் தொன்மையுடன் தானுரைக்கக் கேட்டிட்டேனே. 4073

கேட்டேனே முத்தினாசிர்மந்தானும் கெடியான சாகரத்தைக் கிட்டிவந்தேன்
நீட்டமுடன் முத்துரையுங் கடல்தானப்பா நீடாழி சாகரமும் அளவுமெத்த
தேட்டமுடன் ஆணியென்ற முத்துதாமும் தெளிவான கடல்தனிலே விளையுஞ்சிப்பி
நாட்டமுடன் சித்தர்முனி ரிஷியார்தாமும் நவிலவே தானிருக்கும் கடல்தானாமே. 4074

போகர் முத்தாசீர்மங் கண்டது

கடலான நடுமையம் பாறைமீதில் கனமான சம்புமகாரிஷி ஆசீர்மம்
அடலான வாய்க்கால் மண்டபந்தான் அழகான கள்ளழகர் கோட்டைதானும்
மிடலான தேவதா ஸ்தலமுமுண்டு மிக்கான வடிவேலர் கோயிலுண்டு
குடதிசையாம் பக்கமதில் பொய்கையுண்டு குறிப்பான சம்புமகாபதிதானாமே. 4075

பதியான பாறையின்மேல் மகிமைமெத்த பாங்கான கோட்டையது கள்ளர்கோட்டை
மதிபோன்ற சம்புமகாரிஷியார்தாமும் மகத்தான வாசீர்மம் சொல்லப்போமோ
துதியுடனே மாண்பரெல்லாம் கோடானுகோடி துப்புரவாய் தெரிசித்து வருவார்போவார்
கதிபெறவே வடிவேலர் கோயில்காண காசினியில் வெகுகோடி வருவார்தானே. 4076

வருவாரே யாசீர்மந் தன்னிற்சென்று வரமுடனே வெகுபேர்கள் கோடிமாண்பர்
மருவான முல்லையிருவாட்சியொடு மகத்தான நமஸ்கார மஞ்சலித்து
குருவான சம்புமகா ரிஷியைத்தானும் கோடிப்பார் திரிகால பூசைமார்க்கம்
உருவான வடிவேலர் தம்மைக்காண உகந்துமே தான்போவார் கோயில்தாமே. 4077

தாமான வாசீர்மந்தன்னைவிட்டு தாக்கான வடிவேலர் கோயில்பக்கல்
போமேதான் வெகுகோடி மாண்பரப்பா பொங்கமுடன் அர்ச்சனைகள் மிகவுஞ்செய்வார்
பூமேவும் பன்னகச்சாலைதன்னில் புகழான புட்பமது மிகப்பறிப்பார்
தேமேவும் நவதாது கனிகளோடு தெளிவாக தானழைத்துப் பூசிப்பாரே. 4078

பூசிக்குங் கிரியைதனை யானுங்கண்டேன் பொங்கமுடன் தனக்கோட்டி யானும்வந்தேன்
நேசித்து சம்புமகாரிஷியார் தம்மால் நேசமுடன் பின்னும்யான் சென்றுவந்தேன்
ஆசித்து ஆசீர்மந்தன்னில்வந்து அடியேனும்தலைவணங்கி முடிவணங்கி
வாசித்துப் பிரணவத்தை ஓதியேதான் வணக்கமுடன் பின்னும்யான் தொழுதிட்டேனே. 4079

சம்பு மகாரிஷி போகருக்கு உபதேசம் கூறல்

தொழுதேனே ரிஷியார்தம் சீர்பாதந்தான் தோத்திரங்கள் மிகச்செய்து கரங்குவித்து
பழுதுறா சாபமதுநேரிடாமல் பாலகனை எந்தனையுங் காக்கவென்று
அழுதுமே வடியேனும் முடிவணங்கி அன்புடனே காலாங்கி தனைநினைத்து
நெழுகாமல் தாள்பணிந்தேன் அடியேன்தானும் நேர்மையுடன் வரமெனக்கு கொடுத்தார்பாரே. 4080

பாரேதான் குளிகையது பூண்டுகொண்டு பாரினிலே சம்புவரம் பெற்றுவந்தேன்
நேரேதான் முத்துறையும் நாடுகண்டேன் நெடிதான ஆழியது யானுங்கண்டேன்
சீரேதான் சிப்பிலுறை முத்துதானும் சிறப்பான கடலதுவும் பார்த்துவந்தேன்
ஊரேதான் குருபர்ன ரிஷியாசீர்மம் உத்தமனே யான்கண்ட வளம்சொல்வேனே. 4081

வளமான மார்க்கமது இன்னங்கேளு வண்மையுள்ள தனக்கோட்டி வடபாகத்தில்
தளமான பதியென்று பாறைகண்டேன் தண்மையுள்ள சம்பு மகாரிஷியைக்கண்டேன்
குளமான பொய்கையது சித்தர்வாழ்க்கை குவலயத்தில் அதற்கீடு யாதொன்றில்லை
பளமான நவகனியும் நவதான்யத்தோடு பாறையதில் தான்விளையும் பாண்டிநாடே. 4082

நாடான பாண்டிவள நாட்டைக்கண்டேன் நவகோடி ரிஷிமுனிவர் ஆசீர்மந்தான்
காடான தவமுனிகள் உறையும்நாடு காசினியில் மாண்பர்கள் தானறியானாடு
கோடான கோடியிலே ஒருவனப்பா குறையான விட்டகுறை இருக்குமானால்
தடாண்மைக் கொண்டதொரு தலமுங்காண்பார் தாரணியில் அவனுமொரு சித்தனாமே. 4083

சித்தனாய்ப் பிறந்தாலும் என்னலாபம் சீரான விட்டகுறை இருக்கவேண்டும்
கந்தனது பதவிதனைப் பெறவேவேண்டும் காசினியில் விதியாளிப் பெறுவானப்பா
சத்தமுடன் ஞானோபதேசந்தன்னை சூட்சாதி சூட்சமதை அறியவேண்டும்
பித்தனைப்போலிருக்காமல் பேரின்பத்தில் பேருலகில் வாழ்பவனே யோகியாமே. 4084

யோகமென்றால் யோகமது சொல்லொண்ணாது ஒளிவான பிரகாசமானஜோதி
பாகமுடன் சின்மயத்தின் நிலையில்நின்று பட்சமுடன் சதாகாலம் அர்ச்சித்தேதான்
சோகமது வாராமல் சமாதிதன்னில் தொல்லுலகில் மாய்கையது வாசையற்று
வேகமுடன் மனோன்மணியை மனதிலுண்ணி வெட்டவெளியம்பரத்தே நிற்பீர்தாமே. 4085

நிற்பீரே நிலைதனிலே நின்றுகொண்டு நீடான பிரணவத்தை உச்சரித்து
கற்பதித்த தூணதுபோல் எந்தநாளும் கலங்காமல் சமாதிதனில் நின்றுகொண்டு
சொற்படியே குருவினது மொழியுங்கேட்டு தோராமல் ஞானமது பூண்டுகொண்டு
பற்பல பேதத்தின் பேதாபேதம் பாரினிலே சொல்லாத பான்மையாமே. 4086

பான்மையென்ற சதாநிலையில் நின்றுகொண்டு பட்சமுடன் யோகமதை நிலைநிறுத்தி
ஆன்மாவுக்கொருநாளும் அழிவில்லை அவனிதனில் நீயுமொரு சித்தனைப்போல
மேன்மையுடன் தானிருந்து வையகத்தில் மெய்யான வழியறிந்து பதவிகண்டு
மான்மையென்ற மோட்சவழிக்காளதாகி மகிதலத்திலிருப்பவனே புத்திவானே. 4087

புத்தியென்றால் வாதமது காண்பதற்கு புகழான யோகமதை நிறுத்துதற்கும்
நித்தியமும் வாசியையுள்ளடக்கி நிகரான சுவாசமதை மேல்நோக்காமல்
சத்தியென்ற சொரூபமதைக் கண்ணிற்கண்டு சதாகாலம் கர்மவினைதனையகற்றி
முத்திபெற வழிபாடு செய்துகொண்டு மூதுலகில் இருப்பவனே தர்மவானே. 4088

தர்மமாம் இன்னமொரு மார்க்கஞ்சொல்வேன் தாரிணியில் காலாங்கி கடாட்சத்தாலே
கர்மமென்ற பவக்கடலை விட்டகற்றி கருவிகரணாதியுடன் தொந்தம்பார்த்து
வர்மமுடன் நடப்பவனே புத்திவானாம் வரைகடந்து இருப்பவனே கழுதைமாண்பன்
தர்மவினை விட்டகற்றித் தாரணிதன்னில் சட்டமுடன் பேருண்டாய் வாழ்குவீரே. 4089

தனக்கோட்டியில் அலை இல்லாமல் இருப்பதைப் பற்றி புலிப்பாணிக்குக் கூறல்

வாழ்கவே இன்னமொரு மகிமைகேளும் வாகான தனக்கோட்டி கடலிலப்பா
தாழ்கவே அலைகடலில் சத்தந்தானும் தண்மையுடன் நின்றதொரு வளப்பஞ்சொல்வேன்
மாழ்கியதோர் கடல்தனில் பாறைமீதில் மகத்தான குருபான ரிஷியார்தாமும்
வேழ்வியுடன் ஆசீர்மந்தனைநடத்தி விருப்பமுடன் தானடத்தும் காலந்தானே. 4090

சீதாதேவி யாகம் காண வந்தது

தானான யாகமது நடந்தபோது தாக்கான தங்கையென்ற பதியில்வாழும்
தேனான மாதுமையாள் சீதாதேவி தென்னிலங்கை பதியைவிட்டு வாசீர்மத்தில்
கோனான குருபரனார் வேழ்வியாகம் கோதையருந்தான் பார்க்கவந்தபோது
பானான தனக்கோட்டி கடலில்தானும் பாரமுடன் சத்தமது கேட்கலாச்சே. 4091

கேழ்க்கவென்றால் இன்னமொரு மார்க்கங்கேளு கெடியான பற்பமென்ற மனையில்தானும்
வேழ்க்கமுடன் காற்றோசைத் தன்னினாலே வேகமுடன் அலைபனையும் வீசலாச்சு
சூழ்க்கமுடன் சப்தமதை மாதுகேட்டு சுத்தமுள்ள யாசீர்மம் யாகந்தன்னில்
தாழ்க்கமல நவரத்தின கசிதந்தன்னில் தவிக்கவொட்ட சப்தமதை கண்டார்தாமே. 4092

சீதை சாபத்தால் கடலில் அலை நின்றது

கண்டதொரு அலைகடலின் சப்தந்தன்னை காரிழையாள் ராமர் தேவியப்பா
கொண்டல்வண்ணன் அச்சுதனை தனைநினைத்து கொடுத்ததொரு சாபத்தால் அலையும்போச்சு
விண்டபடி கற்பகத்தருவுக்கப்பா மேதினியில் சப்தமது யில்லைகண்டீர்
தண்டலென்னும் பனைமரமும் அசைவுமில்லை தாரிணியில் தனக்கோட்டி மார்க்கந்தாமே. 4093

மார்க்கமுடன் தென்திசையில் கடலில்தானும் மகத்தான ஸ்ரீராமர்தேவிதன்னால்
ஏர்க்கவே கடலோசை நின்றுபோச்சு எழிலான தனக்கோட்டி மகிமையப்பா
தீர்க்கமுடன் சம்புமகாரிஷிபலத்தால் சங்கதுவும் பிறக்கலாச்சு
வர்க்கமுடன் திரிசங்கு தன்னினாலே வாகான கோட்டையது கட்டலாச்சே. 4094

போகர் திருச்சங்கு கோட்டையைக் கண்டது

ஆச்சென்று போகாமலின்னஞ்சொல்வேன் அப்பனே புலிப்பாணிமைந்தாகேளு
மாச்சலென்ற தனக்கோட்டி கீழ்பாகத்தில் மகத்தான திருச்சங்கு கோட்டையுண்டு
நீச்சுடனே கடல்தனில் பிறந்தசங்கு நிலைகோடி சங்கதனை யெடுத்துமல்லோ
வீச்சுடனே காதவழிக்கோட்டைதானும் விருப்பமுடன் கட்டிருக்கக் கண்டேன்பாரே. 4095

கண்டேனே தனக்கோட்டி கடல்மையத்தில் கனமான திருச்சங்கு யாழிக்கோட்டை
அண்டர்முதல் தேவாதி ரிஷிகளெல்லாம் அன்புடனே வந்திறங்கும் கோட்டையப்பா
தண்டுல கிருஷ்ணாவதாரந்தானும் தகமையுள்ள வாசீர்மமொருபக்கந்தான்
கொண்டல் வண்ணனாசீர்மம் அதற்குப்பின்னால் குறிப்பான யேழுசுத்து கோட்டைபாரே. 4096

பாரேதான் ஏழுசுத்து கோட்டையப்பா பாங்கான ஆணிமுத்து மதில்தானாகும்
நேரப்பா ஆணிமுத்து தன்னினாலே நிலையான கோட்டையது கட்டிருக்கும்
சீரேதான் ஏழுசுத்து கோட்டைக்குள்ளே சிறப்பான பிரிங்கி மகாரிஷியாசீர்மம்
கூரேதான் மாண்பர்களும் காணப்போமோ குவலயத்தில் தனக்கோட்டி மகிமைதானே. 4097

தானான ஏழுசுத்து கோட்டைக்குள்ளே நவகோடி ரிஷிகளுமே சூழ்ந்திருப்பார்
மானான மதில்தனிலே சித்துமாண்பர் மகாதவசிவீற்றிருப்பார் கோட்டைதன்னில்
மோனான வாசீர்மந் தன்னில்தானும் மகத்தான முத்துசிம்மாதனந்தான்
கோனான பிரிங்கிமகா ரிஷியார்தாமும் கொற்றவனார் வீற்றிருக்கும் பதிதானாச்சே. 4098

ஆச்சப்பா குளிகையது பூண்டுகொண்டேன் அப்பனே யாசீர்மந் தன்னிற்சென்றேன்
கூச்சலுடன் ரிஷிமுனிவர் சித்தர்கூட்டம் கூறவொண்ணா கோஷ்டமது சொல்லப்போமோ
பேச்சரியா மாண்பர்களோ காணப்போரார் பேரான பிரிங்கி முத்தூரிஷியாசீர்மம்
மாச்சலுடன் காண்பதற்கு முடியாதப்பா மகத்தான சித்தருட கோட்டையாச்சே. 4099

கோட்டையாம் திருச்சங்கு கோட்டையப்பா குறிப்பான ஆணிமுத்து கோட்டைதன்னை
நீட்டமுடன் கோட்டைதனை அறியமாட்டார் நீடான சாகரத்தில் சொல்லமாட்டார்
வாட்டமுடன் குளிகைகொண்டு காலாங்கிநாதர் வகுப்பான மகிமையினால் கண்டேன்பாரு
தேட்டமுடன் எனதையர் சொன்னவாக்கு தெளிவான சொற்படியே காணலாச்சே. 4100

காணவே கலியுகத்துமுன்னேயப்பா காலாங்கிநாதர் சொன்னதிருவாக்குத்தான்
தோணவே எந்தனுக்கு இப்போதல்லோ தோற்றமுடன் எந்தனுக்குக்காணலாச்சு
வாணர்முதல் சொன்னதொரு கோர்வையெல்லாம் வளமாக இவ்வண்ணஞ்சொன்னதில்லை
பூணவே குளிகையது பூண்டுகொண்டு புகழான கோட்டைதனை பார்த்திட்டேனே. 4101

பார்த்தேனே பிரிங்கி மகாரிஷியார்தன்னை பட்சமுடன் அடியேனும் அஞ்சலித்து
தீர்த்தமுடன் சோடசோபசாரத்தோடு திக்காதி பிரிங்கி மகாரிஷியார்முன்னே
சேர்த்துமே கரங்குவித்து சிரமேல்வைத்து சிறப்புடனே தாள்பணிந்து அஞ்சலித்தேன்
பூர்த்தியுடன் மனதுவந்து சாமிபாதம் பொன்னடியை மறுக்காலும் தொழுதிட்டேனே. 4102

தொழுதுமே முக்காலும் பணிந்துமேதான் தொல்லுலகையான் மறந்து துதித்தேனப்பா
பழுதுபடாத திருமேனிக் காவலாரே பாருலகில் பள்ளிகொண்ட நாயனாரை
முழுதுமே அழியாது கோட்டைசுத்தி மோனமுடன் குளிகைகொண்டு நிற்கும்போது
வழுவாக யாசீர்மம் அங்கேகண்டேன் வண்மையுள்ள கிருஷ்ணரா சீர்மந்தானே. 4103

கிருஷ்ணன் ஆசிரமம் கண்டது

தானான துவாரகையாம் புருடனப்பா தாக்கான கிருஷ்ணரவராசீர்மந்தான்
தேனான திருச்சங்குகோட்டைக்குள்ளே தெரிசித்தேன் முத்தினாசீர்மம்பின்னால்
வானான பிரிங்கி மகாரிஷியார்பக்கம் வகுப்பான வாணிமுத்துக்கோட்டையோரம்
மானான மகாதேவன் ஆசீர்மந்தான் வையகத்தில் பார்த்தவர்கள் இல்லைதானே. 4104

இல்லையே ஒருவருந்தான் கண்டதில்லை எழிலான பிரிங்கிரிஷி கோட்டைகண்டேன்
புல்லவே யடியேனைப் பார்த்தபோது புகழான சிறுபாலா வென்றுசொல்லி

வல்லதொரு காலாங்கி சீடபாலா வாகான போகரென்று தானழைத்து
சல்லாபங் கொண்டல்லோ என்னைப்பார்த்து சட்டமுடன் யாரென்று மதிப்பிட்டாரே. 4105

மதித்துமே எந்தனையும் கேட்டபோது மகத்தான காலாங்கிச்சீடனென்றே
துதிப்புடனே எந்தனையுமாசீர்மித்து துப்புரவாய் பட்சமதுகொண்டு என்னை
கதிரோன்கள் காணாத ஆழிக்கோட்டை கருவுடனே உளவறிந்து குளிகைகொண்டு
விதிப்படியே விட்டகுறை இருந்ததாலே விருப்பமுடன் உந்தனையும் காணலாச்சே. 4106

காணுதற்கு காலம்வந்து சேர்ந்ததென்று காலாங்கி நாதரது கிருபையாலே
வேணபடி பலாபலத்தின் மகிமையாலே வினையமுடன் கோட்டையது கண்டாயென்று
கோணாமல் மனதுவந்து என்னைப்பார்த்து கொற்றவனே காலாங்கிசீடர்யென்று
நீணவே பிரிங்கி மகாரிஷியார்தாமும் நீட்சியுடன் சந்தோஷம் கொண்டார்தாமே. 4107

போகர் ஆணிமுத்து விளையும் துறையைக் கண்டது

தாமான பிரிங்கி மகாரிஷியைத்தானும் தகமையுடன் கண்டுவந்து உறவுபேசி
ஆமான மானதொரு ஆணிமுத்து அலைகடலில் விளைகின்ற வதிகங்கேட்டேன்
நாமான வார்த்தைக்கு அன்பர்தாமும் நாதரதுகாலாங்கி கிருபையாலே
ஏமாந்து முத்துறையும் வளமைசொன்னார் எழிலான முத்துவளங் கண்டிட்டேனே. 4108

கண்டேனே முத்துறையும் நாடும்கண்டேன் கருவான ஆணிமுத்து தானுங்கண்டேன்
கொண்டேனே வெகுதூரங் குளிகைகொண்டு கொப்பெனவே முத்துறையும் பதியுங்கண்டேன்
விண்டிட்ட குளிகையது பலத்தினாலே வீரான ஆழிவரை சுத்திகண்டேன்
உண்டதொரு குண்ணளவு முத்துகண்டேன் உகமையுள்ள சிப்பிமுத்து கண்டேன்பாரே. 4109

பார்த்தேனே மலைமலையாய் முத்துதன்னை பாங்கான ஆழிக்குள் அனேகங்கண்டேன்
நேர்த்தியுடன் முத்தெடுக்கும் பதமுங்கண்டேன் நேர்மையுடன் உளவுதனை யறிந்துகொண்டு
சேர்த்துமே ஆணிமுத்து கையிலேந்தி சிறப்புடனே சீனபதியானுஞ்சென்றேன்
பூர்த்தியுடன் குளிகைதனை விட்டிறங்கிப் புகழாக சமாதியிட மிறங்கினேனே. 4110

சீனபதியில் காலாங்கி சமாதியைக் கண்டு போகர் வணங்குதல்

இறங்கியே காலாங்கி நாதர்தம்மை எழிலான சமாதிதனை தெரிசித்தேன்யான்
திறமான காலாங்கிநாதர்தானும் தீரமுடன் யான்வந்தசேதிகண்டு
வரமுடனே எந்தனுக்கு வசீரமாக வாக்களித்தார் எந்தனது குருபரன்தான்
கரங்குவித்து முடிவணங்கி யடியேன்தானும் கர்த்தாவைத் தெண்டனிட்டுப் பணிந்திட்டேனே. 4111

சீனத்தார்க்கு தீவை போகர் கூறல்

பணிந்தேனே காலாங்கிநாதர்பாதம் பட்சமுடன் தெண்டனிட்டுப் பதியிற்சென்றேன்
அணியணியாய் சீனபதிமாண்பரெல்லாம் வன்புடனே எனைவந்துகண்டாரப்பா
துணிவுடனே கொண்டுவந்த முத்தையெல்லாம் துப்புரவே சீனத்தார்க்கறியச்சொல்லி
மணியான முத்துறையும் கடலையானும் மாண்பர்களே கண்டுவந்தேனென்றிட்டேனே. 4112

இட்டேனே முத்திருக்கும் பதியுஞ்சொன்னேன் எழிலான திருச்சங்குக்கோட்டை சொன்னேன்
வட்டமுடன் திருசங்குகோட்டைபக்கல் வாகான கிருஷ்ணவாசீர்மஞ்சொன்னேன்
பட்டணங்கள் சீனபதிமார்க்கமெல்லாம் பட்சமுடன் யான்வந்து சேதிகண்டு
திட்டமுடன் மாண்பரெல்லாம் எந்தனுக்கு தீரமுடன் ஆசீர்மஞ்சொன்னார்பாரே. 4113

பார்க்கவே எந்தனுக்கு பணிந்துமேதான பட்சமுடன் முத்திருக்குந் தீவுதன்னை
தீர்க்கமுடன் போகவென்று வடையாளங்கள் தீரமுடன் கேட்டார்கள் மாண்பரெல்லாம்
ஏர்க்கவே யாழியென்னுங் கடலிலப்பா எழிலான முத்தெடுக்கப் போகாதப்பா
மார்க்கமுடன் குளிகையது பூண்டுகொண்டு மகத்தான முத்தெடுக்க வேண்டும்பாரே. 4114

சீன பதியார் நீராவிக் கப்பலில் முத்து கண்டது

பாரேதான் குளிகையது இல்லாவிட்டால் பாங்கான நீராவிக்கப்பல் வேண்டும்
நேரேதான் நீராவிக்கப்பல்தன்னில் நேர்மையுடன் நிர்மித்து நீங்களெல்லாம்
ஊரேதான் நீராவிக்கப்பல்கொண்டு உத்தமனே முத்தாழிக்காணவேண்டும்
சேரேதான் ஆழிதடம் நடக்கும்போது சீரான உத்தியது வேண்டுந்தானே. 4115

தானான தனக்கோட்டி வடபாகத்தில் தாக்கான முத்தாழிதீவுமுண்டு
தேனான சித்தர்முனி கண்டதில்லை தேவதா ரிஷிகளெல்லாம் காணுமாழி
பானான பராபரியாள் வாசஞ்செய்யும் பாங்கான முத்துறையுந்தீவுமாச்சு
மானான மண்டபத்தில் யாருங்காணார் மகத்தான முத்துரையுந் தீவுமாச்சே. 4116

ஆச்சப்பா தீவுவழி செல்லும்போது அபபனே கடல்தனிலே அடக்கமுண்டு
நீச்சுடைய கடல்தனிலே போகும்போது நீடான மலைப்பாறைக்குண்ணுமுண்டு
வீச்சுடனே நீராவி மரக்கலந்தான் வீறுடனே யாழிதனில் செல்லும்போது
மாச்சலென்ற மலைவளத்தால் இடருண்டாகும் மகத்தான மரக்கலமும் உடைந்துபோமே. 4117

போகர் சீனபதிக்கு கொம்பு விலை கூறல்

போமேதான் நீராவிக்கப்பல்தானும் பொங்கமுடன் கடல்தனிலே செல்லும்போது
நாமேதான் கண்ணாடிக் கைபிடித்து நலமுடனே யாழிதம் பார்க்கும்போது
வேமேதான் கண்ணாடிக் கைபிடித்து விருப்பமுடன் கப்பல்முனைத்தனிலிருந்து
தாமேதான் கண்ணாதன்னையப்பா தாரிணியில் ஆழிதனைக் காணுவாயே. 4118

காணுகையில் உந்தனுக்குப் புத்திமானே கடலிலுள்ள மர்மமெல்லாம் கண்ணிற்றோற்றும்
தோணுமே மலைப்பாறைக் கல்களெல்லாம் தோற்றுமே உந்தன்கண்ணாடியாலே
பூணவே வழிதடத்தைக் கண்டுமல்லோ புகழான மலைப்பாறை ஒதுங்கியேதான்
நீணவே நெடுந்தூரஞ் செல்லலாகும் நீராவிக் கண்ணாடிக் கப்பல்தானே. 4119

தானான நீராவிக்கப்பல்கொண்டு தகமையுள்ள வாணிமுத்து எடுக்கலாகும்
தேனான ஆணியென்ற முத்தைத்தானும் தெளிவாகக் கடல்தனிலே எடுக்கலாகும்
கோனான குருசொன்ன வாக்குதானும் குறையாமல் ஆழிதனில் நடத்தினாக்கால்
பானான பாதாளமுத்தையெல்லாம் பாங்குடனே எடுப்பதற்கு துரையுமாச்சே. 4120

துறையான துறைவழியே கண்டபோது துப்புரவாய் சுனகமெல்லாங் கைக்குள்ளாச்சு
மறைவான பொருளெல்லாம் கண்ணிற்றோற்றும் மகத்தான நிதிகளெல்லாம் எடுக்கலாகும்
திறைகடலில் நீராவிக்கப்பல் தன்னால் திரளான களஞ்சியத்தைக் காணலாகும்
குறையாமல் செல்வமது எந்நாளுந்தான் கொற்றவனே உந்தனுக்கு வாய்க்கும்பாரே. 4121

வாய்க்குமே மகமேருபர்வதந்தான் வாகான குகையாவிப் பர்வதந்தான்
தீய்க்கவே தீவுங்காணலாகும் திரைகோடி கடல்தனை சுற்றலாகும்
வேய்ப்பான பதிதனிலே மகிமையெல்லாம் வேகமுடன் மரக்கலத்தால் காணலாகும்
சாய்க்கவே சீனபதியுலகத்தார்க்கு சட்டமுடன் தானமைத்த நூலிதாமே. 4122

நூலான போகரேழாயிரந்தான் நுணுக்கமுள்ள பொருளெல்லாம் இதிலேதோயும்
பாலான சாத்திரந்தான் சத்தகாண்டம் பாலகனே இக்காண்டம் ஐந்தாம்காண்டம்
மேலான காண்டமிது ஏழுக்குள்ளே மேதினியில் கருவிகரணாதியெல்லாம்
மாதான சத்தசாகரமடக்கம் மகத்தான போகர் பெருநூலாமே. 4123

அகத்தியர் பன்னீராயிரத்தை போகர் சிறப்பித்தது

பெருநூலாம் போகரேழாயிரந்தான் பெருக்கமுடன் பாடிவைத்தேன் சீனத்தார்க்கு
விருநூலாம் அடியேனுஞ் சொன்னமார்க்கம் விருப்பமுடன் அகஸ்தியரும் ஒருநூல்செய்தார்
குருநூல் காவியம் பன்னீராயிரந்தான் கும்பமுனி பாடிவைத்தார் காண்டமப்பா
திருநூலாங் காண்டமது பனிரெண்டாகும் திறமான வாருயுறுவேதந்தானே. 4124

போகர் பச்சைமலை கண்டது

வேதமாம் இன்னமொரு மார்க்கங்கேளு விருப்பமுடன் புலிப்பாணி மைந்தாநீயும்
நீதமுடன் குளிகையது பூண்டுகொண்டு நீதியுடன் சீனபதிவிட்டுயானும்
போதமுடன் வடகோடி கானகத்தை பொங்கமுடன் திரும்பிவந்தேன் அடியேன்தானும்
காதமெனும் கடலாழிதன்னிலப்பா கவனமுடன் குளிகைகொண்டு சென்றேன்பாரே. 4125

பாரேதான் வடகோடியாழிதன்னில் பாங்குடனே குளிகைகொண்டு யானுஞ்சென்றேன்
நேரேதான் குளிகைகொண்டு செல்லும்போது நேர்மையுடன் ஆசீர்மமொன்றுகண்டேன்
ஊரதுபோல் கடலாழிநடுமையத்தில் ஓகோகோ தீவதுதான் கண்டேனப்பா
சேரேதான் குளிகையது சென்றுயானும் சேர்ந்தேனே தீவுதனில் கிட்டினேனே. 4126

கிட்டவே தீவுதனில் செல்லும்போது கெடியான தேவதா மலையொன்றுண்டு
குட்டவே பாசிபோலிருந்ததப்பா மூதுலகில் மலையென்று நினைத்துக்கொண்டேன்
வட்டமுள்ள பாறைதனை சோதித்தேன்யான் வளமான பச்சையென்ற மலைதானப்பா
திட்டமுடன் கண்டறிந்தேன் பச்சையப்பா திடமான பச்சைமலை பார்த்திட்டேனே. 4127

பார்த்தேனே மலையினிட மகிமைமெத்த பாருலகில் சித்தர்முனி கண்டதில்லை
தீர்த்தமுடன் மலைமீதில் சுனைதானுண்டு திறமான பச்சையென்ற நிறத்தைப்போல
கார்த்துமே காவலுடன் வெகுகோடிசித்தர் கதிர்காணா மலைதனிலே இருப்பாரங்கே
பூர்த்தியாய் அவர்களிடம் சென்றேன்யானும் புகழாக அடிபணிந்து தொழுதிட்டேனே. 4128

தொழுதேனே சித்தர்வர்க்கந் தன்னைக்கண்டேன் தோற்றமுடன் குளிகைகொண்டு பக்கல் சென்றேன்
பழுதுபடா மேனியது பார்க்கும்போது பச்சையென்ற திருமேனி என்னலாகும்
கழுகுடனே இமாப்பட்சி எல்லாமப்பா காணுகைக்குப் பச்சைநிறமென்னலாமே. 4129

என்னவே என்தேகம் பச்சையப்பா எழிலான ஜலமெல்லாம் பச்சையப்பா
துன்னவே மண்டலமும் பச்சையப்பா துறையான பூமிமுதல் பச்சையப்பா
பன்னவே பார்லோகம் பச்சையப்பா பாங்கான விருட்சமுதல் பச்சையப்பா
சொன்னதொரு மார்க்கமெல்லாம் பச்சையப்பா சுடரொளியை என்சொல்வேன் போகர்தாமே. 4130

பச்சைமலைச் சித்தர் போகரைக் கேள்வி கேட்டது

தானான மலைவளத்தைக் கண்டேன்யானும் தகமையுள்ள சித்தர்களோ சொல்லொண்ணாது
கோனான சித்தரென்னைக் கண்டபோது குவலயத்து மனிதரப்பா குளிகைகொண்டு
ஏனோதான் இம்மலையில் வந்தீரென்றார் எழிலான சித்தரெனைக் கேட்டபோது
நாமேதான் காலாங்கி சீடனென்றேன் நாதாக்கள் காணவல்லோ வந்திட்டாரே. 4131

வந்தேனே குருவினது பாதாம்புயத்தை வணக்கமுடன் காணுதற்கு குளிகைகொண்டேன்
அந்தமுடன் பச்சையென்ற மலையைக்காண அன்புடனே யானுமல்லோ வந்தேனென்றேன்
சொந்தமுடன் நானுரைக்கும் வார்த்தைகேட்டு சுந்தரனார் சித்தர்முனி ரிஷிகள்யாவும்
எந்தன்மேல் பட்சமது மிகவும்வைத்து எழிலாக கூறலுற்றார் சித்தர்தாமே. 4132

சித்தான சித்துமுனி ரிஷிதானப்பா சிறப்புடனே எந்தனையும் போர்த்துமேதான்
பத்தியுடன் காலாங்கி பாதம்போற்றி பாலகனே இம்மலையில் வந்ததாலே
வெத்திபெற எந்தனையும் சபிக்கவந்த வேதாந்த சித்தரெல்லாம் மனமிரங்கி
சுத்தியுடன் இதிகாசப் புராணமெல்லாம் சூட்சாதி சூட்சமுடன் சொன்னார்பாரே. 4133

சொன்னாரே எந்தனுக்கு வேகஞானம் சொரூபமென்ற சுடரொளியைக் காணவென்று
மன்னாகேள் காலாங்கி போகநாதர் மகிமையுள்ள ஆசீர்மம் இங்கொன்றுண்டு
தென்பாறை பச்சையென்ற மீதிலப்பா தேர்வேந்தர் அறியாரும் ஒருவருண்டு
முன்னேதான் பெரியார்கள் சொன்னாப்போல மோனமென்ற ஞானகுரு சித்துவுண்டே. 4134

மோன மகாரிஷியைக் கண்டது

உண்டான சித்துமகா ரிஷியார்தாமும் ஓகோகோ நாதாக்கள் ஆசீர்மந்தான்
கண்டேனே பச்சையென்ற மலையின்மீதில் காவலர்கள் ஆயிரம்பேர் சூழ்ந்திருக்க
திண்டான வாசீர்மங் கிண்டியேதான் தீரமுடன் குளிகைதனை பூண்டுகொண்டு
அண்டமதில் தான்பரந்து மேலேநின்று அப்பனே குளிகைகொண்டு இறங்கினேனே. 4135

இறங்கியே மோனகுரு எதிர்முன்பாக எழிலாக குளிகைகொண்டு நின்றேனங்கே
திறமுடைய சித்தர்களோ ஆயிரம்பேர் தீரமுடன் எந்தனை யேசிக்கவந்தார்
நிறமான பச்சையென்ற சித்துதாமும் நீராக்கி எந்தனையும் சபிக்கவந்தார்
மாய்போலே நின்றுவிட்டேன் போகர்யானும் மார்க்கமுடன் தாள்பணிந்து தரிசித்தேனே. 4136

தெரிசித்தேன் மோனமகா ரிஷியைத்தானும் தீரமுடன் வடகோடிகானகத்தில்
பரிசித்து ரிஷியாரும் பச்சைமீதில் பாங்குடனே வீற்றிருந்த வாசீர்மந்தான்
வரிசையுடன் மோனமகாரிஷியாசீர்மம் வண்மைதனைக் காணவென்று வந்தேன்யானும்
குளிகையென்ற மோனகுரு வாசீர்மத்தை குறிப்புடனே யான்கண்டு வணங்கினேனே. 4137

மோன குரு போகருக்கு உபதேசம் கூறல்

வணங்கவே ரிஷியாரும் என்னைப்பார்த்து வாகுடனே யாரப்பாயென்றுகேட்க
இணங்கவே காலாங்கி சீடனென்றேன் எழிலான மோனகுரு ரிஷியாசீர்மம்
சுணங்கமது வாராமல் அடியேன்தன்னை சூட்சமுடன் தன்னருகில் வரவழைத்து
மனமுடனே எந்தனுக்கு ஞானோபதேசம் மார்க்கமுடன் வரமதுவுங் கொடுத்தார்பாரே. 4138

பாரேதான் வெகுகோடி காலமப்பா பட்சமுடன் பச்சையென்ற மலைதான்மீதில்
நேரேதான் அக்கினியும் நவதாதோடு நேர்மையுடன் தானறிந்து இருந்தேனங்கே
சீரேதான் சிலகாலஞ் சென்றபின்பு திகமுடனே மோனமகரிஷியையானும்
சாரமுடன் ஞானோபதேசம்பெற்று சட்டமுடன் சீனபதியேகினேனே. 4139

போகர் சீனபதிக்கு வந்தது

ஏகவே சீனபதிப்போகவென்று எழிலான குளிகைதனைப் பூண்டுகொண்டு
வேகமுடன் சீனபதிவந்தேன்யானும் வெட்டவெளி ஆகாயக்கோட்டைதன்னில்
சாகமுடன் குளிகையிட்டு இறங்கியேதான் சட்டமுடன் மாண்பரெல்லாங் கண்டேன்யானும்
சோகமுடன் சீஷவர்க்கங் கண்டபோது சுத்தியெனை வந்துமல்லோ சூழ்ந்தார்பாரே. 4140

சூழ்ந்தாரே எனையும் சீஷவர்க்கம் சூட்சாதியானதொரு மார்க்கமெல்லாம்
தாழ்ந்துமே எந்தனையும் கேட்கும்போது சட்டமுடன் யானுரைத்தேன் பச்சைதன்னை
ஆழ்ந்ததொரு கடல்தனிலே மலைதானுண்டு அப்பனே வடகோடியாழிதன்னில்
வாழ்ந்துமே பச்சைமலை தன்னிலப்பா வாகுடனே வெகுகால மிருந்தேன்பாரே. 4141

ஆகாய மார்க்கமாய் கூண்டு கட்டிக் கொண்டு இறங்கி பச்சை எடுக்கும் விதி

இருந்தேனே இன்னமொரு மார்க்கஞ்சொல்வேன் எழிலான மாண்பர்களே கேளும்கேளும்
திருத்தமுடன் வடகோடி யாழிதன்னில் தீரமுடன் பச்சையது எடுக்கவென்றால்
பொருந்தவே நீராவிக்கப்பல் தானும்போகாது கடலுக்குத் தடந்தானில்லை
வருந்தியே சுழலதுவும் மெத்தவுண்டு வாகான பட்சிமுதல் மடிந்துபோமே. 4142

மடியுமே கடலுக்கு மேற்பாகத்தில் வளமுடனே ஆகாயம்பறக்கும்பட்சி
துடியுமே தான்பறந்து சுழலுமாழி துப்புரவாய் சலமதிலே விழுகும்பாரு
அடியில் கற்பாறை தனிமெத்தவுண்டு அலைகடலில் தடமதுவுங் காணப்போமோ
நொடியான ஆகாயக்கூண்டுதன்னில் நோக்கமுடன் தீவுக்குச் செல்லலாமே. 4143

செல்லலாம் யானுரைத்த கூண்டினாலே சிறப்புடனே தீவுக்குப்போகலாகும்
வெல்லவே ஆகாயமார்க்கந்தன்னில் விருப்பமுடன் கூண்டைவிட்டு இறங்கியல்லோ
புல்லவே யான்சொன்னவாசீர்மத்தில் புகழான வடகோடி கடலில்தானும்
நல்லதொரு பச்சையென்ற மலையைக்கண்டு நலமுடனே இறங்கியல்லோ எடுக்கலாமே. 4144

எடுக்கலாம் பச்சையென்ற களஞ்சியத்தை எழிலான வடகோடியாழிதன்னில்
தொடுக்கவே கூண்டுவழி மார்க்கமாக தோராமல் பச்சைதனை எடுக்கவேண்டும்
விடுக்கவே ஆகாயந்தனிலெழும்பி விடுபட்டுச் சுழலதனைத்தாண்டியேதான்
ஒடுக்கமுடன் சீனபதிகோட்டைக்குள்ளே உத்தமனே இறங்கவென்று உரைத்திட்டேனே. 4145

தனக்கோட்டிக்கு வடபக்கம் கெம்பு விளையும் ஆற்றைக் கண்டது

உரைத்தேனே இன்னமொரு மார்க்கங்களு வகமையுள்ள புலிப்பாணி மைந்தாசொல்வேன்
நிரைப்படியே எனதையர் காலாங்கிநாதர் நேராகயெந்தனுக்குச் சொன்னமார்க்கம்
திரையான வடகோடி யாழிதன்னில் தீர்க்கமுடன் ஆசீர்மம் அங்கொன்றுண்டு
வடகோடி கானகந்தான் சொல்லொண்ணாது வாகான குளிகைகொண்டு சென்றேன்பாரே. 4146

பாரேதானாழி தடம்யான்கடந்தேன் பாங்கான வாசீர்மம் தன்னிற்செல்ல
நேரேதான் குளிகையது கொண்டுமல்லோ நேரான வடகோடி கானகத்தில்
தீரேதான் குளிகையது கொண்டுமல்லோ நேரான வடகோடி கானகத்தில்
ஊரேதா னொன்றில்லை கடல்தானப்பா உத்தமனே யாசீர்மம் நதியாருண்டே. 4147

உண்டான வாசீர்மம் தன்னிற்சென்று ஓகோகோ நாதாக்கள் பெருமைதன்னை
கண்டேனே வடகோடி யாசீர்மத்தில் கனமான சித்தர்முனி ரிஷிகள்யாவும்
தொண்டருடன் வாசீர்மந்தன்னைச்சுற்றி சொரூபமென்ற சித்தொளிவு சொல்லொண்ணாது
அண்டர்முனி ராட்சதர்கள் காணாநாடு அப்பனே குளிகைகொண்டு சென்றேன்தானே. 4148

தானான குருபதத்தைக் காணவென்று தாக்கான மனோன்மணியாள் அருளும்பெற்று
கோனான எனதையர் காலாங்கிநாதர் கொற்றவனார் குருமொழிசொற்படிக்கி
தேனான குளிகைகொண்டு சென்றுமல்லோ தெளிவுடனே யாசீர்மம் தன்னில்நின்றேன்
பானான கம்பிளியாஞ் சித்தர்தாமும் பாற்கடலில் எந்தனையும் பார்த்திட்டாரே. 4149

போகர் கம்பிளிச் சித்தரைக் கண்டது

பார்த்தாரே நடுக்கடல் ஆசிர்மத்தில் பாங்கான சித்துமுனி ரிஷிகளெல்லாம்
வேர்த்து முகமாயிருக்க யானுங்கண்டேன் வீரான தேகமெல்லாம் ரோமமப்பா
கீர்த்தியுள்ள சித்தரப்பா வையகத்தில் சிறப்பான லோகமதிற்கண்டதில்லை
பூர்த்தியா மகிமையது சொல்லொண்ணாது பொன்னுலகு சித்தரென்று செப்பலாமே. 4150

செப்பவென்றால் அவர்களிடம் கிட்டிநின்றேன் செங்கதிரோன் போல்வீசும் சடலமப்பா
ஒப்பவே தேகமது ரோமந்தானும் உத்தமனே கரடியென்றே செப்பலாகும்
இப்புவியில் யாரேனுங் கண்டதில்லை எழிலான கரடிமயிர்சித்தரப்பா
அப்பதியில் ஆசீர்மம் யாருங்காணார் அலைகடலில் வழிகாணார் மாண்பர்தாமே. 4151

மாண்பான வையகத்தில் யானுமல்லோ வளமுடனே குளிகைகொண்டு சென்றேனப்பா
வீண்போகாக் காலமதுயான்கடந்து விருப்பமுடன் அட்டதிசை காணவென்று
காண்பான வடகோடித் தாண்டியல்லோ கயிலைபதிக்கொப்பான தீவுதன்னில்
ஆண்மையுடன் சென்றுமல்லோ சித்துநம்மை அன்புடனே யான்கண்ட வளஞ்சொன்னேனே. 4152

சொல்லவே யாசீர்மம் தன்னில்நின்று சுடரான சித்தர்முனி தன்னைக்கண்டு
வல்லதொரு ரோமமுள்ள சித்தரப்பா வண்மையுடன் எந்தனையாரென்றுகேட்க
புல்லறிவானதொரு அடியேன்தானும் புகழுடனே காலாங்கி சீஷனென்றேன்
மெல்லவே எந்தனையு மாசீர்மித்து மேன்மையுடன் பட்சமது கொண்டார்தாமே. 4153

கொண்டாரே காலாங்கி பேருரைக்க கொப்பெனவே ரோமமென்ற கரடிசித்து
சண்டமாருதம் போலக்கோபங்கொண்ட சகலருமே என்பேரி லாசீர்மித்து
கண்டுமே உபதேசஞ் செய்வதற்கு கருத்திலே மனதுவந்து அடியேனுக்கு
விண்டதொரு ஞானோபதேசமெல்லாம் விருப்பமுடன் போதித்தார் சித்தர்தாமே. 4154

சித்தான சித்துமுனி ரிஷிதானப்பா சிறப்புடனே எந்தனுக்கு யாவுஞ்சொல்லி
முத்தான வாசீர்மம் பெருமைசொல்லி மூதுலகில் மகிமையெல்லாம் தானுரைத்து
எத்தலமுங் கண்டுவந்த சிறுபாலா எழிலான யாசீர்மம் மகிமையெல்லாம்
சுத்தமுடன் உந்தனுக்கு யாமுரைத்தோம் சூட்சாதி சூட்சமெல்லாம் அறிந்துகொள்ளே. 4155

போகர் கெம்பு நதி கேட்டது

கொள்ளவென்று சொல்லுகையில் அடியேன்தானும் கொப்பெனவே கெம்புநதி எங்கேயென்றேன்
விள்ளவே எந்தனுக்கு சொன்னாரப்பா விருப்பமுடன் வடகோடிகானகத்தில்
அள்ளவே அயோத்திநகர் மேற்பாகத்தில் அழகான கெம்புநதி என்றுரைத்தார்
மெல்லவே கெம்புநதிக் காணவென்று மேன்மையுடன் குளிகைகொண்டு விடைபெற்றேனே. 4156

பெற்றேனே சித்தரிடம் விடைகள்பெற்று பேரான குளிகைதனை பூண்டுகொண்டு
சுற்றமுடன் அயோத்திநகர் தன்னைநோக்கி சூட்சமுடன் மேற்பாகந்தன்னிற் சென்றேன்
உற்றதொரு குளிகைகொண்டு மேற்பாகத்தில் ஓகோகோ நாதாக்கள் இருக்கும்ஸ்தானம்
வெற்றியுடன் காலாங்கி தனைநினைத்து விருதுடனே அடியேனும் இறங்கினேனே. 4157

இறங்கினேன் அயோத்திநகர் மேற்பாகத்தில் எழிலான கெம்பாறு நடுமையத்தில்
திறமுடனே கெம்புகல் மண்டபந்தான் தெளிவான பதியென்று குகைதானுண்டு
நிறமான கெம்பென்ற சித்தர்தானும் நீலவர்ணன் முகம்போல சித்தொன்றுண்டு
உறமான மண்டபத்தில் தவசியாரும் உற்பனமாய்த் தானிருக்கக் கண்டிட்டேனே. 4158

கண்டிட்டேன் குளிகையது பூண்டுகொண்டு கடிதான கெம்பாறு நடுமையத்தில்
தண்டுளமாலையணி கிருஷ்ணன்போலே தவமுடைய சித்தொருவர் அங்கேயுண்டு
மண்டனுகர் தானறியா தீவுதானும் மகத்தான கெம்பாறு மண்டபந்தான்
அண்டமெலாம் தான்புகழும் நதிதானப்பா அப்பனே கெம்பாறு பார்த்திட்டேனே. 4159

பார்த்தேனே ரிஷியாரை அடியேன்தானும் பட்சமுடன் பக்கம்தனில் யானுஞ்சென்றேன்
தீர்த்தமுடன் கெங்காநதிபானத்தோடு திறமுடனே அஞ்சலிகள் மிகவுஞ்செய்தேன்
சேர்ந்ததுமே எந்தனையுங் கொண்டனைத்து சிறுபாலா எங்குவந்தீர் என்றுரைத்தார்
ஏர்க்கவே எந்தன்மேல் பட்சம்வைத்து எழிலான வாசீர்மம் சொன்னார்பாரே 4160

சொன்னவுடன் அடியேனும் கால்நடுங்கி சித்தமுடன் தலைகுனிந்து சாஷ்டாங்கித்தேன்
நன்னயமாய் காலாங்கி நாதர்தம்மால் நாடிவந்தேன் ஆசீர்மம் தன்னையென்றே

உன்னிதமாய் கெம்புநதி காணவென்று உகந்ததொரு குளிகைதனைக் கொண்டுவந்து
மன்னவே யாசீர்மம் கிட்டிவந்தேன் பட்சமுடன் எந்தனுக்கு அருள்செய்வீரே. 4161

அருளென்று சொல்லுகையில் அடியேன்மீது அன்புடனே கிருபையது மிகப்புரிந்து
தெருள்கலையிற் தெள்ளமுதே தேனேமானே தெவிட்டாத கண்மணியே போகர்பாலா
இருளகற்றுஞ் செந்தேனே சிங்கவேறே எழிலான குணக்குன்றே யோகவானே
பொருளான ஞானோபதேசங்கேட்கும் பொன்னவனே யுந்தனுக்கு அருள்சொல்வேனே. 4162

சொல்வேனே ஞானோபதேசநதன்னை சூட்சாதி சூட்சமத்தை உனக்குரைப்பேன்
வல்லதொரு காலாங்கிநாதர்பாலா வளமையெல்லா முந்தனுக்கு ஓதுவேன்யான்
வெல்லவே ஞானோபதேசமெல்லாம் விருப்பமுடன் உனக்களிப்பேன் என்றுசொல்லி
புல்லவே பூதலத்தின் மகிமையெல்லாம் புகழ்ச்சியுடன் எந்தனுக்கு ஓதுவாரே. 4163

கெம்பு ரிஷி போகருக்கு ஞானோபதேசம் சொல்லி கெம்பு விளைவு காட்டியது

ஓதுவார் கெம்பாறு நதியுஞ்சொன்னார் ஓகோகோ நாதாக்கள் கண்டதில்லை
வாதுரைத்த எந்தனுக்கு ரிஷியார்தாமும் வண்மையுள்ள ஞானோபமுரைத்தாரப்பா
மாதுமனோன்மணியாள் கிருபையாலே மகத்தான மகிமைகளும் சொன்னாரப்பா
சேதுபந்த மானதொரு கடலின்நேர்மை செப்பினார் எந்தனுக்கு செப்பினாரே. 4164

செப்பினார் கெம்புதனை எடுக்கவல்லோ சேதுபந்தம் அயோத்திக்கு மேற்கேயப்பா
ஒப்பவே கெம்பாறு வடமுகத்தில் ஓங்கியதோர் ஓடையுண்டு குகைதானுண்டு
வெப்புடனே வடகோடி ஆற்றையப்பா விண்ணுலகில் கண்டவர்கள் யாருமில்லை
நெப்பமுடன் எந்தனுக்கு உளவுசொல்லி நேர்மையுடன் ஓடைதனைக் காண்பித்தாரே. 4165

காண்பித்தார் அயோத்திநகர் ஓடைதன்னில் கனமான கெம்பினது அருவிகண்டேன்
ஆண்பான கெம்பினது அருமைதன்னை அப்பனே நாதாக்கள் சொல்வாரோசொல்
தூண்போல கல்லதுதான் இருக்கும்பாரு துடியான கெம்பினது ஓடைதன்னை
சாண்போலே பாறையது மிகவிருக்கும் காண்பான சிறுகல்லு பொடியுமாமே. 4166

பொடியான கல்லதுதான் மணல்தானப்பா பொங்கமுடன் கழச்சிக்காய்ப்போலிருக்கும்
துடியான கெம்பதனை எடுப்பாரப்பா தூண்போன்ற கெம்புதனை எடுக்கமாட்டார்
படியான ஓடைக்குள் சித்தர்காவல் பாங்கான மேற்புறத்தே செல்லலாகா
அடிபோன்ற கானாறு அதிலேயுண்டு அற்புதமா அருவியென்ற வாழியாமே. 4167

ஆழியாம் மேலருவில் தன்னிலப்பா அப்பனே கழற்சிக்காய் அளவுபோலும்
நாழியால் தான்கொண்டு கெம்பமுக்கும் நாயகனே பொடிமணலா அருவிபாயும்
நீழியுடன் கீழருவில் தூண்போல்கெம்பு நீடான மலைபோலே இருக்கும்பாரு
தாழினிடம் இளைகின்ற கெம்புமார்க்கம் தகமையுடன் வெகுபேர்கள் காணார்தாமே. 4168

காணாரே கெம்பினுட வாட்டின்மார்க்கம் காசினியில் காலாங்கி கிருபையாலே
தோணாத கருவிகரணாதியெல்லாம் தோற்றமுடன் எந்தனுக்கு காண்பித்தார்பார்
பூணாத துறைமுதலுங் காணாருந்தான் பொங்கமுடன் கெம்பினது வருவிதானும்
மானமுறும் கெம்பினிட தீவுதன்னை மார்க்கமுடன் கண்டுவந்தேன் தேசமாமே. 4169

போகர் மரக் கண்ணாடி சொன்னது

தேசமாம் இன்னமொரு மார்க்கம்சொல்வேன் சிறப்பான சீனபதி உலகத்தார்க்கு
மோசமது தெரியாத மாந்தரப்பா மூதுலகில் சீனபதியாரைப்போல
பாசமுடன் மெய்யென்று நம்பு மாண்பர் பாருலகில் சீனபதிஉலகமப்பா
நாசமுள்ள மற்றதோர் தேசமெல்லாம் நலமான கருமிகள்தான் என்னலாமே. 4170

என்னவே சீனபதி உலகத்தோர்க்கு எழிலான கபடுகளுஞ் சூதுதானும்
பன்னவே பழிபாவம் தெரியாதப்பா பாருலகில் அம்மாண்பர் போலேயுண்டோ
துள்ளவே யாம்கண்ட மார்க்கந்தன்னை துப்புரவாய் சீனபதிஉலகத்தார்க்கு
முன்னவே காலாங்கி சொன்னாப்போல முயற்சியுடன் தானுரைப்பேன் மதியுள்ளோர்க்கே. 4171

பதியான சீனபதி மாண்பரேகேள் பாருலகில் கடலேழுஞ் சுத்திவந்தேன்
நிதியான நவகோடி திரவியங்கள் நேர்மையுடன் தானிருக்குந் தலமுங்கண்டேன்
துதியான சித்தர்முனி ரிஷிகள்தாமும் சூழ்ந்திருக்கும் கெம்பினுட நதியுங்கண்டேன்
மதியாத தவசிமுனி சித்தராசீர்மம் மார்க்கமுடன் கண்டுவந்தேன் மகிமைபாரே. 4172

பாரேதான் கெம்பாறு நதியுங்கண்டேன் பாங்கான ஓடைமுதல் அருவிகண்டேன்
நேரேதான் கானாறு யாழிகண்டேன் நேரான கெம்புத்தூண் பாறைகண்டேன்
சாரேதான் மேலருவி உள்ளருவி கண்டேன் சாங்கமுடன் கெம்பினுட மண்டபந்தான்
தீரேதான் வடகோடி மேல்பாகத்தில் தீரமுள்ள சித்தர்கள்தான் காவலுண்டே 4173

காவலாங் கானாறுபதியிலப்பா கார்த்திருப்பார் வெகுகோடி சித்தரங்கே
ஆவலுடன் கெம்பெடுக்கப் போகும்போது அப்பனே அவர்கருணை மிகவேவேண்டும்
ஏவலுடன் அவர்பணிக்கு முன்னேநின்று எழிலான கெம்பதனை எடுக்கலாகும்
கோபமது வாராமல் குருவின்முன்னே கொப்பெனவே யாசீர்மம் கொள்வீர்தாமே. 4174

கொள்ளவே யாசீர்மம் கொண்டபோது கொற்றவனே உந்தமக்குத் தடமுஞ்சொல்வார்
விள்ளவே நிதியிருக்கும் இடமுஞ்சொல்லி விருப்பமுடன் கெம்பினுட நாடுஞ்சொல்லி
உள்ளதொரு உடல்பொருள்கள் ஆவியோடு உத்தமனே உந்தனுக்குத் தத்தமீய்ந்து
கள்ளமின்றி தத்தம்வர நடக்கவென்று கடாட்சமுடன் அருள்வளஞ் சொல்வார்பாரே. 4175

சொன்னதொரு விதிமுறைகள் அனைத்தும்கூறி சுத்தமுடன் ஞானோபதேசமோதி
நன்னயமாய் வையகத்தில் வாழ்கவென்று நாதாந்தக் கண்மணியின் அருளைப்பெற்று
என்னாளுஞ் சித்தருக்கு முத்தனாக எழிலாக இருக்கவென்று வாசீர்மித்து
பன்னவே அப்பிரம்ம ஜோதிதன்னை புகட்டுவார் உந்தனுக்குப் பண்பாய்த்தானே. 4176

போகர் யானைமலை கண்டது

தானான இன்னமொரு மார்க்கங்கேளு தகமையுள்ள புலிப்பாணி மைந்தாசொல்வேன்
தேனான தென்மதுரை வடமேற்கப்பா தெளிவான யானைமலை என்றொன்றுண்டு
கோனான எனதையர் காலாங்கிநாதர் கொற்றவனார் எந்தனுக்கு சொன்னமார்க்கம்
பானான குருசொன்ன மொழிபடிக்கிப் பாலகனே குளிகையது கொண்டேன்பாரே. 4177

கொண்டேனே குளிகையது யானுங்கொண்டு சூரான யானைமலை காண்பதற்கு
அண்டமுடன் ஆகாயம் தான்பறந்து அழகான யானைமலை மீதிற்சென்றேன்
கண்டேனே உச்சிதனில் மண்டபந்தான் காலான காலமது மூன்றுயோகம்
உண்டான சித்தரப்பா அங்கேயுண்டு உத்தமனே கல்லடியாஞ் சித்தர்தாமே. 4178

கல்லான சித்தரப்பா அனேகமாண்பர் காசினியிலிருந்துவந்து மலைமேற்சென்றோம்
வல்லான யானைமலை உச்சிதன்னில் வளமுடனே ஆயக்கால் மண்டபத்தில்
கொல்லரெனுஞ் சீஷர்களாம் ஆயிரம்பேர் கூட்டமிட்டு வந்திருக்கக் கண்டேன்யானும்
வெல்லவே போகாது சித்தர்தம்மை வேகமுடன் தான்சபிப்பார் உறுதியாமே. 4179

உறுதியாம் மோனநிலை கொண்டசித்து மூதுலகில் பார்த்தவர்கள் யாருமில்லை
மருமமாம் வதீதமுதல் மகிமைகோடி வண்மையுள்ள சித்தர்களும் அங்கேயுண்டு
நறுமணங்கள் கொண்டதொரு சித்துதம்மை நவிலவேமுடியாது மலைமேலப்பா
குறுமுனியாம் அகஸ்தியர்க்கு நேரதான கொற்றவர்கள் அங்கிருக்கக் கண்டேன்தானே. 4180.

தும்புரிஷி மகரிஷி ஆசிரமம்

தானான ஆயக்கால் மண்டபத்தில் தகமையுள்ள கல்லடியாஞ் சித்தரப்பா
கோனான மண்டபத்தில் சமாதியுண்டு கோமானாம் தும்புரிஷியார்தாமும்
பானான பளிங்குமா மண்டபந்தான் பாங்கான மலைமீதில் இருக்கும்பாரு
தேனான ரிஷிமுனிவர் சித்தர்தாமும் தேற்றமுடன் கொலுக்கூடம் காப்பார்தாமே. 4181

கொலுவான மண்டபத்தில் அடியேன்தானும் கொப்பெனவே குளிகைகொண்டு இறங்கியல்லோ
வலுவான கல்லடியான் சித்தர்முன்னே வளப்பமுடன் குளிகையிட்டு இறங்கிநின்றேன்
மெலுவான வார்த்தையது மிகவும்பேச மேன்மையுடன் என்மனதில் எண்ணங்கொண்டு
அலுவான சமாதிபக்கல் நின்றேன்யானும் அங்ஙெனவே கண்டாரே முனிவர்தாமே. 4182

முனியான சித்தர்முனி ரிஷிகள்தாமும் மூர்க்கமுடன் என்மீதிற் சினமுங்கொண்டு
தொனியான வார்த்தையது சீறலாகி தோற்றமுடன் எந்தனையும் சபிக்கவென்று
பனிபோன்ற மலைமீதில் இருந்துமல்லோ பாங்குடனே புறப்பட்டார் ஆயிரம்பேர்
கனிவுடனே அவர்களை யான்கண்டபோது கால்விழுந்து சாஷ்டாங்கஞ் செய்திட்டேனே. 4183

இட்டேனே சித்தர்முனி ரிஷிகளுக்கு எழிலுடனே அடிவணங்கி தெண்டனிட்டேன்
கிட்டிநின்ற எந்தன்மேல் கிருபைவைத்து கீர்த்தியுடன் யாரப்பா என்றுகேட்க
திட்டமுடன் காலாங்கி நாதர்தம்மை திறமுடனே மனந்தனிலே நினைத்துக்கொண்டு
வட்டமுடன் குளிகைகொண்ட சீஷன்யானும் வாகுடனே மலைதேடி வந்தேன்பாரே. 4184

பார்த்தேனே யானைமலைக் காணவென்று பாங்கான குளிகைகொண்டு இறங்கினேன் யான்
தீர்த்தமுடன் காசிபதி சென்றுயானும் திகழான காசிலிங்கத் தீர்த்தங்கொண்டு
ஆசையுடன் பூசைநைவேத்தியங்கள் அன்புடனே பதாம்புயத்தை அர்ச்சிப்பேன்யான்
சேர்த்துமே கரங்குவித்து உரைத்தபோது சிறப்பான ரிஷியாரும் மகிழ்ந்திட்டாரே. 4185

மகிழ்ந்திட்ட சித்தரென்னை யாசீர்மிக்க மகிழ்ச்சியுடன் அவர்பாதம் அஞ்சலித்தேன்
நெகிழ்ந்திட்ட ரிஷியாரும் என்னைப்பார்த்து நேர்மையுடன் மலைமீதில் வரலாமோசொல்

தவிழ்ந்திட்ட சிறுபாலா என்னையிப்போ தன்மையுடன் தெரிசிப்பேனென்றுரைத்து
மகிழ்ந்திடவே ஞானோபதேசஞ்சொல்லி சட்டமுடன் மலைவளத்தைச் சொன்னார்பாரே. 4186

பாரப்பா காலாங்கி நாதர்பாலா பட்சமுடன் மலைவளத்தை நானுரைப்பேன்
யாரப்பா எனைப்போலச் சொல்லப்போறார் அப்பனே யானுனக்கு உறுதிசொல்வேன்
சீரப்பா எந்தனது போகநாதா சிறப்புடனே யானைமலை தீமைகேளும்
நேரப்பா மலைதனிலே யதீதமெத்த நேர்மையுடன் யாம்கண்டவரை சொல்வேனே. 4187

தும்புரிஷி போகருக்கு யானை மகிமை கூறல்

சொல்லவென்றால் நாவில்லை பாவுமில்லை துரைராஜ சுந்தரனே சொல்லக்கேளும்
வெல்லவே யானைமலை அடிவாரத்தில் மேன்மையுடன் சுனையொன்று குகைதானுண்டு
புல்லவே சுனையருகில் போகும்போது புகழான கல்லடியாஞ் சித்தரப்பா
மல்லர்கள்போல் நூறுபேர் கொலுவிருப்பார் மகத்தான சுனையருகே காவலுண்டே 4188

உண்டான காவலுக்குள் அதிசயங்கள் உத்தமனே சொல்லவென்றால் முடியாதப்பா
திண்டான கார்த்தவராயனப்பா திகழான சுனையினது படிதளத்தில்
சண்டமென்ற ஆயுதப்பாணியோடு சக்கரமும் வளைதடியும் கைபிடித்து
துண்டரிகமான வீரியன்தான் துப்புரவாய்க் காவலது இருப்பான்காணே. 4189

காணவே குளிகைகொண்டு செல்லும்போது கண்மணியே உன்னையவர் வழிமறிப்பார்
பூணவே கார்த்தவனார் வீரியன்தான் புகழான ஆயுதபாணியாக
வேணவே யுத்தமது செய்யவென்று விருப்பமுடன் வருவாரைக்கண்டபோது
ஆணவங்கள் அதிகரித்து உன்னைக்கொல்ல அப்பனேவருவாரே உண்மைதானே. 4190

தும்பு ரிஷி போகருக்கு தந்திரம் உரைத்தல்

உண்மையாம் இன்னமொரு மார்க்கஞ்சொல்வேன் உத்தமனே குகைக்குள்ளே செல்வதற்கு
நன்மையுடன் பிரணவமாம் சக்கரந்தான் நலமுடனே யான்கொடுத்தேன் உந்தனுக்கு
கண்மையாஞ் சக்கரத்தைக் கைபிடித்து கவனமென்ற குளிகைகொண்டு
செல்வாயானால் வண்மையுடன் உந்தனுக்கு வசியமாவார் வளமுடனே நாதாந்த சித்துதாமே. 4191

சித்தான சித்துமுனி தன்னைக்கண்டு சிறப்புடனே குகைதனிலே சென்றேன்யானும்
சத்தமுடன் கார்த்தவனார் எந்தனைத்தான் சூரமுடன் எனைவதைக்கத் துணிந்தார்பாரு
பத்தியுடன் அவர்பக்கம் நின்றுகொண்டு பட்சமுடன் பிரணவமாஞ் சக்கரத்தை
வெத்திபெற உச்சாடனம் செய்தபோது வீரியன்தான் கைவசமும் ஆனார்தாமே. 4192

போகர் பத்மாசூரனைக் கண்டது

ஆனாரே ரிஷியாரும் எந்தனுக்கு அன்புடனே கைவசமும் ஆனார் தாமும்
போனேனே குகைகடந்து சென்றேன்யானும் பொங்கமுடன் வீரியன்தான் தனைக்கடந்தேன்
வானோர்கள் தான்புகழும் பத்மாசூரன் வண்மையுள்ள குகைதனையே யானுங்கண்டேன்
ஞானோபதேசமது கூறிக்கொண்டு நயம்படவே சமாதிதனில் இருந்திட்டாரே. 4193

இருந்தாரே பத்மாசூரனையுங் கண்டேன எழிலான சூரனவர் பக்கம்தன்னில்
பொருந்தவே தாருகாரிஷிகள்தானும் பொங்கமுடன் கொலுவிருந்தார் குகைதானுள்ளே
திருந்தமுடன் குளிகையது கொண்டுயானும் தீரமுடன் சூரனது பக்கம்சென்றேன்
குருந்தமலை சோலையது குகைதானுள்ளே குருபத்மா சூரனையுங் கண்டேன்தாமே. 4194

தாமான சூரனையுங் கண்டபோது தகமையுடன் எந்தனையும் ஆரென்றேதான்
கோமான்போல் வீற்றிருக்கும் சூரன்தானும் கோலமுடன் எந்தனையும் உருட்டிப்பார்த்து
நேமமுடன் சிறுபாலா யாரென்றேதான் நேர்மையுடன் இவ்விடத்தில் வந்ததென்ன
பூமானே என்றுசொல்லி என்னைக்கேட்க பொங்கமுடன் அடியேனுங் கூறினேனே. 4195

கூறினேன் காலாங்கிநாதரையா கொற்றவனார் நற்சீஷனென்றுரைத்தேன்
மாறிடவே சூரனவன் மகிழ்நதுமல்லோ மகிமையெல்லாந் தாமுரைத்தார் எந்தனுக்கு
கோறிவந்த வினயங்கூடலாச்சே குவலயத்தில் அதிசயங்கள்தாமுரைத்தார்
வேறிடமாம் மலைக் குகைகள் யாவுஞ்சொல்லி விருப்பமுடன் எந்தனுக்கு விடைதந்தாரே. 4196

தந்தாரே இன்னமொரு மார்க்கங்கேளு தகமையுள்ள புலிப்பாணி மைந்தாசொல்வேன்
அந்தமுள்ள அகஸ்தியர்க்கு உகந்தசீஷன் அறிவுள்ள கண்மணியாம் தேரைதானும்
சொந்தமுடன் வெகுகாலம் அகஸ்தியர்தானும் தோற்றமுடன் நற்சீஷனென்றுசொல்லி
விந்தையுள்ள அதிசயங்கள் வையகத்தில் விருப்பமுடன் கண்டவரை சொன்னார்பாரே. 4197

பாரேதான் கண்டவரை மார்க்கமெல்லாம் பாங்குடனே தாமுரைத்தார் தேரையார்க்கு
நேரேதான் சங்கத்தார் கூட்டமப்பா நேரான சித்தர்முனி ரிஷிவர்க்கத்தில்
சீரேதான் சமால்தனிமுனியார் சீஷன் சிறப்பான திரணாக்கிய முனிவருக்கு
நீரேதான் மூளைதனில் தலைநோக்கோடு நேர்மையுடன் வந்துமல்லோ வருத்தலாச்சே 4198

வருத்தமுடன் மூளைதனில் பத்திநின்ற வாகான தலைநோக்கை என்னசொல்வோம்
பொருத்தமுடன் நோய்களிலே வருந்தியல்லோ பொலிவான துன்பமது மேலதாகி
திருத்தமுடன் நோயதனைத் தீர்ப்பதற்கு திறமான அகஸ்தியரை அழைக்கச்சொல்ல
அருத்தமது தானறிந்த கும்பயோனி அறிந்தாரே ஞானமென்ற திருஷ்டியாலே. 4199

சங்கப் புலவருக்கு அகஸ்தியர் வைத்தியம் பார்த்தது

ஆமேதான் அகஸ்தியரும் முன்னேசெல்ல அன்பான தேரையர் பின்னேசெல்ல
தாமேதான் அகஸ்தியனார் உத்தாரந்தான் தகமையுள்ள மருந்துவகை ஆயுதங்கள்
போமேதான் தேரையர்முனிவர்தாமும் பொங்கமுடன் அடப்பமது கொண்டுஏந்தி
நாமேதான் சொன்னபடி அகஸ்தியனார்பின் அன்பாக வழிநடந்தார் தேரையாமே. 4200

தேறையென்ற முனியான சித்துதாமும் தெளிமையுடன் அகஸ்தியனார் உடன்சென்றேபின்
பாறையென்ற மலைமிதில் தானிருக்கும் பான்மையுள்ள சங்கத்தார் கூட்டந்தன்னில்
ஆறையாஞ் சமூகமது முன்னேநின்று அகஸ்தியரும் சீஷனுடன் போயிருக்க
சூறையென்ற சங்கத்துப் புலவரெல்லாம் சூட்சமுடன் அகஸ்தியர்க்கு உரைத்திட்டாரே. 4201

இட்டாரே சங்கத்துப் புலவரெல்லாம் எழிலான திரணாக்கிய முனிவர்நோயை
சட்டமுடன் தசவருட காலமையா தலைவலியும் சன்னிமுதலதிகமுண்டு
தொட்டதொரு பண்டிதங்கள் மெத்தவுண்டு துரைராஜர் சுந்தரர்க்கு லக்கோயில்லை
திட்டமுடன் தங்களது பண்டிதங்கள் திறமுடனே செய்வதற்கு அறிந்திட்டாரே. 4202

அகத்தியர் ஞானதிருஷ்டியில் சிரசில் தேரை இருக்கிறதெனக் கூறல்

வருந்தவே அகஸ்தியர் முனிவர்தாமும் வல்லமையால் பண்டிதங்கள் மிகவுரைப்பார்
பொருந்தியே தேரையது மூளைதன்னை பொலிவான நாசிவழி தன்னிற்சென்று
வருந்தியே முளைதனைப் பற்றியல்லோ வாகுடனே தேரையது பொருந்திநிற்க
மருந்தீய சிவன்றல்லோ மனதிலெண்ணி மகத்தான அகத்தியருங் கவனித்தாரே. 4203

கவனிக்கும் வேளையிலே கத்திகொண்டு கருத்துடனே மூளைதனைக் கீறிப்பார்க்க
மவுனமென்ற மூளைதனில் தேரைதானும் மார்க்கமுடன் கவ்வியல்லோ கொண்டுநிற்க
புவனமென்ற குறடாவில் எடுக்கப்போனார் புகழான தேரையர்முனிவர்தானும்
கவனமென்ற பாணியினால் எடுக்கதந்திரம் சாற்றினார் தேரையர் சாற்றினாரே. 4204

அகத்தியருக்குத் தேரையர் தந்திரம் சொன்னமையினால் தேரையர் என்று பெயர் பெற்றது

சாற்றவே மண்பாண்டந் தன்னில்தானும் தண்மையுள்ள ஜலமதனை நிறையவிட்டு
ஆற்றலுடன் தேரையர்முன் எதிரேகாட்ட அங்ஙனவே மூளைவிட்டு குதிக்கலாச்சே
நாற்றிசையும் மேவுபுகழ் அகஸ்தியனார்தாமும் நல்லறிவைக் கண்டுமல்லோ மனதுவந்து
போற்றியே என்சீஷா பொன்னரங்கா பொலிவான தெள்ளமுர்த தங்கமாமே. 4205

சிங்கமாம் சித்தர்முனி மெச்சும்பாலா சிவயோகாஅருள்பாலா தேகாமோகா
துங்கமே மெய்ப்பொருளே ஞானதீபா சுடர்மணியே கதிரொளியே சூட்சபாதா
தங்கமே சடாட்சரத்தின் மோனவானே தயாபரமே தயாநிதியே சாருந்தீபா
புங்கிசித்தி எட்டுரிய போகவானே புகழான மகமேரே என்றார்தாமே. 4206

என்றாரே அகஸ்தியரும் மெச்சியல்லோ எழிலான தேரையமுனிவருக்கு
நன்றான பொருளெல்லாம் மிகவுரைத்து நலம்பெறவே ஞானோபஞ் செய்தாரங்கே
குன்றான மலைதனிலே இருக்குமூலி குவலயத்தில் இறந்தவரை எழுப்புமூலி
வென்றிடவே மூலிதனை தேரையருக்கு விருப்பமுடன் ஞானோபம் செய்தார்பாரே. 4207

பாரேதான் பொன்மூலி உளவுஞ்சொல்லி பாங்கான பொன்விளையும் நாடு சொல்லி
நேரேதான் கருவிகரணாதியெல்லாம் நேர்மையுடன் தேரையர்முனிவர்தானும்
சீரேதான் கற்றறிந்து கொண்டபின்பு சிறப்புடனே இறுமாப்பு அதிகமாகி
நேரேதான் அகஸ்தியரை விட்டுநீங்கி விருப்பமுடன் மலைவளத்தைக் காண சென்றார்தாமே. 4208

தேரையர் வாரணவாசி மலையில் சென்றது

தானான வாரணமாம் மலையைக்கண்டு தண்மையுடன் தேரையர்முனிவர்தாமும்
கோனான அகஸ்தியரை விட்டுநீங்கி குருமொழியைத் தான்கடந்தசித்துதாமும்
தேனான வித்தையெல்லா மறிந்துகொண்டு தேற்றமுடன் லோகமெல்லாஞ் சித்துசெய்ய
மானான காசியென்ற மலைவாரத்தில் மார்க்கமுடன் தான்சென்றார் முனிவர்தாமே. 4209

தேரையர் சீடருக்கு உபதேசித்தல்

முனியான தேரையர் சித்துதாமும் மூர்க்கமுடன் தனக்கிசைந்த சீஷர்தம்மை
தனியாக ஞானோபம் செய்துமல்லோ தகமையுடன் மூலியெல்லாம் காண்பித்தாராம்
கனியான தேரைய முனிவர்தாமும் நலமான பொன்விளையும் மூலியெல்லாம்
பனியான மலைமேலே பூசியேதான் பழுக்கவே துருத்திகொண்டு ஊதினாரே. 4210

ஊதவே மலையெல்லாம் தங்கமாச்சு உத்தமனே அதிலிருந்த தவசிமார்கள்
மாதவங்கள் செய்கின்ற ரிஷிகள்தாமும் மகத்தான வடவாக்கினி அனல்கொள்ளாமல்
காதவங்கள் மிகவாகி ரிஷியார்தாமும் கைலங்கிரி மலைதானும் இடங்கொள்ளாமல்
பாதவத்தில் மிகுந்ததொரு அகஸ்தியர்முன்னே பொங்கமுடன் முறைமையது செய்திட்டாரே.4211

முறையான சித்துமுனி ரிஷிகள்தாமும் மூர்க்கமுடன் ஓடிவந்து அகஸ்தியனார்முன்னே
சிறைமீண்ட சித்தனாம் தேரைதானும் தேற்றமுடன் மலையடிவாரந்தன்னில்
திறையான தீமூட்டி துருத்திகொண்டு திறமுடனே மலைதனையே தீயால்தாக்க
குறையான சித்தர்முனி ரிஷிகள்தாமும் குடியிருக்க எங்களுக்கு இடமில்லைதாமே. 4212

தாமான தேரைமுனி சித்துதம்மால் தரணியெல்லாம் சித்துமயம் ஆகிப்போகும்
சாமான மலைகளெல்லாந் தங்கமானால் தாரிணியில் ஒருவருக்கோர் மதிப்போருண்டோ
கோமான குருவேது சீஷரேது குவலயத்தில் ஒருவருந்தான் இல்லைகண்டீர்
நாமான வாகவல்லோ கூறிவிட்டோம் நாதாந்த சித்தொளிவைக் காப்பீர்தாமே. 4213

காக்கவென்று சொல்லியல்லோ கரங்குவித்து கைலாசஅகஸ்தியருக்கு இதவுகூறி
ஆக்குவதும் அழிப்பதுவும் உம்மாலாகும் அப்பனே கடாட்சமது செய்யவென்ன
நோக்கமது கொண்டுமல்லோ அகஸ்தியர்தாமும் நொடிக்குள்ளே சினமதுவும் அதிகமாகி
தூக்கியே தேரைய சித்துதம்மை துப்புரவாய் கிழித்தெறிந்து போட்டிட்டாரே. 4214

போட்டாரே அகஸ்தியனார் சித்துதம்மை பொங்கமுடன் தம்பதிக்குப் போனாரப்பா
நீட்டமுடன் அகஸ்தியரும் போனபின்பு நேரான தேரைய சீஷரங்கே
கூட்டமுடன் வந்திருந்து மூலிதன்னால் கொப்பெனவே எழுப்பிவிட்டார் சித்துதம்மை
வாட்டமுடன் மறுபடியும் சித்துதாமும் வளமையுடன் முன்போலே ஊதினாரே. 4215

ஊதினார் தேரைய முனிவர்தானும் ஓகோகோ நாதாக்கள் பின்னுமல்லோ
சாதிகெட்ட பையலவன் பின்னும்வந்து சட்டமுடன் துருத்திகொண்டு ஊதுகிறார்பார்
பாதிமதி சடையணிந்த தம்பிரான்போல் பட்சமுடன் தாமுரைப்பார் அகஸ்தியர்தாமும்
நீதிமுறை இல்லையோதான் சித்தருக்கு நிஷ்டூரந்தானதிகம் உரைத்தார்பாரே. 4216

அகத்தியர் தேரையரைச் சமாதானப்படுத்தல்

பாரேதான் சித்தர்களும் உரைக்கும்போது பான்மையுடன் அகத்தியனார் சித்துதாமும்
சீரேதான் தேரையமுனிவர்தம்மை சிறப்புடனே செய்வதற்கு நீதியுண்டோ
நேரேதான் முக்காலில் கண்டுமேதான் நேர்மையுடன் தணலதனை நிறுத்தவென்று
சூரேதான் விண்ணப்பம் மொழியனந்தம் குறிப்புடனே கேட்டாரே முனிவர்தாமே. 4217

முனியான அகஸ்தியனார் முனிவர்தாமும் முறையோடுங் குறையோடும் கேட்டசீஷன்
தனியான தேரையசித்துதாமும் தகமையுடன் சமாதிக்குப்போகும் மார்க்கம்
பணியான நர்மதா மலையின்மீது பான்மையுடன் தேரையமுனிவர்தாமும்
நனியான சமாதிக்கு ஏகவென்று நாட்டமுடன் தேரையர் வெளிப்பட்டாரே. 4218

பட்டாரே தேரையமுனிவர்தானும் பாருலகில் சமுசார வாழ்க்கையற்று
விட்டகுறை இருந்ததொரு நேர்மையாலே விருப்பமுடன் உலகத்தில் ஆசைவிட்டு
சட்டமுடன் சீஷர்களைத் தாமழைத்து சதாகாலம் உலகுதனில் இருந்துமென்ன
திட்டமுடன் குருவணக்கம் கொண்டுமென்ன திரளான உபதேசம் ஒன்றும்காணே. 4219

காணேனே உபதேசம் ஒன்றுமில்லை காசினியில் இருந்தாலும் பயனுமில்லை
பூணவே வரைகோடி மகிமைவித்தை புகழாகக் கற்றாலும் ஒன்றுமில்லை
வேணபடி இதிகாச புராணவேதம் வெட்கமுடன் ஆயுறுவேதந்தானும்
தோணவே கண்டாலுமொன்றுமில்லை துப்புரவாய் சமாதிக்குப்போகநன்றே. 4220

நன்றான சமாதிக்குப் போறேனப்பா நலமுடனே நீங்களெல்லாம் மனதுவந்து
குன்றான நர்மதாமலையைநாடி கொற்றவரே வருகவென்று விடையுந்தந்தார்
வென்றிடவே தேரையர் சித்துதாமும் வீரமுடன் நர்மதா மலையைத்தேடி
சென்றாரே மலையடிவாரந்தன்னில் சிறப்புடனே தானமர்ந்தார் முனிவர்தாமே. 4221

முனியான சித்துரிஷி சொரூபர்தானும் மூதுலகில் ஆசையது விட்டகன்று
பனிபோன்ற நாடுவலம் சென்றேயேகி பாங்கான மலைவளத்தை அடுத்தசித்து
சனிபிடித்த கதையைப்போல சொரூபர்தாமும் சாங்கமுடன் மனதுமிகத் தான்தளர்ந்து
நளியான சமாதிக்குச் செல்லவென்று நாட்டமுடன் சித்தரவர் நின்றிட்டாரே. 4222

நின்றாரே சித்துமுனி சொரூபர்தானும் நிலையான சமாதியது குழிதான்வெட்டி
தென்றலுடன் வாயுவது உட்செல்லாமல் திறமானகல்தரையும் தானமைத்து
சன்னமதால் ஒருபக்கந்துவாரமிட்டு சட்டமுடன் சமாதிக்கு இடமுந்தேடி
பன்னவே ரிஷியாரு முன்னேநின்று பாருலகில் சீஷருக்கு மதிசொல்வாரே. 4223

மதியான சீஷவர்க்கம் எந்தன்பாலா மகத்தான லோகமது அதிசயங்கள்
பதியான பாருலகில் சொல்லொண்ணாது பட்சமுடன் தேரைய முனிவர்தாமும்
விதியான விதிப்படியே சீஷருக்கு விருப்பமுடன் தாமுரைப்பார் சித்தர்தாமும்
துதியுடனே சீஷர்களும் அஞ்சலித்து தோற்றமுடன் எதிராக நின்றார்பாரே. 4224

பாரேதான் சீஷவர்க்கம் நிற்கும்போது பாலகனே என்தோழா பாக்கியவானே
நேரேதான் கல்லறைக்குள் இறங்குவேன்யான் நேரான கற்பாறைமேலேமூடி
சீரேதான் சமாதியது பூண்டபோது சிறப்புடனே பால்பழமுந்தருகவென்று
நீரேதான் மண்டலங்கடந்தபின்பு நீட்சியுடன் அவ்வழியைமூடிப்போடே. 4225

தேரையரிடம் அசரீரி வாக்கு பிறந்தது

போடவே கற்பாறைமூடிப்பின்பு பொங்கமுடன் சமாதியுடன் நிற்கவேண்டும்
நீடவே நான்வருகுங்காலந் தன்னில் நிலையான பாறைதனில் எழுத்துதோன்றும்
கூடவே ஆண்டுவது பத்துக்குள்ளே கொப்பெனவே யான்வருகுங் காலந்தன்னில்
சாடவே நர்மதா மலைதானப்பா சட்டமுடன் தங்கநிறமாகும்பாரே. 4226

தங்கமாம் அதிலிருக்கும் சித்தரெல்லாம் சட்டமுடன் மலையைவிட்டுக் கீழிறங்கி
அங்கமுடன் அஞ்சலிகள் மிகவுஞ்செய்து அன்புடனே சமாதியிடம் வந்துநிற்பார்
புங்கசித்தி எட்டுமது பூண்டுகொண்டு புகழான யோகமென்ற ஞானம்கொண்டு
சங்கமென்ற ஞானோபதேசத்தோடும் சார்புடனே சமாதியிடம் நிற்பார்பாரே. 4227

பார்க்கவென்றால் இன்னம்வெகு அதிசயங்கள் பாருலகில் தானடக்கும் மகிமைசொல்வேன்
தீர்க்கமுடன் வடகோடியாறுதானும் திகழுடனே தென்திசையி லிருந்துமல்லோ
மூர்க்கமுடன் வடகோடி கானகத்தில் முத்தமுடன் தான்பாயு மென்றுசொன்னார்
ஏர்க்கவே காணாறு நதிகளெல்லாம் எழிலுடனே இப்படியே நடக்குந்தானே. 4228

தானான சித்துமுனி ரிஷிகளெல்லாம் தண்மையுடன் சமாதியுட பக்கம்வந்து
கோனான எனதையர் அகஸ்தியர்தம்மை கொற்றவனார் குருபதத்தை தாம்நினைத்து
தேனான சித்தர்முனி வருவதற்கோ தேசமெல்லாங் கண்டுமனங்களிப்பதெப்போ
பானான சமாதியது பாறைதானும் பாருலகில் வெடிப்பதெப்போ வென்றிட்டாரே. 4229

இட்டதொரு காலமது சென்றபின்பு எழிலான சித்துவரும் நாளுமாச்சு
சட்டமுடன் மலைகளெல்லாம் தங்கமாச்சு சார்பான பாறையின்மேல் எழுத்துண்டாச்சு
குஷ்டமுடன் நோயுள்ள பிணியோரெல்லாம் குறைநோயுந்தீர்ந்துமல்லோ குசலமானார்
திட்டமுடன் சீஷவர்க்க மானோரெல்லாம் சிறப்புடனே சமாதியிடம் இருந்தார்பாரே. 4230

தேரையர் சமாதி விட்டு வந்தது

இருந்தாரே தசமாண்டு பத்துமாச்சு எழிலான சித்துவருங் காலமாச்சு
பொருந்தவே சமாதியது வெடித்துமல்லோ பொங்கமுடன் தேரையசித்துதாமும்
அருந்தவமுந் தான்தீர்ந்து அவனிமேலே அன்புடனே வெளியானார் சித்துதாமும்
வருந்தியே சீஷரென்ற மாண்பரெல்லாம் வண்மையுடன் அவர்பாதம் தொழுதிட்டாரே. 4231

தொழுதாரே தேரையசித்துதம்மை தொல்லுலகை விட்டதொருமாண்பரெல்லாம்
பழுதுபடத் திருமேனி காயந்தன்னை பண்புடனே தான்களித்து அஞ்சலித்து
அழுதுமே அவர்பாதம் பின்வணங்கி ஐயனே நாதாந்தசித்துரூபே
வழுவாது பொய்யுரையாக் காவலோனே வணங்கியே நமஸ்கரித்து பணிந்திட்டாரே. 4232

பணிந்திட்ட மாண்பரெல்லாம் முகம்மலர்ந்து பரமவொளி நாதாந்தசித்துரூபே
கணிந்திட்ட அசரீரிவாக்குபோலே கர்த்தனே அற்புதங்கள் முடிந்துதாச்சு
துணிந்திடவே வாக்கதுவும் பொய்யென்றில்லை துப்புரவாய் வையகத்தில் மெய்யேயாச்சு
தணிந்திடவே சீஷவர்க்கம் மனதுவந்து சட்டமுடன் ஆசீர்மம் செய்வீர்தாமே. 4233

தேரையர் மறுபடியும் சமாதிக்குப்போய் இருபதாண்டு போனால் வருவேனென்று சீடர்களுக்கு உரைப்பதும் சொற்பனங் கூறுவதும்

தாமான இன்னமொரு மார்க்கங்கேளும் தகமையுள்ள சீஷவர்க்க மானபாரே
கோமான எனதையர் அகஸ்தியனார்தன்னை கொற்றவனார் தம்மைவிட்டு யான்பிரிந்து
சாமான முள்ளதொரு ஞானோபதேசம் சட்டமுடன் யானறிந்து பிரிந்துவிட்டேன்
நாமான மாகவல்லோ சமாதிகொண்டு நாயகனே பத்தாண்டு இருந்திட்டேனே. 4234

இருந்தேனே இன்னும்வந்து யானும்கண்டேன் எழிலான சீஷவர்க்கமென்ன சொல்வேன்
பொருந்தவே சொற்பனமும் யானுங்கண்டேன் பொங்கமுடன் மறுபடியும் சமாதிக்கேக
வருந்தியே பராபரத்தின் செயலினாலே வன்மையுள்ள சொற்பனமும் மெய்யேயாகும்
திருந்தியே யான்கண்ட சொற்பனத்தில் திறமாக நடப்பதுவும் உண்மையாமே. 4235

உண்மையாம் சொற்பனமும் கண்டேனப்பா ஓகோகோ நாதாக்களுக் குகந்தசீஷர்
வண்மையாம் சமாதிக்குப் போனாப்போலும் வடப்புடனே இருபதுஆண்டிருப்பனென்றும்
கண்மையாம் மனோன்மணியாள் கடாட்சத்தாலே கண்டேனே சொற்பனங்கள் உண்மையாக
திண்மையாஞ் சமாதிக்குப் போனாற்போலும் திறமான அதிசயங்கள் பார்த்திட்டேனே. 4236

பார்த்தேனே சமாதிக்குச் செல்லும்போது பாங்கான வெகுகாலஞ் சென்றசித்து
நேர்த்தியுடன் பூமிதனில் சமாதிபூண சேர்மையுடன் சீஷர்களுமொன்றாய்கூட்டி
பூர்த்தியுடன் குழிதோண்ட போனபோது புகழான சித்தொருவரங்கிருந்தாப்போலும்
பார்த்திடவே பிரகாசமான ஜோதி மகத்தான சித்தொருவர் கண்டேன்தானே. 4237

தானான சொற்பனங்கள் கண்டேனப்பா தண்மையுள்ள சீஷர்களே என்னசொல்வேன்
கோனான எனதையர் அகஸ்தியர்போல் கொற்றவனார் சித்தொருவர் கண்டேனங்கே
தேனான மனோன்மணியாள் கடாட்சத்தாலே தெளிவுடனே கண்விழித்துப் பார்க்கும்போது
மானான சொற்பனத்தில் கண்டாப்போல மன்னவனே கண்விழிக்கில் ஒன்றுங்காணேன். 4238

காணேனே சொற்பனத்தில் சித்துதாமும் கைலாசநாதருட ஜோதிபோல்தான்
ஊணவே நினைவதுதான் கினவுமாச்சோ பொங்குமுன் சொற்பனமும் மெய்யோபொய்யோ
தோணவே எந்தனுக்கு ஒன்றுங்காணேன் துரைராஜசுந்தரனே மகிமையேதோ
மாணவே மறுபடியுஞ் சித்துதாமும் மகத்தான சமாதிக்கு ஏகினாரே. 4239

தேரையர் சமாதிக்குப் போதல்

ஏகினார் சீஷவர்க்கம் அனேகம்பேர்கள் எழிலான கூட்டமுடன் ஏகியல்லோ
சாகமுடன் நர்மதா மலைக்குமேற்கே சட்டமுடன் சமாதிக்குச் சென்றுமல்லோ
வேகமுடன் சமாதியது தோண்டும்போது மேன்மையுள்ள சித்தொருவர் அங்கிருந்தார்
போகமுடன் சித்தொருவர் தன்னைக்கண்டார் ஒளியான பிரகாசந்தோன்றலாச்சே. 4240

ஆச்சப்பா புலிப்பாணி இன்னங்கேளு அப்பனே தேரையர் சென்றபோது
மூச்சடங்கி வெகுகாலஞ் சென்றசித்து மூதுலகைக் கடந்ததொரு சித்துமாச்சு
மாச்சலுடன் பூமிதனில் ஓராள்மட்டம் மண்ணதனை வாரியல்லோகண்டபோது
பாச்சலுடன் பூமிதனில் நிலங்களெல்லாம் பாதாளநீர்மட்டும் உருகலாச்சே. 4241

உருகவே நீர்மட்டம் நிலங்களெல்லாம் ஊடுருகத்தான் பாய்ந்துமே வேர்கள்போல
பெருகவே சடைமுடியுந் தம்பிரான்போல் பேரான சமாதிதனிலிருந்தார்தாமும்
வருகலுடன் கண்மூடிசித்துதாமும் வண்மையுடன் சமாதிதனில் இருக்கக் கண்டார்
சருகலுடன் ரிஷியாரும் பூமிதன்னில் சட்டமுடன் தானிருக்கக் கண்டார்பாரே. 4242

பாரேதான் தேரையமுனிவர்தாமும் பண்மையுடன் சமாதிதனில் இருந்துகொண்டு
தீரமுடன் தேரையமுனிவர்தம்மை திறமுடனே யாரென்று கேட்கும்போது
சேரேதான் சித்துமுனி ரிஷியைப்பார்த்து சிறப்புடனே தாமுரைப்பார் முனிவர்தாமும்
நேரேதான் அகஸ்தியனார் சீஷரென்றார் நேர்மையுடன் தேரையமுனிவர்தானே. 4243

தானான தேரைய முனிவர்தானும் தகமையுடன் ரிஷியவர்க்கு விடையுஞ்சொன்னார்
கோனான கும்பமுனி கடாட்சத்தாலே குவலயத்தில் வெகுகோடி மகிமைதன்னை
தேனான மனோன்மணியாள் அருளினாலே தேகமதில் அதீதமிகக்கண்டேன்யானும்
மோனான தேரையமுனிவர்தானும் மோதவே அடிபணிந்து துதித்திட்டாரே. 4244

துதித்தாரே தேரையமுனிவர்தானும் துப்புரவாய் அடிவணங்கி தெண்டனிட்டு
கதிப்புடனே காயகற்பங் கொண்டுயானும் காசினியில் வெகுகோடி காலந்தானும்
மதிப்புடனே சமாதிமுகம் சென்றுயானும் மகாதேவர் தசவருஷம் இருந்தேன்யானும்
விதிப்பயனாம் அமைப்பின்படி பின்னுமல்லோ வேதாந்தத் தாயினது அருள்பெற்றேனே. 4245

பெற்றேனே மறுபடியுஞ் சமாதியேக பெருமையுடன் இருபது ஆண்டுமட்டும்
கற்பறிந்தேன் ஞானோபதேசங்கேட்டு காசினியில் ஆசையற்று சமாதிபூண
சிற்றறிவு உடையதொரு பாலன்யானும் சீராக சமாதிக்குப் பாத்திரனாவாய்
குற்றமில்லா வரைகடந்து அடியேன்யானும் குருபதத்தை நாடியல்லோ வந்திட்டேனே. 4246

தேரையர் ரிஷியாருக்கு வரலாறு கூறல்

வந்தேனே சீஷவர்க்கந் தன்னோடொக்க வகையான நர்மதா மலையைத்தேடி
அந்தமுடன் சமாதிக்கு இடமுங்கண்டார் வன்பான சீஷவர்க்கமான பேர்கள்
சொந்தமதாய்க் குழிதோண்டுஞ் சமாதிதன்னை சுந்தரரே தாமிருக்கக் கண்டேன்யானும்
முந்தவே யான்கண்ட சொற்பனம்போல் முடிந்ததே விட்டகுறை வாய்க்கலாச்சே. 4247

ஆச்சென்று தேரையசித்துதாமும் அன்பாக ரிஷியார்க்குத் தாம்உரைக்க
மூச்சடங்கி சிலகாலம் எந்தன்பக்கம் முடிவான ஆண்டுவரு முடிவுமட்டும்
வீச்சுடனே சமாதியது இருக்கவென்று விருப்பமுடன் ரிஷியாரும் வாக்களித்தார்
பாச்சலென்ற சுவாசமது தானடக்கி பட்சமுடன் தானிருக்க வரந்தந்தாரே. 4248

வரமுடனே தான்கொடுத்து ரிஷியார்தாமும் வண்மையுடன் ஆசீர்மஞ் சொன்னாரங்கே
சரமுடைய வார்த்தையென்ற மொழிக்குத்தானும் தப்பாமல் சமாதிக்குள் சென்றாரங்கே
திறமுடைய தேரையர் சித்துதாமும் தீர்க்கமுடன் சீஷருக்கு ஓதலுற்றார்
குறமுடைய ரிஷியாரும் சீஷருக்கு கூறுவார் அதிசயங்கள் மிகவாய்த்தானே. 4249

தானேதான் சமாதியது பூண்டபோது தகமையுள்ள அசரீரி வாக்குண்டாம்
மானேதான் சீஷவர்க்கம் மாண்பாகேளு மகிழ்ச்சியுடன் சமாதிதனில் இருக்கும்போது
தானேதான் சிவயோக நிலையில்நின்று தேற்றமுடன் மேதினியில் வருவதற்கு
மானேதான் அதிசயங்கள் மிகநடக்கும் மகத்தான சமாதியிடம் பக்கம்நில்லே. 4250

தேரையர் சீடருக்கு சொற்பனம் சாதித்தல்

நிற்கையிலே மனோன்மணியாள் கிருபையாலே நீடான அசரீரிகேட்கும்பாரு
அற்பமென்று நினையாதே அன்பாகேளு அவனியிலே நான்வருகுங் காலந்தன்னில்
சிற்பரன்போலுந் தனக்கு சொற்பனங்கள் சீராகத் தானடக்கும் அருள்மைந்தாகேள்
உற்பமுடன் சொற்பனத்தில் நான்வந்தாற்போல் உத்தமனே அதிசயங்கள் நடக்குந்தானே. 4251

தானான லோகமது இருண்டுபோகும் தாக்கான கடலதுதான் பொங்கும்பாரு
மோனான நாதாக்கள் இறந்தபேர்கள் மோனமென்ற சமாதியது ஒளிக்கும்பாரு
தேனான மனோன்மணியாள் கடாட்சத்தாலே தெளிவாகக் கண்ணின்முன் நிற்பார்பாரு
பானான நாலுயுக அதிசயங்கள் பட்சமுடன் தாமுரைப்பார் சித்தர்தாமே. 4252

சித்தான தேரையர் முனிவர்தானும் சிறப்புடனே கூறலுற்றார் இந்தவண்ணம்
பத்தான ரிஷியாருஞ் சமாதிவிட்டு பட்சமுடன் தானடக்க வழியுஞ்சொல்வார்
முத்தான தேகமதை உலகிற்காண முனியான தேரையர் சமாதிதானும்
புத்தான பாறையது தான்வெடித்து புகழாகச் சமாதிவிட்டு வெளிவந்தாரே. 4253

தேரையர் சமாதி விட்டு வந்து சீடர்களுக்குக் கூறல்

வெளியாக சித்துமுனி வந்தபோது வெற்றிபெற சீஷருக்குத் தானுரைப்பார்
தெளிவான சாஸ்திரங்கள் கற்றுமென்ன தேகாதி காயகற்பங் கொண்டுமென்ன
பளியான தேகமதை வையகத்தில் பட்சமுடன் காப்பாற்றி நிறுத்தியென்ன
குளியான சமாதியிடஞ் சென்றுமென்ன குவலயத்திலிருந்தாலும் ஒன்றுங்காணே. 4254

காணேனே பஞ்சபூதத்தினாசை கடிதான தேகமது நிலைநில்லாது
பூணவே வரைகோடி இருந்துமென்ன பூவுலகில் சடலமது அழிந்துபோகும்
தோணவே இல்லாவே இடுகாடாகும் துப்புரவாய் சொந்தநகர் புறங்காடாகும்
மாணவே வையகத்தின் ஆசையெல்லாம் மறப்பதுவே வண்மையுள்ள அதீதமாமே. 4255

அதிதமாங் காயமது நிலைநில்லாது அவனியிலே இருந்தவர்கள் யாருமில்லை
பதிதமாம் லோகத்தின் வாழ்க்கையெல்லாம் பாங்கான பொய்வாழ்வு மெய்யேயல்ல
துதிதமுடன் லோகமதில் இருந்தோரில்லை துப்புரவாய் சடலமது வழியும்பாரு
நதிதமுடன் தேரைய முனிவர்தானும் நயமுடனே தாமுரைத்தார் உண்மைபாரே. 4256

போகர் புலிப்பாணிக்குச் சொல்வது

பாரப்பா புலிப்பாணி மைந்தாகேளு பகருகிறேன் தேரையசித்துதம்மை
ஆரப்பா உலகுதனில் தேரைபோலும் அப்பனே அதிசயங்கள் மகிமைகொண்டோர்
நேரப்பா உலகுதனில் இருந்தசித்து நேர்மையுடன் கண்டவர்கள் இவர்போலுண்டோ
தீரப்பா காயாதிகொண்ட சித்து திறமுடைய தங்கமென்ற சித்துதாமே. 4257

தங்கமாஞ் சித்தர்களில் இவர்க்கு ஈடுண்டோ தாரணியில் காயாதிகொண்டசித்து
புங்கமாஞ் சித்துயெட்டு கொண்டசித்து புகழான மூலிவகை அறிந்தசித்து
தங்கமாம் மாண்டவரை எழுப்புஞ்சித்து துரைகோடி வரைகோடி அறிந்தசித்து
சிங்கமாம் பதினெண்பேர் சித்துதன்னில் சீர்மிகு அகஸ்தியர்க்கு உகந்தசித்தே. 4258

சித்தான தேரையர் முனிவர்தானும் சீரான உலகுதனில் இருந்தாரேதான்
முத்தான தேகமதை மறந்தாரேதான் மூதுலகு வாசைதனை விட்டார்பாரு
பத்தான பரமரிஷி எவரானாலும் பாருலகில் இருந்தவர்கள் யாருமில்லை
சுத்தமுடன் சைதன்னிய ஆசைவிட்டு சுகமுடனே தவநிலையில் இருக்கநன்றே. 4259

நன்றான தவநிலையில் இருந்துகொண்டு நாதாக்கள் என்றல்லோ பெயருங்கொண்டு
குன்றான தேகமது குகைகள்தேடி கூறுபிலந்தனில் ஒளித்து முனிவரெல்லாம்
வென்றிடவே வெட்டவெளி தன்னிற்சென்று விருப்பமுடன் சமாதியது பூண்டுமல்லோ
மன்றிடவே பாரினிலே பின்னும்ஏகி பராபரமறிந்து காயமதை ஒழித்திட்டாரே. 4260

ஒழித்தாரே சித்தரெல்லாம் இந்தமார்க்கம் ஓகோகோ நாதாக்கள் எல்லாருந்தான்
வழியுடனே வையகத்தைத் தான்மறந்து வல்லான உயிர்தனையே போக்கடித்தார்
பழியுடனே கல்லான தேகந்தன்னை பான்மைபெற பாரினிலே ஒழித்துப்போட்டார்
அழியான வையகத்திலொருவருந்தான் அப்பனே வையகத்தில் இல்லைதானே. 4261

தானான தத்துவங்கள் அதிகஞ்சொல்லி தட்டழிந்து போகுமிந்த காயமப்பா
கானான குருவென்று சொன்னசித்தும் துவலயத்தை தான்மறந்து சென்றாரப்பா
தேனான மனோன்மணியாள் வரமும்பெற்று தேசத்தில் இருந்தசித்தும்போனாரப்பா
பானான பரமருட பாதங்காண பாருலகில் எல்லோரும் பிறந்தார்தாமே. 4262

பிறந்தவரும் ஒருகாலம் இருந்ததுண்டோ பேருலகில் வாக்கியமும் மெய்யோபொய்யோ
இறந்தவர்கள் ஒருகாலம் பிறந்ததுண்டோ எழிலான உலகுதனில் மெய்யோபொய்யோ
நிரந்தரமாய் தேசமதில் எவரானாலும் தீர்க்கமுடன் சாகாமலிருப்பேன் என்று
அறமென்ற மெய்ப்பொருளை கண்டாராய்ந்து அப்பனே அந்தநிலை கண்டுபோற்றே. 4263

ரோமரிஷி உற்பவம்

போற்றவே இன்னமொரு கருமானங்கேள் புகழான புலிப்பாணி மைந்தாகேளு
ஏற்றவே பதினெண்பேர் சித்தர்தன்னில் எழிலான ரோமரிஷி என்னுஞ்சித்து
நாற்றிசையும் மெச்சுதற்கு யோகவானாம் நலமான ரோமபுரி என்னும்நாடு
மேற்புறமாம் வடகோடிகானகத்தில் மேதினியில் தான்பிறந்த சித்துமாமே. 4264

தானான சித்தர்முனி வெகுகாலந்தான் தகமையுடன் ரோமபுரி பதியிலப்பா
தேனான செங்கமுனி தீர்த்தந்தன்னில் சிறப்புடனே வெகுகாலம் இருந்தாரங்கே
மானான ரிஷியாரும் மலைமீதிற்தான் மகத்தான வாதவித்தை செய்வதற்கு
ஊனான பட்சியின்தன் வாதவித்தை உத்தமனே செய்தாரே கோடியாமே. 4265

ரோம ரிஷி கெந்தகச் செம்பு வேதை

கோடியாஞ் சாதியென்ற சேவல்தானும் கொற்றவனாம் ரோமரிஷி கானகத்தில்
தேடியே பெருஞ்சாதி சேவல்தன்னை தெளிவுடனே கண்டல்லோ ஆராய்ந்தேதான்
நீடியே கெந்தகமும் பலந்தான் பத்து நேர்மையுடன் பருங்குறுவை அரிசிநேராம்
சூடியே குழிக்கல் தன்னிலிட்டு துப்புரவாய் தானரைப்பாய் சாமம்நாலே. 4266

நாலான சாமமது மேதிப்பாலால் நலம்பெறவே தானரைப்பாய் நாலுசாமம்
சீலமுடன் மாவதனை திரட்டியேதான் சிறப்பான சேவலுக்கு உணவுஈய
கோலமுடன் சேவலதுஉண்டபின்பு கொற்றவனே குகைக்குள்ளே அடைத்துமேதான்
பாலமுர்தமுண்டபின்பு பட்சிதன்னை பான்மையுடன் தானமைத்தார் குகையினுள்ளே. 4267

உள்ளான குகைதனிலே நாலாவட்டம் உத்தமனே சேவலுக்கு உணவுதந்து
எள்ளளவும் எச்சமது வெளியேகாமல் எழிலாகத் தான்சேர்த்துக் காயப்போடு
தெள்ளமிர்த மானதொரு காரமிட்டு தெளிவாக மூசையிட்டுச் சீலைசெய்து
கள்ளமின்றி ரவிதனிலே காயவைத்து கலங்காமல் மூசைதனை ஊதிடாயே. 4268

ஊதவென்றால் சரவுலையில் வைத்துஊது உத்தமனே தீயாறி எடுத்துப்பாரு
நீதமுடன் மூசைதனை உடைத்துப்பார்க்க நிலைத்துதடா கெந்தியென்ற செம்புமாச்சு
தோதமுடன் செம்புதனை எடுத்துக்கொண்டு தோராமல் மறுபடியும் பொடித்துமேதான்
சாதமுடன் கெந்தியது பொடியைச்சேர்த்து சட்டமுடன் சேவலுக்குக் கொடுத்திடாயே. 4269

கொடுக்கவென்றால் சேவலுக்கு முன்போல்செய்து குகைதனிலே தானெடுத்து எச்சந்தன்னை
தடுக்காமல் முன்போலே உருக்கித்தீரு சட்டமுடன் செம்பதுவும் தங்கச்செம்பாம்
வடுவான செம்பதுவும் எடுத்துக்கொண்டு வண்மையுள்ள மதிதனிலே பத்துக்கொன்று
நடுவான மூசைதனை உருக்கிக்கொண்டு நன்மையுடன் கொடுத்திடவே மாற்றெட்டாமே. 4270

ஸ்ரீராமா தங்காசி

எட்டான மாற்றதுவும் தங்கம் எழிலான ராமர் காசியப்பா
மட்டான தங்கமது மதிப்புமெத்த மகிதலத்தில் மகிமையது மகிழப்போமோ
திட்டமுடன் கெந்தியென்ற தங்கச்செம்பாம் சிவராஜயோகியவன் செய்வான்பாரு
சட்டமுடன் விதியாளி செய்வானல்லால் சாங்கமுடன் மற்றவருஞ் செய்யார்தாமே. 4271

செய்யாரா மற்றொருவரானாலுந்தான் செம்மையுடன் கைபாகஞ்செய்பாகந்தான்
எய்யாது கெந்தினுட செம்புமார்க்கம் எடுக்கவுமே பாகமது காணப்போமோ
மையான கெந்தியது செம்பேயானால் மகத்தான வேதையிது கோடிக்கோடும்
துய்யதொரு மதிகாணும் பழுத்ததங்கம் துப்புரவாய் பின்னுமந்த மதியில்தாக்கே. 4272

தாக்கவே பத்துக்கு ஒன்றுதங்கம் தண்மையுடன் உருக்கிப்பார் மாற்றேயாகும்
நோக்கமுடன் கெந்தியென்ற செம்புதன்னை நேர்மையுடன் ஆறுமாற்றாணிமேலே
நூக்கமுடன் பத்துக்கு ஒன்றுதாக்க துடியான மாற்றதுவும் பத்தேயாகும்
வாக்கதுவும் பொய்யாது ரோமர்வேதை வண்மையுள்ள கெந்தியென்ற செம்புதானே. 4273

சேவல் கற்பம்

தானான சேவலென்ற மாமிசத்தை தகமையுடன் ரோமத்தைப் போக்கிநன்றாய்
தேனான குடல்போக்கி எலும்புபோக்கி தெளிவுறவே அறுசுவையுந் தன்னோடொக்க
பானான பதமேத்தி சமைத்துமல்லோ பாங்குபெற மாமிசத்தைஉண்டபோது
மானான தேகமது காயகற்பம் மகத்தான சாரமது ஏறலாச்சே. 4274

ஏறவென்றால் மண்டலந்தான் இப்படியே கொண்டால் எழிலான தேகமது கற்றூணாகும்
சீரலென்ற சுவாசமது கீழ்நோக்காகும் சிறப்பான தேகமது காந்திவீசும்
பீக்கலென்ற சுரோணிதம்தான் கட்டிப்போகும் பேரான தாதுவிர்த்தி அதிகமாகும்
கூறவே முடியாது சேவல்கற்பம் குவலயத்தில் ரோமரிஷி மார்க்கந்தானே. 4275

மயில் கற்பம்

மார்க்கமாம் இன்னமொரு வயனஞ்சொல்வேன் மகத்தான ரோமரிஷி மகிமைபாரு
தீர்க்கமுடன் கந்தரது வாகனந்தான் திறமான புள்ளிமயில் பட்சியாகும்
சேர்க்கவே கெந்தியது தாளந்தானும் சிறப்பான சூதமது தன்னோடொக்க
ஏர்க்கவே சரக்கதுவும் சமனதாக எழிலான கருங்குருவை அரிசிகூட்டே. 4276

கூட்டவே சரக்குக்கு ரெட்டியப்பா கொற்றவனே அரிசியது இரண்டதாகும்
நீட்டவே மூன்றையுந்தான் ஒன்றாய்க்கூட்டி நீதியுடன் குழிக்கல்லில் பொடியதாக்கி
தாட்டிகமாய்ச் சலமதனில் பிசைந்துகொண்டு சட்டமுடன் மயிலுக்குத் தாக்கிப்பாரு
வட்டமுடன் மண்டலமுந் தாக்கியேதான் மகத்தான எச்சமதை ஒன்றாய்ச்சேரே. 4277

சேர்க்கவே ரோமமது உதிர்ந்துபோகும் செம்மையுடன் மயிலதுவுங் காரமேறி
தீர்க்கமுடன் காயாதிகற்பமாகி திரமான மயிலினது ரோமம்போகும்
ஏற்கவே ஆறாண்டு சென்றபின்பு எழிலான ரோமமது விளையும்பாரு
மூர்க்கமென்ற மயிலுக்கு ரோமமாகி முன்போலே வாலுக்கு ஏதுவாமே. 4278

ஏதுவாங்காரர் மேகந்தன்னைக்கண்டு எழிலாக மயிலாடி உறவுசெய்யும்
சாதுடனே மயில்தனைப் பிடித்துவந்து சட்டமுடன் ரோமரிஷி முனியார்தாமும்
தீக்கற்றி மாமிசத்தை எடுத்துக்கொண்டு திறமுடனே அறுசுவையாந் தன்னோடொக்க
மூதுறவே கைபாகஞ்செய்துகொண்டு மூப்பகல மண்டலந்தான்கொண்டார்பாரே. 4279

பாரேதான் ருசிபாகம் அறிந்தசித்து பாருலகில் வெகுகாலம் இருந்தாரப்பா
சீரேதான் மாமிசத்தைக்கண்டபோது சிறப்பான ரோமரிஷி முனியார்தாமும்
தீரேதான் தேகமது கற்றூணாகி திரைநிறையுமற்றுமல்லோ புனிதனானார்
மேரேதான் வேருவென்ற சித்தனாகி மேதினியில் வெகுகாலம் இருந்தார்காணே. 4280

காணவே தேகமது சட்டைதள்ளி காசினியில் வெகுகாலம் இருந்தசித்து
தோணவே உகாந்தவரை கண்டசித்து தொல்லுலகில் ஆசைதனைதுறந்தசித்து
பூணவே கைலங்கிரி வாழுஞ்சித்து புகழான ரோமரிஷி
வேணபடி மயிற்கற்பம் கொண்டசித்து மேதினியில் சுயரூப சித்துதானே. 4281

மயில் எச்சக் களங்கு வேதை

தானான இன்னமொரு மார்க்கங்கேளு தகமையுள்ள புலிப்பாணி மைந்தாபாரு
கோனான எனதையர் காலாங்கிநாதர் கொற்றவனார் எந்தனுக்குச் சொன்னநீதி
மானான ரோமரிஷி உண்டகற்பம் மகத்தான மயிலினது எச்சமப்பா
ஊனான உடல்தனிலே வந்தயெச்சம் உத்தமனே ரோமரிஷி பாகங்கேளே. 4282

கேளேதான் எச்சமதைக் காரமிட்டு கிருபையுடன் மூசைதனில் அடைத்துமல்லோ
தோளேதான் வாராமல் உலையில்வைத்து கொற்றவனே வஜ்ஜிரமாம் குகையைத்தானும்
பாளேதான் போகாமல் பதுங்கஊதி பக்குவமாய்த் தானெடுத்தார் களங்குமாச்சு
தூளேதான் களங்கமது நாலுக்கொன்று துப்புரவாய்க் காந்தமது சேர்த்திட்டாரே. 4283

இட்டாரே தங்கமது பத்துக்கொன்று எழிலாகக் குழிக்கல்லில் பொடியதாக்கி
சட்டமுடன் கையானின் சாற்றினாலே தானரைப்பாய் நாற்சாமமானபின்பு
திட்டமுடன் ரவிதனிலே காயவைத்து திடமான காசியென்ற குப்பிக்கேற்றி
வட்டமுடன் மரக்கல்லால் கொண்டுமூடி வண்மையுடன் சீலையது செய்தார்தாமே. 4284

செய்தாரே காசியென்ற குப்பிதன்னை செம்மையுடன் தளவாயாம் பாண்டந்தன்னில்
பையவே மணலதனைக் கொட்டிமைந்தா பாங்குபெற நடுமையங் குப்பிதன்னை
பெய்யவே குப்பிமேல் மணலைக்கொட்டி பேரான மேற்பாண்டந் தன்னைமூடி
துய்யவே வாலுகையாம் ஏந்திரத்தில் துப்புரவாய் நாற்சாமம் எரித்திட்டாரே 4285

எரிக்கவே செந்தூரம் என்னசொல்வேன் எழிலான நாற்சாமமானபின்பு
செரிக்கவே மணலதுவுஞ் சிவந்துமெத்த சுத்தமுடன் செந்தூரங் காந்தியாச்சு
பரியான செந்தூரம் என்னசொல்வேன் பாருலகில் சித்தர்முனி செய்வாரோதான்
சரியான வேதையிது ரோமர்வேதை சட்டமுடன் முடித்தாரே சித்துமாமே. 4286

சித்தான ரோமரிஷி செந்தூரத்தை திறமுடனே குப்பியது திறந்துபார்க்க
சத்தான சரக்கெல்லாம் ஒன்றாய்ச்சேர்த்து சாங்கமுடன் செந்தூரம் நாவோயில்லை
சுத்தமுடன் மனோன்மணியைத் துதித்துமேதான் சுகமுடனே செந்தூரமெடுத்தார்பாரே. 4287

எடுத்துமே செந்தூரம் மைந்தாகேளு எழிலான வெள்ளிச்செம்பில் பத்துக்கொன்று
கொடுத்துமே தானுருக்கி எடுத்துக்கொண்டு கொற்றவனே ஓட்டில்வைத்து ஊதும்போது
படுத்ததொரு மாற்றதுவும் என்னசொல்வேன் பாலகனே வயததுவும் எட்டதாகும்
அடுத்துமே தங்கமது நாலுக்கொன்று அப்பனே புடம்போடத் தங்கமாச்சே. 4288

தங்கமென்றால் சுயத்தங்கம் பிரிதிலாச்சு தாரணியில் சமுசாரிக்கானவேதை
பங்கமது ஒருக்காலும் நேராதப்பா பண்பான மாண்பர்களுக்கான வேதை
புங்கசித்து எட்டுவகை அடையலாகும் புகழான ரோமரிஷி வேதைதானும்
வங்கசத்துக்கு ஒருநாளும் இடையாதப்பா வர்ணமென்ற செந்தூர வேதையாமே. 4289

செந்தூரம் உண்ண

வேதையாம் இன்னமொரு போக்குகேளும் வீரான செந்தூரம் என்ன சொல்வேன்
பாதையாம் நெய்தேனிற் குன்றிதானும் பாலகனே மண்டலந்தான் கொண்டாயானால்
தீதகன்று தேகமது கற்றூணாகும் திறமான சட்டையது தள்ளும்பாரு
மீதலத்தில் உண்டவருஞ் சித்தனாவார் புகழான செந்தூரக் களங்குதானே. 4290

தானான செந்தூரம் உண்டுமல்லோ தன்மையுடன் சமாதிக்குப்போகவென்று
கோனான குருசொன்ன வாக்குதம்மை குறையாமல் தன்மனதில்தான் நினைத்து
பானான சமாதிக்கு இடமுந்தேடி பட்சமுடன் சீஷர்களைத் தானழைத்து
மானான டில்லிக்கு மேற்கோரமப்பா மகத்தான சமாதிக்கு இடங்கண்டாரே. 4291

ரோமரிஷி டெல்லிக்கு மேல் பாகத்தில் சமாதி அடைதல்

கண்டாரே டில்லிக்கு மேற்கேயப்பா கனமான ரோமரிஷி முனிவர்தானும்
அண்டர்முனி அறியாத வனாந்திரத்தில் அங்ஙனவே சமாதிக்கு இடமுங்கண்டு
தொண்டரெனுஞ் சீஷவர்க்கமானபேரை துரைராஜ சுந்தரனார் தாம் அழைத்து
விண்டிடவே சமாதியது தோண்டுதற்கு விருப்பமுடன் உத்தாரஞ் செய்தார்பாரே. 4292

பாரேதான் சீஷவர்க்க மாணபரோடு பாங்குடனே சமாதியதில் இறங்கவென்று
நேரேதான் சீஷர்முகந் தன்னைநோக்கி நேர்மையுடன் தாமுரைப்பார் ரிஷியார்தாமும்
சூரேதான் சமாதிக்குப் போறேனப்பா கொற்றவனே இருபதுஆண்டுமட்டும்
சீரேதான் வையகத்தை யான்மறந்து சிறப்புடனே இருப்பேன் என்றுரைத்தார்தாமே. 4293

தாமான சமாதிக்குப் போகுமுன்னே தகமையுடன் ரிஷியாருந் தாமுரைப்பார்
சாமான மானதொரு சீஷர்தம்மை தன்மையுடன் பக்கலில் தாமழைத்து
கோமானாம் ராஜாதிராசர்தம்மால் கொற்றவனாய் இடையூறு எதுநேர்ந்தாலும்
நாமான சொற்படியே என்னைத்தானும் நலமான சமாதியது திறக்கொண்ணாதே. 4294

அதிசயம் காண்பது

ஒண்ணாது சமாதிவிட்டு வருகும்போது உத்தமனே சந்தனமும் மலரும்பாரு
நண்ணாது தேவதா புட்பந்தானும் நன்மையுடன் சமாதிசுத்திப் பூத்திருக்கும்
திண்ணமுடன் பாரிசாத புட்பமப்பா தி-மான நாடெல்லாம் பூத்திருக்கும்
எண்ணமுடன் சித்தாதி சித்தரெல்லாம் எழிலான சொற்பனமும் காண்பார்தாமே 4295

தானான சொற்பனங்கள் அதிகங்காண்பார் தகமையுள்ள புலிப்பாணி மைந்தாபாரு
பானான மிருகமெல்லாம் பாஷைபேசும் பட்சிகளும் பரிபாஷை மிகவும்கூறும்
தேனான மனோன்மணியாள் கடாட்சத்தாலே தேசமெல்லாம் இருள்வந்து மூடிக்கொள்ளும்
பானான பரிதிமதி காணமாட்டார் பாலகனே சமாதியது வெடிக்கும்பாரே. 4296

வெடிக்குமே சமாதிதனில் அசரீரியுண்டாம் வேகமுடன் சித்துவருங் காலமாச்சு
துடிக்கவே சீஷாதிவர்க்கமெல்லாம் துறையோடும் முறையோடும் சென்றாரங்கே
நடிக்கவே சித்தாதி சித்தரெல்லாம் நலமுடனே ரோமரிஷி வந்தாரங்கே
முடிக்கவே சீஷர்முகந் தன்னைநோக்கி முனையாக கேட்கலுற்றார் ரிஷியார்தாமே 4297

தாமேதான் கேட்கையிலே சீஷர்தாமும் தண்மையுடன் தாமுரைப்பார் ரிஷியாருக்கு
போமேதான் சமாதிதனில் சென்றபோது பொங்கமுடன் தாமுரைத்த வர்க்கமெல்லாம்
வேமேதான் மேதினியில் செய்யலாச்சு விருப்பமுடன் மகிமையெல்லாம் நடக்கலாச்சு
ஆமேதான் தாமுரைத்த வர்க்கமெல்லாம் ஐயனே மெய்யாச்சி என்றிட்டாரே. 4298

என்றிட்ட போதையிலே ரிஷியார்தாமும் எழிலான தேகமதை நம்பொண்ணாது
சென்றிட்ட மாகவல்லோ சமாதிக்கேக சட்டமுடன் ரோமரிஷி முனிவர்தானும்
வென்றிடவே சீஷர்களை மிகவிரும்பி விருப்பமுடன் சமாதிக்கு ஏகலாகி
சென்றிடவே பூலோக மாய்கையற்று சிறப்புடனே சமாதிக்கு ஏகினாரே. 4299

மறுபடியும் ரோமரிஷி சமாதிக்கு ஏகுதல்

ஏகவே ரோமரிஷி முனியார்தாமும் எழிலான சமாதிக்குச் செல்வேனென்று
சாகாமல் வையகத்தில் இருந்துமென்ன சட்டமுடன் காயகற்பம் கொண்டுமென்ன
வேகமுடன் சின்மயத்திலிருந்துகொண்டு விருப்பமுடன் வாசியோகஞ் செய்துமென்ன
யோகமது செய்துமல்லோ கோடிகாலம் ஒன்றையுந்தான் காண்பதில்லை தேகவாழ்வே. 4300

வாழ்கவென்றால் லோகமதில் ஒன்றுமில்லை வையகத்தோர் வாழ்வெல்லாம் இந்தவண்ணம்
மூழ்கியே போனார்கள் கோடிமன்னர் மூதுலகில் இருந்தவர்கள் யாருமில்லை
மாழ்கியே நன்னிலையில் நில்லாமற்றான் மதிகெட்டுப்போனவர்கள் கோடியுண்டு
பாழ்கியே லோகமதில் ஆசைவிட்டேன் கைலாயம் எந்தனுக்குக் காணியாச்சே. 4301

ஆச்சப்பா சீஷவர்க்கஞ் சொல்லக்கேளு அப்பனே சமாதிக்குச் சென்றபோது
மூச்சடங்கிப்போனதொரு தேகந்தானும் மூதுலகில் மறுபடியும் வந்துமென்ன
மாச்சலுடன் வையகத்தை யான்மறந்து மண்ணதனில் தேகமதை ஒழிப்பேனென்றும்
பாச்சலுடன் சமாதிக்குப் போறேனென்றும் பான்மையுடன் ரிஷியாரும் இரங்கினாரே. 4302

இறங்கவே சீஷவர்க்கம் எல்லோருந்தான் எழிலாகப் பாறைகொண்டு மூடினார்கள்
உறங்கவே மண்ணுதனில் ரிஷியார்தாமும் உத்தமனார் தேகமதை மேவலாக்கி
மறந்தாரே தேகமதை சொரூபர்தாமும் மானிலத்தில் விட்டொழித்து மண்ணில்சாய்ந்தார்
திறமுடனே சீஷரெல்லா ஆசீர்வாதம் செப்பினார் துரைராஜ வேந்தருக்கே. 4303

வேந்தராம் புலிப்பாணி மைந்தாகேளு விருப்பமுடன் சொல்லுகிறேன் ரிஷியார்தம்மை
சாந்தமுடன் உலகுதனில் யாரிருந்தார் சட்டமுடன் தேகத்தை மறந்தார்சித்தர்
போந்தமுடன் உலகுதனில் யாருமில்லை பொன்னுலகம் பதிபோனார் மாண்பரெல்லாம்
நீத்தவே பொய்யான வாழ்க்கைநம்பி நீனிலத்தில் வெகுகோடி கெட்டார்தாமே. 4304

கெட்டாரே மாண்பரெல்லாம் கோடிகாலம் கெவனமுடன் நாதாக்கள் தெய்வமென்பார்
பட்டாரே பாருலகில் மனிததெய்வம் பாரினிலே மனிதரே தெய்வமானால்
இட்டமொடு இன்னமொரு தெய்வமென்ன எழிலான பூலோக வாழ்க்கையாவும்
சட்டமுடன் இப்படியே இருக்குதல்லால் தாரிணியில் ஒன்றுந்தான் காணோம்பாரே. 4305

கடுவெளி சித்தர் உற்பவம்

பாரேதான் இன்னமொரு மார்க்கங்கேளு பாங்கான புலிப்பாணி மைந்தாபாரு
நேரேதான் எனதையர் காலாங்கி நாதர் நேர்மையுடன் எந்தனுக்கு உரைத்தநீதி
சீரேதான் குளிகைகொண்டு அடியேன்தானும் சிறப்புடனே அஷ்டதிசை சுத்தியல்லோ
வீரேதான் வடக்குமுகம் போகும்போது வீரான கடுவெளியைக் கண்டேன்தானே. 4306

கண்டேனே கானகத்தில் மார்க்கந்தன்னை கடுவெளியாம் என்றதொரு சித்துகண்டேன்
அண்டியே யானுமல்லோ அருகிற்சென்றேன் அங்ஙனவே யாரென்று என்னைக்கேட்க
விண்டதொரு கடுவெளியாஞ் சித்தருக்கு விருப்பமுடன் காலாங்கி சீஷனென்றேன்
பண்டிதங்கள் மிகக்கேட்டு என்னையல்லோ பட்சமுடன் ஆசீர்மம் செய்தார்காணே. 4307

காணவே கடுவெளியாஞ் சித்துதம்மை கனமுடனே அடியேனும் வணங்கியல்லோ
பூணவே காட்டகத்தைக் காணவந்தேன் புனிதமுள்ள ரிஷியாரே விண்ணப்பங்கேள்
தோணவே பவளமென்ற காட்டகத்தை தொல்லுலகில் யான்பார்க்க வேண்டுமென்றேன்
நீணவே அடியேனும் கேட்கும்போது நீதியுடன் எந்தனுக்கு உரைத்தார்தாமே. 4308

போகர் பவளம் விளையும் காட்டைக் கண்டது

உரைத்தாரே கடுவெளியாஞ் சித்தர்தாமும் ஓகோகோ இனமானநாதனென்று
வரையான முறைப்படியே சித்துதாமும் வடகோடி கானகத்தைச் செல்லநன்னி
திரைபோன்ற கடலுக்கு வடக்கேயப்பா தீவாந்திரமானதொரு காடொன்றுண்டு
கரையான வழிதனையே கண்டதில்லை காசினியில் அதிதமப்பா சொல்லொண்ணாதே. 4309

ஒண்ணாது என்றல்லோ சித்துதாமும் ஓகோகோ நாதாக்கள் அறியாக்காடு
குண்ணான மலையதுவும் கூறப்போமோ கூறான கதண்டுகளும் அதிலேயுண்டு
எண்ணவே யாராலும் முடியாதப்பா எழிலான சிங்கத்தின் தலையைப்போல
அண்ணாந்து பார்த்தவரை அங்கேகொல்லும் அத்துவான வடகோடி மலைதானாச்சே. 4310

ஆச்சப்பா மத்தகசந் தன்னைப்போல அழகான கதண்டுகளும் அங்கேயுண்டு
பேச்சப்பா பேசுமுன்னே சிகரம்போகும் பேரான கதண்டுகளும் அங்கேயுண்டு
மூச்சடங்க மேல்விழுகுங் கதண்டுதானும் முனையான குதிரையின் சிரசுபோலாம்
கூச்சலுடன் தானிருக்கும் வனந்தானப்பா குவலயத்தில் கண்டவர்கள் இல்லைதானே. 4311

கதண்டு மகரிஷி வனம்

தானான காலாங்கி சீஷாகேளும் தண்மையுள்ள கதண்டுமகா ரிஷிதானப்பா
கோனான என்பாட்டர் ரிஷிதானாகும் கொற்றவனே கதண்டுமகா ரிஷியாசீர்மம்
தேனான காட்டகத்தைச் சென்றாயானால் தெளிவுடனே உந்தனுக்கு உளவுசொல்வார்
மானான ரிஷிமகா தேவர்தன்னால் மானிலத்தில் பவளமதைக் காணலாமே. 4312

காணலாமென்று கடுவெளி யார்தாமும் கருத்துடனே எந்தனுக்குச் சொன்னாரங்கே
பூணவே அவர்பாதம் பின்னும்யானும் பொங்கமுடன் தொழுதிட்டேன் ரிஷியார்தாமும்
நீணவே எந்தனுக்கு யாசீர்மித்து நீதியுடன் எந்தனையும் அழைத்துமல்லோ
வேணபடி எந்தனுக்கு உதவிசொல்லி விருப்பமுடன் காட்டகத்தைச் சென்றார்பாரே. 4313

கடுவெளி சித்தர் போகரைக் கண்டு மகாரிஷியிடம் அழைத்துக் கொண்டு போகுதல்

பாரேதான் கதண்டுமகா ரிஷியார்பக்கல் பதிவுடனே எந்தனையும் கொண்டுசென்றார்
நேரேதான் கடுவெளியார் சித்துதாமும் நேர்மையுடன் எந்தனுக்கு இதவுகூறி
சீருடனே காலாங்கி சீஷனென்று செப்பிய என்மீதில் கிருபைவைத்து
நீரேதான் இவர்தமக்கு வாசீர்மித்து நீட்டமுடன் வரந்தருக என்றிட்டாரே. 4314

வென்றிட்ட போதையிலே ரிஷியார்தாமும் விருப்பமுடன் உபதேசம் செய்யவென்று
சென்றிடவே தம்பக்கல் அழைத்துமல்லோ சிறப்பான காலாங்கி சீஷனென்று
என்றிடவே இவர்தமக்கு பவழக்காட்டை எழிலாகக் காணுதற்கு வரமும்ஈய
சென்றுமே தமதிடமும் வந்தாரையா சிறப்பான போகரிஷி இவர்தானாச்சே. 4315

கதண்டு மகாரிஷி போகருக்கு பவளக் காட்டைத் தெரிவிப்பது

ஆச்சையா என்குருவே சாமிநாதா அன்புடனே தன்பாதங் காணவந்தோம்
மாச்சலுடன் சீனபதி விட்டுமல்லோ மகத்தான போகரிஷி வந்தாரையா
பேச்சரியா போகரிஷி நாதருக்கு பேரான உபதேசஞ் செய்யவேண்டும்
ஆச்சரிய மானதொரு பவழக்காட்டை அவர்தமக்கு இன்பமுடன் அளிப்பீர்தானே. 4316

தாமென்ற புலிப்பாணி இன்னங்கேளு தகமையுள்ள கதண்டுமகா ரிஷியார்தாமும்
ஆமெனவே காலாங்கி நாதர்தம்மால் அன்புடனே எந்தன்மேல் கடாட்சம்வைத்து
ஏமெனவே ஆசீர்வாதங்கள் சொல்லி எழிலான காட்டகத்தை எந்தனுக்கு
போமெனவே விடைதந்து உளவுஞ்சொல்லி பொங்கமுடன் வரந்தந்தார் ரிஷியார்பாரே. 4317

பாரேதான் காலாங்கி சீஷாகேளு பாங்குடனே சொல்லுகிறேன் உந்தமக்கு
சேரேதான் இவ்வனத்துக் கிழக்கேயப்பா செயலான பவளத்தின் காட்டகந்தான்
நேரேதான் கானாறு குகையுமுண்டு நீடான வாரிதியாங் கடலோரந்தான்
கூறான பவளமது என்னசொல்வேன் கொற்றவனே யாருந்தான் போக்கொண்ணாதே. 4318

ஒண்ணாது காட்டகத்தில் கதண்டுதானும் உத்தமனே உந்தனையுங் கொல்லும்பாரு
அண்ணாந்து பார்த்தாக்கால் சிரசும்போகும் அப்பனே அவ்வனத்தே சொல்லொண்ணாது
மண்ணாளும் ராஜாதிராசர் எல்லாம் மகாவனத்தை வந்துமல்லோ மடிந்துபோனார்
குண்ணான மலைதனையே கண்டபோது கொற்றவனே குலைநடுங்கி இறந்தார்தாமே. 4319

இறந்தாரே லோகத்து மாண்பரெல்லாம் எழிலான காட்டகத்தைச் சென்றுமல்லோ
மறந்தாரே தேகாதி தேகந்தன்னை வையகத்தில் கோடியுண்டு லக்கோயில்லை
துறந்ததொரு ஞானிகளும் மாண்டுபோனார் துப்புரவாய்த் திரும்பிவந்தோர் ஆருமில்லை
சிறந்ததொரு கானகத்தே சென்றாயானால் சீரான பாலகனே மடிவாய்பாரே. 4320

பாரப்பா உந்தனையும் கண்டுதானும் பார்த்தாலே உன்தலையைக் கொண்டுபோகும்
ஊரப்பா அதிலொருவர் போனதில்லை உத்தமனே சிலநாள் இங்கிருந்தாயானால்
சேரப்பா அமாவாசை பட்சந்தன்னில் சிறப்பான கதண்டுகள் எல்லாங்கூடி
ஆரப்பா உபதேசங் கேட்க அப்பனே வருமென்று சொல்லிட்டாரே. 4321

சொல்லவே போகரிஷி முனிவர்தானும் கொற்றவறா வண்ணமது இருக்கவென்று
புல்லவே சிலநாள் இங்கிருந்தேன்யானும் புகழான கதண்டுமகா ரிஷியார்பக்கல்
வல்லதொரு கதண்டுகளாம் கூட்டம்கூடி வண்மையுடன் ஞானோபதேசம் கேட்டு
செல்லவே கானகத்தைப் போகும்சேதி செம்மலுடன் யான்கண்டு நின்றிட்டேனே. 4322

நின்றேனே நெடுநேரங் கால்நடுங்க நேர்மையுடன் கதண்டுமகா ரிஷியார்தாமும்
குன்றான மலைதனிலே இருக்கும்வண்டை கொப்பெனவே தாமழைத்து வினயஞ்சொல்வார்
பன்றான பாலனிவன் யாரென்றாக்கால் பாருலகில் காலாங்கி சீஷனப்பா
தென்றிசையில் மலைகளெல்லாம் தான்கடந்து திக்குஜெயம் பெற்றுவந்த பாலன்தானே. 4323

தானான பாலனுக்கு கடுவெளியார்தாமும் தயவுடனே எந்தனுக்கு நியமஞ்செய்தார்
தேனான கதண்டுகளே உந்தமக்கு தேற்றமுடன் யானுமல்லோ நியமஞ்செய்தேன்
கோனான காலாங்கி நாதர்பேரால் கொற்றவனார் போகரிஷி நாதருக்கு
பானான பவளமென்ற காட்டையல்லோ பார்ப்பதற்கு இடமருளும் என்பார்தாமே. 4324

கதண்டுகள் போகருக்கு அஞ்சலி செய்தது

என்றாரே கதண்டுமகா ரிஷியார்தாமும் எழிலான போகரிஷி நாதருக்கு
குன்றான மலைபோலே கதண்டுவெல்லாம் கொப்பெனவே போகரிஷி நாதருக்கு
நின்றுமே அஞ்சலிகள் மிகவுஞ்செய்து நீதியுள்ள காலாங்கி சீஷருக்கு
சென்றுமே தானழைத்து வனாந்திரத்தில் செம்மலுடன் ஆசனங்கள் கொடுக்கலாச்சே. 4325

ஆச்சப்பா அடியேனும் காட்டகத்தே அன்புடனே எந்தனையுங் கொண்டுசென்று
மாச்சலுடன் கதண்டுகளும் ஒன்றாய்க்கூடி மார்க்கமுடன் பவழக்கால் ஆசீர்மத்தில்
வீச்சுடனே சிம்மாதனம் ஏற்றியென்னை விருப்பமுடன் சங்கீதம்பாடலாச்சு
ஆச்சரிய மானதொரு பவளபீடம் அன்புடனே எந்தனுக்கு தருதலாச்சே. 4326

தந்துமே வடகோடி கானகத்தில் தண்மையுடன் பவளமென்ற காட்டையெல்லாம்
சொந்தமுடன் எந்தனுக்கு உளவுசொல்லி சுத்தமுள்ள சீனபதி பிழைக்கவென்று
அந்தமுடன் எந்தனுக்கு சொல்லியல்லோ அப்பனே அடிவணங்கி தெண்டனிட்டு
வந்ததொரு பாலனுக்கு வதீதஞ்சொல்ல வண்மையெல்லாம் அடியேனும் கண்டிட்டேனே. 4327

கண்டேனே வளமான புதுமையெல்லாம் காட்டகத்தை சுத்தியல்லோ யானுங்கண்டேன்
அண்டர்முனி ராட்சதர்கள் இருக்குங்காடு அழகான பவளமென்ற காடேயாகும்
கொண்டலிடி மேகமது எழும்பும்நாடு கொற்றவர்கள் தாமறியா பவளநாடு
தண்டகா ரணியமது சொல்லப்போமோ தாரணியில் கண்டவர்கள் இல்லைதாமே. 4328

கதண்டு மகாராஜன் கோட்டை கண்டது

தானான கோட்டையது என்னசொல்வேன் தண்மையுள்ள கதண்டுமகா ரிஷியின்கோட்டை
பானான கோட்டைக்குள் சுரங்கமுண்டு பக்கமெல்லாம் பவழத்தால் தூணுண்டு
தேனான மனோன்மணியாள் பீடம்போல தேற்றமுடன் சித்தரமாம் மண்டபந்தான்
கோனான கதண்டுமகா ரிஷியின்பாட்டன் கொற்றவனார் ஆசீர்மந்தனைக் கண்டேனே. 4329

கண்டேனே அடியேனும் ரிஷியார்தம்மை கனமுடனே காணுதற்கு பாலன்தானும்
தெண்டமுடன் ரிஷியாரும் என்னைக்கண்டு தெளிமையுடன் யாரென்று கேட்கலுற்றார்
அண்டியே குருபாதந் தனைவணங்கி அப்பனே ஆதரிக்க வேண்டும்பாரு
சண்டமாருதம் போலேரிஷியார் பாதம் தலைவணங்கி நடுநடுங்கிப் பணிந்திட்டேனே. 4330

பணிந்துமே நிக்கையிலே சீஷவர்க்கம் படைமீறி என்மேலே போர்பொருந்த
அணியணியாய்த் திரள்கூட்டம் அதிகமாகி அங்ஙனவே கொல்லுதற்கு எண்ணங்கொண்டு
துணிவுடனே சுகிப்பதற்கு கிட்டேநேர்ந்து துப்புரவாய் என்மேலே வினையுங்கொண்டு
மணியான யோகீஸ்வரன் முதலோர்தானும் மார்க்கமுடன் எந்தனையும் சூழ்ந்தார்பாரே. 4331

பாரப்பா சீஷவர்க்கம் சொன்னபோது பாருலகில் யானுமல்லோ திடுக்கிட்டேங்கி
தேரப்பா ரதம்போல நின்றுவிட்டேன் தெளிமையுடன் அவர்பாதம் தொழுதேன்நானும்
காரப்பா என்றுரைத்து கரமெடுத்து கர்த்தாவே ரட்சிக்க வேண்டுமென்றேன்
ஆரப்பா காலாங்கி சீஷர்தன்னால் அப்பனே உந்தனையும் மதித்தோம்பாரே. 4332

சீஷர் போகரை மன்னிப்பது

மதித்தோமே காலாங்கி கடாட்சத்தாலே மகதேவர் எங்களுக்கு குருவுமாச்சு
விதிப்படியே அவர்களுக்கு அஞ்சலித்தேன் வீரான சீஷரெல்லாம் மன்னித்தார்கள்
துதிப்புடைய பாலனென்று என்னைத்தானும் துரைராஜ காலாங்கி சீஷனென்று
மதிபோன்ற மனந்தனிலே உன்னியல்லோ மார்க்கமுடன் சினமதுவை நீக்கினாரே. 4333

நீக்கியே எந்தன்மேல் பட்சம்வைத்து நீதியுடன் ஆதரிக்க வேண்டுமென்று
நோக்கமுடன் போகரிஷி முனிவர்தாமும் நொடியான பவமகற்றி காக்கவேணும்
வாகுடனே எந்தனுக்கு வரமுந்தந்து வண்மையுடன் பாதுகாத்து அருளென்றார்பார்
நாக்கமலம் வீற்றிருக்கும் மனோன்மணியாள் பாதம் நன்மையுடன் வணங்கியல்லோ பணிந்திட்டேனே.

பணிந்துமே நிற்கையிலே சீஷர்தாமும் பாங்குடனே எந்தன்மேல் பட்சம்வைத்து
அணிந்ததொரு பவளமென்ற வாரந்தன்னை அப்பனே என்கழுத்தில் சாற்றினார்கள்
துணிந்துமே அடியேனும் தாள்பணிந்து துப்புரவாய் யானுமல்லோ அஞ்சலித்தேன்
கணிந்துமே பவளத்தின் உளவுசொல்லி கருவான வாரிதியைக் காண்பித்தாரே. 4335

கண்டேனே சத்தசாகரமுங் கண்டேன் கனமான பவளமென்ற கடல்தானப்பா
விண்டேனே நாதாக்கள் கைமறைப்பு வேதாந்தத் தாயினது கடல்மறைப்பு
உண்டான மகிமையெல்லாம் யானுங்கண்டேன் ஓகோகோ நாதாக்கள் சூட்சங்கண்டேன்
திண்டான பவளத்தின் விளைவுகண்டு தீரமுடன் சீனபதி ஏகினேனே. 4336

ஏகவே அடியேனும் காட்டைவிட்டு எழிலான சீனபதி போறேனென்றேன்
சோகமுடன் எந்தனுக்கு வெகுமானங்கள் தொல்லுலகில் தான்கொடுத்தார் சீஷவர்க்கம்
வேகமாம் பவளசிம்மா தனங்கள் விருப்பமுடன் எந்தனுக்கு யாவுந்தந்து
போகரென்ற போதனையே மெச்சவேதான் போவென்றார் சீனபதி வந்திட்டேனே. 4337

வந்தேனே காலாங்கி கிருபையாலே வளமுடைய கதண்டுமகா ரிஷியாசீர்மம்
அந்தமுடன் கண்டல்லோ அடியேன்தானும் அடைவான பவளமென்ற கடலைத்தாண்டி
சொந்தமுள்ள சீனபதி தேசத்துக்கு துப்புரவாய் வந்தல்லோ பெண்களுக்கு
விந்தையது தானுரைத்தேன் வெகுசதாக மேதினியில் என்னைமெச்சி அணைத்திட்டாரே. 4338

போகர் சீனபதி பெண்களுக்கு பவளமாலை தரித்தல்

அணைந்துமே சீனபதி பெண்களுக்கு அழகான பவளமென்ற மாலைதன்னை
மணங்கமழும் மார்பதனிற் பதங்கமாலை மார்க்கமுடன் தான்கொடுத்தார் பரிசனந்தான்
இணக்கமுடன் பவளமென்ற கடல்தானப்பா எழிலான காட்டகத்தை தாமுரைத்து
சுணக்கமது வாராமல் சீனத்தார்க்கு சூட்சமதை வெளியிட்டார் போகர்தாமே. 4339

போகர் பவளம் விளைகின்ற அதிசயத்தை சீனர்களுக்குக் கூறல்

தாமான இன்னமொரு கருமானந்தான் தகமையுள்ள சீனபதி உலகத்தார்க்கு
போமெனவே கண்டுவந்த அதிசயத்தை பொங்கமுடன் தாமுரைத்தார் போகர்தாமும்
நாமெனவே எழுகடலுஞ்சுத்தி வந்தேன் நாதாக்கள் மகிமைதனை யானுங்கண்டேன்
நேமெனவே டில்லிக்கு வடபாகத்தில் நேர்மையுடன் ஆசீர்மந் தன்னைக்கண்டேன். 4340

கண்டேனே நாதாக்கள் கண்டதில்லை காலாங்கி நாதருட கிருபையாலே
அண்டர்முனி ராட்சதருங் கண்டதில்லை அவ்வனத்தே மாண்பர்களும் போனதில்லை
தொண்டுசெய்து அடியேனும் வெகுகாலந்தான் தோற்றமுடன் தேசமெல்லாஞ் சுத்திவந்தேன்
விண்டவர்கள் யாரேனுங் கண்டதில்லை வீரான கடுவெளியார் வனந்தானாமே. 4341

வனமான கடுவெளியார் நாடுகண்டேன் வண்மையுள்ள சித்தொளிவைக் கண்டேன்யானும்
தினகரனுங் காணாத ஆசீர்மந்தான் திகழான கடுவெளியார் சித்துநாடு
கிண்ணிடனே மேகமது தங்கும்நாடு புகழான திருப்பாலின் கடலோரந்தான்
மனமுடைய சித்துமகா ரிஷிகள்நாடு மகத்தான கடுவெளியார் சித்துநாடே. 4342

நாடான கடுவெளியார் சித்துநாடு நலமுடனே குளிகையது கொண்டுயானும்
காடான ஆசீர்மந் தன்னைக்கண்டேன் கடுவெளியார் உபதேசம் யானும்பெற்றேன்
தாடாண்மை உள்ளதொரு பலமுங்கொண்டேன் தாக்கான ரிஷியினுட பலத்தினாலே
கோடான கோடிவட கானகத்தில் கொட்பெனவே யாசீர்மம் பார்த்திட்டேனே. 4343

பார்த்தேனே பவளமென்ற கடலோரத்தை பாங்குடனே யான்கண்டு அதிசயித்தேன்
தீர்த்தமுடன் கானாறு குகைதான்சென்று திரளான பவளமென்ற காட்டைக்காண
நேர்த்தியுடன் கடுவெளியார் எந்தன்மீது நேர்மையுடன் அதிசயித்து சொன்னசொல்லை
பூர்த்தியாய் கடுவெளியார் பட்சம்வைத்து புகழாக எந்தனுக்கு விடைசொன்னாரே. 4344

சொன்னாரே எந்தனையுந் தானழைத்து சுத்தமுடன் கதண்டுமகா ரிஷியாருக்கு
மன்னான காலாங்கி நாதர்தம்மை மகத்தான சீடனிவன் போகரென்று
முன்னோர்கள் ரிஷிமுனிவர் துதிக்கும்போகர் மூதுலகில் கீர்த்திபெற்ற சீஷனென்று
பன்னியே பலகாலும் பட்சம்வைத்து பாங்குபெற உத்தாரஞ் செய்தார்பாரே. 4345

சொன்னாரே கதண்டுமகா ரிஷியாருக்கு தோற்றமுடன் எந்தனுக்கு அடவிதன்னை
பொன்னான பவளமது விளையுமார்க்கம் பொங்கமுடன் எந்தனுக்கு அருளவென்று
மன்னவனாம் கதண்டுமகா ரிஷியாருக்கு மார்க்கமுடன் உறுதிமனங் கொள்வதற்கு
பின்னமது வாராமல் எந்தன்மீதில் விருப்பமுடன் பட்சமுடன் விடைதந்தாரே. 4346

தந்தாரே கதண்டுமகா ரிஷியார்தாமும் தாரிணியில் காலாங்கி சீஷனென்று
எந்தன்மேல் கிருபைவைத்து மனதுவந்து எழிலான பவளமென்ற கானகத்தை
அந்தமுடன் எந்தனுக்கு தெரியவேதான் அன்புள்ள கதண்டுகளை தாமழைத்து
இன்பமுடன் காண்பிக்க சொல்லியேதான் இனிமையுடன் உத்தாரஞ் செய்தார்பாரே. 4347

பாரேதான் உத்தாரஞ் செய்தபின்பு பாங்கான கானகத்தில் கதண்டுதானும்
நேரேதான் வடகோடி கானகத்தில் நேர்மையுடன் கதண்டுகளும் காணலாச்சு

சீரேதான் யானைகளின் தலைகள்போலே சிறியதோர் கதண்டுகளைக் கண்டேன்யானும்
வீரேதான் கதண்டுகளும் மெத்தவுண்டு விண்ணிலிடங் கொள்ளாது பயந்திட்டேனே. 4348

இட்டேனே யானையது தலைகள்போல எழிலான கதண்டுகளும் மெத்தவுண்டு
பட்டதொரு சிங்கத்தின் தலைகள்போலே பாங்கான கதண்டுகளும் மெத்தவுண்டு
துட்டமுள்ள குதிரையது தலைகள்போலே தூரான கதண்டுகளைக் கண்டேன்யானும்
விட்டகுறை இருந்ததினால் எந்தனுக்கு வினையதுவும் தொடராமல் வந்திட்டேனே. 4349

வந்தேனே கதண்டுமகா ரிஷியார்பக்கம் வடக்குமுகம் பின்புறமாய் நின்றுகொண்டேன்
சொந்தமுடன் அவர்பாதம் தொழுதுயானும் துரைராசர் பக்கமதில் நின்றுகொண்டு
அந்தமுடன் சிரங்குவித்து அஞ்சலித்து அன்புடனே தொழுதுபண்ணி நிற்கும்போது
விந்தையுடன் கதண்டுமகா ரிஷியார்தாமும் விருப்பமுடன் எந்தனுக்கு வழிசொன்னாரே. 4350

வழியான கதண்டுகளும் எந்தன்மீதில் வண்மையுடன் மனதுவந்து எந்தனைத்தான்
பழியதுவும் நேராமல் எந்தன்மீதில் பட்சமுடன் கதண்டுரிஷி வலுமையாலே
குழியான குண்ணுக்கல் கானார்தம்மில் கொற்றவனே எனையழைத்துப் போகலாச்சு
அழியாத வாசனங்கள் எந்தனுக்கு அன்புடனே தான்கொடுத்தார் பணியலாச்சே. 4351

பணியவே பவளமென்ற வாசீர்மத்தில் பாங்குடனே அடியேனும் வீற்றிருந்தேன்
துணிவுடனே கதண்டுமகா கூட்டத்தோடு துப்புரவாய் எந்தனுக்கு வாசீர்மித்து
அணியணியாய் கதண்டுகளுங் கூட்டங்கூடி அங்ஙனவே எந்தனுக்கு வதீதஞ்சொல்லி
மணியான பவளமென்ற மாலைதன்னை மார்க்கமுடன் எந்தனுக்குக் கொடுக்கலாச்சே. 4352

கொடுக்கவே அடியேனும் பவளம்பூண்டு கொப்பெனவே குளிகையது பூண்டுகொண்டு
விடுபட்டு சீனபதி வந்தேன்யானும் விட்டகுறை இருந்ததொரு வலிமையாலே
தொடுகுறிபோல் பவளமென்ற காட்டகத்தை தொல்லுலகில் வாரிதியைக் கண்டுவந்தேன்
கடுவெளியாஞ் சித்தருட கடாட்சத்தாலே கனமுடனே சீனபதி வந்திட்டேனே. 4353

வந்தேனே சீனபதி மாண்பரேகேள் வகுப்பான பவளமென்ற காட்டகத்தை
அந்தமுடன் யான்கண்டு பவளம்பூண்டு அன்புடனே உந்தனுக்காய் உபதேசிக்க
சொந்தமுடன் எந்நாளும் அனுவுபூண்டு சுத்தமுடன் நீங்களெல்லாம் தேறுதற்கு
விந்தைகளை உந்தனுக்குக் கூறவந்தேன் விருப்பமுடன் கண்டுகொள்ளும் என்றிட்டாரே. 4354

கடுவெளிச் சித்தர் சமாதிக்குப் போதல்

என்றிட்ட போகமுனி ரிஷியார்தாமும் எழிலான சீனபதி விட்டுமல்லோ
குன்றிட்ட குளிகையதை பூண்டுகொண்டு கொப்பெனவே வடகோடி யாசீர்மத்தில்
தன்றிட்ட மாகவல்லோ தரணிமீதில் சாங்கமுடன் குளிகைகொண்டு இறங்கினேன்யான்
சென்றிட்ட வடகோடி கானகத்தில் சேனையுடன் சீஷவர்க்கம் எழுந்திட்டாரே. 4355

எழுந்தாரே கடுவெளியார் சித்தர்தாமும் எழிலான சமாதிக்கு ஏகவென்று
அழுந்தியே பூமிதன்னில் வெகுகாலந்தான் அடக்கமதாய் தானிருக்க எண்ணங்கொண்டு
பழுதுபடா திருமேனி போகர்தம்மை பட்சமுடன் தாமழைத்து சித்துதாமும்
வழுதுணையாய் வெகுகால மிருக்கவென்று வண்ணமுடன் வரமதுவும் கொடுத்தார்தானே. 4356

கடுவெளியார் போகருக்கு புத்தி கூறி சீடரை அழைத்துக் கொண்டு சமாதிக்குச் செல்லுதல்

கொடுத்துமே காலாங்கி சீடருக்கு கொப்பெனவே புத்திமதி அதிகஞ்சொல்லி
அடுத்துமே கண்மணியே போகநாதா அவனியெலாம் குளிகைகொண்டு சுத்திவந்தாய்
தொடுத்ததொரு பூமிவளம் அனேகமுண்டு தொல்லுலகில் கானகத்தில் சபிக்குஞ்சித்து
ஒடுக்கமுடன் தான்சபிப்பார் போகநாதா ஓகோகோ நாதாக்கள் அதீதங்காணே. 4357

காணவே சமாதிக்குப்போறேனப்பா காசினியில் யார்பகையுங் கொள்ளவேண்டாம்
வீணவே சித்துமகா கோடியுண்டு விருதுடனே மடிபிடித்து சண்டைசெய்வார்
மாணமருங் கல்வியுள்ளோர் போலேபேசி மகத்தான நாதவெளி சித்தன்போலே
நீணவே உந்தனிட கரங்கள் வைத்து நீடான உலகமதில் செய்வார்பாரே. 4358

பார்க்கையிலே நல்லவர்போல் பொல்லாரப்பா பாருலகில் சித்தருண்டு ரிஷியுமுண்டு
ஏர்க்கவே நல்லாவின் படத்தைப்போலே எழிலான நாதாக்கள் முனிவருண்டு
பூர்க்கவே படமதனில் விடத்தைக்காணார் புகழான படமதுவும் அழகாய்த்தோன்றும்
ஏர்க்கவே கதைபோல முடியுமப்பா எழிலான சித்தர்களை நம்பொண்ணாதே. 4359

ஒண்ணாது உலகிலுள்ள சித்தரப்பா ஓகோகோ தர்மிகளுங் கருமியுண்டு
எண்ணவே முடியாது எவராலுந்தான் எழிலான சித்தர்முனி மர்மமப்பா
கண்ணபிரான் ஒருநாளும் சிக்கிக்கொண்டு காசினியில் அவர்வலையை நீக்கிக்கொள்வார்
நண்ணவே எப்போதும் போகநாதா நண்புடனே தர்க்கிட்டு வாழ்குவீரே. 4360

வாழ்கவென்றால் லோகமெல்லாங் குளிகைகொண்டு வளமுடனே சத்தசாகரமுங் கண்டேன்
தாழ்கவே அஷ்டதிசை தானுங்கண்டீர் தாக்கான மலையாறு குகைகள் கண்டேன்
மூழ்கியதோர் பிரளயங்கள் எல்லாங்கண்டேன் மூதுலகவையகத்தின் வாழ்க்கை கண்டேன்
மாழ்கியே போகாமல் சிலதுகாலம் மார்க்கமுடன் இருக்கவென்று வரந்தந்தாரே. 4361

தந்தாரே சமாதிக்குப் போறேனப்பா தண்மையுடன் சிலகாலம் இருந்துயானும்
அந்தமுடன் உலகுதனில் வருகும்போது அப்பனே உந்தனையுங் காண்பேனென்று
சிந்தனையில் அவர்மீது பட்சம்வைத்து சிறப்புடனே விடையதுவும் பெற்றுக்கொண்டு
சொந்தமுடன் சீஷர்பதிக் கூட்டத்தோடு சத்தமுடன் சமாதிக்கு ஏகினாரே. 4362

கடுவெளியார் சீடரோடு சமாதிக்குச் செல்லுதல்

ஏகவே சீஷவர்க்கந் தனையழைத்து எழிலான காட்டகத்தைச் சென்றுயானும்
சாங்கமுடன் சமாதிக்கு இடமுந்தேடி சட்டமுடன் குழியதுவுந் தோண்டியேதான்
வேகமுடன் ஓராலின் மட்டங்கீழே விருப்பமுடன் கல்லறையைக் கண்டுசெய்து
தாகமுடன் பாலமுர்தம் உண்பதற்கு சட்டமுடன் தானுழைய வழிவைத்தாரே. 4363

வழியான சமாதிக்கு திடவுகூறி வண்மையுடன் கடுவெளியார் சீஷருக்கு
பழிபாவந் தனைநீக்கி சித்துதாமும் பட்சமுடன் உபதேசஞ் செய்தாரங்கே
குழியான சமாதிக்குப் போகும்போது கொப்பெனவே எந்தனுக்கு மண்டலந்தான்
வழியோடே பால்பழமும் யெனக்குத்தந்து வண்மையுடன் சமாதிதனை மூடிப்போடே. 4364

போடேதான் மண்ணதனை மேலேமூடி பொங்கமுடன் கல்லாலே சமாதிகட்டி
நீடேதான் இருபது ஆண்டுமட்டும் நிலையாக சமாதியிடங் கார்த்திருந்து
தேடவே சமாதியது வெடிக்கும்போது தேற்றமுடன் ஏவலுக்கு முன்னேநின்று
பாடவே உபதேசம் மிகவும்பெற்று பாரினிலே வெகுகாலம் வாழ்குவீரே. 4365

கடுவெளிச் சித்தர் சமாதி மகிமை

வாழ்கவென்றால் சமாதிக்கு சென்றபின்பு வையகத்தில் அதிசயங்கள் மிகநடக்கும்
தாழ்கவே சத்ருசங்காரர் எல்லாம் தாழ்மையுடன் நீதிவழி நடப்பார்பாரு
மீழ்கவே மிருகமெல்லாம் பாஷைபேச மிக்கான பட்சியது வேதங்கூறும்
ஆழ்கவே கடலதுவும் திசைமாறிப்போம் அப்பனே அதிசயங்கள் மெத்தவுண்டே. 4366

உண்டான சத்துருக்கள் வணங்குவார்கள் ஓகோகோ நாதாக்கள் எல்லாங்கூடி
திண்டான சித்துவருங் காலமாச்சு திகழான சமாதிவிட்டு ஏகவென்று
அண்டமது கிடுகிடுக்க ரிஷிகளெல்லாம் அன்புடனே ஏவலுக்கு முன்னேநிற்பார்
வண்டினங்கள் கவிபாடுஞ் சமாதிமுன்னே வருங்கால மாச்சுதென்று நினைத்துக்கொள்ளே. 4367

கொள்ளவே கெர்ப்பமதுக் குள்ளிருக்கும் கூறான சிசுபாலன் வார்த்தைகூறும்
விள்ளவே பரிதிமதி திசைமாறிப்போம் வீரான கோட்களும் அதிரும்பாரு
துள்ளவே ஆதிசேடன் பூமிதன்னில் துடிப்புடனே தோள்மாற்றி நடுங்கச்செய்வான்
அள்ளவே அண்டமது அதிரும்பாரு ஆகாய நட்சத்திரமும் அதிரும்பாரே. 4368

பாரேதான் சமாதியது சுழலும்பாரு பாங்கான சமாதிக்குள் அசரிருண்டாம்
நேரேதான் தெற்குமுகம் அதிசயங்கள் நெருப்பான தேன்மாரி மிகவேபெய்யும்
சேரேதான் மேற்குமுகந் தன்னிலப்பா சிறப்பான மண்மாரி மிகவேபெய்யும்
கூரேதான் சந்தனமும் மலரும்பாரு குறிப்பான செங்கழுநீர் பூக்குந்தானே. 4369

தானான பாரிஜாதம் மலரும்பாரு தாக்கான தேவதா புட்பந்தானும்
மானான மலைதனிலே பூக்கும்பாரு மகத்தான காடெல்லாம் மணமேவீசும்
தேனான கதண்டுகளும் கூண்டைவிட்டு தேன்பொதிக்க காட்டகத்தைச் செல்லும்பாரு
கோனான அரசர்களும் தேனைஉண்ண குவலயத்தில் ஒருவருந்தான் பயப்படாரே. 4370

பயமேது உலகுதனில் ஒன்றுமில்லை பாங்கான புலிபசுவும் ஒன்றாய்க்கூடி
நயமுடனே ஓர்த்துறையில் நீர்குடிக்கும் நண்பான சர்ப்பமது கீரிதானும்
செயமுடனே ஓர்கூண்டில் விளையாடும்பார் செப்பிடவே கெருடனுடன் பாம்புதானும்
தயம்பிடவே கூடிவிளை யாடிருக்கும் தாரிணியில் அதிசயங்கள் காணும்பாரே. 4371

பார்க்கையிலே குருடனவன் கண்திறப்பான் பாங்கான செவிடனுக்குச் சத்தங்கேட்கும்
தீர்க்கமுடன் ஊமையனும் வார்த்தைசொல்வான் திறமான சப்பாணி நடப்பான்பாரு
ஏற்கவே இத்தாதி மகிமையெல்லாம் எழிலாகத் தானடக்கும் வருங்காலத்தில்
ஆர்க்கவே போகருக்கு சொன்னவாக்கு அப்பனே உலகுதனில் நடக்குந்தானே. 4372

தானாக அதிசயங்கள் மிகநடக்கும் தாக்கான சமாதிவிட்டு வருகும்போது
பானான பாறையது வெடிக்கும்பாரு பளிங்கான ஜோதியென்ற சொரூபங்காணும்
தேனான வருஷமது முகுவதாகும் தேவிமனோன்மணியாள் கடாட்சத்தாலே
வேனான சமாதிவிட்டு வெளியில்யானும் விருப்பமுடன் வருவேனென்று இயம்பினாரே. 4373

கடுவெளிச் சித்தர் சமாதிவிட்டு வந்தது

என்னவே கடுவெளியார் சித்துதாமும் எழிலான கெடுவதுவுஞ் சென்றுமேதான்
பன்னவே சித்துவருங் காலமாச்சு பாங்கான சீஷரெல்லாம் வந்திருந்தார்
முன்னமே தாமுரைத்த வாக்கதெல்லாம் மூதுலகில் நிறைவேற நாளுமாச்சு
சொன்னதொரு காலமது முடிவுமாச்சு சுந்தரனார் சமாதியது வெடிக்கலாச்சே. 4374

ஆச்சப்பா சமாதியது வெடிக்கலாச்சு ஆகாகா நாதாக்கள் ஒளிவுதானும்
பேச்சடங்கிப் போனதொரு தேகந்தானும் பேரான மண்ணுலகில் பிறவியாச்சு
மூச்சடங்கி வெகுகாலம் இருந்தசித்து மூதுலகைக் காண்பதற்கு வந்தாரல்லோ
மாச்சலுடன் தேகமது தங்கம்போலாம் மகத்தான ரிஷியாரைக் கண்டிட்டாரே. 4375

கண்டாரே சீடர்களாங் கூட்டவர்க்கம் கனமான கடுவெளியார் சித்துதம்மை
அண்டாத சேனைமுடி மாண்பரெல்லாம் வன்பான சித்தொளிவைக் கண்டுமேதான்
தெண்டமுடன் அடிபணிந்து அஞ்சலித்து தெளிவான நாதவொளி சித்துதம்மை
பண்டுளப செங்கமுனி மாலைதன்னை பட்சமுடன் தான்போட்டு தொழுதிட்டாரே. 4376

இட்டாரே பதாம்புயத்தை பணிந்துமேதான் எழிலான சீஷவர்க்கக் கூட்டத்தோடு
கட்டுடனே அவர்முகத்தைத் தானும்பார்த்து களிப்புடனே அவர்பக்கம் நிற்கும்போது
சட்டமுடன் கடுவெளியார் சித்துதாமும் சாங்கமுடன் சீஷருக்கு உபதேசங்கள்
விட்டகுறை தப்பாமல் சீடருக்கு விருப்பமுடன் உபதேசஞ் செய்திட்டாரே. 4377

செய்தாரே சீடருக்கு உபதேசங்கள் செம்மலுடன் கடுவெளியார் சித்துதாமும்
வையவே சமாதிவிட்டு வெளியேவந்து பாங்குடனே வாசீமந் தன்னிற்சென்று
வெய்யவே கதண்டுமகா ரிஷிபார்தம்மை காணவே மேன்மையுடன் இருக்கவென்று வந்திட்டேனே. 4378

வந்தேனே இன்னமொரு யுகமிருந்து வளமையுடன் சமாதிக்குப் போவேனென்றும்
அந்தமுடன் கதண்டுமகா ரிஷியாருக்கு அன்புடனே வாக்கதுவும் மிகவுங்கூறி
முந்தினதோர் காலாங்கி சீடர்தம்மை மூதுலகில் காண்பதற்கு எண்ணங்கொண்டு
சிந்தனையில் தானினைத்து சித்துதாமும் திட்டமுடன் போகர்தம்மை கேட்டிட்டாரே. 4379

கடுவெளிச் சித்தர் சமாதிவிட்டு வந்தபிறகு போகரைக் கேட்பது

கேட்டாரே சமாதிக்கு முன்னேயப்பா கிருபையுடன் சித்தொருவர் வந்தாரங்கே
நீட்டமுடன் காலாங்கி சீடரென்று நிலையான குளிகையது பூண்டுகொண்டு
வாட்டமுடன் என்றன்முன் வாய்பேசி வளமான பவளமென்ற மாலைபூண்டு
ஓட்டமுடன் சீனபதி போனசித்து உத்தமனே காணவென்று கேட்டிட்டாரே. 4380

கடுவெளியார் பூர்வாக்கியானத்தால் நினைக்கும்போது போகநாதர் குளிகை பூண்டு இறங்கியது

கேட்கையிலே கடுவெளியார் சித்துதாமும் கெவனமுடன் பூர்விக்க கியானத்தாலே
வேட்கமுடன் காலாங்கி சீடனல்லோ வெளிப்பட்டார் குளிகைகொண்டு சீனம்விட்டு
வாட்கமல வர்உத்தில் வீற்றிருக்கும் வண்மையுள்ள கடுவெளியார் சித்துமுன்னில்
ஆட்படைகள் இல்லாமல் ரிஷியார்தாமும் அவனிதனில் குளிகைகொண்டு இறங்கினாரே. 4381

இறங்கியே குளிகைவிட்டு சித்துதாமும் எழிலான கடுவெளியார் முன்னேவந்து
திறமுடனே போகரிஷி முனிவர்தாமும் தீர்க்கமுடன் கடுவெளியார்க்கு அஞ்சலித்து
அறமுடைய தானமது மிகவும்பூண்டு அன்புடனே கடுவெளியார் சித்தருக்கு
உறமுடனே வணக்கமது மிகவும்பூண்டு உத்தமனார் போகரிஷி பணிந்திட்டாரே. 4382

பணியவே கடுவெளியார் சித்தருக்கு பட்சமுடன் அஞ்சலிகள் மிகவுஞ்செய்து
துணிவுடனே போகரிஷி முனிவர்தாமும் துப்புரவாய்க் கடுவெளியார் தம்மைக்காண
அணியான வாசீர்மந்தான் கொடுத்து அன்புடனே பக்கமது சேர்வைகொண்டு
மணியான கண்மணியே போகநாதா மண்டலத்தில் மங்களா வென்றிட்டாரே. 4383

என்றிடவே போகமுனி ரிஷியார்தாமும் எழிலான மங்களா கரமேயென்று
சென்றிடவே பவளமது அடியேன்பூண்டு சேனைபதி திரள்கூட்டஞ் சீனஞ்சென்றேன்
வென்றிடவே சீனபதி மார்க்கத்தார்க்கு விருப்பமுடன் பவளமென்ற காடுரைத்தேன்
இன்றுமுதல் தங்களது வாசீர்மத்தால் எழிலான சீனபதி சுகமென்றாரே. 4384

என்றுமே போகரிஷி முனிவர்தாமும் எழிலான அதிசயங்கள் மிகவுங்கூறி
குன்றின் மேற்சந்திரனும் குவலயத்தில் குதித்தெழுந்த பாலனைப்போல் கூறலாகி
அன்றுமே கடுவெளியார் சித்தருக்கு அன்புடனே வார்த்தையது மிகவுங்கூறி
இன்பமுடன் தாமிருந்தார் ரிஷியார்தாமும் எழிலான கடுவெளியார் முன்னேதானே. 4385

கடுவெளிச் சித்தர் போகருக்கும் சீடருக்கும் சமாதிக்குப் போகிறேன் என்று கூறுதல்

தானான போகரிஷி நாதாகேளும் தாரிணியில் இருப்பதில் பலனொன்றில்லை
தேனான மனோன்மணியாள் கிருபையாலே தேற்றமுடன் உகாந்தவரை அதிசயங்கள்
கோனான குருசொன்ன வாக்கியம்போல் குவலயத்தில் அனேகவித்தை யானுங்கண்டேன்
பானான பாருலகில் இருந்துமென்ன பாரைவிட்டு நீங்குவது நலமென்றாரே. 4386

நலமான வார்த்தையது மிகவுங்கூறி நன்மையுடன் கடுவெளியார் சித்துதாமும்
பலமான தேகமதை நம்பொண்ணாது பாரினிலே இருந்தவர்கள் யாருமில்லை
குலமான பதியைவிட்டு சிலதுகாலம் கொற்றவனே சாதிதனில் இருப்பேனென்று
தலமுடனே கடுவெளியார் சித்துதாமும் சட்டமுடன் போகரிஷிக்கு உரைத்திட்டாரே. 4387

உரைக்கவே சமாதிசென்று வருகுமட்டும் உத்தமனே நீயுமல்லோ அன்புகூர்ந்து
திரைக்கவே சமாதிவிட்டு வருகும்போது தீர்க்கமுடன் உந்தனையும் காணலாகும்

குறையகற்றி உந்தனுக்கு ஆசீர்மங்கள் குறையாமல் மனதுவந்து கூறுவேன்யான்
வரையாது வாக்கதுவும் பொய்யாமற்றான் வன்மையுடன் உந்தனுக்கு போதிப்பேனே. 4388

போதித்து கடுவெளியார் சிதது்தாமும் பொங்கமுடன் சீடருக்குத் தாமுரைத்து
ஆதித்தன் வந்துதிக்கும் வேளைதன்னில் அன்பான சமாதியிட பக்கல்சென்று
வாதித்து சீடருடன் விடையும்பெற்று வளமான குழிதனிலே இறங்கியல்லோ
பேதித்து பாறைதன்னை சீடருக்கு பிரியமுடன் மூடவென்று விடைதந்தாரே. 4389

தந்தாரே சித்துமகா ரிஷியார்தாமும் தகமையுடன் சீஷவர்க்க மானபேர்க்கு
விந்தைதனை மிகவுரைத்து சித்துதாமும் விருப்பமுடன் சீடருக்கு வதீதஞ்சொல்லி
அந்தமுடன் நான்வருகுங் காலந்தன்னில் அதிசயங்கள் மிகநடக்கும் என்றுசொல்லி
சிந்தனையாய்த் தாமுரைத்து மண்ணிற்சென்று சிறப்பான அசரீரி கூறுவாரே. 4390

கூறுவார் சித்துமகா ரிஷியார்தாமும் குணமான சித்தர்வர்க்க மானபேர்க்கு
மாறுடைய தேகமது வருகும்போது மகத்தான வையகத்தில் இடியுண்டாகும்
வீறுடைய மேகமது திரண்டுமேதான் வீரான மாரியது இல்லாமற்றான்
ஆறுதலம் தான்முழுகில் வதீதம்பாரு அவனியெல்லாம் இடியென்ற சத்தமாமே. 4391

சத்தமாங் கோடையிடி போலேகாணும் தகமையுள்ள நீரிடியும் நெருப்பிடியுங்காணும்
நித்தமும் இடிமுழக்க அதிகமாகும் நீடாழி உலகமெலாம் தத்தளிக்கும்
வத்தியே சமுத்திரமும் சலமுங்காணார் வாரிதியும் திசைமாறி நடுங்கும்பாரு
புத்தியுள்ள சீடர்களே மகிமைதோன்றும் புகழான சித்துவரும் நாளுமாச்சே. 4392

நாளான காலமதில் அதிசயங்கள் நாடெல்லாம் செந்நெல்கள் விளையும்பாரு
காடான பூண்டதுவும் பூக்கும்பாரு தருவான மூலிகைகள் கண்ணில் தோற்றும்
மாளாத மாண்பரெல்லாம் சிவயோகங்கள் மானிலத்தில் மிகப்பேசி வன்மைசொல்வார்
தூளான காயகற்ப மூலிதானும் துப்புரவாய் கண்ணிற்குத் தோன்றும்பாரே. 4393

பாரேதான் அதிசயங்கள் மிகநடக்கும் பாரினிலே சித்துவருங் காலந்தன்னில்
நேரேதான் மேற்குமுகந் தன்னிலப்பா நிலையான சூரியனும் உதயமாவான்
சேரேதான் அருந்துதிகள் யாவுந்தானும் செங்கையால் தான்தொடவே கிட்டிருக்கும்
ஊரேதான் குடிபடைகள் யாவுந்தானும் உத்தமர்கள் எந்தனையும் நினைப்பார்தானே. 4394

நினைக்கையிலே யான்வருகுங் காலந்தன்னில் நீதியுடன் சமாதியது வெடிக்கும்பாரு
புனைமேவுஞ் சமாதியது வெடிக்கும்போது புகழான ஜெகஜோதி தோற்றும்பாரு
வினைபோன்ற சடலமது வெளியேயேகி விருப்பமுடன் சித்துமுனி வந்துமேதான்
முனையான மூதுலகோர் நடுநடுங்க உத்தமரும் வெளிதனிலே வந்திட்டாரே. 4395

இட்டாரே சித்துமுனி வந்தபோது எழிலான சீஷவர்க்கங் கூட்டங்கூடி
திட்டமுடன் அவர்பாதம் தொழுதிட்டார்கள் சிறப்பான மாண்பரெல்லாம் வணங்கிநின்றார்
சட்டமுடன் சித்துமுனி சொன்னவாக்கு தாரணியில் மெய்யாச்சு பார்க்கும்போது
வட்டமுடன் கடுவெளியார் சித்துதாமும் வண்மையுடன் லோகஅதிசயங் கேட்டாரே. 4396

கேட்டாரே லோகத்தின் புதுமையெல்லாம் கிருபையுடன் சீஷவர்க்கந் தன்னைநோக்கி
நீட்டமுடன் சமாதிக்கு ஏகுமுன்னே நீதியுள்ள சிறுபாலன் போகநாதன்

வாட்டமாங் காலாங்கி சீடனப்பா வளமான போகரிஷி நாதன்தானும்
ஆட்டமுடன் குளிகையது பூண்டுகொண்டு அன்புடனே வந்தசித்து எங்கென்றாரே. 4397

எங்கென்று கேட்கையிலே போகநாதன் எழிலான குளிகையது பூண்டுகொண்டு
அங்ஙனவே சித்துவனம் நினைக்கும்போது அழகான போகர்முனி வந்திட்டாராம்
புங்கமுடன் சித்துமுனி ரிஷியார்தாமும் புகழான போகரிஷி நாதருக்கு
துங்கமுடன் ஆசீர்மம் மிகவுஞ்செய்து துப்புரவாய் போகருக்கு வளஞ்சொன்னாரே. 4398

சொன்னாரே கண்மணியே போகநாதா துறைகோடி வரைகோடி காலமப்பா
மன்னான பர்வதமே உன்னைக்கண்டு மார்க்கமுடன் முப்பது ஆண்டுமாச்சு
தென்னாகேள் சீனபதிக் குடையவேந்தே சிறப்பாக உன்னையான் கண்டபோதே
முன்னோராங் காலாங்கி நாதசித்து மொழிந்த தொருவார்த்தை எதிரில்லைதானே. 4399

டெல்லிக்குத் தென்கிழக்கே ஜெயமுனி உற்பவம்

தானான இன்னமொரு வயனங்கேளு தகமையுள்ள டில்லிக்கு தெள்கிழக்கே
கோனான அழகாபுரி என்னுமூராம் குறிப்பான பதியொன்று குண்ணுமுண்டு
தேனான மனோன்மணியாள் கடாட்சத்தாலே தோற்றமுடன் புலிப்பாணி மைந்தாகேளு
பானான காலாங்கி கிருபையாலே பாலகனே குளிகைகொண்டு சென்றேன்பாரே. 4400

பாரேதான் குளிகைகொண்டு செல்லும்போது பாங்கான வழிதடமும் அனேகங்கண்டேன்
நேரேதான் டில்லிக்குத் தென்கிழக்கே நேர்மையுடன் குளிகைகொண்டு இறங்கினேன்யான்
சீரேதான் அவ்விடத்தில் உள்ளமாண்பர் சிறப்புடனே எனைவந்து கண்டாரங்கே
ஊரேதான் குருபடைகள் யாவுங்கண்டு உத்தமர்கள் எந்தனுக்கு துதிசொன்னாரே. 4401

துதித்துமே எந்தனிட பக்கம்வந்து துறையோடே முறையோடும் அஞ்சலித்து
மதிப்புடனே எந்தனையும் யாரென்றார்கள் மகத்தான மாண்பரெல்லாங் கூட்டங்கூடி
பதியான மாநகரம் அதிசயங்கள் பாரினிலே இதுவரையில் கண்டதில்லை
ததிதாகத் தோற்றுகுது என்றுமல்லோ புத்தியுடன் மாண்பரெல்லாம் மயங்கினாரே. 4402

மயங்கியே மாண்பரெல்லாங் கூட்டங்கூடி மகத்தான ஜெயமுனிவர் சீடர்பக்கம்
தயங்கியே சீடர்களைத் தானும்பார்த்துத் தாரிணியில் புதுமையிது யாங்கள்கண்டோம்
நயம்படவே சீனபதி தேசம்விட்டு நலமான காலாங்கி சீடன்தானும்
செயமுடனே குளிகைகொண்டு இங்குவந்தார் சீரான மகத்துவங்கள் சொல்லொண்ணாதே. 4403

போகரைக் கண்ட மாண்பர்கள் ஜெயமுனி சீடருக்கு உரைத்தல்

ஒண்ணாது சீடவர்க்க மானபேர்கள் ஓகோகோ நாதாக்கள் யாரோவென்று
நண்ணியே தன்மனதில் தானடக்கி ஏகாந்த சித்தொளிவைக் காணவென்று
எண்ணியே சீஷவர்க்கம் ஆயிரம்பேர் நலமுடனே எந்தனையுங் காணவென்று
வண்ணமுடன் எந்தனை யாரென்றுகேட்க வண்மையுடன் காலாங்கி சீடன்என்றேன். 4404

என்றேனே அடியேனும் சொல்லும்போது எழிலான சீஷவர்க்கம் எந்தனுக்கு
வென்றிடவே காலாங்கி சீடர்களும் வீராகக் கானகத்தில் வரலாமோசொல்
குன்றான மலையுண்டு குகைதானுண்டு குவலயத்தில் மாமுனிவர் கண்டதில்லை
இன்றுநீ வந்ததினால் உந்தனுக்கு எழிலான சாபமது எய்தும்பாரே. 4405

எய்யுமே சாபம்வரும் என்றுமல்லோ எழிலான சீஷவர்க்கம் கூறும்போது
பையவே எந்தனுக்கு பயமுமாகி பாரமுடன் கைசோர்ந்து மெய்யுஞ்சோர்ந்து
நையவே அடியேனுஞ் சீர்தம்மை நடுக்கமுடன் யானுமல்லோ அஞ்சலித்து
துய்யவே காலாங்கி சீடனென்றேன் துரைராசர் எந்தனையும் மன்னித்தாரே. 4406

மன்னித்து எந்தனுக்கு சாபந்தன்னை மதிப்புடனே ஜெயமுனிவர் பக்கம்சென்று
கன்னியமாய் ஜெயமுனிவர் தன்னைநோக்கி கர்த்தாவாம் சித்துமுனி அடிபணிந்து
இன்னிலத்தில் சீனபதி மனிதன்தானும் எழிலான குளிகையது பூண்டுகொண்டு
துன்னீலங் கண்ணானாம் போகநாதன் துப்புரவாய்க் காணவல்லோ வந்திட்டாரே. 4407

போகர் ஜெயமுனியைக் கண்டது

வந்தாரே போகரிஷி என்றுதாமும் வளமாகத் தாமுரைத்தார் சீஷவர்க்கம்
அந்தமுடன் ஜெயமுனிக்குக் கூறும்போது அன்புள்ள ஜெயமுனிவர் ரிஷியார்தாமும்
சொந்தமுடன் ரிஷியாரும் அன்புகூர்ந்து சுத்தமுடன் எந்தனையும் வரவழைத்து
சிந்தனையாய் காலாங்கி சீடாகேளு சிற்பரனே வந்ததினால் குற்றமாச்சே. 4408

ஆச்சப்பா போகமுனி சொல்லக்கேளும் அன்பான என்வார்த்தை உந்தனுக்கு
பாச்சலுடன் சீனபதி விட்டுமல்லோ பாருலகில் வந்ததொரு அதிசயங்கள்
மாச்சலுடன் என்ன அதிசயங்கள்காண மன்னவனே ஏன்வந்தாய் என்றுகேட்க
நீச்சமுடன் அடியேனும் மிகநடுங்கி நிஷ்களமாய்த் தானுரைத்தேன் உண்மைதானே. 4409

உண்மையாய் அடியேனும் உரைத்தபோது உத்தமனார் ஜெயமுனியார் எந்தனுக்கு
நன்மைபெற உபதேசம் மிகவுஞ்செய்து தீரமுடன் சகலகலைக் கியானமெல்லாம்
வண்மையுடன் எந்தனுக்கு உபதேசித்து வகையான தொகைமானம் சொல்லிட்டாரே. 4410

சொல்லவே அடியேனும் மனதுவந்து துப்புரவாய் ஞானந்தனை மறந்து
வெல்லவே மெய்ஞ்ஞான முட்புகுந்து மேதினியில் யானுமொரு சித்தனாகி
சல்லியங்கள் சாத்திரங்கள் மிகவும்கற்று தாரிணியில் கருவாளி யானுமாகி
தெள்ளியமாய் வித்தைதனில் முதல்வனாகி தேசத்தில் வஞ்சனமாஞ் சித்தானேனே. 4411

போகர் சல்லிய வித்தை செய்தது

சித்தானேன் சிலகாலஞ் சென்றுயானும் ஜெயமுனிவர் பாதார விந்தத்தாலே
சத்தான லோகமதில் இருக்குந்தானம் தகமையுள்ள நிதிகளெல்லாந் தானெடுக்க
எத்தனங்கள் மிகச்செய்து புனிதவானாய் எழிலான சாத்திரத்தைக் கையிலேந்தி
முத்தான உலகமெலாம் மிகமதிக்க உத்தமனே திரிந்தேனே போகர்தானே. 4412

போகரென்று சொல்லவென்றால் லோகந்தன்னில் பொங்கமுடன் கண்டவர்கள் தானடுங்க
யோகமுடன் திக்கெல்லாம் திரண்டுமல்லோ எந்தனையுங் காணுதற்கு வெகுஜனங்கள்
சாங்கமுடன் கண்டல்லோ அடியேனுக்கு சட்டமுடன் சோடசோப சாரஞ்செய்து
வேகமுடன் நிதியெடுக்க எந்தனைத்தான் மேதினியில் அழைத்தவர்கள் கோடியாமே. 4413

கோடியாம் நிதியெடுக்க என்னைத்தானும் கொற்றவர்கள் கூட்டியல்லோ தேசந்தன்னில்
நீடியே திரவியங்கள் கண்டெடுக்க நிட்களமாய் உறுதிமிகப் பாடுசெய்து
நாடியே சாத்திரத்தி னுளவுபார்த்து நாதாந்த சித்தொளிவை மனதிலெண்ணி
வாடியே திரியாமல் அடியேன்தானும் வண்மையுடன் கொடுக்கலுற்றேன் நிதிகள்தானே. 4414

கானான நிதிகளது எடுக்கலென்ன தட்சணமும் மலையமுனி வாசீர்மத்தில்
கேனான குருக்கள்முதல் சித்துயாவும் கூட்டியே எனையழைத்துக் கொண்டுசென்றார்
மானான மனோன்மணியாள் கிருபையாலே மகத்தான நிதியெடுக்கச் சென்றேனங்கே
தேனான தென்மலையாங் கடலோரத்தில் தேற்றமுடன் யான்சென்றேன் பதிதானுண்டே. 4415

உண்டான பொதிகைமலை தன்னிலப்பா உத்தமனே சல்லியசாத்திரத்தின் மார்க்கம்
கண்டுமே அடியேனும் மிகவாராய்ந்து கருத்துடனே தானெடுத்தேன் கோடியுண்டாம்
வண்டமிழ்சொல் வங்கத்தார் கூட்டங்கூடி வளமான நிதிகளெல்லாம் எனக்குப்பாதி
கொண்டுபோ மென்றுசொல்லி விடைதந்தார் கொற்றவர்கள் சங்கத்தார் புலவர்தாமே. 4416

தாமான நிதிகளெல்லாம் அடியேன்தானும் தன்மையுடன் ஜெயமுனிவர் பக்கமாக
பூமானாம் ரிஷியின் மகாதேவர்பக்கம் பொங்கமுடன் கொண்டல்லோ ஒப்பிவைத்தேன்
சாமான மானதொரு திரவியத்தை சட்டமுடன் எந்தனுக்காய் கொடுத்துவிட்டார்
ஆமானமாகவே அடியேன் தானும் அன்புடனே சீனபதிக் கொண்டுசென்றேனே. 4417

சென்றேனே திரவியங்கள் அனைத்துமல்லோ சிறப்புடனே யானுமல்லோ சீனத்தார்க்கு
குன்றான திரவியங்கள் செம்பொன்னெல்லாம் கொட்டினேன் மலைபோல தங்கமப்பா
என்றன்மேல் பட்சம்வைத்து நிதிகள்தம்மை எழிலாகத்தான் கேட்டார் சீனத்தார்கள்
வென்றிடவே ஜெயமுனிவரைக் கண்டேன் வேதாந்த ரிஷியாரும் அருள்செய்தாரே. 4418

அருளான மகிமையது மெத்தவுண்டு அன்பான சீனபதி மார்க்கத்தோரே
பொருளான திரவியங்கள் எடுப்பதற்கு பொங்கமுடன் வித்தைமிகக் கற்றுவந்தேன்
தெருளான தேசமெல்லாம் திரிந்துமேதான் தேற்றமுடன் தென்பொதிகை கொண்டுசென்றார்
இருளான காட்டையதை யான்கடந்து எழிலான தென்பொதிகை கண்டிட்டேனே. 4419

கண்டேனே பொதிகைமலை கடலோரந்தான் கானாறு ஓடைமுதல் தான்கடந்து
அண்டமுனி ராட்சதர்கள் காணாநாடு அழகான தென்பொதிகை சாரலப்பா
தண்டலங்கள் தாமறியார் கடலோரந்தான் தகமையுள்ள சாரலது கொண்டுசென்றார்
விண்டலமும் அறியாத குண்ணுவப்பா வீராறு சுனையருகில் சென்றேன்பாரே. 4420

பாரேதான் சல்லியத்தின் சாத்திரந்தான் பாங்கான கணிதமென்ற படிதானப்பா
நேரேதான் பாதனங் கிழக்குதன்னில் நேர்மையுடன் வஞ்சனத்தைப் பார்க்கும்போது
சீரேதான் திரவியங்கள் கிடாரவைப்பு சிறப்பான மலைதனிலே கோடியுண்டு
சூரேதான் வைப்பதனை சல்லியத்தால் கொற்றவனே எடுத்தேனே கோடியாமே. 4421

கோடியென்ற பொன்னையெல்லாம் உந்தமக்காய் கொப்பெனவே கொண்டுவந்தேன் என்றுரைத்தேன்
வாடியே திரியாமல் மனம்விடாமல் மகிதலத்தில் உங்களுக்கு குறைவுநேரா
நீடியே யுகாந்தவரை செல்வந்தானும் நீட்சியுடன் குறையாமல் செய்துவைத்தேன்
ஆடியே அகஸ்தியனார் மலையிலப்பா அன்பான திரவியத்தின் மகிமைதானே. 4422

போகர் சொர்ணகிரியில் நிதி கண்டது

மகிமையாம் இன்னமொரு மார்க்கஞ்சொல்வேன் மகத்தான நிதியனைத்துங் கோடியுண்டு
அகிலமெலாந் தானெடுத்து அப்பாகேளும் அன்புடனே உங்களுக்காய் அளிப்பேன்என்றேன்
சகலமுடன் மாண்பர்களும் வினயங்கேட்டு சட்டமுடன் சாத்திரத்தைக் கேட்கலுற்றார்
விகிதமுடன் சாபமது நிவர்த்திசெய்து வெத்தியுடன் யான்கொடுப்பேன் என்றிட்டேனே. 4423

இட்டேனே சீனபதி உலகத்தார்க்கு எழிலான திரவியத்தின் பெருமைசொன்னேன்
சட்டமுடன் சாத்திரத்தை இதவுகேட்டு சாங்கமுடன் சாபமதை நிவர்த்திசெய்து
வட்டமுடன் யான்தருவேன் என்றுரைத்து மனமான உறுதிமொழி மிகவுங்கூறி
திட்டமுடன் சொர்ணகிரி பேரும்சென்றேன் தீரமுடன் சீஷவர்க்கங் காட்டினேனே. 4424

கண்டேனே சீஷவர்க்கம் ஆயிரம்பேர் கருவான மாண்பர்களுக்கு எந்தனைத்தான்
கெண்டமுடன் அஞ்சலிகள் மிகவுஞ்செய்து தோற்றமுடன் யாரென்று கேட்கலுற்றார்
உண்டான சாத்திரத்தின் உண்மைசொன்னேன் உத்தமர்கள் எந்தனையும் மெச்சியேதான்
கொண்டனைத்து சொர்ணகிரி சித்தர்பக்கம் கொப்பெனவே கொண்டுபோய் விட்டார்காணே. 4425

காணவே அடியேனை சித்துதாமும் கனமுடனே எந்தன்மேல் பட்சம்வைத்து
கூணவே ஆசீர்மந்தான்கொடுத்து பொங்கமுடன் எந்தனையும் யாரென்றென்ன
காணவே அடியேனும் சீனம்விட்டு நலமுடனே சொர்ணகிரி வந்தேனென்றேன்
பாணமுள்ள காலாங்கி சீடனென்றேன் கைதொழுது மெய்வணங்கி கலங்கினேனே. 4426

கலங்கியே நிற்கையிலே ரிஷியார்தாமும் கருணையுடன் எந்தனுக்கு ஆசீர்மங்கள்
துலங்கவே தான்கொடுத்தார் எந்தனுக்கு துப்புரவாய் அடியேனும் மீதிருந்து
விலங்கவே சல்லியமாஞ் சாத்திரத்தை விருப்பமுடன் யானுரைத்தேன் ரிஷியாருக்கு
நலமுடனே சல்லியங்கள் கூறும்போது நாதாந்த சித்தொளிவும் மதித்தார்பாரே. 4427

மதிப்புடனே ரிஷியாரும் சொல்லும்போது மார்க்கமுடன் உரைத்தேனங்கே
பதியான பதிவிட்டு திரவியங்கள் பட்சமுடன் இவ்விடத்தில் வந்தேன்யானும்
நிதியான திரவியங்கள் கோடானகோடி நீட்சியுடன் எடுப்பதற்குக் கையுமில்லை
விதியான முறைப்படியே சாத்திரத்தை விருப்பமுடன் போதித்து எடுப்பேன்தானே. 4428

போகர் சொர்ணகிரியில் நிதி எடுத்தது

எடுப்பேன் என்றுஉரைக்கையிலே ரிஷியார்தாமும் எந்தனுக்கு விடைதந்தார் உண்மையாக
ஒடுக்கமுடன் நானுமல்லவோ சல்லியத்தை உத்தரித்தேன் சொர்ணகிரி மலையிலப்பா
அடுத்துமே அஞ்சனத்தைப் போடும்போது அதல பாதாள பூதமெல்லாம்
தடுத்துமே பூதமெல்லாங் கிடாரந்தன்னை தட்டழிந்து கெடுப்பதற்கு எண்ணமாச்சே. 4429

எண்ணங்கள் மிகக்கொண்டு பூதமெல்லாம் எழிலான அனுமாரை அடித்துத்தள்ளும்
குண்ணருகே கிடாரத்தைச் சுத்தியல்லோ கூறவே முடியாது பூதங்காவல்
அண்ணமுடன் சல்லியங்கள் பார்க்கும்போது அஞ்சனா தேவிதன் பூசையாலே
திண்ணமுடன் எடுப்பதற்கு தைரியங்கள் திறமான சல்லியத்தில் செப்பலாச்சே. 4430

செப்பவே சல்லியங்கள் கூறும்போது செம்மையுடன் பின்னும்யான் உச்சரித்தேன்
அப்பாலே பூதமெல்லாம் நடுநடுங்கி அம்மலையை விட்டுமல்லோ ஏகலாச்சு
ஒப்பவே எந்தனுக்கு நிதிகளெல்லாம் ஓகோகோ பூதங்கள் கொடுக்கலாச்சு
தப்பிதங்கள் நேராமல் நிதியனைத்தும் நிரங்கமுடன் ரிஷியாருக்கு ஒப்பித்தேனே. 4431

ஒப்பித்தேன் வரைகோடி தங்கக்காசு ஓகோகோ ராமருட வைப்புவல்லோ
இப்புவியில் ராமருட வராகனப்பா எவர்காண்பர் விதியாளி கண்டேனல்லோ
செப்பிடவே சிவராச ரிஷியார்தாமும் திறளான நிதியனைத்தும் கண்ணாற்கண்டு
ஒப்புறவே எந்தனுக்கு பாதிதந்தார் உத்தமனார் ரிஷியாரும் உண்மைபாரே. 4432

பாரேதான் புலிப்பாணி மைந்தாகேளு பட்சமுடன் எந்தனுக்கு ரிஷியார்தாமும்
நேரேதான் இடைபாதி எனக்குத்தந்தார் நேர்மையுடன் திரவியங்கள் அனைத்துமல்லோ
தேரேதான் செம்பொன்னின் வராகந்தன்னை தேற்றமுடன் எந்தனுக்குத் தகமைசூர்ந்து
ஊரேதான் கொண்டுபோக எனக்குச்சித்து உத்தமனார் உத்தாரந் தந்திட்டாரே. 4433

தந்தவுடன் அடியேனும் நிதிகளெல்லாம் தன்மையுடன் *சீனபதி* கொண்டுசென்றேன்
சொந்தமுடன் *சீனபதி* மாந்தருக்கு சொர்ணமென்ற நிதியனைத்தும் கொடுத்தேன்யானும்
வந்ததொரு மாண்பரெல்லாம் நிதியைக்கண்டு வளமுடனே எந்தனையும் விசாரித்தார்கள்
இந்ததொரு திரவியத்தின் பெருமைதன்னை எவராலுஞ் சொல்ல நாவில்லைதானே. 4434

தானான திரவியத்தின் பெருமைதன்னை தாரணியில் வெகுமாண்பர் கண்டதில்லை
தேனான மனோன்மணியாள் கடாட்சத்தாலே தேடிவைத்த நிதிகளெல்லாம் கண்டாராய்ந்தேன்
பானான உலகுதனில் சல்லியத்தின் ரெங்கான சாத்திரத்தைக் கண்டாராய்ந்தேன்
மானான *சீனபதி* மார்க்கத்தோர்க்கு மகத்தான திரவியங்கள் கொடுத்திட்டேனே. 4435

இட்டேனே வெகுகோடி திரவியங்கள் எழிலான *சீனபதி* மாண்பருக்கு
திட்டமுடன் யான்கொடுத்தேன் கோடானகோடி தீரமுடன் *சீனத்துப்* பெண்களுக்கு
சட்டமுடன் *சீனத்துப்* பெண்களுக்கு சாங்கமுடன் யான்கொடுத்த நிதியினாலே
பட்டமுடன் நிதியதுவும் வந்தவாறு பட்சமுடன் எந்தனையும் கேட்டார்பாரே. 4436

கேட்டதொரு பெண்களுக்கு யானுமல்லோ கிருபையுடன் மனங்களித்து சொன்னேன்யானும்
வாட்டமுடன் குளிகைகொண்டு லோகஞ்சுத்தி வண்மையுடன் வெகுமலைகள் கண்டாராய்ந்து
நீட்டமுடன் நிதியினுட வாசீர்மங்கள் நீட்சியுடன் யான்சென்று தொண்டுசெய்து
நாட்டமுடன் அவர்பணிக்கு முன்னேநின்று நலமான வாசீர்மம் பெற்றேன்தானே. 4437

தானான வாசீர்மம் பெற்றுமேதான் தகமையுள்ள சல்லியமாஞ் சாத்திரத்தை
கோனான எனதையர் காலாங்கிநாதர் கொற்றவனார் தன்பாகக் கடாட்சத்தாலும்
தேனான மனோன்மணியாள் கிருபையாலும் தேர்ந்தெடுத்தேன் சல்லியமாங் கோர்வைநூலை
பானான வையகத்தில் நூலைக்கொண்டு பார்த்தேனே மலைமுதலும் வளங்கள்தானே. 4438

வளமான மலைதோறும் யானும்சென்று வண்மையுடன் நிதிகளெல்லாம் கண்டெடுத்தேன்
தளமுடனே சொர்ணமென்ற கிரியில்யானும் சட்டமுடன் சல்லியமாஞ் சாத்திரத்தில்
அளவுடனே மையதனைத் தீட்டியேதான் அன்புடனே ராமர்வைத்த வைப்புதன்னை
களவுடனே பூதமதை அகற்றிப்போட்டு காசினியில் திரவியங்கள் பெற்றேன்பாரே. 4439

பாரேதான் ராமருட வராகந்தன்னை பாங்கான முத்திரையுடன் எடுத்தேன்யானும்
நேரேதான் ராமருட அடையாளங்கள் நெடிதான முத்திரையாந் தங்கக்காசு
சீரேதான் கிடாரவைப்பு கண்டெடுத்து சிறப்புடனே உங்களுக்காய் கொண்டுவந்தேன்
வேரேதான் மற்றோரால் எடுக்கப்போமோ விருப்பமுடன் நான்கண்டேன் உண்மைதானே. 4440

ஸ்ரீராமர் முத்திரை வராகனைக் கண்டு சீனத்தார் தங்கக்காசு செய்தது

தானான ராமருட வராகந்தன்னை தகமையுள்ள சீனபதி தேசத்தார்கள்
மானான செம்பொன்னின் காசுதன்னை மகத்தான முத்திரையுந் தனமுங்கண்டு
தேனான தென்பொதிகை சாரல்தன்னில் சிறப்புடனே தானெடுத்த தங்கக்காசு
கோனான எனதையர் காலாங்கிநாதர் குறிப்புடனே சொன்னதொரு காசுமாமே. 4441

காசான செம்பொன்னின் தங்கக்காசு கருவாகக் கண்டல்லோ சீனத்தார்கள்
நேசமுடன் ராமருட வராகன்போலும் நேர்மையுடன் ராஜாதிராஜன் போலும்
பாசமுடன் பரங்கியென்ற தங்கக்காசு பலப்பலவாம் தேசமதில் செய்யலாச்சு
மாசில்லா தங்கமது தசமாற்றாக மன்னவராஞ் சீனபதி அமைத்திட்டாரே. 4442

அமைத்தாரே பலப்பலவாம் வர்ணமாகும் அப்பனே சீனபதி மார்க்கத்தோர்கள்
சமைத்தாரே மதியாலே காசுதன்னை சட்டமுடன் தானமைத்தார் வினோதங்கோடி
இமையாமல் ரூபமதைத் தானழைத்து எழிலான ராஜாதி மாண்பருக்கு
சுவைபோலும் தங்கமென்ற காசுதன்னை சூட்டினார் நாவில்லை சொல்லொண்ணாதே. 4443

ஜெயமுனி சமாதிக்குச் செல்லல்

ஒண்ணாது இன்னமொரு மார்க்கஞ்சொல்வேன் ஓகோகோ நாதாக்கள் மகத்துவந்தான்
எண்ணாது புலிப்பாணி மைந்தாகேளு எழிலான காலாங்கி சொன்னநீதி
திண்ணமுடன் தேசமெலாஞ் சுத்தியல்லோ தேற்றமுடன் ஜெயமுனியைக் கண்டேன்யானும்
வண்ணமுடன் வெகுகாலம் இருந்தசித்து மார்க்கமுடன் சமாதிதனைக் காண்பேன்பாரே. 4444

காணவே போகருஞ் சொல்லும்போது கருவான ஜெயமுனிவர் சீஷவர்க்கம்
பூணவே ஜெயமுனிவர் சித்துதாமும் புகழான சீஷவர்க்கந் தனையழைத்து
தோணவே எந்தனுக்கு சமாதிதானும் துப்புரவாய் யானடைய மனமுங்கொண்டேன்
நீணவே காசினியில் ஆசையற்றேன் நிட்களமாய் சமாதிசெல்வேன் என்றிட்டாரே. 4445

இட்டாரே ஜெயமுனிவர் சித்துதாமும் எழிலான வடகோடி கானகத்தில்
திட்டமுடன் தென்பொதிகை சாரல்தன்னில் திகழுடனே சமாதிக்கு இடமுந்தேட
வட்டமுடன் சீஷவர்க்கம் மனதுவந்து மகத்தான சமாதியது இடமுந்தேடி
அட்டமுடன் குழியதுவும் தோண்டியேதான் அழகான சமாதியது கட்டிட்டாரே. 4446

கட்டவே சமாதியது என்னசொல்வேன் கைலாச ஜெயமுனிவர் சித்துதாமும்
திட்டமுடன் சமாதிக்குச் செல்வேனென்று சிறப்புடனே சீஷவர்க்கந் தனையழைத்து
மட்டவிழ்கொள் மாண்பர்களே சீமானேகேள் மகத்தான சமாதிக்குச் செல்லப்போறேன்
இட்டமுடன் கிட்டிருந்து நீங்களெல்லாம் எழிலான சமாதிதனை மூடிப்போடே. 4447

ஜெபமுனிவர் சமாதியில் சென்றபோது அசரீரி வாக்கு

போடென்று சொல்லுகையில் சித்தர்தாமும் பொங்கமுடன் சீஷவர்க்கம் கிட்டிருந்து
கூடேதான் உபவாசந் தானிருந்து கொற்றவனார் ஜெயமுனிவர் சித்துதாமும்
வீடேதான் கற்பாறை மேலேமூடி விருப்பமுடன் மண்ணதனை மேலேதூவி
சாடவே சமாதியது பொதித்துமேதான் சட்டமுடன் செய்யவென்று மொழிசொன்னாரே. 4448

சொன்னாரே ஜெயமுனியார் சித்துதாமும் தோற்றமுடன் அசரீரி கூறலாச்சு
மன்னாகேள் நான்வருகுங் காலந்தன்னில் மகத்தான அதிசயங்கள் மிகநடக்கும்
இன்னிலத்தில் குருடரெல்லாங் கண்திறப்பார் எழிலான ஊமைகளும் பேசுவான்பார்
பன்னவே சப்பாணி நடப்பான்பாரு பாருலகில் செவிடன்ஒலி கேட்குந்தானே. 4449

தானான தேன்மாரி பொழியும்பாரு தண்மையுள்ள பிரளயங்கள் அதிகங்காணும்
கோமானாம் வேந்தர்களும் போரேசெய்வார் குவலயத்தில் மாண்பரெல்லாம் போரில்மாள்வார்
தேனான மனோன்மணியாள் தேசம்மாறி திசைகெட்டு பதிகெட்டு திரும்பிநிற்பார்
பானான உலகமெல்லாம் என்னைப்போற்றி பட்சமுடன் துதிசெய்வார் காண்பீர்தானே. 4450

காணவே இருபது ஆண்டுமட்டும் காசினியை யான்மறந்து சமாதிநின்று
பூணவே நான்வருகுங் காலந்தன்னில் புகழாக சீஷவர்க்கம் எல்லாருந்தான்
வேணவே சமாதிவிட்டு வருகும்போது விருப்பமுடன் என்பக்கம் நின்றுமல்லோ
மாணவே சமாதியது வெடிக்கும்போது மண்டலத்தில் பாறையது வெடிக்கும்பாரே. 4451

பாரேதான் சித்துவருங் காலந்தன்னில் பாருலகில் சீஷவர்க்கம் எல்லாருந்தான்
நேரேதான் சமாதியது வெடிக்குமுன்னே நேர்மையாந் திருக்கூட்ட மாண்பரோடும்
சீரேதான் சமாதியது முன்னேநின்று சிறப்பான சித்துவருங் காலமென்று
தீரேதான் வெகுகோடி மாண்பராலே தீர்க்கமுடன் சமாதியிடம் இருந்தார்தாமே. 4452

இருந்தாரே கோடிவர்க்க சேனையோடு எழிலான சமாதியது முன்னேநிற்க
பொருந்தவே சமாதியது வெடித்துமல்லோ பொங்கமுடன் நாதாந்த சித்துதாமும்
திருந்தவே காயாதி கற்பங்கொண்ட தேகமது ஜெகஜோதி மின்னல்போல
வருந்தவே சித்துமகா ரிஷியார்தாமும் வையகத்தில் வந்ததொரு வண்மைபாரே. 4453

ஜெயமுனிவர் இரண்டாவது சமாதிக்குச் செல்லல்

வண்மையாஞ் செயமுனியார் சித்துதாமும் வையகத்தை தான்மறந்து வந்துமல்லோ
உண்மையாய் தேகமது இருந்துமென்ன ஓகோகோ நாதாக்கள் கோடிப்பேர்கள்

திண்மையுடன் வையகத்தை மறந்துமல்லோ திகழான சமாதிக்குச் சென்றார்தாமும்
பன்மையாய் நான்சிலது காலந்தன்னில் பட்சமுடன் சமாதிக்குப் போகநன்றே. 4454

நன்மையுடன் சமாதிக்குப் பின்னுமோர் நாதாந்த சொரூபரங்கே மனதுவந்து
வன்மைசெறி பாக்கியமும் நாடுதானும் வளமான நன்னகம் தான்மறந்து
துன்மையெனும் வையகத்தில் வாழ்க்கையற்று துப்புரவாய் சமாதிக்குப் போறேனென்று
தன்மையாம் சித்துமுனி சொரூபானந்தர் சட்டமுடன் சமாதிக்கு ஏகினாரே. 4455

ஏகவே செயமுனியார் சித்துதாமும் எழிலான சமாதிக்குப் போகவென்று
சாகமுடன் திருபாலின் கடலோரந்தான் சட்டமுடன் சமாதிக்கு ஏகவென்று
நாகமுடன் சீஷவர்க்கக் கூட்டத்தோடு நலமுடனே சமாதிக்கு முன்னதாக
பாகமுடன் ஜெயமுனிவர் சித்துதாமும் பட்சமுடன் சீஷரொடு சென்றிட்டாரே. 4456

சென்றாரே ஜெயமுனிவர் சித்துதாமும் செழிப்பான சமாதியது தோண்டவென்று
நின்றதொரு சமாதியது தோண்டியல்லோ நிட்களமாய் கல்லாலே அறையுண்டாக்கி
வென்றிடவே கற்பாறை தானமைத்து விருப்பமுடன் சீஷவர்க்க மாண்பரோடு
கன்றாமல் ஜெயமுனிவர் சித்துதாமும் காசினியை யான்மறந்து ஏகினாரே. 4457

ஏகவே சமாதிக்குச் செல்கவென்று எழிலான ஜெயமுனிவர் சித்துதாமும்
பாகமுடன் சமாதிதனில் இறங்கியல்லோ பட்சமுடன் சீடருக்குக் கூறலுற்றார்
வேகமுடன் கற்பாறை மூடிப்போட விருப்பமுடன் சீஷவர்க்கம் உரைத்தபோது
தோகமுடன் சீஷவர்க்கம் எல்லாம்கூடி தோறாமல் பாறைதனை மூடிப்பாரே. 4458

மூடவே ஜெயமுனிவர் சித்துதாமும் முனையான சமாதிதனில் இருந்துகொண்டு
நீடவே அசரீரி வாக்குதானும் நிட்களமாய் தானுரைத்தார் சீடருக்கு
கூடவே முப்பது ஆண்டுமட்டும் குறையாமல் பூமிதனில் இருந்துகொண்டு
ஆடவே வையகத்தை யான்மறந்து அவனிதனில் வருவேனென்று உரைத்திட்டாரே. 4459

உரைத்துமே சிலகாலம் சென்றபின்பு ஒகோகோ நாதாக்கள் சித்துதம்மால்
திரைப்புடனே மறுபடியும் வருவேனென்று திட்டமுடன் ஜெயமுனியார் சொன்னவாக்கு
நிரைப்புடனே முப்பது ஆண்டுசென்று நேர்மையுடன் சீஷவர்க்கம் வந்துநிற்க
மறைப்பில்லா சித்துமுனி நாதர்தாமும் மார்க்கமுடன் சமாதிவிட்டு வந்திட்டாரே. 4460

வந்தாரே சித்துமுனி ரிஷியார்தாமும் மார்க்கமுடன் வையகத்தைக் காணவென்று
சொந்தமுடன் சமாதிவிட்டு வந்துமல்லோ தோற்றமுடன் சீஷவர்க்கம் காண்பதாச்சு
அந்தமுடன் சீடாதி சீடரெல்லாம் அன்புடனே குருதனையே வாழ்த்திநின்று
சிந்தனைகள் மிகத்தீர்ந்து குருவின்பாதம் சிறப்புடனே மாண்பரெல்லாம் பணிந்திட்டாரே. 4461

பணியவே சித்துமுனி ரிஷியார்தாமும் பாங்குடனே சீஷவர்க்கம் தானுரைப்பார்
அணியுடனே வையகத்தின் ஆசைதன்னை அன்புடனே ஒழிப்பதுவும் மெத்தநன்று
துணிவுடனே வையகத்தில் இருந்துமென்ன துப்புரவாய் தேகமதை ஒழித்தேனென்று
பணிவுடனே சமாதிக்குப் போறேனென்று பண்பாகத் தாமுரைத்தார் சித்துதாமே. 4462

சித்தான ஜெயமுனியார் ரிஷியார்தாமும் சிறப்புடனே வையகத்தை தான்மறந்து
முத்தான சமாதிக்குப் போரேனப்பா மூதுலகில் மறுபடியும் வருவதில்லை

பத்தான சீஷவர்க்க மானபேரே பாறைகொண்டு எந்தனையும் மூடவேண்டும்
சுத்தமுடன் சதாகாலம் பூசைவர்க்கம் சுடரொளியாந் தீபமதை வைக்கநன்றே. 4463

நன்றான சமாதியிலே பூசைமார்க்கம் நாடோறும் நடத்திவருங் காலந்தன்னில்
குன்றான தேவேந்தர் என்னைத்தானும் கொற்றவனார் ஜெயமுனியார் எங்கேபோனார்
பன்றான பரமகுரு நாதர்தம்மின் பாதார விந்துமது அடைந்தாரென்றும்
வென்றிடவே அதிசயங்கள் மிகஉரைத்து மேதினியில் ஆசையது ஒழிப்பீர்தாமே. 4464

போகர் ஜெயமுனிவர் வரலாறு கூறல்

வானான புலிப்பாணி மைந்தாகேளு தகமையுள்ள ஜெயமுனிவர் சித்துதாமும்
பானான வையகத்தின் ஆசையற்று பரமகுரு நாதரது பாதஞ்சேர்ந்தார்
தேனான எனதையர் காலாங்கிநாதர் தேற்றமுடன் எந்தனுக்கு சொன்னநீதி
கோனான குருபரனார் ஜெயமுனிவர்தாமும் குவலயத்தில் ஆசைதனை மறந்தார்பாரே. 4465

மறந்தாரே ஜெயமுனிவர் சித்துதாமும் மகத்தான வையகத்தின் ஆசையெல்லாம்
துறந்தாரே பதினாறு பிரமாவைத்தான் துப்புரவாய் யுகங்கடந்து சித்துதாமும்
திறமுடனே சகலகலையறிந்தும் என்ன திக்கெங்கும் ஒருகுடையில் ஆண்டுமென்ன
அறமதுவும் வழுவாமல் செய்துமென்ன அவனிதனில் ஜெயமுனியும் மண்ணானாரே. 4466

மண்ணாகிப் போனாரே சித்துதாமும் மகத்தான வையகத்தின் ஆசையற்று
கண்ணபிரான் முதலானோர் மண்ணில்மாண்டார் காசினியில் யாரிருந்தார் உலகுதன்னில்
வண்ணமுடன் சித்துமுனி ரிஷியார்தாமும் வளமுடனே இப்படியே மாண்டாரல்லோ
எண்ணமது கொண்டல்லோ உலகுதன்னில் எழிலான வாசையது ஒழித்திட்டாரே. 4467

ஒழித்தாரே இப்படியே அனேகசித்து ஒப்புரவே கலியுகத்தின் ஆசையெல்லாம்
வழிப்படவே ஒழித்தவர்கள் கோடானகோடி வைகுண்ட பதவிதனை அடைந்தார்கோடி
பழிதனக்கு இடங்கொடா வண்ணமாக பாருலகில் சடமொழித்தார் சித்துதாமும்
அழியாத சடலமது வழிந்துபோச்சு அப்பனே உலகமதில் ஒன்றுங்காணே. 4468

காணவே இப்பெரிய சித்துதம்மை காசினியில் சித்தர்முனி என்னலாகும்
தோணவே தவங்கிடந்த ரிஷியார்தம்மை தொல்லுலகில் தெய்வமென்று செப்பலாமோ
வேணபடி வையகத்து மாண்பரெல்லாம் விருப்பமுடன் இப்படியே மாய்ந்தாரல்லோ
நாணவே சித்தர்களின் வர்க்கமெல்லாம் நானிலத்தில் இப்படியே பொய்வாழ்வாச்சே 4469

ஆச்சப்பா புலிப்பாணி மைந்தாகேளு ஆரிருந்தார் உலகுதன்னில் பொய்யேவாழ்வு
மாச்சலுடன் சமாதிக்குப் போவேனென்று மானிலத்தில் தவமழிந்து கெட்டார்கோடி
மூச்சடங்கி வாசியோகஞ் செய்தபேரும் மூதுலகில் இருந்தாரோ லக்கோயில்லை
ஏச்சான உலகமெலாம் இப்படியேயாச்சு எழிலான மாயசித்தி கிரியைதானே. 4470

அசுவினி தேவர் சமாதி கண்டது

தானான புலிப்பாணி மைந்தாகேளு தண்மையுள்ள சீனபதி விட்டுயானும்
கோனான எனதையர் காலாங்கிநாதர் குருசொன்ன வாக்கினது பிரகாரந்தான்
தேனான குளிகையது பூண்டுயானும் தேசமெலாம் சுத்தியல்லோ வருகும்போது
மானான வடகோடி கானகத்தில் மார்க்கமுடன் மலையொன்று கண்டேன்பாரே. 4471

பாரேதான் வடகோடி கானகத்தில் பாங்கான திருப்பாலின் கடலின்பக்கம்
சீரேதான் மலையொன்று குண்ணொன்றுண்டு சிறப்பான அசுவினியாம் பருவமப்பா
நேரேதான் மலைநாடு நடுமையத்தில் நேர்மையுடன் குளிகையது கொண்டுமல்லோ
ஊரேதான் குடிகளில்லா மலைகள்நாடு உத்தமனே யானுமது இறங்கினேனே. 4472

இறங்கியே மலைவளத்தைச் சுற்றங்கண்டேன் எழிலான மலைசுத்தி கானாறுண்டு
நிறம்வேறு ரிஷிமுனிவர் அங்கேயுண்டு நேர்மையுடன் பச்சைவண்ண மாண்பரப்பா
திறமுடைய சீஷவர்க்கம் சொல்லொண்ணாது தீர்க்கமுடன் வெகுபேரைக் கண்டேன்யானும்
உறமான மாணாக்கர் ஓடிவந்து உத்தமனே எந்தனையும் கண்டிட்டாரே. 4473

கண்டாரே சீஷவர்க்க மோடிவந்து கடூரமுடன் எந்தனையும் யாரென்றார்கள்
விண்டதொரு சீஷவர்க்கந் தன்னைப்பார்த்து வீரடங்கி மெய்நடுங்கி அடியேன்தானும்
தொண்டனைப்போல் அடிபணிந்து முடிசள்சாய்த்து தொழுதிரங்கி மிகப்பணிந்து ஐயாவென்றேன்
அண்டர்முதல் தான்போற்றும் காலாங்கிநாதர் அவருடைய சீஷனென்று உரைத்திட்டேனே. 4474

அறைந்தேனே காலாங்கி சீஷனென்றேன் அங்ஙனவே வார்த்தையது உரைத்தபோது
குறைபேச வந்ததொரு சீஷவர்க்கம் குறிப்புடனே எந்தனையும் பார்த்தபோது
முறைபேசி கதைபேசி உறவுபேசி மூதுலகில் சித்துமகா ரிஷிநினைந்து
திறமையுடன் அஞ்சலிகள் மிகவுஞ்செய்து தீர்க்கமுடன் ஆசீர்மஞ் செய்திட்டாரே. 4475

செய்தாரே எந்தனுக்கு இதவுசொல்லி சிறப்புடனே அசுவினியாந் தேவருக்கு
பையவே காலாங்கி சீஷர்தாமும் பாருலகைக் காண்பதற்கு பூபாலன்தான்
துய்யவே குளிகைகொண்டு சீனம்விட்டு துப்புரவோ மதுடைய வாசீர்மந்தான்
வெய்யவே காண்பதற்கு வந்தாரென்று விருப்பமுடன் அசுவினிக்கு உரைத்திட்டாரே. 4476

அசுவினிக்கு சீடர்கள் உரைத்தது

இட்டாரே எந்தனையும் சீஷவர்க்கம் எழிலான அசுவினி யாந்தேவருக்கு
சட்டமுடன் தாமுரைத்தார் என்னைப்பற்றி தன்மையுள்ள அசுவினியார் தேவர்தானும்
வட்டமுடன் எனையழைத்து யாரென்றார்பார் வளமையுடன் காலாங்கி சீடனென்றேன்
கட்டமது வாராமல் அடியேனுக்கு கைவாகு செய்துமல்லோ அணைத்திட்டாரே. 4477

அணைத்தாரே காலாங்கி சீடனப்பா அவனியெலாங் குளிகைகொண்டு பறந்தசித்தர்
கணப்பொழுது பூமிதனில் தங்காசித்து கைலாசம் பறக்கின்ற கடிகைபாலா
சனப்பொழுது பூமிதனில் நிற்காவேந்தர் சாங்கமுடன் காலாங்கிக்கு உகந்தசீடர்
வணக்கமுடன் இணக்கமது கொண்டசித்தர் வண்மையுள்ள பாலகனே வாவென்றாரே. 4478

என்றுமே அசுவினியாந் தேவர்தானும் எழிலான எந்தனையுங் கொண்டனைத்து
குன்றான மகமேரே கோவேகேளும் குவலயத்தில் சித்தர்களுக்கு உகந்தசீடா
வென்றிடவே நாற்றிசையும் போற்றும்பாலா வேதாந்த தாய்தமக்கு உகந்தபாலா
தென்றிசையில் அகத்தியரும் மெச்சும்நாதா தெளிவான கண்மணியே என்றிட்டாரே. 4479

கண்ணான கண்மணியே போகநாதா கைலாச ரிஷிகள்முதல் மெச்சும்பாலா
விண்ணுலகில் நவகோடி ரிஷிகள்தம்மில் விருப்பமுடன் தேர்ந்தெடுத்த வினோதபாலா
தண்ணான சுடர்மணியே சூட்சாதிசூட்சம் தாரிணியில் கற்றறிந்த லோகநாதா
வண்ணமுடன் மேதினியில் கீர்த்திபெற்ற வைராக்கியம் போகரென்று மதித்திட்டாரே. 4480

மதித்தாரே எந்தனையும் தேவர்தாமும் மார்க்கமுடன் எந்தன்மேல் பட்சம்வைத்து
துதித்தாரே காலாங்கி நாதர்தம்மை துப்புரவாய் அஞ்சலிகள் மிகவுஞ்செய்து
கதிப்பான சீனபதி விட்டுநீரும் கண்மணியே ஏன்வந்தீர் ஆசீர்மந்தான்
விதிப்புனக்கு இருந்துமல்லோ வந்தீரோதான் விருப்பமுடன் விதியகல வந்திட்டீரே. 4481

வந்ததொரு வரலாற்றைக் கூறுமென்று வண்மையுடன் தாமுரைத்தார் தேவர்தாமும்
சிந்தனையாய் கேட்குகையில் அடியேன்தானும் சிறப்புடனே அசுவினியாந் தேவருக்கு
சொந்தமுடன் தங்களது வாசீர்மந்தான் துப்புரவாய் காண்பதற்கு வந்தேனென்று
இந்தமுடன் அடியேனும் பணிந்துமல்லோ அன்பாக வணங்கிட்டேன் பாதந்தானே. 4482

பாதத்தை யான்வணங்கி பரமநாதா பாருலகில் குளிகைகொண்டு வந்தேன்யானும்
நீதமுடன் தங்களது வாசீர்மத்தில் நிலையான வசுவத்தின் மார்க்கந்தன்னை
தோதமுடன் காண்பதற்கு வந்தேன்யானும் தோற்றமுடன் பறக்கின்ற அசுவந்தன்னை
நீதமுடன் அடியேனுங் காணவென்று நீதியுடன் தம்பதிக்கு வருகலாச்சே. 4483

போகர் அசுவினி தேவரை ஆகாயப் புரவி கேட்டது

ஆச்சென்று சொல்லுகையில் அடியேன்தானும் அன்புடனே மனதுவந்து தேவர்தானும்
பாச்சலுடன் தன்பதியில் அழைத்துக்கொண்டு பாங்கான குண்ணருகின் மேலேசென்று
வீச்சுடனே பறக்குகின்ற அசுவந்தன்னை விருப்பமுடன் எந்தனுக்குக் காண்பித்தார்பார்
மூச்சடங்கிக் குளிகைதனைக் கையிலேந்தி மூர்க்கமுடன் புரவியின்மேல் ஏறினேனே. 4484

போகர் தன் குளிகையைக் கையில் மறைத்துக் கொண்டு ஆகாயப் புரவியின் வேகம் சோதித்தது.

ஏறினேன் கானகத்தைச் சென்றுயானும் எழிலான செம்புரவி கொண்டுமல்லோ
தூறினேன் ஆகாய மார்க்கமாக துப்புரவாய் வையகங்கள் எல்லாஞ்சுத்தி
மாறிடவே அசுவினியார் ஆசீர்மந்தான் மகத்தான வலசாரி இடசாரியாக
கூறியதோர் மொழிப்படியே அடியேன்தானும் கொண்டுவந்து செம்புரவி நிறுத்தினேனே. 4485

நிறுத்தினேன் ஆகாயப் புரவிதன்னை நீதியுள்ள அசுவினியாந் தேவர்தானும்
கறுப்புடைய செம்புரவி போகநாதா கருவான குளிகைக்கு கரியுமாச்சோ
துறுப்புநிகர் பலங்குறைந்து தோர்க்கலாச்சே துப்புரவாய்க் குளிகையது மேலதாச்சோ
பொறுப்புடைய பொன்னுலகப் புரவிமேலே புகழான சீனபதி மார்க்கந்தானே. 4486

மார்க்கமுடன் அசுவினியாந் தேவர்தானும் மகத்தான குளிகைக்கு ஆசீர்மந்தான்
தீர்க்கமுடன் தானுரைத்தார் தேவர்தானும் தீரமுடன் எந்தன் குளிகைக்கல்லோ
ஏர்க்கவே மெச்சிடவே ரிஷியார்தாமும் எழிலாக எந்தனுக்கு அசுவந்தன்னை
பார்க்கவே சீனபதி கொண்டுபோக பரமகுரு அசுவினியாம் விடைதந்தாரே. 4487

விடையான தேவரது மொழியுங்கேட்டேன் வீரான புரவியது மகிமைகண்டேன்
நடையுடனே கசம்புரவி பறக்கும்வேகம் நாதாக்கள் ஒருவருந்தான் கண்டதில்லை
தடையன்றி செம்புரவி அடியேன்தானும் தன்மையுடன் பேசுவது மகிமைகண்டேன்
படைமுகமாம் புரவியது செல்லும்வேகம் பாருலகில் சித்தர்களுங் காணார்தாமே. 4488

காணாரே நாதாந்த சித்துதாமும் காசினியில் வெகுகோடி கண்டேன்யானும்
தோணாத மகிமையெல்லாம் யானும்கண்டு துப்புரவாய் உலகுபதி சுத்திவந்தேன்
நீணவே அசுவினியாந் தேவர்தம்மால் நிட்களமாய் வினோதமதை யானுங்கண்டேன்
பூணவே இதிகாச வித்தையெல்லாம் புகழாக வையகத்தில் கண்டிட்டேனே. 4489

கண்டேனே புலிப்பாணி மைந்தாகேளு காசினியில் அசுவினியாம் மகிமைவித்தை
விண்டிடவே சீனபதி தேசத்தார்க்கு விருப்பமுடன் உரைப்பதற்கு யானுஞ்சொல்வேன்
சண்டமாருதம் போன்ற புரவிதன்னை சட்டமுடன் சீனத்தார் காணவென்று
கொண்டுமே யான்போறேன் அப்பாகேளு குவலயத்தில் ஆச்சரிய மகிமைதானே. 4490

போகர் ஆகாயப்புரவியின் மேல் சீனதேசம் போகுதல்

தானான காலாங்கி சொன்னநீதி தப்பாமல் புலிப்பாணி மைந்தாகேளு
கோனான எனதையர் கடாட்சத்தாலே கொற்றவனே ஆகாயப் புரவிகொண்டு
மானான லோகமெல்லாஞ் சுத்தியேதான் மகத்தான செம்புரவி கடிவாளேந்தி
தேனான சீனபதி தேசமல்லோ சிறப்புடனே யான்போறேன் என்றிட்டாரே. 4491

இட்டாரே புலிப்பாணி மைந்தருக்கு எழிலான வார்த்தையது மிகவுங்கூறி
சட்டமுடன் செம்புரவி மேலேயேறி தாரணி எல்லாஞ்சுத்தி மகிமைபூண்டு
திட்டமுடன் சீனபதி தேசந்தன்னில் சிறப்புடனே செம்புரவி இறக்கினேன்யான்
மட்டவிழ் பூங்கோதையர்கள் எல்லாருந்தான் மார்க்கமுடன் எந்தனையே சூழ்ந்திட்டாரே. 4492

போகரை சீன தேசத்துப் பெண்கள் காணல்

சூழ்ந்தாரே சீனபதி பெண்களோடு சத்தமுள்ள மாண்பர்களும் ஒன்றாய்கூடி
தாழ்ந்ததொரு ஆகாய புரவிதன்னை சட்டமுடன் எல்லாரும் கண்டுஏங்கி
வாழ்ந்தோமே வையகத்தில் வெகுகாலந்தான் வன்மையுள்ள அதிசயங்கள் அனேகங்கண்டோம்
வீழ்ந்ததொரு ஆகாயந் தனில்இறங்கி விடுபுரவி மகிமையது கூறப்போமோ. 4493

கூறவென்றால் நாவில்லைப் பாவுமில்லை குவலயத்தில் பொற்புரவி புதுமையாவும்
மாறலுடன் வெகுகோடி வித்தைதானும் மன்னவனே போகர்முனி நாதர்நீயும்
தூறலன்றி எங்களுக்கு அதீதமார்க்கம் துப்புரவாய் உபதேசம் செய்வீரல்லோ
சீறலது வாராமல் நாங்களுந்தான் சிறப்புடனே உபதேசம் பெற்றோங்காணே. 4494

காணவே உபதேசம் அதிகங்கொண்டு கருத்துடனே சீனபதி வாழ்ந்திருந்தோம்
பூணவே வெகுதேச அதிசயங்கள் புகழாகத் தாமுரைப்பீர் எங்களுக்காய்
ஆணவமாம் அசுவமதின் மகிமைதன்னை அன்புடனே வையகத்தில் கண்டதில்லை
நீணவே ஆகாய புரவிதானும் நேர்மையுடன் கண்டதொரு மகிமைபாரே. 4495

பாரேதான் செம்புரவி மார்க்கந்தன்னில் பாரினிலே ராஜாக்கள் கண்டதில்லை
நேரேதான் தேசமெலாஞ் சுத்திவந்து நேர்மையுடன் சுவதாவனத்தைக் கண்டேன்
கூரேதான் சுவதா ரிஷியாசீர்மம் குறிப்பான சீனபதி மார்க்கத்தோரே
தீரேதான் ஆசீர்மஞ் சென்றுமல்லோ திகழான ரிஷியாரைப் பார்த்திட்டேனே. 4496

பார்த்திட்டேன் சுவதாரிஷி வனத்தில் பாங்கான செம்புரவி மகிமைதன்னை
தீர்த்திட்டேன் ஆகாய புரவிதன்னை திறமான அசுவினியாந் தேவர்தன்னை
நேர்த்தியுடன் புரவிதன்னை வேண்டுமென்றேன் நேர்மையுடன் ரிஷியாரும் மனதுவந்து
பூர்த்தியுடன் எந்தமக்கு புரவிதானும் புகழாகத் தான்கொடுத்தார் தேவர்தாமே. 4497

தேவராம் அசுவினியார் கடாட்சத்தாலே தேற்றமுடன் புரவிதனின் மீதிலேறி
ஆவலுடன் சீனபதி மார்க்கத்தோர்கள் அன்பாகக் காணுதற்கு வேண்டுமென்று
மேவலுடன் குளிகைதன்னை சோதித்தேதான் மெச்சியே செம்புரவி கொண்டுவந்தேன்
ஏவலது செய்வதற்கு சீனத்தோர்க்கு எழிலான புரவியது மகிமைதானே. 4498

தானான புரவியது உந்தமக்காய்த் தன்மையுடன் கொண்டுவந்தேன் அருமைமெத்த
கோனான எனதையர் காலாங்கிநாதர் கொற்றவனார் தாமுரைத்த நீதிதன்னால்
பானான காட்டகத்தை யானுஞ்சென்று பட்சமுடன் கொண்டுவந்தேன் புரவிதன்னை
தேனான வார்த்தையது மிகவுங்கூறி தெளிவாகத் தாமுரைத்தார் அதிதந்தானே. 4499

அதிதமுடன் புரவிதன்னைக் கண்டபோது அங்ஙனவே சீனபதி மார்க்கத்தோர்கள்
துதிதமுடன் புரவியது போலேசெய்ய துப்புரவா யெத்தனங்கள் மிகவேசெய்வார்
நதிதமுள்ள பரவியது செய்வதற்கு நாதாந்த முனிவரால் முடியாதல்லோ
கதிதமுள்ள செம்புரவி செய்வதற்கு கருவாக சீனபதி நினைத்தார்தாமே. 4500

நினைத்துமே சீனபதி தேசத்தோர்கள் நிகட்சியுடன் ஆகாயப் புரவிதானும்
பனையமென்ற செம்பாலே புரவிசெய்து பாங்குடனே பஞ்சலோகந் தன்னைச்சேர்த்து
தினைவுடனே பஞ்சகர்த்தாள் ஒடுக்கத்தாலும் திகழான பஞ்சலோகந் தன்னிற்சேர்த்து
முனையான பஞ்சபூதம் ஒன்றாய்ச் சேர்க்க முசியாமல் செம்புக்கு உயிருமாச்சே. 4501

ஆகாயப் புரவி கண்ட சீனமக்கள் பஞ்சலோகப் புரவி செய்தல்

ஆச்சப்பா பிரிதிவிதனில் அப்புசேர்ந்து அன்புடனே அப்புதனில் தேய்வுசேர்ந்து
மூச்சப்பா தேய்வுதனில் வாய்வுசேர்ந்து முசியாமல் வாய்வுதனில் ஆகாயஞ்சேர்ந்து
மாச்சலுடன் பஞ்சபூதம் ஒன்றோடொன்று மார்க்கமுடன் ஒன்றுக்குள் ஒன்றடக்கம்
பாச்சலுடன் பூதங்கள் ஐந்துசேர்ந்து பாங்கான அசுவத்துக்கு உயிருமாச்சே. 4502

உயராசை சீனபதி மார்க்கத்தார்கள் ஒப்பமுடன் அசுவமது செய்துமேதான்
மயில்போன்ற செம்புரவி தனைஅமைத்து மகத்தான ஆகாயங் கொண்டுசெல்ல
பயிலான சூத்திரத்தில் வாயுதாக்கி பாரினிலே பறப்பதற்கு மயமுண்டாக்கி
அயிலமுடன் சீனபதி மாண்பரெல்லாம் அன்புடனே அசுவமது சமைத்தார்பாரே. 4503

பாரேதான் போகருட அசுவம்போல பாங்குடனே சீனபதி மாண்பரெல்லாம்
நேரேதான் செம்புரவி நியமித்தார்கள் நேர்மையுடன் செம்புரவி தன்னைத்தானும்
சீரேதான் அசுவதா ரிஷியாருக்கு சிறப்புடனே சீனபதி அசுவந்தன்னை
தீரேதான் குளிகையது பூண்டுகொண்டு தீரமுடன் அசுவதா பதிசேர்ந்தேனே. 4504

பதியான அசுவினியார் ஆசீர்மந்தான் பாலகனே புலிப்பாணி மைந்தாகேளு
துதியுடனே ஆசீர்மஞ் சென்றேன்யானும் துப்புரவே அசுவினியாந் தேவர்பக்கம்
மதிபோன்ற செம்புரவி தன்னைத்தானும் மார்க்கமுடன் கொண்டல்லோ சென்றுநின்றேன்
அதிவினய பலகாலும் விண்ணப்பங்கள் அன்புடனே அஞ்சலிகள் செய்தேன்தானே. 4505

தானான அசுவினியாந் தேவர்தானும் தண்மையுடன் எந்தன்மேல் கிருபைவைத்து
கோனான எனதையர் காலாங்கிநாதர் கொற்றவனார் பாதமது கடாட்சத்தாலும்
தேனான மனோன்மணியாள் கிருபையாலும் தேற்றமுடன் என்மீதில் பட்சம்வைத்து
பானான முறைப்படியே என்னைத்தானும் பாங்குடனே சீஷவர்க்கம் நினைத்தார்தாமே. 4506.

தாமான அசுவினியாந் தேவர்தானும் தண்மையுடன் எந்தன்முகந் தன்னைநோக்கி
பூமானாங் காலாங்கி கொண்டசீஷர் புகழான எந்தன்இருமணியே கேண்மோ
சாமான மானதொரு புரவிதானும் சட்டமுடன் நிமிர்த்த வண்மைதன்னை
கோமானே போகரிஷி துய்யபாலா கூறுவீர் எந்தனுக்கு உண்மைதானே. 4507

உண்மையுடன் அசுவினியாந் தேவர்தானும் உகமையுடன் உத்தாரம் கேட்கும்போது
தண்மையுடன் அடியேனும் தாள்வணங்கி சட்டமுடன் யானுரைத்தேன் தேவர்சங்கம்
திண்மையுடன் ஆகாயப் புரவிதன்மேல் தீர்க்கமுடன் அடியேனும் சென்றுமல்லோ
வண்மையுடன் சீனபதியானும் சென்றேன் வளமான புரவிதனைக் கண்டார்தாமே. 4508

கண்டாரே செம்புரவி தன்னைப்பார்த்து கைலாய நாதருட புரவியென்று
அண்டர்முனி ராட்சதர்கள் புரவிதானோ ஆண்டவனார் மஹேஸ்வரனார் புரவிதானோ
கொண்டுமே தன்மனதில் எண்ணங்கொண்டு குறிப்புடனே புரவியது போலமைத்து
சண்டமாருதம் போல புரவிதன்னை சாங்கமுடன் எந்தனுக்கு தந்தார்தாமே. 4509

தந்தாரே செம்புரவிக்கு உயிருந்தந்து தகமையுள்ள சீனபதி மாந்தர்தாமும்
அந்தமுடன் செம்புரவி அமைத்துமேதான் அன்பாகத்தான் கொடுத்தார் எங்களுக்கு
சொந்தமுடன் அசுவினியாந் தேவருக்குச் தோறாமல் செம்புரவி கொண்டுசென்றேன்
சிந்தனைகள் மிகத்தீர்ந்து செப்பலுற்றேன் திறமான அசுவினியாந் தேவருக்கே. 4510

சீனதேசத்துப் புரவியைக் கண்டு அசுவினி தேவர் ஆச்சரியப்படுதல்

தேவராம் ரிஷிமுனிவர் நாதர்தாமும் தேற்றமுடன் செம்புரவி தன்னைப் பார்த்து
ஆவலுடன் சீனபதி மார்க்கத்தோர்கள் அன்பாகச் செய்துவைத்த புரவிதன்னை
மேவவே குளிகையது வேகந்தன்னை விருப்பமுடன் கண்டல்லோ மிகக்களித்து
தாவலுடன் புரவிக்கு உத்தேசங்கள் சட்டமுடன் தான்கொடுத்தார் ரிஷியார்தாமே. 4511

தானான புரவிக்கு மகிமைசொன்னார் தண்மையுள்ள அசுவினியாந் தேவர்தானும்
கோனான உபதேசம் என்னவென்றால் கொற்றவனார் போகரிஷி உத்தாரந்தான்
தேனான செம்புரவி கேட்பதற்கு செப்பினார் தேவரிஷி முனிவர்தானும்
பானான உலகமெலாம் சுத்தும்போது பண்பாக நில்லென்றால் நிற்கவேண்டும். 4512

வேண்டுமே போவென்றால் போகவேண்டும் விருப்பமுடன் வீதிகளில் நிற்கவென்றால்
தூண்டுமிகக் கருமான பஞ்சதாதும் தொட்டவுடன் அசைவற்று நிற்கவேண்டும்
தாண்டியே செல்லாமல் போகர்வாக்கு தட்டாமல் மகிமைதனை அறியவேண்டும்
பாண்டுடனே வெகுகாலம் இருக்கவென்று அன்புடனே வரமதுவும் கொடுத்தார்பாரே. 4513

போகர் கிட்கிந்தா மலையில் ரிஷியைக் கண்டது

பாரேதான் புலிப்பாணி மைந்தாகேளு பண்புடனே உந்தமக்குச் சொல்வேன்யானும்
நேரேதான் தெற்குமுகந் தன்னிலப்பா நேரான கிட்கிந்தா மலைதானுண்டு
சூரேதான் மலைதனிலே அதிசயங்கள் குறிப்பான வடிவேலர் கோயிலுண்டு
பாரேதான் வைகையென்ற நதியுமுண்டு வளமான சுனையுண்டு கானாறுண்டே. 4514

உண்டான மலைதனிலே சித்தரப்பா ஓகோகோ நாதாக்கள் கோடியுண்டு
கண்டாலும் விடுவார்கள் முனிவர்தானும் காசினியில் மாண்பர்கட்கு கண்ணிற்கிட்ட
பண்டுடனே கிழங்குமுதல் சரிகையாவும் பாலமுர்தம் கொண்டல்லோ இருப்பார்தாமும்
பெண்டான மாய்கையது அறியாரப்பா பேரான சித்தர்முனி கூட்டந்தானே. 4515

கூட்டமா மலைதனிலே குளிகைகொண்டு கொப்பெனவே மலைமீதில் இறங்கினேன்யான்
நீட்டமுடன் மலைதனிலே இருந்தசித்து நேர்மையுடன் எந்தனது புரவிகண்டார்
தாட்டிகமாய் புரவியிடம் கிட்டநின்று சாங்கமுடன் எந்தனையும் கண்டிட்டார்கள்
வாட்டமுடன் சிறுபாலா புரவியென்ன வந்தவகை தானெனக்கு சொல்லென்றாரே. 4516

கிட்கிந்தாமலை சித்தரிடம் செம்புரவி பேசுவது

சொல்லென்று கேட்கையிலே சித்துதாமும் தோறாமல் புரவியது மகிமையோடு
வெல்லவே சித்துமுனி நாதருக்கு எழிலான எந்தனது புரவிதானும்
நல்லதொரு வார்த்தையது மிகவுங்கூறி நன்மையுடன் தானுரைக்கும் புரவிதானும்
புல்லவே காலாங்கி சீஷர்தம்மின் புகழான போகரிஷி என்னலாச்சே. 4517

என்னவே புரவியது மகிமைதன்னால் எழிலான வார்த்தையது மிகவேகூறி
பன்னவே அசுவினியாந் தேவர்தானும் பாங்கான போகரிஷி நாதருக்கு

சொன்னமென்ற புரவியது தான்கொடுத்தார் துப்புரவாய் சீனபதி கொண்டுசென்றார்
அன்னமது தன்போலே வாய்திறந்து அழகான வார்த்தையது கூறலாச்சே. 4518

கூறவே சீனபதி மாண்பரெல்லாம் குறிப்பான புரவியது மகிமைகண்டு
மாறவே பஞ்சலோகந் தன்னிலேதான் மகத்தான புரவியது உண்டுசெய்து
ஆறலுடன் பஞ்சபூதங் களைத்தான் அன்பாகத் தான்கொடுத்து என்னைத்தானும்
வீறலுடன் போகரிஷி நாதருக்கு விருப்பமுடன் தான்கொடுத்து அனுப்பினாரே. 4519

அனுப்பவே செம்புரவி அடியேன்தன்னை அழகான போகரிஷி முனிவர்தாமும்
மனுவுடனே எந்தனையும் வசமதாக்கி மகிழ்ச்சியுடன் குளிகையது தானும்பூண்டு
தனுர்வுடனே ஆசீர்மங் கொண்டுமல்லோ தகமையுள்ள கிட்கிந்தா மலையைத்தேடி
கனுவுடனே வந்தாரே போகநாதர் கைலங்கிரி நாதரைத்தான் காணத்தானே. 4520

தானான புரவியது கூறும்போது தண்மையுள்ள திருவேல தேவர்தானும்
தேனான செம்புரவி தன்தனக்கு தேற்றமுடன் ஞானோபதேசஞ் சொல்லி
பானான காலாங்கி நாதர்தம்மின் பான்மையுள்ள சீஷனென்று மனதுவந்து
தேனான மகத்துவமாங் கிரியைதன்னை தேற்றமுடன் உபதேசஞ் செய்தார்பாரே. 4521

பாரேதான் செம்புரவி உபதேசத்தை பாங்குடனே கொண்டபின்பு அடியேனுக்கு
நேரேதான் திருவேல ரிஷியாசீர்மம் நேர்மையுடன் சீஷவர்க்கம் கொண்டுசென்று
தீரேதான் திருவேல ரிஷியார்முன்னே தீர்க்கமுடன் எந்தனையுங் கொண்டுசெல்ல
வேரேதான் கிட்கிந்தா மலைநாட்டுள்ளே விடுதிதனில் புரவிவிட்டு இறங்கினேனே. 4522.

போகர் கிட்கிந்தா மலையில் திருவேல ரிஷியாரைக் கண்டது

இறங்கினேன் கிட்கிந்தா மலைதானுள்ளே எழிலான சீஷவர்க்கந் தன்னைக்கண்டேன்
சுரங்கமென்ற குகைதனிலே சீஷர்தாமும் சூட்சமுடன் எந்தனையுங் கொண்டுசென்றார்
மரங்களுடன் மலைதனிலே கோட்டையுண்டு மகத்தான கோட்டைக்கு வாசல்நான்கு
திறமுடனே வாசல்வழி என்னைத்தானும் திகமுடனே கொண்டுசென்றார் சீஷர்காணே. 4523

காணவே கோட்டைவழி தன்னிற்சென்று கருவாக முன்வாசல் நிற்கும்போது
தோணவே தாளதுதான் திறந்ததங்கே துப்புரவாய் லிங்கமென்ற சமாதிகண்டேன்
பூணவே ரெண்டாங்கால் வாசல்சென்று புகழாக எந்தனையுங் கொண்டுசென்றார்
நாணவே ஜோதிலிங்கஞ் சமாதிகண்டேன் நாதாந்த சித்தொருவர் கண்டேன்பாரே. 4524

பார்த்தேனே நாதாந்த சித்துதாமும் பாங்கான மூன்றாங்கால் வாசல்சென்றேன்
தீர்த்தமுடன் சிவலிங்கந் தன்னைக்கண்டேன் தீர்க்கமுள்ள சித்தொருவர் அங்கிருந்தார்
ஆர்க்கவே நாலாங்கால் பதிதானப்பா அன்புடனே வாசல்வழி சென்றேன்யானும்
நாற்கமல சமாதிதனில் வீற்றிருக்கும் நடராஜ சுந்தரனைப் பார்த்திட்டேனே. 4525

இட்டேனே நான்குதிரு கோட்டைவாசல் எழிலான சித்துமுனி சமாதிகண்டேன்
வாட்டமுடன் கோட்டையது வாசல்தாண்டி வண்மையுள்ள திருவேல ரிஷியார்முன்னே
தட்டாமல் எந்தனையும் சீஷவர்க்கம் சட்டமுடன் எந்தனையுங் கொண்டுசென்றார்
திட்டமுடன் திருவேலர் ரிஷியார்தாமும் தீர்க்கமுடன் எந்தனையும் கண்டிட்டாரே. 4526

கண்டாரே திருவேல ரிஷியார்தாமும் கடினமுடன் சீஷவர்க்கந் தனையழைத்து
அண்டமதில் குளிகைகொண்டு சிறுபாலன்தான் ஆகாய செம்புரவி விட்டிறங்கி
சண்டமாருதம்போல மலை தானுள்ளே சட்டமுடன் வந்தவரை யாரென்றென்ன
துண்டரீகமுள்ள தொரு சீஷவர்க்கம் துப்புரவாய் தனைஅழைத்துக் கேட்டார்தாமே. 4527

திருவேலரிஷி கேட்கையில் சீடர் போகரைக் கல்லாய் சமைத்தது

கேட்கையிலே திருவேல ரிஷியார்தாமும் கெவனமுடன் சீஷவர்க்கம் ஓடிவந்து
விட்கமுடன் போகரிஷி நாதர்தம்மை மிரட்டியே மிகப்பேசி வாதுகூறி
தாழ்க்கமலந் தனிலிருக்கு வேலரான தகமையுள்ள ரிஷியாரும் உந்தன்மீது
ஆட்கமுடன் சினமதுவும் நேர்ந்துமல்லோ அப்பனே உன்மீதிற் சீறினாரே. 4528

சீறவே சீஷவர்க்கம் நாங்களுந்தான் சிறப்பான திருவேல ரிஷியார்வாக்கு
மீறியே வந்ததொரு மொழியினாலே மிக்கவே உந்தனையுஞ் சபிக்கவென்று
ஆறியதோர் கோபமதை தனையகற்றி அப்பனே உன்முன்னே வந்தோம்நாங்கள்
மாறியதோர் கல்லோடே உனைசபிக்க மகத்தான வேலர்முனி விடைதந்தாரே. 4529

விடைதந்தார் எங்களது சித்துதாமும் வேதாந்த ரிஷியாரும் மனதுவந்து
தடையதுவும் நேராமல் யாங்களுந்தான் சாங்கமுடன் கல்லாகச் சுமைப்போமென்று
சடைபோன்ற சித்துமுனி சீஷவர்க்கம் சதுரான போகரிஷி நாதர்தம்மை
படைவீரர் ஒன்றாகக் கூடியல்லோ பாரினிலே கல்லாகச் சமைத்திட்டாரே. 4530

சமைத்துமே போகரிஷி நாதர்தாமும் தகமையுள்ள கிட்கிந்தா மலைதானுள்ளே
அமைந்துமே கல்லாகச் சமைந்தாரப்பா அங்ஙனவே மாண்பர்களுங் கண்டதில்லை
இமைந்ததொரு போகரிஷி நாதர்தம்மை எழிலான நாதவொளி சித்துதாமும்
சமைந்ததொரு போகரிஷி நாதர்தம்மை சட்டமுடன் சித்தொளிவும் எழுப்பினாரே. 4531

நாத ஒளி சித்தர் போகரை எழுப்புதல்

எழுப்பினார் நாதாந்த சித்துதாமும் எழிலான போகரிஷி நாதர்தம்மை
வழுக்கில்லா நாதாந்த சித்துதாமும் வளமாக போகருக்கு வாசீர்மித்து
அழுக்கறவே அவனிதனில் எந்தநாளும் அப்பனே சிரஞ்சீவி பட்டந்தந்தேன்
ஒழுக்கமுடன் உமதுபதி போகவென்று உத்தமனார் சித்தொளியும் விடைதந்தாரே. 4532

எழுப்பினார் நாதாந்த சித்துதாமும் தண்மையுள்ள போகரிஷி நாதர்தம்மால்
அந்தமுடன் தானெழுப்பி வினயங்கேட்க அழகான போகரிஷி முனியார்தாமும்
சொந்தமுடன் காலாங்கி சீடனென்றேன் சுந்தரனே எனைப்பார்த்து மிகக்களித்து
விந்தையுடன் உபதேசங் கூறியல்லோ விண்ணுலகில் போகவென்று வரந்தந்தாரே. 4533

தந்தாரே நாதவொளி சித்துதாமும் தகமையுடன் போகரிஷி நாதருந்தான்
சந்தரமாந் திருவேல ரிஷியார்தம்மை சுத்தமுடன் யான்கண்ட போதுமல்லோ
வந்தையா எந்தனையும் பார்த்துமல்லோ விட்டகுறை இருந்ததினால் எழுந்தீரேதான்
அந்தமுடன் காலாங்கி கிருபையாலே அவனிதனில் மறுபடியும் பிறக்கலாச்சே. 4534

பிறந்துமே ஜனனமது ஒழிந்துமேதான் பேறான போகரிஷி நாதர்கேளும்
இறந்தவர்கள் இவ்வுலகில் பிறந்ததுண்டோ எழிலான மகிமையது கூறொண்ணாது
திறமுடைய சித்துமகா ரிஷியார்தாமும் தீர்க்கமுடன் எந்தனுக்கு உபதேசங்கள்
உறமாகத் தான்கொடுத்து வாசீர்மித்து உற்பனங்கள் மிகவுமல்லோ ஓதினாரே. 4535

ஓதவே அடியேனுந் தாள்பணிந்து உத்தமனார் திருவேல ரிஷியாருக்கு
நீதமுடன் கரங்குவித்து சிரம்பணிந்து நீட்சியுடன் உத்தாரஞ் சொன்னேன்பாரு
போதமுடன் எந்தனையுங் கண்டதாலே புகழாக உந்தனுக்குக் கிருபைசெய்வேன்
தோதமுடன் சிலகாலம் எந்தன்பக்கம் தோற்றமுடன் நீரிருந்தால் அருள்சொல்வேனே. 4536

சொல்வேனே லோகஅதி சயங்களெல்லாம் சுருக்கமுடன் உந்தனுக்கு உபதேசித்தேன்
புல்லவே திருவேல ரிஷியார்தாமும் புகன்றிட்டார் எந்தனுக்கு வாக்குமல்லோ
வெல்லவே தசவருடம் யானுமங்கே வீரான கிட்கிந்தா மலைதானுள்ளே
வல்லதொரு சித்தருடன் கூடயானும் வளமாக வனந்தனிலே இருந்தேன்பாரே. 4537

பாரேதான் புலிப்பாணி மைந்தாகேளு பாங்கான காட்டகத்தே சித்தர்கூட
நேரேதான் யானுமது வாசம்பூண்டு நெடுங்காலம் அங்கிருந்தேன் காட்டகத்தே
சீரேதான் சீஷருடன் கொண்டுசென்று சிறப்பாக இருக்கையிலே ரிஷியார்தாமும்
பேரேதான் கூப்பிட்டு திருவேலர்தாமும் பேரான மகிமைதனைக்கூறினாரே. 4538

கூறினார் கிட்கிந்தா மலைதானுள்ளே கூறான கதவுமுண்டு மலைதான்பக்கம்
மாறிடவே ரிஷியாருஞ் சமாதிபூண்டு மகத்தான சமாதியது சொல்லொண்ணாது
நீறியதோர் கண்ணக் கூடமப்பா நிலையான சமாதிஇதில் சென்றாயானால்
தேரிடவே கிக்கிந்தா ரிஷிதானப்பா செயலான சமாதிக்குள் இருப்பார்காணே. 4539

கிட்கிந்தா ரிஷி சமாதி

காணவே நாலுயுகங் கண்டசித்து கருவான பிரளயத்தில் மிதந்தசித்து
பூணவே லோகமது முடிவதன்னில் பொங்கமுடன் ஆலிலையைக் கடந்தசித்து
தோணவே யாதாமின் யோவான்தன்னை தோறாமல் கண்டறிந்த சித்துவாகும்
நீணவே பிரளயங்கள் வந்தபின்பு நிலையாகி நின்றதொரு சித்துதாமே. 4540

தாமான சித்துமகா சொரூபரப்பா தாரணியில் வெகுகாலங் கடந்தசித்து
கோமான்கள் இருந்ததில்லை கொடிபசித்து கொற்றவனே போகரிஷி அறியமாட்டாய்
பூமானாம் உனதையர் காலாங்கிநாதர் புகழுடனே கண்டறிந்த சித்துவாகும்
நாமாக அறிந்தபடி சொன்னேனப்பா நாட்டிலே யாரேனுஞ் சொல்லார்தாமே. 4541

சொல்லாரே கிட்கிந்தா மலைதானுள்ளே சொரூபமென்ற சித்துமகா ரிஷியார்தாமும்
வெல்லவே வெகுகாலம் மலையின்மேலே வேட்கையுடன் தாமிருந்தார் ரிஷியார்தாமும்
புல்லவே சமாதிக்கு ஏகவென்று புகழான சீஷவர்க்கந் தன்னோடொக்க
அல்லல்படும் வையகத்தில் ஆசைவிட்டு அன்புடனே தானெழுந்தார் ரிஷியார்தானே. 4542

தானான கிட்கிந்தா ரிஷியார்தாமும் தகமையுடன் சீஷவர்க்கந் தன்னைநோக்கி
கோனான எனதையர் திருவேலரிஷியார் கொற்றவனார் உத்தாரப்படியே தானும்
பானான சமாதிக்குச் செல்வேனென்று பட்சமுடன் சீஷருக்குத் தாமுரைத்து
தேனான கிட்கிந்தா மலைக்குமேற்கே தீரமுடன் புறப்பட்டார் சித்துதாமே. 4543

கிட்கிந்தா ரிஷி சீடருக்கு விசேடம் உரைத்தல்

சித்தான கிட்கிந்தா மலைதான்சித்து சிறப்பான சீடருக்குத் தாமுரைப்பார்
முத்தான திருவேலர் ரிஷியார்வாக்கு மூதுலகைக் கண்டதொரு ரிஷியார்தாமும்
எத்தனையோ வரைகோடி காலமப்பா ஏற்றமுடன் வையகத்தில் இருந்தார்தானும்
பத்தியுடன் லோகமதில் இருந்துமேதான் பாருலகில் லாபமதைக் காணார்பாரே. 4544

காணாரே திருவேல ரிஷியார்தாமும் காசினியில் நாலுயுகம் இருந்துமென்ன
தோணாத காயகற்பம் கொண்டுமென்ன துப்புரவாய் ஆசைதனை விட்டொழித்தார்
வேணவே யானவர்க்குத் தொண்டுசெய்து வெகுகாலம் வையகத்தில் இருந்தேன்யானும்
பூணவே பார்தனிலே ஆசையற்று புகழான சமாதிக்கு ஏகினேனே. 4545

ஏகுவேன் சமாதிக்கு சீஷவர்க்கம் எழிலான கிட்கிந்தா மலைக்குமேற்கு
ஆகுடனே சமாதியது தோண்டவென்று அன்புடனே சீஷருக்கு விடைகொடுக்க
பாகுமொழி தவறாமல் சீஷவர்க்கம் பண்புடனே சென்றார்கள் மலையோரத்தில்
வேகுடனே சமாதியது கட்டவென்று வெளிப்பட்டுத் தான்தொடர்ந்தார் மாண்பர்தானே. 4546

மாண்பான சீடர்களும் சமாதிகட்டி மார்க்கமுடன் கிட்கிந்தா ரிஷியாருக்கு
ஆண்பான சமாதியது கட்டியல்லோ அழகான பாறையது மேலேவைத்து
காண்பான ரிஷியாருக்கு முன்னேநின்று கர்த்தாவே கிட்கிந்தா மலைதான்சித்தே
நீண்பான சமாதியது முடிந்ததென்று நிஷ்டைவிட்டு வருகவென்று பணிந்திட்டாரே. 4547

பணிந்துமே மாண்பரெல்லாம் தொழுகும்போது பட்சமுள்ள கிட்கிந்தா ரிஷியார்தாமும்
துணிந்துமே கிட்கிந்தா மலையைவிட்டு துப்புரவாய் வெகுஜனங்கள் பின்னடக்க
அணியணியாய் மாண்பர்களும் கூட்டத்தோடு அன்பான ரிஷியாரும் முன்னடக்க
கனிவுடனே கிட்கிந்தா மலைக்கு மேற்கே கர்த்தாவும் சமாதிபதி வந்திட்டாரே. 4548

வந்ததொரு ரிஷியாரும் சமாதிகண்டு வளமையுடன் மாண்பர்களை நோக்கங்கொண்டு
அந்தமுடன் அடியார்கள் தன்னைநோக்கி அன்புடனே மனதுவந்து வார்த்தைசொல்வார்
இந்ததொரு வையகத்தின் ஆசைவிட்டேன் எழிலான சமாதிக்குச் செல்வேனப்பா
சொந்தமுடன் பாறையது மூடியல்லோ சுத்தமுடன் காத்திருங்கள் என்றிட்டாரே. 4549

என்றுமே நாதாந்த சித்துதாமும் எழிலான சமாதிதனில் இறங்கும்போது
குன்றான மகமேரே மாண்பரேகேள் குறிப்பான சமாதிதனில் இறங்குகிறேன்யான்
வென்றிடவே பாறைகளை மூடவென்று வெழ்க்கமுடன் குருவாக்கு கூறும்போது
அன்றுரைத்த மொழிபோலே மாண்பரெல்லாம் அன்பாகப் பாறைதனை மூடிட்டாரே. 4550

கிட்கிந்தா ரிஷி சமாதியில் அசரீரி வாக்கு

மூடினார் சீஷவர்க்க மாண்பரெல்லாம் மூதுலகைக் கண்டதொரு சித்துதாமும்
நீடியே வருவதற்கு முன்னதாக நிட்களங்க மானதொரு வாக்குதானும்
கூடியே நான்வருகுங் காலமப்பா கொற்றவனே அறுபத்து ஆண்டுமாகும்
தேடியே நீங்களெல்லாஞ் சமாதிபக்கம் தேற்றமுடன் காத்திருக்க என்றிட்டாரே. 4551

என்றுமே நான்வருகுங் காலந்தன்னில் எழிலான சப்பாணி நடப்பான்பாரு
குன்றின்மேல் மேயுகின்ற மிருகமெல்லாம் கொப்பெனவே வாய்ஞானம் மிகவேகூறும்
வென்றிடவே குருடனவன் கண்திறப்பான் வேதாந்தம் ஊமையன் மிகவேசொல்வான்
நன்றான பட்சியது ஞானம்கூறும் நாதாந்த சித்துவருங் காலமாச்சே. 4552

ஆச்சப்பா புலிபசுவும் ஒன்றாய்கூடி அடர்ந்ததொரு பொய்கைதனில் நீரைஉண்ணும்
பாச்சலுடன் நரிவந்து கரியைவெல்லும் பாங்கான பரியதுவும் அரியைவெல்லும்
மேச்சலுடன் சந்திரனுங் கலைகள்மாறி மிக்கான நிலைதனிலே நிற்பான்பாரு
காச்சலுடன் கதிரோனுந் திசைகள்மாறி கண்ணுக்குத் தோற்றாமல் நிற்பான்பாரே. 4553

பாரேதான் காலாங்கி சொன்னநீதி பட்சமுடன் இவ்வுலகில் மெய்யதாச்சு
நேரேதான் பூவுலகில் அப்பாகேளு நெடிதான பட்டமரந் துளிர்த்துநிற்கும்
சீரேதான் பிரளயங்கள் அதிகங்காணும் சிறப்பான சித்தரெல்லாம் முன்னேநிற்பார்
கூரான இவ்வண்ண அதிசயங்கள் குவலயத்தில் நடக்குமென்று சொல்லிட்டாரே. 4554

சொல்லவே கிட்கிந்தா ரிஷியார்தாமும் சுத்தமுடன் சித்துவருங் காலமாச்சு
வெல்லவே அறுபது ஆண்டுமாச்சு வேதாந்த சித்துவருங் காலமாச்சு
புல்லவே சமாதியிட மாண்பரெல்லாம் புகழான சித்துமுனி கூட்டத்தோடும்
வல்லதொரு நாதாந்த முனிவர்தானும் வளமையுடன் சமாதிவிட்டு வருநாளாச்சே. 4555

கிட்கிந்தா ரிஷி சமாதி விட்டு வருவது

வருகின்ற நாளாச்சு சித்துதாமும் வண்மையுடன் சீஷவர்க்கம் முன்னேநிற்க
பெருகவே சமாதியின்தன் பாறைதானும் பேரான நாள்வருகுங் காலந்தன்னில்
உருவுடைய பாறையது வெடிக்கலாச்சு ஓகோகோ நாதாந்த சித்துதாமும்
சொரூபமென்ற ஜெகஜோதி மின்னல்போல சுந்தரனார் சித்தொளிவும் வந்திட்டாரே. 4556

வந்திட்டார் நாதாந்த சித்துதாமும் வைபகத்தின் பவக்கடலைக் காணுதற்கு
சொந்தமுடன் சீஷவர்க்கம் எல்லோருந்தான் சொர்ணமென்ற சித்தொளிவைக் கண்டாரங்கே
அந்தமுடன் சித்தொளிவு சொன்னவாக்கு அவனிதனில் மெய்யாச்சோ பொய்யுமாச்சோ
சுந்தரம்போல் வாய்திறந்து ரிஷியார்தாமும் சூட்சமுடன் சுந்தரரைக் கேட்டிட்டாரே. 4557

கேட்டாரே கிட்கிந்தா மலையின்வேந்தன் கீர்த்தியுடன் இவ்வுலகில் இருக்கிறாரே
நீட்டமுடன் யானுரைத்த வாக்குவண்ணம் நீடாழி உலகமதில் உறுதியாச்சோ
தாட்டிகமாய் சித்துமுனி உரைக்கும்போது தண்மையுடன் சீஷவர்க்க மாண்பரெல்லாம்
மாட்டிமையாய் நிறைவேறிப் போச்சுதென்று மகாதேவர் என்றுசொல்லி வணங்கிட்டாரே. 4558

வணங்கியதோர் சீடருக்கு உபதேசங்கள் வளமாகத் தாமுரைத்தார் ரிஷியார்தாமும்
இணங்கியே கிட்கிந்தா மலையின்மேலே எழிலான கிட்கிந்தா ரிஷியார்தாமும்
மணங்கமழுஞ் சமாதிவிட்டு முனிவர்தானும் மார்க்கமுடன் சமாதிவிட்டு வந்துநின்றார்
சுணங்கமது வாராமல் ரிஷியாருக்கு சுத்தமுடன் ரிஷியாரும் சூழ்ந்திட்டாரே. 4559

சூழ்ந்துமே அஞ்சலிகள் ஆசீர்மங்கள் சுத்தாதி மாந்தர்முதல் வேந்தர்யாவும்
தாழ்ந்துமே சிரங்குனிந்து மனங்கனிந்து சட்டமுடன் ரிஷியாரைத் தோத்தரித்து
வீழ்ந்துமே பதாம்புயத்தைப் போற்றிநின்று வீறான உபதேசம் பெறுவதற்கு
ஆழ்ந்துமே பவக்கடலை விட்டகற்றி அன்புடனே கார்த்தருளும் என்றிட்டாரே. 4560

போகர் கிட்கிந்தா மலை ரிஷியாரைக் கண்டது

இட்டாரே மாண்பரெல்லாம் இதயம்சூர்ந்து எழிலான மனதுவந்து நிற்கும்போது
சட்டமுடன் காலாங்கி சீஷர்தாமும் சதுரான சீனபதி விட்டுமல்லோ
அட்டதிக்கு காணுதற்கு குளிகைகொண்டு அவனியெலாஞ் சுத்திவருங் காலந்தன்னில்
பட்டமது பகற்காலம் உச்சிதன்னில் பாரினிலே கிட்கிந்தா ரிஷிகண்டாரே. 4561

கண்டாரே போகரிஷி நாதர்தாமுங் காசினியில் கிட்கிந்தா மலையைக்கண்டு
அண்டமுடன் தேவாதி தேவரெல்லாம் அன்புடனே தானிறங்கும் மலையென்றெண்ணி
கொண்டர்களுஞ் சித்தர்முனி இருக்கும்நாடு துரைராச கிட்கிந்தா மலைவளத்தை
சண்டமாருதம் போலே போகர்தானும் சட்டமுடன் கண்டுமல்லோ இறங்கினாரே. 4562

இறங்கியே போகமுனி ரிஷியார்தாமும் எழிலாகக் கிட்கிந்தா மலையினுச்சி
சுரங்கமென்ற மேற்சுனையில் வந்துநின்று துரைராஜர் வடிவேலர் சுனையைக்கண்டு
கரந்தட்டி காசிவிஸ்வநாதர் தம்மை கருத்தினிலே தானினைத்து கூப்பிட்டேன்தான்
வரமுடனே மச்சமென்ற மீனைத்தானும் வாகுடனே கரந்தட்டி அழைத்திட்டாரே. 4563

தட்டியே போகரிஷி நாதர்தாமும் தகமையுடன் வடிவேலர் சுனையில்நின்று
எட்டியே சுனைதனையே பார்த்துமல்லோ எழிலான காசியென்ற விசுவர்தம்மை
அட்டில்லா தனையழைக்க மச்சந்தானும் அன்புடனே போகரிஷி சத்தங்கேட்க
கொட்டியெனுஞ் சுனைதனிலே மச்சக்கூட்டம் சுந்தரரைக் காணவல்லோ வருகலாச்சே. 4564

ஆச்சப்பா போகரிஷி முனிவர்தானும் அன்புடனே மச்சமென்ற சுனையைத்தாண்டி
பாச்சலுடன் ரெண்டாங்கால் வரையிலப்பா பாங்கான போகரிஷி முனிவர்தானும்
பாச்சலுடன் கெவனமென்ற குளிகைதன்னை மகத்தான போகரிஷி முனிவர்தானும்
வீச்சுடனே குளிகைகொண்டு போகும்போது வீறான தடந்தனிலே தனைக்கண்டாரே. 4565

சுந்தரமூர்த்தியார் எழுப்பிய மதலையின் முதலை

கண்டாரே இரண்டாங்கால் சுனையிலப்பா கருவாக போகரிஷி முனிவர்தானும்
கண்டாரே படுமுதலை சுனையிலப்பா கருவாக சுந்தரமூர்த்தி தன்னால்
கண்டாரே வந்ததொரு முதலையப்பா கனமுடனே மதலைதனை விழுங்கிவிட்ட
கண்டாரே முதலைதனைப் பார்த்துமல்லோ கனத்ததொரு விசாரமது கொண்டிட்டாரே. 4566

கொண்டதொரு போகரிஷி நாதர்தம்மை குன்றான மலைதனிலே இருக்கும்சித்தர்
கண்டுமே போகரிஷி நாதர்பக்கம் கனமுடனே சித்தர்முனி கூட்டமெல்லாம்
மண்டலத்தில் காணாத அதிசயங்கள் மகத்தான மலைமீதிற் கண்டோமென்று
விண்டுமே தங்கள்தங்கள் மனதிலெண்ணி விருப்பமுடன் போகர்பக்கம் வந்திட்டாரே. 4567

வந்துமே போகரிஷி பக்கம்நின்று மகத்தான முனிக்கூட்டம் தேவர்கூட்டம்
அந்தமுடன் ஆயிரம்பேர் ஓடிவந்து ஆங்கார கோபமது சிகரமிஞ்சி
இந்ததொரு மலைமீதில் வந்தபாலன் எழிலான வரலாற்றை அறிவோமென்று
சிந்தனையா யத்திரள்கூட்டம் படைகளோடு தீர்த்தமுடன் போகர்பக்கம் வந்தார்தானே. 4568

தானான போகரிஷி நாதர்தம்மை தண்மையுள்ள சிறுபாலா யாரென்றார்கள்
கோனான காலாங்கி நாதர்தம்மை கொற்றவனார் போகரிஷிக்கு அனைத்துமல்லோ
பானான என்குருவே எந்தன்நாதா பட்சமுடன் இவ்வேளைப் பாதுகாத்து
தேனான மனோன்மணியாள் கடாட்சந்தன்னால் தோர்வேந்தர் எந்தனையும் ரட்சிப்பீரே. 4569

இரட்சித்துக் காத்தருள வேண்டுமென்றும் இயலான போகரிஷி வணங்கியல்லோ
பரமவொளி கைலங்கிரி நாதாபோதா பாருலகில் உன்னைவிட சித்துமில்லை
நிரந்தரமாய் நிறைந்த பராபரமேபோற்றி நிட்களங்க மானதொரு நிதியேபோற்றி
வரந்தந்து எந்தனையுங் காக்கவென்று வாகுடனே போகரிஷி பணிந்திட்டாரே. 4570

பணிந்துமே சித்தர்முனி தன்னைநோக்கி பான்மையுடன் அவர்பாதம் தொழுதுமேதான்
துணிந்துமே காலாங்கி சீடனென்றார் நுப்புரவாய் குளிகையது யானுங்கொண்டு
பணியான குளிகையது பூண்டுமல்லோ மகத்தான வையகங்கள் சுத்திவந்தேன்
கனிவுடனே கிட்கிந்தா மலையைக்கண்டு கருவான மலையென்று இறங்கினேனே. 4571

இறங்கியே அதிசயத்தை பார்க்கவென்று எழிலான சித்தருக்குத் தாமுரைத்தார்
திறமுடைய சித்தர்முனி மனதுவந்து தீர்க்கமுடன் காலாங்கி சீடனென்று
அறமதுவும் நேராமல் வாசிர்மித்து அன்புடனே போகருக்கு இதவுகூறி
உறமுடனே உபதேசம் மிகஅளித்து உத்தமனார்க்கு வரமதுவும் கொடுத்தார்பாரே. 4572

போகர் கிட்கிந்தாமலை அதிசயத்தை சித்துகளைக் கேட்டல்

பாரேதான் போகரிஷி முனிவர்தாமும் பாங்குடனே சித்துதமைக் கேட்கும்போது
நேரேதான் முகதாவில் போகருக்கு நேர்மையுடன் தாமுரைத்தார் சித்துதாமும்
தீரேதான் இம்மலையில் அதிசயங்கள் திறமான வெகுகோடி சித்தரப்பா
ஊரேதான் மலைதானுஞ் சித்துநாடு ஓகோகோ நாதாக்கள் கூட்டந்தானே. 4573

கூட்டமாம் சுனைதனிலே மச்சமுண்டு கோடான கோடியுகம் இருக்கும்மச்சம்
நீட்டமுடன் சித்தர்முனி காவலுண்டு நெடிதான முதற்சுனையில் மைந்தாகேளு
தாட்டிகமாய் இரண்டாங்கால் சுனையில்எல்லாந் தாக்கான முதலையுண்டு சித்துமுண்டு
வாட்டமுடன் முன்யுகத்தில் குழந்தைதன்னை வாரியுண்ட முதலையின்தன் சுனையுமாமே. 4574

ஆமேதான் முன்யுகத்தில் சுந்தரமூர்த்தி அன்புடனே எழுப்பிவிட்ட முதலையப்பா
தாமேதான் மதலைதனை விழுங்கிவிட்ட தன்மையுள்ள முதலையிது என்றுசொல்லி
வேமேதான் முதலையின்றன் மகிமைதன்னை விருப்பமுடன் தாமுரைத்தார் போகருக்கு
தீமேதான் வாராமல் சித்துதாமும் சிறப்பான முதலைமொழி கூறினாரே. 4575

போகர் முதலையைக் காண வரையேறினது

கூறினார் சித்தர்முனி ரிஷிகள்தாமும் குறிப்பாகக் கிட்கிந்தா மலையினுச்சி
ஆறவே மேல்வரையிற் சென்றுமேதான் அன்பான போகரிஷி முனிவர்தானும்
சீறலுடன் சினங்கொண்டு உறுதிகொண்டு சிறப்பான சுனையருகில் கிட்டிநின்று
தேறவே சுனைமுகத்தைக் காணும்போது துப்புரவாய் சித்தொருவர் கண்டிட்டாரே. 4576

கண்டாரே போகரிஷி நாதர்தம்மை கனமான கிட்கிந்தா மலையில்சித்து
விண்டதொரு சுனைவளத்தை போகருக்கு விருப்பமுடன் உபதேசஞ் செய்யலுற்றார்
மண்டலங்கள் தான்புகழும் சுந்தரனார்தாமும் மகத்தான மதலைதனை எழுப்பிவைத்து
துண்டரிக மானதொரு முதலைதானும் துப்புரவாய் இச்சுனையைக் காணலாமே. 4577

காணலாம் எந்தனது உத்தாரந்தான் கனமான சிறுபாலா சுனையின்பக்கம்
நீணவே உத்தாரம் அன்றியல்லோ நீதியுடன் சுனையருகில் செல்லலாகா
பூணவே உத்தாரம் பெற்றுக்கொண்டு புகழான போகரிஷி செல்லலாகும்
வேணபடி தாம்உரைத்தார் சித்தர்தாமும் விருப்பமுடன் கேட்டாரே போகர்தாமே. 4578

தாமான போகரிஷி சித்துதாமும் தன்மையுடன் ரிஷியாரை வணங்கியேதான்
பூமானாம் சுந்தரனார் முதலைதன்னை புகழுடனே அடியேனுங் காணவென்று
வேமான மாகவல்லோ போகர்தாமும் விருப்பமுடன் ரிஷிதமையே கேட்டபோது
சீமானாம் போகரிஷி வந்தாரென்று சிறப்புடனே முதலைதனை அழைத்தார்காணே. 4579

காணவே போகரிஷி நாதர்தானுங் கனமான முதலைதனைக் கண்டபோது
நீணவே போகரிஷி நாதர்தானும் நியாயமுடன் முதலைதனைக் கண்டபோது
வேணவே உபசாரம் அஞ்சலிகள்தானும் விருப்பமுடன் தான்செய்தார் போகர்தானும்
மாணவே சினங்கொண்டு போகர்தானும் மகத்தான முதலைதனை கண்டிட்டாரே. 4580

முதலை போகருக்கு வரலாறு கூறியது

கண்டதொரு முதலையது மனதுவந்து கனமான போகரிஷி நாதருக்கு
உண்டான முன்யுகத்தின் அதிசயங்கள் உத்தமர்க்குத் தானுரைக்கும் முதலைதானும்
மண்டலங்கள் தான்புகழுஞ் சுந்தரனார்தாமும் மகத்தான நாடுவளஞ் சுத்தும்போது
அண்டமெலாம் தான்புகழும் ஆதிநாடு அவ்வனத்தின் ஊர்வழியே வந்திட்டாரே. 4581

வந்ததொரு சுந்தரனார் மூர்த்திதானும் வளமுடனே அவ்வீதி வருகும்போது
அந்தமுடன் மனுக்கூட்டம் சோழர்கூட்டம் அழகான திருவாசல் வாசல்முன்னே
சிந்தனையாய் சோழனது கூட்டத்தார்கள் சிறப்புடனே மனங்கலங்கி புலம்பும்போது
விந்தையுடன் எதிர்மாளி திருமணமாம்வாசல் விகல்பமுடன் கண்டாரே மூர்த்தியாமே. 4582

மூர்த்தியாஞ் சுந்தரனார் மனதுவந்து முத்தத்தில் நின்றதொரு மாந்தர்தம்மை
பார்த்துமே அழுகையென்ற சத்தமென்ன பாங்கான சோழவர்க்கஞ் சொல்லுமென்ன
தீர்த்திடுவேன் உந்தனது உபவாதத்தை திகழாகச் செப்புமென்றார் மூர்த்தியாரும்
ஆர்த்துமே சோழவர்க்க மாண்பரெல்லாம் அன்பாகத் தலைவணங்கி சொல்லிட்டாரே. 4583

சுந்தரமூர்த்திக்கு சோழர் பிள்ளை வரலாறு கூறல்

சொல்லுவார் சோழவர்க்க மாண்பரெல்லாம் துரைராஜ சுந்தரனார் மூர்த்தியார்க்கு
நல்லறிவு உடையதொரு மைந்தன்சாமி நலமான பாலனவன்ஒருவ னுண்டு
புல்லவே தோழனுடன் கூடியல்லோ புகழான சாத்திரங்கள் ஓதும்போது
வல்லதொரு வாகுநாளென்று சொல்லி வளமான விடுதிமுறை விட்டார்தாமே. 4584

விட்டாரே பாலனது குருவாம்சாமி விடுதிக்குப் போகவென்று விடையுந்தந்தார்
சட்டமுடன் இருவருமே பேசிக்கொண்டு தண்மையுடன் குளக்கரையில் படியில்நின்று
திட்டமுடன் ஸ்தானங்கள் செய்யும்போது திகழான எங்களது மைந்தன்தன்னை
வாட்டமுடன் முதலையது வந்துமல்லோ வாகுடனே மைந்தனைத்தான் விழுங்கிப்போச்சே. 4586

விழுங்கியே பதினாறு ஆண்டுமாச்சு வீறான திருக்குளமும் வற்றிப்போச்சு
மழுங்கமழுங் கூடிருந்த தோழனுக்கு மகத்தான திருமணமும் புரியலாச்சு
ஒழுங்குடைய எங்களது மதலைதானும் உத்தமரே தாமிருந்தால் நாங்களுந்தான்
தொழுங்கமுடன் திருமணமுஞ் செய்வோமல்லோ துரைராஜ மதலையைத்தான் நினைந்திட்டோமே.

இளந்தோமே மதலையைத்தா னென்றுசொல்லி எழிலான சுந்தரற்குத் தாமுரைத்தார்
குளந்தனையே காட்டவென்று மூர்த்தியாரும் கொப்பெனவே சோழவள நாடார்தம்மை
பளமையுடன் மூர்த்தியவர் கேட்கும்போது பாங்கான சோழவள நாடார்தாமும்
வளமையுடன் உரைக்கலுற்றார் மூர்த்தியார்க்கு வாகுடனே மலையாகஞ் செய்தார்பாரே. 4587

முதலை வாயில் சுந்தரமூர்த்தி மதலை வாங்கினது

பாரேதான் யாகமது செய்யும்போது பாங்கான சுந்தரனார் மூர்த்தியாகும்
நேரேதான் குளந்தனிலே சலமுண்டாக்கி நேர்மையுடன் எந்தனையும் வரவழைத்து
சீரேதான் விழுங்கியதோர் மதலைதன்னை சிறப்பாகத் தான்வாங்கி வெளியில்விட்டார்
கூறேதான் மைந்தனையுஞ் சோழமாண்பர் குறிப்புடனே தானெடுத்து கெடுபோனாரே 4588

போனவுடன் அடியேனும் சாபத்தாலே புகழான சுந்தரமூர்த்தி தன்னால்
வானமுடன் தேவர்களும் வணங்கும்நாடு மகத்தான கிட்கிந்தா மலையினுச்சி
தேனமிர்த மானதொரு சுனையினுள்ளே தேற்றமுடன் வெகுகோடி காலமப்பா
ஞானமிர்தம் உண்டல்லோ சுனையில்யானும் மகத்தான மலைதனிலே இருக்கின்றேனே. 4589

இருக்கிறேன் என்றல்லோ போகருக்கு எழிலான முதலையது கூறியேதான்
சுருக்கமுடன் சுந்தரனார் மூர்த்தியாரின் சூட்சாதி வரலாற்றைக் கூறியேதான்
பெருக்கமுடன் சுனையருகில் வந்தாலே பேறான உந்தனுக்குச் சாபம்நேரும்
திருக்கமல வேலவனார் ரிஷியார்தாமும் சிறப்பான பாதமது பணிகுவீரே. 4590

முதலை கிட்கிந்தா மலையின் சித்தர் மகிமை போகருக்குக் கூறல்

பணிந்துமே எந்தனைத்தான் காண்பீரானால் பாருலகின் மகத்துவங்கள் யானுரைப்பேன்
துணிந்துமே முதலையது தானுரைக்க துரைமன்னர் ஆனதொரு போகர்தானும்
அணியுடனே திருவேலர் தேவஸ்தானம் அன்புடனே பதாம்புயத்தை நண்ணுதற்கு
மணிபோன்ற கிட்கிந்தா மலையினுள்ள மகத்துவமாங் கடிஸ்தலத்தை நண்ணினானே. 4591

போகர் கிட்கிந்தா மலையில் திருவேலரைக் கண்டது.

நண்ணியே காலாங்கி நாதர்தாமும் நலமுடனே சித்தொளிவை மனதிலெண்ணி
அண்ணலார் பதாம்புயத்தைக் காணுதற்கு அன்பான போகரிஷி சென்றாரங்கே
வண்ணமுடன் திருவேல ரிஷியார்தாமும் வளமுடனே போகரிஷி தன்னைப்பார்த்து
நண்ணியே போகரிஷி நாதர்தம்மை நலமுடனே யாரென்று வினவினாரே. 4592

வினவியே திருவேல ரிஷியார்தம்மை விருப்பமுடன் யாரென்று கேட்கும்போது
கனமுடனே காலாங்கி நாதர்தம்மை கருத்துடைய நற்சீஷனென்று சொன்னார்
தினகரன்போல் முகத்தொளிவைக் கண்ணிற்கொண்டு தீர்க்கமுடன் திருவேல ரிஷியார்தாமும்
மனதுவந்து வந்தெனக்கு வாசீர்மங்கள் வண்மையுடன் தானுரைப்பார் வேலர்தாமே. 4593

தானான திருவேல ரிஷியார்தாமும் தகமையுடன் தாமுரைப்பார் போகருக்கு
வேனான விட்டகுறை இருந்ததாலே விடுபட்டு வந்தீர்காண் மலையைத்தேடி
கோனான காலாங்கி கிருபையாலே கொற்றவனே எந்தனுக்கு வாய்த்ததல்லோ
தேனான திருவினையாள் மனோன்மணியாள்தானும் சிகரமது உச்சிமலை அறியார்காணே. 4594

காணவே மனோன்மணியாள் பார்த்ததில்லை கைலாச திருவேலர் மலையினுச்சி
நீணவே செய்த தவத்தினாலே நீதியுடன் மலைதனையே காணலாச்சு
வேணதொரு மகத்துவங்கள் அறியலாச்சு வேதாந்த சின்மயத்தின் பொருளுங்கண்டீர்
வாணர்முதல் மதலைதனைக் கண்டதில்லை வண்மையுடன் உந்தனுக்குக் காணலாச்சே. 4595

ஆச்சப்பா போகரிஷி நாதாகேளும் அன்புடனே உந்தனுக்கு அருளுஞ்சொல்வேன்
மூச்சடங்கிப் போனதொரு வெகுகோடிசித்து முசியாமல் மலையடிவாரந் தன்னில்
மாச்சலுடன் சமாதினில் வெகுபேர்களுண்டு மகத்தான நாதாக்கள் சொல்லொண்ணாது
ஆச்சரிய மானசித்து அனேகங்கோடி அடிவாரம் மலைதனிலே காணலாமே. 4596

காணலாம் போகரிஷி மைந்தாநீயும் கண்டாலோ சித்துசாபம் எய்தும்
தோணவே சாபமது வந்திட்டாலும் தோற்றமுடன் எந்தனையும் நினைப்பீரானால்
வேணதொரு உபகாரம் உந்தனுக்கு விருப்பமுடன் செய்வதற்கு ஐயமில்லை
பூணவே உந்தனுக்கு சாபம்நீக்கி பொங்கமுடன் வரந்தருவேன் என்பார்பாரே. 4597

பாரேதான் காலாங்கி சீஷபாதா பரிவுடைய எந்தனிரு கண்ணிவேலா
சீரேதான் ஆகாய குளிகைகொண்ட சிறப்புடனே கற்பமுண்ட மாயதூபா
நேரேதான் உந்தனுக்கோ ஒருவருண்டோ நேரான குளிகைகொண்ட நேயபாலா
வீரேதான் சீனபதி விட்டமாண்பர் வீரான பொன்மணியே என்றிட்டாரே. 4598

என்றுமே திருவேலர் சொல்லும்போது எழிலான போகரிஷி நாதர்தானும்
குன்றான பருவத்தின் மேலேசென்று கோடான கோடிமனு மகிமைகண்டு
தென்திசையில் கும்பமுனி மலையுங்கண்டு தேற்றமுடன் குளிகையது கொண்டுசென்று
வென்றிடவே மலையடியாம் வாரந்தன்னில் மேன்மையுடன் போகரவர் இறங்கினாரே. 4599

இறங்கியே போகரிஷி மனதுவந்து எழிலான சமாதிபதி தன்னிற்சென்று
அறமதுவும் வழுவாமல் முனிவர்தாமும் அன்புடனே சமாதியர்ச் சனையுஞ்செய்து
திறமுடைய காலாங்கி தனைநினைந்து தீர்க்கமுடன் சமாதிதனில் முன்னேநின்று
குறலகற்றி முனியாருங் கைகுவித்து சோலமுடன் சமாதிதனை வணங்கிட்டாரே. 4600

வணங்கியே அடிவார சமாதிதன்னில் வண்மையுடன் போகரிஷி முனிவர்தானும்
இணங்கியே கரங்குவித்து நிற்கும்போது எழிலான சமாதியது திறந்ததுஅங்கே
மணமுடைய சொரூபமென்ற சித்துதாமும் மகத்தான ரிஷியாருங் கண்திறந்து
சுணங்கமது வாராமல் போகர்தம்மை சுத்தமுடன் வாய்திறந்து கேட்டிட்டாரே. 4601

கேட்டதொரு ரிஷியார்க்கு மனதுவந்து கிருபையுடன் காலாங்கி சிஷனென்றார்
நாட்டமுடன் போகரிஷி நாதர்தம்மை நாதாந்த சித்தொளிவு ரிஷியார்தாமும்
தேட்டமுடன் திரிசங்கு அயோத்திமைந்தன் திகழான அரிச்சந்திரன் சுகமோஎன்றார்
வாட்டமுடன் போகரிஷி முனிவர்தானும் வளமுடனே யான்கண்டது இல்லையென்றாரே. 4602

என்றாரே போகரிஷி முனிவர்தானும் எழிலான திரிசங்கு மைந்தன்தன்னை
குன்றான மலைஇறங்கி குளிகைபூண்டு குவலயத்தை யான்சுத்தி வருகும்போது
தென்திசையில் திருப்பாலின் கடலின்மேற்கே திகழான மயானமென்ற கரையில்தானும்
தன்றுளவ கிருஷ்ணனைப்போல் கல்லாய்த்தானும் தாரிணியில் கண்டேனே என்றிட்டாரே. 4603

போகர் அரிச்சந்திரனை மயானத்தில் கண்டது

இட்டாரே போகரிஷி முனிவர்தானும் எழிலான அரிச்சந்திரன் தன்னைத்தானும்
பட்டதொரு மாண்பர்களின் சுடலைதன்னில் பாங்குடனே காவலது இருக்கவென்று
கட்டதொரு மாண்பருக்குக் கூலியாளாய் சுடலைபதி கார்த்திருக்கக் கண்டேன்யானும்
கட்டவிழும் சத்தியத்துக்கு ஆளதாகி காசினியில் சுடலைபதி இருந்திட்டாரே. 4604

இருந்தாரே கல்லாக வெகுகோடிகாலம் எழிலான திருச்சங்கு மைந்தன்தானும்
பொருந்தவே கல்லதனைக் கண்டேனென்று பொன்னடிக்குத் தண்டனிட்டார் போகர்தாமும்
திருந்தவே சமாதிகளில் இருந்தசித்து தீர்க்கமுடன் கலியுகமும் பிறந்ததென்ன
குருந்தமுடன் சீனபதி துரைத்தனங்கள் குவலயத்தில் அமைத்துதோ தானென்றிட்டாரே. 4605

என்றுமே போகரிஷி முனிவர்தம்மை எழிலான நாதாந்த சித்துதாமும்
சென்றுமே சமாதிதனை மூடவென்று சினத்திலே போகருக்கு விடையுஞ்சொல்ல
நன்றுடனே போகரிஷி முனிவர்தானும் நாதாந்த சித்தொளிவைக் கெதியேதென்றார்
குன்றுடைய காலாங்கி சீஷருக்கு கூறுவார் சித்தொளிவுங் கூறுவாரே. 4606

போகருக்கு சித்து கூறுவது

கூறுவார் காலாங்கி சீஷர்கேளும் கொற்றவனே சீனபதி விட்டுநீயும்
மாறலென்ற குளிகையது பூண்டுகொண்டு மகத்தான கிட்கிந்தா மலையைத்தேடி
சாரலென்ற மேற்பதியில் வந்துநீயும் சட்டமுடன் சமாதிதனைக் கண்டுமேதான்
சேரவே எந்தனைநீ பார்த்ததாலே செப்பமுடன் உந்தனுக்கு அருள்சொல்வேனே. 4607

அருளான மகிமையது என்னவென்றால் அப்பனே காலாங்கி சீஷர்கேளும்
பொருளான மூன்றுயுகங் கடந்துபோச்சு பொங்கமுடன் கலியுகமும் பிறக்கலாச்சு
இருளான கலியுகத்தின் முடிவுதன்னில் எழிலாக எந்தனைநீ காண்பாயானால்
தெருளகற்றி உந்தனுக்கு அனேகபோதம் தெளிவான கிரிகைகளும் செப்புவேனே. 4608

செப்புவேன் உந்தனுக்கு என்றுசொல்லி தேற்றமுடன் தாமுரைப்பார் சித்துதாமும்
ஒப்பமுடன் போகரிஷி நாதருக்கு ஓகோகோ நாதாந்த சித்துதாமும்
இப்புவியில் அதிசயங்கள் யாவுங்கூறி எழிலாகத் தாமுரைத்து போகருக்கு
எப்போதும் போலாக சமாதிதன்னை எழிலாக மூடவென்று விடைதந்தாரே. 4609

போகர் சித்துவுடன் விடைபெற்று திருவேல ரிஷியிடம் சென்றது

தந்தாரே விடையதுவும் பெற்றுக்கொண்டு தகமையுள்ள திருவேல ரிஷியார்முன்னே
அந்தமுடன் போகரிஷி முனிவர்தானும் அன்பாக மலைமீதிற் சென்றுமல்லோ
சொந்தமுடன் திருவேல ரிஷியார்பக்கம் தோற்றமுடன் போகரிஷி முனிவர்தானும்
விந்தையது பெற்றுமல்லோ ரிஷியார்பக்கம் விருப்பமுடன் சிரங்குனிந்து நின்றிட்டாரே. 4610

நின்றதொரு போகரிஷி முனிவர்தம்மை நேர்மையுடன் திருவேல ரிஷியார்பார்த்து
குன்றின்மேல் ஏறியல்லோ குளிகைபூண்டு கொற்றவனே எந்தனிடம் வந்தாயப்பா
நன்றான அதிசயங்கள் உந்தனுக்கு நலமுடனே யானுமல்லோ உபதேசிப்பேன்
என்றுமே ரிஷியாரும் வாக்களித்து ஏத்தமுடன் பட்சமாய் சொல்லிட்டாரே. 4611

சொல்லவே திருவேல ரிஷியார்தாமும் சோறாமல் போகருக்கு மனதுவந்து
வெல்லவே சீனபதி விட்டுமேதான் வேதாந்த காலாங்கி விடையும்பெற்று
அல்லலெனும் பவக்கடலை விட்டகற்றி அவனியெலாம் குளிகைகொண்டு திரிந்துமைந்தா
வல்லதொரு கிட்கிந்தா மலையைத்தேடி வந்ததினால் உந்தனுக்குத் துறைசொல்வேனே. 4612

துறையான காலாங்கி நாதபாதா துப்பரவாய்ச் சமாதியிடம் சென்றுமேதான்
மறையான அடிவார மலையோரத்தின் மகுத்துவமாஞ் சித்துகளும் அனேகமுண்டு
சிறைமீளா சமாதிதனில் இருந்தசித்து சீரான நாதாக்கள் வெகுபேருண்டே
கறைபடுமா மாபுறத்தில் சமாதிமாண்பர் கனமான சொரூபசித்து காணீர்தானே. 4613

கண்டீரோ சமாதியென்ற சொரூபசித்தை கைலாச சீனபதி போகநாதா
விண்டதொரு திருவேலர் திருவாக்குக்கு விருப்பமுடன் போகரிஷி உரைக்கலுற்றார்
சண்டமாருதம் போலசமாதி கண்டேன் சாங்கமுடன் அவ்விடத்தில் சித்துமுண்டு
தெண்டமுடன் சமாதியிடம் நின்றுயாமும் தெரிசித்து சமாதியிடம் வந்திட்டேனே. 4614

அரிச்சந்திரன் உலகத்திலிலங்கிய சித்து மகிமையை திருவேலருக்குக் கூறல்

வந்திட்டேன் அஞ்சலிகள் மிகவுஞ்செய்தேன் வாகுடனே சமாதியின்தன் சொரூபருக்கு
சிந்தனையாய் நெடுங்காலம் இருந்தசித்து மகாபுருடனையும் வேண்டிக் கொண்டேன்
அந்தமுள்ள சமாதியது பாறைதானும் அண்டரண்டங் கிடுகிடுக்க வெடிக்கலாச்சு
பத்துளவ மாலையணி கிருஷ்ணன்போல பார்த்தேனே சித்தொளிவை வணங்கினேனே. 4615

வணங்கவே சமாதிமுகந் தனிலிருந்து வளமான சித்துமகா ரிஷியார்தாமும்
இணங்கவே எந்தனையும் மனதுவந்து எழிலான சிறுபாலா யாரென்றென்ன
சுணங்கமது வாராமல் அடியேன்தானும் துப்புரவாய்க் காலாங்கி சீஷனென்றேன்
மணங்கமழும் சித்துமகா சொரூபர்தானும் மனக்களிப்பாய் வார்த்தையது கூறுவாரே. 4616

கூறுவார் வாய்திறந்து எந்தனைத்தான் கூறான அரிச்சந்திரன் எங்கேயென்றார்
மாறுபடு எந்தன்மனம் பேதலித்து வையகத்தில் அரிச்சந்திரன் கண்டதில்லை
வீறுபுகழ் சுடலைபதி தன்னில்யானும் விருப்பமுடன் அரிச்சந்திரன் கல்லைக்கண்டேன்
ஆறுபுகழ் சூழ்நகர அரசுவேந்தன் அவனிதனில் மாண்டிட்டார் என்றிட்டேனே. 4617

என்றேனே அரிச்சந்திரன் தன்னைக்காணேன் எழிலான அரிச்சந்திரன் கூறும்போது
குன்றான மகமேரு ரிஷியார்தாமும் குவலயத்தி லில்லையென்ற மொழியுங்கேட்டு
சென்றுமே மூன்றுயுகங் கடந்துபோச்சு செயலான கலியுகமும் பிறக்கலாச்சோ
என்றுமே ரிஷியாரும் மனதுநொந்து எழிலான வார்த்தையது சொல்லிட்டாரே. 4618

சொல்லவே அடியேனை பாறைகொண்டு சோறாமல் மூடவென்று விடையுந்தந்தார்
புல்லவே அடியேனும் சமாதிதன்னை புகழாக முடியல்லோ சமாதிவர்க்கம்
அல்லவருங் கண்டதினால் லோகமெல்லாம் அவமான வார்த்தைக்கு உடையுண்டென்று
சொல்லியே எந்தனையும் மூடச்சொல்லி துப்புரவாய் வாக்கதுவும் தந்திட்டாரே. 4619

தந்திட்டார் என்றதுமே வரலாறுந்தான் தகமையுடன் பதிவேலர்க்கு உரைத்தேன்யானும்
அந்தமுடன் திருவேலர் ரிஷியார்தானும் அன்புடனே மனங்கனிந்து எந்தன்மீது
சொந்தமுடன் என்மீதிற் பட்சம்வைத்து சுத்தமுள்ள காலாங்கி கிருபையாலே
விந்தைபுகழ் தேசாதி மகிமையெல்லாம் விருப்பமுடன் எந்தனுக்கு ஓதினாரே. 4620

போகருக்கு திருவேலரிஷி உலக மகிமை உரைத்தல்

ஓதியே திருவேலர் ரிஷியார்தாமும் ஓகோகோ போகரிஷி நாதருக்கு
நீதியுடன் ஞானோப தேசங்கூறி நிட்களங்க மானதொரு மகிமையெல்லாம்
வாதியாஞ் சித்தர்முனி சொரூபந்தானும் வளமான அதிசயங்கள் காணாதெல்லாம்
பாதிமதி சடையணிந்த போகருக்கு பட்சமுடன் உபதேசஞ் செய்தார்பாரே. 4621

கிட்கிந்தா மலையில் வடிவேலர் வாகனம் போகரிடம் பேசுவது

பாரேதான் காலாங்கி சீஷபாதா பரிவாக உந்தனுக்கு சொல்வேனப்பா
நேரேதான் கிட்கிந்தா மலையினுச்சி நெடியான வடக்குபுறந் தெற்குவாசல்
சீரேதான் உத்தமென்ற சுனைஒன்றுண்டு சிறப்பான பொன்மயிலும் அங்கேயுண்டு
பேரேதான் ஆவடியார் சமாதியுண்டு செங்கண்மால் சக்கரமும் அங்கேயுண்டே. 4622.

உண்டான சக்கரமுங் காவலுண்டு உதகமென்ற மலைமேலே சுனையிலப்பா
அண்டர்தொழும் ஆவடியார் தன்றன்பக்கம் அழகான பொன்மயிலும் அங்கேயுண்டு
கண்டுமே மனதுவந்து களிப்படைந்து கனமுடனே வார்த்தையது மிகவுங்கூறி
மண்டலத்தில் அதிசயங்கள் யாவுஞ்சொல்லி மார்க்கமுடன் வருகவென்று விடைதந்தாரே. 4623

விடையான விடையதுவும் பெற்றுக்கொண்டு வீறான குளிகையது பூண்டுகொண்டு
தடையறவே கிட்கிந்தா மலையினுச்சி தண்மையுடன் வடக்குப்புறம் மேற்குவாசல்
சடைபோன்ற போகரிஷி நாதர்தானும் சட்டமுடன் சிவலிங்கம் தன்னைக்கண்டு
நடையுடனே மேற்பதியில் செல்லும்போது நலமான பொன்மயிலைக் கண்டிட்டாரே. 4624

கண்டாரே பொன்மயிலை போகர்தானும் கனமுடனே எதிர்நின்று முடிகள்சாய்த்து
தெண்டமுடன் பதாம்புயத்தைத் தான்வணங்கி தேற்றமுடன் கூறலுற்றார் ரிஷியார்தாமும்
பண்டதுபோல் தங்கமென்ற மயில்தானப்பா பாண்டவனே போகரிஷி தன்னைப்பார்த்து
ஒண்டியுடன் மலைமேலே வந்தபாலா உத்தமனே யாரென்று கேட்கலாச்சே. 4625

தேவேந்திரன் சாபத்தால் திரேதாயுகத்தில் கிட்கிந்தாமலை ரிஷியார் சுப்பிரமணியருக்கு பொன் மயிலானது

கேட்டதொரு வடிவேலர் பட்சிக்கல்லோ கிருபையுடன் போகரிஷி நாதர்தானும்
வாட்டமுடன் பொன்மயிலாந் தன்னைக்கண்டு வளமான உத்தாரஞ் சொல்லலுற்றார்
நீட்டமுடன் திருவேல ரிஷியார்தாமும் நீதியுடன் அரிச்சந்திர சித்துமுன்னே
தேட்டமுடன் கண்டறிந்து வந்தபின்பு செப்புவேன் விடையெனக்கு என்றிட்டாரே. 4626

என்றுமே திருவேல ரிஷியார்சொல்ல ஏத்தமுடன் உத்தாரம் பெற்றுமேதான்
வென்றிடவே மறுபடியும் திருவேலர்முன்னே வேகமுடன் வந்தல்லோ வணங்கிநின்றேன்
குன்றான மலைமேலே உச்சிதன்னில் கொப்பெனவே எந்தனையும் போகச்சொன்னார்
நன்றாக அடியேனும் விடையம்பூண்டு நலமாக உந்தனையும் காணலாச்சே. 4627

காணவே நாளாச்சு தென்றுசொல்லி கருத்துடனே தாள்பணிந்து கூறும்போது
பூணவே போகரிஷி நாதருக்கு பொன்மயிலும் மனதுவந்து என்னசொல்லும்
தோணவே காலாங்கி நாதர்சீஷர் துப்புரவாய் எந்தனையுங் கண்டதாலே
வேணபடி உந்தனுக்கு உபதேசங்கள் விருப்பமுடன் உரைப்பேனென்று சொல்லலாச்சே. 4628

ஆச்சப்பா காலாங்கி நாதர்பாதா அருண்மைந்தா சொல்லுகிறேன் உந்தனுக்கு
வீச்சுடனே திரேதாயி னுகத்திலப்பா விண்ணுலகு தெய்வலோக பதியில்யானும்
மாச்சலுடன் மகாகோடி ரிஷிகள்தன்னில் மகத்தான மகிமைகளுங் கிரியைபூண்டு
ஆச்சரிய மாகவல்லோ இந்திரன்பக்கம் அமர்ந்தேனே கொலுமேடை பக்கம்தானே. 4629

தானான சித்தர்கூட மண்டபத்தின் தகமையுடன் இந்திரனார் கொலுவிருக்க
தேனான ரம்பைஊர்வசியாள் தானும் சிறப்புடனே நாட்டியங்கள் செய்துநிற்க
பானான ஊர்வசியாள் தன்னைப்பார்த்து பட்சமுடன் கல்விக்கு எண்ணங்கொண்டு
மானான மகத்துவமாம் ரிஷியார்தாமும் மார்க்கமுடன் காதலது கொண்டிட்டாரே. 4630

கொண்டதொரு காதல்தனை இந்திரன்கண்டு கொற்றவனார் இந்திரற்குக் கோபம்பொங்கி
அண்டர்முனி ராட்சதர் தேவாதிமுன்னே அகங்கொண்ட ரிஷியார்க்கு சாபங்கொண்டு
மண்டலங்கள் தான்புகழும் வடிவேலவர்க்கு மகத்தான பொன்மயில் வாகனமுமாக்கி
துண்டரீக மாகவல்லோ இந்திரன்தான் துப்புரவாய் சாபமது கொடுத்தார்தாமே. 4631

தாமான சாபத்தால் மயிலுமானேன் தகமையுள்ள கிட்கிந்தா மலையின்மேலே
கோமான்கள் கோடிப்பேர் கண்டதுண்டு கொற்றவர்கள் சாபமதைத் தவிர்க்கவில்லை
பூமானங் காலாங்கி நாதர்பாதா பொங்கமுடன் எந்தனையுங் கண்டதாலே
சாமான மானதொரு காலாங்கிநாதர் சட்டமுடன் என்சாபம் நீக்கொண்ணாதே. 4632

காலங்கிநாதர் பொன்மயில் சாபம் நீக்கியது

ஒண்ணாது சொரூபமென்ற சித்துதாமும் உலகபதி முன்யுகத்தில் ரிஷியாருமாய்
எண்ணவே வெகுகாலந் தானிருந்து எழிலான தேவபுரம் சென்றேன்யானும்
கண்ணான ஆயிரங்கண் இந்திரன்தான் கடுங்கோபம் என்மேலே அதிகமாகி
திண்ணமுடன் சாபமது எந்தனுக்கு தீர்க்கமுடன் தான்கொடுத்தார் பாருபாரே. 4633

போகரிஷியாகிய பொன்மயிலுக்குக் கூறல்

பாரேதான் ரிஷியான மயிலுமப்பா பாலனெனும் போகர்முகந் தன்னைநோக்கி
நேரேதான் காலாங்கி நாதருக்கு நேர்மையுடன் எந்தனது வளப்பங்கூறி
சீரேதான் பொன்மயிலுஞ் சாபம்நீங்கி சிறப்பாக முன்போல ரிஷிஉமக்கு
சேரேதான் வையகத்தில் சித்துமாக சிறப்புடனே செய்வதுஉன் பாரந்தானே. 4634

தானான தேவரிஷி மயிலேகேளும் தண்மையுடன் வடிவேலர்க்கு கந்தமாக
கோனான எனதையர் காலாங்கிக்கு கொற்றவனே உன்வளப்பம் மிகவனைத்தும்
தேனான தேவேந்திரன் வளப்பந்தானும் தேற்றமுடன் யானுரைக்க சாபம்நீங்கி
மானான வையகத்தில் ரிஷியுமாக்கி பார்க்கமுடன் உன்சாபம் தீர்ப்பேன்காணே. 4635

காணவே போகரிஷி நாதர்தானும் கனமான வடிவேலர் மயிலுக்கல்லோ
தோணவே உபசார வார்த்தைகூற தோன்றாமல் பொன்மயிலும் மனதுவந்து
பூணவே தேவர்பதி மகிமையெல்லாம் புகழான பொன்னுலோக மர்மனைத்தும்
வேணவே அமரர்பதி சரித்திரங்கள் விருப்பமுடன் உபதேசங் கூறலாச்சே. 4636

ஆச்சப்பா கைலாச மர்மமெல்லாம் அடைவுடனே போகரிஷி முனிவர்தானும்
பேச்சுமொழி வாய்ஞானந் தன்னிற்றானும் பேரான உபதேசமனைத்துங் கொண்டு
பாச்சலுடன் விடையதுவும் பெற்றுக்கொண்டு பாங்கான குளிகையது பூண்டுமேதான்
ஆச்சரிய மாகவல்லோ சீனதேசம் அன்புடனே தம்பதிக்கு வந்திட்டாரே. 4637

வந்தாரே சீனபதி தன்னிற்சென்று வளமுடனே முக்காதக் கோட்டைக்குள்ளே
அந்தமுடன் போகரிஷி முனிவர்தானும் அகங்களித்து மனதுவந்து குளிகையிட்டு
சொந்தமுடன் காலாங்கி சமாதிபக்கம் சுத்தமுடன் மேற்புறத்தில் வாசல்நின்று
சிந்தனையாய் அஞ்சலிகள் மிகவுஞ்செய்து சிறப்புடனே சிரங்குனிந்து வணங்கிட்டாரே. 4638

வணங்கியே இருகரமுந் தான்குவித்து வளமுடனே பதாம்புயத்தை மிகவும்நண்ணி
இணங்கியே சமாதியது கபாடவாசல் இணக்கமுடன் அர்ச்சனைகள் புரியும்போது
சுணங்கமது வாராமல் காலாங்கிநாதர் சுடரொளியாஞ் சமாதியது திறந்துதங்கே
கணமுடனே வாத்தியங்கள் ஆர்ப்பரிக்க கர்த்தாவாஞ் ஜெகஜோதி காணலாச்சே. 4639

கிட்கிந்தாமலை பொன்மயில் ரிஷியார் சாரத்தை போகர் காலாங்கிக்குக் கூறல்

காணுகையில் போகரிஷி முனிவர்தானும் காலாங்கி ஜெகஜோதி நாதருக்கு
தோணவே சீனபதி விட்டுமல்லோ துரைராஜ போகரிஷி முனிவர்தானும்
நீணவே குளிகையது மிகவேபூண்டு நிட்களங்க கிட்கிந்தா மலையில்தானும்
வேணதொரு தான்கண்ட அதிசயங்கள் விருப்பமுடன் கூறுவார் காலாங்கிக்கே. 4640

காலாங்கி நாதரென்ற ரிஷியாருக்கு கனமுடைய சீஷவர்க்கம் போகர்தானும்
பாலான கிட்கிந்தா மலையினுச்சி பாங்குடனே குளிகைகொண்டு சென்றதுந்தான்
மாலான திருவேல ரிஷியார்தம்மை மார்க்கமுடன் பேசியல்லோ கண்டதுந்தான்
சீலான கிட்கிந்தா அடிவாரத்தில் சிறப்புடனே ரிஷியாரைக் கண்டார்தானே. 4641

கண்டாரே அரிச்சந்திர சித்துதானும் கனமுடனே தன்தனக்கு உரைத்தசொல்லும்
அண்டாமல் வார்த்தையது மிகக்கூறாமல் அம்மலைக்கு மறுபடியும் ஏகவென்று
சண்டமாருதம்போல முதலை தன்னை தகமையுடன் தான்கண்ட சேதியாவும்
உண்மையுடன் சுந்தரனார் மூர்த்தியாரும் உரைத்தமொழி தப்பாமல் உறுதிகொண்டே. 4642

கொண்டேதான் வார்த்தையது மிகவும்நண்ணி குறிப்பான பொன்மயிலைக் கண்டதுந்தான்
அண்டமது ஆகாய விந்திரன்தான் அமரர்பதி சமர்க்களத்தில் ரிஷியார்தம்மை
தெண்டனைகள் சாபமது மிகக்கொடுத்து தேவேந்திர பகவானு அஞ்சலித்து
வண்டணிமார் கோபத்தால் சாபந்தந்து வண்மையுடன் மயிலாக்கி போவென்றாரே. 4643

போகவென்றார் தேவேந்திர பகவான்தானும் பொங்கமுடன் வடிவேலர் வாகனந்தான்
சாகமுடன் சதாகாலம் வடிவேலர்க்கு சட்டமுடன் பொன்மயிலா இருக்கவென்று
வேகமுடன் தேவேந்திர பகவான்தானும் எழிலான சாபமது தந்தாரென்றும்
பாகமுடன் சாபமதைத் தீர்க்கவென்று பட்சமுடன் பொன்மயிலுங் கேட்கலாச்சே. 4644

காலங்கிநாதர் போகர் மீதில் பட்சம் வைத்து பொன்மயில் சாபம் நீக்குவது

கேட்கவே காலாங்கி நாதர்தாமும் கிருபையுடன் பொன்மயிலின் சாபந்தீர்க்க
நீட்கமுடன் போகர்மேல் பட்சம்வைத்து நிலையான ரிஷியினது சாபந்தன்னை

வாட்கமுடன் மனோன்மணியாள் கிருபையாலே வாகுடனே இந்திரபதி சென்றுமல்லோ
தாட்கமுடன் நவரத்ன பீடந்தன்னில் தார்வேந்தர் இந்திரனார் சபைகண்டேனே. 4645

கண்டாரே காலாங்கி நாதர்தம்மின் கனமான போகரிஷி நாதர்தானும்
அண்டர்முடி தேவாதி தேவரெல்லாம் வண்பாக தேவேந்திரன் பக்கம்தன்னில்
கொண்டல்முடி அச்சுதனார் கோபாலன்தன் குருவான பீடமது தன்னைக்கண்டார்
சண்டமாருதம்போலே இந்திரன் பக்கம் சாங்கமுடன் போகரிஷி கண்டார்தானே. 4646

தானான போகரிஷி முனிவர்தானும் தண்மையுள்ள இந்திரனார் தன்னைநோக்கி
கானான என்தேவா பகவானேகேள் கொற்றவனார் ரிஷியாரின் சாபந்தன்னை
மானான காலாங்கி நாதரல்லோ மகத்தான நாலுயுகங் கண்டசித்து
தேனான மனோன்மணியாள் அறிந்தசித்து தேசமெல்லாங் கரைகண்ட சித்துமாமே. 4647

சித்தான தேவேந்திர பகவானேகேள் சிறப்பான லோகமதில் கீர்த்திபெற்ற
முத்தான காலாங்கி நாதர்தாமும் முடிவணங்கி அடிவணங்கி சமாதிதன்னில்
சுத்தமுடன் தேவேந்திரா உந்தமக்கு சுடரொளியே ஜெகஜோதி சொரூபநந்தா
சித்துமது மனதுவந்து தேர்வேந்தேகேள் சீரான ரிஷிசாபம் நீக்கென்றாரே. 4648

தேவேந்திர பகவான் ரிஷியின் ருது அக்கிரமம் கூறல்

என்றாரே மயில்ரூபந் தன்னைமாற்றி எழிலான மகாதேவர் அடியார்தம்மை
முன்னான யுகந்தனிலே இருந்தாப்போல மூதுலகில் சாபமதைத் தீர்த்துமல்லோ
பின்னான மயில்ரூபந் தன்னைமாற்றி பேறான ரிஷிபோல வடிவமாக்கி
மன்னவனே வையகத்தில் பிறவிமாற்றம் மகாதேவா செய்வதுஉன் பாரமாமே. 4649

பாரமாம் என்றல்லோ போகர்தாமும் பட்சமுடன் பலகாலுந் தாள்பணிந்து
தீரமுடன் தேவேந்திரன் தன்னைநோக்கி தீர்க்கமுடன் பலநாலுந் தெண்டனிட்டார்
சூரர்முதல் தேவர்கண பூதத்தோடு துப்புரவாய் தேவேந்திர பகவான்தானும்
வீரமுடன் போகர்முகந் தன்னைநோக்கி விருப்பமுடன் தேவேந்திர பகவான்தானே. 4650

தானான காலாங்கி நாதர்பாதா தண்மையுள்ள சிசுபாலா போகநாதா
கோனான தேவேந்திர பதியைக்காண கொற்றவனே வந்ததொரு தீரமாறா
தேனான மனோன்மணியாள் உகந்தசீஷா தேசத்தில் சித்தர்மெச்சும் குணக்குன்றேகேள்
பானான எந்தனது பக்கம்தன்னில் பட்சமுடன் கொலுவிருந்தார் கோடியாமே. 4651

கோடியாம் நவகோடி ரிஷிகளப்பா கொற்றவர்கள் எந்தனது கொலுக்கூடத்தில்
நீடியே நவகோடி ரிஷிகளப்பா நலமையுடன் கொலுவிருந்தார் கோடிமாண்பர்
ஆடியே எந்தனது சபையின்முன்னே அரம்பைமுதல் மேனகையும் ஆடிநிற்க
தேடியே மாதரிடம் கிட்டேநின்று தேவிகள்மேல் மோகமது கொண்டிட்டாரே. 4652

கொண்டாரே ரிஷியாரும் மாதுபேரில் கொற்றவனார் ரிஷியாரின் எண்ணந்தன்னை
கண்டேனே மனந்தனிலே சந்தேகங்கள் கசடுள்ள பாவியென்று மனதில்எண்ணி

தெண்டனைகள் செய்யாமல் ரிஷியார்தன்னை சிறப்புடனே சாபமதுயான் கொடுத்து
அண்டமதில் தானேகும் மயிலைப்போல அவனிதனில் போகவென்று வரந்தந்தேனே. 4653

தந்தேனே பொன்மயிலாய் வடிவமாகி தாரணியில் சதாகால மிருக்கவென்று
இந்ததொரு தேவெந்திர லோகம்விட்டு எழிலான வையகத்தில் ஏகவென்று
நிந்தைகொண்ட பாவியர்க்கு வையகந்தான் நீடாழி உலகமே சதாகாலந்தான்
சொந்தமாய் வையகத்தில் இருக்கவென்று சொன்னேனே சாபமது ரிஷிக்குத்தானே. 4654

தானான சாபமது பெற்றுமல்லோ தாரணியில் பொன்மயிலாய் இருக்கவென்று
மானான துவாபர யுகத்திலப்பா மகத்தான சாபமது நேர்ந்துதங்கே
பானான ரிஷியாரை சாபம்தீர்க்க பாருலகில் சமாதிகொண்ட சொரூபசித்து
கோனான குருசாமி காலாங்கிநாதர் கொற்றவனார் மன்னாப்பு சொன்னார்காணே. 4655

சொன்னாரே காலாங்கி நாதர்தானும் சொர்ப்பமுள்ள ரிஷியார்க்கு சாபந்தீர்க்க
மன்னவனே மனோன்மணியாள் அறிந்தசித்து மகத்தான காலாங்கி நாதரப்பா
முன்னேதான் மூன்றுயுகங் கண்டசித்து மூதுலகோர் தானறியா மாயசித்து
நன்மையாய் வையகத்தை மறந்தசித்து நாதாந்த சொரூபமென்ற சித்துதாமே. 4656

தாமான காலாங்கி நாதர்வாக்கு தாரணியில் ஒருகாலந் தடுக்கப்போகா
சாமானிய மானதொரு சித்துதாமும் சட்டமுடன் வாக்களித்த பிரகாரகாரந்தான்
நாமேதான் செய்வதற்கு ஐயமில்லை மாலான சித்தினுட வாக்குபாதம்
வேரேதான் மயில்ரூபம் மாறியல்லோ வேகமுடன் சாபமது கொடுத்தார்பாரே. 4657

பாரேதான் பொன்மயிலும் ரூபமாறி பாங்குடனே மறுபடியும் ரிஷியுமாகி
நேரேதான் ரிஷியாரும் சாபம்தீர்ந்து நேர்மையுடன் வையகத்தில் வாழ்ந்திருக்க
சீரேதான் தேவேந்திர பகவான்தானும் சிறப்புடனே வையகத்தில் மாண்பனாக
தீரேதான் சாபமது நிவர்த்திசெய்து தீர்க்கமுடன் வையகத்துக்கு அனுப்பினாரே. 4658

அனுப்பினார் தேவேந்திர பகவான்தானும் அன்புடனே போகரிஷி விடையும்பெற்று
மனுநீதி வழுவாமல் இந்திரன்பக்கம் மாட்சியுடன் போகரிஷி முனிவர்தானும்
தனுசுடைய இந்திரனார் வில்லுங்கண்டு தாழ்மையுடன் போகரிஷி விடையும்பெற்று
பனுவலுடன் வையகத்தில் வந்துமல்லோ பட்சமுடன் ரிஷிதனையே கண்டிட்டாரே. 4659

கண்டாரே போகரிஷி முனிவர்தானும் கருவான ரிஷியாரைத் தானும்பார்த்து
அண்டரண்டம் சென்றுமல்லோ விடையும்பெற்று ஆண்டவனே என்சாபம் மீட்டுவந்தேன்
தண்டுலகந் தான்புகழும் காலாங்கிநாதர் தாளடிக்கு அடிபணிந்து செப்பவேண்டும்
விண்டுலகில் தனில்வாழும் இந்திரன்செய்தி விருப்பமுடன் உரைப்பேன் என்றிட்டார்தானே. 4660.

போகர் கிட்கிந்தாமலை நீங்கி சீனபதி செல்லல்

தானான போகமுனி ரிஷியார்தாமும் தண்மையுடன் குளிகைதனைப் பூண்டுகொண்டு
கோனான எனதையர் காலாங்கிநாதர் கொற்றவனார் சீர்பாதம் சமாதிகாண
தேனான மனோன்மணியாள் தனைநினைந்து தேற்றமுடன் சீனபதி சென்றுமல்லோ
பானான காலாங்கி நாதர்வாசல் பட்சமுடன் சமாதிமுகம் நின்றிட்டாரே. 4661

நின்றாரே நெடுநாழி சமாதிபக்கம் நிட்களங்க மானதொரு போகர்தானும்
குன்றான மலைபோலே சிறுபாலன்தான் கொற்றவனார் சமாதிமுகம் நிற்கும்போது
தென்றலுடன் கபாடமென்ற வாசல்தானும் தெளிவுடனே போகர்முன் திறக்கலாச்சு
நின்றாரே நெடுங்கால நாதசித்து நேர்மையுடன் ஜெகஜோதி காணலாச்சு. 4662

கண்டாரே ஜெகஜோதி பிரணாபத்தை கண்ணுக்குத் தோற்றாது கடினமெத்த
தண்டமுடன் தாள்பணிந்து சீர்பாதத்தை சட்டமுடன் போகரிஷி அடிபணிந்து
விண்ணுலகம் அடியேனும் சென்றேன்சாமி வீரான தேவேந்திரன் பக்கம்நின்றேன்
மண்ணளந்தான் மாயவரைக் கண்டேன்யானும் மகாதேவர் கொலுக்கூடம் கண்டேன்தாமே. 4663

தாமான தேவேந்திரன் என்னைக்கண்டு தகமையுடன் வாய்ஞானம் கேட்கும்போது
கோமானாம் எனதையர் நாமதேயம் கொற்றவனார் இந்திரனுக்கு யானுரைத்தேன்
சாமான மாகவல்லோ இந்திரன்தான் சட்டமுடன் சாபமதை நிவர்த்திசெய்து
போமெனவே உத்தாரம் தந்தாரையா பொன்னடியைக் காணவல்லோ வந்திட்டேனே. 4664

வந்தேனே போகரிஷி அடியேன்தானும் வாக்களித்தார் மகாதேவ நாதருக்கு
சொந்தமுடன் மகாதேவர் மனதுவந்து சுடர்மணியே என்சீஷா சிலதுகாலம்
அந்தமுடன் சமாதியிடம் இருந்துமல்லோ அப்பனே போகவென்று விடையுந்தந்து
சிந்தனையாய்ச் சமாதியிட கபடவாசல் சீர்பெறவே மூடவென்று விடைதந்தாரே. 4665

விடையென்று சொல்லுகையில் போகர்தானும் விருப்பமுடன் சமாதியிடம் மூடியேதான்
தடையறவே தசவாண்டு அங்கிருந்தார் சட்டமுடன் சீனபதி தேசந்தன்னில்
படைவீரர் காவலுடன் சமாதிபக்கம் பட்சமுடன் தாமிருந்தார் போகர்தானும்
சடைபோன்ற சீஷவர்க்கம் அனேகம்பேர்கள் சாங்கமுடன் கொலுவிருந்தார் சமாதிகாணே. 4666

போகர் மீண்டும் கிட்கிந்தா மலைக்கு வருதல்

காணவே போகரிஷி முனிவர்தானும் கனமுடனே சீனபதிப் பெண்களோடு
பூணவே கலவிமுகம் சிலதுகாலம் பொங்கமுடன் தாமிருந்தார் லீலைதன்னில்
வேணதொரு உலகாதி வித்தையெல்லாம் விருப்பமுடன் மாதர்களுக்கு உபதேசித்து
நீணவே கவனமென்ற குளிகைதன்னை நீதியுடன் தாம்பூண்டார் போகர்பாரே. 4667

பாரேதான் போகரிஷி முனிவர்தானும் பராபரியாள் அம்பாளின் கிருபையாலே
நேரேதான் குளிகைமுகம் பூண்டுகொண்டு நேர்மையுடன் தேசபதி சுத்தியேதான்
ஊரேதான் கிட்கிந்தா மலையைத்தேடி உத்தமனே திருவேல ரிஷியார்முன்னே
சேரேதான் மலைமீதில் உச்சிதன்னில் சிறப்புடனே தானிறங்கி நின்றிட்டாரே. 4668

கிட்கிந்தாமலை சீஷவர்க்கம் போகருக்கு மரியாதை கூறல்

நின்றதொரு போகர்முனி தன்னைப்பார்த்து நிட்களங்க மானதொரு சீஷவர்க்கம்
குன்றின்மேல் தாமிருந்தார் யுகாந்தபேர்கள் கொற்றவனே வரைகோடி திகழ்கோடிதானும்
சென்றுமே காலாங்கி நாதசீஷர் சிறப்புடனே போகர்முனி பதாம்புயத்தை
நன்றுடனே அஞ்சலிகள் மிகவுங்கூறி நாதாந்த போகர்தனைக் கண்டார்தானே. 4669

தானான சீஷவர்க்கம் கண்டுமேதான் தகமையுள்ள திருவேல ரிஷியாருக்கு
கோனான சொரூபமென்ற நாதருக்கு கொற்றடிமை கொண்டதொரு சீடரெல்லாம்
தேனான அவர்பாதம் கிட்டியல்லோ தோற்றமுடன் சென்றார்கள் கோடிமாண்பர்
மானான ரிஷியாரின் பக்கம்சென்று மகத்தான குருவென்று தொழுதிட்டாரே. 4670

தொழுதாரே போகரிஷி வந்தாரென்று தோற்றமுடன் கோடிப்பேர் மாண்பரெல்லாம்
பழுதுபடா திருவேல ரிஷியாருக்கு பட்சமுடன் தாமுரைத்தார் மாண்பரெல்லாம்
வழுவில்லா காலாங்கி நாதசீஷன் வண்மையுடன் வந்ததொரு மகத்துவத்தை
மழுவேந்தும் திருவேல ரிஷியார்தாமும் மகாதேவர் சந்தோஷங் கொண்டிட்டாரே. 4671

இட்டாரே திருவேல ரிஷியார்தானும் எழிலான போகர்முனி தன்னைத்தானும்
சட்டமுடன் தம்பதிக்கு வருகவென்று சாங்கமுடன் உத்தாரங் கூறும்போது
வட்டமுடன் பொன்மயிலும் இருக்குந்தானம் வாகுடனே போகமுனி வந்துநிற்க
திட்டமுடன் திருவேல ரிஷியார்தாமும் தீர்க்கமுடன் போகர்தமைக் கண்டார்பாரே. 4672

பார்க்கையிலே போகர்முனி மனதுவந்து பட்சமுடன் திருவடிக்குத் தெண்டனிட்டு
தீர்க்கமுடன் அஞ்சலிகள் மிகவுங்கூறி திகமுடனே பொன்னுலகம் சென்றமார்க்கம்
ஏர்க்கவே தேவேந்திரன் தன்னைக்கண்டு எழிலான பொன்மயில் சாபந்தன்னை
ஆர்க்கவே சாபமதை நிவர்த்திசெய்து அன்புடனே சென்றேனே சீனந்தானே. 4673

சீனமாம் பதிதனிலே காலாங்கிநாதர் சிறப்புடனே தாமுரைத்த வண்ணமெல்லாம்
ஞானமென்ற மாணாக்கர் சொன்னநீதி நலமுடனே தாமிருந்த செய்தியாவும்
மானமுள மாதர்முக லீலாவர்க்கம் மகத்தான கோடிவரை சங்கமெல்லாம்
ஆனதொரு வையகத்தின் கதைகள்மார்க்கம் அன்புடனே தாமுரைத்தார் போகர்காணே. 4674

கண்டதொரு அதிசயங்கள் எல்லாந்தேர்ந்து களிப்புடனே திருவேல ரிஷியாருக்கு
வண்டணிமார் மாதரிடம் வகுத்தகாதை மகாதேவர் ரிஷியாரின் சொரூபருக்கு
தண்டுலகந் தான்புகழும் மயிலின்சாபம் தறாபதிக்கு தாமுரைத்தார் போகர்தானும்
கொண்டணைத்து திருவேல ரிஷியார்தாமும் கொற்றவர்க்கு ஆசீர்மம் செய்தார்பாரே. 4675

போகரிஷி கிட்கிந்தா மலையில் மறுபடியும் முதலையைக் காணல்

பாரேதான் காலாங்கி நாதர்சீடர் பாங்கான போகரிஷி முனிவர்தானும்
நேரேதான் தெற்குமுகம் சுனையின்மேலே நெடிதான சுனையருகில் போகர்தானும்
சீரேதான் குளிகையது பூண்டுகொண்டு சிறப்புடனே முதலையைத்தான் காணும்போது
ஆரோதான் வந்தாரென்று எண்ணியல்லோ அடைவான முதலையது எண்ணலாச்சே. 4676

எண்ணியே முதலையது சுனையில்தானும் எழிலான கரையோரம் ஏறியல்லோ
நண்ணியே காலாங்கி நாதர்சித்து நாதாந்த போகரிஷி தன்னைத்தானும்
வண்ணமுடன் கொண்டல்லோ போகர்தம்மை வளமுடனே இக்காலஞ் சென்றேநீர்தான்
கண்ணபிரான் அருளாலே என்னைக்காண காசினியில் வாய்த்ததென்று சொல்லலாச்சே. 4677

ஆச்சப்பா போகரிஷி முனிவர்தன்னை அடவான முதலையது ஏதுகூறும்
மூச்சடங்கி வெகுகாலம் இருந்தசித்து மூதுலகைத் தான்கடந்த நாதர்தாமும்
பேச்சரியா காலாங்கி நாதர்தாமும் பேரான சீனபதி தன்னிலேதான்
ஆச்சரிய மானதொரு சொரூபர்தானும் அவர்சுகத்தை மிகவிரும்பிக் கேட்கலாச்சே. 4678

கேட்கவே போகரிஷி முனிவர்தாமும் கெவனமுடன் முதலைக்குக் கூறலுற்றார்
நீட்கமுடன் எனதையர் காலாங்கிநாதர் நீடாழி உலகமதில் சுகமேயென்றார்
வாட்கமலம் வீற்றிருக்கும் மனோன்மணியாள்தாமும் வையகத்தில் மற்றவரும் சுகமோவென்றார்
கேட்கவே போகர்முனி ரிஷியார்தாமும் கீர்த்தியுடன் வையகத்தில் சுகமென்றாரே. 4679

என்றாரே போகமுனி ரிஷியார்தானும் எழிலான முதலைக்கு ஏதுசொல்வார்
குன்றான முதலையது மனதுவந்து கிருபையுடன் போகரிஷி முனியாருக்கு
இன்றுமுதல் உந்தனுக்கு யானுமல்லோ எழிலான உபதேசங் கூறுதற்கு
வென்றிடவே தன்மனதில் எண்ணங்கொண்டு விருப்பமுடன் போகருக்குக் கூறலாச்சே. 4680

சுந்தரமூர்த்தி நாயனார் முதலை மூன்று யுகப் பிரளய அதிசயத்தை போகருக்குக் கூறல்

கூறவென்றால் காலாங்கி சீடருக்கு கோலமுடன் முதலையது ஏதுசொல்லும்
மாறலுடன் மூன்றுயுகப் பிரளயத்தை மகத்தான போகரிஷி நாதருக்கு
தீரமுடன் திரேதாயி னுகத்திலப்பா தீர்க்கமுடன் பிரளயங்கள் வந்தபோது
சாரலுடன் நர்மதா கிழக்கேயப்பா சாங்கமுடன் போகரிஷியாரின் மடுகண்டேனே. 4681

கண்டேனே நவகண்ட ரிஷியார்யேரி கனமான பிரளயங்கள் வந்தபோது
வண்ணமுடன் திரேதாயி னுகத்தில்யானும் வண்மையுடன் நவகண்ட ரிஷியார்யேரி
அண்டர்முதல் ராட்சதர்கள் காணாயேரி அம்மடுவில் யானுமல்லோ சிலதுகாலம்
கொண்டல்வண்ணன் அச்சுதனார் கிருபையாலே கொற்றவனே நானிருந்தேன் என்னலாச்சே. 4682

என்னவே சிலகாலம் அடியேன்தானும் எழிலான மடுதனிலே அதிசயங்கள்
பன்னவே நவகண்ட ரிஷியார்கோட்டை பாலகனே சுரங்கமது அங்கேயுண்டு
மன்னவர்கள் தானறியா கோட்டைதானும் மகத்தான ஆழியென்ற சுரங்கமப்பா
இன்னிலத்தில் கண்டவர்கள் யாருமில்லை எழிலான காயாபுரிக் கோட்டைதானே. 4683

கோட்டையாங் காயாபுரி கோட்டைதன்னில் கொற்றவனே யானுமல்லோ சிலதுகாலம்
நாட்டுடன் யான்கண்ட அதிசயங்கள் நலமாகத் தானுரைப்பேன் உந்தனுக்கு
வாட்டமுடன் ஆழியது கோட்டைதன்னில் வளமான தெத்துவாசல் நான்கேயாகும்
பூட்கமல முதல்வாசல் காளிகாவல் டகழான ரெண்டாங்கால் வீரபத்திரனாமே. 4684

ஆமேதான் மூன்றாங்கால் ருத்திரன்காவல் அடவான நாலாங்கால் மாடனாகும்
தாமேதான் இத்தனையுங் கடந்துபோனால் தகமையுள்ள கோட்டைக்குள் அதிசயங்கள்
நாமேதான் சொன்னபடி முதலையுண்டு நலமான நவகண்ட ரிஷியார்தம்மை
போமேதான் திரேதாயி னுகத்திலப்பா பொங்கமுடன் விழுங்கியதோர் முதலைதானே. 4685

திரேதா யுகத்தில் நவகண்ட ரிஷியார் பாட்டன் யாகம் செய்யும்போது நவகண்டாரை முதலை விழுங்கியது

தானான முதலையது அங்கேயுண்டு தண்மையுள்ள முதலையதைக் கண்டாயானால்
கோனான நவகண்ட ரிஷியார்சாபம் கொற்றவனே உந்தனுக்கு உரைக்கும்பாரு
பானான சாபமது நேர்ந்ததன்மை பட்சமுடன் நீருமல்லோ அறியலாகும்
வேனான நவகண்ட ரிஷியார்பாட்டன் வேதமுதல் ஆகமங்கள் ஓதினாரே. 4686

ஓதவே வேதமுதல் ஆகமங்கள் உற்றதோர் கிரியைகள் ஓதும்போது
நீதமுடன் சதகோடி ரிஷிகளெல்லாம் நவகண்டர் பாட்டன்பக்கம்
வேதமுதல் இதிகாசப்புராணமெல்லாம் விருப்பமுடன் யாகத்தில் கூறும்போது
தீதுபுகழ் நவகண்ட ரிஷியார்தானும் தீர்த்தமது கொண்டுவர மடுசென்றாரே. 4687

சென்றாரே சர்வதீர்த்த குப்பிதன்னில் செம்மலுடன் மடுவுக்கு ஏகியல்லோ
நின்றாரே சலமதனில் தானிறங்கி நிலையாழி மடுதனிலே நிற்கும்போது
குன்றான மலைபோலே முதலைதானும் கொப்பெனவே நவகண்ட ரிஷியார்பாதம்
மென்றுமே தான்விழுங்கி முதலைதானும் மேதினியில் மடுவுக்குச் செல்லலாச்சே. 4688

செல்லவே முதலையது ரிஷியார்தம்மை சிறப்புடனே தான்விழுங்கி மடுவிற்சென்று
மெல்லவே கொண்டல்லோ ஏகியேதான் மேன்மையுடன் தானிருக்கும் வேளைதன்னில்
புல்லவே நவகண்ட ரிஷியார்தம்மை புகழான யாகமதிற் தேடும்போது
வல்லதொரு முதலையது கொண்டசேதி மகத்தான பாட்டனவர் கேட்டிட்டாரே. 4689

கேட்டாரே நவகண்ட ரிஷியார்தன்னை கீர்த்தியுடன் முதலையது விழுங்கிற்று என்று
வாட்டமுடன் யாகமது தவிர்த்துப்போச்சு வளமான முதலையின்தன் மோகத்தாலே
நீட்டமுடன் நவகோடி ரிஷியார்தாமும் நீதியுடன் ஜெபதபங்கள் செய்யும்போது
கூட்டமுடன் மண்மேடு புத்துபோலாம் குவலயத்தில் சமாதிபோல் வளரலாச்சே. 4690

ஆச்சப்பா நவகண்ட ரிஷியார்பாட்டன் அன்பான யாகமது செய்யும்போது
மூச்சடங்கி நின்றதொரு சமாதிவர்க்கம் முனையான பிரிதிவியோ டன்னிற்சேர்ந்து
பாச்சலுடன் வையகத்தை மறக்கலாகி பாங்கான பேரனைத்தான் தேடவெண்ணி
கூச்சலுடன் சாமியிடந் துயரமாகி கூறுவார் ரிஷிவர்க்கங் கூட்டந்தானே. 4691

போகர் நவகண்ட ரிஷியை எழுப்புதல்

தானான காலாங்கி நாதர்பாலன் தண்மையுள்ள போகரென்ற சீஷன்தானும்
கோனான கிட்கிந்தா மலையைத்தேடி கொற்றவனே நவகண்ட ரிஷியார்பக்கல்
தேனான மனோன்மணியாள் கடாட்சத்தாலே திறமுடனே நவகண்ட ரிஷியார்பாகம்
மானான கலைவளத்தைக் கண்டுமல்லோ மன்னவனார் போகரிஷி அடுத்திட்டாரே. 4692

அடுத்தாரே போகரிஷி நாதர்தானும் அன்பான நவகண்ட ரிஷியார்பாட்டன்
கடுத்தமுகந் துயரமதாய் நின்றசேதி கடுங்காலை போகரிஷி கண்டுமல்லோ

நடுக்கலுடன் நவகண்ட ரிஷியார்பக்கம் நாதாந்த சித்துமுனி போகர்தானும்
தடுத்துமே ரிஷியாரின் முகத்தைப்பார்த்து தயாநிதியே மனத்துயரம் என்னென்றாரே. 4693

என்றவுடன் நவகண்ட ரிஷியார்பாட்டன் எழிலான போகரிஷி நாதருக்கு
குன்றான பருவதம்போல் எந்தன்பேரன் கூறான யாகங்கள் செய்யும்போது
சென்றதொரு திரேதாயின உகத்திலப்பா திறமான யாகமது செய்தேன்யானும்
அன்றல்லோ நவகண்ட ரிஷியார்யேரி அன்புடனே ஜலங்கொள்ள நண்ணினாரே. 4694

நண்ணியே என்பேரன் நவகண்டன்தான் நலமான மடுதனிலே சென்றுமல்லோ
தண்ணீரை முகந்துவர சென்றபோது தன்மையுள்ள முதலையது விழுங்கியல்லோ
மண்ணுடனே மடுதனிலே மடிந்துமேதான் மகத்தான என்பேரன் சொர்க்கஞ்சேர்ந்தான்
எண்ணியே என்மனது குண்ணியேதான் எழிலான தவநிலைக்கு வந்திட்டேனே. 4695

வந்தேனே திரேதாயின உகத்திலப்பா வளமான என்பேரன் காணாமற்றான்
நொந்தேனே தவசுமுகஞ் சென்றுமேதான் நோக்கமுடன் அரைகோடி காலமாச்சு
சிந்தனையால் வையகத்தை யான்மறந்து சிற்பரனை எண்ணியல்லோ மண்மேடாச்சு
பந்தமது விட்டகற்றி பார்லோகத்தில் பசுவிதனைக் காணுதற்கு பகர்கின்றேனே. 4696

பதைக்குதே என்மனது உள்ளந்தானும் பாங்கான உடல்பொருள்கள் ஆவியெல்லாம்
சிதைவுடனே வெகுகோடி காலந்தானும் தீராத வசனமது மிகஉண்டாகி
வதையான முதலையது தானுமல்லோ வளமான என்பேரன் தன்னைத்தானும்
சதையுடனே விழுங்கியதோர் முதலைதன்னை தாரணியில் எப்போது காண்பேன்தானே. 4697

தானான நவகண்ட ரிஷியார்பாட்டன் தண்மையுள்ள போகரிஷி பாலனுக்கு
மானான மகாதேவர் தன்னைநோக்கி மதிப்புடனே நடந்ததோர் சேதிவண்ணம்
மோனான முதலையின்தன் வளப்பமெல்லாம் மொழிபோல வார்த்தையது கூறலுற்றார்
தேனான காலாங்கி நாதர்சீஷன் தெளிவான போகரிஷி உரைத்திட்டாரே. 4698

உரைத்தாரே போகரிஷி முனிவர்தானும் ஓகோகோ நவகண்ட ரிஷியார்பாட்டர்
மறைத்ததொரு முதலையின்தன் மதலைதன்னை மகாதேவர் வாங்குதற்கு ஐயமில்லை
சுரப்புடைய மடுவதுதான் எங்கேயென்று சுந்தரனார் காலாங்கி நாதர்சீஷன்
விரப்புடனே போகரிஷி கேட்கும்போது விசனமுடன் ரிஷியாருங் கூறினாரே. 4699

முதலை விழுங்கிய நவகண்ட ரிஷியார் மகிமை போகர் கண்டது

கூறவே போகரிஷி முனிவர்தானும் கொதிதான மடுதனிலே சென்றுமேதான்
மாறலுடன் நவகண்ட ரிஷியார்தன்னை மார்க்கமுடன் விழுங்கியதோர் முதலைதன்னை
சீறலுடன் கண்டறிய வேண்டுமென்று சிறப்புடனே மடுவுக்கு வந்தபோது
சேறதுவும் வற்றியல்லோ மிகவுங்காய்ந்து செம்மலுடன் இருப்பதுவுங் கண்டிட்டாரே. 4700

போகர் நவகண்ட மடுவில் நீர் வரவழைத்தல்

கண்டாரே மடுதனையே போகர்தானும் கண்கொள்ளா ஆங்காரக் கோபத்தோடும்
தண்மையுடன் மடுவற்றி எடுத்துமல்லோ தாரணியில்இருந்த தொருமார்க்கந் தன்னை

வண்மையுள்ள அதிசயத்தை கண்டுமல்லோ வளமான காலாங்கி சீஷன்தானும்
உண்மையுடன் காலாங்கி நாதர்தம்மை உற்பனமாய் தன்மனதில் நினைத்திட்டாரே. 4701

நினைக்கவே காலாங்கி நாதர்தானும் நீடாழி மடுதனில் சென்றாரென்று
புனைமேவுஞ் சீஷனுக்கு வரமுந்தந்து புகழான முதலையது சாபந்தீர்ந்து
வினையகற்றி நவகண்ட ரிஷியாருக்கு வீரான பிறவியது தானுந்தந்து
சுனைமடுவை விட்டுமல்லோ வருவதற்கு துப்புரவாய் வரமதுவும் கொடுத்திட்டாரே. 4702

கொடுத்ததொரு வரமதுதான் போகர்தானும் கொப்பெனவே தன்மனதில் மனதுவந்து
அடுத்துமே மடுதனிலே நின்றுகொண்டு அன்புடனே பராபரத்தின் பொருளைநண்ணி
கொடுத்ததொரு மனோன்மணியை மனதிலெண்ணி துப்புரவாய் யாகமது செய்யும்போது
மடுதனிலே ஜலமதுவும் பொங்கியல்லோ மகத்தான முதலைதனைக் காணலாச்சே. 4703

முதலை போகரைக் கண்டு வணங்கியது

காணவே போகரிஷி முனிவர்தானும் கருவான மடுதனிலே முதலைதன்னை
ஆணவங்கள் தானொடுங்க கரத்தைக்காட்டி அகங்கார சீறலுடன் அழைக்கலுற்றார்
பூணவே முதலையது அடிவணங்கி புகழான போகரிஷி முனியைப்பார்த்து
வேணதொரு அஞ்சலிகள் உபசாரங்கள் விருப்பமுடன் போகருக்குச் செய்யலாச்சே. 4704

செய்யவே போகரிஷி மனங்களித்து சிற்பரனார் காலாங்கி தனைநினைத்து
வையகங்கள் தான்புகழும் காலாங்கிநாதர் மகாதேவா எந்தனது குருவேகேளும்
மெய்தவங்கள் பூண்டதொரு மகிமையாலும் வேதாந்த மனோன்மணித்தாய் கிருபையாலும்
கைதவமாய் வந்துதித்து முதலைதானும் காசினியில் மடுதனிலே கண்டிட்டேனே. 4705

இட்டேனே சாபமது நிவர்த்திசெய்து எழிலான முதலையின்றன் மடுவைக்கண்டே
பட்டதொரு நவகண்ட ரிஷியார்தம்மை பாலகனே தானெழுப்ப வேணுமென்று
சட்டமுடன் எந்தனுக்கு கொடுத்தசாபம் சற்குருவை தனைநீக்கி மடுவிலேதான்
சட்டமுடன் பாலகனைத் தானழைக்க மகத்தான மடுதனிலே சென்றேன்பாரே. 4706

போகர் முதலை வாயிலிருந்து பிள்ளையை வாங்கியது

பாரேதான் போகரிஷி முனிவர்தானும் பாங்கான முதலைமுகந் தன்னைநோக்கி
நேரேதான் திரேதாயின யுகத்தில்தானும் நேர்மையுடன் யாகம் செய்யும்போது
நீரேதான் நவகண்ட ரிஷியார்தம்மை நீதியுடன் விழுங்குதற்கு நியாமுண்டோ
சீரேதான் இட்சனமே மைந்தன்தன்னை சிறப்புடனே கொண்டுவர விடைதந்தாரே. 4707

விடையென்று சொல்லுகையில் முதலைதானும் விருப்பமுடன் நவகண்ட ரிஷியார்தம்மை
தடையறவே விழுங்கியதோர் பாலன்தன்னை தட்சணமே போகர்முன்னே கக்கலாச்சு
நடையுடனே நவகண்ட ரிஷியார்தாமும் நாதாந்த பாலகனும் வெளியிலேறி
சமைபோன்ற போகருட பதாம்புயத்தை சட்டமுடன் தான்வணங்கி பணிந்திட்டாரே. 4708

பணிந்ததொரு நவகண்ட ரிஷியார்தம்மை பாலகனார் போகரிஷி தானுங்கண்டு
மணிபோன்ற நவகண்ட ரிஷியாருக்கு மார்க்கமுடன் சாபமது நிவர்த்திசெய்து

துணிவுடனே பாட்டனாம் பக்கலுக்கு துப்புரவாய் சென்றல்லோ கொண்டுமேதான்
அணிபெறவே நவகண்ட ரிஷியார்தம்மை பண்புடனே கொண்டுபோய் விட்டிட்டாரே. 4709

விட்டதொரு போகரிஷி தன்னைப்பார்த்து வேதாந்த நவகண்ட ரிஷியார்பாட்டன்
சட்டமுடன் ஆசீர்மம் மிகவுஞ்செய்து சாங்கமுடன் காலாங்கி சீஷருக்கு
திட்டமுடன் திரேதாயி னுகத்தில்காணும் தீர்க்கமுடன் அதிசயங்கள் உளவுமார்க்கம்
இட்டமுடன் தாமுரைத்தார் போகருக்கு எழிலான வேதாந்த ரிஷியார்தாமே. 4710

நவகண்ட ரிஷியார் பாட்டன் முதலை வாய்ப்பிள்ளை வாங்கியதற்காக போகருக்கு திரேதாயுகத்தின் மகிமையைக் கூறுதல்

தாமான திரேதாயின உகத்திலப்பா தண்மையுள்ள காலாங்கி சீஷாகேளும்
நாமேதான் கண்டபடி சொல்வோம்கேளிர் நாதாக்கள் நவகண்ட ரிஷியார்கோட்டை
போமேதான் யோசனையோ சொல்லொண்ணாது பொங்கமுடன் வேதரிஷி கோட்டையப்பா
வேமேதான் சித்துமுனி ரிஷிகள் கூட்டம் வேதாந்தத் தவமுனிகள் கோடிபேரே. 4711

ரேணுகையால் நாதாக்கள் தவம் இழந்தது

பேராறு கோட்டைமுகம் லட்சங்கோடி பெருமையுள்ள தவமுனிகள் ரிஷிகள்தானும்
நேரேதான் தவமிருப்பார் கோடிசங்கம் நேர்மையுள்ள அரண்வாயல் கோட்டைதன்னில்
சீரேதான் யாகங்கள் செய்யும்போது சிறப்பான யோகங்கள் ஓதும்போதும்
ஊரேதான் சமுசார வாழ்க்கையற்று உற்பனமாய்ப் பராபரத்தை நினைப்பார்தானே. 4712

தானான தவநிலையில் இருக்கும்போது தகமையுள்ள ரேணுகையாள் பூமாதல்லோ
கோனான குருதனையே நினைந்துகொண்டு கூறான விழிதனையே மூடாமற்றான்
பானான பராபரத்தை மனதிலெண்ணி பட்சமுடன் பூசைமுகம் கூறும்போது
தேனான ரேணுகையாள் மாதுதானும் தேற்றமுடன் யாகமதைக் கெடுத்திட்டாளே. 4713

கெடுத்தாளே ரேணுகையாள் மாதுதானும் கீர்த்தியுள்ள நாதாந்த சொரூபபூசை
அடுத்ததொரு ரிஷிமுனிவர் தவங்கள்யாகம் அழிபடவே செய்தாளே மாதுதானும்
படுமுன்னே மாயவலை மிகவுண்டாகி பாரினிலே தவநிலைக்கும் கெடுதியுண்டாய்
விடுபடவே செய்தாளே யாகமெல்லாம் விண்ணுலகில் ரிஷிகளெல்லாம் கேட்டார்காணே. 4714

கேட்டாரே ரேணுகையின் மோகத்தாலே கெடிதான தவநிலைகள் எல்லாமற்று
பட்டாரே பாழ்நரகில் ஆளுமாகி பாங்கான ரிஷிதேவர் முனிவர்தானும்
விட்டகுறை காணாமல் வீணாய்த்தானும் வீரான ரேணுகையின் மோகத்தாலே
தட்டழிந்து தடமடைந்து தவமழிந்து தாரணியில் கெட்டாரே சித்தர்தானே. 4715

தானான லோகத்து மாண்பரெல்லாம் தகமையுள்ள ரேணுகையின் மாதுதன்னால்
கோனான குருபரனைத் தான்மறந்தார் கொற்றவனார் சிவபூசை தானிழந்தார்
தேனான மனோன்மணியை மனதிலெண்ணார் தேசொளியின் சின்மயத்தை தானொழித்தார்
பானான வையகத்தை தான்மறந்து பாங்கான ரேணுமோகங் கொண்டிட்டாரே. 4716

கொண்டாரே கோடிமனு சித்தரெல்லாம் குவலயத்தில் கெட்டழிந்து தட்டழிந்து
பண்டுளப கிருஷ்ணாவ தாரனைப்போல் பாருலகில் மோகவலை சிக்கினார்கள்
அண்டர்முனி தவரிஷிகள் சித்துதாமும் அரிவையராம் ரேணுகையின் பாசத்தாலே
விண்ணுலகைத் தான்மறந்து பாவங்கொண்டு விடுபட்டு நின்றார்கள் கோடிபேரே. 4717

நவகண்ட ரிஷியார் பாட்டன் போகர் தவநிலைக்கு ஆச்சரியப்பட்டார்

பேரான திரேதாயின யுகத்திலப்பா பெருமையுள்ள நவகோடி ரிஷிகள்தானும்
சீரான தவநிலையில் நிலைகொள்ளாமல் சிக்கினார் கோடிபேர் முனிவர்தானும்
நேரான பவக்கடலுக்கு ஆளுமாகி நேர்மையுள்ள இன்ப சாகரத்தைவிட்டு
பாரான வையகத்தில் தலைமேல்பாவம் பாங்குடனே கொண்டார் ரிஷிகள்காணே. 4718

காணவென்றால் காலாங்கி நாதபாதா கைலாயங் கண்டதொரு சித்துதேவர்
வேணதொரு தவமுனிகள் ரிஷிகள்தானும் விடுபட்டு வந்தார்கள் கிட்கிந்தாவில்
மாணவரும் பூபாலா உன்னைப்போல மகத்தான சித்தொளிவைக் கண்டதில்லை
பாணமது போலெழும்பி சீனந்தன்னில் பட்சமுடன் குளிகைகொண்டு வந்திட்டாயே. 4719

வந்ததொரு காலாங்கி சீஷர்பாதாகேள் வளமையுள்ள கலியுகத்தில் உன்னைப்போல
விந்தையுள்ள சிறுபாலா யாருங்காணேன் விட்டகுறை இருந்ததினால் வந்தாயப்பா
சிந்தனையில் உந்தனையும் ஆசீர்வதித்து துப்புரவாய் எண்ணமதில் வியனங்கொண்டு
அந்தமுடன் நின்றதொரு தவநிலைக்கு அப்பனே சந்தோஷங் கொண்டிட்டேனே. 4720

இட்டதொரு சீனபதி பெண்களாலே எழிலான உந்தனது ஞானயோகம்
சட்டமுடன் கெட்டழிந்து தடுமாறாமல் தாக்கான காலாங்கி வலுவினாலே
மட்டமாம் போலிருந்து ஞானந்தன்னை பாலித்தாய் தவயோகபூரணத்தை
அட்டதிசைத் தான்புகழும் போகநாதா அவனிதனில் உனைப்போல சித்துமுண்டோ. 4721

உண்டான தவநிலையை உறுதிகொண்டு உண்மையுடன் மடுதனிலே நின்றுகொண்டு
தண்மையுடன் முதலைவாய்ப் பிள்ளைதன்னை தகமையுடன் வாங்கினதோர் சாபந்தன்னை
திண்மைபெற மனநிலையை உறுதிகொண்டு தீர்க்கமுடன் யோகமதை சாதித்தல்லோ
உண்மையுடன் நின்றதொரு இதிகாசத்தை உத்தமனே என்சொல்வேன் என்றார்தாமே. 4722

திரேதாயுகத்தில் ரேணுகையின் பூஷணங்கள் இருப்பிடத்தை நவகண்ட ரிஷி பாட்டன் போகருக்குக் கூறல்

தாமான போகரிஷிமைந்தா கேளும் தாரணியில் திரேதாயின யுகத்திலப்பா
பூமானாஞ் சித்துமுனி ரிஷிகள்கோடி புகழான நாதாந்த சித்துதாமும்
சாமான மாகவல்லோ வாதந்தேடி தாரணியில் சமைத்தார்கள் மலைபோற் தங்கம்
நாமேதான் அறிந்தமட்டும் சொல்வேனப்பா நாதாந்த சித்தொளிவின் தங்கந்தானே. 4723

தங்கமாம் நாதாந்த சித்துதாமும் தாரணியில் வெகுகோடி வாதவித்தை
புங்கசித்து எட்டுடனே அஷ்டயோகம் புகழான ரேணுகையின் மோகத்தாலே
சங்கமுகந் தான்போலே பூஷணங்கள் சதுராகத்தான் முடித்தார் மலைபோல்தங்கம்
இங்கிதமாம் லீலைதனில் மையல்கொண்டு எழிலாகத் தான்சமைத்தார் மேருபொன்னே. 4724

மேருபோற் பொன்னையல்லோ தானமைத்து மேதினியில் ரேணுகைக்குப் பூஷணங்கள்
சீருடைய ஆபரணங் கோடானகோடி திக்கெங்கும் கண்டதில்லை பூஷணங்கள்
காரிழையாள் ரேணுகைக்கு வாதத்தங்கம் கட்டழகர் சித்தரெல்லாம் முடிப்பித்தேதான்
பாரினிலே தவநிலையைத் தான்மறந்து பதாம்புயத்தைப் பாராமல் கெட்டார்பாரே. 4725

பாரேதான் காலாங்கி நாதசீஷா பட்சமுள்ள கண்மணியே பகரக்கேளும்
நேரேதான் வடக்குமுகம் மலைதானுண்டு நெடிதான வடகோடி கானகந்தான்
சீரேதான் சித்தர்முனி தவமிருந்த சிறப்பான உத்தமுண்டு சுனைதானுண்டு
ஊரேதான் கண்டவர்கள் யாருமில்லை ஓகோகோ நாதாக்கள் கண்டார்தானே. 4726

தானேதான் மலைநாடு சுனையோரத்தில் தண்மையுள்ள சித்துவர்க்கம் கோடானகோடி
மானேதான் ரேணுகையின் சமாதியுண்டு மகத்தான சமாதியிடம் சென்றாயானால்
தேனேதான் வண்டுரையும் கதண்டுக்காடு தெளிவான ரேணுகையின் சமாதிக்கோட்டை
கோனேதான் குருக்கள்முனி ஆசீர்மங்கள் கூறான சமாதியிடங் காவல்தாமே. 4727

காவலாஞ் சமாதியிடம் சென்றாயானால் காரிகையாள் ரேணுகையின் ஆசீர்மத்தில்
போவதற்கு வழித்தடங்கள் காணமாட்டார் புகழான ரேணுகையின் கோட்டைதன்னில்
ஆவலுடன் சென்றாலும் சமாதிகாண்போர் அப்பனே விட்டகுறை இருந்தால் வாய்க்கும்
ஏவலுடன் குருக்கள்மார் ரிஷிகள்கூட்டம் எழிலாகத் தாமிருப்பார் சுத்திகாணே. 4728

காணவென்றால் ரேணுகையைப் பார்ப்பதற்கு கடைக்கோடி கானகத்தில் சென்றாலுந்தான்
பூணவே குளிகைகொண்டு சென்றபோது புகழான ரேணுகையைக் காணமாட்டீர்
தோணவே ரேணுகையாள் சமாதிபக்கம் துப்புரவாய் பாலகனே நின்றாயானால்
நீணவே சமாதியிட தடமுந்தோன்றும் நிலையான ரேணுகையின் கோட்டைதானே. 4729

தானான கோட்டையது சமாதிபக்கம் தகமையுடன் நின்றாலே தடந்தான்காணும்
கோனான குருக்கள்மார் ரிஷிகள்கூட்டம் கொம்மனைமார் சமாதியிடம் பக்கம்நிற்பார்
தேனான சித்தர்முனி நாதர்தம்மை தேற்றமுடன் வாய்திறந்து கேட்பாயானால்
மானான சமாதியிடம் வழியுஞ்சொல்லி மகத்தான ரேணுகையின் விதிசொல்வாரே. 4730

போகருக்கு சித்தர்கள் ரேணுகை அளித்த காயகற்பப் பெருமை கூறல்

சொல்வாரே காலாங்கி நாதசீஷா சொரூபமுள்ள போகரிஷிமுனியே கேளும்
வல்லதொரு ரேணுகைக்கு சித்தரெல்லாம் வளமாக காயாதி கற்பந்தன்னை
புல்லதொரு மாதுக்குத் தான்கொடுத்து புகழான தேகத்தைக் கற்றூணாக்கி
நல்லதொரு காயமதை வையகத்தில் நிலையாய் நிறுத்தி நாட்டினாரே. 4731

நாட்டியே ரேணுகையின் மோகந்தன்னில் நலமான நாதாக்கள் சித்துதாமும்
தாட்டிகமாய்ப் பட்சமதை மிகவேபூண்டு தகமையுள்ள ரேணுகையின் வசியத்தாலே
பூட்டகமாந் தேகமதைக் கற்றூணாக்கி பொங்கமுடன் வெகுகாலம் இருக்கவென்று
வாட்டமுடன் வரமதுவும் மிகவுந்தந்து வண்மையுடன் ஞானோபம் போதித்தாரே. 4732

சித்தர்கள் சாபத்தால் ரேணுகை சமாதிக்குப் போனது

போதித்தார் சித்தாதி சித்தரெல்லாம் பொங்கமுடன் ரேணுகையாள் மாதுக்கல்லோ
நீதியுடன் ஞானோப தேசமோதி நீதியுடன் சமாதிக்கு இடமுந்தேடி
சாதித்து சமாதிதனில் இருக்கவென்று சட்டமுடன் மூன்றுயுகம் தானும்ஈய்ந்து
வாதித்து சமாதிக்கு ஏகவென்று வண்மையுடன் ரிஷிசாபங் கூறிட்டாரே. 4733

கூறவே ரேணுகையாள் மாதுதானும் கொப்பெனவே சமாதிக்குச் சென்றுமல்லோ
மாறிடவே வையகந் தான்மறந்து மகத்தான கோபத்தை வினயம்பூண்டு
வீறுபடு தேகமது வழியாமற்றான் விண்ணுலகில் எப்போதும் இருக்கவென்று
ஆறுபடை வடகோடி கானகத்தில் அங்ஙனவே சமாதியது இறங்கினாரே. 4734

இறங்கியே ரேணுகையாள் மாதுதானும் எழிலான வடகோடி கானகத்தை
திறமுடைய குருக்கள்மார் கூட்டத்தோடும் தீர்க்கமுடன் சமாதிதனில் இருக்கிறாள்காண்
நிறமுடைய மாதுமையாள் சமாதிபக்கம் நிஷ்களங்க மாகவல்லோ கண்டறிந்து
சிறப்புடனே போகரிஷி பாலாநீயும் சீருடனே காணவென்று வரந்தந்தாரே. 4735

தந்தாரே காலாங்கி சீடருக்கு கார்குழலாள் ரேணுகையின் மகத்துவங்கள்
அந்தமுடன் அறிவதற்கு விதியுஞ்சொல்லி அன்புடனே நவகண்ட ரிஷியார்பாட்டன்
சொந்தமுடன் போவதற்கு விடையுந்தந்து துப்புரவாய் குளிகைகொண்டு செல்கவென்று
விந்தையுடன் போகருக்கு வரமுந்தந்து விருப்பமுடன் உபதேசஞ் செய்திட்டாரே. 4736

செய்யவே போகரிஷி முனிவர்தானும் சிறப்புடனே வடகோடி கானகத்தில்
பையவே உத்தாரந் தானுமல்லோ பாங்குடனே பாலகனும் பெற்றுக்கொண்டு
துய்யநல்ல குளிகைதனைப் பூண்டுமல்லோ துப்புரவாய்த் தானுமல்லோ கானகத்தில்
ஐயமின்றி ஆரிழையாள் சமாதிபக்கம் அன்புடனே இறங்கியல்லோ நின்றிட்டாரே. 4737

நின்றதொரு பாலகனை குருக்கள்தானும் நீதியுடன் கேட்கலுற்றார் முனிவர்சித்தர்
வென்றிடவே போகர்முகந் தன்னைப்பார்த்து வேதாந்த குருக்கள் சித்துகூறுவண்ணம்
சென்றுமே சிறுபாலன் அருகில்வந்து செம்மலுடன் யாரென்ன என்றுகேட்க
இன்றுமுதல் புதிதாகத் தோணுதப்பா எழிலான பாலகனே என்றார்பாரே. 4738

பாரேதான் குருக்கள் சித்துகேட்கும்போது பாங்கான சிறுபாலன் முனிவன்தானும்
நேரேதான் சித்தர்முகந் தன்னைநோக்கி நெடிதான பாலகனும் கூறலுற்றான்
தீரேதான் காலாங்கி சீஷனல்லோ தீரமுள்ள நவகண்ட ரிஷியார்பாட்டன்
சீரேதான் கிட்டிருந்து விடையும்பெற்று சிறப்புடனே வடகோடி வந்தேன்தானே. 4739

தானான ரேணுகையின் சமாதிகாண தகமையுடன் இப்பதியே வந்தேனென்றார்
தேனான மனோன்மணியாள் கடாட்சத்தாலே தெரிசனைக்கு எந்தனுக்கு நாளுமாச்சு

கோனான நவகண்டர் பாட்டன்வாக்கு குவலயத்தில் பொய்யாது மெய்யாகத்தான்
நானோதான் காப்பதற்கு விதியுஞ்சொல்லி நலமுடனே எந்தனுக்கு வழிசொல்வாரே. 4740

வழியென்று கேட்கையிலே சித்தர்தானும் வண்மையுடன் தானுரைப்பார் போகருக்கு
பழியான ரேணுகையைக் காணுதற்கு பாருலகில் யாராலும் முடியாதப்பா
குழியான சமாதியிட கோட்டைதன்னில் கொற்றவனே செல்வதற்கு இடமுமில்லை
வழிகாண வேண்டுமென்றால் சொல்வோம்யாமும் வண்மையுடன் கண்டல்லோ தெரிசிப்பீரே. 4741

தெரிசிக்க வேண்டுமென்றால் தெத்துவாசல் தெளியவே உந்தனுக்கு தோற்றும்பாரு
பரிசனங்கள் காவலுடன் அங்கிருப்பார் பாங்கான சமாதியிட பக்கந்தன்னில்
சரியுடனே சமாதிமுகந் தன்னில்நின்று சட்டமுடன் உச்சாடஞ் செய்வீராகில்
அரிவையாம் ரேணுகையின் அசரீரவாக்கு அப்பனே உந்தனுக்குக் கேட்கும்பாரே. 4742

கேட்குமே உந்தனுக்கு அசரீரியப்பா கிருபையுள்ள ரேணுகையின் வார்த்தைதானும்
நீட்கமுடன் சமாதிதனில் வார்த்தைதோன்றும் நெடிதான சப்தமதைக் காணலாகும்
வேட்கையுடன் குருக்கள்மார் சித்தர்தாமும் விருப்பமுடன் அசரீரிகேட்ட பின்பு
ஆட்கொள்ள வேண்டுமென்று போகர்தம்மை அன்புடனே வரங்கேட்கச் சொல்லிட்டாரே. 4743

ரேணுகையிடம் போகர் வரம் கேட்டது

சொல்லவே காலாங்கி நாதர்தம்மை சுத்தமுடன் போகர்முனி தாள்பணிந்து
வெல்லவே என்சாமி எந்தன்நாதா வேதாந்தத் தாயாரும் ரேணுமாது
புல்லவே காயாதி கற்பங்கொண்டு புகழான சித்தர்களை முடக்கஞ்செய்து
கொல்லவே ஜெபதபங்கள் கெடுத்தமாது கொம்பனையாள் சமாதியிடஞ் சென்றேன்தானே. 4744

சென்றேனே சமாதியிடஞ் சென்றேன்சாமி சிறப்பான ரேணுகையின் பக்கம்தன்னில்
நின்றதொரு எந்தன்மேல் பட்சம்வைத்து நீதியுடன் வரமருள்க என்றுமேதான்
குன்றான கொம்பனையாள் மாதுதானும் குறையாமல் என்மீதில் பட்சம்நல்க
வென்றிடவே மனங்கறைய ரேணுகைக்கு வேகமுடன் ஆசீர்மஞ் செய்வீர்தானே. 4745

தானான போகரிஷி முனிவர்தானும் தண்மையுள்ள ரேணுகையைக் காண்பதற்கு
மானான மகாதேவர் கிருபையாலே மகத்தான ரேணுகையின் சமாதிபக்கம்
கோனான குருபரனார் காலாங்கிதம்மை கொற்றவனார் போகரிஷி தாம்நினைந்து
தேனான தேசேரவின் மயத்தினாலே தேர்வேந்தன் ரேணுகையை நினைத்திட்டாரே. 4746

நினைக்கையிலே ரேணுகையாம் வார்த்தைசொல்வாள் நீதியுடன் போகரிஷி முனிவருக்கு
பனைப்புடனே சீனபதி விட்டுவந்த பாலகனே போகரிஷி நாதாகேளும்
வினைப்பயனை விட்டகற்றி எந்தநாளும் விண்ணுலகில் கீர்த்தியது பெறுவதற்கு
முனைப்புடனே மூதுலகில் வாழ்கவென்று மொழிந்திட்டாள் ரேணுகையும் மொழிந்திட்டாளே. 4747

ரேணுகை போகருக்கு ஆசீர்வதித்தது

மொழியவே ரேணுகையாள் மாதுதானும் முனையான போகரிஷி நாதருக்கு
அழிவிலாக் காயாதி கற்பங்கொண்ட அன்பான காலாங்கி சீஷபாதா

ஒழிவான காயமதை நிலைநிறுத்தி உற்பனமாய்க் கற்பமது கொண்டபாதா
வழியோடே எனைக்காண வந்ததாலே வரம்உனக்கு யான்தருவேன் என்றிட்டாளே. 4748

இட்டாளே ரேணுகையாள் மாதுதானும் எழிலான போகரிஷி நாதருக்கு
அட்டதிசை சுத்திவந்த அரங்கநாதா அன்பான பாலகனே உந்தனுக்கு
வட்டமுடன் நாலுஅதிசயங்கள் வன்மையுடன் நானுரைப்பேன் அருண்மைந்தா கேள்
திட்டமுடன் வெகுகோடி காலமப்பா தீர்க்கமுடன் காயாதி கொண்டேன்பாரே. 4749

கொண்டேனே காயாதி கற்பங்கொண்டு குவலயத்தில் சித்துமகா புருஷர்தம்மை
கண்டல்லோ அலைக்கழித்த மாயாசித்து கனமான ரேணுகையாள் மாதுதானும்
கொண்டல்வண்ணன் மாயாதி கிருஷ்ணாகாரன் குவலயத்தில் என்வலையில் சிக்கினாரே
தண்டவள ரிஷிகளெல்லாம் மயக்கிவிட்டேன் தாரணியில் பூபாலா என்றிட்டாளே. 4750

என்னவே ரேணுகையாள் மாதுதானும் எழிலான போகரிஷி நாதருக்கு
பன்னவே நாலுயுக சித்துமார்க்கம் பாலித்தாள் போகரிஷி நாதருக்கு
துன்னவே போகரிஷி நாதர்தாமும் துப்புரவாய் ரேணுகையை சிந்தித்தல்லோ
நன்னயமாய் ரேணுகையாள் அம்பாள்தன்னை நமஸ்கரித்து முக்காலும் பணிந்திட்டேனே. 4751

பணியவே போகரிஷி நாதர்தானும் பண்பான ரேணுகையாள் மனதுவந்து
அணிபெறவே அறிஞனாம் பாலகனுக்கு அன்பான காயாதி கற்பந்தன்னை
துணிவுடனே தாம்உரைத்தாள் மாதுதானும் துறையோடும் முறையோடும் மதுகளகற்றி
மணிபோன்ற போகரிஷி நாதருக்கு மகிழ்ச்சியுடன் பின்னுமல்லோ முறைசொல்வாளே. 4752

சொல்வாளே மாதுமையாள் ரேணுதானும் துறையான பாலனுக்கு முறையோடல்லோ
வல்லதொரு நாலுயுக சித்துதாமும் வண்மையுடன் தாமுரைத்த முறைபாடெல்லாம்
கல்லான காயாதிகற்பந்தன்னை பாலன்தானும் சந்தோஷம் கொண்டல்லோ குளிகைபூண்டு
சீனபதி மாந்தர்களைக் காணவென்று தாம்நினைத்து சிற்றின்பக்கடலினிலே அழுந்தினாரே. 4753

அழுந்தியே போகரிஷி யானபாலன் அன்புடனே சீனபதி மாதர்தன்னை
பழுதுபடா திருமேனிக் காவலோனும் பட்சமுறப் பெண்களுடன் வந்துசேர்ந்து
ஒழுங்குடனே நவகண்ட ரிஷியார்தம்மை அற்பனமாய்க் கண்டதொரு அதிசயந்தான்
மழுவான ரேணுகையின் மார்க்கந்தானும் மகத்துவங்கள் அத்தனையும் கூறுவாரே. 4754

கூறுவார் வாய்திறந்து போகர்தாமும் கொப்பெனவே சீனபதிப் பெண்களுக்கு
மாறுபடா லோகஅதி சயங்களெல்லாம் மகத்தான நாலுயுக அதிசயங்கள்
ஆறுபுடை சூழ்நகரம் வடதேசந்தான் அடைவான கானாறு மலைகள்குன்றுகள்
வீறுபுகழ் ரேணுகையாள் சமாதிபாகம் விருப்பமுடன் தாமுரைத்தார் போகர்தாமே. 4755

தானான போகரிஷி முனிவர்தானும் தண்மையுள்ள பெண்களுக்கு உபதேசிப்பார்
கோனான நவகண்ட ரிஷியார்தானும் குறிப்புடனே தாமுரைத்த உண்மையாவும்
மானான ரேணுகையாள் லீலாகற்பம் மகத்தான குருக்கள்மார் ரிஷிகள்சித்தர்
பானான இன்னம்வெகு மாண்பரெல்லாம் பாருலகில் கேட்டகதை பகருவாரே. 4756

போகர் ரேணுகையின் சமர்த்தைக் கூறல்

பகருவார் நாலுயுக காலந்தன்னில் பண்பான திரேதாயின யுகத்திலப்பா
நுகரவே ரேணுகையின் மாயலீலை நுட்பமுடன் சீனபதிப் பெண்களுக்கு
சிகரம்வரை கிட்கிந்தா மலையைநாடி தீரமுடன் நவகண்ட ரிஷியார்தம்மை
தகரவே தாள்பாதங் கிட்டிநின்று சாங்கமுடன் பணிந்திட்டேன் ரிஷியார்காணே. 4757

காணவே ரேணுகையின் மார்க்கந்தன்னை கடிதான சீனபதிப் பெண்களுக்கு
பூணவே செய்தியெல்லாம் தானுரைத்து பொங்கமுடன் மகிமைதன்னைக் கூறுவார்காண்
தோணவே தேசாதி தேசமெல்லாம் துப்புரவாய் வலசாரி இடமதாக
நீணவே தேசமெலாம் குளிகைகொண்டு நீதியுடன் சுற்றிஅதி சயங்கண்டேனே. 4758

கண்டேனே ரேணுகைபோல் மாயாசித்து காசினியில் எங்கேனுங் கண்டதில்லை
அண்டர்முனி ராட்சதர்கள் அனேகங்கண்டேன் அகிலமதில் வெகுகோடி சித்துகண்டேன்
புண்டரீக மானதொரு கிருஷ்ணாவதாரன் பூவுலகில் அதிசயங்கள் சொல்லொண்ணாது
தண்டவன் ரிஷிகளெல்லா மனேகசித்து தாரணியில் செய்தவரும் கோடி பேரே. 4759

கோடியாம் வெகுகோடி அதிசயங்கள் குவலயத்தில் கண்டதுண்டு இதுபோலில்லை
தேடியே தேசமெலாஞ் சுற்றிவந்தேன் தெளிவான ரேணுகைபோல் சித்துமுண்டோ
வாடியே போகாத மாயசித்து வளமையுள்ள காயாதி கொண்டமாது
நீடியே நீணிலத்தில் ரிஷியார்தம்மை நீதியுடன் வலதழித்த சித்துமாச்சே. 4760

சித்தான சித்துமுனி மாதுதானும் சிறப்பான மாநிலத்தில் அதிசயங்கள்
மெத்தனவே செய்துமல்லோ காயங்கொண்டு மேதினியில் சமாதிக்குப் போனமாது
சத்தான லோகமதில் அடியார்தம்மை சதாகாலம் வலதழித்த கன்னிமாது
முத்தான நாலுயுகங் கடந்தசித்து மூவுலகில் ரேணுகைபோல் சித்துமுண்டோ. 4761

உண்டான ரிஷிகளெல்லாம் யாகஞ்செய்யும் உதகமென்ற மலைதனிலே தானுஞ்சென்று
கண்டாளே ரேணுகையாள் மாதுதானுங் களிப்புடனே நாதாந்த சித்துதம்மை
துண்டரிக மாகவல்லோ தவங்கள்யாவும் துப்புரவாய் தானழித்து வசியம்பூண்டு
கொண்டபடி வாதமென்ற மலைபோற்றங்கம் கொப்பெனவே தான்செய்து வாங்கினாரே. 4762

வாங்கியே நவகோடி சித்துதாமும் வண்மையுள்ள ஆபரணப் பதியெல்லாம்
சாங்கமுடன் நவரத்தின சிதத்தாலே சட்டமுடன் பெற்றுவந்த மாயாசித்து
ஏங்கவே ரிஷிகளெல்லாம் மதியம்பூண்டு ஏமாந்து வாதமென்ற யேமந்தன்னை
பாங்குடனே தான்கொடுத்தார் கோடிபொன்னை பட்சமுடன் ரிஷிமுதலோர் முனிவர்தானே. 4763

தானான ரேணுகையின் சமாதிபக்கம் சட்டமுடன் மாண்பரெல்லாம் போவதுண்டு
கோனான எனதையர் காலாங்கிநாதர் கொற்றவனார் தன்பாத கடாட்சத்தாலும்
தேனான மனோன்மணியாள் கடாட்சத்தாலும் தேற்றமுடன் சமாதியிடம் யானுஞ்சென்றேன்
பானான நவகண்ட ரிஷியார்பாட்டன் பதமதுவும் தப்பாமல் சென்றிட்டேனே. 4764

சென்றேனே ரேணுகையின் சமாதிபக்கம் செம்மலுடன் குளிகைகொண்டு யானுமல்லோ
குன்றான பருவதம்போல் சமாதிகண்டேன் கொப்பெனவே சீனபதிப் பெண்கள்மாரே

நின்றேனே சிலகாலம் சமாதிபக்கம் நீட்சியுடன் வடபாகங் கார்த்திருந்தேன்
தென்றலுடன் சப்தமது அசரீரிவாக்கு செப்பமுடன் எந்தனுக்குக் கேட்கலாச்சே. 4765

ஆச்சங்கே ரேணுகையின் சமாதிபக்கம் அடவான அசரீரி வாக்குதானும்
பேச்சுடனே சப்தமது கேட்கக்கண்டேன் பேரான ரேணுகையைக் கண்டதில்லை
மூச்சடங்கிப் போனதொரு மாயாசித்து மூதுலகில் நாலுயுகங் கடந்தமாது
வீச்சுடனே தேவாதி ரிஷிகளோடு விருப்பமுடன் காயமது கொண்டசித்தே. 4766

சித்தான சித்துமுனி என்னலாகும் சீரான நாலுயுகங் கடந்தமாது
நித்தமுமே தேவாதி ரிஷிகளெல்லாம் நீணிலத்தில் ரேணுகையின் சித்துகாதை
புத்தியுள்ள சீஷமார் வர்க்கத்தோற்கு புகழ்பெறவே சதாகாலம் வசனிப்பார்கள்
பத்தியுடன் சதாநித்தம் மாண்பரெல்லாம் பாருலகில் ரேணுகையைப் போற்றுவாரே. 4767

போற்றுவார் என்றுமே பெண்களுக்கு பொங்கமுடன் தாமுரைப்பார் சீனத்தோற்கு
தேற்றமுடன் குளிகைகொண்டு வெகுதேசங்கள் திறமையுடன் சுத்திவந்தேன் புத்திமானாய்
ஆற்றவே போகாது ரேணுமாது அன்பான வல்லமையான் கண்டதில்லை
மாற்றமென்ற மையுடனே யானுஞ்சென்று மங்கையரைக் கண்டேனே வெகுவாய்த்தானே. 4768

தானான சீனபதிப் பெண்கள்மாரே தன்மையுடன் அதிசயங்கள் இன்னஞ்சொல்வேன்
கோனான எனதையர் காலாங்கிநாதர் கொற்றவனார் குருபாதக் கடாட்சத்தாலும்
தேனான மனோன்மணியாள் அருளினாலும் தேசமெலாம் சுத்திவந்தேன் இதுபோலில்லை
பானான ரேணுகையின் தெரிசனத்தை பாருலகில் அடியேனுங் கண்டிட்டேனே. 4769

கண்டேனே ரேணுகையின் வல்லபத்தை களிப்புடனே மனதுவந்து வரமும்பெற்றேன்
விண்டதொரு பொருள்தோய்ந்து வினயம்பெற்று வேதாந்தக் குருவை மனதிலெண்ணி
கொண்டல்முடி அச்சுதனார் முன்னேநிற்க கொம்பனையே குளிகைகொண்டு பின்னும்வந்தேன்
வண்டணிமார் விட்டகுறை இருந்ததாலே வண்மையுடன் சீனபதி வந்திட்டேனே. 4770

வந்திட்டேன் என்றலுமே முனிவர்கூற வாகான புலிப்பாணி மைந்தாகேளு
அந்தமுடன் குளிகையது பூண்டுகொண்டு அவனிதனில் சுற்றிவருங் காலந்தன்னை
சிந்தையுடன் வடபாகங் கடலோரத்தில் சீதாவின் பிராட்டியரின் சமாதிபக்கம்
சொந்தமுடன் குருச்சேத்திர பூமிதன்னில் தோற்றமுடன் அடியேனும் இறங்கினேனே. 4771

இறங்கினேன் குளிகையது விட்டுமல்லோ எழிலான வடபாகங் கடலோரத்தில்
இறங்கவே பாஞ்சால ராஜனப்பா திகழான கோட்டையது கெடிமுகத்தில்
சிறந்ததொரு கோட்டைமுகம் அரண்வாசல்தான் சீரான வாழிதடங் கண்ணிற்கண்டேன்
குறைவின்றிக் கூறாத சித்திரக்கூடம் கொற்றவனார் பாஞ்சாலன் பதிகண்டேனே. 4772

பதியான ராஜமகா ராஜபோகன் பாங்கான கோட்டைமுகம் மண்மேடிட்டு
துதியான சமாதியது கோடானகோடி துப்புரவாய் காணுதற்கு இடமோயில்லை
நதியான பாஞ்சால நதிதானப்பா நவிலவே முடியாது காணாறுதானும்
மதிபோன்ற சமாதியல்லோ மகத்துவங்கள் மெத்த உண்டு கூறஒண்ணாதே. 4773

ஒண்ணாது பாஞ்சாலஞ் சமாதிபக்கம் ஓகோகோ நாதாக்கள் ரிஷிகள்கூட்டம்
அண்ணாந்து பார்த்தாலும் அளவுண்டோ ஆகாயக் கோட்டையது அறையப்போமோ
திண்ணமுடன் கோட்டையது இடபாகத்தின் திடமான பாஞ்சாலன் மண்டபந்தான்
வண்ணமுடன் மண்டபந்தான் தென்பாகத்தில் வளமான பாஞ்சாலன் வில்கண்டேனே. 4774

வில்லான வில்லதுவும் விளம்பப்போமோ மேதினியில் வச்சிரமாம் வில்தானப்பா
கல்போன்ற மலைதனையும் எறியும்வில்லு காவலனார் காட்டகத்தே இருக்கும்வில்லு
மல்போன்ற சமர்க்களத்தைக் கொல்லும்வில்லு மகத்தான பாஞ்சாலன் ஆணிவில்லு
வல்லதொரு வில்லதனைக் கண்டேன்பானும் வளமான சித்தாதிக் காவலுண்டே. 4775

உண்டான காவலாஞ் சொரூபசித்தை உத்தமரை யான்கண்டு கேட்டேனப்பா
அண்டாதி வில்லாணி யாருதென்றேன் அப்பனே பாஞ்சாலன் வில்லென்றார்கள்
தெண்டமுடன் பாஞ்சாலன் வில்லென்றோத தெளிவான புத்தியது மனங்கலங்கி
கண்டுமே மதியேங்கி புத்திமாறி கலங்கியே பூமிதனில் விழுந்திட்டாரே. 4776

இட்டேனே அடியேனும் மதிகலங்கி எழிலான கோட்டைமுகம் தன்னில்யானும்
பட்டதொரு படுகளம்போல் எந்தனுக்கு பட்சமுடன் சித்துமுனி சொரூபந்தானும்
திட்டமுடன் கைவாகுதான் கொடுத்து தீரமுடன் விடையாற்றி எந்தனுக்கு
அட்டதிசை தான்புகழும் வில்சமர்த்தை அன்புடனே எந்தனுக்கு ஓதினாரே. 4777

ஓதவே அடியேனும் களைகள்நீங்கி உந்தனது உபதேசம் பெறவேயெண்ணி
தீதமுடன் வில்லினது அருகிற்சென்றேன் நிட்களங்க மாகவல்லோ கரங்குவித்தேன்
பாதமது தன்னளவாம் சிரங்குவித்து பட்சமுடன் அடிவணங்கி தெண்டனிட்டு
ஆதமுடன் வணங்கியல்லோ நிற்கும்போது அங்ஙனமே அசரீரி வாக்குண்டாச்சே. 4778

ஆச்சப்பா வில்லதுவும் ஏதுரைக்கும் அன்பான காலாங்கி நாதர்போதா
மூச்சடங்கிப் போனதொரு ராஜனப்பா முனையான பாஞ்சால ராஜன்தானும்
வீச்சுடனே கரமேந்தி விட்டநாணு வீரான வில்லதுவும் நான்தானாச்சே
மூச்சடங்கிப் போனதொரு சமாதிபக்கம் மூதுலகில் கார்த்திருக்கும் வில்லுமாச்சே. 4779

வில்லான பாஞ்சாலன் நாணுவில்லு வெகுகோடி ராஜர்களும் மெச்சும்வில்லு
வல்லதொரு லோகாதி சித்தரெல்லாம் மகத்தான ரிஷிகள்முதல் வணங்கும்வில்லு
நில்லாது படைமுகத்தில் அரசர்தம்மை நீணிலத்தில் வெல்லுகின்ற இந்திரவில்லு
சல்லாபம் உடையதொரு வில்லுமாகும் சதுரான வையகத்தில் சமாதிவில்லே 4780

வில்லென்ற பாஞ்சாலன் நாணிதானும் விருப்பமுடன் எந்தனுக்கு உரைக்கும்வார்த்தை
சொல்லென்ற அசரீரி வாக்குனாலே சுத்தமுடன் உபதேசம் பெற்றுவந்தேன்
புல்லறிவால் எந்தனுக்கு உபதேசங்கள் புகட்டவே யானுமல்லோ வரமுங்கொண்டேன்
கல்லான கல்லினது வரமுமல்ல கைவாய வில்லினது வரமுமாமே. 4781

ஆமேதான் காலாங்கிநாதர் தம்மால் அன்புடனே யானுமல்லோ வரமுங்கொண்டேன்
போமேதான் திரௌபதியாள் சமாதிகண்டேன் பொங்கமுடன் எந்தனுக்கு விடையுமாச்சு
நாமேதான் சொன்னபடி விடையும்பெற்று நாதாந்த திரௌபதியாள் சமாதிகாண
வேமேதான் உத்தார விடையும்பெற்று வேகமுடன் சமாதியிடம் வந்திட்டேனே. 4782

இட்டேனே வடபாகங் கடலோரத்தில் எழிலான பாஞ்சாலன் தேசந்தன்னை
திட்டமுடன் கோட்டையது வெளிப்புறத்தில் தீர்க்கமுடன் திரௌபதியாள் சமாதிபக்கம்
சட்டமுடன் குளிகைவிட்டு நானிறங்கி சாங்கமுடன் தென்புறத்தில் இருந்துகொண்டு
வட்டபுரி திரௌபதியாள் அம்மன்தன்னை வணங்கினேன் போகரிஷி வணங்கினேனே. 4783

திரௌபதை சமாதி அருகிலிருந்த சித்தர்கள் போகரை யார் என்று வினவல்

வணங்கவே சமாதியிட பக்கம்தன்னில் வாகுடனே அடியேனும் நிற்கும்போது
இணங்கவே நாதாந்த சித்துதாமும் எழிலாக எந்தனையும் யாரென்றார்கள்
சுணங்கமது வாராமல் அடியேன்தானும் சுத்தமுடன் மனதுவந்து சொன்னேன்யானும்
மணங்கமழுங் காலாங்கி சீஷனென்றேன் மகத்தான போகரிஷி என்றிட்டேனே. 4784

என்றிடவே காலாங்கி தாள்பணிந்து எழிலாக ரேணுகையின் சமாதிகண்டேன்
சென்றுமே நவகோடி ரிஷிகள்தம்மால் செப்பியதோர் மார்க்கமெல்லாம் தெரிந்துயானும்
வலுவாகத் தேகத்தைக் கற்பங்கொண்டு காசினியில் வரைகோடி காலந்தானும்
செல்லாமல் தேகமது இருப்பதற்கு செம்மலுடன் ரேணுகையும் போதிப்பாளே. 4785

போதிக்கக் காயாதி கற்பந்தன்னை பொங்கமுடன் போகரிஷி நாதர்தானும்
ஆதித்தன் சந்திரன்போல் கற்பந்தன்னை அன்புடனே தாமறிந்து கொண்டாரல்லோ
பேதித்து காயாதி குளிகைதன்னை பெருமையுடன் சிறுபாலன் பெற்றுக்கொண்டு
சாதித்து சிலகாலம் அங்கிருந்து சட்டமுடன் சீனபதிக்கு ஏகினாரே. 4786

போகர் சீனப் பெண்களிடம் ரேணுகையின் வரலாறு கூறல்

ஏகுதற்கு முன்னமல்லோ போகர்தாமும் எழிலான ரேணுகையின் மாயாகற்பம்
வாகுடனே பெற்றல்லோ நாயன்தானும் வண்மையுடன் ரேணுகையாள் பாதம்போற்றி
சாகுதற்கு இடம்அதுவும் நேராமற்தான் சட்டமுடன் போகரிஷி நாதர்தானும்
ஆகுடனே குளிகையது பூண்டுகொண்டு அன்புடனே சீனபதிக்கு ஏகினாரே. 4787

ஏகவே போகரிஷி நாதர்தானும் எழிலான குளிகையது பூண்டுகொண்டு
சாகமுடன் சீனபதிக்கு ஏகியல்லோ சட்டமுடன் காலாங்கி நாதர்தம்மை
வேகமுடன் சமாதியிடங் கண்டுமல்லோ விருப்பமுடன் காலாங்கி பாதம்நோக்கி
சோகமுடன் எந்தன்குரு நாதாயென்று சுத்தமுடன் தாள்பணிந்து நின்றிட்டாரே. 4788

நின்றதொரு காலாங்கி நாதர்தானும் நீதியுள்ள போகரிஷி நாதருக்கு
சென்று வந்தகாரியங்கள் செயந்தான்கொண்டீர் செம்பவள போகரிஷி புனிதவானே
கன்றுதான் தாயைவிட்ட கதையைப்போல கடுங்காளை நீதானோ சென்றுவந்தாய்
வென்றிடவே லோகாதி லோகமெல்லாம் விருப்பமுடன் ஜெயம்பெற்று வாழ்குவீரே. 4789

வாழ்கவென்று காலாங்கி நாதர்தாமும் வளமான போகரிஷி நாதருக்கு
சூழ்கவே ஆசீர்மம் மிகவுங்கூறி துப்புரவாய் யோகபதி மாண்பனாக

தாழ்வாக எந்நாளுங் கீர்த்திவானாய் தாரணியில் இருக்கவென்று வரமுந்தந்து
நீழ்கவே சீனபதிப் பெண்களோடு நெடுங்காலம் இருக்கவென்று வரந்தந்தாரே. 4790

போகர் காலங்கிநாதரின் ஆசீர்வாதத்தைப் பெற்று சீனபதி பெண்களைக் காணல்

என்றேனே அடியேனும் மனதுவந்து எழிலாகக் குளிகையது பூண்டுகொண்டு
சென்றேனே சீனபதி தேசந்தன்னில் சிறப்புடனே அதிசயங்களெல்லாஞ் சொன்னேன்
குன்றான நாகமலைத் தன்னைக்காண கொற்றவனே மனதுவந்து குளிகைபூண்டு
சென்றேனே ஆகாஷந் தான்பறந்து செம்மலுடன் உச்சிமுகங் கண்டிட்டேனே. 4791

போகர் நாகமலை கண்டது

கண்டேனே நாகமலைத் தன்னிலப்பா கருவான புலிப்பாணி மைந்தாபாரு
உண்டான உச்சிமுகந் தன்னிற்சென்றேன் உதகமுண்டு சுனையுண்டு அதிசயந்தான்
அண்டர்முனி தாமறியா பாதாளந்தான் அதின்கீழே சமாதியது காவலுண்டு
திண்டான பட்சியது கழுகுவப்பா திரள்கோடி வரைகோடி சொல்லொண்ணாதே. 4792

ஒண்ணாது பட்சியது யானுங்கண்டேன் உத்தமனே பட்சியெனைக் கண்டபோது
அண்ணாந்து அடியேனும் மனதுவந்து அன்புடனே காலாங்கி சீஷனென்றேன்
கண்ணான காலாங்கி சீஷனென்று கைதொழுது முடிவணங்கி தெண்டனிட்டேன்
மண்ணதனில் சுனைகீழே இருக்குஞ்சமாதி மார்க்கமுடன் எந்தனுக்குக் கூறலாச்சே. 4793

கூறவென்றால் மூன்றுயுகங் கடந்தசித்து குறிப்பான கிரேதாயின யுகத்திலப்பா
மாறலுடன் காயாதி கற்பங்கொண்டு மானிலத்தில் வெகுகாலம் இருந்தசித்து
சீறலது வாறாது கழுகுன்றிசித்து சிறப்டான யோகியல்லோ தவசியாரும்
ஆறலது பூண்டதொரு கொடியசித்து அப்பனே கிரேதாயின் சித்துதாமே. 4794

சித்தான தேவசித்து மானிடசித்து சிறப்பான பிரளயங்கள் கடந்தசித்து
முத்தான கிரேதாயின யுகத்திலப்பா முனையான நாகமலை பிரளயத்தில்
சத்தசாகரம் பொங்கியே மேலெழும்பி சட்டமுடன் மலையதுவும் முழுகிப்போச்சு
வித்தகனார் மலைபோலே இருந்தசித்து விடுபட்டு மடியாமல் இருந்திட்டாரே. 4795

இருந்தாரே மூன்றுநாள் ஆறுவேளை எழிலான பிரளயத்தின் மலையினுச்சி
திருந்தமுடன் ஜலஸ்தம்பஞ் செய்துகொண்டு திரளான நவரிஷியார் இருந்தாரங்கே
பொருந்தவே பிரளயங்கள் போனபின்ட பொங்கமுடன் நவகோடி சித்தர்தாமும்
வருந்தியே சுனைகீழே இருந்தசித்தை மார்க்கமுடன் கண்டல்லோ வணங்கிட்டாரே. 4796

வணங்கியே சமாதிபுரம் நிற்கும்போது வாகான சமாதியது வெடிக்கலாச்சு
இணங்கவே நவகோடி ரிஷிகள்தாமும் எழிலான சமாதியிடம் பக்கல்நின்றார்
கணமுடனே கழுக்குன்றி சித்துதாமும் கருவாக எந்தனையும் கண்டபோது
மணங்கமழும் சித்துமுனி தேவர்தாமும் மார்க்கமுடன் எந்தனை யாரென்றிட்டாரே. 4797

என்றுமே கழுக்குன்றி சித்துதாமும் எழிலாக எந்தனை யாரென்றுகேட்க
வென்றிடவே காலாங்கி நாதர்தம்மின் வேதாந்த சித்தினது சீஷனென்றேன்
நன்றிபுரிந்து என்னையவர் சித்துதாமும் நலமுடனே எந்தனுக்கு உபதேசங்கள்
குன்றின்மேல் தானிருந்து கோடியாகங் குறிப்புடனே எந்தனுக்குக் கூறினாரே. 4798

கூறினார் உபதேசம் யானுங்கண்டு குறிப்புடனே மனதுவந்து குளிகைகொண்டு
மீறிடவே சீனபதி யானுஞ்சென்று மிக்கான மாண்பருக்கு யாவுங்கூறி
தேறிடவே சிலகாலம் அங்கிருந்து சிறப்புடனே காலாங்கி விடையும்பெற்று
தூறியே குளிகையது பூண்டுகொண்டு துப்புரவாய்த் தென்றிசையில் வந்திட்டேனே. 4799

போகர் நீலாஞ்சன கிரியைக் கண்டது

வந்தேனே நீலாஞ்சனக் கிரியிலப்பா மகத்தான புலிப்பாணி மைந்தாபாரு
சிந்தைமனம் ஒன்றாகி மனங்களித்து சிறப்புடனே தென்கூடப் பதியமர்ந்தேன்
பந்தமுடன் குளிகையது பூண்டுகொண்டு பார்தனிலே கடலோரஞ் சுற்றிவந்து
விந்தைபுரி வஞ்சனமாங் கிரியைக்கண்டேன் விண்ணுலகு கொள்ளாத மகிமைதானே. 4800

தானான மலையதனைக் கண்டுயானும் தகமையுடன் சிகரம்வரைக் காணவெண்ணி
கோனான எனதையர் காலாங்கிநாதர் கொற்றவனார் தன்பாதக் கிருபையாலும்
தேனான மனோன்மணியாள் கடாட்சத்தாலும் தேவர்முதல் அசுரர்கள் கிருபையாலும்
மானான பலபேர்கள் ரிஷிகளாலும் மகத்தான கிரிதனையே போற்றினேனே. 4801

போற்றினேன் குளிகையது செல்லவென்று பொங்கமுடன் மலைமீதிற் சென்றேன்யானும்
ஆற்றலுடன் குளிகைகொண்டு சிகரஞ்சென்று அப்பனே மலைதனிலே இறங்கினேன்யான்
மாற்றலுடன் அசுரர்கள் கூட்டத்தோடு மகத்தான தேவரிஷி சூழக்கண்டேன்
நீற்றமுடன் மலைதனிலே சுற்றியானும் நிகட்சியுடன் மூலவரைக் கண்டிட்டேனே. 4802

கண்டேனே கிரிகோடி யமுனைகோடி கண்கொள்ளா தூரமது வினயங்கண்டேன்
கொண்டல் வண்ணச்சுதனார் மலையுங்கண்டேன் குறிப்பான கிருஷ்ணகிரி என்னலாகும்
தண்டுளவ மாலையணி மாலைபூண்ட தாக்கான செந்தாமரைப் பூவைக்கண்டேன்
மண்டோதரி தான்வசிக்கும் மலையுங்கண்டேன் மகத்தான மயில்இராவணன் கண்டேனே. 4803

கண்டுமே அதற்கப்பால் நெடுந்தூரந்தான் கனமான வஞ்சனமாங் கிரியில்வாழும்
தண்டுபுகழ் வேலாயுத சூலத்தோடும் தன்மையுடன் சித்தினது சமாதிகண்டேன்
குண்டுபோல் மலையொன்று இருக்குமங்கே குவலயத்தில் மாண்பர்களுங் கண்டதில்லை
வண்டினங்கள் கீதமுடன் ஓசைகூறும் வளமான சமாதியது பார்த்திட்டேனே. 4804

போகர் அஞ்சனகிரியில் சதாசிவ ரிஷியைக் கண்டது

பார்த்துமே அடியேனும் குளிகைவிட்டு பாங்குடனே சமாதிபுரஞ் சென்றேனப்பா
தீர்த்தமுடன் சிவலிங்கக் குளிகைகண்டேன் சிவானந்த ரிஷிகளப்பா கோடானகோடி
ஆர்த்தியுடன் பூசை நைவேத்தியங்கள் அப்பனே ஏவல்பணி செய்துநிற்பார்
சார்த்தகியா மாழ்வார்கள் ஒருபக்கந்தான் சாங்கமுடன் ஏவலுக்கு முன்நிற்பாரே 4805

நிற்கையிலே அடியேனும் மனதுவந்து நீதியுடன் சமாதிமுகஞ் சுத்திவந்து
பொற்கைவள நாட்டினில் வாழ்சித்தர்தம்மை பொற்பாதந் தாள்பணிந்து அடியேன்தானும்
சிற்பரனார் சதாசிவனார் சமாதிதன்னை சிறப்புடனே அடியேனும் காணவந்தேன்
கற்பனையாய் எந்தனையும் ஆசீர்மித்து கடாட்சிக்க வேண்டுமென்று கருதினேனே. 4806

கருதவே எந்தனையுஞ் சித்தர்கூட்டம் கருத்துடனே மனதுவந்து யாரென்றார்கள்
திருதமுடன் காலாங்கி சீஷனென்று தீர்க்கமுடன் அடியேனும் தெண்டனிட்டேன்
வருகவென்று சித்துமுனி அசுராள்கூட்டம் வண்மையுடன் எந்தனுக்கு வணக்கம்செய்து
பெருகவே எந்தனையுந் தானழைத்து பேறான சமாதிமுகஞ் சென்றிட்டாரே. 4807

சென்றுமே அடியேனும் கொண்டுவந்து சிறப்புடனே சமாதிமுகம் நில்லென்றார்
குன்றுமேல் தானிருந்த சீஷர்தானும் கோலமுடன் எந்தனையும் கண்டபோது
அன்றுதித்த மான்தோலும் புலித்தோலப்பா அப்பனே எந்தனுக்குத் தான்கொடுத்து
இன்றுமுதல் சிலகாலம் இங்கிருந்தால் எழிலான உபதேசங் கிடைக்கும்பாரே. 4808

பாரென்று சீஷவர்க்கம் பகர்ந்தாரப்பா பட்சமுடன் நானுமங்கே சிலதுகாலம்
தீரமுடன் ஆசனத்தின் மேலிருந்து தீர்க்கமுடன் தவநிலையில் இருந்தேனப்பா
சாரலெனுஞ் சமாதிமுகஞ் சென்றசித்து சட்டமுடன் நெடுங்காலஞ் சென்றசித்து
வீரமுடன் சமாதியது தான்திறந்து விருப்பமுடன் குளிகையைவிட்டு வந்திட்டாரே. 4809

வந்தாரே சதாசிவ ரிஷியார்தாமும் வணக்கமுடன் அசுராக்கள் தேவகூட்டம்
சிந்தனையாய் மனதுவந்து அஞ்சலாகி சிறப்புடனே சதாசிவ ரிஷியார்தம்மை
பந்தமுடன் வெகுகூட்டம் அசுரர்களோடும் பட்சமுடன் தாள்பணிந்து நிற்கும்போது
அந்தமுடன் அடியேனும் தவசைவிட்டு அப்பனே யான்வணங்கி பணிந்திட்டேனே. 4810

பணிந்ததொரு எந்தனையும் யாரென்றேதான் பட்சமுடன் சதாசிவ ரிஷியார்தாமும்
கணிதமுடன் கருத்துவந்து கனிந்துகேட்க கைலாச காலாங்கி நாதர்தம்மின்
அணிந்ததொரு விசுவாச பாதம்பெற்ற அப்பனே போகநாதா சீஷனென்றேன்
மணியான குளிகைகொண்டு மலையிற்சென்று மகாதேவா வந்துநெடு நாளுமாச்சே. 4811

ஆச்சப்பா வந்துநெடுங் காலமாச்சு அட்பனே தாள்பணிந்து வணங்கிநின்றேன்
மூச்சடங்கி மலைதனிலே இருந்தசித்து முசியாமல் எந்தன்மேல் பட்சம்வைத்து
பாச்சலுடன் மலைதனிலே குளிகைகொண்டு பாலகனே வந்ததொரு புண்ணியத்தால்
மாச்சலுடன் அசுரர்கள் கூட்டந்தன்னில் மன்னவனே வந்ததொரு புண்ணியந்தானே. 4812

தானான விட்டகுறை இருந்ததாலே தன்மையுடன் மலைகளிலே வந்தீரப்பா
தோனான எனதையர் காலாங்கிநாதர் கொற்றவனார் செய்ததொரு தவப்பலன்தான்
மானான அசுராக்கள் கூட்டந்தன்னில் மன்னவனே தான்கடந்து வந்தீரப்பா
தேனான மனோன்மணியாள் கடாட்சத்தாலே செம்மலுடன் சபியாமல் இருந்திட்டாரே. 4813

இருந்தாரே உந்தனது புண்ணியந்தான் எழிலான அசுராக்கள் கூட்டத்தார்கள்
பொருந்தவே வெகுகோடி மாண்பரப்பா பொங்கமுடன் மலைதனிலே வந்தாருண்டு
திருந்தவே அசுராக்கள் கூட்டத்தார்கள் சீறலுடன் சபித்தவர்கள் கோடியுண்டு
வருந்தியே உந்தனையும் வணக்கம்செய்து மன்னவனே கொண்டணைத்தார் புண்ணியமாச்சே. 4814

ஆச்சப்பா முன்செய்த புண்ணியத்தால் அப்பனே எந்தனையுங் காணலாச்சு
பாச்சலுடன் காலாங்கி புண்ணியத்தால் பட்சமுடன் மலைதனிலே வந்தீரப்பா
மாச்சலது வாராமல் உந்தனுக்கு மன்னவனே உபதேசம் செய்வேனென்று
வீச்சலுடன் ஞானோப தேசந்தன்னை விருப்பமுடன் எந்தனுக்கு ஓதினாரே. 4815

போகருக்கு சதாசிவ ரிஷி ஞானோபதேசம் கூறல்

ஓதவே சதாசிவ ரிஷியார்தாமும் உத்தமனார் எந்தனுக்குக் கூறும்வண்ணம்
நீதமுடன் காலாங்கி சீஷபாதா நீதியுள்ள புலிப்பாணி மைந்தாகேளு
தீதமுடன் திரேதாயின் யுகத்திலப்பா திக்கெல்லாம் பிரளயங்கள் கண்டபோது
தோதமுடன் அடியேனும் தவமிருந்து துப்புரவாய் சமாதிநிலை நின்றிட்டேனே. 4816

நின்றேனே சமாதிநிலைத் தானிருந்து நீடூழிகாலம் வரைப் பிரளயத்தில்
குன்றேறி மலைமீதில் நானிருந்தேன் குவலயங்கள் எல்லாம் அழிந்து குண்ணுமாகி
சென்றவர்கள் மாண்பரல்லோ கோடானகோடி சேனதிரள் கூட்டமது மலையில்இறங்கி
வென்றிடவே தவயோக நிலையில்நின்று விருப்பமுடன் எந்தனுக்கு சீஷராச்சே. 4817

ஆச்சப்பா சீஷர்களோ கோடிமாண்பர் அப்பனே எந்தனிட சமாதிபக்கம்
மூச்சடங்கி சென்றிருந்தேன் வெகுகாலந்தான் முனையான சீஷரெல்லாம் பூசைகொண்டு
பாச்சலுடன் பிரளயங்கள் வடியுமட்டும் பண்பாக எந்தனிடம் பாதுகாத்து
வீச்சலுடன் எந்தனுக்கு சோடசாரம் வினயங்கள் செய்து கொண்டாடினாரே. 4818

ஆடியதோர் சீஷவர்க்க மாண்பருக்கு அப்பனே யானுமல்லோ உபதேசங்கள்
நாடியே சின்மயத்தை கண்டாராய்ந்து சிறப்புடனே ஞானோபதேசஞ் செய்தேன்யானும்
கூடியதோர் ஞானோபம் பெற்றுமல்லோ குவலயத்தில் நெடுங்காலம் இருந்தார்மாண்பர்
வாடியே திரியாமல் உந்தமக்கு வளமையுடன் உபதேசம் கூறுவேனே. 4819

கூறுவேன் திரேதாயின் யுகத்திலப்பா கொற்றவனே அயோத்திநகர் தனிலிருந்து
மாறுபடா சமுசாரி ஞானவானாய் மார்க்கமுடன் நெடுங்காலம் அங்கிருந்து
ஆறுதலந் தான்கடந்து சித்தரோடே அப்பனே அவர்தமக்குத் தொண்டுசெய்து
வீறுடனே காயாதி கற்பங்கொண்டு விருப்பமுடன் அவர்களிடங் காத்தேன்பாரே. 4820

பாரேதான் இதிகாச வித்தையெல்லாம் பண்புடனே கூடிருந்து கண்டாராய்ந்து
நேரேதான் சின்மயத்தில் இருந்துகொண்டு நீதியுடன் மலைமீதில் சென்றுயானும்
தீரேதான் தவநிலைக்கு ஆளுமாகி தீர்க்கமுடன் யாகமது செய்யும்போது
ஆரேதான் ஒருவரப்பா ரிஷியார்போலே அப்பனே முன்வந்து நின்றிட்டாரே. 4821

ஆகாய கந்தர்வ ரிஷி சதாசிவ ரிஷியார்க்கு காயகற்பம் கொடுத்தது

நின்றுமே எந்தனுக்கு காயகற்பம் நீடாழி உலகுபதி இருக்கவென்று
குன்றின்மேல் ஆகாய தேவரிஷிதாமும் கொற்றவனே கண்முன்னே வந்துநின்று
அன்றுரித்த மான்தோலும் புலித்தோலுமாக அப்பனே கண்ணிற்குத் தோற்றங்கொண்டு
இன்றுமுதல் எந்தனுக்கு காயகற்பம் எழிலாக உண்ணவென வரந்தந்தாரே. 4822

தந்தாரே வரமதுவுந் தான்கொடுத்து தகமையுடன் காயாதி கற்பந்தந்து
சிந்தனையும் ஒன்றாக்கி எந்தனுக்கு சீர்பெறவே நாலுயுகம் இருக்கவென்று
சொந்தமுடன் எந்தனுக்கு ஞானமோதி சுடரொளியாந் தோற்றமதை முன்னுண்டாக்கி
விந்தைகளும் மிகக்கூறி எந்தனுக்கு விண்ணுலகில் இருக்கவென்று மதிசொன்னாரே. 4823

சொன்னாரே அன்றுமுதல் இன்றுமட்டும் துப்புரவாய் நெடுங்காலம் இருந்தேன்யானும்
மன்னவனார் இருபத்தோர் முறைகள்கண்டேன் மகத்தான திருச்சங்கு யானுங்கண்டேன்
நன்னயமாய் தசரதரை யானுங்கண்டேன் நளராஜ பதியைத் தானுங்கண்டேன்
வின்னமிலா சூர்ப்பனகை தன்னைக்கண்டேன் வீறான கைகேசி கண்டேன்தானே. 4824

தானான சமர்க்களத்தில் இராவணன்தன் தண்மையுள்ள மண்டோதரி தன்னைக்கண்டேன்
கோனான திருராமர் தன்னைக்கண்டேன் கொம்பனையாள் பிராட்டியரை யானுங்கண்டேன்
மானான தென்னிலங்கை பதியிலப்பா மகத்தான வாக்கருட கூட்டங்கண்டேன்
பானான ராட்சதாள் தன்னைக்கண்டேன் பாங்கான ஆஞ்சனேயர் கூட்டந்தானே. 4825

கூட்டமாய் அணியணியாய் யானுங்கண்டேன் கொற்றவனார் ஆஞ்சனேயர் சேனைகண்டேன்
வாட்டமுடன் வல்லரக்கர் சேனையப்பா வையகத்தில் எக்கிறகோடி வெள்ளங்கண்டேன்
நாட்டமுடன் தசமுகராவணனைக் கண்டேன் நலமான பிரம்மாவை யானுங்கண்டேன்
நீட்டமுடன் இந்திரனார் சேர்வைகண்டேன் நீடாழி நாரதனார் பதங்கண்டேனே. 4826

கண்டேனே திருச்சங்கு மைந்தனப்பா கண்மணியே அரிச்சந்திரன் தன்னைக்கண்டேன்
கொண்டல்வண்ணன் ராவணனார் தம்பிகண்டேன் கோடிதனம் பெற்றதொரு குபேரன்கண்டேன்
அண்டர்முனி தேவரிஷி யானுங்கண்டேன் ஆயிரங்கண் இந்திரனார் கூட்டங்கண்டேன்
தண்டுளப மாலையணி பூண்டரேணு தகமையுள்ள பூதகியை கண்டேன்பாரே. 4827

பாரேதான் திருதராட்டிரன் தன்மைந்தன் பாங்கான திரியோதரன் சேனைகண்டேன்
சீரேதான் குருகுலமாம் வம்நிஷத்தில் சிறப்புடனே வந்துதித்து பாண்டுராஜன்
நேரேதான் பெற்றெடுத்த ஐவர்பஞ்சர் நேரான ராஜர்களை யானுங்கண்டேன்
ஆரேதான் பாஞ்சால வர்க்கம் ஆண்டகையாள் திரௌபதியைக் கண்டிட்டேனே. 4828

இட்டேனே காளாங்கியை யானுங்கண்டேன் எழிலான பரத்வமகா ரிஷியைக்கண்டேன்
பட்டமுடன் வாழ்ந்ததொரு பாண்டிநாட்டில் பாங்கான அதிவீராமன் கண்டேன்
வாட்டமுடன் நவகோடி ரிஷியைக்கண்டேன் வளமான முப்பத்து மூன்றுகோடி
திட்டமுடன் தேவர்களை யானுங்கண்டேன் தீரமுடன் ஐராவத ரிஷிகண்டேனே. 4829

கண்டேனே நாலுயுக முடிவுக்குள்ளே கலியுகத்திற் காணாத காட்சியெல்லாம்
தண்டகம்போல் நாலுயுக பிரளயத்தின் தகமையுள்ள காட்சிகளும் அனேகங்கண்டேன்
பண்டிதங்கள் சாத்திரங்கள் நாலுவேதம் பாங்குடனே கோடிவரை யானுங்கண்டேன்
துண்டரிக மாகவல்லோ சமாதிநின்று துப்புரவாய் யுகம்யுகமாய்ச் சென்றேனே. 4830

சென்றேனே யுகந்தோறுஞ் சமாதிமார்க்கம் சிற்பரனை மனதிலெண்ணி தெளிந்தேன்யானும்
குன்றான பருவத்தில் கோடியாகம் கொற்றவனே யான்செய்தேன் லக்கோயில்லை
வென்றிடவே நாலுயுகம் இப்படியேசென்று விண்ணுலக அதிசயங்கள் யாவும்பார்த்தேன்
இன்றுமுதல் வையகத்தில் அதிசயங்கள் எழிலாக மெத்தவுண்டு சொல்லொண்ணாதே. 4831

ஒண்ணாது காலாங்கி நாதசீஷா ஓகோகோ நாதாக்கள் யாருங்காணா
திண்ணமுடன் நாலுயுகம் நானிருந்து தீர்க்கமுடன் கண்டஅதி சயங்கள்கோடி
பண்ணவெனக் கும்மையல்லால் யார்க்குரைப்பேன் பாலகனே பண்பாய்க் கேளிர்
நண்ணமுடன் நம்மலையைத் தேடியல்லோ நலமுடனே வந்ததினால் பலனுண்டாச்சே. 4832

சதாசிவ ரிஷி போகரைக் குறித்து சந்தோஷப்படுதல்

ஆச்சப்பா காலாங்கி நாதசீஷா அன்பான போகரிஷி மணியேகேளு
மூச்சடங்கி நெடுங்காலம் இருந்தசித்து மூதுலகில் கோடியுண்டு லக்கொண்ணாது
எச்சலது வாராமல் உம்மைப்போல எழிலான சித்தர்களுங் கோடியுண்டே
மாச்சலுடன் மலைவந்த துண்டோசொல்லு மகத்தான போகரிஷி என்றிட்டாரே. 4833

என்றுமே போகரிஷி குளிகைபூண்டு எழிலான மலைதனிலே வந்தீரப்பா
குன்றின்மேல் எந்தனையும் ஒருவருந்தான் கொற்றவனே கண்டதில்லை என்பார்தானே
சென்றுமே ஏழுகடலுஞ் சுற்றிவந்து செம்மலுடன் எந்தனையும் கண்டீரப்பா
நன்றாக உந்தனது உபதேசங்கள் நலமுடனே ஓதிவைப்பேன் என்பார்பாரே. 4834

பாரேதான் லோகமதில் அனேகசித்து பான்மையுடன் நெடுங்காலம் இருந்தாரப்பா
நீரேதான் அவர்களிட சாபந்தன்னை நீடாழி உலகமதில் இருந்தவாறு
நேரேதான் முன்செய்த பாக்கியந்தான் நிட்சயமாய் இந்நாள்மட்டும் இருந்தீரப்பா
சூரேதான் உம்மைப்போல் சித்துமுண்டோ குவலயத்தில் விட்டகுறை இருந்தசித்தே. 4835

சித்தான சித்துமுனி உந்தமக்கு சிறப்பான உபதேசம் என்னவென்றால்
முத்தான லோகமதில் அதிசயங்கள் மூதுலகில் மெத்தவுண்டு சொல்வேன்கேளிர்
புத்தியுள்ள பூமானே துவாபரயுகத்தில் புகழான காலாங்கி உந்தன்நாதர்
சத்திய அரிச்சந்திரனார் திருச்சங்குக்கு சத்தமுடன் வரமதுவும் மிகத்தந்தாரே. 4836

தந்தாரே வரமதுவும் மிகவும்பெற்று தாரணியில் காயாதி கற்பங்கொண்டு
பந்தமுடன் அயோத்திநகர் தன்னையல்லோ பட்சமுடன் நெடுங்கால மாண்டிருந்து
விந்தையுள்ள அதிசயங்கள் யாவுங்கண்டு மிக்கான காயாதி கற்பங்கொண்டு
அந்தமுடன் குருவின் உபதேசம்பெற்று அரிச்சந்திரன் மைந்தனையும் பெற்றார்தானே. 4837

காயகற்பத்தால் அரிச்சந்திரன் பிறந்தது

தானான திருச்சங்கு ராசனுக்கு சார்பாக நெடுங்காலம் மைந்தனில்லை
கோனான காலாங்கி நாதர்தானும் கொற்றவனார் தேவரிஷி கொடுத்தகாயம்
தேனான திருச்சங்கு கொண்டபின்பு தோற்றமுடன் மைந்தனையும் பெற்றுமல்லோ
பானான சத்தியஅரிச் சந்திரன்தான் பார்தனிலே பிறந்ததொரு வண்மைகேளே. 4838

கேளேதான் சித்தினது ஆசீர்மத்தில் கீர்த்தியுடன் சத்தியஅரிச் சந்திரன்தான்
நாளேதான் போகாமல் சதாகாலந்தான் நாவுதவ றாமல்லோ சிறுபாலன்தான்
பாளேதான் தேகமது வழிந்திட்டாலும் பக்குவமாய் வையகத்தில் பொய்கூறாமல்
சூளேதான் தேவாதி தேவர்மெச்ச அரிச்சந்திரனும் தேவிதனை இழந்திட்டானே. 4839

இழந்தானே நெடுங்காலம் சுடலைக்கார்த்து எழிலான பணிவிடைக்கு ஆளுமாகி
புழங்கிடவே வையகத்தி லாகசெய்து புகழான கீர்த்தி அதிகம்பெற்று
வழங்கிடவே ராசாதி ராசர்மெச்ச வளப்பமுடன் தேவசித்து என்றுகூற
தழம்பிடவே நெடுங்காலம் அரசுசெய்து சட்டமுடன் மண்ணதனில் சென்றார்பாரே. 4840

பாரேதான் உத்தமர்க்கு எந்தனாலே பார்த்திபனே உபதேசம் பெறுவதற்கு
சீரேதான் நற்காலம் சேர்ந்ததப்பா சிறப்பாக ஞானோப தேசஞ்செய்தேன்
ஆறோதான் சித்தர்முனி ரிஷிகள்தாமும் அப்பனே உந்தமக்கு ஒன்றுங்கூறார்
நீறோதான் கொண்டதொரு குளிகையப்பா நீதியுடன் அனேகவரை செல்லுந்தானே. 4841

ஏழுவரை செல்லும்படி வரம் கொடுத்தல்

தானான காலாங்கி நாதசீஷா தண்மையுடன் உந்தனது குளிகையல்லோ
கோனான இமயகிரி பர்வதத்தின் கொற்றவனே ஏழுவரை சென்றுதல்லோ
பானான பதினான்கு வரையுஞ்செல்ல பார்த்திபனே உந்தனுக்கு வரமுமீவேன்
மானான சித்தர்முனி ரிஷிகள்தாமும் மார்க்கமுடன் சாபமது தந்தார்பாரே. 4842

தந்தாரே சித்துமுனி ரிஷிகள்சாபம் தான்கொடுத்த சாபமதை நிவர்த்திசெய்து
அந்தமுடன் உந்தமக்கு குளிகைசெல்ல அப்பனே வரமதுவும் தந்தேன்யானும்
இந்தவொரு வரமதுவும் உந்தனுக்கு எழிலாக இருபத்தோர் வரையுமட்டும்
முந்தவே ஏழுவரை செல்லும்போக முனையான பதினாலுவரை செல்வீரே. 4843

செல்லவே குளிகையது கொண்டுமல்லோ சிறப்புடனே மலைதனிலே செல்லும்போது
புல்லவே வெகுகோடி அதிசயங்கள் புகழான மலைதனிலே காணலாகும்
கொல்லவே உந்தனையுஞ் சித்துதாமும் கொப்பெனவே வருவார்கள் கோடிப்பேர்கள்
வெல்லவே அவர்களையும் உந்தனுக்கு விருப்பமுடன் உபதேசம் சொல்வேன்காணே. 4844

காணவே போகரிஷி புனிதவானே கண்மணியே உந்தனுக்கு இடையூறுவந்தால்
தோணவே காலாங்கி நாதர்தம்மை தோற்றமுடன் அவர்பாதம் தனைநினைந்து
நீணவே அஞ்சனமாங் கிரியில்வாழும் நிஷ்களங்க மானசதா சிவத்தையப்பா
ஆணவங்கள் தானொடுங்கி நீயுமப்பா அப்பனே எந்தனையும் நினைத்திடாயே. 4845

நினைக்கையிலே உந்தனுக்கு வந்ததுன்பம் நிட்களங்க மாகவல்லோ ஜெயமுங்கொண்டு
தினகரன்போல் அவர்களுக்கு புனிதவானாய் தீர்க்கமுடன் நீநினைத்த காரியங்கள்
சினமதுவும் வாராமல் ஜெயமும்பெற்று சிறப்புடனே குளிகையது கொண்டுமேதான்
வனமெலாந் தான்திரிந்து சிகரமட்டும் வரமுடனே தலையதனை விட்டிறங்குவாயே. 4846

இறங்கியே எந்நாளும் கீர்த்திவானாய் எழிலாக வையகத்தில் இருந்துகொண்டு
துறவறத்தில் செல்லாமல் இல்லறத்தில் துப்புரவாய் எந்நாளும் பாக்கியவானாய்
குறையதுவும் நேராமல் குவலயத்தில் கொற்றவனே சீனபதிக்கு ஏற்றவானாய்
நிறையுடனே வாழ்கவென்று ஞானந்தந்தார் நீதியுடன் உபதேசஞ் செய்தார்தாமே. 4847

போகர் சதாசிவ ரிஷியாரிடத்தில் விடைபெற்று சீனபதிக்குச் செல்லுதல்

தாமேதான் இன்னமொரு மார்க்கஞ்சொல்வேன் தயவான புலிப்பாணி மைந்தாபாரு
நாமேதான் சொன்னபடி வஞ்சனந்தான் நலமான கிரிதனிலே சென்றேன்யானும்
போமேதான் சதாசிவனார் ரிஷியைக்கண்டேன் பொங்கமுடன் சகலவரம் யானும்பெற்று
வேமேதான் சீனபதி ஏகுதற்கு விருப்பமுடன் விடையதுவும் பெற்றேன்தானே. 4848

தானேதான் குளிகையது கொண்டுமல்லோ தண்மையுள்ள சீனபதி மாண்பருக்கு
மானேதான் அஞ்சனமாங் கிரியில்வாழும் மகத்தான சதாசிவனார் ரிஷியார்சேர்வை
தேனேகேள் சீனபதிப் பெண்களுக்கு தேற்றமுடன் உபதேசம் பெற்றதெல்லாம்
வானேகேள் குளிகையது கொண்டுமல்லோ மகத்தான இமயகிரி சென்றார்காணே. 4849

போகர் இமயகிரி பர்வதத்தில் எட்டாவது வரை செல்லுதல்

காணவே இன்னமொரு மார்க்கம்பாரு கருவான புலிப்பாணி மைந்தாகேளு
தோணவே இமயகிரி பர்வதத்தில் துப்புரவாய் குளிகைகொண்டு யானுமல்லோ
நீணவே எட்டாவது வரையிலப்பா நீடான குளிகையது கொண்டுயானும்
வேணபடி கிரிதனிலே செல்லும்போது விருப்பமுடன் குத்துக்கல் கண்டிட்டேனே. 4850

கண்டேனே குத்துக்கல் அருகிலப்பா கனமான திட்டென்ற வாசல்தன்னை
சண்டமா ருதம்போல வயிரக்கல்லை சட்டமுடன் தான்பூட்டி இருக்கக்கண்டேன்
அண்டர்முனி ராட்சதர்போல் இரண்டுசித்தர் அப்பனே தனிவாசல் காக்கக்கண்டேன்
தண்டுலகந் தான்புகழும் ரத்னஸ்தம்பம் சட்டமுடன் தானிருக்கக் கண்டேன்தானே. 4851

கண்டேனே அண்டர்முனி சித்துதம்மை கைலாச நாதரென்று அடிபணிந்து
தெண்டமுடன் முடிவணங்கி நமஸ்கரித்து தேற்றமுடன் என்குருவே என்றுசொல்லி
கொண்டுகரங் குவித்தல்லோ தாள்பணிந்து கொற்றவனே பாதுகாக்க வென்றுகூறி
விண்டிடவே நமஸ்கரித்து பாதந்தொட்டு விருப்பமுடன் பணிந்திட்டேன் உண்மைதானே. 4852

உண்மையாம் இன்னமொரு மார்க்கஞ்சொல்வேன் ஓகோகோ நாதாக்கள் கண்டதில்லை
திண்ணமுடன் அடியேனும் குளிகைபூண்டு தீர்க்கமுடன் எட்டாங்கால் வரையிற் சென்றேன்
வண்மையுடன் ரிஷிதேவர் இருவர்தாமும் வளமையுடன் எந்தனை யாரென்றுகேட்க
திண்ணமுடன் காலாங்கி சீஷனென்றேன் தீர்க்கமுடன் சதாசிவத்தின் சீஷனென்றேனே. 4853

சதாசிவத்தின் சீஷனென்று அடியேன்கூற சட்டமுடன் காவல்நின்ற இருவர்தாமும்
பதாம்புயத்தை யான்நினைக்க எந்தன்மீதில் பட்சமது மிகப்புரிந்து பண்பதாக
கதாயுதங்கள் தான்பிடித்து இருவர்தாமும் காவலரை உட்புகுந்து பின்னேசென்று
நிதாம்புஜமாம் வயிரத்தூண் தனைக்கடந்து விடுதிக்கு முன்பின்னாய் கொண்டுபோனாரே. 4854

போனதொரு மலைமீதில் யானும்சென்று பொன்னரங்கம் ஆனதொரு பொய்கைபக்கம்
தேனமரும் மாதவர்கள் சப்தகன்னி தேவியர்கள் வீற்றிருக்கும் பொய்கைகண்டேன்
கானமாது ஓடைமாருங் கன்னிமார்கள் கைலாச நாதரைப்போல் சித்தருக்கு
மானமுடன் திருத்தொண்டு செய்துமல்லோ மகத்தான திருக்கன்னி இருக்கின்றாரே. 4855

இருக்கவே சமாதியது அருகிற்சென்றேன் எழிலான கன்னிமார் எந்தனைத்தான்
பொறுக்கவே யாரென்று என்னைக்கேட்டு பொங்கமுடன் சபிப்பதற்கு எண்ணங்கொண்டார்
உருக்கமுடன் யானுமல்லோ மனதுவந்து உத்தமியே காலாங்கி சீஷனென்றேன்
வருக்கமுடன் சதாசிவத்தின் சீஷனென்று வளமையுடன் பலகாலும் மொழிந்திட்டேனே. 4856

மொழிந்தேனே எந்தனது வரலாறெல்லாம் முனையான கன்னிமார் ஆனவர்க்கு
வழியோடே யாமுரைக்க மாதுதாமும் வளமையுடன் எந்தன்மேல் பட்சம்வைத்து
பழியதுவும் நேராமல் எந்தனுக்கு பாங்குடனே சமாதிபுறங் கொண்டுசென்று
அழியாத வரமதுவும் எனக்குஓதி அன்பான சமாதியிடஞ் சென்றார்தாமே. 4857

சென்றுமே எந்தனையுங் கொண்டுமல்லோ செம்மலுடன் சமாதிபக்கம் கொண்டுநிற்க
வென்றிடவே சமாதியது பிறபாகத்தில் விருப்பமுடன் இந்திரனார் யானைக்கண்டேன்
குன்றுமேல் வெள்ளானைத் தன்னைக்கண்டேன் குறிப்புடனே அடியேனும் மனம்நடுங்கி
கன்றுடனே மெய்நடுங்கி நிற்கும்போது நலமான வெள்ளானை கேட்கலாச்சே. 4858

இந்திரனின் வெள்ளை யானை போகரை யாரென்று வினவல்

ஆச்சப்பா வெள்ளானை எந்தனைத்தான் அப்பனே யாரென்று கேட்கும்போது
மூச்சொடுங்கிப் போனதொரு காலாங்கிநாதர் முனையான சீஷனென்று யானுரைத்தேன்
மாச்சலுடன் அஞ்சனமாங் கிரியில்வாழும் மகத்தான சதாசிவத்தின் சீஷனென்றேன்
ஆச்சரியம் ஆகவல்லோ குளிகைகொண்டு அன்பாக மலையேறி வந்திட்டேனே. 4859

இட்டதொரு போகரிஷி என்றுசொல்லி எழிலாகத் தாமுரைத்தேன் போகர்யானும்
அட்டகிரி தனில்வாழும் வெள்ளையானை அன்புடனே மனதுவந்து மனங்களித்து
சட்டமுடன் எந்தனையும் தலைமேற்கொண்டு தண்மையுள்ள எட்டாங்கால் தரையிற்சென்று
திட்டமுடன் தேவேந்திரன் சமாதிபக்கம் தீர்க்கமுடன் கொண்டல்லோ விடுகலாச்சே. 4860

ஆச்சப்பா சமாதியிட பக்கம்சென்றேன் அப்பனே அங்கிருக்குஞ் சித்துதன்னை
பாச்சலுடன் குளிகைவிட்டு யானுமல்லோ பண்புடனே சித்தரிடம் நின்றேன்யானும்
வீச்சுடனே அங்கிருக்கும் காவல்சித்தர் வினயமுடன் எந்தனையும் யாரென்றார்கள்
கூச்சலிட சித்துமுனி கூட்டத்தார்கள் கொப்பெனவே எந்தனுக்கு பயன்சொல்வாரே. 4861

சொன்னமொழி தான்கேட்டு தப்பாவண்ணம் சுந்தரமே இமயகிரிக் காணவென்று
நன்னயமாய் குளிகைகொண்டு சீனம்விட்டு நளராஜ இந்திரனைக் காணவென்று
மன்னவனார் காலாங்கி விடையும்பெற்று மகத்தான சதாசிவத்தின் அருளும்பெற்று
உன்னிதமாய் எட்டாங்கால் வரையிற்சென்று உத்தமனே வந்தேனென்று தொழுதிட்டேனே. 4862

தேவேந்திரன் சமாதியை சித்தர்கள் போகருக்குக் காட்டல்

தொழுதேனே எட்டாங்கால் வரையிலப்பா தோற்றமுடன் ரிஷிதேவர் முனிவர்தாமும்
பழுதுவரா வண்ணமது அடியேன்நிற்க பட்சமுடன் என்மீதிற் கிருபைகூர்ந்து

மழுவலுடன் தேவேந்திரன் சமாதிதன்னை மகிழ்ச்சியுடன் கொண்டல்லோ ரிஷிகள்தாமும்
முழுதுமே சமாதியது பெருமைதன்னை முனையான சித்துமுனி உரைத்திட்டாரே. 4863

உரைத்தாரே திரேதாயி னுகத்திலப்பா உத்தமனார் தேவேந்திரன் உண்மைதன்னை
திரைப்புடனே கெருகந்தருவ ரோடும் தீர்க்கமுடன் கிம்புருடர் விஞ்சையோடும்
முரைப்படியே மெல்லிடை மேனகையினோடும் திலோர்த்தமையாள் ரம்பை யோடும்
குறையாமல் ஊர்வசியாள் கன்னியோடும் குவலயத்தில் வெகுகாலம் ஆண்டார்தானே. 4864

தானான தேவேந்திர பகவான்தானும் தரணிபதி ஆண்டிருக்கும் காலந்தன்னில்
கோனான பரமசிவன் கடாட்சத்தாலே கொற்றவர்க்கு ஞானமது மிகவுண்டாகி
தேனான மனோன்மணியாள் தரிசனத்தை செம்மலுடன் தேவேந்திரன் தானுங்கண்டு
மானான வையகத்தின் வாழ்க்கைதன்னை மகாதேவர் தன்மனதில் நினைத்திட்டாரே. 4865

நினைத்துமே சப்தமேகங் கள்தன்னை நேர்மையுடன் தானழைத்து இந்திரன்முன்
தினையளவு பொன்னதுவும் நேராதப்பா தீர்க்கமுடன் நெடுங்காலம் இருந்துமென்ன
மனையுடனே சமுசார வாழ்க்கையற்று வையகத்தை தான்மறந்து இந்திரன்தான்
சினமதுவும் வாராமல் இந்திரன்தான் சிறப்புடனே மேகமது அழைத்தார்காணே. 4866

காணவே மேகமதை தானழைத்து கயிலாய இந்திரனுங் கூறலுற்றார்
பூணவே எந்தனையுங் கொண்டுசென்று புகழான மேருகிரி தன்னிலப்பா
நீணவே எட்டாங்கால் வரையில்தானும் நீதியுடன் சப்தமேகங்கள் யாவும்
காணவே இந்திரனைக் கொண்டுமல்லோ துப்புரவாய் மலைதனிலே செல்லலாச்சே. 4867

ஆச்சப்பா தேவேந்திரன் ஞானம்பூண்டு அப்பனே சமாதிதனில் இறங்கினார்பார்
மாச்சலுடன் ஆயிரத்து எட்டுமாற்று மகத்தான சிம்மாசனந் தான்மறந்து
மூச்சடங்கி தேவேந்திரன் பகவான்தானும் முனையான மலைதனிலே இறங்கியல்லோ
பாச்சலுடன் நெடுங்காலம் இந்திரன்தான் பாங்கான மலைமீதில் இருக்கின்றாரே. 4868

இருக்கின்றார் தேவேந்திரன் பகவான்தானும் எழிலான சமாதிபுரம் நெடுங்காலந்தான்
பொருக்கவே உந்தனுக்கு உபதேசங்கள் புகலுவார் சிலகாலம் இங்கிருந்தால்
திருக்கமலம் பாதார சமாதிபக்கம் தீர்க்கமுடன் நீரிருந்தால் அசரீரிவாக்கு
கருக்காக உந்தனுக்கு உபதேசங்கள் சுந்தரனே கிடைக்குமென அருள்சொன்னாரே. 4869

சொன்னவுடன் அசரீரி வாக்குண்டாச்சு சுத்தமுடன் சுந்தரனார் போகர்தாமும்
நன்னயமாய் விடைபெற்று குளிகைபூண்டு நாதாந்த சித்தொளியின் பாதம்விட்டு
மன்னவனார் போகரிஷி ஒன்பதாங்கால் மார்க்கமுடன் குளிகையது பூண்டுகொண்டு
பன்னவே பத்தாங்கால் தன்னின்மட்டும் பாங்குடனே குளிகைகொண்டு சென்றிட்டாரே. 4870

சென்றதொரு காலாங்கி நாதர்பாதம் சிறப்புடனே மேல்வரையிற் சென்றுமல்லோ
குன்றான மலைமீதிற் பத்தாங்காலில் கொற்றவனார் குளிகையது விட்டிறங்கி
வென்றிடவே பச்சைவண்ண புரவிதன்னை விருப்பமுடன் போகரிஷி கண்டேன்யானும்
தென்திசையாம் ஒன்பதாம் வரையிலப்பா தோற்றமுடன் சென்னிறக் கொக்குதானே. 4871

பச்சை வண்ணப் புரவியும் சென்னிறக் கொக்கும் போகரிடம் வார்த்தையாடல்

தானான சென்னிறக் கொக்குதானும் தன்மையுள்ள பச்சைநிறப் புரவிதானும்
பானான ஜோதியுடன் எந்தன்பக்கம் பட்சமுடன் யாரென்று என்னைக்கூற
கோனான காலாங்கி நாதசீஷன் கொற்றவனார் போகரிஷி என்றுமல்லோ
மானான மனோலயத்தை உறுதிபூண்டு மகிழ்ச்சியுடன் தானுரைத்தேன் வளமைகேளே. 4872

கேளப்பா புலிப்பாணி சொல்லும்போது கெவனமுடன் பச்சைவண்ணப் புரவிதானும்
ஆளப்பா சென்னிறக் கொக்கோடொக்க அப்பனே எந்தனுக்கு வார்த்தைகூறும்
மாளப்பா உந்தனைத்தான் சபிப்பேனென்று வார்க்கமுடன் இருபேருங் கூறலாச்சு
நானப்பா போகாமல் யானடுங்கி நலமுடனே முடிசாய்த்து வணங்கிட்டேனே. 4873

வணங்கியே எந்தனுக்கு மனதுவந்து மகத்தான பட்சியுடன் புரவியோடும்
இணங்கவே சதுர்முகப் பிர்மாவின்தன் எழிலான சமாதியது அங்கிருக்க
மணங்கமழும் கிரிமீதில் வந்ததாலே மார்க்கமுடன் எந்தனையுங் கொல்வோமென்று
கனமுடனே புரவியது அனுமானித்து கண்மணியே எந்தனையுங் கொல்லலாச்சே. 4874

கொல்லவே எந்தனிடம் வந்தபோது கொப்பெனவே அடிவணங்கி முடிகள்சாய்த்து
புல்லவே காலாங்கி தனைநினைத்து புகழ்ச்சியுடன் உத்தாரங் கூறும்போது
வெல்லவே எந்தனுக்கு விடையுந்தந்து விட்டகுறை இருந்ததொரு புண்ணியத்தால்
கல்லாக சபிக்கவந்த எந்தனைத்தான் காத்து ரட்சிக்க மனங்கொள்ளலாச்சே. 4875

கொள்ளவே சதுர்முகனார் சமாதிபக்கம் கொற்றவனே எந்தனையுங் கொண்டுசென்று
விள்ளவே கிரேதாயின யுகத்திலப்பா விருப்பமுடன் சமாதிமுகம் இறங்கியல்லோ
உள்ளபடி நெடுங்காலம் இருந்தசித்து ஓகோகோ நாதாக்கள் அறிந்ததில்லை
கள்ளமனம் இல்லாத காயசித்து கடுஞ்சித்து சதுர்முக சித்துமாமே. 4876

சித்தான சதுர்முக பிர்மாதன்னை சிறட்புடனே அடியேனுங் காணவென்று
முத்தான கிரிதனிலே நெடுங்காலந்தான் மூர்க்கமது வாராமல் நானிருந்தேன்
பத்தியுடன் சமாதிபுரம் நிற்கும்போது பாங்கான அசரீரி வாக்குண்டாச்சு
சத்தியவான் சதுர்முக பிர்மாவின்தன் சதுரான வார்த்தைதனைக் கேட்டேன்பாரே. 4877

பாரேதான் சதாசிவனார் ரிஷிகள்தம்மின் பாங்கான காலாங்கி சீஷனென்றேன்
சீரோடு எந்தன்மேல் மனதுவந்து சிறப்புடனே எந்தனுக்குக் காயகற்பம்
தீரேதான் கிரிதனிலே இருக்கும்தானம் தீர்க்கமுடன் எந்தனுக்கு ஓதினார்கள்
ஆரோதான் சொன்னார்போல் அசரீரிவாக்கு அப்பனே மலைமீதிற் கேட்கலாச்சே. 4878

கேட்டவுடன் அடியேனும் மனதுவந்து கெவனமுடன் காயாதி கற்பந்தன்னை
தாட்டிகமா உண்டுமல்லோ மகிமைபூண்டு தாரணியில் மேல்வரை செல்லுதற்கு
வாட்டமுடன் எந்தனுக்கு நேத்திரங்கள் வளமுடனே ஜோதிமின்னல் கண்டாற்போல
நீட்டமுடன் பிரகாச ஒளியுண்டாச்சு நீதியுடன் பதினோராங்கால் சென்றேனே. 4879

போகர் இமயகிரியில் பதினொறாம் வரை சென்றது

சென்றேனே இமயகிரி பர்வதத்தில் சிறப்பான பதினோராம் வரையிற்சென்றேன்
குன்றான மலையேறிக் குளிகைகொண்டு கொற்றவனே பதினோராம் வரையிற்சென்றேன்
வென்றிடவே அன்னமென்ற பட்சிதன்னை வீரான குகைதனிலே கண்டேன்யானும்
வென்றிடவே எந்தனையும் எண்ணங்கொண்டு கொற்றவனே அருகதனிற் செல்லலாச்சே. 4880

செல்லவே எந்தனையுங் கண்டபோது சீறியே சினமதுவும் மிகவுமாகி
புல்லவே அன்னமது எந்தனைத்தான் புகமுடனே யாரென்று வினவிக்கேட்க
நல்லதொரு அன்னத்தை யானுங்கண்டு நயமுடனே காலாங்கி சீஷனென்றேன்
வல்லதொரு அன்னமது எந்தனுக்கு வாகுடனே எந்தன்மேல் இரங்கலாச்சே. 4881

இரங்கியே எந்தனையுங் கொண்டனைத்து எழிலாக எந்தனுக்கு வினயஞ்சொல்லி
கரங்கொடுத்து எந்தனையும் ஆசீர்மித்து கைலாச பட்சியல்லோ அன்னமப்பா
சுரங்கமதுக் குள்ளிருக்கும் ரிஷியார்தாமும் சுந்தரனே ஜம்புமகா ரிஷியாருக்கு
வரங்கொடுத்த பிரகார மவருக்கல்லோ மன்னவனே பணிவிடைக்கு ஆளானேனே. 4882

ஆளாகி தேவேந்திரன் சாபத்தாலே அன்னமென்ற பட்சியது உருவமாகி
நாளாகி நெடுங்காலம் நானிருந்து நாயகனே சாபமது நிவர்த்திசெய்து
மாளாத வரம்பெற்று யானுமல்லோ மகத்தான ரிஷிகளிடம் விடையும்பெற்று
தூளான பதாம்புயத்தை யான்வணங்கித் துப்புரவாய்ச் செல்வதற்கு நாளுமாச்சே. 4883

ஆச்சப்பா போகரிஷி நாதாகேளு அப்பனே உந்தனுக்கு உபதேசங்கள்
மாச்சலுடன் செய்யுகிறேன் உந்தமக்கு மகத்தான ஜம்புமகா ரிஷிஉன்பக்கம்
பாச்சலுடன் கொண்டுபோயி விடுவேனென்று பகர்ந்திடவே அன்னமது எந்தனுக்கு
ஆச்சரிய மாகவல்லோ தானுரைக்க அப்பனே குகைதனிலே சென்றேன்பாரே. 4884

போகர் ஜம்பு மகிரிஷியைக் கண்டது

பாரேதான் புலிப்பாணி மைந்தாகேளு பாங்குடனே ஜம்புமகா ரிஷியைக்கண்டேன்
ஆரென்று எந்தனையும் வினவிக்கேட்க அப்பனே காலாங்கி சீஷனென்றேன்
நேரேதான் நெடுங்காலஞ் சென்றசித்து நேர்மையுடன் என்மீதிற் கிருபைகூர்ந்து
வேரேதான் எந்தனது சமாதிபக்கம் விருப்பமுடன் வருகுவதும் மெய்யேபாரே. 4885

மெய்யென்று விட்டகுறை உந்தமக்கு மேதினியில் இருந்ததொரு தன்மையாலே
பொய்யான தேகமது நீர்படைத்து பொங்கமுடன் இவ்விடத்தில் வந்தீரப்பா
வையகத்தில் தானிருக்கும் மாந்தரல்லோ வளமுடனே வருகுதற்கு நீதியுண்டோ
துய்யபுகழ் சுந்தரனே உந்தனுக்கு துப்புரவாய் யோகசித்து கிட்டலாச்சே. 4886

கிட்டவே சிறுபாலா மைந்தாகேளு கீர்த்தியுள்ள வையகத்தில் கோடிசித்தர்
அட்டதிசை தான்புகழும் அனேகசித்து அப்பனே உனைக்கண்டால் விடுவாரோசொல்
திட்டமுடன் சாபமது உந்தமக்கு தீர்க்கமுடன் தான்கொடுத்து சபிப்பாரப்பா
வட்டமுடன் உந்தனுக்கு ஞானயோகம் வண்மையுடன் தான்கொடுத்தேன் மகிமைகேளே. 4887

கேளேதான் காலாங்கி நாதர்பாதா கெவனமுள்ள சதாசிவனார் அருளும்பெற்று
நாளேதான் போகாமல் மானிலத்தில் நலமுடனே சித்துவிளை யாடும்பாலா
வாளான குளிகையது உந்தமக்கு வளமுடனே யான்தருவேன் போகநாதா
பாளேதான் போகாமல் மனதுவந்து பட்சமுடன் குளிகையது கொள்வீர்தானே. 4888

தானான குளிகையது கொண்டுமல்லோ தண்மையுடன் அடியேனும் அருளும்பெற்று
கோனான குருபதத்தை மனதிலெண்ணி கொற்றவனே அடியேனுங் கொண்டுமல்லோ
தேனான மனோன்மணியை தெரிசித்தேதான் தேற்றமுடன் பனிரெண்டாம் வரையிற் சென்றேன்
மானான குளிகைவிட்டு யானுமல்லோ மகத்தான கிரிதனிலே இறங்கினேனே. 4889

இமயகிரியில் பன்னிரண்டாம் வரை சென்றது

இறங்கியே மேருகிரி தன்னிற்சென்றேன் எழிலான காமதேனு தன்னைக்கண்டேன்
திறமான காமதேனு என்னைக்கண்டு தீர்க்கமுடன் யாரென்று வினவிக்கேட்க
சிறகுடைய காமதேனு தன்னைப்பார்த்து சிறப்புடனே காலாங்கி சீஷனென்றேன்
குறமாது என்போல ரூபங்கொண்டு கொற்றவனே எந்தனையுஞ் சீறலாச்சே. 4890

சீறவே அடியேனும் மனதொடுங்கி சீர்பாதம் முடிவணங்கி தாள்பணிந்து
ஆறவே மனதுவந்து கரங்குவித்து அப்பனே அடியேனும் சாஷ்டாங்கித்தேன்
மீறவே எந்தனுக்கு உபதேசங்கள் மிக்கமனு நீதிமுறை யாவுங்கூறி
மாறலுடன் பனிரெண்டாம் வரையிலப்பா மகத்தான சமாதியிடம் கொடுபோகலாச்சே. 4891

ஆச்சப்பா வசிட்டமகா ரிஷியின்பக்கம் அப்பனே யானல்லோ சென்றுநின்றேன்
மூச்சடங்கி சமாதிதனில் இருந்தசித்து முனையான வசிட்டமகா ரிஷியார்தாமும்
பேச்சடங்கி வெகுகாலம் இருந்தசித்து பிரியமுடன் எந்தனுக்கு உபதேசங்கள்
மாச்சலது வாராமல் குளிகைதன்னை மகத்தான சாரணைகள் கூறலாச்சே. 4892

கூறவென்றால் சாரணைகள் என்னசொல்வேன் கொப்பெனவே வசிஷ்டமகா ரிஷியார்தாமும்
மாறலுடன் குளிகைக்கு உறுதிசொல்லி மகத்தான சாரணைகள் மிகவுஞ்செய்து
ஆறவே எந்தனுக்கு அதீதங்கூறி அப்பனே குளிகையிட மார்க்கங்கூறி
சேறவே மகமேரு தன்னிலப்பா தேற்றமுடன் செல்கவென்று வரந்தந்தாரே. 4893

கூறவென்றால் சாரனைகள் என்னசொல்வேன் கொப்பெனவே வசிஷ்டமாகரிஷியார் தாமும்
மாறலுடன் குளிகைக்கு உறுதிசொல்லி மகத்தான சாரனைகள் மிகவும் செய்து
ஆறவே எந்தனுக்கு வதிகங்கூறி அப்பனே குளிகையிட மார்க்கங்கூறி
சேறவே மகமேரு தன்னிலப்பா தேற்றமுடன் செல்கவென்று வரந்தந்தாரே 4901

(விடுதல் 8 பாட்டு)

இமயகிரியில் பதின்மூன்றாம் வரை சென்றது

தந்தாரே இன்னமொரு மார்க்கஞ்சொல்வேன் தயவான புலிப்பாணி மைந்தாகேளு
தெந்தமுடன் அடியேனுங் குளிகைகொண்டு துப்புரவாய் மேருகிரி தன்னிற் சென்றேன்
அந்தமுடன் பதின்மூன்றாம் வரையிற்சென்று அவ்வரையில் விநாயகரைக் காணவென்று
விந்தையுடன் அடியேனும் மனதுவந்து விருப்பமுடன் குளிகைகொண்டு சென்றேன்தானே. 4902

தானான குளிகைகொண்டு காலாங்கிநாதர் தண்மையுடன் குருதனையே நினைத்துக்கொண்டு
தேனான பதின்மூன்றாம் வரையிற் சென்றேன் தோற்றமுடன் விநாயகரின் சமாதிகாண
கோனான தும்பிக்கை உடையமாண்பன் கொற்றவனாங் கணபதியா மென்றசித்து
மானான மகாதேவர் என்னுஞ்சித்து மகத்தான சமாதிபதி கண்டிட்டேனே. 4903

கண்டேனே சமாதியிட பக்கந்தன்னில் கருவான சித்துமுனி கோடானகோடி
விண்டதொரு நாதாக்கள் கூட்டந்தன்னை விருப்பமுடன் யான்கண்டு மனதுவந்து
தெண்டமுடன் அடியேனும் முடிகள்சாய்ந்து தேற்றமுடன் பதாம்புயத்தைப் பணிந்துநின்று
கொண்டனைத்து எந்தனுக்கு விதிகள்கூறி குருவான விநாயகரைக் காண்பிப்பீரே. 4904

காண்பிக்க வேண்டுமென்று அடியேன்தானும் கனமான சித்துகளை வினவும்போது
வீண்பாலா உந்தனையும் சபிப்பேனென்று வினவுடனே சித்துமுனி கூறும்போது
ஆண்மையுள்ள ரிஷிதேவர் அனைவோருக்கும் அப்பனே ஆதரிக்க வென்றுசொல்லி
கேண்மையுடன் அடியேனுங் காலாங்கிதன்னை கீழ்மையுடன் அடியேனும் நினைந்திட்டேனே. 4905

நினைத்தேனே எந்தனையும் ஆதரித்து நிலையான பதின்மூன்றாம் வரையிற்கொண்டு
கனைபோன்ற விநாயகரின் சமாதிபக்கம் சுத்தமுடன் கொண்டுமல்லோ சித்துதாமும்
தினையளவு குற்றமது நேராமல்தான் தீரமுடன் எந்தனுக்கு உளவுகூறி
பனையளவாய் உயரமது குளிகைபூண்டு பார்த்தேனே விநாயகரின் சமாதிகாணே. 4906

விநாயகரைக் கண்டது

காணவே விநாயகரின் சமாதிகண்டேன் கருவான சமாதியது மூடவில்லை
பூணவே அங்குசமும் ஒத்தைக்கொம்பும் புகழான யானைமுகம் தன்னைப்போலே
ஊணவே பூமிதனில் சமாதிபூண்டு உறுதியுடன் இருகரமும் ஏந்திகொண்டு
காணவே வெகுகாலம் இருந்தசித்து மகத்தான மூன்றுயுகங் கண்டசித்தே. 4907

சித்தான சித்துமுனி விநாயகன்தான் சிறப்பான மேருகிரி தன்னிலப்பா
முத்தான பதின்மூன்றாம் வரையில்தானும் முனையான குளிகையினால் கண்டுவந்தேன்
பத்திதரும் நெடுங்காலம் இருந்தசித்து பாருலகில் சாத்திரத்தின் முதலாஞ்சித்து
வெத்திபெறும் விநாயகரின் சித்துதம்மை வேகமுடன் மேருவரை பார்த்திட்டேனே. 4908

இமயகிரியில் பதிநான்காம் வரை சென்றது

பார்த்தேனே இன்னமொரு மகிமைசொல்வேன் பாங்குடனே பதினான்காம் வரையிற்சென்றேன்
தீர்த்தமுடன் மேருகிரி தன்னிலப்பா திறமான சிவலிங்கப் பதியைக்கண்டேன்
ஆர்த்தியுடன் கோடியே ரிஷிகளப்பா அம்மலையில் சூழ்ந்திருக்க யானுங்கண்டேன்
மூர்த்தியுடன் திருமூர்த்தி சொரூபரோடும் முனையான சிவலிங்கங் கண்டிட்டேனே. 4909

லிங்க தரிசனம்

சிவலிங்கங் கண்டேனே அதற்குமேலே திருவான சிவலிங்கம் பதினாயிரத்தெட்டு
தவமுடனே நாதாக்கள் ரிஷிகள்தாமும் தண்மையுடன் சிவலிங்கந் தன்னைநோக்க
பவமகற்றி அர்ச்சனைகள் மிகவுங்கூறி பாங்குடனே நாதாக்கள் இருப்பாரங்கே
குவலயத்தில் மற்றொருவர் காணாமற்றான் கொற்றவனே பதினைந்தாம் வரைசென்றேனே. 4910

இமயகிரியில் பதினைந்தாம் வரை சென்றது

சென்றேனே புலிப்பாணி மைந்தாகேளு சிறப்பான காலாங்கி கடாட்சந்தன்னில்
குன்றேறி குளிகைதனைக் கொண்டுமல்லோ கொற்றவனே மேருகிரி தன்னிற்சென்றேன்
அன்றுரித்த மான்தோலும் புலித்தோலுமாக அப்பனே ஆயிரம்பேர் ரிஷிகள்கண்டேன்
தென்திசையில் அகஸ்தியனார் முனிவர்போலும் தோற்றமுடன் ஆயிரம்பேர் ரிஷிகண்டேனே. 4911

கண்டேனே பதினைந்தாம் வரையிலப்பா கயிலாச நாதருட சீஷவர்க்கம்
பண்டுபோல் மேனியது ஜோதிமின்ன பாங்குடனே தேவரிஷி ஆயிரம்பேர்
கொண்டல்லோ பாரிஜாத புட்பந்தன்னை கொம்பனையாள் மனோன்மணியாள் தன்றனக்கு
தொண்டுடனே அர்ச்சனைகள் மிகவுங்கூறி தோறாமல் யாகமது செய்வார்பாரே. 4912

பாரேதான் யாகமது செய்துகொண்டு பாங்குடனே சித்துமுனி இருக்கும்போது
நேரேதான் பதினைந்தாம் வரையில்யானும் கெடிதான குளிகைகொண்டு செல்லும்போது
தீரேதான் ஆயிரம்பேர் சித்துதாமும் தீர்க்கமுடன் எந்தனையும் கண்டுமல்லோ
சேரேதான் எந்தனது பக்கம்வந்து சிறப்புடனே யாரென்று கேட்டிட்டாரே. 4913

கேட்டவுடன் அடியேனும் காலாங்கிதம்மை கிருபையுடன் என்மனதில் எண்ணங்கொண்டு
வாட்டமுடன் அவர்பாத சீஷனென்றேன் வளமையுடன் எந்தனுக்கு யிதவுகூறி
நீட்டமுடன் பதினைந்தாம் வரையில்தானும் நீதிதப்பி வந்ததினால் உந்தமக்கு
தாட்டிகமாய் சாபமது வந்துசேரும் தயவுள்ள பாலகனே என்றிட்டாரே. 4914

என்றுமே கூறலுமே அடியேன்தானும் எழிலான காலாங்கி கடாட்சத்தாலே
குன்றுமே சாபமதை நிவர்த்திசெய்து குளிகைகொண்டு ரிஷியாரை யானுங்கண்டு
வென்றிடவே எந்தனையும் ஆதரித்து வேகமுடன் கோபமதை நிவர்த்திசெய்து
தென்றிசையில் கும்பமுனி தன்னைப்போலே தேற்றமுடன் எந்தனையும் ஆட்கொள்வீரே. 4915

போகருக்கு நாதாக்கள் மனோன்மணியாள் ஜோதி காண்பித்தது

கொள்ளவே அடியேனும் மனதுவந்து கோடியுகம் தவஞ்செய்யும் ரிஷியார்தம்மை
மெள்ளவே அடியேனும் தாள்பணிந்து வேதாந்ததாயி மனோன்மணியாள் தன்னை
தெள்ளமுர்த மானதொரு ஜோதிபீடம் தேற்றமுடன் அடியேனும் தாள்பணிந்து
உள்ளபடி எந்தனுக்கு தெரிசனத்தை உத்தமரே காட்டவென்று பணிந்திட்டேனே. 4916

பணிந்துமே நிற்கையிலே சித்தர்தாமும் பான்மையுடன் பதினைந்தாம் வரையின்மேலே
துணிவுடனே அடியேனைத் தாமழைத்து துப்புரவாய் மனோன்மணியாள் பீடந்தன்னை
கணிதமுடன் எந்தனுக்குக் காண்பித்தல்லோ கைலாச மனோன்மணியாள் ரூபந்தன்னை
துணிந்திடவே கண்டவர்கள் யாருமில்லை துப்புரவாய் ஜோதிமயங் காணலாச்சே. 4917

ஆச்சப்பா வையகத்தில் வெகுகோடிசித்து அம்பிகையாள் மனோன்மணியைக் கண்டதில்லை
மூச்சடங்கி சென்றதொரு நெடுங்காலசித்து மூதுலகில் யாரேனுங் கண்டதில்லை
பாச்சலுடன் மனோன்மணியாள் சொரூபந்தன்னை, பாருலகில் கண்டாரே என்றுமில்லை
மாச்சலுடன் சொரூபவெளி கண்ட சித்து மகத்தான அனந்த சித்து கோடியுண்டே. 4918

கோடான கோடியும் நாலுயுகமப்பா குவலயத்தில் மனோன்மணியைக் கண்டதில்லை
நாடாண்மை தனில்வாழும் ரிஷிகள்தேவர் நலமான சித்துமுனி நாதர்தாமும்
காடாண்மை கொண்டதொரு மனோன்மணியாள்ரூபம் தாரணியில் யாவருந்தான் கண்டதில்லை
பாடாண்மை கொண்டதொரு ஜோதிமயந்தன்னை பாருலகில் கண்டவர்கள் கோடிப்பேரே. 4919

பேரான திருக்கமலம் வீற்றிருக்கும் பெருமையுள்ள மனோன்மணியாள் பீடந்தன்னை
கீரான சித்துமுனி நாதர்தாமும் சிறப்புடனே பாடிவைத்தார் பலநூல்தன்னில்
நேரான சாத்திரத்தின் உளவுகண்டோர் நேர்மையுடன் சின்மயத்தை மனதிலெண்ணி
ஆரான பீடமென்ற ஆறாதாரம் அப்பனே ஒடுங்கிநின்ற சமாதிதானே. 4920

தானான சமாதிநிலை நின்றுகொண்டு தன்மையுள்ள ஓங்காரந் தன்னைநோக்கி
கோனான குருபதத்தை மேலேயுன்னி கும்பகத்தை மேல்நோக்கி பதியமர்ந்து
தேனான மனோன்மணியைக் காணவல்லோ தேசத்தில் வெகுமாண்பர் சிவயோகிதானும்
பானான பராபரத்தை தியானித்தேதான் பான்மையுடன் நெடுங்காலம் தவம்செய்வாரே. 4921

செய்தாலும் மனோன்மணியைக் காண்பதில்லை தேசமதில் நாலுயுகங் கடந்தாலென்ன
வையகங்கள் தான்முழுதும் அழிந்திட்டாலும் புகழுஞ்சித்தர் புகழானஜோதிமயங் காண்பதல்லால்
மெய்யான ரூபமதைக் காண்பதேது வேதாந்த நூல்களிலுஞ் சொன்னார்தாமே. 4922

சொன்னாரே சித்துமுனி ரிஷியார்தானும் துப்புரவாய் எந்தனுக்கு சொன்னார்கோடி
தென்னான கும்பமுனி கூறும்நூலில் தோற்றமுடன் உபதேசம் சொன்னார்போலும்
நன்னயமாய் எந்தனுக்கு வேதங்கூறி நாதாந்த காலாங்கி பெயரைமாறி
உன்னதமாய் உபதேசஞ் செய்துமல்லோ உவமையுடன் விடையெனக்குத் தந்திட்டாரே. 4923

இமயகிரியில் பதினாறாம் வரை சென்றது

தந்தாரே ஜோதிமயந் தன்னைக்கண்டு தன்மையுடன் கிரிதனிலே விடையும்பெற்று
அந்தமுடன் பதினாறாம் வரையிற்காண அன்புடனே குளிகையது பூண்டுகொண்டு
சொந்தமுள்ள காலாங்கி நாதர்தம்மை சுந்தரனார் பதாம்புயத்தை மனதிலெண்ணி
இந்தவரை விட்டுமல்லோ மேலேயப்பா எழிலான கிரியோகம் எண்ணினாரே. 4924

எண்ணினேன் பதினாறாம் வரையைக்காண எழிலான மேருகிரி தன்னில்யானும்
குண்ணான மலையதுவும் குகைகள்தாண்டி கொற்றவனே சுனையதுவும் கடந்துமேதான்
தண்ணான கிரிவளத்தைக் காணவென்று தாக்குடனே குளிகையது பூண்டுகொண்டு
கண்ணான காலாங்கி நாதர்தம்மை கருத்திலே மனதுவந்து நடந்திட்டேனே. 4925

போகர் கருவசனையும் கரும்பசுவும் கண்டது

நடந்தேனே இமயகிரி தன்னிலப்பா நலமான மேருகிரி சாரலோரம்
கடந்தேனே பதினாறாம் வரையில்தானும் கருவான சுனையுண்டு தடாகமுண்டு
அடந்ததொரு சுனையருகே சுரங்கமுண்டு அதன்புறத்தே இருளடைந்த சோலையுண்டு
தொடர்ந்ததொரு சித்துமுனி நாதர்கூட்டம் தோறாத சீஷவர்க்கம் அனேகமுண்டே. 4926

உண்டான மலைதனிலே கோடிசேனை உலகமதில் மெத்தவுண்டு சொல்லொண்ணாது
அண்டர்முனி ராட்சதர்கள் இருக்கும்நாடு அடைவான நாளதனில் அதிசயத்தைக்

கண்டதொரு காரியங்கள் என்னவென்றால் கடிதான அதிசயத்தை என்னசொல்வேன்
தொண்டனைப்போல் அடியேனும் குளிகைபூண்டு துப்புரவாய் வெகுகாலம் இருந்திட்டேனே. 4927

இருந்தேனே கானகத்தின் வழியில்தானும் எழிலான குகையோரம் தன்னில்நின்றேன்
குருந்தமரந் தன்னருகே சித்துதாமும் கொப்பெனவே சீஷவர்க்கம் தன்னிற்சேர்ந்து
பொருந்தவே நெடுங்காலந் தவமிருந்து பொங்கமுடன் சுனையோரம் சாரல்தன்னில்
விருந்தமுர்த மானதொரு பசளைதன்னை விருப்பமுடன் சித்துமுனியும் பார்த்தாரே. 4928

தானான கறுப்பசளை உண்டபோது தகமையுள்ள சித்துமுனி ரிஷியார்தாமும்
கோனான குருசொன்ன மூலிதன்னை கூறான சித்துமுனி நாதர்தாமும்
பானான மூலிதன்னை அந்திசந்தி பாகமுடன் தானருந்தி வருங்காலத்தில்
மானான மூலியது முனிவருக்கு மகத்தான இலையதுவும் பதினாரெட்டே. 4929

எட்டான மூலிதனை சித்துதாமும் எழிலான அந்திசந்தி காயகற்பம்
திட்டமுடன் சதாகாலங் கொள்ளும்போது திரமான மூலியது ஒருநாள்தன்னில்
பட்டமரந் தனிலல்லோ தழைகள்மென்று பாங்குடனே தானிருக்கும் வண்மைதன்னை
தொட்டவர்கள் யாரென்று சித்துதாமும் தோற்றமுடன் உள்ளமதில் எண்ணிட்டாரே. 4930

எண்ணியே நாதாந்த சித்துதாமும் எழிலான மூலியது சென்றபோர்க்கு
கண்ணமுடன் ஞானமென்ற குளிகைதன்னால் தகமையுடன் தான்பார்க்கும் வேளைதன்னில்
வண்ணமுடன் கரும்பசுவும் மலையோரத்தில் மார்க்கமுடன் தினந்தோறும் மேய்ந்துமல்லோ
புண்ணியனார் சித்துமுனி வைத்தமூலி புகழான காயாதி கற்பந்தின்னலாச்சே. 4931

தின்னவே காயாதி கற்பமூலி தீரமுடன் எந்தனுக்கு வாய்த்ததாலே
மன்னவனார் தேவாதி சித்துதாமும் மார்க்கமுடன் விட்டகுறை இருந்ததாலே
பன்னவே காயாதி கற்பமூலி பாங்குடனே வாய்த்ததென்று மனதிலெண்ணி
தென்பொதிகைத் தனிலமைந்த கதைபைப்போலும் தேவனது கடாட்சமதால் வாய்க்கலாச்சே. 4932

மூலிகையை கரும்பசு தின்றதால் சித்து சாபமீய்தல்

ஆச்சென்று கரும்பசுவும் மனதிலெண்ணி ஆண்மைகொண்டு இருக்குமந்த காலந்தன்னில்
மூச்சடங்கி தானிருக்கும் மாயாசித்து முனையான கரும்பசுவைத் தன்னைப்பார்த்து
மாச்சலென்ற சினமதுவும் அதிகமாகி மகத்தான சாபமது கொடுத்தபோது
சூச்சலுடன் கரும்பசுவும் மண்ணில்வீழ்ந்து கொப்பெனவே அலறியல்லோ விழுகலாச்சே. 4933

விழுந்துமே காராவும் கதறும்போது விருப்பமுடன் கன்றதுவும் ஓடிவந்து
அழுதுமே காராவைத் தான்முகந்து அலறியே பசளையென்ற மூலிதன்னை
தொழுதுமே சித்துமுனி பாதந்தன்னில் துப்புரவாய் வாய்தனிலே ஊட்டும்போது
பழுதுபடா சித்துமுனி மனதுவந்து பான்மையுடன் விசனமது கொண்டிட்டாரே. 4934

கொண்டுமே மனக்கவலை அதிகமாகி குவலயத்தில் பசுதனையே கொன்றதாலே
விண்டுமே பாவமது நேரலாச்சு வீண்பழிக்கு ஆளானோம் விண்ணிலப்பா
துண்டரிக மானதொரு கோபத்தாலே துப்புரவாய் விசனமது அதிகமாகி
பண்டுளவு மாலையணி கிருஷ்ணபூபன் பட்சமுடன் தான்வளர்த்த கோவுமாமே. 4935

தேரான ரத்னகிரி மலையிலப்பா கொப்பெனவே நாதாக்கள் கண்டதுண்டு
ஆவலுடன் தாயுடனே கன்றுமாக ஆண்மையுடன் கிரிதனையே சுற்றிமேய்ந்து
பாவமது நேராமல் நாதர்கட்கு பான்மையுடன் தானடக்கும் கோவுமல்லோ
சாவதுவும் நேர்ந்ததொரு துன்தையாலே சாங்கமுடன் சித்துமுனி புலம்பிட்டாரே. 4936

சித்து காராம் பசுவை எழுப்பியது

புலம்பியே மனந்தேறி சித்துதாமும் புகழான காராவின் பசுவுக்கல்லோ
நலம்பெறவே சாபமதை நிவர்த்திசெய்து நன்மையுடன் காரா கன்றுக்கேதான்
ஜலமதுவும் குகைதனையே தானுங்கண்டு சட்டமுடன் இருப்பதற்கு புலமுங்கண்டு
வலம்பெரிய கானகத்தில் நெடுங்காலந்தான் வளமையுடன் வாழ்கவென்று வரந்தந்தாரே. 4937

தந்தாரே பதினாறாம் வரையிலப்பா தன்மையுடன் காராவின் கன்றுதானும்
சொந்தமுடன் அவ்வரையில் இருக்கக்கண்டேன் சுந்தரனே புலிப்பாணி மைந்தாகேளு
விந்தையுள்ள காதைதனை வையகத்தில் விட்டகுறை இருந்தவர்க்கு எய்துமென்று
அந்தமுடன் என்மனதில் எண்ணியல்லோ அப்பனே குளிகைகொண்டு பறந்திட்டேனே. 4938

போகர் பதினேழாம் வரை சென்றது

பறந்தேனே இன்னமொரு மார்க்கஞ்சொல்வேன் பாங்கான புலிப்பாணி மைந்தாகேளு
இறந்ததொரு காராவின் பசுவின்காதை எழிலாக குளிகைகொண்டு அறிந்தமட்டும்
துறந்தேனே சொல்லிவிட்டேன் உண்மையாக துப்புரவாய் பதினேழாம் வரையில்சென்றேன்
சிறந்ததொரு அதிசயங்கள் சொல்வேனப்பா துப்புரவாய் மனதுவந்து கேட்பீர்தானே. 4939

விஷ்ணு சமாதி

தானான மேருகிரி தன்னிலப்பா தாக்கான விஷ்ணுவின் சமாதிதன்னை
கோனான என்குருவாங் காலாங்கிநாதர் கொற்றவனார் சொரூபரது கடாட்சத்தாலே
கேனான மலைமேலே சென்றேனங்கே தேற்றமுடன் பதினேழாம் வரையிற்கிட்டி
மானான மகாதேவர் கடாட்சத்தாலே மார்க்கமுடன் குளிகைகொண்டு நின்றிட்டேனே. 4940

நின்றேனே பதினேழாம் வரையிலப்பா நீதியுள்ள சித்துமுனி கோடானகோடி
குன்றினிலே எந்தனையுங் கண்டுமல்லோ கொப்பெனவே யாரென்று வினவிக்கேட்க
வென்றிடவே அடியேனும் பயந்தொடுங்கி விருப்பமுடன் பதாம்புயத்தைப் பணிந்துநின்று
சென்றேனே மகாவிஷ்ணு சமாதிதன்னை சேர்வையெனக்கு அருள்தருக என்றேன்தானே. 4941

தானான பதாம்புயத்தைப் பணிந்துகேட்க தகமையுடன் சொரூபமுனி சித்துதாமும்
மானான மகாவிஷ்ணு தன்னைக்காண மானிலத்தி லாராலும் ஆகுமோசொல்
கோனான எனதையர் காலாங்கிநாதர் கொற்றவனார் நெடுங்காலங் கார்த்திருந்தார்
பானான பதாம்புயத்தைக் காணுதற்கு பாருலகில் யாராலும் முடியாதென்றே. 4942

முடியாத மகத்துவங்கள் உந்தமக்கு மூதுலகில் கிட்டாது யாருக்கென்று
அடியார்கள் சிவகூட்ட மாண்பரோடும் அம்மலையில் நெடுங்காலம் கார்த்திருந்தார்
படிதோறும் நாதாக்கள் காவலுண்டு பதாம்புயத்தைக் காணுதற்கு முடியாமற்றான்
கெடியான மேருகிரி தன்னைநீக்கி கெவனமுடன் குளிகைகொண்டு இறங்கினாரே. 4943

இறங்கினார் என்றல்லோ எந்தனுக்கு எழிலான சித்துமுனி ரிஷியார்தாமும்
உறமுடைய வார்த்தையது கூறும்போது ஓகோகோ நாதாக்கள் காண்பியார்கள்
திறமுடைய எந்தனது வலுமையாலே தீர்க்கமுடன் அடியேனுங் குளிகைகொண்டு
சிறகுடைய பட்சியது போலேயானும் சீருடனே மேல்வரையிற் சென்றேன்பாரே. 4944

பாரேதான் மகாவிஷ்ணு சமாதிபக்கம் பட்சமுடன் அடியேனுஞ் சென்றுவந்து
நேரேதான் சமாதியது மேலேநோக்கி நிட்களங்க மானதொரு சொரூபர்தம்மை
தீரேதான் திரிகர்ண சொரூபமூர்த்தி திகமுடனே எந்தனுக்கு இதவுகூறி
வேரேதான் கதியெனக்கு என்னவென்று விட்டகுறை இருந்ததினால் வந்திட்டேனே. 4945

வந்தேனே எந்தனுக்கு சொரூபநாதர் வரமுடனே காட்சியது தருகவென்று
நொந்துமனந் தானுருகி தாள்பணிந்து நொடிக்குள்ளே சிரங்குனிந்து பணிந்தபோது
அந்தமுடன் மகாதேவர் விஷ்ணுதாமும் அங்ஙனவே அசரீரி வாக்குகூற
மந்தமுடன் அடியேனுங் கால்நடுங்கி பட்சமுடன் உபதேசங் கேட்டிட்டேனே. 4946

மகாவிஷ்ணு போகருக்கு அசரீரி வாக்கால் உபதேசம் கூறியது

கேட்டேனே மகாதேவர் மனமிரங்கி கிருபையுடன் என்மீதில் மனதுவந்து
நாட்டமுடன் அசரீரி வாக்காலப்பா நயமுடனே எந்தனுக்கு வேகங்கூறி
நீட்டமுடன் காலாங்கி நாதசீஷர் நீதியுடன் நெடுங்காலங் குளிகைபூண்டு
தாட்டிகமாய் வையகத்தில் இருந்தாயப்பா தண்மையுள்ள குளிகையது வலிமைகாணே. 4947

காணவே இமயகிரி தன்னிலப்பா கருவான சித்தர்களும் முனிவருண்டு
பூணவே நாதாக்கள் வலிமையுண்டு புகழான மேருகிரி தன்னிலப்பா
ஆணவங்கள் கொண்டல்லோ குளிகைபூண்டு அவனியெலாம் சுற்றிவந்தாய் மகிமையாலே
வேணதொரு தேசாதி தேசமெலாம் வேகமுடன் மலைநதிகள் வென்றிட்டாயே. 4948

வென்றுமே நெடுங்காலந் தானிருந்து வேகமுடன் சீனபதிக் கேகியல்லோ
சென்றுமே சீனபதி மாண்பருக்கு செயலான மகிமையெல்லா மனைத்துங்கூறி
குன்றான மேருகிரி தன்னிலப்பா கொற்றவனே குளிகைகொண்டு வந்தாய்நீயும்
இன்றுநீ வந்ததினால் உந்தனுக்கு எழிலான உபதேசங் கூறுவேனே. 4949

கூறுவேன் எந்தமக்கு என்றுவல்லோ குவலயத்தில் சித்தர்முனி காணாவண்ணம்
மாறுபட சித்துமுனி உளவுகூறி மார்க்கமுடன் கையெனக்கு விடையுங்கூறி
தேறுதலாய் ஞானோப தேசஞ்சொல்லி தெளிவுறவே பதினெட்டாம் வரையிற்செல்ல
ஆறுதலஞ் சிகாரம்வரை முடியைக்காண அன்புடனே எந்தனுக்கு அருள்தந்தாரே. 4950

இமயகிரியில் பதினெட்டாம் வரை சென்றது

அருளான விடையதுவும் பெற்றுமேதான் அன்பான குளிகையது யானும்பூண்டு
இருளான மலைதனிலே யான்கடந்து எழிலான பதினெட்டாம் வரையிற் சென்றேன்
மருளான மார்க்கண்டர் தன்னைக்காண மார்க்கமுடன் குளிகையது பூண்டுகொண்டு
பொருளான மேருகிரி அடியேன்தானும் பொங்கமுடன் பதினெட்டாம் வரைசென்றேனே. 4951

வரையான மார்க்கண்டன் சமாதிகாண வளமுடனே அடியேனும் சென்றபோது
திரைகடலுஞ் சத்தசாகரமுங் கடந்து திரளான மனுகோடி முனிவரெல்லாம்
நரையகற்றி காயாதி கொண்டுமல்லோ நவகோடி ரிஷியாரும் முனிவர்தானும்
வரைகோடி லக்கில்லை கணக்கோயில்லை வளமான பதினெட்டாம் வரையிற்றானே. 4952

வரையான சமாதியது அனேகங்கண்டேன் வளமான மார்க்கண்டன் லிங்கந்தன்னை
நிரையான நாளொன்று பூசைமார்க்கம் நீதியுடன் ஆயிரமாஞ் சொச்சந்தன்னை
கரையான லிங்கமகா பூசை கருவாக மார்க்கண்டன் செய்யும்மார்க்கம்
திரைகடலுங் கொள்ளாது வேதயாகத் திரளாழி லிங்கமதைக் கண்டிட்டேனே. 4953

பத்தொன்பதாவது வரையில் பதினெண் சித்தர்கள் நவகோடி ரிஷிகள் நாற்பத்தெண்பேர் முனிவர்கள் செய்த பெருநூல்கள் மூன்று யுக சமாதி காணல்

கண்டேனே இன்னமொரு மார்க்கஞ்சொல்வேன் கருவான புலிப்பாணி மைந்தாகேளு
கொண்டேனே காலாங்கி கிருபையாலே கோடியுகம் தானிருக்க குளிகைபெற்றேன்
துண்டரீக மாகவல்லோ குளிகைபூண்டு துப்புரவாய் பதினெட்டு ஒன்றிற்சென்றேன்
சண்டமாருதம் போல மேருதன்னில் சாங்கமுடன் குளிகையிட்டு ஏறினேனே. 4954

ஏறினேன் பத்துஒன்பது வரையிற்சென்றேன் எழிலான குளிகைபோற்ற சித்தருண்டு
மாறினேன் மகாதேவர் சித்துபக்கம் மகத்தான அஞ்சலிகள் யானுஞ்செய்து
கூறினேன் பதாம்புயத்தை வணங்கியானும் கொற்றவனே முடிதாழ்ந்து அடிபணிந்தேன்
சீறியே என்மீதிற் கோபம்விட்டு சிறப்புடனே எந்தனை யாரென்றிட்டாரே. 4955

என்றாரே சித்துமுனி கூறும்போது எழிலான காலாங்கி நாதர்தம்மை
குன்றான மலைமீதிற் நின்றுகொண்டு கொற்றவரே சீனபதி என்றேன்யானும்
சென்றிடவே என்மீதிற் பட்சம்வைத்து சிறப்புடனே எந்தனுக்கு இதவுகூறி
நின்றதொரு எந்தனுக்கு வாதினங்கள் நிட்களங்க மாகவல்லோ கொடுத்தார்தானே. 4956

கொடுத்தவுடன் அடியேனும் முடிவணங்கி கொப்பெனவே பத்துவொன்பதியில் வந்தேன்
அடுத்ததொரு நூலிருக்குஞ் சமாதிதன்னை அன்புடனே யான்பார்க்க வேண்டுமென்றேன்
கொடுத்ததொரு காவியங்கள் ஆயுர்வேதம் தோறாமல் சமாதியது மலைபோற்கண்டேன்
படுத்ததொரு தென்பக்கம் மேருதன்னில் பாங்கான சமஸ்கிருத நூல்கண்டேனே. 4957

கண்டேனே மேருகிரி தன்னிலப்பா கருவான வடபாகம் நூல்கள்சொல்வேன்
விண்டதொரு நூலெல்லாம் வடமொழியேயாகும் வீரான சாத்திரங்கள் மலைபோல் கண்டேன்
அண்டமுடன் மேருகிரி தன்னிலப்பா அழகான கிழக்குமுகம் நூல்கள்சொல்வேன்
சண்டமாருதம் போல நூல்கள்தானும் சார்பாக கீர்வாணம் என்னலாமே. 4958

என்னலாம் மேருகிரி தன்னிலப்பா எழிலான மேற்குமுகஞ் சமாதிகண்டேன்
துன்னவே சாத்திரங்கள் மலைபோல்கண்டேன் துப்புரவாய் படிப்பதற்கு நாளுமில்லை
சொன்னதொரு பரிபாஷை நூல்களப்பா தோறாமல் மேருகிரி தன்னிற்சென்றேன்
பன்னவே பலபேருங் கூடிசொன்ன பாரினிலே சாத்திரங்கள் அனேகந்தானே. 4959

தானான சாத்திரங்கள் மேருதன்னில் தண்மையுடன் நாலுமுகஞ் சமாதிகண்டேன்
கோனான குருநூலும் பெருநூலுமாக கொற்றவனே மலைபோலே சமாதிகண்டேன்
பானான மூன்றுயுகப் பிரளயங்கள் பாங்குடனே வந்தநெடுங் காலந்தன்னில்
தேனான சாத்திரத்தை மேருதன்னில் தேற்றமுடன் சமாதிதனில் வைத்திட்டாரே. 4960

வைத்தாரே மேருகிரி தன்னிலப்பா வண்மையுடன் பிரளயங்கள் நேர்ந்தபோது
கைத்தவமாய் அவரவர்கள் செய்தநூலின் காசினியில் மலையோரம் பிரளயத்தில்
மெய்த்தெனவே திருப்பாலின் கடலினோரம் மேதினியில் ஒதுங்கி மிதந்துமல்லோ
சத்தசாகரந் தனிலே சிலநூல்கள் சாங்கமுடன் கலியுகத்தில் கண்டார்தாமே. 4961

கண்டாரே கலியுகத்து மாண்பரெல்லாம் கருவான சாத்திரத்தைக் காணவில்லை
தொண்டுமிக அடியேனுஞ் செய்துமல்லோ துப்புரவாய் காலாங்கி கடாட்சத்தாலே
சண்டையிட்டு குளிகையது பெற்றுமேதான் சதுரான மேருகிரி தன்னிற்சென்று
விண்டிடவே போகர்ஏழாயிரத்தை விருப்பமுடன் மனதுவந்து கொண்டிட்டேனே. 4962

கொண்டேனே போகர்ஏழா யிரந்தான் குருவான அகஸ்தியனார் காவியந்தான்
சண்டமாருதம் பன்னீரா யிரந்தான் சட்டமுடன் பணிநாலாயிர முந்தானும்
பண்டான சதுர்காண்டம் நாலாயிரந்தான் பாங்கான கரும மென்ற
காண்டந்தானும் விண்டான பன்னீராயிரந்தானப்பா உத்தமனே நாடிபன்னீரா யிரந்தானே. 4963

நாடியாஞ் சுகர்பன்னீ ராயிரந்தான் நலமான பூசிபன்னீராயிரந்தான் தேடியுங்காணாத
கருமகாண்டம் தெரிவாக தெளிவான சாத்திரமும் மலையிற் கண்டேன்
கோடிதனங் கொடுத்தாலுங் கிட்டாதப்பா கொற்றவனார் தன்வந்திரி கிரந்தந்தானும்
நீடியே வேதபுராணங் கள்எல்லாம் நிதியான மலைபோல பார்த்திட்டேனே. 4964

பார்த்தேனே சதகோடி புராணமெல்லாம் பாங்கான சித்துமுனி ஆயுள்வேதம்
சேர்ந்ததொரு கோர்வையல்லோ கோடானகோடி தேற்றமுடன் மலைதனிலே கண்டேன்யானும்
ஆர்த்துமே பிரளயத்தில் மிதந்தநூல்கள் ஆயிரத்தில் ஒருபங்கு மாண்பர்கண்டார்
நேர்த்தியுள்ள சாத்திரங்கள் முழுதுமேதான் நேர்மையுடன் மலைதனிலே சமாதிகாணே. 4965

இமயகிரியில் இருபதாவது வரை சென்றது

காணவே இன்னமொரு மார்க்கஞ்சொல்வேன் கருவான புலிப்பாணி மகனேகேளிர்
பூணவே காலாங்கி கடாட்சத்தாலே புகழான குளிகையது கொண்டுமேதான்
வேணதொரு அதிசயங்கள் காண்பதற்கு விருப்பமுடன் இருபதாம் வரையிற்சென்றேன்
ஊணவே குளிகையது கொண்டுமல்லோ உத்தமனே மேல்வரையிற் சென்றேன்பாரே. 4966

பாரேதான் குளிகைகொண்டு அடியேன்தானும் பட்சமுடன் மலைதனிலே ஏறும்போது
நேரேதான் சூரியமகா ரிஷியார்தாமும் நேர்மையுடன் அருணனைத்தான் பூசைசெய்து
சீரேதான் கிழக்குமுகந் தானிருந்து சிறப்புடனே யாகமது செய்துமல்லோ
சேரேதான் கிட்டிருந்து அடியேனப்பா செவ்வண்மை மகாரிஷியைப் பார்த்திட்டேனே. 4967

பார்க்கையிலே சூரியமகா ரிஷியார்தாமும் பண்பாக எந்தனையும் மனதுவந்து
தீர்க்கமுடன் நமஸ்கார பூசையோடு தீரமுடன் வந்தவனா ரென்றுகேட்க

கோர்த்தகரம் தனையோடு முடிவணங்கி குருபரனே யாரென்று கூறி
வேர்த்துவுடல் தானடுங்கி அடியேன்தானும் வேதாந்தக் காலாங்கி என்றிட்டேனே. 4968

என்றேனே காலாங்கி சீஷனென்றேன் எழிலான சூரியனா ரிஷியாருக்கு
குன்றான மலையேறி குளிகைபூண்டு கொற்றவனே மேல்வரையைக் காணவந்தேன்
சென்றிடவே அடியேனும் வந்ததாலே செம்மலுடன் எந்தனுக்கு காட்சிதந்து
வென்றிடவே மகிமைதனைக் கூறவென்று விழுந்திட்டேன் அவர்பாதம் அழுந்திட்டேனே. 4969

இட்டதொரு எந்தனுக்கு இதவுகூறி எழிலான சூரியனார் ரிஷியார்தாமும்
சட்டமுடன் ஆதித்தன் பிறக்கும்ஜோதி தண்மையுள்ள சந்திரனார் இருக்கும்ஸ்தானம்
வட்டமுடன் நட்சத்திர வரையுங்கண்டேன் வளமான மேகமண்டலமுங் கண்டேன்
திட்டமுடன் அக்கினி மண்டலமுங் கண்டேன் தீரமுடன் சப்தமேகந் தனைக்கண்டேனே. 4970

கண்டதொரு அதிசயங்கள் எல்லாங்கண்டேன் காசினியில் காணாத காட்சியெல்லாம்
சண்டமாருதம் என்னும் மேருதன்னில் சாங்கமுடன் மகிமையெல்லாம் கண்ணிற் கண்டேன்
கொண்டல்வண்ணன் மேகமென்ற இடியுங்கண்டேன் கோடான கோடிவரை முனையுங்கண்டேன்
விண்டிடு அதிசயங்கள் யாவும்பார்க்க விருப்பமுடன் மேல்வரையில் வந்திட்டேனே. 4971

வந்தேனே என்றுமேதான் இதவுகூற வளமையுள்ள ரிஷியாரும் மனதுவந்து
விந்தையுள்ள அதிசயங்கள் எல்லாஞ்சொல்லி வேதாந்தத் தாயினது மார்க்கங்கூறி
அந்தமுடன் கைலாச பதியிற்செல்ல அப்பனே எந்தனுக்கு விடையுந்தந்து
சுந்தரனே எந்தனையும் ஆசீர்மித்து சூட்டினார் இருபத்தோர் வரையிற்காணே. 4972

இமயகிரியில் இருபத்தோறாவது வரையில் கைலைபதி கண்டது

வரையான கைலாச பதியைக்காண வண்மையுடன் காலாங்கி கடாட்சத்தாலே
திரைபோன்ற கடலோரஞ் சுற்றிவந்தேன் தீரமுடன் இருபத்தோர் வரையிற்சென்றேன்
நரையான மேருகிரி சிகரந்தன்னில் கைலாச நாதரையான் காணஎண்ணி
குறையதுவும் நேராமல் அடியேன்தானும் குளிகைகொண்டு மேல்வரையிற் சென்றேன்தானே. 4973

தானான மேருகிரி தன்னிலப்பா தண்மையுடன் இந்திரனார் பதியுங்கண்டேன்
தேனான மனோன்மணியாள் பீடங்கண்டேன் தேற்றமுடன் கருடகந்தருவர் கண்டேன்
கோனான அஷ்டதிக்கு பாலர்கண்டேன் கூறான நாற்பத்தொண் ணாயிரம்பேர்
மானான மகாதேவர் முனிவர்கண்டேன் மகத்தான முப்பத்து மூன்றுதானே. 4974

மூன்றான தேவர்முதல் கோடியப்பா முனையான ரம்பை ஊர்வசியாளோடும்
சான்றதொரு நந்தீசர் முதலானோரும் சார்பான பிருங்கி மகாரிஷியாரோடும்
போன்றதொரு மார்க்கண்ட முனிவரோடும் புகழான குருந்தர்முதல் வசிட்டரோடும்
சான்றதொரு நாரதமா முனிவரோடும் சார்பான பதிதனையே பார்த்திட்டேனே. 4975

பார்த்திட்டேன் சிவனடியார் கூட்டத்தோடும் பாங்கான தேவகண நாதரோடும்
தீர்த்தமுடன் வைகைதனை வரவழைத்து தீர்க்கமுடன் வாரிதியை உண்டதீரன்
கோர்த்தவகை வைத்ததொரு குண்டோதரன் குண்டலியாம் பூதமதை யானுங்கண்டேன்
ஆர்த்துமே பிரம்மாவின் பாதங்கண்டேன் அன்பான சிவபாத தூள்கண்டேனே. 4976

தூளான பாத்திரத்தின் தூசுகண்டேன் துகளற்ற விஷ்ணுசக் கரமுங்கண்டேன்
காளானின் நிறம்போல பாரிசாதம் களவமென்ற மாலையுடன் அனேகர்கண்டேன்
பாளான நரகமுடன் மோட்சங்கண்டேன் பாங்கான எமதூதர் சேர்வைகண்டேன்
ஆளான மாண்பர்களின் பாவந்தன்னை அநியாயமான தண்டனை கண்டேனே. 4977

தண்டனையாம் அவரவர்கள் செய்தகுற்றம் தாக்கான படுநரகில் வீழக்கண்டேன்
மிண்டான அவரவர்கள் செய்தகர்மம் விளைந்ததடா கொடியதொரு நீதிதண்டம்
அண்டர்முனி ராட்சதர்கள் முதலானோர்கள் அவரவர்கள் செய்ததொரு வினைபாவத்தால்
தண்டனைகள் காலதூதர் செய்யக்கண்டேன் தகமையுள்ள இந்திர பதியிற்றானே. 4978

தானாக அவரவர்கள் செய்தபுண்ணியம் தக்கபடி மாண்பர்களுக்கு உகந்தமார்க்கம்
கோனான எனதையர் காலாங்கிநாதர் கொற்றவனார் சொற்படியே யாவுங்கண்டேன்
தேனான மோட்சமென்ற பீடந்தன்னில் தேற்றமுடன் புண்ணியர்கள் இருக்கக்கண்டேன்
மானான மகாதேவர் புண்ணியக்கூட்டம் மார்க்கமுடன் கூடியிருக்கப் பார்த்திட்டேனே 4979

பார்த்தேனே ஒருகோடி வெள்ளஞ்சேனை பாங்கான மேருகிரி தன்னிலப்பா
தீர்த்தமுடன் கைலயங்கிரி வாசர்தன்னை சிறப்புடனே கைலாய பதியிற்கண்டேன்
சேர்த்ததொரு வெகுமாண்பர் கூட்டத்தோடும் ஜெகதலத்தில் புண்ணியர்கள் அனேகங்கண்டேன்
நேர்த்தியுடன் பட்டதிசை தன்னிலப்பா நேர்மையுடன் அதிசயங்கள் மிகவுண்டாமே. 4980

உண்டான மேருகிரி தன்னிலப்பா உத்தமனே அட்டகிரி மலைதானுண்டு
செண்டான தேவர்தாமங்கே கண்டேன் சிறப்பான கைலாய ரதமுங்கண்டேன்
கொண்டல்வண்ண அச்சுதனார் பீடங்கண்டேன் குறையாத வட்டரதந் தானுங்கண்டேன்
பண்டுளவ மாலையணி மாலைபூண்ட பாங்கான பற்குணனார் ரதங்கண்டேனே. 4981

கண்டேனே அர்ச்சனனார் ரதமுங்கண்டேன் பாங்கான பாசுபதந் தன்னைக்கண்டேன்
துண்டரீக மானதொரு இந்திரன்வில்லை துப்புரவாய் கைலாய பதியிற்கண்டேன்
சண்டமா ருதம்போல இந்திரன்சேர்வை தன்மையுடன் கைலாயபதியிற் கண்டேன்
புண்டரீக மானதொரு பிரமன்வில்லை புகழான பதிதனிலே பார்த்திட்டேனே. 4982

பார்த்தேனே மேருகிரி தன்னிலப்பா பாங்கான தங்கரதம் மேலிற்றானும்
தீர்த்தமுடன் லிங்கமுடன் இந்திரன்தானும் சிறப்பான ஆயிரங்கண் தன்னோடொக்க
ஊர்த்துவமாம் ஆயிரத்தெட்டு மாற்றுக்குகந்த சிம்மாதனம் அதிலே இந்திரன்சேர்வை
கோர்த்துமே கோடான கோடிமன்னர் கொற்றவர்க்கு ஏவல்செய்ய அறிந்திட்டேனே. 4983

அறிந்தேனே கைலாய பதியிலப்பா அன்பான தேவாதி தேவர்தாமும்
செறிந்திடவே வெகுகோடி மாண்பரோடும் செம்மலுடன் வினயமது சொல்லொணாது
முறிந்துதொரு நரகமென்ற குழியிலப்பா முனையான அக்கிரமக் கூட்டத்தார்கள்
குளிந்துமே வேதனைகள் செய்யுமார்க்கம் கொற்றவனே கண்டுமல்லோ நடுங்கிட்டேனே. 4984

நடுங்கினேன் கைலாய மேருதன்னில் நலமான அதிசயங்கள் அனேகங்கண்டேன்
ஒடுங்கியதோர் மாண்பர்களின் பாவந்தன்னை ஓகோகோ நாதாக்கள் கண்டதில்லை
படுந்துயரங் காணாமல் நூல்கள்பாடி பட்சமுடன் மாண்பர்களுக்கு ஓதினார்காண்
இடும்புமிக யான்றுலைத்து மேருதன்னில் எழிலான அதிசயங்கள் கூறிட்டேனே. 4985

சூறினேன் இத்தாதி காட்சியெல்லாம் குவலயத்தில் யாரேனுங் கண்டதில்லை
மீறியே எந்தனது புண்ணியத்தால் மிக்கான காலாங்கி கடாட்சத்தாலும்
தேறியே மனோன்மணியாள் கடாட்சத்தாலும் தேற்றமுடன் மேருகிரி தன்னில்சென்றேன்
சீறியே என்மீதில் சினந்துமல்லோ சிதாபா சனமந்தேறி சென்றிட்டேனே. 4986

போகர் கடவுளைப் பாராமல் விசனமுறுதல்

சென்றேனே ஆதியென்ற கடவுள்காணேன் சிறப்பான வெகுமகிமை யானுங்கண்டேன்
குன்றான மேருகிரி தன்னில்யானும் குறையாமல் கடவுளது மகிமைகண்டேன்
வென்றிடவே ஆதியென்ற வஸ்துகாணேன் வீணாக அனாதியென்ற வஸ்துகண்டேன்
நின்றதொரு தேவாதி தேவர்தாமும் நிகட்சியுடன் பதாம்புயத்தை தவஞ்செய்வாரே. 4987

தவமான மேருகிரி தன்னிலப்பா தண்மையுள்ள தேவாதி தேவரெல்லாம்
சவம்போல யாகமது சென்றார்கள் சாங்கமுடன் தேவனையுங் கண்டாரில்லை
பவமகற்றி மேருகிரி தன்னில்தானும் பட்சமுடன் சாகமது செய்துமென்ன
அவப்பொழுதும் தவப்பொழுதுங் கொண்டுமென்ன அவர்களுந்தான் ஒருபலமுங் காணார்தாமே. 4988

கைலாசபதியிலும் கண்டதில்லை

தானான கைலாய பதியில்தானும் சட்டமுடன் தேவாதி தேவர்தானும்
கோனான கடவுள்தனின் பதாம்புயத்தை கொற்றவரு மாண்பர்களுங் கண்டதில்லை
தேனான மனோன்மணியாள் முதலானோரும் தெளிவான சங்கையதை அறிவதில்லை
பானான பரலோகங் கண்டுமென்ன பாரினிலே கடவுள்தனைக் காணார்தானே. 4989

காணாமல் கைலாசம் கண்டுமேதான் கருத்துடனே பாடிவைத்த நூல்களெல்லாம்
வீணாக வாதியந்த பொருள்காணாமல் விட்டகுறை பித்தரென்று வீம்புபேசி
தோணாத பொருள்களெல்லாம் நூலில்கூறி தொகுப்புடனே சாத்திரங் கட்டிவைத்தார்
ஆணாக பெண்ணாக பிறந்தசூர்மை அவனிதனிற் கண்டதல்லால் இல்லைதானே. 4990

இல்லையே ஆண்பெண்ணாய் இரண்டுங்கண்டார் எழிலான சாத்திரங்கள் கற்றுகண்டார்
தொல்லையெனும் பிறவியது கண்டதில்லை தோறாமல் சாத்திரத்தை உளறினார்கள்
கொல்லனது வீதிதனில் ஊசிவிற்ற சூரான கதைபோல என்முன்னாக
எல்லையுள்ள சித்தர்முனி ரிஷிகளெல்லாம் எழிலாகப் பாடிவைத்தார் நூல்கள்தாமே. 4991

நூலான நூல்களெல்லாம் அதீதஞ்சொன்னார் நுணுக்கமுடன் ஆதியந்த வஸ்துயில்லை
பாலான நூல்போலே பலரும்பாடி பாரினிலே ஒளித்துவைத்தார் முனிவர்சித்தர்
காலாண நூலதுதான் இருபத்திரண்டு கணக்குடனே பாடிவைத்தார் லட்சமாக
மாலான சாத்திரத்தில் ஆதியந்தம் மகாதேவர் சங்கையதை சொல்வார்தானே. 4992

சொல்லாத சாத்திரங்கள் ஏதுக்கல்லோ தொல்லுலகில் பலநூலுங் கற்றுமென்ன
புல்லர்களாய் வெகுமாண்பர் பலருங்கூடி புகட்டினார் சித்தர்முனி சாத்திரத்தை
வெல்லவே கடவுளது இருக்கும்ஸ்தானம் வேதாந்தத் தாயாரும் கூறவில்லை
நல்லதொரு சித்துமுனி சாத்திரங்கள் நலமான நூல்களெல்லாம் பாழாய்ப்போச்சே. 4993

போச்சென்று விடுகாமல் புண்ணியர்கள் புகட்டினார் வையகத்து மாண்பர்க்கெல்லாம்

மூச்சடங்கிப் போனதொரு சித்துதாமும் முனையான தெய்வமது வென்றொன்றுண்டு
பாச்சலுடன் பலபேரும் அறியவல்லோ பண்பாகப் பொதுப்படவே சொன்னாரங்கே
ஆச்சரிய மானபரா வஸ்துதன்னை அன்புடனே கண்டறிந்தோர் இல்லைபாரே. 4994

பார்க்கையிலே சாத்திரங்கள் இதிகாசங்கள் பண்புடனே பாடிவைத்தார் முனிவர்தானும்
ஆர்க்கமுடன் யாரேனும் விள்ளக்கூறி அன்புடனே சாத்திரங்கள் கூறவில்லை
மார்க்கமது தெரியாமல் வீணில்காதை மயக்கமுடன் பாடிவைத்தார் நூல்கள்தோறும்
சூர்ப்பனகை மாதுவுக்கு தனங்கள்போல சுருதிபொருள் ஆகமங்கள் கதைபோலாச்சே. 4995

ஆச்சப்பா கைலாயமேரு கண்டேன் அங்ஙனவே மகிமையெல்லாம் கூறினேன்யான்
வீச்சுடனே குளிகையது பூண்டுகொண்டு வீரமுடன் மேருகிரி தன்னைநீக்கி
பாச்சலுடன் சீனமெனும் பதியிற்சென்று பண்பான மாண்பர்களுக்கு உகந்துயானும்
ஆச்சரிய மானதொரு மகிமையெல்லாம் அன்புடனே யானுரைத்தேன் சீனத்தார்க்கே. 4996

சீனமாம் பதினெண்பேர் சித்துதாமும் சிறப்பான சாத்திரங்கள் கோடியுண்டு
மானமுடன் சித்தாதி சித்தர்தாமும் மயக்கமுடன் வெகுநூல்கள் பாடினார்கள்
ஈனமது வாராது எந்தன்நூலு எழிலான குருநூல்தான் சத்தகாண்டம்
வானமது மேருவென்ற கைலைமேரு வளப்பமெல்லாம் இந்நூலில் பகர்ந்திட்டேனே. 4997

பகர்ந்தேனே காலாங்கி நாதர்தம்மால் பாங்கான சீனபதி யான்கடந்து
உகர்ந்ததொரு தேசாதி தேசமெல்லாம் உத்தமனே குளிகையது பூண்டுகொண்டு
அமர்ந்துமே அட்டதிசை யானுங்கண்டு அன்பான கைலாச மேரிற்சென்றேன்
சுமர்ந்திட்ட ஆதிசேடன் தன்னைத்தானும் துப்புரவாய்க் கண்டதில்லை உண்மைதானே. 4998

தானான சாத்திரத்தின் பெருநூலப்பா மேன்மையுள்ள குருநூலாம் சத்தகாண்டம்
கோனான எனதையர் காலாங்கிநாதர் கொற்றவனார் குருபாத கடாட்சத்தாலும்
தேனான தென்பொதிகை தன்னில்வாழும் தேஜொளிவின் அகத்தியனார் கிருபையாலும்
மானான சீனபதி சமாதிசென்ற மகத்தான கமலமுனி கடாட்சங்காணே. 4999

காணவே சத்தகாண்டம் ஏழிற்குள்ளே கருவிகர ணாதிபொருள் ஆதியந்தம்
தோணவே துறைமுகமும் யானுங்கண்டு துப்புரவாய்ப் பாடிவைத்தேன் குருநூல்தானும்
வேணதொரு பொருளெல்லாம் இதிலடக்கம் விரும்பியே யானுரைத்த பெருநூல்தானும்
ஆணவங்கள் தானொடுங்கி ஐந்தாங்காண்டம் அன்புடனே பாடிவைத்தேன் முற்றதாமே. 5000

✪✪✪

போகரின்
ஆறாவது காண்டம்

பொருளடக்கம்

போகரின்
ஆறாவது காண்டம்

காப்பான ஆறாவதான காண்டம்
கருவான பொருளெல்லாம் இதிலடக்கம்
சேப்பான ஏழாயிரம் பொருள் தானப்பா
சிறப்பான சத்த காண்டமும் ஆகும்
வேப்பான ஆறாவதான காண்டம் வெகு
பொருள்கள் இதில் அடக்கம் வினயமொத்த
பாப்பான காண்டமது ஆறுக்குள்ளே பார்
லோக வித்தை எல்லாம் காணலாமே

- போகர்

ஆறாம் காண்டத்தில் சில துளிகள்

இந்த ஆறாவது காண்டத்தில் உலக வித்தைகள், மாந்திரீக ஜாலங்கள், வைத்தியம், யோகமார்க்கம், சிமிட்டு வித்தை, ஸ்தம்பனம், மாரணவேதம், லேகியம், குளிகை, பற்பம், செந்தூரம், தந்திரங்கள் யாவையும் விளக்கமாகச் சொல்லியுள்ளார்.

காலாங்கிநாதருடன் காடுவனாந்திரத்தில் சுற்றி வரும்போது போகருக்கு களைப்பு உண்டானது. பசியும் சேர்ந்து கொண்டது இதைப் பார்த்த காலாங்கி அரிசியைக் கொண்டு வந்து சீலையில் மூட்டையாகக் கட்டி ஆற்றுப் படுகையோரம் சிறு பள்ளம் தோண்டி அதில் மூட்டையை இறுகிக் கட்டி வைத்தார். குழிக்குள் வைத்தபின் அதன் மீது ஆற்று மணலைக் கொட்டி பரப்பி அதன் மீது தீ மூட்டி வைத்தார்.

ஒரு சாமம் கழித்து மணலை அகற்றி விட்டு மூட்டையைத் திறந்திட அதில் அரிசியானது சமைத்த சாதமாக இருந்தது. பாண்டமே இல்லாமல் தன் குருநாதர் தனக்கு சோறு சமைத்த முறையை எவரும் செய்யாத இந்திர ஜாலம் என்று போகர் புகழவே, காலாங்கி நாதரும் தமக்குத் தெரிந்த சித்த வித்தைகள் சிலவற்றை போகருக்கு சொல்லிக் கொடுக்கிறார். இந்த சித்த வித்தைகளை போகர் புலிப்பாணிக்குச் சொல்லித் தருகிறார். புலிப்பாணியின் தயவால் நாமும் இந்த சித்த வித்தைகளைப் பற்றித் தெரிந்து கொள்கிறோம்.

கள்ளனைப் பிடிக்கும் தந்திரம்

பொருட்களை கொள்ளையடித்தவனை ஒரு கூட்டத்தில் கண்டு பிடிக்க சில உபாயங்களைச் சொல்கிறார். மச்சு மாளிகையில் ஒரு பீடம் வைத்து அதில் கலசத்தின் மேல்

ஒரு தேங்காயை வைக்க வேண்டும். தேங்காயின் மேல் பெருங்காயம் போன்ற வாசனைப் பொருளை பூசி வைத்து விட்டு அதற்கு மந்திரம் ஓதிவிட்டு ஒவ்வொருவராய் போய் அதைத் தொட்டு விட்டு வரவேண்டும்.

தொட்டு விட்டு வந்த பின்னர் பொருள் திருடியவனைக் காட்டிக் கொடுக்கும் என்று சொல்ல வேண்டும். தொட்டு விட்டு வந்தவர்களை வரிசையாக நிற்க வைத்து அவரவர் உள்ளங்கையை முகர்ந்து பார்த்தால் எடுத்தவன் யாரெனத் தெரிந்து விடும். பொருளை எடுக்காதவன் தைரியமாகப் போய் தேங்காயைத் தொட, அந்த காயத்தின் வாடை அவன் கைகளில் தெரியும், ஆனால் மெய்யாக எடுத்தவன் அச்சத்தின் காரணமாக தேங்காயைத் தொடாமலே திரும்பி வந்திருப்பான். அதனால் அவன் கையில் வாடை இருக்காது. இதை வைத்துக் கண்டு பிடித்து விடலாம்.

கஸ்தூரி ஜாலம்

இதைப் போல கலசம் வைத்து, தேங்காய்க்குப் பதிலாக செம்மறியாட்டின் தலையை வைத்து அதன் முகத்தில் கஸ்தூரியைப் பூசி ஒவ்வொரு வரையும் சோதனை செய்து கண்டு பிடிப்பதை கஸ்தூரி ஜாலம் என்கிறார்.

பச்சரிசி ஜாலம்

பணம் திருடிய கள்வனை கண்டு பிடிக்க, அரிசியை பயன்படுத்தி ஜாலம் செய்கிறார். சந்தேகப்படும்படியான நபர்களை வரிசையாக நிற்க வைத்து, ஒவ்வொருவர் கையிலும் அரிசியைக் கொடுத்து சத்தியம் வாங்கியபின் அதை தங்கள் வாயில் போட்டு நன்கு மெல்லச் சொல்ல வேண்டும்.

அவர்கள் மென்ற பச்சரிசியை அப்படியே பூமியில் துப்ப வேண்டும். அதன் பிறகு ஆளுக்கொரு எலுமிச்சம் பழத்தைக் கொடுத்து அதை அப்படியே கடித்து அந்த சாற்றையும் துப்பச் செய்ய வேண்டும். பிறகு அவர்கள் துப்பியதை ஆராயவேண்டும். அரிசி வாயில் மைய அரைக்கப் பட்டு குழம்புபோல் துப்பியும், அதிக அளவில் எலுமிச்சம் சாற்றை துப்பியும் இருந்தால் அவன் பணத்தை எடுக்காதவன்.

எவனொருவன் துப்பியதில் அரிசி அரைபடாமல், சிறு நொய்போல் இருந்தும், எலுமிச்சையின் சாறு குறைவாகவும் இருக்கிறதோ அவனே கள்வன் என்று உறுதியாகக் கூறலாம்.

நெற்பொறி வித்தை

ஒரு குறுணி அளவு நெல்லை சீலையில் மூட்டையாகக் கட்டிக் கொண்டு, அதை சுண்ணாம்புக் காளவாயில் கிளிஞ்சல்கள் மத்தியில் வைத்து அவிக்க வேண்டும். இதை எல்லோர் முன்னிலையிலும் அவிழ்த்துக் கொட்ட வேண்டும். கண்களுக்கு இயல்பாய் தெரியும். நெல் விதைகளின் மேல் தண்ணீர் தெளித்தவுடன் அத்தனை நெல்லும் கண்ணெதிரில் பொறியும். சபையினர் முன் நெருப்பில்லாமல் பொறிய வைத்து அவர்களை வியப்படையச் செய்யலாம்.

இதை செய்து காட்டியதும் சீனத்துப் பெண்கள் எனக்கு பரிசகளும் வெகுமதிகளும் தந்து பாராட்டினர்.

மச்சு ஜாலம்

சினை மீன்களைத் தனியே எடுத்து பாண்டத்திலிட்டு பனிநீரை ஊற்றி அதை தினமும் வெயிலில் வைத்து எடுக்க வேண்டும். சினையானது பனிநீரை உறிஞ்சிக் கொண்டு மீனிடமிருந்து உதிர்ந்து விடும். இந்த முட்டைகளை கசகசாவோடு கலந்து தனியே பதனம் செய்து கொண்டபின் மக்கள் முன்னிலையில் ஜாலம் செய்ய வேண்டும். செம்மண் பாண்டத்தில் தண்ணீர் ஊற்றிக் கொண்டு அதில் ஏற்கனவே பதப்படுத்திய கசகசாவை எல்லோர் முன்னிலையிலும் கசகசாவைக் கொட்டி சட்டிப் பாண்டத்தை மூடி வைக்க வேண்டும். ஒரு நாழிகை கழித்து திறந்து பார்த்தால் சினை முட்டைகள் மீன்களாகி இருக்கும் நீர்மேல் நீந்திக் கொண்டு சிறு மீன்கள் மேய, அதோடு கசகசாவும் மிதந்து கொண்டிருக்கும். சொத்தையான கசகசா மிதக்கிறது. மற்றவை பொறிந்து விட்டது என்ற சாமார்த்தியமாகச் சொல்ல மக்கள் அதனை மெய்யென்று நம்புவார்கள்.

எலுமிச்சை பழ வித்தை

செம்பருத்தி, சப்பாத்தி செடியின் பூ, செம்பாளைப் பழம், இவற்றையெல்லாம் பிழிந்து சாறு எடுக்க வேண்டும். இரும்புக் கத்தியின் மேல் இச்சாற்றை பலமுறை பூசிப்பூசி வெயிலில் காயவிட வேண்டும். எல்லோர் முன்னே ஒரு சிறுவனை நிற்க வைத்து அவன் கழுத்தில் எலுமிச்சம் பழ மாலையை அணிவித்து இந்தப் பிரதியேக கத்தியைக் கொண்டு அவன் கழுத்தை அறுப்பதுபோல காட்டி எலுமிச்சை பழத்தை அரிய வேண்டும். பழத்தின் ரசம் இரும்புக் கத்தியின் மேலுள்ள பூச்சுக் கலவை மீது படும்போது அது அவன் கழுத்தில் சிவப்பு ரத்தம் போல் வழிந்தோடும். காண்போர் இதனை நிஜமாகக் கருதுவர். மெய்கிரியை ஜால வித்தை என்று பேர் குறிப்பிடுகிறார்.

வராக ஜாலம்

சபையோர் முன் ஒரு பன்றியையும் ஆட்டுக் கிடாயையும் வைத்து நிகழ்த்தும் ஜால வித்தை:

பன்றியை வாயிறுக்கிக் கட்டி இரு பக்கமுள்ள டோலிக்குள் அடைத்து விடவேண்டும். இதற்கு முன்பே இன்னொரு பக்கத்தில் கிடாவை அடைத்து விட வேண்டும். ஒரு சிறுவனை விட்டு பன்றியை அடிக்கச் செய்து விட்டு காட்டுவதைப் போல் இன்னொரு பக்கமுள்ள ஆட்டுக் கிடாவை அடிக்க வேண்டும். பிறகு டோலியை அவிழ்க்க கிடா இரத்தம் சொட்டச் சொட்ட விழும். காண்போர் திகைப்பர். மீண்டும் கிடாவை டோலியில் திணித்து சிறுவனை விட்டு இன்னொரு பக்கமாய் திறக்கச் சொன்னால் உயிருள்ள பன்றி குதிக்கும். பிராணி மாறியதைப் பார்த்து திகைப்பார்கள்.

குரங்கு ரூப ஜாலம்

சாதுவான ஒரு குரங்கைப் பிடித்து வந்து, சிற்றாமணக்கு விதைகளை நிறையவே எடுத்துக் கொண்டு குரங்கின் ஆசனவாய் வழியாக அதன் வயிறு கொள்ளும் வரை விதைகளை உள்ளே செலுத்தி விட வேண்டும். ஒரு குழியைத்

தோண்டி அதில் குரங்கை புதைத்து மண்போட்டு மூடி விட வேண்டும் தினமும் அங்கு நீரூற்றி வந்தால் சில காலம் கழித்து அவ்விடத்தில் சிற்றாமணக்குச் செடிகள் முளைத்திருக்கும். அது வளர்ந்து காய் காய்க்கும் காலத்தில் அந்த சிற்றாமணக்கு விதைகளைச் சேகரித்து வைத்து அதிலிருந்து தைலம் இறக்க வேண்டும்.

ஒரு மாளிகையினுள்ளே இந்தத் தைலத்தை தீபத்தில் ஊற்றி விளக்கேற்ற அதை மாளிகையின் வெளியிலிருந்து பார்க்கும் போது விளக்கேற்றிய நபர் குரங்கைப் போலத் தெரிவர். அவர் பேசினாலும் குரங்கின் சப்தமாகவே கேட்கும். அந்த நபர் மாளிகையை விட்டு வெளியில் வந்து பேசினால் மனிதன் போல இயல்பான தோற்றமும், குரலும் கேட்கும். இதனை ஆஞ்சநேயர் ஜாலம் என்றும் கூறுவர்.

அரிசி ஜாலம்

படி நிறைய அரிசி எடுத்துக் கொண்டு அதில் கூரெழுத்து ஆணியால் கோடு போட்டு ஓங்கி ஒரு குத்துப் போட்டால் அரிசி ஊசியில் ஒட்டிக் கொள்ளும். அப்படியே படியோடு எடுத்துக் காட்ட கண்டவர்கள் வியப்பார்கள்.

கோழிமுட்டை ஜாலம்

ஒரு கோழிமுட்டையை எடுத்து அதனை மூன்று நாட்கள் காடி நீரில் ஊற வைக்க வேண்டும். இப்பொழுது முட்டையின் ஓடு கடினத் தன்மையை இழந்து இளகித் தோல் போன்ற நிலையைப் பெற்றிருக்கும்

இளகியிருக்கும் இந்த முட்டையை சின்னவாய் கொண்ட கண்ணாடி புட்டிக்குள் உள்ளே போட்டு நல்ல தண்ணீரை அதற்குள் ஊற்றி நிரப்பினால் ஒரு நாழிகைக்குள் அது உருண்டையாக மாறி பழையபடி கெட்டிப்பட்டுவிடும்.

புட்டியிலிருந்து தண்ணீரை கீழே கொட்டி விட்டால் உள்ளே முட்டை உருண்டு கொண்டிருக்கும். சின்ன வாயுள்ள புட்டிக்குள் முட்டை சென்றது எப்படி என்று எல்லோரும்

வியப்படைவர். இது மூன்றாம் காண்டத்திலே சொல்லி விட்ட ஜால வித்தை இதை மறுபடியும் இங்குத் தெரிவிக்கிறார்.

பூசணிக்காய் ஜாலம்

கொடியிலிருக்கும் பூசணிப் பிஞ்சை சின்ன வாய் கொண்ட மண்பாண்ட கலசத்திற்குள் நுழைத்திட வேண்டும். நாளடைவில் பிஞ்சு வளர்ந்து காயாகும் போது, பூசணிக்காயை கொடியிலிருந்து அறுத்திட வேண்டும். இப்போது பூசணிக்காய் மட்டும் கலசத்தினுள் இருக்கும். இதை அப்படியே வெய்யலில் வைக்க சில நாளில் பழுக்கும். இந்த மண்பாண்டத்தை கலசம் போல தலையில் வைத்துக் கூத்தாடினால் உள்ளே உருளுகின்ற பூசணியானது இங்கும் அங்கும் ஆடும். கலசத்தைக் காண்பவர்கள் சின்னவாய் கொண்ட மண்குடத்திற்குள் பெரிய பூசணிக்காயை வைத்த புதுமையைக் கண்டு திகைப்பார்களாம்.

கற்பூர ஜால வித்தை

தீ முறுகல் என்ற வைப்புப் பாஷாணத்தை வெந்நீரில் கலந்து கட்டிக் கற்பூரம் மீது தெளித்து விட்டு 'ஆத்தாளே தீபத்தை ஏற்று' என்று சொல்லி அருகில் சென்றால், குப்பென்று கற்பூரம் தீப்பற்றி எரியும். காற்றில் வெப்பம் ஏறி இரசாயன மாற்றத்தால் இப்படி எரியும் என்று போகர் தெரிவிக்கிறார்.

வெண்ணீர் வித்தை

எருக்கன் செடி பாலை கையில் வைத்துக் கொண்டு, மறைவான ஓரிடத்தில் அதைத் திருநீறு போல் கைகளில் பட்டையாக பூசிக்கொள்ள வேண்டும். இப்பொழுது எல்லோர் முன்னிலையிலும் உடல் முழுவதும் விபூதியைப் பூசிக்கொண்டு கேணியில் இறங்கி, நீரில் மூழ்கி பின் மேலே ஏறி வந்து வெய்யலில் நிற்க வேண்டும். உடலில் ஈரம் காய்ந்த பின் மற்ற இடங்களில் வெண்ணீறு (விபூதி) இருக்காது. ஆனால் எருக்கன் பால் குழைத்துப் பூசிய இடங்கள் மட்டும் விபூதி கோடுகளாய்த் தெரியும். காண்பவர் இவர் தேவியை பூசிக்கும் புண்ணியவான் என்று கூறி மரியாதை செய்வர்.

சங்கிலி ஜாலம்

மணத்தவளை, உடும்பு, மற்றும் விலாங்கு மீன் ஆகியவற்றின் கொழுப்பை எடுத்து இந்த மூன்றையும் சிறு துளைகளிட்ட மண்பாண்டத்தில் போட்டு குழித்தைலம் இறக்கிக் கொள்ள வேண்டும். இந்தத் தைலத்தைத் தனியாக வைத்துக் கொள்ள வேண்டும்.

மற்றொரு பாத்திரத்தில் கரியைக் கொட்டி தீ மூட்டி அதில் இரும்பு சங்கிலி ஒன்றை போட்டு பழுக்கக் காய்ச்ச வேண்டும். இறக்கி வைத்த குழி தைலத்தை உள்ளங்கைகள், விரல்கள் என்ற முழுவதுமாய்ப் பூசிக் கொண்டு அந்த சூடான சிவந்த சங்கிலியை வெறும் கையால் பிடித்து உருவினாலும் கைகளுக்கு எந்தத் தீங்கும் ஏற்படாது.

அதே சமயம் இந்த தைலத்தை சங்கிலியில் தடவி எரியும் நெருப்பருகில் காட்டினால் சங்கலி சிவந்து எரிவது போல் தெரியும்.

பசு பால் கறக்காதிருக்க ஜாலம்

பசுக்கூட்டம் இருக்கும் இடத்தில் காற்று அடிக்கும் திசையில் கரும் புலியின் கொழுப்பு எடுத்து வெளியே வைத்து இருந்தால், பசுக்கூட்டம் ஒன்றும் நிற்காது ஓடும். அப்போது கோணானை அழைத்துக் காளிக்குப் பூசை செய்தால் பசு வரும் பால் கறக்க முடியும் எனக்கூறி உறுதியும் காணிக்கையும் வாங்கிக் கொண்டு வேங்கையின் கொழுப்பு எடுத்து காற்றுப் படும்படி வைத்தால் பசு அனைத்தும் வந்து பால் கறக்கும் இதுவே பசுவை பால் கறக்க வைக்கும் ஜாலம்.

சாயா புருஷ தரிசனம்

தன் குருநாதர் காலாங்கி தனக்கு உபதேசித்த மார்க்கங்கள் பலவுண்டு என்றாலும் அதில் குறிப்பிடும்படியானது ஆகாய கற்பம் என்னும் சாயா ரூப தரிசனம் என்று கூறி அந்த மார்க்கத்தை புலிப்பாணிக்கு உபதேசிக்க ஆரம்பிக்கிறார்.

காலை நேரத்தில் சூரியன் கிழக்கில் உதிக்கும்போது மேற்கு முகமாய் நிற்க வேண்டும். எதிர் திசையில், நிற்பவருடைய நிழல் நீளமாகத் தரையில் விழும். இரண்டு கைகளையும் தொங்க விட்டபடி தலையை அசைக்காமல் தன் நிழலை சிறிது உற்று நோக்கியபின் அப்படியே தலையை மேலே தூக்கி தெளிவான ஆகாயத்தைக் காண வேண்டும்.

அப்படி பார்ப்பவர்க்கு வானில் தன்னுடைய நிழலானது பனைமர அளவு உயரத்திற்குத் தெரியும். தரையில் சாணளவு இருந்த நிழல், வானில் பனைமர உயரமாய் தெரிவது பிரமிப்பைத் தரும். கண்ணிமைக்காமல் தன் நிழலை கண்ட விதத்தில் என்னென்ன பலன் உள்ளது என்று போகர் தீர்க்கமாக விளக்கியுள்ளார்

வானத்தில் பார்த்த நிழலில் தலை இல்லாது தெரிந்தால் அந்நிழலின் சொந்தக்காரன் ஒரு மாதத்தில் இறப்பான். நிழலில் இரு கரங்கள் இல்லாமல் தெரிந்தால் மூன்று மாதத்தில் இறப்பான். நிழல் பிம்பத்தின் மார்புப் பகுதியில் ஓட்டை தெரிந்து அதன் வழியே சூரியஒளி பாய்ந்தால் அவன் ஆயுள் ஆறு மாதந்தான். இது போல சாயாவின் ரூபத்தைக் காணும்போது அந்நிழலில் எந்தக் குறையுமின்றி இயல்பாய் முழுத்தோற்றமாய் நிறைவாய் தெரிந்தால் அவன் வெகுகாலம் இருப்பது உறுதி.

இந்த சாயா புருஷ தரிசனப் பயிற்சியை எவனொருவன் தொடர்ந்து பன்னிரெண்டாண்டுகள் செய்து வருகிறானோ அவனுடைய நிழலுருவம் அவனோடே எப்போதும் பின் தொடரும், அவன் பக்கத்திலேயே இருந்து எல்லாச் சமயங்களிலும் முன்கூட்டியே ஆலோசனைகளையும் எச்சரிக்கைகளையும் தரும். அவன் படுத்தால் அதுவும் படுக்கும், நின்றால் அதுவும் நிற்கும், நடந்தால் அதுவும் நடக்கும். அவன் கண்களுக்கு மட்டும் தெரிந்து எதிர் கால நிகழ்வுகளைக் கணித்து முன்கூட்டியே சொல்லி விடும். ஒரு மாமாங்கம் இந்த சாயாதரிசனம் செய்தவனுக்கு எல்லாமே சித்தியாகும். அஷ்டமா சித்திகளும் அவன் பெறுவான். இதில் ஐயமில்லை என்கிறார்

மேகஜால மை

இந்த சாயா தரிசனத்தை ஒரு சிறப்பான மையை நெற்றியில் இட்டுக் கொண்டு பார்ப்பது விசேடம் என்று சொன்ன போகர் அந்த மை செய்யும் மார்க்கத்தையும் கூறுகிறார்.

கருங்காலி, கண்ணன், நத்தை சூரி, சூரியகாந்தி, பருத்தி, கருப்பு ஊமத்தை, சடையன், பொன்னூமத்தை, மயூரி ஆகிய மூலிகைகளின் வேரை காய வைத்து பொடியாக்கி அதில் ஐங்கோலக் கருவை சேர்த்து அரைத்து கோரோசனையும் கூட்டிட வேண்டும், இதில் குமரி விழுதில் செய்த மயைச் சேர்த்து அரைத்து சிமிழில் பத்திரப் படுத்த வேண்டும்.

இந்த மையை புருவ மத்தியில் தீட்டியபின் ஆகாயத்தைப் பார்த்தால் எல்லாமே தெரியும் என்கிறார். சூரியனை மேகம் மறைத்திட்டாலும் மேகத்துக்குள்ளிருக்கும் சூரியனையும் சந்திரனையும் கூட வெறுங்கண்களில் காணலாம். நட்சத்திரங்களும் ஜகஜோதியாய் மின்னல் போல் காணமுடியும். இவ்வகையான ஜாலங்களைக் காட்டுவதால் இதற்கு மேகஜால மை என்று பெயர்.

இந்த மேகஜால மையின் அதிசயத்தை சீனத்து பெண்களுக்கு எடுத்துச் சொல்லி அவர்களையும் காணச் செய்து ஆச்சரியத்தில் ஆழ்த்தினார். இவர் சொன்ன சாயா தரிசன மார்க்கம் அறிந்து களிப்புற்றனர். தாங்களும் பன்னிரண்டு ஆண்டுகள் சாதகம் செய்து சித்தியடைவோம் என்று தெரிவித்தனர். அவர்களுக்கு பல வேடிக்கை சிமிட்டு வித்தைகள் காட்டி சூட்சாதி சூட்சுமங்களையெல்லாம் கற்றுத் தந்ததாக போகர் கூறுகின்றார்.

நூறு வயதான அண்டங்காக்கையை பிடித்து வந்து, அதன் வயிற்றை எடுத்து வெளியே போட்டு துப்புரவாக்க வேண்டும். அதன் சிரசைத் திறந்து பார்த்தால் அதில் நீலாஞ் சனக்கல் இருப்பது தெரியும்.

இந்தக் கல்லை பத்திரமாய் எடுத்து பதனம் செய்து கொண்டு மாந்திரீகத்தில் ஈடுபடலாம்.

ராஜாதிராஜாக்களெல்லாம் புதைத்து வைத்த நிதி அனைத்தையும் சல்லியன் வித்தைப் போல் கண்டுபிடித்து எடுத்து விடலாம். கருவான மையை உள்ளங்கையிலே தேய்த்துக் கொண்டு நீலாஞ்சனக் கல்லை உள்ளங்கையில் வைத்துக் கொண்டு பூமியைப் பார்க்கையில் பூமிக்கு அடியில் ஓடும் நதிகளும், நீர் வழிகளும், கண்களுக்குப் புலப்படுவதோடு அங்கே புதைந்து மறைந்து கிடக்கும் திரவியங்களும் கண்களுக்குத் தெரியும் என நீலாஞ்சன மகிமையைப் பற்றி விளக்குகிறார்.

இந்த மகிமையை போகர் சீனநாட்டில் சொல்ல, பெண்கள் எல்லோரும் ஒன்றாய்க் கூடி வயது முதிர்ந்த காகத்தை தேடிப் போனார்கள். கானகத்தில் தேடித் திரிந்தபோது வெள்ளைக் காகம் ஒன்று கண்ணில்பட அதைப் பிடித்து வந்து தலையிலிருந்து கல்லை எடுத்தார்கள். ஆனால் அது நீல நிறமாக இல்லாமல் வெண்மையாய் இருந்ததைக் கண்டு யோசிக்கையில் தேசமே வெண்மையாகவும், மக்கள் மனமும் வெள்ளந்தியாக இருப்பதால் காகமும் வெண்மையாக இருந்து விட்டது போலும் என்று நம்பினார்கள்.

நீலாஞ்சனக் கல்லின் நீல நிறத்தால் வையகத்தில் இருக்கும் நிதியெல்லாம் கண்டு எடுப்பதற்கு ஏற்புடையதாய் இருந்தது. இது போன்று மகிமை காட்டும் பண்புகள் ஏதும் வெண்மைக் கல்லில் இல்லை என்பதை சீனபெண்களுக்கு போகர் புரிய வைத்தார்.

ஆனாலும் சீனத்துப் பெண்களெல்லாம் வெண்காகத்தின் கல்லை உள்ளங்கையில் வைத்துக் கொண்டு ஏக்கத்துடன் ஆகாயத்தை வெறித்துப் பார்த்தவர்களுக்கு சந்தோஷம் பொங்கியது. பூமிக்கடியிலுள்ள நிதி திரவியங்கள் ஏதும் தென்படவில்லை. ஆனால் வானத்தில் சப்தலோக அதிசயங்களும் சூரிய, சந்திரன் தெரிந்ததோடு அருந்ததி நட்சத்திரமும் காணலாச்சு என்கிறார் போகர்.

சீன நாட்டவர்க்கு சைவம் கிடையாது, நல்ல நாள், கெட்ட நாள், வாரசூலை என்பது ஒன்றும் இல்லை. சீனநாட்டுப் பெண்களுக்கு சாஸ்த்திரங்களுமில்லை ஜாதியுமில்லை,

தீட்டுமில்லை தங்கள் இஷ்டம் போல் வாழ்ந்து களித்து எழிலாக பல பிறவிகள் எடுத்தார்கள். அஷ்ட திசையிலும் சீனர்களைப் புகழாதவர்களே இருக்க முடியாது

இந்த ஆறாம் காண்டத்தில் மற்றெல்லா விஷயங்களையும்விட மாந்திரிகத்தை அதிக அளவில் சொல்லியுள்ளார். அவை ஆய்வு செய்து பயன்படுத்தக் கூடியவை.

நிறைவாக

புலிப்பாணியே கேள்! காலாங்கி நாதரைப் பணிந்து ஏனைய சித்த நூல்களையும் படித்து குறுநூலாய் தக்கபடி பொருளடக்கம் பார்த்தே இந்த நூலை உனக்காகப் பாடி வைத்தேன். இந்நூலை கருமிகளுக்கும், பாவிகளுக்கும், துரோகியருக்கும் இனிதாய் பேசும் வஞ்சகர்களுக்கும் கொடுத்தாயானால் பாவம் வந்து சேரும். தர்ம சீலர்களுக்கும், புண்ணியவான்களுக்கும் மட்டும் இதைக் கொடு என்கிறார்.

போகரின் அதிசயங்கள் ஏழாம் காண்டத்தில் தொடரும்.

போக முனிவர் திருவாய் மலர்ந்தருளிய
ஆறாவது காண்டம்

காப்பு

அண்டபகி ரண்டாண்ட மரனேகாப்பு ஆனந்த பூரணமாம் உமையாள்காப்பு
குண்டமெனும் குவலயத்தில் குறியேகாப்பு குமரகுரு சீர்முருகர் பாதங்காப்பு
புண்டரீக திருப்பெருமாள் புவனைகாப்பு புகழான பிரமனவன் புனிதன்காப்பு
சண்டமா ருதம்போலே ஏழாயிரத்தைச் சாற்றுகிறேன் காலாங்கி பாதங்காப்பே. 5001

காப்பான ஆறாவதான காண்டம் கருவான பொருளெல்லாம் இதிலடக்கம்
சேப்பான ஏழாயிரம் பொருள்தானப்பா சிறப்பான சத்தகாண் டமும்ஆகும்
வேப்பான ஆறாவதான காண்டம் வெகுபொருள்கள் இதிலடக்கம் வினயமெத்த
பாப்பான காண்டமது ஆறுக்குள்ளே பார்லோக வித்தையெல்லாம் காணலாமே. 5002

காணலாம் பெருநூலாம் ஏழாயிரத்தில் கருவான சரக்கெல்லாம் இதிலேதோயும்
பூணவே குருநூல்தான் பெருநூலப்பா புகழான சத்தசா கரந்தான் ஆகும்
வேணதொரு கருக்குருவும் இதிலடக்கம் வேகமுடன் பாடிவைத்த சத்தகாண்டம்
நாணவே நாதாக்கள் ரிஷிகள்பாதம் நான்வணங்கி பாடிவைத்தேன் நன்மைபாரே. 5003

பாரேதான் மாந்திரீக ஜாலப்போக்கு பாங்கான வயித்தியமும் யோகமார்க்கம்
சீரேதான் சிமிட்டுவித்தை அனந்தம்போக்கு சிறப்பான கோல்வரிசை சிலம்பாட்டம்
நேரேதான் பற்பமுடன் செந்தூரங்கள் நெடிதான கட்டினமும் நீற்றினமுமாகும்
தீரேதான் லேகியங்கள் குளிகைமார்க்கம் திறமான லோக மாரணமுமாமே. 5004

ஆமேதான் புலிப்பாணி அருண்மைந்தாகேள் அப்பனே சொல்லுகிறேன் புத்திவானே
நாமேதான் காலாங்கி நாதர்பாதம் நலமுடனே யான்வணங்கி கூறலுற்றேன்
வேமேதான் வெகுநூல்கள் பார்த்துமேதான் விருப்பமுடன் இந்நூலை உந்தனுக்கு
தாமேதான் குருநூலாய்ப் பொருள்கள்கண்டு தக்கபடி செய்தேனே தாரணியோர்க்கே. 5005

தாரணியில் நூல்கண்டோர் கர்மிகட்கும் தகமையுள்ள சண்டாளர் பாவிகட்கும்
காரணியாம் நயம்பேசி கதைஉரைக்கும் கடிதான துரோகிகட்கும் இந்தநூலை
தூரணியாய் கொடுத்தாக்கால் பாவமெய்தும் துப்புரவாய்க் கொடுக்காதே புண்ணியவானே
வேரணியாய் தர்மிகட்கும் புண்ணியர்க்கும் வேணஉப சாரமுடன் கொடுப்பாய்தானே. 5006

தானான போகர்ஏழா யிரந்தான் தாரணியில் கண்டவர்கள் விள்ளார்தாமே
கோனான எனதையர் காலாங்கிநாதர் குவலயத்தில் கொற்றவர்தன் கடாட்சத்தாலும்
வேனான சத்தகாவியத்தை அப்பா விருப்பமுடன் பாடிவைத்தேன் மைந்தாகேளு
தேனான இந்நூல்தான் சொர்ணநூலாம் தெளிவாகப் பாடிவைத்தேன் புவியுளோர்க்கே. 5007

கள்ளனைப் பிடிக்கத் தந்திரம்

புவியான இன்னமொரு மார்க்கம்பாரு புகழான தந்திரமாஞ் ஜாலவித்தை
கவியான சித்தர்முனி ரிஷிகள்யாரும் கூறவில்லை எவ்வித நூலிலப்பா
பவியான பணிதிகளை கொள்ளைகொண்டோர் பாருலகில் காண்பதற்கு அரிதேயாகும்
குவிதமுடன் ஜாலமாந் தந்திரவித்தை கூறுவேன் மாணாக்கள் பிழைக்கத்தானே. 5008

தானான கொள்ளைகொண்டோர் மாண்டர்தம்மை தாரணியில் பிடிப்பதற்கு உபாயதந்திரம்
மானான மச்சென்ற மாளிதன்னில் மகத்தான காகமொன்று பதிதானப்பா
பானான மேடையது ஒன்றுசெய்து பாங்கான மேடையின்மேல் கலசம்வைத்து
கோனான குருதனையே மனதிலெண்ணி கொற்றவனே கலசமதில் தேங்காய்வையே. 5009

வைத்துமே தேங்காய்மேல் காயந்தன்னை வளமாகத் தான்பூசி மைந்தாநீயும்
பையவே சந்தேகப் பட்டபேரை பாங்குடனே கும்பலாய்க் கூட்டிக்கொண்டு
மெய்யாக நீங்களெல்லாம் மாளிசென்று மேன்மையுடன் தேங்காயைத் தொட்டுவந்தால்
கைதனையே சோதிப்பேன் என்றுசொல்லி கருத்துடனே உறுதிமொழி கூறுவாயே. 5010

கூறுவாய் காயத்தின் வலிமைதன்னை குறிப்பாக மர்மமதாய் மனதிலெண்ணி
தேறுவாய் கைதனையே கண்ணிலொத்தி தேற்றமுடன் முத்தமது இட்டார்போல
மாறுபா டாகவல்லோ வாசந்தன்னை மதிமுகத்தில் மோர்ந்துமல்லோ தெரிந்துகொள்வாய்
தீதுடைய மனிதரவர் எல்லாங்கூடி சிறப்பாகக் கையதனைக் காட்டுவாரே. 5011

காட்டுவார் ஒவ்வொரு மனிதர்தானும் கைநீட்டி பரீட்சையது செய்யுமென்பார்
தாட்டிகமாய் கைநீட்டிக் காட்டும்போது தகமையுடன் வாசனையைத் தெரிந்துகொள்ளு
மேட்டிமையாய் வாசனைகள் இருக்குமாண்பர் மேதினியில் பொருளதனை தீண்டாமாண்பர்
பூட்டகமாய் வாசனைகள்இல்லா விட்டால் புண்ணியனே திருடனென்று செப்பலாமே. 5012

செப்பலாம் பயங்காளியான மாண்பன் சென்றுமே மாளியிடம் கட்டிநின்று
ஒப்பமுடன் நகைஎடுத்த தோஷத்தாலே ஓகோகோ தொட்டாலே மோசம்நேரும்
எப்படியும் தப்பிக்க வழிதான்வேண்டும் எழிலான தேங்காயைத் தொடக்கூடாது
இப்படியே தன்மனதில் உள்ளடக்கி எழிலாக யான்தொட்டேன் என்பான்பாரே. 5013

பாரேதான் பயங்கரத்தை உள்ளடக்கி பான்மைபெற சபையார்முன் சோதனைக்கு
நேரேதான் முன்நிற்பான் பாவிதானும் நெடிதான சண்டாளன் குருத்துரோகி
கூரேதான் சத்தியமாய் வார்த்தைசொல்வான் குணமில்லான் மனமில்லான் மானமில்லான்
சேரேதான் மெய்வார்த்தை மிகவுங்கூறி செழிப்புடனே தான்வருவான் திருடனாமே. 5014

திருடனாம் பொய்சூது கபடுதந்திரம் தீரமுடன் தான்பேசி தப்பிப்பான்பார்
பொருடனையே கொள்ளைகொண்ட லோபன்தானும் பொங்கமுடன் பொருளெடுத்த மாண்பென்ன
குருதனையே தான்நினைத்து திருடனென்று குறிப்புடனே சொல்லியல்லோ பொருளைவாங்கு
அருளுனக்கு உண்டாகும் மைந்தாபாலா அப்பனே காலாங்கி கடாட்சந்தானே. 5015

தானாக பொருள்தீண்டா மாண்பரெல்லாம் சட்டமுடன் தேங்காயைத் தொடுவார்பாரு
வேனான பொருள்எடுத்தோன் சந்தேகத்தால் வேற்றுமுக மாகியல்லோ தீண்டானப்பா

மானான வையமென்ற எண்ணத்தாலே மயக்கமுடன் தேவதைகள் கொல்லுமென்று
பானான கலசமது வெகுவாய்தோன்றி பான்மையுடன் கைதனையே தீண்டான்பாரே. 5016

தீண்டான்காண் பொருளெடுக்கா பூபன்தானும் திறமுடனே தப்பிக்க வழியேபார்ப்பான்
பூண்டகமாய் அதீதமென்ற போக்குசொல்லி புனிதமுடன் தப்பிக்க வழியேகாண்பான்
காண்டகமாய் இந்தவித்தை யாருங்காணார் காசினியில் புத்திமான் காண்பான்பாரு
வேண்டியதோர் கருமானம் இன்னமுண்டு விருப்பமுடன் சொல்லுகிறேன் இன்னங்கேளே. 5017

கஸ்தூரி ஜாலம்

கேளப்பா புலிப்பாணி மைந்தாகேளு கெடியான கஸ்தூரி ஜாலமப்பா
நாளப்பா போகாமல் இந்தஜாலம் நாட்டினிலே செய்வார்கள் அனந்தம்போக்கு
மாளப்பா புத்திமான் செய்யுஞ்ஜாலம் மகத்தான ஜாலமது வினோதவித்தை
வீளப்பா ஜெகஜால சூதுவித்தை விள்ளாரே யாருந்தான் விள்ளார்தானே. 5018

விள்ளாரே கஸ்தூரி ஜாலவித்தை விளம்புகிறேன் மாணாக்கள் பிழைக்கவென்று
புள்ளான தடியொன்று மூன்றேயாகும் புகழான மச்சென்ற மாளிதன்னில்
விள்ளவே நடுமையந் தன்னிலப்பா விருப்பமுடன் கோல்நாட்டி முக்கோணந்தான்
கொள்ளவே முக்கோணக் குச்சிக்குள்ளே குறிப்புடனே காகமென்ற கலசம்வையே. 5019

வைக்கவே கலசமதில் கலசம்வைத்து மகத்தான கலசமதில் ஓடுவைத்து
நைக்கவே ஓட்டின்மேல் தலைதானப்பா நலமான செம்மறியின் தலைதானாகும்
பொய்க்காமல் தலைமேலே சாணம்வைத்து பொங்கமுடன் சாணமதில் கலசம்வைத்து
மெய்க்கவே கண்டமதில் தீபமேற்றி மேன்மையுடன் மந்திரங்கள் ஓதுவாயே. 5020

ஓதுவாய் பஞ்சாட்சர அட்சரத்தை உத்தமனே நூற்றெட்டு உருதான்போடு
வாதுபுகழ் செம்மறியின் முகத்திலப்பா வண்மையுடன் வாடையென்ற கஸ்தூரிதானும்
தீதறவே கள்ளனைத் தானறியவேண்டி திகழான கஸ்தூரி தன்னையப்பா
சேதுபந்த மாகவல்லோ முகத்தில்பூசி செம்மலுடன் பதனமது செய்குவாயே. 5021

செய்யவே கஸ்தூரி தன்னைத்தானும் சிறப்புடனே பூசியல்லோ மைந்தாகேளு
வெய்யவே மாளிதனில் கன்னம்போனால் வேகமுடன் திருடர்களைப் பிடிக்குமார்க்கம்
பையவே சந்தேகப் பட்டபேரை பாங்குடனே யாவரையுங் கூட்டிவந்து
நையவே மச்சென்ற மாளிதன்னில் நலமுடனே சபைகூட்டி நிற்கச்செய்யே. 5022

நிற்கவே ஏகஜனஞ் சூழ்ந்துநிற்க எழிலாகக் கள்ளனைத் தானறியவேண்டி
துர்க்கையென்ற காளியது மந்திரத்தால் துப்புரவாய் நவகண்ட மோதும்போது
அற்பமென்று நினையார்கள் மாண்பரப்பா அப்போதே எடுத்தவனும் ஏங்கிநிற்பான்
சொற்பமென்ற தந்திர மந்திரத்தினாலே சோர்வடைந்து கள்வனவன் முழிப்பான்பாரே. 5023

பார்க்கையிலே கள்வனவன் லகுவாய்நிற்பான் கருத்தினிலே சதாசிவமுந் திடுக்கிட்டேங்கி
தீர்க்கமுடன் ஒவ்வொரு வராகவல்லோ தீரமுடன் மச்சென்ற மாடிதன்னில்
ஏர்க்கவே சோதனைக்கு மாளிகைக்குள்ளே என்தாயே ஈஸ்வரியே தீண்டவில்லை
ஆர்க்கவே சத்தியத்தை செய்துமல்லோ அப்பனே முகமதனைத் தீண்டிடாயே. 5024

தீண்டவே வேண்டுமென்று சொல்லியல்லோ சோதனைக்கு உள்ளகற்றி தொலைவாய்நில்லு
ஆண்டகையே மாதாவே என்றுரைத்து அங்ஙனவே அட்சதையைத் தூவுதூவு
மாண்டதொரு செம்மறியின் முகத்தைத்தொட்டு மார்க்கமுடன் ஒவ்வொருவர் வருங்காலத்தில்
வேண்டியே அவர்கரத்தை நீதானப்பா விருப்பமுடன் தானணைத்து முகத்திலொத்தே. 5025

ஒத்தையிலே கஸ்தூரி மணந்தான்வீசும் ஓகோகோ பொருளெடுக்க வில்லையென்று
சத்தியமாய் நீசொல்வாய் மகனேயப்பா சாங்கமுடன் பொருளெடுக்க வில்லையென்று
புத்தியுடன் பொருள்தொட்டோன் கரத்தில்வாசம் பொங்கமுடன் இருக்கவே மாட்டாதப்பா
வெத்தியுடன் நீநினைத்து மாண்பர்தம்மை மேதினியில் சொல்லுவது தருமமாமே. 5026

தருமமாம் பொருள்களவு கண்டுதேறி தண்மையுடன் சொல்வதுவே மனுதர்மமாகும்
கருமமது பொய்யாது உந்தனுக்கு காசினியில் நீயுமொரு நீதனாவாய்
பருமமுடன் வையகத்தில் மாண்பர்க்கெல்லாம் வளமையுடன் குருசம்பர போதவானாய்
அருமையாய் எல்லவரும் உந்தனைத்தான் அப்பனே சதாகாலம் போற்றுவாரே. 5027

போற்றுவார் தந்திரமாஞ் ஜாலவித்தை பொங்கமுடன் யாருக்கும் விள்ளவேண்டாம்
ஏற்றியே கர்மிகளும் பாபியோரும் எதாஸ்தான சண்டாளல் அனேகருண்டு
நாற்றிசையும் இருப்பார்கள் புண்ணியவான்கள் நவிலாதே ஒருவருக்கும் நவிலவேண்டாம்
மாற்றியே மாந்திரீகம் என்றுரைத்து மகுத்துவமாய் ஞானிபோல் இருந்திடாயே. 5028

இருக்கையிலே எல்லவரும் போதங்கொண்டு என்குருவே என்சாமி என்றுமல்லோ
பொருக்கமுடன் பொருள்கொள்ளை இட்டபேர்கள் பொங்கமுடன் உனைத்தேடி வருவார்பாரு
தருக்கமது மிகப்பேசி மகனேயப்பா தருவித்த பொருளதனைக் கொடுப்பேனென்று
அருட்கமலம் வீற்றிருக்கும் அம்பாள்தானும் அப்பனே கூட்டிவைப்பாள் என்றுசொல்லே. 5029

சொல்லையிலே எதிராக வந்தபேர்கள் சொக்கியே உன்வலையில் சிக்கியல்லோ
வல்லதொரு குருசம்பிர தாயபூபா வளமையுடன் எந்தனது பொருளையப்பா
மெல்லவே தருவித்துத் தந்தாயானால் மேன்மையுடன் உந்தமக்கு பாதிஈவேன்
சல்லியங்கள் நேராது சுவாமியென்று தப்பாமல் அடிபணிந்து சேவிப்பாரே. 5030

சேவிப்பார் கடவுளென்று உன்னைத்தானும் ஜெகதலத்தில் மாண்பரெல்லாம் மயங்கியல்லோ
தாவியே சதாகாலம் பக்கலப்பா சட்டமுடன் காத்திருப்பார் கோடிமாண்பர்
ஆவிபொருள் உடலாதி அனைத்துமப்பா அப்பனே உந்தமக்கு தத்தமென்பார்
பாவியென்ற நாமமது படைக்காமற்றான் பாருலகில் சத்தியனாய் வாழ்வாய்தானே. 5031

தானான புலிப்பாணி மைந்தாகேளு தப்பாமல் எந்தனுக்கு குருதானப்பா
தேனான காலாங்கி நாதர்தம்மை தேற்றமுடன் சதாகாலம் மனதிலெண்ணி
பானான மனோன்மணியாள் பாதம்போற்றி பான்மைபெற எப்போதும் தொழுதுமல்லோ
கோனான குருக்கள்மார் ரிஷிகள்தம்மை கொற்றவனே தான்நினைந்து நடத்துவாயே. 5032

நடத்துகையில் இன்னமொரு மார்க்கஞ்சொல்வேன் ராஜாதிராஜ ரெல்லாம் மெச்சுதற்கு
திடமான தந்திரமாஞ் ஜாலப்போக்கு செப்புகிறேன் மாணாக்கர் உந்தமக்கு
அடலான தந்திரமாம் மாயதந்திரம் அப்பனே யாருந்தான் அறியமாட்டார்
கடலான கள்ளனைத்தான் பிடிக்கவல்லோ காசினியில் இன்னமொரு மதிசொல்வேனே. 5033

பச்சரிசி ஜாலம் - கள்ளனைப் பிடிக்க

மதியான ஜாலமொன்று சொல்வேனப்பா மகத்தான காலாங்கி நாதர்தம்மை
துதியுடனே தான்வணங்கி துய்யபாலா துப்புரவாய் உந்தனுக்குக் கூறுவேன்யான்
நிதியெடுத்த கள்ளனைத்தான் அறிவதற்கு நீதியுடன் தந்திரமாஞ் ஜாலவித்தை
பதியான களவுசென்ற மாளிதன்னில் பட்சமுடன் தானடுத்துச் செப்பக்கேளே. 5034

செப்பவென்றால் நிதிபோன மாளிதன்னில் சிறப்புடனே நீசென்று ஜாலஞ்செய்வாய்
ஒப்பமுடன் நிதிஎடுத்த மாண்பர்தம்மை ஓகோகோ யாவரையுந் தான்அழைத்து
தப்பிதங்கள் நேராமல் மைந்தாகேளு தன்மையுடன் சந்தேகப் பட்டபேரை
மெய்யுடனே அவர்கையில் அரிசியப்பா மேன்மையுடன் தானெடுத்துச் செப்பக்கேளே. 5035

கேளப்பா அவரவர்கள் கையிலப்பா கெடியான பச்சரிசி நிரம்பவுந்தான்
ஆளப்பா தனித்தனியே கொடுத்துமைந்தா அப்பனே அவர்களுக்கு வணக்கங்கூறி
மாலப்பா மாண்பர்களே நீங்களெல்லாம் மயங்காமல் பொருளெடுக்க வில்லையென்று
தேளப்பா கொட்டினது போலேயப்பா தேற்றமுடன் யான்கூறும் மொழியைக்கேளே. 5036

மொழியான வார்த்தையது என்னவென்றால் மோசமில்லை நீங்களுந்தான் நடுங்கவேண்டாம்
வழியுடனே பச்சரிசி வாயிலிட்டு வண்மையுடன் தான்மென்று மைந்தாகேளு
சுழியான வாயில்மென்ற அரிசிதன்னை சூட்சமுடன் பூமிதனில் முழியவேண்டும்
பழியான எலுமிச்சம் பழத்தையப்பா பாண்மையுடன் வாய்தனிலே கடிப்பாய்தானே. 5037

கடித்துமே பழரசத்தை மாணாக்காளே கருத்துடனே பூமிதனில் முழியவேண்டும்
துடிப்புடனே பொருளெடுக்க வில்லையென்று தூய்மையுடன் சத்தியங்கள் செய்யவேண்டும்
நடித்துமே சோதனைகள் தந்துமல்லோ நலமுடனே செல்கவென்று விடையுந்தந்து
முடித்துமே மந்திரங்கள் ஓதினாற்போல் முனையான தலைவாசல் முன்னேநில்லே. 5038

நிற்கையிலே மாண்பரெல்லாம் சோதித்தாகிவந்து நிலையான நிலைதனிலே நிற்கும்போது
அற்பமென்று நினையாமல் அவர்கள்தன்னை அன்புடனே தான்நினைந்து அப்பாகேளு
சொற்படியே நீயுமிந்த அரிசிதன்னை சொந்தமுடன் காட்டவென்று வினயங்கேளு
உற்பனமா உமிழ்ந்ததொரு அரிசியப்பா ஓகோகோ குழம்புபோ லிருக்கும்பாரே. 5039

பாரப்பா பொருளெடுத்தோன் அரிசிதானும் பான்மையுடன் பொடிப்பொடியாய் இருக்கும்பாரு
நேரப்பா எடுக்காத பேர்கட்கெல்லாம் நேர்மையுடன் அரிசியது குழம்பாய் நிற்கும்
சீரப்பா பழமது உமிழ்ந்தபேர்கள் சிறப்பான நாவதனில் ரசமுண்டாகும்
ஆரப்பா எடுக்காத பேர்கட்கெல்லாம் அப்பனே ரசமதுவும் அதிகங்காணே. 5040

காணவென்றால் எடுத்தவர்கள் மாண்பருக்குக் கடிதான பழமதுவும் ரசந்தானப்பா
பூணவே ரசமதுவும் குறைந்துகாட்டும் புகழான எலுமிச்சம் பழந்தானப்பா
தோணவே திருஷ்டாந்திரங் கண்டுகொள்ளு தோராமல் சபையார்க்குக் கூறுகூறு
வேணதொரு உபசாரக் கள்ளனைத்தான் வேகமுடன் கண்டறிந்து செப்புவாயே. 5041

செப்பவென்றால் நாவில்லை பாவுமில்லை ஜெகதலத்தில் உனைப்போல மகுத்துமுண்டோ
ஒப்பவே சபையார்முன் கள்ளனைத்தான் ஓங்காரம் இட்டல்லோ அழைப்பாய்பாரே
தப்பிதங்கள் நேர்ந்ததென்று மனதிலெண்ணி தண்மையுடன் பொருளதனைத் தருவான்பாரு

இப்படியே ஜாலதந்திரத் தினாலே என்மகனே பொருளதனை வாங்குவாயே. 5042

மாட்சிமை கூறல்

வாங்கையிலே புத்திமான் என்றுசொல்லி வார்த்தைசொல்வார் வையகத்தில் உன்னையப்பா
தூங்கியே திரியாதே மைந்தாகேளு துப்புரவாய் நீயுமொரு கெவுளியாவாய்
ஏங்கியே உனைகண்டால் எல்லாருந்தான் எழிலுடனே உந்தமக்கு வணக்கங்கூறி
பாங்கியர்கள் தன்முதலாய்ப் பரிசுஈவார் பாரினிலே நீயுமொரு சித்தனாமே. 5043

சித்தனென்று சொல்லியல்லோ உன்னையப்பா சிதாபாசக் கட்டளையை மனதிலெண்ணி
பத்தியாய் திரிகாலப் பூசைசெய்து பலகாலும் சிந்தித்துப் பணிவுகூறி
முத்திபெற நல்வழிக்கு வாளதாகி முயன்றுமே எப்போதும் முயற்சிவானாய்
நத்தியே உம்மிடத்தில் சீஷனாக நாடோறும் பணிவிடைக்கு நிற்பாரே. 5044

நெற்பொரி ஜாலம்

பாரப்பா நெற்பொரியின் வித்தைசொல்வேன் பாங்கான நெல்லதுவுங் குறுணிகொண்டு
நேரப்பா சீலைதனில் முடிந்துதானும் நெடிதான சுண்ணாம்புக் காளைதன்னில்
சீருடனே கிளிஞ்சி நடுமையந்தானும் சிறப்புடனே வைத்துமல்லோ கிளிஞ்சிமூடி
காருடனே தான்அவித்து எடுத்துக்கொண்டு கவனமுடன் முடிச்சதனை அவிழ்த்திடாயே. 5045

அவிழ்க்கையிலே நெல்லதுவுங் காரமேறி அழகுடன் நெல்லதுவுங் கண்ணில்தோற்றும்
புவிதனிலே வெகுசனங்கள் கூட்டத்தோடு பொங்கமுடன் தானழைத்து கும்பல்சேர்த்து
பவிமதிகள் போன்றதொரு மாந்தருக்கு பண்பான ஜாலமொன்று சொல்வாயப்பா
துவிதமுள்ள நெல்லதனை சபையோர்முன்னே துப்புரவாய் பூமிதனில் கொட்டிடாயே. 5046

கொட்டியே பலபேர்கள் பார்க்கவல்லோ கொப்பெனவே ஜலமதனை நெல்லின்மேலே
திட்டமுடன் தான்தெளிப்பாய் மைந்தாய்நீயும் தீர்க்கமுடன் நெல்லெல்லாம் பொரியேயாகும்
சட்டமுடன் பொரியெடுத்துப் பார்க்கும்போது சார்பான நெற்பொரியும் மெய்யதாச்சு
வட்டமுடன் நெருப்பில்லாப் பொரியுமாச்சு மகத்தான வித்தையிது ஜாலமாச்சு. 5047

ஜாலமென்றால் நெருப்பில்லாப் பொரியுமாச்சு சாங்கமுடன் கண்டவர்கள் மயங்கலாச்சு
கோலமுடன் பொரியெடுத்து சபையோர்முன்னம் பொங்கமுடன் தான்கொடுத்து பரிசுவாங்கி
தாலமுடன் வையகத்தில் சித்தனைப்போல் தாரணியில் வெகுகாலம் இருந்துகொண்டு
சீலமுடன் லோகஅதி சயமுங்கண்டு சிற்பரனைப் போலிருந்து பூசிப்பாயே. 5048

பூசித்துத் தானிருக்கும் காலந்தன்னில் பொங்கமுடன் மாந்தரெல்லாம் உன்னையப்பா
ஆசித்து வணங்கியேதான் அன்புகூர்ந்து அப்பனே எந்நாளும் பதாம்புயத்தை
நேசித்து உந்தமக்குக் கருணைகூர்ந்து நெடுங்காலங் கார்த்திருப்பார் மாந்தரெல்லாம்
காசுமிகப் பொன்னையெல்லாம் தருவார்பாரு கடாட்சித்து அவர்களுக்கு கதிசொல்வாயே. 5049

கசகசா மீன் ஜாலம்

சொல்லவே புலிப்பாணி மைந்தாகேளு சொற்பெரிய காலாங்கி தனைநினைந்து
வெல்லவே சினையுள்ள மச்சந்தன்னை விருப்பமுடன் தானெடுத்து புனிதவானே

புல்லவே பனிநீரைத் தானெடுத்து புகழாக சினைதனக்கு நித்தியந்தான்
செல்லவே ரவிதனிலே சுறுக்குத்தாக்கு செம்மலுடன் சூரியனும் வலிப்பான்பாரே. 5050

வலித்துமே சினைதானும் பனிநீர்தன்னை வளமுடனே தான்குடித்து நிற்கும்போது
பலிப்புடைய சினையெல்லாம் உதிர்த்துக்கொண்டு பட்சமுடன் கசகசாவில் கலப்பாயப்பா
சலிப்பின்றி பரணிதனில் அடைத்துமேதான் சட்டமுடன் பதனமது செய்துகொண்டு
கலிதனிலே வெகுமாண்பர் கூட்டத்தோடு களிப்புடனே ஜாலமது செய்குவாயே. 5051

செய்யவென்றால் ஜாலமது மார்க்கங்கேளு செம்மண்ணு தொட்டியொன்று பாண்டமப்பா
துய்யநல்ல ஜலமதுவும் பாண்டந்தன்னில் துப்புரவாய் நிறையவிட்டு புகலக்கேளு
பையவே பரணைதனை திறந்துமைந்தா பாலகனே பாரினிலே வெகுபேர்காண்க
வையகங்கள் பிரமிக்க கசகசாவை வண்மையுடன் தானெடுத்துக் கொட்டுவாயே. 5052

கொட்டையிலே ஜனங்களெல்லாம் மயங்குவார்கள் கோடியிலே புத்திமான் ஒருவனுண்டு
சட்டமுடன் மற்றோர்கள் காணாரப்பா தாரணியில் காண்பதுவும் அரிதேயாகும்
திட்டமுடன் பாண்டமதை மூடிப்போடு தீர்க்கமுடன் ஒருநாழிகை யானபின்பு
வட்டமுள்ள பாண்டமதை திறந்துபார்க்க வளமான சினையதுவும் மீனுமாச்சே. 5053

ஆச்சப்பா சினையெல்லா மீனுமாச்சு அப்பனே கசகசா நின்றுபோச்சு
நீச்சப்பா சிறுமீன்கள் பொடிகளப்பா நிலையான பாண்டமதில் மேயலாச்சு
மேச்சப்பா பொரித்ததெல்லாம் சினைதான்கெட்டி மேன்மையுள்ள கசகசா சொத்தையென்று
ஆச்சரிய மாகவல்லோ உரைப்பாயப்பா வருண்மைந்தா மெய்யென்று நம்புவாரே. 5054

நம்பியே மாண்பரெல்லாம் ஏக்கம்கொண்டு நடுநடுங்கி பிரமித்து சோபித்தேதான்
வெம்பியே முகம்வாடி உளங்களித்து வேகமுடன் ஆசீர்மம்மிகவுஞ் செய்து
தம்பியே எந்தன்குரு நாதபோதா தாரணியில் உனைப்போல சித்தனுண்டோ
கும்பியே கைகுவித்து உளங்களித்து கொப்பெனவே கால்தனிலே பணிகுவாரே. 5055

பணிகுவார் எந்தன்குரு நாதாவென்பார் பாரினிலே வெகுகோடி சித்துவென்பார்
துணிவுடனே ஜாலமல்ல சிருஷ்டியென்பார் தோய்ந்தபொருள் உள்ளதொரு கருவேஎன்பார்
கணிவுடனே காயாதி கற்பங்கொண்ட கைலாச நாதமுனி கடவுளென்பார்
மணிபோன்ற லோககுரு இவர்தானென்பார் மாசற்ற சற்குருவாம் என்பார்பாரே. 5056

எலுமிச்சம்பழ வித்தை

பாரப்பா இன்னமொரு கருமானங்கேள் பாரினிலே எல்லவரும் பயந்துவோட
ஆரப்பா ஆச்சரிய மானவித்தை அப்பனே அறிவுள்ளான் அறிவான்பாரு
சீரப்பா பிரதிவா மெழுகினாலே சிறப்புடனே கத்தியொன்று செய்வாய்தானும்
நேரப்பா செம்பருத்தம் சப்பார்த்துப்பூ நெடிதான செம்பாளைப் பழத்தைவாங்கே. 5057

வாங்கியே சார்பிழிந்து மன்னாகேளு மகத்தான இரும்பினுட கத்திமேலே
தூங்கியே திரியாதே புத்திவானே துடிப்புடனே சாரதனைப்பூசிப்பூசி
மாங்குபெற ரவிதனிலே காயவைத்து பான்மையுட தன்னையே பதனம்பண்ணி
சாங்கமுடன் சபைகூட்டி மைந்தாகேளு சட்டமுடன் ஜாலம் விளையாடுவாயே. 5058

ஆடுவாய் சபையார்முன் செப்பக்கேளு அப்பனே ஓர்சிறுவன் புத்திவானாய்
தேடியே கொண்டுவந்து கூட்டத்துள்ளே தெளிவுடனே அவன்கழுத்தில் நிம்பழந்தன்னை
சாடியே கழுத்திலே நிம்பழத்தை சட்டமுடன் தான்தறித்து கயறுபூண்டு
வாடியே திரியாமல் மயங்கிடாமல் மன்னவனே கத்திகொண்டு அரிகுவாயே. 5059

அரிகையிலே எலுமிச்சை பழரசந்தான் அப்பனே ரத்தமது போலேசாயும்
கிரியையிது மெய்க்கிரியை சாலவித்தை கீர்த்தியுள்ள வித்தையிது என்பார்பாரு
சரியான ஜெகஜாலம் இதுவேயென்பார் தாரணியில் செய்பவர்கள் இதைப்போலுண்டோ
குரியான ரத்தமது ஜாலவித்தை கொற்றவனே கழுத்தறியும் வித்தைதானே. 5060

தானான வித்தையிது சூட்சம்சூட்சம் தாரணியில் யாரேனும் காண்பதுண்டோ
கோனான காலாங்கி நாதரப்பா கொற்றவனார் எந்தனுக்கு உபதேசித்த
தேனான வித்தையிது தேசிவித்தை ஜெகதலத்தில் கோடிப்பேர் மயங்குவார்கள்
பானான பராபரியாள் கடாட்சத்தாலே பாலகனே உந்தனக்கு ஓதினேனே. 5061

ஓதினேன் ஜாலமென்ற வினோதஜாலம் உத்தமனே வையகத்தோர் பிழைக்கவென்று
நீதியுடன் உந்தமக்கு சொன்னேன்யானும் நிட்களங்க மாகவல்லோ உரைத்தேனப்பா
பாதிமதி தானணிந்த தம்பிரானே பாருலகில் சித்தனைப்போல் இருந்துகொண்டு
ஜோதிமயங் காணுதற்கு சூட்சாசூட்சம் தொல்லுலகில் காண்பதற்கு வழிகொள்வாயே. 5062

கொள்ளவென்றால் குருபதத்தின் கொள்கைவேண்டும் கோளாறு தானகற்றி நடக்கவேண்டும்
எள்ளளவும் பொய்சூது கடடுதந்திரம் என்மகனே மனந்தனிலே நண்ணலொப்ப
புள்ளிமயி லேறிவரும் புனிதவானை புகமுடனே எந்நாளும் நினைக்கவேண்டும்
விள்ளவே அவருமக்கு உடதேசிப்பார் வித்தகனே எல்லோரும் போற்றுவாரே. 5063

பாண்டம் சலமில்லாமல் சாதம் சமைப்பது

போற்றுவார் இன்னமொரு கருமானங்கேள் பொங்கமுடன் உந்தமக்குக் கூறுவேன்யான்
ஆற்றலுடன் காலாங்கி நாதரோடு அன்புடனே வனஞ்சுத்தி வருகும்போது
காற்றுடனே வனாந்திரங்கள் சுற்றும்போது கண்மணியே எந்தனுக்குக் களையுண்டாச்சு
நீற்றலுடன் காலாங்கி என்னைப்பார்த்து நீட்சியுடன் களைபோக நினைத்திட்டாரே. 5064

நினைத்துமே அரிசிதனைக் கொண்டுவந்து நீதியுடன் காலாங்கி நாதர்தாமும்
புனைப்புடனே சீலைதனில் அரிசிகொட்டி புகமுடனே தோளாந்திர மாகவல்லோ
சினைப்பதற்கு அரிசிக்கு நாலுகொண்ட சிறப்பான இடமதுவும் அதிகம்விட்டு
பனைப்புடனே தான்முடிந்து ஆற்றோரந்தான் பட்சமுடன் மணல்தனிலே பதிந்திட்டாரே 5065

பதிந்துமே முடிச்சியின்மேல் மணலைக்கொட்டி பாங்குபெற தீயதனை மேலேமூட்டி
அதிந்துமே யோர்சாம மெரித்தபோது அப்பனே ஆற்றுநீர் கசிந்துமேதான்
துதிந்துமே அரிசியது ஊறலாகி துய்யாணின் நிறம்போலே சாதமாச்சு
முதிந்துமே போகாமல் பதத்தெடுத்தும் உத்தமனே எந்தனுக்கு தந்தார்தானே. 5066

தானான காலாங்கி நாதர்தாமும் தண்மையுடன் எந்தமக்குக் கொடுத்தஜாலம்
கோனான குருகொடுத்த ஜாலமப்பா கொற்றவனே உந்தனுக்கு யானும்தந்தேன்

பானான பராபரியாள் கடாட்சத்தாலே பாலித்தேன் உந்தமக்கு இந்தப்போக்கு
தேனான ஜாலமது இந்திரஜாலம் தேற்றமுடன் உலகுதனில் செய்வாய்பாரே. 5067

பாரப்பா அரிசியென்ற சாதமப்பா பண்புடனே கண்டவர்கள் பிரமிப்பார்கள்
நேரப்பா பாண்டமில்லா வித்தையப்பா நெடிதான தந்திரமாஞ் ஜாலவித்தை
ஆரப்பா செய்வார்கள் இந்தப்போக்கு அப்பனே யாம்உமக்குச் சொன்னநீதி
சீரப்பா உலகுதனில் சித்தனைப்போல் சிறப்புடனே தாமிருந்து ஆடுவாயே. 5068

ஆடையிலே வையகத்து மாண்பரெல்லாம் அப்பனே இந்திரமாஞ் ஜாலமென்பார்
கூடையிலே வெகுபேர்கள் மாண்பர்தானும் குறிப்புடனே இச்சாலம் செய்துபார்ப்பார்
தேடையிலே பாண்டமது ஜலமுமில்லா தேசத்தில் வித்தைஇது சொகுசுமெத்த
நீடையிலே சபைகூடி செய்துபார்த்து நீதியுடன் உந்தனையும் வணங்குவாரே. 5069

வணங்கியே ஏவல்களும் மிகவுஞ்செய்து அஞ்சலிகள் மிகச்செய்து அன்பாயப்பா
இணங்கியே சோடசோப சாரஞ்செய்து என்குருவே என்சாமி என்பார்பாரு
மணங்கமழுந் தாமரையை அடிபணிந்து வையகத்தில் எப்போதும் சதாநித்தம்தான்
பணங்காசு மிகத்தந்து பலவாயீந்து பாலகனே எப்போதும் போற்றுவாரே. 5070

போற்றுவார் உனைநித்தம் புண்ணியவானே பொங்கமுடன் சதாகாலம் பணிவார்பாரு
சாற்றலுடன் திரிகாலம் பூசைசெய்வார் சதாநித்தம் ஏவல்களும் மிகவேசெய்வார்
ஆற்றலுடன் சித்தனைப்போல் நீயுமப்பா அப்பனே எப்போதும் மகிமைபூண்டு
நீற்றலுடன் சிவயோகம் பூண்டுமல்லோ நீதியுடன் நீயிருந்துகொண்டு நிலையங்காணே. 5071

காணவே இன்னமொரு மார்க்கம்பாரு கருவான ஜாலமப்பா வராகஜாலம்
பூணவே கடாவொன்று வராகமொன்று பொங்கமுடன் கொண்டல்லோ செப்பக்கேளு
தோணவே சபைகூட்டி வேந்தர்முன்னே தோற்றமுடன் டோலியென்ற மேளமப்பா
நாணவே டோலிக்குள் வராகன்தன்னை நாட்டமுடன் வாய்கட்டி அடைத்திடாயே. 5072

ஆட்டுக்கடா பண்ணின ஜாலம்

அடைத்துமே போலிருக்கு இருபக்கந்தான் அடவாக வாயிறுக்கிக் கட்டிப்போடு
படைமுகம் பார்த்திருக்க சீஷனொன்று பாலகனே மனதிற்கு உகந்தமாண்பன்
தடைகூடி சீஷனப்பா பாலகனாக கற்பனைகள் தெரிந்தவனாய்த் தேர்ந்தெடுத்து
விடைதனக்கு உகந்தவனாய் ஞானமோதி வித்தகனே கழுத்தினிலே டோலிமாட்டே. 5073

மாட்டியே டோலிதனை அடிக்கச்சொல்லி மன்னவர்கள் பார்த்திருக்க நீயுமப்பா
கூட்டமுடன் வாடதனை சபையோர்முன்னே குறிப்பாக கத்திகொண்டு வெட்டுவாய்நீ
தேட்டமுடன் வாடதுதான் வராகமாகும் தெளிவாக உதிரமது பூமிநிற்கும்
நீட்டமுடன் வாடதுவும் ரூபமாறி நிலையான வராகமது வாகும்பாரே. 5074

பாரென்று சொல்லியல்லோ பாலர்மெச்ச பாரினிலே திரைகொண்டு மைந்தாநீயும்
நேரேதான் டோலிதனை அடித்துக்கொண்டு நிஷ்களங்கமாகவல்லோ சபையோர்முன்னே
வேறேதான் உள்ளிருக்கும் வராகந்தன்னை விட்டல்லோ வாடதனை உள்ளேபோடு
நாரேதான் வாராலே இறுக்கிக்கட்டி நலம்பெறவே திரையதனை அவிழ்த்திடாயே. 5075

அவிழ்த்துமே சபையார்முன் வராகந்தன்னை அங்ஙனவே விட்டுவிடு பிரமிப்பார்கள்
புவிதனிலே இந்தவித்தை ஜாலவித்தை புகழான விந்தையிது காணப்போகா
துவிதமுள்ள ஜாலமே தந்திரஜாலம் துப்புரவாய் காண்பதுவும் அரிதேயாகும்
குவிதமுள்ள டோலினது வித்தைதன்னை குவலயத்தில் காணார்கள் மட்டிமாடே. 5076

மாடான வித்தையிது மகிமையப்பா மகிதலத்தில் எவராலும் கூறப்போமோ
கூடான கூடுவித்தை பாயும்வித்தை கூறினேன் வையகத்தில் நீதவித்தை
தாடாண்மை கொண்டதொரு வராகவித்தை தாரணியில் யாரேனுஞ் செய்வாருண்டோ
பாடான தந்திரமாம் ஜாலப்போக்கு பாலித்தேன் மாணாக்கள் பிழைக்கத்தானே. 5077

ஆஞ்சநேயர் ஜாலம்

தானான இன்னமொரு கருமானங்கேள தன்மையுள்ள ஆஞ்சநேயா பிடித்துவந்து
கோனான குருதனையே நினைத்துக்கொண்டு கொற்றவனே சிற்றாமணக்கு வித்துதானும்
தேனான வித்தையதை எடுத்துக்கொண்டு தேற்றமுடன் ஆசனத்தின் வழியதாக
மானான வயிறுநிறை கொள்ளுமட்டும் மகத்தான கொட்டைதனை பொதிந்திடாயே. 5078

பொதியவே குழிவெட்டி ஆஞ்சநேயர் பொங்கமுடன் தான்போட்டு மண்ணைமூடி
விதியான மார்க்கமது போலேயப்பா வித்தகனே நாள்தோறும் ஜலத்தைவிட்டு
பதியான நாள்கடந்து பார்த்தாயானால் பாலகனே செடியாகும் பண்பாய்க்கேளு
துதியுடனே காயதுவும் காய்த்தபின்பு தூய்மையுடன் வித்துதனை எடுத்திடாயே. 5079

எடுத்துமே தயிலமது வாட்டியப்பா எழிலான தயிலமதை பதனம்பண்ணு
அடுத்துமே அழிஞ்சியின்தன் தயிலங்கூட்டி அப்பனே பரணிதனில் அடைத்துநீதான்
விடுத்துமே விடுதியொன்று மச்சியொன்று விரிவான மாளியது வீட்டுக்குள்ளே
தொடுத்ததொரு விளக்கதனில் தீபமேற்றி தோற்றமடா உன்ரூபம் குரங்குமாமே. 5080

ஆமப்பா வெளிநின்ற மாந்தர்க்கெல்லாம் அப்பனே தோற்றுமடா குரங்குரூபம்
போமப்பா உன்னின்று பேசும்போது பேரான ரூபமது குரங்குபோலாம்
நாமப்பா வெளிநின்று பேசினாக்கால் நாயகனே நீயுமொரு மனிதனப்பா
தாமப்பா இந்தபடி ஜாலஞ்செய்து தாரணியில் பிழைப்பதுவும் அதிதமாமே. 5081

அதிதமென்ற வித்தையிது யார்தான்காண்பர் அன்பான புத்தியுள்ளான் அறிவான்பாரு
துதிதமுள்ள தருவினது ஜாலப்போக்கு தூய்மையுடன் காணுபவன் சித்தனப்பா
பதிதனிலே இந்தவித்தை செய்துமல்லோ பாலகனே கீர்த்தியது கொண்டுமேதான்
மதிமயங்க எல்லோருங் கண்டுயேங்க மானிலத்தில் எப்போதும் துதிகொள்வாயே. 5082

கொள்ளவே இன்னமொரு மார்க்கம்பாரு கூறுவேன் எனதையர் காலாங்கிநாதர்
உள்ளபடி கண்டதொரு அதிசயங்கள் உத்தமனே யானுமது வெகுவாய்ச் சொல்வேன்
வள்ளலுறை தென்னிலங்கைப் பதியிலப்பா தளமான அதிசயங்கள் கூறுவேன்யான்
தெள்ளுமையாள் துவாரத்தில் இலங்கையப்பா தெளிவான பதிமகிமை கூறுவேனே. 5083

கூறுவேன் இலங்கைபதி மார்க்கந்தன்னை கொற்றவனே புலிப்பாணி மைந்தாகேளு
தேறுபுகழ் நவகண்டந் தன்னிலப்பா தேர்வேந்தர் ராஜர்களின் கோட்டைதன்னில்
வீறுபுகழ் இராவணனார் கோட்டையப்பா விண்ணாழி கோட்டையது விளம்பப்போமோ
மாறுபடாக் கோட்டையது வளப்பஞ்சொல்வேன் மகத்தான அதிசயங்கள் மெத்தவுண்டே. 5084

இலங்கை அழிவு கூறல்

உண்டான தேசமது இலங்கையப்பா உத்தமனே வெகுகோடி காலமுன்னே
கண்டேனே குளிகையது பூண்டுகொண்டு கண்கொள்ளாக் கோட்டையது யானுங் கண்டேன்
அண்டர்முனி ராட்சதர்கள் இருக்குங்கோட்டை அரசனது ராவணனார் கோட்டையப்பா
சண்டமா ருதம்போலக் கோட்டையுண்டு சாங்கமுடன் கற்கோட்டைக் கூறொண்ணாதே. 5085

ஒண்ணாது தேசமது நூறுகாதம் உத்தமனே காடுவன பூமியெல்லாம்
அண்ணாந்து பார்க்கவொண்ணா கோட்டையப்பா அழகான கோபுரங்கள் மாபுரங்கள்
சுண்ணாம்பு பூமியது வையகந்தான் சுற்றிலும் சாகரமே அலைகள்மோதும்
தண்மையுடன் எந்நாளும் வாடைக்காற்று சாங்கமுடன் இருப்பதுவுங் கண்டிட்டேனே. 5086

கண்டதொரு தேசமது இலங்கைநாடு காசினியில் அப்பதிபோல் எங்குமில்லை
உண்டான அதிசயங்கள் மெத்தவுண்டு உலகத்தில் எங்கேனும் கண்டதுண்டோ
திண்டான கோட்டைக்கு அகழிமத்தி திரளான சாளரங்க வாசலுண்டு
தண்டான அகழிக்குங் கடலுக்குந்தான் தாக்கான வழிதட்டும் உண்டேபாரே. 5087

பாரப்பா ஜலமதுவும் போக்குவுண்டு பாங்கான கோட்டைக்கும் அகழிக்குந்தான்
நேரப்பா சாகரமும் வழியுமுண்டு நிலையான இலங்கைபதி கோட்டைதன்னில்
ஆரப்பா வெகுகாலம் இப்படியேஉண்டு அப்பனே ஓடமது போவதுண்டு
கூரப்பா நெடுங்காலம் இப்படியேயப்பா கூரான கோட்டையது இருக்குந்தானே. 5088

தானான கோட்டையது வாசல்தன்னில் தார்வேந்தன் மன்னனது செங்கோல்தன்னில்
தேனான மனோன்மணியாள் ரூபம்போல தேர்வேந்தர் சபைமுன்னே தோற்றலாச்சு
மானான அசரீரி வாக்குதானும் மன்னவர்முன் தன்செவிக்குக் கேட்கலாச்சு
கோனான வேந்தனுமே திடுக்கிட்டேங்கி கொற்றவனும் பயந்தல்லோ விழுந்திட்டாரே. 5089

இட்டாரே தேர்வேந்தர் ராசர்தாமும் எழிலான கோட்டைக்குள் மத்தியானம்
பட்டதொரு ராசர்முன் மாண்பரெல்லாம் பயந்தொடுங்கி கண்கலக்கம் இட்டபோது
அட்டதிசை தான்கலங்கி சாகரந்தான் அடியோடே அலையதும் மேலேபொங்கி
சட்டமுடன் கோட்டைக்குள் சாகரந்தான் சடுதியிலே பொங்கியது முழுகலாச்சே. 5090

ஆச்சப்பா கோட்டையது முழுகலாச்சு அப்பனே ராஜாதி படைகள்யாவும்
போச்சப்பா கோட்டையது மண்மேடாச்சு பொங்கமுடன் மறுயுகத்தில் சாகரந்தான்
பாச்சலுடன் பொங்கியல்லோ மண்ணொதுங்கி பாங்குடனே நிலையாழி சாகரத்தில்
வீச்சலுடன் கோபுரங்கள் மாபுரங்கள் விண்ணாழிக் குள்ளாக மறைந்துபோச்சே. 5091

மறைந்துமே இலங்கையது போனபின்பு மகத்தான கோட்டைக்குள் இருக்கும்வாசல்
திறந்துமே கதவுகளுங் கலசத்தோடு திரையாழிக் கடலதனில் சிகரந்தானும்
உறைந்ததொரு கோபுரத்தில் கலசமெல்லாம் உற்றதொரு கரைவழியே காணலாச்சு
இறையோடு ராவணனும் இலங்கைதன்னிற் திட்டமுடன் இருப்பரெனப் பேருண்டாச்சே. 5092

பேருண்டாய் வையகத்தில் மாண்பரெல்லாம் பேருலகில் எப்போதும் இலங்கைதன்னை
சீருடனே போற்றியது மிகவுஞ்செய்து சிறப்புடனே எந்நாளுந் துதியேசெய்து

பாருலகம் சீனபதி இருக்குதென்று பாண்மையுடன் வையகத்தோர் துதிப்பார்கண்டீர்
தாருலகம் அழிந்துமல்லோ சேனையெல்லாந் தப்பாமல் கடவுள்பதி சேர்ந்தார்காணே. 5093

காணவே இன்னமொரு மார்க்கம்பாரு கருவான ஜாலமொன்று அரிசிஜாலம்
தோணவே அரிசிதனை எடுத்துக்கொண்டு தோற்றமுள்ள படியொன்று பாத்திரந்தான்
மாணவே படிநிறைய அரிசியிட்டு மன்னவனே கூரெழுத்தாணி கொண்டு
நீணவே கிட்டணைகள் செய்துமல்லோ நினவாக எழுத்தாணி தன்னைவாங்கே. 5094

அரிசி ஜாலம்

வாங்கியே சபையோர்முன் ஆயிரம்பேர் வளமாகத் தானழைத்துச் செப்பக்கேளு
ஏங்கியே எல்லோரும் பார்த்தொடுங்க எழிலான கூரெழுத் தாணிதன்னை
ஓங்கியே குத்தியல்லோ தூக்குவாய்நீ உத்தமனே அடியதுவும் மேலேயாகும்
தூங்கியே திரியாதே மைந்தாகேளு துப்புரவாய் ஜாலமது செய்துகாட்டே. 5095

காட்டையிலே எழுத்தாணி தானுமப்பா கருவான அரிசிதனை பிடித்துக்கொண்டு
வாட்டமுடன் நிற்கின்ற வண்மைதன்னை வையகத்தில் கண்டவர்கள் மயங்குவார்கள்
கேட்டமுடன் அரிசிதனைக் கொட்டிக்காட்ட திறமுடனே கேட்பவர்க ளாமேயானால்
நீட்டமுடன் கொட்டியதைக் காட்டுவாய்நீ நிஜமென்ற ஜாலமதை மெய்யென்பாரே. 5096

பாரேதான் லோகமெல்லாம் பிரமித்தேங்கி பாலகனே உனைக்கண்டு அஞ்சலிப்பார்
சீரேதா னுந்தமக்கு சிறப்புமுண்டு சிற்பரனைப் போலாக எண்ணியல்லோ
நேரேதான் திரிகால பூசையோடு நீதியுடன் உபசரணை மெத்தவுண்டு
வீரேதான் சதாகாலம் உனைப்பணிந்து விருப்பமுடன் எப்போதும் துதிப்பார்தாமே. 5097

கோழி முட்டையை புட்டியில் அடைத்தல்

துதியான இன்னமொரு ஜாலங்கேளு துப்புரவாய் கோழியென்ற முட்டைதானும்
பதியான வர்ணமது மேலேயேற்றி பாங்குடனே காரமென்ற காடிதன்னில்
விதியான மூன்றுநாள் ஊரப்போடு விருப்பமுடன் மூன்றுநாள் கழிந்தபின்பு
மதிபோன்ற பூனீராம் கிளாசுபாத்திரம் மதிப்புடனே போட்டடைக்க விதிதான்கேளே. 5098

கேளப்பா சின்னவாய் கொண்டபாத்திரம் கெடியான பாத்திரமாம் வாயினுள்ளே
பாளப்பா போகாமல் முட்டைதன்னை பான்மையுடன் கையினால் தள்ளமுட்டை
வீளப்பா தோல்போலே உள்ளேபோகும் விருப்பமுடன் மறுபடியும் பாண்டத்துள்ளே
நாளப்பா போகாமல் ஜலத்தைவிட்டு நாயகனே ஒருநாழி பொருத்திடாயே. 5099

பொறுத்துமே ஜலமதனை இறுத்துப்போடு பொன்னவனே எப்போதும் போலேயப்பா
நிறுத்துமே முட்டையது கல்லுபோலாம் நீமகனே பாண்டத்துள் உருட்டிக்காட்டு
திருத்தமுடன் முட்டையது மகிமைவித்தை தீர்க்கமுடன் யாரேனுங் காணமாட்டார்
பொருத்தமுள்ள முட்டையென்ற வித்தைதானும் பொங்கமுடன் மாணாக்கள் பிழைக்கத்தானே. 5100

பசு பால் கறக்காமல் இருக்க ஜாலம்

தானான இன்னமொரு ஜாலமார்க்கம் தண்மையுடன் கூறுகிறேன் மைந்தாகேளு
தேனான மனோன்மணியாள் கிருபையாலே ஜெகதலத்தில் அனேகவித்தை செப்பக்கேளு
கோனான காலாங்கி நாதர்தம்மால் குவலயத்தில் கோடியுகம் இருந்துமேதான்
பானான அதிசயங்கள் மிகவுஞ்சொல்லி பாலித்தார் எந்தனுக்குக் கோடியாமே. 5101

கோடியாம் பசுமாடு இருக்குங்கூட்டம் கொற்றவனே நீசென்று மைந்தாபாரு
தேடியே கரும்புலியின் கொழுப்புதன்னை தீவிரமாம் கொண்டல்லோ காற்றுவாடை
நாடியே ஓரிடமாய் வைத்துக்கொண்டு நலம்பெறவே கோனானின் அருகிற்சென்று
பாடியே பால்கறக்கச் சொல்வாயப்பா பாலகனே மாடெல்லாம் ஓடும்பாரே. 5102

ஓடியே பால்கறக்க மாட்டாதப்பா உத்தமனே சமுசாரி உலைவான்பாரு
தேடியே மாடெல்லாம் பிடிப்பான்பாரு தேசத்தில் மாடெல்லாம் ஓட்டங்காட்டி
நீடியே அவனிடத்தில் வாராதப்பா நிட்சய காலாங்கி ஜாலமப்பா
கூடியே ஜனங்களெல்லாங் கூட்டமிட்டு கொப்பெனவே மயங்கியல்லோ தியங்குவாரே. 5103

தியங்கியே ஏமாந்து நிற்கும்போது தீரமுடன் கோனாரின் பக்கம்வந்து
மயங்கியதோர் கோனானைக் கண்டல்லோதான் மார்க்கமுடன் தானழைத்து மன்னாகேளு
நயம்படவே அவன்தனக்கு குறிகள்சொல்ல நன்மையுடன் செம்பொன்னைக் கேட்பாயப்பா
ஜெயம்பெறவே காளியிட சாபத்தாலே ஜெகதலத்தில் மாடெல்லாம் ஓடலாச்சே. 5104

ஆச்சப்பா சாபத்தை நிவர்த்திசெய்து அப்பனே பூசைசெய்ய வேண்டும்
மூச்சடங்கிப் போனதொரு மாடெல்லாந்தான் உத்தமனே மந்தைவந்து சேரும்பாரு
பாய்ச்சலுடன் வேங்கையுட கொழுப்புதன்னை பாலகனே நீமறைவாய் வைத்துவிட்டு
கூச்சலுடன் பாஷையாய் மந்தைமாட்டை கொப்பெனவே தானழைக்க வருகும்பாரே. 5105

பாரப்பா மந்தைஎல்லாஞ் சேர்ந்தபின்பு பரிவாகக் காளிக்குப் பூசைபோடு
நேரப்பா பூசையது நேரும்போது நெடிதான சன்னிதங்கள் மிகவுங்கூறி
ஆரப்பா அடர்ந்தவனம் தனிலிருக்கும் அப்பனே கோனானே சொல்லக்கேளும்
சீரப்பா உந்தமக்குக் குறைவுமில்லை சிறப்புடனே மாதமொரு பூசைசெய்யே. 5106

செய்யவே காளிக்கு காணிக்கையப்பா செப்பியதோர் உத்தாரப் படிதானப்பா
உய்யவே எப்போதும் பூசைமார்க்கம் உத்தமியே போடுகிறேன் என்றுகூறி
பையவே கப்பணங்கள் கட்டியேதான் பான்மையுடன் காணிக்கை தருவேனென்று
வெய்யவே கற்பூர ஆரத்திக்கொண்டு விருப்பமுடன் போற்றியது செய்வாய்தானே. 5107

தாமான பூசைகொண்ட காளிதானும் தன்மையுடன் சன்னதங்கள் வந்தாற்போல
கோமானாம் இடையன்முன் எதிரேநின்று கொற்றவனே குறிசொல்லுங் காலந்தன்னில்
சாமான மானதொரு குறிகளல்லோ தாரணியில் இவர்போலுஞ் சித்துமுண்டோ
போமேதான் சகலசித்துங் கடந்தஞானி பொங்கமுடன் குறிசொல்லுஞ் சித்தென்பாரே. 5108

என்பாரே கரும்புலியின் கொழுப்பின்மார்க்கம் எழிலான வித்தையிது கூறப்போமோ
அன்பான தோழனவன் இருக்கவேண்டும் அவனுக்கே மர்மங்கள் கூறவேண்டும்

பன்மையாய் பலபேர்கள் கூடுவார்கள் பார்க்கையிலே கர்மிகளும் தர்மிகளும்உண்டு
நன்மையுடன் வெகுவார்த்தைப் பேசியல்லோ நலம்பெறவே கருதனையே கேட்பார்காணே. 5109

காணவே மர்மத்தைக் கூறவேண்டாம் காசினியில் மகிமைகள் மெத்தவுண்டு
பூணவே மர்மத்தை வெளிகாட்டாமல் பொங்கமுடன் ஜாலமதைச் செய்துகொண்டு
நாணவே வையகத்தில் வித்தைசெய்து நன்மையுடன் பிழைப்பதுவே மெத்தநன்று
தோணவே இப்பாகம் மைந்தாபாரு தோற்றமுடன் உந்தமக்கு உரைத்ததாமே. 5110

உரைத்தேனே புலிப்பாணி மைந்தாபாரு உத்தமனே இன்னமொரு பாகஞ்சொல்வேன்
கரைக்கின்ற மருந்தினிட ஜாலமப்பா கண்கண்ட வித்தையடா கூறப்போமோ
துரைத்தனத்தார் மெச்சுகின்ற ஜாலமப்பா துப்புரவாய் நானுரைப்பேன் துய்யபாலா
கரையான குளங்கண்டு மடுவுகண்டு கட்டழகா ஜாலமது செய்வாய்தானே. 5111

தானான வித்ததுதான் பேன்கொட்டையப்பா தாக்கான சாதியது பெருவித்தாக
மானான வித்ததுதான் கொண்டுவந்து மகத்தான அக்கினியில் வறுத்துப்போடு
தேனான வித்ததனை வறுத்தபின்பு தெளிவாக பொடியம்மி தனில்அரைத்து
கோனான குருபதத்தை மனதிலெண்ணி கொற்றவனே அதிற்சேர்க்க வகைமைகேளே. 5112

கேளேதான் புலிப்பாணி மைந்தாகேளு கெடிதான பூநாக மன்னீத்தோடு
பாரேதான் போகாமல் கிளறிப்போடு பாங்காகக் கொதியிட்டு எடுத்துக்கொண்டு
காளேதான் போகாமல் மத்தியானம் நலமான மடுவுதனில் மச்சங்கண்டு
ஆளேதான் அம்மருந்தை நீரிலேதா னப்பனே கரைத்துவிடு மைந்தாபாரே. 5113

பாரேதான் போதையென்ற மருந்தினாலே பாங்கான மச்சமெல்லாந் தியக்கங்கொண்டு
சேரேதான் கரையோரம் வந்துசேரும் செயலான மருந்தினிட வேகத்தாலே
நேரேதான் ஜலத்தைவிட்டு எகிறிப்பாயும் நெடிதான மச்சமெல்லாம் கூறப்போமோ
வீரேதான் விஷமேறி மயக்கங்கொண்டு விடுபட்டு யேகுமல்லோ மச்சந்தானே. 5114

தானான ஜாலவித்தை அதீதவித்தை தாரணியில் சூட்சமதை அறியாமாண்பர்
கோனான காலாங்கி நாதர்வாக்கு குவலயத்திற் பொய்யாது மெய்யேயாகும்
தேனான ஜாலவித்தை செய்துமல்லோ தேசத்தில் பிழைக்கவல்லோ மாண்பருக்கு
பானான பராபரியாள் கிருபையாலே பாலித்த வித்தையது பாண்மையாமே. 5115

பாண்மையாம் இவ்வித்தை யறிந்துமைந்தா பாங்கான ராஜரிடஞ் சென்றாயானால்
தேன்போன்ற ஜாலமதை மிகவாய்ச்செய்து தேற்றமுடன் அவர்மனது களிப்புண்டானால்
மேன்மையாம் உந்தனுக்கு வேணதீவார் மேதினியில் உனைப்போல சித்தருண்டோ
பாண்மையுடன் சிவராஜ யோகஞ்செய்து பாலிப்பாய் வெகுகோடி வித்தைதாமே. 5116

வித்தையால் ஜெகஜால வித்தையப்பா விருப்பமுடன் உந்தனுக்கு உபதேசித்தேன்
சுத்தமுடன் ஞானோப தேசவித்தை சூட்சாதி சூட்சமெல்லாம் திறந்துவிட்டேன்
நித்தமுமே மதியமுர்தம் நிலையம்பூண்டு நீணிலத்தில் நீயுமொரு சித்தனைப்போல
கத்தனையே எந்நாளும் மனதிலெண்ணி கைலாய பதிபோல வாழ்ந்திடாயே. 5117

உடுக்கை உடைக்க ஜாலம்

வாழவென்றால் இன்னமொரு மார்க்கம்பாரு வளமான வித்தையது கருதானப்பா
தாழவே புலிப்பாணி மைந்தாகேளு தகமையுள்ள கண்மணியே புகல்வேன்பாரு
வேழமையாய் தேவதைகள் கூட்டத்தோடும் வெகுமாண்ப ருக்கோசை தன்னினோடும்
சாழலெனு மோசையது முறிந்துபோக சட்டமுடன் யாமுரைப்போம் வளமைகாணே. 5118

காணவே பேயோட்டு மந்திரவாதி கனமான பத்துபேர் மாண்பர்கூடி
தோணவே சிலம்பங்கள் போடும்போது துப்புரவாய்க் கூச்சலுடன் போரேவந்தால்
வேணவே மர்மங்கள் மனதிற்கொண்டு வேட்கையுடன் உடுக்கைதனை உடைப்பதற்கு
நாணவே கெந்தகத்தின் திராவகத்தால் நலமாக குச்சிதன்னிற் கோடுபோடே. 5119

போடேதான் எதிராளி காணாமற்றான் போக்கான திராவகத்தைத் தீட்டும்போது
நீடவே சவ்வென்ற சர்மந்தானும் நிட்களங்க மாகவல்லோ வெந்துமேதான்
கூடவே இருக்குமந்த காலந்தன்னில் கொப்பெனவே எதிராளி வந்துமல்லோ
சாடவே உடுக்கைதனை அடிக்கும்போது சட்டமுடன் உடுக்கதுவும் கிழியுந்தானே. 5120

தானான உடுக்கையது கிழியும்போது தாக்கான எதிராளி மாண்பரெல்லாம்
கோனான சற்குருவை மனதிலெண்ணி கொப்பெனவே மகாதேவா வனியாயந்தான்
தேனான உடுக்கையது கடிகைமுன்னே தெளிவான ஓசையது பாடிற்றல்லோ
மானான மஹேஸ்பரியே என்னபாவம் மங்கையரே எந்தனுக்கு கூறென்றாரே. 5121

பூசாரியின் மேல் சன்னதம் வருதல்

கூறென்று சொல்லுகையில் பாலன்பேரில் கொப்பெனவே சன்னதங்கள் ஏகியல்லோ
ஆரென்று எண்ணாதே எந்தன்மீதில் அப்பனே சக்கலா தேவியப்பா
ஊரென்று இந்தவூர் பதியுமல்ல உத்தமனே வடகாசி அயோத்தியல்லோ
தேரென்ற பதிதனிலே வீற்றிருக்கும் தேவியல்லோ சக்கலா தேவியாச்சே. 5122

ஆச்சென்று சொல்லுகையில் பாலன்தானும் அன்பான தோழரெல்லாம் ஒன்றாய்கூடி
பேச்சொன்றும் பேசாமல் பின்னோடாமல் பிரியமுடன் மனதுவந்து தேவியார்க்கு
கூச்சலுடன் குறைநீங்கி எங்களுக்கு கொம்பனையே செய்தகுற்றம் கூறுமம்மா
பாய்ச்சலுடன் மலையேறிப் பதியைத்தேடி பாங்குடனே போகவென்று வரங்கேட்டாரே. 5123

கேட்டதொரு மாண்பருக்கு தேவியாரும் கிருபையுடன் மனங்களித்து கூறும்வார்த்தை
நீட்டமுடன் எதிராளி மந்திரதந்திரம் நேர்மையுடன் நீங்களல்லோ அறியாமற்றான்
வாட்டமுடன் பகையாளி செய்தகுற்றம் வண்மையுடன் அறிவதற்கு மனமிருந்தால்
தாட்டிகமாய்ச் செம்பொன்னை தட்டில்வைத்து சட்டமுடன் கேட்டாலே விதிசொல்வேனே. 5124

விதியான வழியதுவுங் கூறும்போது விருப்பமுடன் மாண்பரெல்லாம் ஒன்றாய்க்கூடி
மதிமயங்கி செம்பொன்னைத் தட்டில்வைத்து மார்க்கமுடன் காணிக்கை யேர்வையென்ன
பதிகடந்து மாண்பருக்கு கருவின்மார்க்கம் பட்சமுடன் தாமுரைத்து பழியுந்தீர்த்து
கதியனைத்தும் பெற்றல்லோ ஜாலதந்திரம் நீதியுடன் சித்தனைப்போல் செய்வாய்பாரே. 5125

பாரேதான் கருவறிவான் புத்திவான்தான் பாரினிலே மற்றவரோ காணப்போரார்
நேரேதான் உலகமதில் ஜாலதந்திரம் நேர்மையுடன் இப்படியே செய்வார்பாரு
சேரேதான் கிட்டிருந்து நிதிகொடுத்து சேர்வையுடன் தேவதைகள் மார்க்கங்கண்டு
கூரேதான் வையகத்தில் ஜாலஞ்செய் கொப்பெனவே மாண்பரெல்லாம் பிழைப்பார்காணே. 5126

இதுவும் உடுக்கை உடைக்க

காணவே இன்னமொரு மார்க்கம்பாரு கருவான புலிப்பாணி மைந்தாகேளு
தோணவே உடுக்கைதனை உடைப்பதற்கு துப்புரவாய்க் கருமானமொன்று சொல்வேன்
நீணவே வீரமென்ற காடிகாரம் நீதியுடன் தானெடுத்து மைந்தாபாரு
வாணமென்ற உடுக்கைதனை கையிலேந்தி வளமான கோடதுபோல் தீட்டிடாயே. 5127

தீத்துமே காடியென்ற காரந்தன்னால் நீரமுடன் கீறலது ஊனும்போது
வேத்துமே சவ்வதுவும் வெந்துமேதான் வேதாந்தத் தாயினது உடுக்கைதானும்
ஆத்துமே வெந்துனைந்து இருக்கும்பாரு அப்பனே உடுக்கைத்து கச்சந்தானும்
கீத்தலுடன் கைதட்டி அடிக்கும்போது கீர்த்தியுடன் உடுக்கையது உடையும்பாரே. 5128

உடைந்ததொரு உடுக்கையது காணும்போது உத்தமர்கள் மாண்பரெல்லாம் திடுக்கிட்டேங்கி
படைமுகந் தான்கலங்கி பொறிகலங்கி பாங்கான மாண்பரெல்லாம் மதிகெட்டேங்கி
கடையான மாந்திரீக தந்திரஜாலம் கண்காணா வித்தையென்று கத்துவார்கள்
விடையான பாலரெல்லாம் மெய்யென்றெண்ணி விருப்பமுடன் அதிசயித்து நின்றிட்டாரே. 5129

பூசணிக்காய் ஜாலம்

நின்றாரே இன்னமொரு மார்க்கம்பாரு நிலையான புலிப்பாணி மைந்தாகேளு
வென்றிடவே மாணாக்கர் பிழைப்பதற்கு விருப்பமுடன் ஜாலமது சொல்வேன்யானும்
குன்றான மலைக்கல்லு போலேயப்பா குழியான மண்பாண்டம் ஒன்றுசெய்து
நன்றான வாயதுவும் கலசம்போல நலமான சிறுவாயாய் செய்திடாயே. 5130

செய்யவே பாண்டமது கலசந்தன்னில் செயலான வித்தையது எல்லோர்காண
பையவே பூசணியாம் பிஞ்சுதன்னை பாங்குடனே மட்பாண்டந் தன்னிலிட்டு
மெய்யுடனே சின்னவாய் கொண்டபாண்டம் மெல்லெனவே பூசணிக்காய் வளர்ந்துமல்லோ
கொய்தபின்பு தனையெடுத்து பாண்டந்தன்னை கொப்பெனவே ரவிதனிலே வைக்கக்கேளே. 5131

கேளேதான் பாண்டமது ரவியில்வைக்க கொடியான காயதுவும் பழமேயாகி
நானேதான் முத்தினதோர் பழமுந்தானும் நலமான பாண்டத்தில் உருளும்பாரு
சூளேதான் கலசமென்ற பாண்டந்தன்னை துப்புரவாய் பதனமது செய்துகொண்டு
ஆளேதான் தலைமீதில் குடத்தைவைத்து அன்புடனே ஜாலமது செய்வாய்தானே. 5132

தானான சபையேறி வேந்தர்முன்னே சட்டமுடன் மாணாக்கள் கூடிருக்க
கோனான வேந்தர்களும் திடுக்கிட்டேங்க கொற்றவனே பாண்டமதை முன்னிறக்கி
தேனான பூசணிக்காய் வேறகன்று தேற்றமுடன் சபையோர்முன் கொண்டுவந்து
பானான பராபரியை மனதிலெண்ணி பட்சமுடன் ஜாலமது செய்துகாட்டே. 5133

காட்டவே தனக்குகந்த சீஷனாக கருவாக மர்மமதை அவனுக்கோதி
நீட்டமுடன் பாண்டமதை அவன்கைதந்து நிறையவே ஜலமதனைக் கொடுவாவென்று
வாட்டமுடன் பாண்டமதில் ஜலமும்நிற்க வாகுடனே வலுவேந்தர் பார்த்திருக்க
நீட்டமுடன் மரமென்ற டோலிதன்னை நினைவாக அவன்கழுத்தில் மாட்டிடாயே. 5134

மாட்டியே திரைவளைத்து மதியம்பூண மார்க்கமுடன் எல்லவரும் பார்த்திருக்க
தாட்டிகவாய் ரவியதனில் இருந்துகொண்டு சட்டமுடன் பூசணிக்காய் தனையெடுத்து
நீட்டமுடன் டோலியென்ற கச்சைக்குள்ளே நினைவுடனே யாருமது காணாமற்றான்
பூட்டகமாய் பூசணிக்காய் தனையெடுத்து பொங்கமுடன் டோலிக்குள் பொதிவாய்மூடே. 5135

மூடியே திரைநீக்கி மைந்தாபாரு முனையான பூசணிக்காய் குடத்துள்ளேகி
ஓடியே காயதுவும் பாண்டத்துள்ளே உத்தமனே இருக்கின்ற வயணம்பாரு
சாடியே ஜலமதனை அகற்றிப்போடு சட்டமுடன் பாண்டமதை திறந்துகாட்ட
வாடியே குடத்துக்குள் காயைக்காட்ட வண்மையுள்ள ஜாலமென்று மயங்குவாரே. 5136

மயங்குவார் குடத்துக்குள் பூசணிக்காய் மார்க்கமுடன் சென்றதொரு புதுமைகண்டு
தியங்கியே ஜெகஜால இந்திரஜாலம் தீர்க்கமுடன் மாந்திரீகம் இதற்குஈடுண்டோ
நயம்படவே தாமுரைத்து மாண்பரெல்லாம் நாதாந்த சித்துவென்று நடுங்குவார்கள்
ஜெயம்பெறவே வித்தையிது அதீதவித்தை செய்கிறதோர் வண்மைகண்டு பிரமிப்பாரே. 5137

பாரேதான் இவ்வண்ண தந்திரஜாலம் பாரினிலே அறிவாளி அறிவான்பாரு
நேரேதான் ஜாலவகை செய்துமல்லோ நெடிதான பிரம்மலபி கடந்தோன்போலே
சேரேதான் மாணாக்கள் கோடிமுன்னே செய்துமே தந்திரமாம் ஜாலப்போக்கில்
நீரேதான் பணமதுவும் மிகவேவாங்கி நீதியுடன் பிழைப்பதுவும் தருமமாமே. 5138

தருமமாஞ் ஜெகஜால தந்திரஜாலம் தாரணியில் பிழைப்பதுவே நீதியாகும்
கருமமா மற்றொருகை தொழிலினாலே காசினியில் வெகுபாவம் எய்தும்பாரு
மருமமது யாருக்கும் வெளியிடாமல் மார்க்கமுடன் ஜீவனத்தைச் செய்துகொண்டு
சொரூபமென்ற ஞானோப தேசந்தன்னை சுத்தமுடன் பெறுபவனே சித்தனாமே. 5139

சித்தனாய்ப் பிறந்தாலும் தீர்மைவேண்டும் சீருலகில் பலபேர்கள் மதிப்பேவேண்டும்
கத்தனாங் காலாங்கி போலேகீர்த்தி காசினியில் அவர்போலே பெறவேவேண்டும்
நித்தமுமே மனோன்மணியாள் அருளேவேண்டும் நீங்காத தவத்துறுதி கொள்ளவேண்டும்
பத்தியுடன் சித்துமன துறுதிவேண்டும் பாரினிலே நீயுமொரு நீதிவானே. 5140

நீதியாய் இன்னமொரு மார்க்கம்பாரு நிலையான கருமானம் ஒன்றுசொல்வேன்
சோதியே சுடரான மணிவிளக்கே தோற்றமுடன் யாமுனக்கு உரைப்பேன்பாராய்
ஆதியாம் கற்பூர மணிவிளக்கை அப்பனே ஜாலமென்ற மணிதான்சொல்வேன்
சாதியினில் உயர்ந்ததொரு பூரமப்பா தண்மையுள்ள பூரமது ஆலாத்தியாமே. 5141

கற்பூர வித்தை

ஆமேதான் ஆலாத்தி கற்பூரத்தை அடைவுடனே தானெரிக்க வண்மைசொல்வேன்
நாமேதான் சொன்னபடி மச்சுமாளி நலமாக மாளிகையின் நடுமையத்தில்
போமேதான் குடவிளக்கு தன்னையப்பா பொங்கமுடன் பத்தடியாந் தூரந்தன்னில்
வேமேதான் வீண்போகா வண்ணமப்பா விருப்பமுடன் பதிதனையே வைக்கக்கேளே. 5142

கேளப்பா புலிப்பாணி மைநதாகேளு கிருபையுள்ள எந்தனிரு கண்ணேயப்பா
பாளப்பா போகாமல் புத்திமானே பாங்கான காலமொன்று செய்வாயப்பா
நீளப்பா பதிமுகத்தில் இருந்துகொண்டு நீதியுடன் காந்தியது பூசைமார்க்கம்
வேளப்பா நோயாளி முன்னதாக வேள்வியுடன் ஓமமது செய்திடாயே. 5143

செய்யவே நோயாளி படிநிதானம் கீர்த்தியுடன் யாககுண்டம் வளர்த்தும்போது
பையவே பூசைமுகம் கற்பூராத்தி பாங்குடனே ஜாலமது செய்யக்கேளு
துய்யநல்ல தீமுறுகல் பாஷாணத்தை துப்புரவாய் ஜலமதனில் வைத்துக்கொண்டு
மெய்யுடனே ஜலமதனைக் கையிற்றோய்த்து மேன்மையுடன் பாஷாணம் பதனங்கொள்ளே. 5144

கொள்ளவே தீமுறுகல் பாஷாணத்தை கொப்பெனவே வெண்ணீரில் தான்கலந்து
விள்ளவே ஓம்நமசி என்றுஓதி மிக்கவே கற்பூர மேலிற்போடு
துள்ளவே சீஷனுக்குக் கூறும்வார்த்தை துடியான கற்பூரம் விளக்கில்லாமல்
அள்ளவே குதிகொண்டு தீபம்போலே வாத்தாளே எரியவென்று அபயஞ்சொல்லே. 5145

சொல்லவே கற்பூரம் விளக்கில்லாமல் துப்புரவாய் ஜோதியுடன் எரியும்பாரு
வெல்லவே தீபமது தூரநிற்க வேதாந்தத் தாயினது கடாட்சத்தாலே
மெல்லவே எரிந்தவண்ணந் தன்னைப்பார்த்து மேதினியில் மாந்தரெல்லாம் மெய்நடுங்கி
கொல்லவே வந்ததொரு பூதந்தானும் கொப்பெனவே கற்பூரம் எரியலாச்சே. 5146

ஆச்சப்பா ஜாலமென்ற தந்திரவேதை வதரணங்கள் தன்னாலே எரியலாச்சு
மூச்சொடுங்கிப் போயிருந்த பூரந்தானும் முனையான கொழுந்துவிட்டு எரியும்வண்ணம்
பாச்சலுடன் மாண்பர்களுங் கண்டுமல்லோ பாங்குடனே அதுபுதுமை காலமென்பார்
ஆச்சரிய மானதொரு வித்தைதானும் அவனியிலே யாரறிவார் புத்திமானே. 5147

திருவெண்ணீறு இல்லாமல் கேணியில் குளித்து சூரியனில் நிற்க வெண்ணீறு கண்டது

புத்தியுள்ள புலிப்பாணி மைந்தாகேளு புனிதமுடன் உந்தமக்கு இன்னுஞ்சொல்வேன்
சத்தியமாய் கருமானம் இன்னவென்று சட்டமுடன் யானுரைப்பேன் மைந்தாகேளு
வெற்றிபெற மாண்பர்களில் ஆயிரம்பேர் வேடிக்கை சிமிட்டுவித்தை வினோதம்பாரு
தத்துவமாய் சபையோர்கள் முன்னதாக சார்புடனே கரங்குவித்து நிற்பார்பாரே. 5148

பாரேதான் சபையோர்கள் பார்த்திருக்க பண்பாகக் கேணிதனில் இறங்கிமுன்னே
நேரேதான் எரிகாலன் பாலையப்பா நேர்மையுடன் கரந்தனிலே குழப்பிக்கொண்டு

சீரேதான் மறைவிடமாய் நின்றுகொண்டு சிறப்புடனே வெண்ணீர்போல் குழைத்துப்போடு
சீரான பாலதுவும் மாண்பருக்கு நிறமான வெந்நீர்போல் தோற்றுநன்றே. 5149

அன்றான வெண்ணீரைப் பூசிக்கொண்டு அன்பான கேணிதனில் வந்துநின்று
குன்றான பருவதம்போல் கோடிமாண்பர் கொற்றவர்கள் திருமுகத்தைத் தானும்பார்த்து
வென்றிடவே யேகாந்தி நிஷ்களம்போல் விருப்பமுடன் ஜலமதனில் மூழ்கியேதான்
சென்றுமே ஜலத்தைவிட்டுக் கேணியேறி சிறப்புடனே சூரியனில் நிற்பாய்தானே. 5150

தானான ஜலமதுவும் காய்ந்தபின்பு சட்டமுடன் திருவெண்ணீர் காணலாகும்
கோனான குருபரனார் பூசைசெய்து கொற்றவனே தேவதாஸ் தலத்தைவிட்டு
தேனான மனோன்மணியாள் பாதங்கண்ட தேவிதனைப் பூசைசெய்த புனிதனென்பார்
பானான பரஞ்சுடராய் மேனியெல்லாம் பாங்கான பட்டையது காணலாமே. 5151

காணலாம் சிவயோக மாண்பன்போல கைலாய சித்தமுனி நீதானென்பார்
பூணவே பிர்மலபி கடந்தசித்து புகழான கேணிதனில் இறங்குஞ்சித்து
தோணவே எரிகாலன் தந்திரஜாலம் தோற்றமுடன் காண்பதற்கு பிரம்மையாகும்
நீணவே ஜாலமாந் தந்திரப்போக்கு நீதியுடன் செய்துமல்லோ பரிசுவாங்கே. 5152

வாங்கப்பா ராஜரிடம் பரிசுவாங்கி வளமுடனே வையகத்தில் சித்தனைப்போல
தூங்கியே திரியாதே துய்யபாலா துரைராஜன் சுந்திரன்போல் போகஞ்செய்து
ஏங்கியே மாண்பரெல்லாம் திடுக்கிட்டேங்க எழிலான மாயவித்தை வெண்ணீர்வித்தை
சாங்கமுடன் செய்துமல்லோ தரணிமீதில் சட்டமுடன் காலாங்கி தன்னைப்போற்றே. 5153

சங்கிலி ஜாலம்

போற்றியே இன்னமொரு கருமானங்கேள் புகழான காலாங்கி நாதர்தம்மால்
தேற்றமுடன் எந்தனுக்கு உபதேசித்த தெளிவான ஜாலவித்தை மரக்காணந்தான்
ஆற்றலுடன் மணத்தவளை நெய்யைவாங்கி அப்பனே உடும்பினுட நெய்யுங்கூட்டி
சாற்றலுடன் விலாங்கினது யிணமுஞ்சேர்த்து சட்டமுடன் குழித்தயிலம் வாங்கிடாயே 5154

வாங்கியே தயிலமதை இறக்கிக்கொண்டு வண்மையுடன் சீசாவிற் பதனம்பண்ணு
பாங்குடனே சிங்கமுகம் பாண்டஞ்செய்து பதனமுடன் மேல்வாயாந் தளவாய்போல
தேங்கவே பாண்டமதில் கரியைக்கொட்டி தேற்றமுடன் தீயதனைப் போட்டுமல்லோ
ஓங்கவே சிறுகழியாய் விறகுதன்னை ஒப்பமுடன் போட்டுமல்லோ எரித்திடாயே. 5155

எரிக்கையிலே கொழுந்தது போலெறியும்போது எழிலான சங்கிலியாம் வீரமப்பா
முறுக்கியதோர் சங்கிலியை தீயிற்போட்டு முனையான தீயதனிற் காய்ச்சிக்கொண்டு
பரிக்கியே பலபேர்கள் மாண்பர்பார்க்க பட்சமுடன் நெய்யதனைக் கையில்தோய்த்து
நெருக்கியே சங்கிலியை உருவும்போது நெடிதான தீயதுவும் பற்றாதன்றே. 5156

அன்றான சங்கிலியைப் பார்க்கும்போது அடலான தீபமது சுடர்போல் தோன்றும்
குன்றான மலைக்கல்லு கருங்கல்லப்பா கொப்பெனவே இதுபோல எடுக்கலாகும்
சென்றுமே ராஜரிடம் ஜாலம்செய்து சிறப்பான பரிசுமுதல் யாவும்பெற்று
வென்றிடவே ஜாலமது தந்திரஜாலம் வினோதமுடன் செய்துமல்லோ பரிசுகொள்ளே. 5157

கொள்ளவே வெகுநபர்கள் மெச்சும்பாலா குவலயத்தில் நீயுமொரு சித்தனைப்போல்
எள்ளளவுங் குறையதுவும் நேராமற்றான் எழிலான வித்தையது செய்துமல்லோ
உள்ளபடி சிவயோகம் ராஜயோகம் உத்தமனே சமாதிநிலை நின்றுகொண்டு
கள்ளமில்லா தேவரிஷி தம்மைப்போல காசினியில் வெகுகாலம் வாழ்குவீரே. 5158

வாழ்க்கையிலே உமைக்கண்ட மாண்பரெல்லாம் வையகத்தில் இவர்போலுஞ் சித்துமுண்டோ
தாழ்மையுடன் உமைப்பணிவார் கோடிமாண்பர் தாரணியில் உனக்கீடு ஒருவருண்டோ
ஆழ்மையுள்ள மாண்பாலா புத்திவானே அவனிதனில் ஜாலவித்தை செய்துகொண்டு
மேழ்மையுடன் பூலோக வாழ்க்கைதன்னில் மேதினியில் எப்போதும் வாழ்குவீரே. 5159

பேயாட்டம் கொள்ளுமார்க்கம்

வாழவே இன்னமொரு கருமானங்கேள் வண்மையுள்ள புலிப்பாணி மைந்தாபாரு
தாழவே இரண்டகமாஞ் சாதியப்பா தாக்கான பூசாரி செய்யுமார்க்கம்
ஆழவே பேய்கொண்ட மாண்பர்தம்மை அன்புடனே தாமழைத்து சபையோர்முன்னே
சாழலுடன் பேயாட்டம் கொள்ளுமார்க்கம் சட்டமுடன் தேவதைகள் வரவுதானே. 5160

தானான பேய்கொண்ட மாண்பருக்கு தாக்கான கருவொன்று சொல்வேன்பாரு
தேனான தேவிமனோன் மணியாள்பூசை தோற்றமுடன் தானமைத்துக் கும்பம்வைத்து
கோனான குருபரனைத் தியானம்செய்து கொப்பெனவே உடுக்கோசை தனையெடுத்து
மானான மந்திரத்தை உச்சரித்து மார்க்கமுடன் பேயாட வழிசொல்வேனே. 5161

வழியான தேவதையைத் தானழைத்து வளமையுடன் ஜெபதபங்கள் மிகவேஓதி
பழியான முப்புலியுந் தான்கொடுத்து பான்மையுடன் ஓமமது செய்யும்போது
சுழிமாரி மயக்கமது அதிகங்கொண்டு சுடரொளியாந் தீபமது பார்க்கும்போது
குழிபோன்ற கண்ணிரண்டும் இருளுந்தோன்றி குப்புரவாய் லாடகவி பேசுவாரே. 5162

பேசிய கூச்சலது அதிகமாகி பேரான மராட்டகமும் மிகவுங்கூறி
ஆசித்துப் பூசித்துக் கரங்குவித்து அப்பனே தேகமது நடுங்கலாகி
நாசிதனில் சுவாசமது மிகவேஓங்கி நடுக்கமுடன் குறட்டையது அதிகமாகி
தூசிபட மேனியது பிரண்டுமல்லோ துள்ளியே பற்கடித்து எழும்புவாரே. 5163

எழும்பியே வேதாளம் ஆர்க்கரித்து எழிலான பிடாரபலி கொண்டபேய்போல்
தழும்புபடா மேனியது தழும்புமாகி தற்பரனாற் சொரூபமதைக் கண்டாப்போல
தொழும்படவே தலைவிரித்து ஆட்டங்கண்டு தோற்றமுடன் வெகுபினத்தல் அதிகமாகி
அழுதுமே ஆயாசத் தியக்கமாகி அப்பனே கரங்குவித்து வாடும்பாரே. 5164

பாரேதான் சின்மயத்தைக் கண்டாற்போல பட்சமுடன் உதிரமதை வாயாற்கக்கி
நேரேதான் பூசைமுகம் தன்னைக்கண்டு நேர்மையுடன் ஏர்வையது எனக்கொவ்வாது
சீரேதான் பிதுர்வனத்தை கத்துமாண்டி சிறப்பான ஓங்காரப் பேய்தானல்லோ
கூரேதான் பூசையது மயானபூசை கொப்பெனவே எந்தனுக்கு தருவீர்தாமே. 5165

தாமான பேயாட்டங் கொண்டமாண்பர் தன்மையுடன் பூசைமுகம் ஏர்வையில்லை
நாமான மாகவல்லோ வேதமோதி நடுச்சாம பூசையது செய்வேனென்றும்

வேமான லாடகவி முனிதானென்றும் விட்டகுறை இருந்ததினால் இங்கேவந்தேன்
சாமான்னிய மானதொரு முனிதானல்ல தத்துவத்திற் பேர்கடந்த முனிதான்பாரே. 5166

முனியான முனியல்லோ பிரம்மராட்சி மூதுலகைக் கடந்ததொரு ஞானசித்து
சனியான ராட்சதனும் எனைத்தொடர்ந்து தாரணியில் கேணிதனில் விழுந்தபூதம்
பனிபோன்ற மலைவளத்தை சுத்தும்பூதம் பட்சமுடன் பிடாரிகளை வணங்கும்பூதம்
தனியான தத்துவங்கள் அதிகங்கொண்ட தயாபரியை மறவாத பூதமாமே. 5167

பூதமாம் பேயாட்ட முப்பத்திரண்டு பூதலத்தில் மிக்ககூறும் அதீதவித்தை
நீதமுடன் சற்பரனை யோடொபசாரம் நீதியுடன் நடப்பதுவும் சிலதுபூதம்
தீதமுடன் தலைவிரித்தல் ஆட்டங்கொண்டு திகழான வார்த்தைகளும் மிகவேயாகும்
கோதகமாய் மலையிலேறிப் போவேனென்று தோற்றமுடன் சிலபூதம் கூறுங்காணே. 5168

காணவே இந்திராதி ஜாலமப்பா கருவான கருவிகளும் மையினாலும்
கோணவே அட்சரத்தின் பீட்டகந்தான் சொல்லும் வில்லாலுங் கரணத்தாலும்
பூணவே காஞ்சோரிப் பொடியினாலும் புகழான திருவெண்ணீர் கலப்பினாலும்
ஆணவங்கள் தானொடுங்கி பேய்கள்தானும் அன்புடனே வாய்திறந்து கூறுந்தானே. 5169

தானான பிரணவத்தை உச்சரித்து தண்மையுடன் அகஸ்தியனார் காண்டந்தன்னில்
கோனான என்பாட்டன் கும்பயோனி குருசொன்ன காவியம் பன்னீராயிரந்தான்
தேனான காண்டமது பனிரெண்டுக்குள்ளே திறமான முதற்காண்டந் தன்னிலப்பா
மானான இலங்கைபதி வேந்தனுக்கு மகத்தான மையொன்று கூறினாரே. 5170

கூறியதோர் மையதனால் அனேகசித்து குவலயத்தில் ஆடலாம் பேய்தனக்கும்
மீறிதோர் மையினால் அஷ்டசித்து மேதினியில் வெகுகோடி மாண்பரப்பா
சீறியதோர் வேதாளம் பேயாட்டங்கள் சிறப்புடனே கருவென்ற மையினாலே
வீறிதோர் கருமானந் தன்னைக்கொண்டு விட்டகுறை தனைஅகற்றி செய்வாய்பாரே. 5171

செய்யவே மையினுட பெருமைதானும் சிறப்பான பூதலத்தில் எவரால்ஆகும்
வெய்யவே விட்டகுறை இருந்தவர்க்கும் மேதினியில் அம்மைதான் பலிக்கும்பாரு
துய்யநல்ல மையதுவுஞ் செய்வாரானால் துரைராஜ சுந்தரனைக் காணலாகும்
மெய்யான மையினுட போக்குதன்னை மேதினியில் காண்பவனே சித்தனாமே. 5172

சித்தனாம் பூவுலகில் ரிஷிதானென்பர் சிறப்பான கருவி கரணாதியுள்ளோன்
முத்தனாம் மூதுலகம் கடந்தஞானி முனையான பிரம்மலபி கடந்தோனென்பார்
சத்தியத்தைத் தவறாத வேள்வியோனாம் தரணிபதி உலகாளும் ராஜனென்பார்
நித்தியமும் பிராணநிலை கலையில்நின்று நிட்களங்க மானசுடர் என்பார்தானே. 5173

சுடரான வையத்து சித்தனென்பார் சூட்சாதி சூட்சமதைக் கடந்தஞானி
அடலான மாண்பரெல்லாம் வணங்கும்ஞானி அவனிதனில் விட்டகுறை இருந்துதானால்
திடமான ஞானியென்று பேர்வகுப்பான் தீர்க்கமுள்ள ஜெகஜால மந்திரவாதி
மடலான தத்துவங்கள் தொண்ணூற்றாறும் மார்க்கமுடன் தானறிந்த மதியவானே. 5174

மதியான மையினுட மார்க்கத்தாலே மகத்தான லோகமெல்லாம் வசியமாகும்
கதியான மோட்சமென்ற மாளிதானும் காணிக்கை எப்போதும் கழறொண்ணாது

விதியான விதியிருந்தால் மையின்போக்கு வீணிலே போகாது சதாகாலந்தான்
துதியான இலங்கைமன்னன் மையினாலே தொல்லுலகோர் எப்போதும் துதிப்பார்காணே. 5175

இல்லறத்துப் பெண்கள் தேவதா பொய் மசக்கல்

காணவே இன்னமொரு மார்க்கஞ்சொல்வேன் கருவான பொய்மசக்கல் தலையாட்டந்தான்
பூணவே கும்பமது கலசம்வைத்து பொங்கமுடன் பேயாட்டங் கொள்ளும்போது
தோணவே லாகிரிகள் வஸ்துவாலும் தொல்லுலகில் மாதர்மேல் சன்னதங்கள்
வேணபடி தன்மீதில் வந்தாப்போலும் வெகுபிறட்டல் தலைசுழட்டல் அதிகந்தானே. 5176

தானான தெய்வமது அனேகங்கொண்டு தாக்கான சன்னதங்கள் அதிகமாகி
கோனான தன்புருஷன் தன்னைநோக்கி கொற்றவா எந்தனுக்கு ஏர்வையில்லை
மானான மகுத்துவங்கள் அதிகங்கொண்டு மன்னவர்க்கு தெய்வமது கூறினாப்போல்
பானான கரங்குவித்து தலைமேற்கொண்டு பாலகனே பூசையில்லை என்பார்பாரே. 5177

மாது தெய்வத்தால் சமுசாரி மயங்கல்

பாரேதான் கன்னியர்மேல் சன்னதங்கள் கைலாய வடிவேலன் தன்னைப்போல
நேரேதான் நிற்கிறவ ராரோநீர்தான் நீதியுள்ள ஆண்பிள்ளை நினைவாய்க்கேளிர்
சீரேதா உந்தனுட மாளிதன்னில் சிறப்பான பூவாடைக் காரியப்பா
வேரேதான் கட்டுதற்கு வாடையில்லை வித்தகனே மனங்கலங்கி நின்றாள்தானே. 5178

நிற்கவே பூவாடைக் காரிதானும் நிட்களங்க மாகவல்லோ வெகுகாலந்தான்
துர்க்கையென்ற பிடாரியது தானுமல்லோ துதியான காட்டேரி சின்னானப்பா
சொற்பமு வாராத கருப்பன்தானும் சுடரொளியாஞ் சத்தகன்னி மாதுதானும்
கற்பமதை ஆவிகொள்ளும் ரத்தமுண்டி கருவழிக்கும் மாடனது நானுந்தானே. 5179

நானான தெய்வமப்பா பூவாடையப்பா நன்மையுடன் சித்தடிமேல் மையல்கொண்டு
கோனான தேவதைகள் வாடைகட்டி கொப்பெனவே சன்னதங்கள் அதிகங்கொண்டு
தேனான நடுவீட்டு செல்லியத்தாள் தெளிவான வங்காள பூபதிதானப்பா
மானான ஈஸ்வரியாள் எல்லைகாத்தாள் மகத்தான தெய்வமது வந்திட்டோமே. 5180

வந்திட்டோம் என்றல்லோ மையலாகி மகத்தான சன்னதங்கள் அதிகங்கொண்டு
குன்றான புருஷனையும் மிகவேநோக்கி குடிதனக்கு அனர்த்தங்கள் நேர்ந்துதென்று
இன்றுமே எந்தனுக்கு இந்தபூசை எழிலான பூசையது ஏர்வையில்லை
கன்றுதான் பூசையது பரியேகொண்டு காணிக்கை வைத்தாலே ஏர்வையாமே. 5181

ஏர்வையாம் வையகத்துப் பெண்களெல்லாம் எழிலான புருஷனையும் தூஷணிப்பார்
சேர்வையாம் சீனபதிப் பெண்களெல்லாம் சிறப்புடனே புருஷனையும் போற்றுவார்கள்
பார்வையாங் குளிகையது கொண்டுமல்லோ பாருலகம் ஏழுகடலுஞ் சுத்திவந்தேன்
நேர்மையாஞ் சீனபதிப் பெண்களுக்கு நெறிமுறைகள் தத்துவங்கள் மிகஉண்டாமே. 5182

உண்டான தெய்வமது யாதுமில்லை உத்தமனே கடவுளன்றி வேறொன்றில்லை
பாண்டான பொய்கொலைகள் களவுமில்லை பாங்கான கர்மமது ஒன்றேயுண்டு
திண்டான விசுவாச அருளுமுண்டு திரளான பாவமது இல்லையப்பா
கண்டேனே சீனபதி மார்க்கத்தோரை காசினியில் காலாங்கி கடாட்சந்தானே. 5183

தானான காலாங்கி கடாட்சத்தாலும் தாக்கான மனோன்மணியாள் கிருபையாலும்
மானான நாலுயுகங் கடந்துவந்தேன் மகத்தான வையகத்தில் எல்லாருந்தான்
கோனான சீனபதி பெண்கள்நீக்கி குவலயத்தில் எல்லாரும் இருந்தமார்க்கம்
வேனான வெட்டவெளி மயக்கத்தாலே விருதாவாய் மாண்பரெல்லாம் மயங்கினாரே. 5184

பிரதமை நடக்க

மயங்கவே இன்னமொரு மார்க்கஞ்சொல்வேன் மகத்தான புலிப்பாணி மைந்தாகேளு
தயங்கவே தந்திரமாஞ் ஜாலஞ்செய்வேன் தாக்கான மானிடர்கள் பிழைக்கவென்று
புயங்கமுடன் நோயாளி சாந்தியப்பா புகழாக பிணிகொண்ட மாண்பருக்கு
ஜெயம்பெறவே சாந்தியது சொல்வேனப்பா செய்கின்ற மார்க்கமது பண்பாய்க்கேளே. 5185

பண்பான நோய்கொண்ட பிணியாளர்க்குப் பாகமது சொல்லுகிறேன் பாண்மையாக
திண்ணமுடன் மச்சென்ற மாளியப்பா திறமுடனே கிழக்குமுக மாகவல்லோ
நன்மையுடன் கொலுக்கூடம் ஒன்றமைத்து நாதாந்தக் கூடமது ஏகவட்டம்
வண்மையுடன் சோடச தூணிறுத்தி வாகுபெற சின்மயத்தின் பூசைசெய்யே. 5186

செய்யவே மயானத்தின் பூசையப்பா செப்புகிறேன் அருமை மைந்தாகேளு
உய்யவே கும்பமென்ற கலசமப்பா உத்தமனே நடுமையம் தன்னில்வைத்து
பையவே நவகோண வாசல்விட்டு வாகமுடன் கலசமென்ற பாண்டமப்பா
மெய்யுடனே தானியமாம் ஒன்பதாகும் மேன்மையுடன் கலசமதில் கீழேவையே. 5187

கீழான கலசமது தன்னிலப்பா கிருபையுடன் தானியங்கள் வைத்தபின்பு
தாழான குடுவைக்கு நூலைச்சுற்று தகமைபெற சூச்சதுதான் நாலதாகும்
தீதான சரணமது ஒன்றேயாகும் நீதியுடன் நடுமையம் தன்னில்வைத்து
சாழான தேங்காயை அதின்மேலப்பா சட்டமுடன் வைத்தல்லோ மஞ்சள்பூசே. 5188

பூசியே குங்குமமுந் தானணிந்து புகழான மாயிலையும் புட்பஞ்சாத்தி
ஆசியே அவலுடனே கடலையப்பா அன்பாக முக்கனியுங் கொண்டுபோற்று
வாசியென்ற பிரணவத்தை மனதில்மாறி மகாதேவா எந்தனையுங் காருமென்று
தேசியென்னும் பழமதுவே கீறியப்பா திக்கெட்டும் போட்டுமல்லோ செப்பக்கேளே. 5189

செப்பவென்றால் வஸ்துமுதல் மதுபானங்கள் செம்மலுடன் பலகார வர்க்கமெல்லாம்
ஒப்பமுடன் தானமைத்து புண்ணியவானே ஓகோகோ நாதாக்கள் செய்யும்வண்ணம்
தப்பிதங்கள் நேராமல் மன்னாகேளு தண்மையுடன் சோடசமாம் பூசைமார்க்கம்
செப்பமுடன் தானமைத்து நீதிவானே நிட்களங்க மாகவல்லோ நேமிப்பாயே. 5190

நேமமுடன் செம்மறியின் தலைதானப்பா நேர்மையுடன் கொண்டுவந்து மைந்தாகேளு
தாமமுடன் கலசத்திற்கு எதிரேவைத்து சட்டமுடன் வகண்டமது மேலேவைத்து

ஓமமுடன் யாகமது செய்வாயப்பா உத்தமனே ஆயிரந்தான் உருதான்போடு
சாமமது நடுச்சாம வேளையப்பா சாந்தியது செய்யும்வகை தன்மைபாரே. 5191

பாரப்பா பரசாந்தியது செய்யும்போது டட்சமுடன் பிரமையது போவதற்கு
நேரப்பா நோயாளி தன்னிலப்பா நேர்மையுடன் கிரகமது போவதற்கு
சீரப்பா சடையதுவால் பொம்மையொன்று சிறப்புடனே தானமைத்து உபாயங்கேளு
ஆரப்பா தானறிவார் உபாயமார்க்கம் அப்பனே சொல்லுகிறேன் அன்பாய்த்தானே. 5192

தானான பிரதமைக்கு வாடைபூண்டு சட்டமுடன் ஆபரணம் எல்லாம்பூண்டு
கோனான காலாங்கி சொன்னவாக்கு கொற்றவனே பிசகாமல் ஆமைதன்னை
பானான ஆமையது கொண்டுவந்து பாலகனே பிரதமையின் பாதத்தின்கீழ்
தேனான உளுந்தினுட மாவையப்பா திண்மையுடன் ஆமையது ஓட்டிற்பூசே. 5193

பூசியே பிரதமையின் பாதத்தின்கீழ் புகழாக ஆமைதனை பொதிந்துபோடு
காசியென்ற பட்டினால் பாதந்தொட்டு பாங்குபெற உடுப்பதுவும் பணிந்துமல்லோ
தூசிபடா பாதமது தெரியாமற்றான் துப்புரவாய் பிரதமையைச் சாய்த்துவைத்து
கூசிடா வண்ணமது ஓமசாந்தி கொற்றவனே செய்துமல்லோ சொல்லக்கேளே. 5194

சொல்லவென்றால் பிரதமையை நோயாளிமுன்னே சுத்தமுடன் தானிறுத்தி வைக்கும்போது
வெல்லவே பிரதமைதான் சுத்தியல்லோ விருப்பமுடன் தான்வருகும்போதிலப்பா
கொல்லவே வந்ததொரு கிரகமப்பா கொற்றவனே பிரதமையின் மேலேயப்பா
புல்லவே மையலது பலியேகொண்டு கோபாலா போகுதடா என்றுசெப்பே. 5195

செப்பிடவே கிட்டிருந்த மாண்பரெல்லாம் செம்மலுடன் பிரதமையைக் கண்டபோது
ஒப்பிடவே சாந்தியினால் கிரகம்நீங்கி ஓங்கார பலியதுவுங் கொண்டுதானும்
செப்பிடவே கிரகமது போகுதென்று மேதினியில் எல்லவரும் மயங்குவார்கள்
தப்பிதங்கள் இல்லாமல் பிணியாளன்தான் சட்டமுடன் சுகமாவான் பாரீர்பாரே. 5196

பாரப்பா பிணியாளன் சுகமுமாகி பான்மையுடன் பிரம்மையது நீங்கியல்லோ
சீரப்பா பிரதமையின் ஜாலத்தாலே சிறப்புடனே எந்நாளும் பிணிகள்நீங்கி
வேரப்பா சாந்தியது மகிமையாலும் வேதாந்தத் தாயினது கிருபையாலும்
ஆரப்பா பிரம்மையது நீங்கியல்லோ வவனிதனில் சுகமாக வாழ்வார்தானே 5197

தானான சடந்தனக்கு நோய்கள்வந்தால் தகமையுடன் மாண்பரெல்லாஞ் செய்யுமார்க்கம்
கோனான தன்தெய்வங் குலதெய்வந்தான் கொப்பெனவே அம்மனென்றும் பிடாரியென்றும்
பானான பலதெய்வ குற்றமென்றும் பாங்குபெற கப்பணங்கள் கட்டுவாகும்
மானான முனிதேவர் முடங்கனென்றும் மகத்தான பலவிதமாம் வண்ணமாமே. 5198

வண்ணமாம் இப்படியே லோகமெல்லாம் வகுப்புடனே புத்தியது மாறலாகி
எண்ணமுடன் தன்னறிவு நிலையுங்கெட்டு எழிலான பதாம்புயத்தை நினையாமற்றான்
திண்ணமுடன் கடவுள்தனை மனதிலுன்னி தீர்க்கமுடன் ஏகாந்த உருவைவிட்டு
பண்ணியதோர் கோலமதை என்னசொல்வேன் பாருலகில் மாண்பருட தன்மைதாமே. 5199

போகர் புலிப்பாணிக்கு சாயா புருஷ தரிசனம் காண்பிப்பது

தன்மையாம் இன்னமொரு மார்க்கஞ்சொல்வேன் தன்மையுள்ள புலிப்பாணி மைந்தாகேளு
பான்மையாம் எந்தனது பாட்டனப்பா பாங்கான காலாங்கி நாதரப்பா
வன்மையாம் வருமைய சீஷனையா வளமான காலாங்கி நாதர்தாமும்
மின்மையாய் எந்தனது குருநாதனையா மேன்மையுடன் எந்தனுக்கு உரைத்தார்பாரே. 5200

பாரேதான் எந்தனுக்குச் சொன்னமார்க்கம் பாருலகில் யாவருக்குஞ் சொன்னதில்லை
நேரேதான் வெகுகால கோடியப்பா நேர்மையுடன் காலாங்கி நாதர்தாமும்
தீரேதான் குருபாதங் கார்த்திருந்து தீரமுடன் வாங்கினதோர் வித்தையப்பா
சீரேதான் உந்தனுக்கு யானுமல்லோ சிறப்புடனே ஓதிவைக்கும் வண்மைகேளே. 5201

கேளப்பா வையகத்தில் நன்மைதீமை கீர்த்தியுடன் தானிருக்கும் வளமைதானும்
சூளப்பா தேகமது அழியாவண்ணம் சுந்தரனே வெகுகாலம் இருப்பதற்கும்
நாளப்பா போகாமல் கற்பஞ்சொல்வேன் நளினமுடன் கற்பமது என்னவென்றால்
ஆளப்பா ஆகாய கற்பமாகும் அப்பனே சொல்லுகிறேன் வரிசைபாரே. 5202

வரியான புலிப்பாணி கண்ணேகேளு வாகுபெற ஆகாய தெரிசனந்தான்
துரிதமுடன் வையகத்தில் இருப்பதற்கு துப்புரவாய்ச் சாதனங்கள் உரைப்பேன்கேளீர்
சரியான பூமிதனில் மேடுபள்ளம் சட்டமுடன் ஆராய்ந்து சரிதைகாண
பிரியமுடன் செங்கதிரோன் கிழக்குதிக்க பிசகாமல் மேற்குமுகந் தன்னைக்காணே. 5203

ஆகாயத்தில் ரூபம் காணுதல்

காணவே சாமமது இரண்டுக்குள்ளே கருவான காயாதி கற்பங்கொண்டு
கோணவே போசனங்கள் உண்டுமேதான் தோறாமல் பூமிதனில் நின்றுகொண்டு
நாணவே முடிதனையே அசைக்காமற்றான் நன்மையுடன் இருகரமுந் தொங்கவிட்டு
பூணவே தன்னிழலைக் கண்ணிற்கண்டு பொங்கமுடன் நன்மைதீமை அறிந்திடாயே. 5204

அறியவே நுட்பமது என்னசொல்வேன் ஓகோகோ நாதாக்கள் கண்டதில்லை
முறியவே நேத்திரங்கள் இமைகொட்டாமல் முனையான தன்சிரசைத் தானும்பார்த்து
குறிப்புடனே ஆகாயந் தன்னைநோக்கி கொற்றவனே பார்க்குமந்த சமயந்தன்னில்
நெறியுடனே உமைப்போல ரூபங்காணும் நேர்மையுடன் ரூபமதில் வினயங்கேளே. 5205

வினயமது என்னவென்றால் செப்பக்கேளீர் வேதாந்தத் தாயினது சொரூபம்போல
நினவதுவுந் தவறாமல் மைந்தாநீதான் நீதியுடன் ஆகாயந் தன்னிற்றானும்
கனவுகண்ட கதைபோலே சுடரானந்தங் கண்ணிற்குத் தோன்றுமப்பா கடினவேதை
பனையளவு உயரமப்பா உந்தன்ரூபம் பாரினிலே தானிருந்து காணலாமே. 5206

காணவென்றால் சொரூபமது முறைமைசொல்வேன் கண்ணிற்கு ஆகாயந் தன்னிலப்பா
தோணவே சுடரொளிபோல் உந்தன்ரூபம் தோற்றுமப்பா கண்ணிற்குக் சூச்சங்காணும்

சாணளவு ரூபமது கொண்டுமல்லோ சட்டமுடன் பனையளவாய்த் தோற்றும்பாரு
நீணவே மாயாதி ரூபந்தானும் நிட்களங்க மாகவல்லோ தோற்றும்பாரே. 5207

பார்க்கையிலே சிரசதும் தோன்றாவிட்டால் பாலகனே ஒருதிங்கள் சாவான்பாரு
தீர்க்கமுடன் இருகரமுங் காணாவிட்டால் தினமதுவும் மூன்றுதிங்கள் மறிப்பான்பாரு
சேர்க்கவே மார்பதனில் துவாரங்கண்டு செங்கதிரோன் கண்ணிற்குத் தோற்றுமாகில்
ஆற்றவே அறுதிங்கள் மரணமாவான் அப்பனே சாயாவின் ரூபந்தானே. 5208

தானான தரிசனங்கள் காணும்போது தகமையுள்ள சொரூபமது குறைவைக்கண்டால்
கோனான காலாங்கி வாக்குப்போல கொற்றவனே முடிவதற்கு பிசகொன்றில்லை
தேனான மனோன்மணியாள் சொரூபம்போல தெளிவாக உன்ரூபங் கண்டாயானால்
பானான பாருலகில் வெகுகாலந்தான் பாலகனே இருப்பதுவும் உறுதியாமே. 5209

உறுதியாம் பன்னிரண்டு ஆண்டுதானும் உத்தமனே தரிசனங்கள் காண்பாயானால்
நிறுதியாய் உன்ரூபங் கண்டரூபம் நிட்களங்க மாகவல்லோ பின்தொடர்ந்து
சுருதியுடன் கருவிகர ணாதியோடு சுத்தமுடன் உடலாவி கொண்டுமல்லோ
பரிதிவிட்டு உந்தன்நிழல் கூடேநிற்கும் பாலகனே சாயாவின் வண்மைபாரே. 5210

வண்மையாஞ் சொரூபநிலை பின்தொடர்ந்து வாகுடனே உந்தனிடம் உலாவும்பாரு
திண்மையாய் சயனங்கள் செய்யும்போது தீர்க்கமுடன் பூமிதனில் நடக்கும்போது
புண்மையாய் உளுக்கார்த் திருக்கும்போதும் தகமையுடன் ஒருவருடன் பேசும்போதும்
உண்மையாய் உந்தனுக்கு வருங்காலத்தை உத்தமனே உந்தமக்கு கூறும்பாரே. 5211

கூறுமே நன்மையென்ற தீமையாவும் குறிப்புடனே உந்தமக்கு முன்னேசொல்லும்
மாறுபடா மேனியது வாசிகூறும் வளமான தேகமது கற்றூனாகும்
வீறுடனே வையகத்தில் கோடிகாலம் வித்தகனே இருப்பதுவும் நிட்சயந்தான்
நாறுமுடல் அழியாது கோடிகாலம் நாணிலத்தில் இருப்பதுவும் சமாதியாமே. 5212

ஆமேதான் சாயாவின் தரிசனத்தை அப்பனே கண்டவர்க்கு எல்லாஞ்சித்தி
தாமேதான் அட்டமாஞ் சித்தியாவும் தாரணியில் அடைவதற்கு ஐயமில்லை
போமேதான் பன்னிரண்டு ஆண்டுமட்டும் பொங்கமுடன் கண்டவர்க்கே சித்தியாகும்
வேமேதான் காணாத மாண்பருக்கு விட்டகுறை இருந்தாலும் வாய்க்காதன்றே. 5213

அன்றான தரிசனத்தைக் கண்டமாண்பர் அவனியிலே தானுமொரு சித்தனைப்போல்
குன்றான மலைதனிலே இருக்கலாகும் குவலயத்தில் நீயுமொரு சித்தனைப்போல்
வென்றிடவே தேவாதி ரிஷிகள்தம்மை விண்ணுலகில் காண்பதற்கு இடமுண்டாகும்
தென்திசையில் அகத்தியனார் முனிவர்தானும் செப்பினார் இந்தமுறை சொன்னார்பாரே. 5214

பாரேதான் சரநூலாம் பஞ்சாட்சி பாரினிலே மாணாக்கர் பிழைக்கவென்று
நேரேதான் சாத்திரத்தைப் பாடிவைத்தார் நீதியுடன் சாயாவின் தரிசனத்தை
சேரேதான் தரிசனத்தைக் காண்பதற்கு செம்மலுடன் வழிசொன்னார் மைதானில்லை
கூரேதான் மையினது மார்க்கந்தன்னை கூறினேன் காலாங்கி கடாட்சந்தானே. 5215

தானான சித்துமுனி கும்பயோனி தாரணியில் கருவதனை மறைத்துப்போட்டார்
மானான காலாங்கி எந்தநாதர் மகாதேவர் கடாட்சமது கிருபையாலே
தேனான கருக்குருவை யானுங்கற்று தெளிவாக மாணாக்கர் பிழைக்கவென்று
பானான சாஸ்திரங்கள் யாவும்பார்த்து பாருலகில் பாலகர்க்கு பாலித்தேனே. 5216

பாலிப்பேன் இன்னமொரு மார்க்கங்கேளும் பாங்கான புலிப்பாணி மைந்தாகேளு
நீலியென்ற கருங்காலி மூலிதானும் நீட்சியுடன் கண்ணனுட மூலிவேரும்
சூலியென்ற நத்தையின் சூரியப்பா சூரியனார் காந்தியது மூலிவேரும்
வேலியென்ற பருத்தியப்பா இருவேலிதானும் வேகமுள்ள கருப்பு ஊமத்தைவேரே. 5217

சாயா புருஷ தரிசனம்

வேரான சடையனது மூலிதானும் வேகமுடன் பொன்னினூ மத்தைவேரும்
தூரான மையூரின் சிகையுங்கூட்டி துப்புரவாய்த் தான்சுருக்கிப் பொடியதாக்கி
சேரான பொடிதனிலே வைங்கோலத்தை செப்பமுடன் தானுரைத்து சொல்லக்கேளு
கூரான புழுகுரோ சனையுஞ்சேர்த்து குறிப்புடனே மைசேர்த்து வரைத்திடாயே. 5218

சேர்த்துமே பேரண்டந் தன்னிலப்பா செம்மலுடன் மையதனைப் பிடித்துக்கொண்டு
கோர்த்துமே குமரியுட மையுங்கூட்டி கொற்றவனே தானரைத்து சிமிழில்வைத்து
பார்த்துமே நேத்திரமாம் புருவந்தன்னில் பாலகனே மைதீட்டி ஆகாயத்தை
தீர்த்துமே பார்க்குகின்ற ஜாலந்தன்னில் திறமுடனே தெரிசனமுந் தெரியுந்தானே. 5219

தானான சூரியனை மேகந்தானும் சட்டமுடன் மேகமது மறைத்திட்டாலும்
பானான மேகமதுக் குள்ளிருக்கும் பாலகனே சூரியனுங் கண்ணிற்றோற்றும்
மானான சந்திரனைக் காணும்போது மகத்தான தரிசனையுங் கண்ணிற்றோற்றும்
தேனான தேசொளியின் மயக்கத்தைப்போல ஜெகஜோதி மின்னல்போல் தோற்றும்பாரே. 5220

பாரேதான் மையினால் மேகஜாலம் பாங்குடனே தெரிசனையுங் காணலாகும்
நேரேதான் இக்கருவை சித்தர்தானும் நெறிமுறைமை தானறிந்து கூறாமற்றான்
சீரேதான் கருக்குருவை மறைத்துவிட்டு சீர்தப்பி தெரிசனத்தைப் பாடிவைத்தார்
ஆரோதான் எனைப்போல சொன்னாரப்பா அப்பனே உண்மையது உரைத்திட்டோமே. 5221

உண்மையாய் சாத்திரங்கள் கண்டாராய்ந்து உவமையுடன் மாணாக்கள் பிழைக்கவென்று
திண்மையாய் காலாங்கி கிருபையாலே திறமுடனே உந்தமக்கு ஓதிவைத்தேன்
வண்மையாய் நீயுமொரு சித்தனைப்போல் வளமுடனே உலகுதனில் இருந்துகொண்டு
நன்மையாய் நாதாக்கள் பாதம்போற்றி நாட்டமுடன் எப்போதும் வாழ்வீர்காணே. 5222

போகர் சீனபதிக்குப் போவது

காணவே போகரிஷி நாதர்தானும் கனமான காலாங்கி நாதர்பாதம்
பூணவே அவர்பாதந் தொட்டுமல்லோ புகழுடனே மதியமுர்தம் பூண்டுமல்லோ
தோணவே குளிகைதனை பூண்டுகொண்டு துப்புரவாய் சீனபதிக்கு ஏகியல்லோ
நீணவே காலாங்கி சமாதிபக்கம் நின்றாரே நெடுநேரம் நின்றிட்டாரே. 5223

நின்றதொரு போகரிஷி வந்தசேதி நீதியுள்ள காலாங்கி நாதருக்கு
சொந்தமுடன் மனோலயத்தில் அறிந்துகொண்டு தோற்றமுடன் போகரிஷி நாதருக்கு
அந்தமுடன் அசரீரி வாக்கினாலே அங்ஙனவே சப்தமது கேட்கலாச்சு
விந்தையுடன் சப்தமது கேட்டபோது விருப்பமுடன் போகரிஷி வணங்கிட்டாரே. 5224

வணங்கியதோர் போகரிஷி நாதர்தானும் வாகான ஞானோப தேசங்கேட்டு
இணங்கியே சிரம்பணிந்து கைகுவித்து எழிலான காலாங்கி நாதருக்கு
மணங்கமழும் வேதாந்த தாயாருக்கு மகிழ்ச்சியுடன் இருபாதந் தெண்டனிட்டு
சுணங்கமது வாராமல் போகர்தாமும் துப்புரவாய் சீனபதி வந்திட்டாரே. 5225

போகர் சீனபதி பெண்களுக்கு சாயா புருஷ தரிசனம் சொல்வது

இட்டதொரு போகரிஷி நாதர்தாமும் எழிலான சீனபதிப் பெண்களுக்கு
சட்டமுடன் சாயாவின் தரிசனத்தை சாங்கமுடன் போதித்தார் போகர்தாமும்
அட்டதிசை தான்புகழும் சாயாவின்தன் அன்பான தரிசனத்தைக் கூறும்போது
திட்டமுடன் மாதரெல்லாம் கண்டுமல்லோ திறமுடனே மனதுவந்து களிப்புற்றாரே. 5226

களிப்பான தெரிசனத்தைப் பெண்களெல்லாம் கருத்துடனே பார்த்தல்லோ சந்தோஷித்து
தளிர்போன்ற கரமதனைக் கண்ணில்ஒத்தி சார்புடனே சாயாவின் தரிசனத்தை
பளிங்குடனே எங்களுக்கு போதித்தாலே பாங்குடனே தரிசித்து மனங்களித்து
அளியாமல் எங்களது காயந்தன்னை அவனியிலே தாமிருக்கச் செய்வோம்பாரே. 5227

பாரேதான் காயாதி கற்பங்கொண்டு பாங்குபெற எந்நாளும் பாரின்மீது
சீரேதான் தாமிருந்து யோகசாதம் சிறப்புடனே கண்டல்லோ நாங்களுந்தான்
நேரேதான் பன்னிரண்டு ஆண்டுமட்டும் நேர்புடனே சாதனைகள் மிகவுஞ்செய்து
வீரேதான் விண்ணுலகு அதிசயத்தை விருப்பமுடன் காண்பமென்று வினவிட்டாரே. 5228

இட்டதொரு பெண்களுக்கு போகர்தாமும் எழிலான வித்தையென்ற சாதனத்தை
தொட்டகுறி போலல்லோ காண்பித்தேதான் தேறாமல் எப்போதும் காண்பதற்கு
பட்டதொரு குறிபோல தரிசனத்தை பாங்குபெற போதித்துப் பெண்களுக்கு
சட்டமுடன் குளிகையது கொண்டுமல்லோ சாங்கமுடன் மறுபடியும் வந்திட்டாரே. 5229

வந்தாரே மேருவுக்குத் தெற்கேயப்பா வளமுடனே நர்மதா நதிக்குப்பின்னால்
அந்தமுடன் போகரிஷி நாதர்தாமும் அன்பாக குளிகையது பூண்டுகொண்டு
நிந்தனைகள் இல்லாமல் ரிஷியார்தாமும் நீதியுடன் வேடிக்கை சிமிட்டுவித்தை
சொந்தமுடன் செய்தல்லோ மாண்பருக்கு சூட்சாதி சூட்சமெல்லாம் காண்பித்தாரே. 5230

பானை உடைக்க தண்ணீர் நிற்க

காண்பித்தார் மாண்பருக்கு வினோதவித்தை களிப்புறவே போகரிஷி நாதர்தாமும்
ஆண்பிள்ளை புலிப்பாணி எந்தன்பாலா அப்பனே உந்தனுக்கு வினோதஜாலம்
நண்பான பானையது பாண்டமப்பா நவிலவே யானுரைப்பேன் மைந்தாகேளு
சாண்பான தவளமது கலசம்போல சட்டமுடன் செய்துமல்லோ செப்பக்கேளே. 5231

செப்பவென்றால் நாவில்லை பாவுமில்லை ஜெகதலத்தில் நாதாக்கள் சொன்னதில்லை
ஒப்பமுடன் பாண்டமது செய்துமல்லோ ஒளிவான நறுவளிய மாபழத்தையப்பா
இப்புவியில் மாண்பர்களுக்கு அறியாமற்றான் எழிலான பழமதுவைப் பாண்டத்துள்ளே
அப்பியே பூசியல்லோ காயப்போடு அங்ஙனவே செய்யுமுறை அறையக்கேளே. 5232

கேளப்பா ஜலமதனை பாண்டமிட்டு செப்புகிறேன் கட்டுயென்ற கொடிதானப்பா
பாளப்பாப் போகாமல் எனையுங்கூட்டி பாங்குபெற சார்பிழிந்து ஜலத்தினுள்ளே
நாளப்பா போகாமல் அப்போதேதான் நலம்பெறவே சார்பிழிந்து சீனிபோட்டு
ஆலேதான் எல்லவரும் பார்த்திருக்க அப்பனே பாண்டமதை உடைத்திடாயே. 5233

உடைக்கவே ஜலமதுதான் ஊறல்போல உத்தமனே இறுகியல்லோ வெண்ணெய்போலாம்
படைசேர்ந்த கொலுமுகத்தில் இந்தஜாலம் பாலகனே செய்துமல்லோ வெண்ணெய்ஈவாய்
தடையறவே மாண்பரெல்லாங் கண்டுஏங்கி தகமையுடன் பொசித்தல்லோ உன்னைமெச்சி
சடைபோன்ற தம்பிரான் மகுத்துவந்தான் தாரணியில் இவர்போலும் இல்லையென்பாரே. 5234

என்னவே வேணதொரு பொருளுமீவார் எழிலான மாந்திரீக ரென்றுமல்லோ
துன்னவே உந்தனுக்கு சோடசாரம் தோறாமல் செய்தல்லோ தனமும்ஈவார்
நன்னயமாய் வேதாந்த சித்துவென்று நாட்டினிலே உந்தமக்குப் பேருண்டாகும்
பன்னவே பலபேரும் போற்றுவார்கள் பாலகனே நீயுமொரு சித்தனாமே. 5235

சித்தனாம் இன்னமொரு மார்க்கஞ்சொல்வோம் சிறப்பான புலிப்பாணி மைந்தாகேளு
பக்தியுடன் குளிகையது பூண்டுமல்லோ பார்லோகம் சத்தகடல் சுத்திவந்தேன்
முத்திபெற மாண்பரெல்லாங் கோடிகோடி முயன்றுமே காவிக் கஷாயத்தோடும்
நித்தமுமே ஜெபதபங்கள் அதிகமுண்டு நீணிலத்தில் வெகுபேர்கள் கோடியாமே. 5236

கள்ளச் சைவம்

கோடியாம் சாதியிலே அனந்தஞ்சாதி கொற்றவனே பதினெட்டு ஜாதியுண்டு
பேடிகளுஞ் சூரர்களும் மெத்தவுண்டு பேரான பதிதனிலே லக்கோயில்லை
தேடியே பலதேசங் கண்டாராய்ந்தேன் தேசத்தில் சைவமது காணவில்லை
நீடிரே வெகுமாண்பர் தேசமெல்லாம் நிலையான சைவமென்று சொல்வார்பாரே. 5237

சொல்லுவது வாக்கியத்தைக் கேட்டதுண்டு சொற்பமுள்ள சைவர்களைக் கண்டதில்லை
பல்லவே இறைச்சிவகை புசியோமென்றும் புலால்வகைகள் புசிப்பதில்லை என்றுகூறி
வெல்லவே மதாச்சார பேதாபேதம் வெகுவாகப் பினத்தியல்லோ திரிவார்பாரு
கொல்லவே நித்தியமும் புலாலைத்தின்று கூசாமல் சைவமென்று கூறுவாரே. 5238

கூறுவார் பலபேத ஜாதிதன்னில் குறிப்புடனே பிரம்மமென்ற ஜாதியப்பா
மாறுதலாம் சைவத்தைக் கூறியல்லோ மகுத்துவங்கள் ஆகமங்கள் மிகவுஞ்சொல்லி
தாறுமா றாகவல்லோ வேதங்கள்கூறி தாரிணியில் வெகுமாண்பர் பிழைப்பாரப்பா
ஆறுதலம் கரைகண்ட யோகநிஷ்டை அப்பனே செய்தவர்கள் மட்டிமாடே. 5239

மாடான மாடல்லோ மாண்பரப்பா வையகத்தில் ஜாதிகெட்ட சைவரப்பா
கோடான கோடிபேர் சைவமென்று கூறியதோர் மொழியதனைக் காதிற்கேட்டேன்

தாடான மாமிஷத்தை தின்பார்பாதி சட்டமுடன் நெய்யதனைக் குடிப்பார்பாதி
நீடான தயிர்பாலில் சைவமுண்டோ நிட்சயமாய் சைவமென்று நம்புவாரே. 5240

நம்பவென்றால் சைவங்கள் இல்லையப்பா நாதாந்த சித்துகளுஞ் சொல்லவில்லை
வம்பென்று மறைத்துவைத்தார் சைவந்தன்னை வளமுடனே புலால்தின்னார் எவருமில்லை
வெம்பியதோர் ரோகமென்ற செம்மறிதானப்பா விருப்பமுடன் பொசிக்கின்றார் சூத்திரருமப்பா
தும்பியுடன் பிரம்மகுல க்ஷத்திரியர்தாமும் துகளகற்றி நெய்மோரை குடிப்பார்தாமே. 5241

குடிப்பாரே பால்தயிர்கள் நெய்குடிப்பார் குற்றமென்று இறைச்சிதனை நீக்கிவிட்டார்
நடிப்புடனே சைவமென்று சொல்லலாமோ நாதாக்கள் கைமறைப்பாய்க் காட்டவில்லை
துடிப்புடனே மற்றதோர் ஜாதியெல்லாம் துப்புரவாய் புலால்வகைகள் மிகவுந்தின்பார்
அடிப்படைதான் மாமிஷங்கள் என்னலாகும் அப்பனே மேல்மிதக்கும் நெய்யுமாமே. 5242

நெய்யான வகைகளெல்லாம் கொஞ்சமல்ல நிட்சயமாய் சேருக்கு எட்டிலொன்று
துய்யதொரு மாமிஷங்கள் தின்போன்சைவன் துப்புரவாய் நெய்தின்போன் சைவனல்ல
வெய்யதொரு மாமிஷத்தில் நெய்யேயில்லை விருப்பமுடன் ரத்தமது சுண்டியல்லோ
பையவே பாலாகி வந்தநெய்தான் பாலகனே இறைச்சிக்கு அதிகமாமே. 5243

அதிகமாம் காய்கறிகள் புழுவேயுண்டு அப்பனே அலைவகையில் புழுவும்உண்டு
கதிதமுடன் தண்ணீரிற் புழுவும்உண்டு கண்காணா எச்சலது மலமும்உண்டு
துதிதமுடன் சுத்தமது எதிலேயுண்டு சுகமுண்டோ சைவத்தி லதிகம்உண்டோ
பதிதமுடன் பொய்ச்சைவம் அல்லாலப்பா பாரினிலே மெய்ச்சைவம் உண்டோபாரே. 5244

பாரப்பா இன்னம்வெகு வினோதமப்பா பாரினிலே மாணாக்கர் செய்யுமார்க்கம்
ஆரப்பா கற்பகத் தருவின்மூலம் அப்பனே யார்தின்ற எச்சிலப்பா
சீரப்பா மாண்பரெல்லாம் ஆதாரந்தான் சிறப்புடைய கிழங்கென்று பொசித்தாரப்பா
நேரப்பா பலபேரும் பொசித்தமூலம் நினைவழிந்து நின்றுமல்லோ கெட்டார்மாண்பரே. 5245

கெட்டாரே இப்படியே வையகத்தோர் கேடழிந்து சீரழிந்து சைவங்கெட்டு
இட்டபடி பிறவியென்ற சைவமாக எழிலுடனே மாண்பரெல்லாம் நம்புறார்கள்
தொட்டதொரு பொருளெல்லாம் சைவமில்லை தோராமல் மாண்பரெல்லாம் புலாலேதின்போர்
சட்டமுடன் எந்தன்குரு காலாங்கிநாதர் சாங்கமுடன் எந்தனுக்கு உரைத்தநூலே. 5246

நூலான நூலுக்குள் அதீதங்காணும் நுட்பமென்ற பொருளெல்லாம் இதிலேதோயும்
காலான காலாங்கி சொன்னவாக்கு காசினியில் பொய்யாது மெய்யேயாகும்
மாலான மாண்பரெல்லாம் சிற்றின்பத்தில் மதிகெட்டு தேவதா மங்கையோடு
கோலான லீலையது மிகவுமாடி குவலயத்தில் எல்லிதனை விரும்பினாரே. 5247

விரும்பியே கலவிதனில் இருவரெச்சை மெய்யுடல் ஆவிபொருள் எல்லாந்தந்து
சுரும்பியன கைப்பொருள்கள் யாவுந்தந்து சுந்தரமே மோட்சமிது யோனியென்று
கரும்புடனே மூத்திரக் குழியையப்பா கைலாச மேருகிரி என்றுநம்பி
துரும்பாகப் போனவர்கள் கோடானகோடி தூங்கியே மாண்டவர்கள் கோடியாமே. 5248

கோடியாம் ரிஷிதேவர் முதலாயுள்ளோர் குவலயத்தில் மாண்டவர்கள் கணக்கோயில்லை
தேடியே மாயவலை சிக்கியல்லோ தேசத்தில் கெட்டவர்கள் அதிகமாண்பர்
நீடியே வையகத்தில் இருந்தாரில்லை நிட்சயமாய் காலங்கி சொன்னநீதி
வாடியே போகரிஷி அடியேனப்பா அன்புடனே தாமுரைத்த நீதிதாமே. 5249

தானான நீதியது யாருக்கென்றால் தாரணியில் சீனபதி உலகத்தோர்கள்
மானான வாக்கியத்தை மெய்யென்றுஎண்ணி மகவதிலும் பதின்மடங்கு அதிகமாக
கோனான காலாங்கி நாதர்சொல்லை கொப்பெனவே மெய்யென்று நம்பியல்லோ
வேனான ஒழுக்கம் ஆசாரத்தோடும் மேதினியில் நடப்பதுவும் உண்மையாமே. 5250

சீனபதியாருக்குச் சைவமில்லை

உண்மையாம் சீனபதி தேசத்தோர்க்கு ஓகோகோ சைவங்கள் இல்லையப்பா
கண்மையாய் மாமிஷங்கள் புலால்தானும் கபடன்றி புசிப்பது நீதியாகும்
வண்மையுடன் ஜெபதபங்கள் குளியலுண்டு வளமான நேமநிஷ்டை அனேகமுண்டு
திண்மையாம் மாமிஷம் இலாதவர்க்கம் திகமுடனே தின்பார்கள் சைவந்தானே. 5251

சைவமென்பார் பேதாபேதங்கள் இல்லை சாதுரிய பதார்த்தவகை புசித்திட்டாலும்
கைதவங்கள் பிசகாத சுழிகள்போலும் கைலாய நாதரைப்போல் தவமும்செய்வார்
மைவனங்கள் மெத்தவுண்டு சீனத்தார்க்கு மகாவிஷ்ணு கிருஷ்ணாவ தாரம்என்பார்
வெய்தவம் பூண்டாலும் சீனத்தார்கள் விருப்பமுடன் சைவமது இல்லைதானே. 5252

போகர் சீனபதி தேசத்தாருக்கு சாஸ்திரமில்லை என்று கூறல்

தானான புலிப்பாணி மைந்தாகேளு தகமையுடன் இன்னமொரு மார்க்கஞ்சொல்வேன்
கோனான எனதையர் காலாங்கிநாதர் கொற்றவனார் பாதமது கடாட்சத்தாலே
தேனான தேசமெலாம் குளிகைகொண்டு தெளிவுடனே ஏழுகடலுஞ் சுற்றிவந்தேன்
மானான மாண்பரிட சைகைகண்டேன் மகத்தான சாஸ்திரங்கள் மெத்தஉண்டே. 5253

உண்டான லோகபதி மாண்பரெல்லாம் ஓகோகோ நாதாக்கள் சொன்னவாக்கு
கண்டல்லோ சாஸ்திரங்கள் அதிகம்பார்த்து காசினியில் தத்துவத்தில் மிகுந்தோர்போல
மிண்டான வார்த்தைகளும் மிகவுங்கூறி மேதினியில் கரைகண்ட வித்துவான்போல்
அண்டர்முனி முதலானோர் கண்டுஏங்க அவனியிலே சித்தனைப்போல் பேசுவாரே. 5254

பேசியே வெகுகோடி மாண்பரெல்லாம் பினத்தினார் சாஸ்திரத்தின் குப்பல்தன்னை
பூசிதங்கள் கொண்டல்லோ பகட்டுகாட்டி புகமுடனே சாஸ்திரத்தை மெய்போல்சொல்லி
ஊசிதமாந் தத்துவங்கள் தியானமார்க்கம் உறுதியுடன் நாதாக்கள் சொன்னதில்லை
வாசித்து நால்வேத மாறுசாஸ்திரம் வகையுடனே கதைகட்டி உரைத்திட்டாரே. 5255

உரைத்திட்ட கதையெல்லாம் பொய்யேயாகும் உத்தமனே சாஸ்திரங்கள் அதர்வணந்தான்
கரைத்திட்ட மாகவல்லோ மாண்பருக்குக் காசினியில் தாம்உரைத்தார் சாஸ்திரங்கள்

நிறைத்திட்ட மாகவல்லோ யானுஞ்சென்று நீடாழி உலகுபதி சுத்திவந்தேன்
வரைக்கமலம் வீற்றிருக்கும் தாயார்பாதம் வளமையுடன் எந்நாளும் பதங்கண்டேனே. 5256

பதமான பதமதுவும் சாஸ்திரங்கள் பாங்குடனே மேதினியில் கண்டேன்யானும்
மிதமுடனே தர்க்கங்கள் யாகமங்கள் மேதினியில் வெகுபேர்கள் சொல்வாரப்பா
நிதமுடனே சாஸ்திரத்தின் தொகுப்டையெல்லாம் நீதியுடன் மெய்போலே பேசுவார்பார்
சதகோடி சாஸ்திரங்கள் கூறிட்டாலும் சட்டமுடன் சீனபதிக்கு ஈடாகாரே. 5257

இணையான தென்காசி பதியிலப்பா எழிலான தேசமது அனேகமுண்டு
சணமதிலே குளிகையது பூண்டுகொண்டு தாரணியில் சதகோடி தூரமட்டும்
கணமதுவும் நில்லாமல் அடியேன்தானும் காசிபதி மாண்பரெல்லாங் கண்டுவந்தேன்
பிணமதுவும் மடிந்தாக்கால் சாஸ்திரங்கள் பேரான சாங்கியங்கள் மெத்தவுண்டே. 5258

உண்டான சமுசாரி கோடிமாண்பர் உததமர்கள் வேதாந்தங் கடந்தஞானி
செண்டான முறைமைகெட்டு மையல்கொண்டு ஜெகந்தனிலே மடிந்தவர்கள் கோடானகோடி
அண்டமுடன் ஆகாயந் தன்னளவாய் அகிலமெல்லாங் கொடிகட்டி வாழ்ந்தார்கோடி
புண்டரீக கிருஷ்ணாவ தாரனைப்போல் புகழான கீர்த்தியுடன் மடிந்தோர்தாமே. 5259

மடிந்ததோர் மாணாக்கள் மானிலத்தில் மகாதேவர் பாதமது அடைந்தோர்கோடி
கடினமுடன் வையகத்தில் வாழ்வுபெற்று காசினியில் சாஸ்திரங்கள் மிகவுங்கற்று
அடியளவு வேதமுதல் ஆகமங்கள் அறுபத்து நாலுகலை சாத்திரங்கள்
முடியோடு முனிவர்பதந் தாள்பணிந்து மூதுலகில் கற்றென்ன ஒன்றுங்காணே. 5260

காணவென்றால் மடிந்தவர்க்கு சாத்திரங்கள் கைலாயஞ் சென்றவர்க்குப் பார்க்கலாமோ
தோணவே உடல்பொருள்கள் ஆவியெல்லாம் தோற்றாமல் மண்ணோடே மண்ணாய்ப் போச்சு
வேணதொரு சாத்திரங்கள் பார்த்தாலென்ன பார்த்தாலும் வையகத்தில் இருப்பாருண்டோ
பூணவே ஆகாத நாளில்மாண்டோர் புகழான ஆத்துமமும் இருந்ததுண்டோ. 5261

இருந்துமே வையகத்தில் மாளிவிட்டு எழிலான கிரகமது போவதுண்டோ
திருந்தவே வருடமது ஆறுதிங்கள் திரமான மாளிதனில் இருந்துகொண்டு
பொருந்தவே பெற்றோர்கள் குடும்பத்தோரை பொங்கமுடன் வம்புகளுங் கூர்வதுண்டோ
வருந்தியே மாண்டதொரு கிரகந்தன்னை வளமுடனே தானடைப்பார் பாருபாரே. 5262

பாரப்பா நலமான நாளில்மாண்டோர் பாருலகில் கிரகத்தை விட்டுமல்லோ
நேரப்பா சமுதாயங் கைலாயத்தில் நேர்மையுடன் அடைக்கலமாய் சென்றதென்றும்
சீரப்பா வாத்துமமுங் கைலாயத்தில் சிறப்புடனே சென்றதென்பார் மாண்பரெல்லாம்
ஆரப்பா கண்டவர்கள் வையகத்தில் ஆருமில்லை உண்மையிது பாருபாரே. 5263

பாரேதான் தேகமது மண்ணாய்ப்போச்சு பாருலகில் ஆத்துமமும் காணார்மாண்பர்
சீரேதான் ஒடுக்கநிலை யாருங்காணார் சிறப்பான பிரபஞ்ச வாழ்க்கனைத்தும்
வேரேதான் மறுபிறப்புங் கண்டதுண்டோ வெட்டவெளி ஆகாயமொன்றுங் காணோம்
தீரேதான் சென்றநிலை காணாமற்றான் திகைத்துமே மாண்பரெல்லாம் திகைப்பார்தானே. 5264

தானான காலாங்கி எந்தநாதர் தகமையுள்ள வாக்கதுவும் பொய்யெண்ணாது
கோனான என்குருவாம் சற்புருஷன்வாக்கு குவலயத்தில் பொய்யாது மெய்யேயாகும்

மானான மகாதேவர்படி நிதானம் மார்க்கமுடன் வயததுவுங் கூறியல்லோ
தேனான தேவரது பாதங்காண தெளிவான கட்டளைகள் உண்டுபாரே. 5265

உண்டான கட்டளைகள் அமைந்திருக்க ஓகோகோ சாஸ்திரங்கள் வேதமென்ன
திண்டான நல்லநாள் தீயநாளும் திகழுடனே மகாதேவர் படைப்பார் உண்டோ
சண்டாள மாண்பரெல்லாம் சாத்திரத்தை தக்கபடி உணராமல் மதியீனத்தால்
கொண்டபடி அவரவர்கள் தியானத்தாலே குறிப்புடனே தீயநாள் என்றிட்டாரே. 5266

இட்டாரே தீயநாள் நல்லநாளா எழிலான சாத்திரங்கள் கூர்வதுண்டோ
விட்டகுறை அமைந்தபடி மாண்பர்க்கெல்லாம் மேதினியில் சாஸ்திரங்கள் மெய்யதாச்சு
நட்டமது மாண்பர் தன்னால் நாதாக்கள் சாத்திரங்கள் ஏதுக்காச்சு
பட்டமது தான்பிறந்த பாவனைப்போல் பாருலகில் சாத்திரம் பொய்யதாச்சே. 5267

ஆச்சப்பா வையகத்தில் சாத்திரங்கள் அனேகமுண்டு நாதாக்கள் செய்தநூலில்
மூச்சடங்கிப் போனதொரு தேகந்தானும் மூதுலகில் திரும்பி வந்தசேதியில்லை
பாச்சலுடன் சாத்திரங்கள் கற்றுமென்ன பாங்கான தத்துவங்கள் அறிந்துமென்ன
ஆச்சரிய மானதொரு தேகமப்பா அவனியிலே இருப்பதுவும் பொய்யுமாச்சே 5268

பொய்யாது தேகமது நிலைநில்லாது பொங்கமுடன் சாஸ்திரங்கள் வேதமென்ன
மெய்யான வாத்துமமும் அழியாதென்று மேதினியில் கட்டுமுறை வாக்கியந்தான்
வெய்யவே சாஸ்திரத்தின் ஆகமங்கள் விட்டகுறை இருந்தல்லோ வெளியுமாச்சு
பையவே அவனன்றி ஓரணுவுதானும் பாருலகில் அசையாது மெய்யதாமே. 5269

ஆமேதான் கெட்டநாள் நல்லநாளாய் ஆகவைக்க உன்னாலே ஆகுமோதான்
போமேதான் கதிரோனின் நாளையெல்லாம் பொங்கமுடன் நல்லநாள் என்றிருக்க
வேமேதான் நாளெட்டும் நல்லநாளாய் வேதாந்தத் தாயினது கிருபையாலே
ஆமேதான் நாதரவர் செய்திருக்க அப்பனே நம்மாலே யாவதென்ன. 5270

என்னவே தேவனது எட்டுநாளும் எழிலாக மாண்பருக்கு அமைந்திருக்க
பன்னவே வெள்ளிதனில் திரவியங்கள் பாருலகில் ஈவதுவே தருமமல்ல
சொன்னபடி காரிதனில் சவளமாகா துப்புரவாய் அருக்கனில் விருந்துமாகா
நன்மையாய் திங்களது வாரசூலை நலமுடனே மாண்பருக்கு காட்டினாரே. 5271

நாட்டமுடன் செவ்வாய்க்கு மேற்குதானும் நலமுடனே பயணமது ஆகாது என்றும்
தேட்டமுடன் புதனுக்கு வடக்கேதானும் செம்மலுடன் பயணமது ஆகாது என்றும்
நீட்டமுடன் குருவாரம் ஸ்தானமாகா நிலையான நாளெல்லாம் தீயநாளாய்
வாட்டமுடன் சாஸ்திரங்கள் கூறியிருக்க வளமுடனே நாளெந்த பலந்தான்காணே. 5272

காணவே நாளெல்லாம் முறைப்பாடாக காசினியில் சாஸ்திரங்கள் பார்த்ததானால்
தோணவே எந்தநாள் நல்லநாளென்று துப்புரவாய் தன்மனதில் எண்ணலாகும்
வேணவே நாளெட்டும் நல்லநாளாய் விருப்பமுடன் உம்பரனார் செய்திருக்க
நாணவே மதியீன மாண்பரெல்லாம் நிலைகெட்டு மதிகெட்டு நின்றிட்டாரே. 5273

சீனபதி பெண்களுக்குத் தீட்டு இல்லை

நின்றாரே காலாங்கி நாதர்தம்மால் நீடூழி காலம்வரை அடியேன்தானும்
குன்றான அவர்பாதந் தொழுதுமல்லோ குளிகைகொண்டு மலையேறி மலைதான்கண்டேன்
சென்றேனே சீனபதிக்கு இடப்பாகத்தில் சிறப்பான தேசமது அனேகமுண்டு
வென்றிடவே பலஜாதி மாண்பர்தாமும் விருப்பமுடன் கண்டல்லோ அறிந்திட்டேனே. 5274

அறிந்தேனே சாஸ்திரங்கள் அனேகமுண்டு அவர்களது பேதமைகள் சொல்லொண்ணாது
குறிந்துமே முழுகுநாள் தன்னிலப்பா கூரான சாஸ்திரங்கள் மெத்தவுண்டு
முறிந்ததொரு உதிரமது தீட்டேயென்று முனையான சங்கநதி முழுகவென்று
நெறிந்துமே ஸ்நானமது செய்யவென்று நேரான ஆற்றோரஞ் செல்வார்பாரே. 5275

பாரேதான் ஸ்நானமது செய்யநன்று பாங்கான சடங்குகளும் செய்யநன்று
நேரேதான் ஓமமது செய்யநன்று நெடிதான தீட்டதுவைக் கழிக்கநன்று
சீரேதான் சாஸ்திரத்தின் தொகுப்பைப்போல சிறப்பான வைதீகஞ் செய்யநன்று
தீரேதான் தீட்டினது மார்க்கத்தாலே திகமுடனே ஒன்றுதான் காணார்பாரே. 5276

காணாரே சூதகங்கள் நேர்ந்தபோதும் கடிதான வேலைமுகஞ் செய்யும்போதும்
நீணவே மண்பாண்டம் தனைஎடுத்து நீதியுடன் ஜலக்கரைக்குப் போகும்போது
வேணபடி அன்னமது சமைக்கும்போதும் வேண்டியே விருந்தமுர்தங் கொள்ளும்போதும்
ஆணவங்கள் தானொடுங்கித் தீட்டேகண்டால் அவனிதனில் விட்டெறிந்து போட்டார்தாமே. 5277

போட்டாரோ பாண்டமது அன்னந்தானும் பொங்கமுடன் காய்ப்பதார்த் தங்கள்பேதம்
நீட்டமுடன் சமைத்ததுவும் போட்டிட்டாரோ நிலையான தீட்டதுவும் மெய்யேயாகும்
தேட்டமுடன் அவர்போட்ட வேஷமெல்லாம் தெளிவான வேஷமென்று செப்பலாகும்
வாட்டமுடன் தீட்டதனில் பிறந்தோர்தாமும் வண்மையுடன் தீட்டதுவும் மெய்யென்றாரே. 5278

மெய்யான தீட்டதுவும் தயங்கியல்லோ மேதினியில் தேகமென்ற உருவுமாச்சு
கையுடனே கருவிகர ணாதியோடும் காசினியில் மாதர்களின் கெர்ப்பக்கோளில்
பையுடனே வந்துதித்த கற்பாத்திரந்தான் பாலகனே திரண்டுஉருவாய் வடிவங்கொண்டு
எய்யவே கடவுளது வரத்தினாலே எழிலான சடலமது பிறக்கலாச்சே. 5279

ஆச்சப்பா சதகோடி மனிதரெல்லாம் அப்பனே பிறவியது இதனாலாச்சு
மூச்சுடனே தேகாதி கற்பந்தோடும் மூதுலகைக் கண்டதொரு மானிடமுமாச்சு
பாச்சலென்ற பிறவியது தீட்டேயாச்சு பாங்கான சடலமது மண்கூறாச்சு
மாச்சலுடன் மகாதேவர் கடாட்சத்தாலே மானிலத்தில் சகலஉயிர் தீட்டாலாச்சே. 5280

தீட்டென்று சொல்லுவது தருமமாமோ திகழான லோகபதி மாண்பருக்கு
வாட்டமுடன் லோகாதி வையகங்கள் மானிலத்தில் எல்லவரும் மதியேகெட்டு
தேட்டமுடன் சாஸ்திரத்தில் தீட்டேசொல்லி தெளிவான மதபேதங் கூறியல்லோ
நீட்டமுடன் மாண்பரெல்லாம் இந்தபாகம் நிதி கெட்டு மதிகெட்டாரே. 5281

கெட்டாரே மானிலத்தில் மாண்பரெல்லாம் கீர்த்தியுடன் இந்தவண்ண பாகத்தாலே
சட்டமுடன் சீனபதிப் பெண்களுக்கு சாஸ்திரங்கள் ஜாதியில்லை தீட்டுமில்லை

இட்டமது போலிருந்து போகஞ்செய்து எழிலான பிறவிமக்கள் அனேகமுண்டு
அட்டதிசை தான்புகழுஞ் சீனத்தார்க்கு அன்பான மதியநிலை அதிகந்தானே. 5282

சிங்கி விளையாட்டு

தானான இன்னமொரு மார்க்கம்பாரு தகமையுள்ள புலிப்பாணி மைந்தாகேளு
கோனான எனதையர் காலாங்கிநாதர் கொற்றவனார் எந்தனுக்குச் சொன்னநீதி
பானான கடலேழுஞ் சுற்றும்போது பாலகனே கருமிகளும் தர்மியுண்டு
மானான நல்லவர்போல் சிநேகிப்பார்கள் மர்மமதை மனதில்வைத்து கொல்வார்பாரே. 5283

கொல்லவந்த மித்துருவாஞ் சத்துருவுமார்க்கு குறிப்புடனே சொல்லிவைத்த சிங்கியப்பா
வெல்லவே அவர்எனக்குக் கொடுத்தபாகம் விருப்பமுடன் உந்தனுக்குச் சொன்னநீதி
புல்லவே ஜெகஜாலம் சிங்கிஜாலம் புகழான சத்துருவைக் கொல்லுஞ்ஜாலம்
மெல்லவே மித்துரு போலிருந்துகொண்டு மேதினியில் ஜாலமதை செய்வார்தாமே. 5284

தாமான ஜாலமது என்னவென்றால் தண்மையுடன் சொல்லுகிறேன் கண்ணேபாராய்
நாமேதான் கௌரியென்ற பாஷாணந்தான் நலமான எலிப்பகையுந் தன்னோடொக்க
போமேதான் வீரமென்ற காடிதானும் பொங்கமுடன் வேந்தோன்றி கணையுங்கூட்டி
தீமேதான் செய்யுகின்ற முறுவல்தானும் சிறப்பாக கணைவண்டு தானுங்கூட்டே. 5285

கூட்டியே கருஞ்சோரா செஞ்சோராதானும் குடிகெடுக்கும் குமுணாவின் கணையுங்கூட்டி
தாட்டிகமாய்ச் செங்கொட்டைப் பூரந்தானும் சட்டமுடன் சரிஎடையாய் நிறுத்திக்கொண்டு
வாட்டமுடன் பாம்பினது விஷத்தாலாட்டி வளம்பெறவே சிமிழிதனில் பதனஞ்செய்து
ஆட்டமது வாடுதற்கு வயணஞ்சொல்வேன் அப்பனே எந்தனது முறைமைபாரே. 5286

முறையான முறையதும் என்னவென்றால் மூர்க்கராங் கருமிகட்கும் சண்டாளர்க்கும்
கறையான நேத்திரத்தில் கண்டபோது கரம்பேசி நயம்பேசி குடிகெடுக்கும்
திறையான பாவிகட்கு இந்தபாகம் திகமுடனே உள்ளங்கால் தாக்குவாய்நீ
சிறைகொண்டு மாநிலத்தில் நோயுங்கண்டு சீரழிந்து குழிவிழுந்து போவான்பாரே. 5287

போவானே திரேகமெல்லாம் புண்ணுமாகி பொங்கமுடன் வையகத்தின் ஆசைவிட்டு
சாவானே ஆறு திங்கள் சட்டமுடன் காலில்வந்து பணிவானானால்
நோவான பிணியதுவுந் தீருதற்கு நுட்பமுடன் வெள்ளையென்ற குன்றிதானும்
தேவான தழையதுவும் பிடுங்கிவந்து தேற்றமுடன் பாதாள மூலிசேரே. 5288

மூலியென்ற சிறுகீரை வேருஞ்சேரு முனையாகச் சரிஎடையாய் எடுத்துக்கொண்டு
நீலியென்ற மூலியப்பா சரிநேரொக்க நீமகனே நினைவாகப் பாண்டமிட்டு
சாலியனார் பாண்டமதிற் ஜலமேவிட்டு சாங்கமுடன் கியாழமது செய்துகொண்டு
நாலிலொரு கியாழமது காய்ந்ததானால் நலமான கியாழமதை இறக்கிடாயே. 5289

இறக்கியே கியாழமது நாளொன்றுக்கு என்மகனே நீநினைவாய் நாழியாக
உறக்கமது வாராமல் அந்திசந்தி உத்தமனே இருவேளைக் கொள்வாரானால்
திறமுடைய கியாழமது வேகத்தாலே தீருமே குழிவிழுந்த புண்ணுமாறும்
நிறமான முன்சொன்ன மூலியப்பா நித்தமுமே மேலரைத்துப் பூசிடாயே. 5290

பூசியே மண்டலந்தான் இந்தப்பாகம் பொங்கமுடன் தான்குடித்து வருகும்போது
மாசிபடா தேகமதில் வந்தரோகம் வலுவழிந்து நாளுக்குநாள் குறைந்துமல்லோ
பாசியது போல்படர்ந்த சில்மிஷங்கள் பாலகனே மேனிவிட்டு பறக்கும்பாரு
காசினியில் உன்னையப்பா கடவுளாகக் கருத்தில்வைத்து காலில்வந்து பணிகுவாரே. 5291

பணிகுவார் கருமிகளும் உன்னையப்பா பாங்குடனே குடிகெடுக்கும் பாவிமார்கள்
அணியணியாய் உன்பாதந் தொழுவாரப்பா அப்பனே உந்தமக்கு தருமமுண்டு
துணிவுடனே நீயுமொரு சித்தனாக துப்புரவாய் லோகமதில் இருந்துகொண்டு
மணிபோன்ற சின்மயத்தை மனதிலெண்ணி மகிழ்ச்சியுடன் லோகமதில் வாழ்குவீரே. 5292

வாழ்கவென்றால் பாவிகளுந் துரோகஞ்செய்தால் மார்க்கமுடன் மனந்தனிலே வையாமற்றான்
தாழ்கவே அவர்களுக்கும் பின்னும்நீதி சட்டமுடன் தான்செய்ய மெத்தநன்று
ஆழ்கவே வையகத்தில் கீர்த்திகொண்டு அடுத்தஜென்ம பகையாளி யார்வந்தாலும்
வாழ்கவே அவர்களுக்கு சோடசார வண்மையுடன் செய்குவதும் தருமம்பாரே. 5293

போகர் நோயாளிக்குக் காயகற்பம் கூறல்

பாரேதான் இன்னமொரு பாகங்கேளு பட்சமுடன் சொல்லுகிறேன் பண்பாயப்பா
நேரேதான் காலாங்கி நாதர்பாதம் நெறிமுறைமைத் தான்வணங்கி நீதியாக
சேரேதான் சிங்கியது கொண்டமாண்பர் சிறப்புடனே நோயகலுங் காயமப்பா
தீரேதான் தேகமது வீறுபோக தீர்க்கமுடன் காயாதி கற்பஞ்சொல்வேன்
கூரேதான் கற்பமதை செய்துமல்லோ கொற்றவனே நீகொடுக்க தருமமாமே. 5294

தருமமாம் அகத்தியரும் இந்தபாகம் சட்டமுடன் பூரணத்தில் சொல்லவில்லை
கருமமது வழியாமல் மூலிகற்பம் சாங்கமுடன் சொன்னாரே வேறொன்றில்லை
திருமகளின் கடாட்சத்தால் காயகற்பம் திட்டமுடன் சொல்லவில்லை பூரணத்தில்
குருவான எனதையர் காலாங்கிநாதர் குறிப்புடனே சொன்னதொரு நீதியாமே. 5295

நீதியால் பூமிசர்க்கரை யின்மூலம் நிட்களங்க மானதொரு பரங்கிப்பட்டை
சாதியாம் நல்லதொரு மாஞ்சில்தானும் தண்மையுள்ள தண்ணீரின் மிட்டாந்தானும்
வேதியாம் மூச்சரணை மூலந்தானும் வேகமென்ற கொடிவேலி மூலந்தானும்
ஆதியாம் பொன்னி னாவாரைமூலம் அப்பனே நிலைபனையின் மூலங்கூட்டே. 5296

கூட்டவே கற்பகமாந் தருவின்மூலம் குணமான வெந்தோன்றி மூலந்தானும்
நீட்டமுடன் நன்னாரி மூலமப்பா நிலையான வெள்ளையென்ற குன்றிமூலம்
நாட்டமுடன் இதுவென்ன ஒன்றாயல்லோ நளினமுடன் சரிஎடையாய் எடுத்துக் கொண்டு
பூட்டகமாய் ரவிதனிலே காயப்போடு புகழான மூலமதைப் பொய்யாய்ச்செய்யே. 5297

செய்யவே கல்லுரலில் இட்டுமைந்தா செப்புகிறேன் மலைத்தேனுங் கூடவிட்டு
பையவே மெழுகுபதந் தனில்இடித்து பாண்மையுடன் சிமிழ்தனிலே பதனம்பண்ணு
துய்யதொரு மெழுகதனை அந்திசந்தி துப்புரவாய்த் தானுமல்லோ கொண்டபின்பு
வெய்யவே ஆவின்பாலுடனே கொள்ளு வேமென்ற வீரதுவுந் தணியந்தானே 5298

தணியுமே முன்போல தேகந்தானும் சட்டமுடன் காந்தியது மின்னலாகும்
மணிபோன்ற காயாதி கற்பந்தன்னை மண்டலத்தில் உண்டதொரு மாண்பருக்கு

துணிவுடனே களஞ்சிக்கு மேலேயப்பா துப்புரவாய்க் கொள்ளுவது மெத்தநன்று
நணிலான தேகமது இறுகியல்லோ நயனமது பரிதிமுன்னே ஜொலிக்கும்பாரே. 5299

ஜொலிக்குமே பரிதியது மயங்கிப்போகும் தோறாமல் அருந்ததியும் கண்ணில்தோன்றும்
வலித்ததொரு நேத்திரமும் நீரேகுன்றி வளமையுடன் கண்ணொளிவு பிரகாசந்தான்
ஒலிக்குமே வையகங்கள் கண்ணில்தோன்றும் ஓகோகோ காலாங்கி காயகற்பம்
பலிக்குமே பாருலகில் யார்தான்செய்வார் பாலகரே புண்ணியர்க்கு வாய்க்கும்பாரே. 5300

பொன் மாற்றுரைத்தல்

பாரேதான் இன்னமொரு மார்க்கம்பாரு பாருலகில் மாணாக்கர் பிழைக்கவென்று
சீரேதான் சிடிகையென்ற வேதைசொல்வேன் சிறப்பான நாதாக்கள் சொன்னதில்லை
நேரேதான் பலபலவாஞ் சாத்திரத்தில் நேர்மையுடன் பாடிவைத்த சித்தரெல்லாம்
தீரேதான் நுணுக்கமென்ற வேதைதானும் திறமுடனே பாடிவைத்த உண்மைபாரே. 5301

உண்மையாய் மாணாக்கள் பிழைக்கவென்று உத்தமனே ஏமமென்ற சிடிகைவேதை
நன்மையென்ற பாஷாணஞ் சிங்கிதானும் நயமான தாளகமும் பூரங்கூட்டி
வெண்மையெனும் குச்சியென்ற வீரந்தானும் வெளியான கௌரியென்ற பாஷாணந்தான்
தண்மையுள்ள துருசுடனே துத்தங்கூட்டி தகமையுள்ள வெடியுப்பு கூடச்சேரே. 5302

சேர்க்கவே வெண்காரஞ் சீனந்தானும் சிறப்பான நாகமுடன் சூதங்கூட்டி
ஏற்கவே மதியுப்பு தானுஞ்சேர்த்து எழிலான கெந்தகமுஞ் சாரங்கூட்டி
தீர்க்கமுடன் லிங்கமது ஒன்றாய்ச் சேர்த்து சிறப்புடனே சரிஎடையாய் நிறுத்துக்கொண்டு
ஆர்க்கவே மூவகையின் ஜெயநீராலே அப்பனே நாற்சாமம் அரைத்திடாயே. 5303

அரைத்துமே வில்லையது லகுவாய்ச் செய்து அன்பான ரவிதனிலே காயப்போடு
வரைக்கலம் போலாகப் பீங்கான்தன்னை வளமுடனே தானமைத்துப் பீங்கான்மூடி
திரையான சீலையது வலுவாய்ச் செய்து திட்டமுடன் ரவிதனிலே காயவைத்து
சுரைபோல பூமிதனில் குழிதானப்பா சுத்தமுடன் சாணிஎம் குழிதான்செய்யே. 5304

செய்யவே குழிதனிலே மணலைக்கொட்டி சிறப்புடனே மேலதனில் பீங்கான்வைத்து
பையவே மேலுமந்த மணலைக்கொட்டி பாங்குபெற புடமதுவும் எருவுபத்து
வெய்யவே சுடராறிக் குளிர்ந்தபின்பு வேதாந்தத் தாய்தனையே மனதிலுன்னி
உய்யவே செந்தூரந் தனையெடுத்து உத்தமனே குழிக்கல்லிற் தன்னிற்போடே. 5305

போடேதான் பின்னுமந்த செயநீர்தன்னால் பொங்கமுடன் தானரைப்பாய் நாலுசாமம்
நீடேதான் சிறுபில்லைத் தகடுபோலாம் நிட்களங்கம் ஆகவல்லோ பில்லைசெய்து
நாடேதான் ரவிதனிலே காயவைத்து நலமாக முன்போல பீங்கான்தன்னில்
சூடேதான் வில்லையது உள்ளேவைத்து சுத்தமுடன் சீலையது வலுவாய்ச்செய்யே. 5306

வலுவான சீலையது ரவியில்வைத்து வளமுடனே காய்ந்தபின்பு எடுத்துமுன்போல்
மலுவான புடமதுவும் போட்டுமைந்தா மார்க்கமுடன் தீயாறி எடுத்துப்பார்க்க
சுலுவான செந்தூரம் என்னசொல்வேன் சுந்தரனே சத்திசிவம் அதிலேகாண்பாய்
வலுவான செந்தூரம் இதற்கீடுண்டோ வையகத்தில் சித்தர்முனி சொல்லாரன்றே. 5307

அன்றான செந்தூர துந்தபாகம் அப்பனே புடம்பஞ்ச தசமுமாகும்
வென்றிடவே புடமதுவும் போட்டுமைந்தா விருப்பமுடன் தானெடுத்து சிமிழில்வைத்து
குன்றான மகமேரு செந்தூரத்தை குறிப்புடனே பாச்சுதற்கு வகையைக்கேளிர்
தென்திசையில் பொதிகைமுனி கும்பயோனி செப்பவிலை இந்தமுறை செப்பார்தாமே. 5308

தானான குன்றிளடை செந்தூரத்தை தகமையுள்ள வாறுமாற் றாணியாக
கோனான என்குருவாங் காலாங்கிநாதர் கொற்றவனார் சொன்னதொரு நீதிபோல
பானான பரித்தகடு லேசாய்த்தட்டி பட்சமுடன் களஞ்சிக் குன்றிவீதம்
மானான மூவகையின் ஜெயநீராலே மயங்காமல் செந்தூரங் குழைத்துக்கொள்ளே. 5309

கொள்ளவே செந்தூரந் தன்னையப்பா குறையாமல் களஞ்சிளன்ற பொன்தகட்டில்
மெள்ளவே புத்தீசல் இறகுபோல மேன்மையுடன் தான்தடவி செப்பக்கேளிர்
வள்ளலுடன் காவிக்கால் தானுங்கூட்டி வளமான எருச்சாம்பல் தன்னிற்சேர்த்து
உள்ளபடி இரண்டையுந்தான் ரேசித்தல்லோ உத்தமனே தகடதனை வைக்கக்கேளே. 5310

கேளப்பா விக்கல் எருவுக்குள்ளே கெவனமுடன் பரித்தகட்டைமேலேவைத்து
நாளப்பா போகாமல் தீபைமூட்டி நலம்பெறவே தகடதனை உள்ளமர்த்தி
சூளப்பா புடம்போட வர்ணமாகி சுந்தரனே வரணமது சொல்லொண்ணாது
ஆளப்பா அப்படியே வறுபுடமுந்தீர்த்தால் அப்பனே தங்கமென்ற வரணமாச்சே. 5311

ஆச்சப்பா வரணமென்ற ஏமந்தன்னை அப்பனே மூசையிட்டு உருக்கிப்பாரு
மூச்சடங்கி வரணமது ஏறியல்லோ முனையான ஏமமது பசும்பொன்னாச்சு
மாச்சலென்ற பிறவியது தங்கமாச்சு மகத்தாக சுயத்தங்கம் இதற்கீடாமோ
ஏச்சென்றுங் கூறார்கள் பிறவித்தங்கம் எழிலான சாயமென்ற தங்கந்தானே. 5312

தானான தங்கமது பிரகாசந்தான் சதகோடி சூரியருக்கு ஒப்பேயாகும்
கோனான சித்துமுனி ரிஷிகள்தேவர் குவலயத்தில் எந்தனைப்போல் கூறவில்லை
தேனான மனோன்மணியாள் பூசைக்காக செப்பியதோர் வித்தையது வர்ணம்பொன்னாம்
மானான பொன்னிதுதான் எவர்தான்காண்பர் மகத்தான சிவயோகிக் காண்பார்பாரே. 5313

குடவன் பொன்

பாரேதான் இன்னமொரு மார்க்கங்கேளு பாலகனே புலிப்பாணி மைந்தாபாரு
நேரேதான் செந்தூரந் தனைஎடுத்து நேர்மையுடன் முன்சொன்ன நீராலாட்டி
சீரேதான் குடவனையே தகடுதட்டி சிறப்பாக மருந்ததனை மேலேபூசி
நீரேதான் சொன்னபடி மார்க்கமப்பா நிருதியுடன் புடம்போட பொன்மாற்றாமே. 5314

மாற்றான பொன்னதுவும் என்னசொல்வேன் மகத்தான தங்கமது பிறவிக்கொப்பாம்
நாற்றமுள்ள குடவனது கட்டிப்போச்சு நலமான நாதாக்கள் கண்டதில்லை
கூற்றமெனுஞ் செம்பதுவும் ஊறலேகி குணமான நாகமது சீறல்நின்று
ஏற்றமது வாராமல் பொன்னேயாகில் எழிலான மாற்றதுவுங் காட்டுந்தானே. 5315

காட்டுமே குடவனிலே எட்டுமாற்று கண்காணா வித்தையடா ரிஷிகள்வித்தை
நீட்டமுடன் சமுசாரிக்கான வித்தை நிலையான வித்தையது வேறுண்டோசொல்

பாட்டனார் காலாங்கித் தூதனப்பா பண்டையுள்ள காலாங்கி நாதருக்கு
சூட்டியதோர் இவ்வேதை சூக்குமவேதை சூட்சமுடன் காட்டிவிட்டார் ஐயர்தாமே. 5316

தாமான பாட்டனவர் காலாங்கிக்கு தயவுடனே கூறினதோர் வேதைமார்க்கம்
நாமேதான் பட்சம்வைத்து எந்தன்மீது நலமுடனே ஓதிவைத்த சுளுக்குவேதை
போமேதான் வையகத்தில் பொய்யாகாமல் பொங்கமுடன் மாணாக்கர் பிழைக்கவென்று
வேமேதான் மேதினியில் பலநூல்பார்த்து வேகமுடன் ஓதிவைத்தார் வையத்தோர்க்கே. 5317

வையகத்தோர் பிழைக்கவென்று கருமானங்கள் வகையுடனே சொல்லுகிறேன் மைந்தாபாரு
பொய்யாது என்குருவாம் காலாங்கிவாக்கு பூதலத்தில் மெய்யாகும் பொய்யேயில்லை
மெய்யான நூல்பார்த்து மாண்பருக்கு மேதினியில் கண்டறிந்த சுளுக்குவேதை
செய்தாலுங் கைகூடும் ஏமவேதை செப்பினார் எந்தன் காலாங்கிதானே. 5318

தம்பாக்கு வேதை

தானான இன்னமொரு கருமானங்கேள் தகமையுடன் உரைப்பேனே மைந்தாபாரு
கோனான என்குருவாங் காலாங்கிநாதர் கொற்றவனார் எந்தனுக்கு சொன்னநீதி
தேனான செம்பதுவும் தூலமேயாகும் தெளிவான செம்பதனை எடுத்துக்கொண்டு
மானான மனோன்மணியாள் சித்தரூபி மகிழ்ச்சியுடன் தாமரைத்துக் கவசம்போடே. 5319

போடேநீ கவசமது செய்துமைந்தா பொங்கமுடன் ரவிதனிலே காயவைத்து
நீடேதான் கோழியென்ற புடத்தைப்போடு நிட்களங்கம் ஆக்கியல்லோ கத்திசெம்பாம்
கூடேதான் செம்பதுவும் ஊறலேகி குணமான காந்தியது மிகஉண்டாச்சு
ஆடேதான் செம்பதுவும் என்னசொல்வேன் அப்பனே சத்திசிவம் இதில்காண்பாயே. 5320

காண்பாயே இந்தமுறை பத்துவிசையோடு களிப்பான செம்பதுவும் ஊறலற்று
ஆண்பான வல்லிமலர் போல்நிறந்தான் அப்பனே சுந்தரா என்னசொல்வேன்
வீண்போகாது இந்தமுறை செய்துமல்லோ விருப்பமுடன் முன்சொன்ன செந்தூரத்தை
நாள்படவே ரவிதனையே உருக்கிக்கொண்டு நலம்பெறவே செந்தூரம் பத்துக்குஒன்றே. 5321

ஒன்றான செந்தூரம் என்னசொல்வேன் உத்தமனே பத்துக்கு ஒன்றேஈந்து
குன்றான செம்பொன்றுங் கூடச்சேர்த்து கொற்றவனே வாரடித்துப் புடத்தைப்போடு
வென்றிடவே சொகுசாவின் கடைதானப்பா வித்தகனே சிவவேடம் பூண்டோர்க்கெல்லாம்
நன்றான கவசகுண் டலத்துக்குஆதி நாயகனே என்னசொல்வேன் அதீதம்பாரே. 5322

மேற்சொன்ன செந்தூரத்திற்கு ஜெயநீர்

பாரேதான் முன்சொன்ன செந்தூரத்தை பட்சமுடன் செய்வதற்கு மைந்தாகேளு
சீரேதான் மதியுப்பு சீனத்தோடு சிறப்பான உமருப்புக் கூடச்சேர்த்து
நேரேதான் வாயென்ற பாத்திரத்தில் நெடிதான ஜெயநீரால் இறக்கிமைந்தா
நீரேதான் சீசாவில் அடைத்துக்கொண்டு நிகழான செந்தூரம் அரைப்பாய்தானே. 5323

தானான ஜெயநீரின் போக்கைத்தானும் தண்மையுள்ள நாதாக்கள் சொன்னதில்லை
கோனான எனதையர் காலாங்கிநாதர் கொற்றவனார் தாமுரைத்த முறைப்பாடெல்லாம்

பானான வையகத்தோர் பிழைக்கவென்று பாருலகில் பாடிவைத்த குருநூலாகும்
வேனான சாத்திரத்தின் உளவாராய்ந்து விட்டகுறை இருந்தோர்க்கு லபிக்கும்பாரே. 5324

செம்பு சுத்தி

பார்க்கவென்றால் இன்னமொரு கருமானம்பார் பாடுகிறேன் புலிப்பாணி மைந்தாகேளு
தீர்க்கமுடன் பேரண்டந் தலைஅண்டந்தான் திறமான ஓடதுவும் கொண்டுவந்து
ஆர்க்கவே வெடியுப்புக் கூடச்சேர்த்து அப்பனே மூலிகையின் ஜெயநீர்தன்னில்
ஏர்க்கவே நாற்சாமம் அரைத்துபாலா எழிலாக வில்லைதட்டிக் காயவையே. 5325

காய்ந்தபின்பு தனைஎடுத்து ஓட்டிலிட்டு கசகாமல் சீலையது வலுவாய்ச்செய்து
தோய்ந்துமே வராகமென்ற புடத்தைப்போடு துப்புரவாய்ப் புடமாறி எடுத்துப்பாரு
மாய்ந்துமே வெடியுப்புச் சத்துருவுஞ்சேர்ந்து மகத்தான பற்பமது என்னசொல்வேன்
தீய்ந்ததொரு பற்பமதை எடுத்துமைந்தா திறமான சீசாவிற் பதனம்பண்ணே. 5326

பண்ணவே ரவிதனையே எடுத்துநீயும் பான்மையுடன் தானுருக்கி ரசமீவாய்
எண்ணவே செம்புக்கு பாதிஈவா் எழிலான பற்பமதை என்னசொல்வேன்
உண்ணவே சோறுதின்ன வேண்டுமென்றால் உத்தமனே செம்புசுத்தி போதாதேதான்
வண்ணமுடன் செம்பதனை உருக்கிமைந்தா மகாதேவர் கவசகுண்டலஞ் செய்வாயே. 5327

செய்யவே சிவயோகி வேடம்பூண்டு தேசத்தோர் நண்பருக்கு இந்தவேதை
உய்யவே தான்கொடுக்க மனுதர்மமாகும் உத்தமனே சமுசாரிக்கான வித்தை
துய்யதொரு செம்புவித்தை இதுதானப்பா துப்புரவாய் கலசகுண்ட லத்துக்காதி
பையவே உந்தமக்கு உபதேசிப்பேன் பாங்குபெற கர்மிகட்கு சொல்லாரன்றே. 5328

சொல்லான சொல்லிதுதான் சிவவேடந்தான் துப்புரவா இருப்போர்க்கு ஈயநன்று
புல்லான மாண்பர்களில் தர்மிகளும்உண்டு புகழான தருமிகட்கு ஈயநன்று
கல்லான கருமிகளுக்கு கொடுக்கலாகா கபடன்றி மெய்சொல்வோர் கொடுக்கநன்று
வல்லதொரு சித்துமுனி வேதையப்பா வளமையுடன் செய்பவர்க்கு சித்தியாமே. 5329

சூதவெள்ளி

சித்தியாம் இன்னமொரு பாகஞ்சொல்வேன் சிறப்பான நாதாக்கள் சொன்னதில்லை
முத்திபெற கடுகளவு ரசமேநின்றால் முனையான மோசமது பெறவேயாகும்
சத்திசிவம் சூதமதிற் காணலாகும் தாரணியில் கண்டவனே வாதியாவான்
வெற்றிபெற கெந்தகமும் பலம்ஐந்தாகும் விருப்பமுடன் பூநாகம் பலம்ஐந்தாமே. 5330

ஆமேதான் லிங்கமது பலம்ஐந்தாகும் அப்பனே எரிகாலன் பாலால்ஆட்டி
தாமேதான் கோளாறு நேரிடாமல் காட்சியுடன் ரவிதனிலே காயப்போடு
வேமேதான் மறுபடியும் பொடியாய்ச்செய்து விருப்பமுடன் செய்யுமந்த முறைமைகேளு
நாமேதான் மதிஅதுவுந் துலமுறாம் நன்மையுடன் செய்யுகின்ற வரிசைகேளே. 5331

கேளப்பா வெள்ளிதனை குகையிலிட்டு கெவனமுடன் உருக்கியல்லோ செப்பக்கேளு
தூளப்பா முன்சொன்ன மருந்தையல்லோ துப்புரவாய்க் கிரசமது ஈவாய்தானும்

நாளப்பா போகாமல் மூசைதன்னை நலம்பெறவே உடைத்துப்பார் களங்கேயாகும்
பாளப்பா போகாமல் களங்குதன்னை பட்சமுடன் தானெடுத்துச் செப்பக்கேளே. 5332

செப்பவென்றால் நாவில்லைப் பாவுமில்லை ஜெகந்தனிலே ரசிதமென்ற குளிகையாச்சு
ஒப்பமுடன் குளிகைதனை எடுத்துப்பூபா உத்தமனே கலசமதில் சூதமிட்டு
தப்பிதங்கள் நேராமல் சூதந்தன்னில் தகமையுடன் குளிகைதனைக் கலசத்திலிட்டு
ஒப்பனையாம் வாய்மூடி சீலைசெய்து உத்தமனே நெருப்பதனிற் காச்சிடாயே. 5333

காச்சியே கலசமதைத் திறந்துபாரு கனமான சூதமது வெண்ணெய்ப்போலாம்
ஆச்சரிய மானதொரு சூதவித்தை அப்பனே யாரறிவார் மாண்பரப்பா
கூச்சலுடன் தானொடுங்கி சூதந்தானும் கொற்றவனே கீழ்நிற்கும் வெண்ணெய்தானும்
பாச்சலுடன் குளிகையது மேலேநிற்கும் பண்பான குளிகைதனைப் பதனம்பண்ணே 5334

பண்ணவென்றால் சூதவெண்ணெய் தானெடுத்து பட்சமுடன் காந்தமென்னும் மூசைதன்னை
எண்ணவே தானடைத்து சீலைசெய்து எழிலாகத் தானுருக்கி எடுத்துப்பாரு
நண்ணவே வானத்து மீன்தானப்பா நலமான வெள்ளியது என்னசொல்வேன்
திண்ணமுடன் வெள்ளிதனை சிவயோகஞ்செய்து சித்தனைப்போல் தானிருந்து வருந்திடாயே. 5335

அருந்தவே வருமைவருங் காலந்தன்னில் அப்பனே சிவயோகம் வாறிஉண்ண
திருந்தவே ஒருவரை பேசவேண்டாம் தீரமுடன் சினமதுவுங் கைக்குள்ளாச்சு
பொருந்தவே தனக்குஉகந்த சீஷன்தேடி பொங்கமுடன் குணங்கண்டு குறியுங்கண்டு
மருந்தினிட கைபாகஞ் செய்பாகத்தை மன்னவனே அவன்தனக்குப் போதிப்பாயே. 5336

போதித்து வெகுகாலஞ் சென்றபின்பு பொங்கமுடன் உள்ளுளவும் மிகவேஓதி
சாதித்து உபதேசங் கூர்ந்துமைந்தா சட்டமுடன் சின்மயத்தில் இருந்துகொண்டு
ஆதித்தன் சந்திரனும் அறியாமற்றான் அப்பனே தன்மனதில் ஒடுக்கமாகி
சாதித்து வாதமென்ற வித்தைதன்னை சட்டமுடன் கார்த்திருந்து சாதிப்பாயே. 5337

சாதிப்பாய் நல்லோர்கள் தீயோருண்டு கற்பனைகள் கண்டல்லோ மிகஆராய்ந்து
வாதியாந் தெரிந்தவர்போல் வாதுபேசி வந்துன்னைத் தடுத்தல்லோ தர்க்கம்பேசி
நீதியாய் நூல்தெரிந்த நிபுணனைப்போல் நிஷ்டூர முனைப்பேசி நிகழ்த்துவான்பார்
பார்வதியை சடைஅணிந்த தம்பிரான்போல் வேஷம் போட்டல்லோ பகட்டுவாரே. 5338

பகட்டுவார் அவர்வலையில் சிக்கவேண்டாம் பாருலகில் வெகுகோடி கவலையோடும்
முகமதுவின் முன்னின்று நீதிபார்த்து முனையான ராசிமுதல் உறவுகண்டு
இகபரமும் உள்ளளவும் வையகத்தில் எழிலாக சீஷனென்றே உறுதிகொண்டு
சகமுழுதும் சதாகாலம் உன்னையப்பா சட்டமுடன் துதிக்கும்வழி தேடிக்கொள்ளே. 5339

போகர் செம்பு வித்தை

கொள்ளவென்றால் இன்னமொரு மார்க்கங்கேளு கொற்றவனே சரக்கதுதான் செப்பக்கேளு
விள்ளவே பூரமது ஒன்றேயாகும் வித்தகனே வீரமது ஒன்றேயாகும்
மெள்ளவே சூதமது ஒன்றேயாகும் மேன்மையுடன் கெந்தியது ஒன்றேயாகும்
உள்ளபடி லிங்கமது ஒன்றேயாகும் உத்தமனே கெவுரியது ஒன்றுகூட்டே. 5340

கூட்டியே காரமது ஒன்றுசேர்த்து கொற்றவனே நிம்பழத்தின் சாற்றாலாட்டி
மாட்டியே நாற்சாமம் அரைத்தபோது மன்னவனே மெழுகது போலாகும்பாரு
தாட்டிகமாய் மாத்திரைகள் செய்துமேதான் சட்டமுடன் ரவிதனிலே காயவைத்து
நீட்டமுடன் செய்யும்வகை வரிசைகேளு நீதியுடன் கைபாகங் கண்டிடாயே. 5341

கண்டதொரு செய்பாகஞ் சொல்வேன்கேளு கருத்துடனே செம்புதனை எடுத்துமைந்தா
விண்டபடி தூலமதுவும் இரண்டேயாகும் விருப்பமுடன் தானெடுத்துக் குகையிலிட்டு
அண்டமுடன் தானுருக்கி மருந்தையப்டா அப்பனே செம்புக்குப் பாதியாக
வண்டலது போவதற்கு கிராசமீவாய் வரிசையுடன் தானெடுத்து வண்மைபாரே. 5342

வண்மையாஞ் செம்பதனைத் தகடடித்து வளமைபெற பூங்காவி தன்னிலப்பா
சண்டமா ருதம்போல லவணஞ்சேர்த்து சட்டமுடன் நிம்பழத்தின் சாற்றாலாட்டி
கொண்டபடி மேல்தனில் தகட்டிற்பூசி கொற்றவனே புடம்போட்டு எடுத்துப்பாரு
பண்டிடுவ கிருஷ்ணாவ தாரனைப்போல் பட்சமுடன் துலங்கியது மின்னும்பாரே. 5343

மின்னவே செம்பதுவும் என்னசொல்வேன் மேதினியில் நாதாக்கள் ஆடும்கூத்து
பன்னவே செம்புதனை எடுத்துமைந்தா பட்சமுடன் அதிதனிலே நாலுக்கொன்று
துன்னவே தானுருக்கி எடுத்துப்பாரு துப்புரவாய் மதியதுவும் செம்புமாச்சு
கன்னபுரி வேந்தனிடஞ் சென்றுமல்லோ கருவான வித்தைதனைக் காட்டிடாயே. 5344

காட்டவென்றால் உந்தனுக்கு சோடசாரம் கனமுடனே செய்துமல்லோ மணந்தான்கொள்வர்
ஆட்டவொண்ணா வாட்டமது செம்பினாட்டம் அப்பனே கூர்வதற்கு நாவுமில்லை
கேட்டமுடன் செம்புதனை எடுத்துமைந்தா தெளிவான தங்கமது பத்துக்கொன்று
தாட்டிகமாய்த் தானுருக்கி எடுத்துப்பாரு தங்கமென்ற செம்பதுவும் சொல்லொணாதே. 5345

வொண்ணாது தங்கச்செம்பு இதுவேயாகும் ஓகோகோ நாதாக்கள் கூர்ந்ததில்லை
அண்ணாந்து பார்த்தாலும் கண்ணேகூசும் அப்பனே நடராஜா விக்கிரந்தான்
மண்ணாலே கருவதுவுங் கட்டியல்லோ மார்க்கமுடன் செய்துவைத்தார் கருவூரார்தான்
திண்ணமுடன் பரிசனமாஞ் செம்புவேதை செப்பினேன் லோகமதி மாண்பருக்கே. 5346

மாண்பான மாண்பருக்கு இந்தவேதை மார்க்கமுடன் யார்சொல்லப் போறாரப்பா
வீண்போன்ற கருமிகட்கு பாவிகட்கும் விள்ளாது சொன்னாலும் விள்ளாதப்பா
சாண்கொண்ட சிறுபாலர் புத்திமானோர் சட்டமுடன் சொன்னாலுங் கண்டுகொள்வார்
ஆண்பான வித்தை அதிவதீத வித்தை அப்பனே சிவயோகிக் காகுந்தானே. 5347

அபினி செம்பு

தானான இன்னமொரு பாகஞ்சொல்வேன் தகமையுடன் மாணாக்கள் பிழைக்கவென்று
கோனான எனதையர் காலாங்கிநாதர் கொற்றவனார் எந்தனுக்கு உரைத்தநீதி
மானான மனோன்மணியாள் பாதம்போற்றி மகத்தான செம்புதனைக் கூறுவேன்பார்
தேனான செம்பென்ற தோட்டிதன்னை தேற்றமுடன் தானெடுத்துச் செப்பக்கேளே. 5348

செப்பவென்றால் முறைதனை சொல்வேன்பாரு தெளிவான புலிப்பாணி மைந்தாகேளு
ஒப்பமுடன் அபினியே ஒன்றேயாகும் ஒளிவான தொட்டியது ஒன்றேயாகும்

செப்பமுடன் காரமது ஒன்றேயாகும் நெடிதான சாரமது ஒன்றேயாகும்
செப்பவே குழிக்கல்லில் தன்னிலிட்டு ஜெயம்பெறவே தானரைத்து வரிசைகேளே. 5349

வரிசையுடன் முறையோடுங் குறைவில்லாமல் வளம்பெரிய மூசைதனில் அடைத்துமைந்தா
பரிசையது புகைகொண்டு மேலிடாமல் பட்சமுடன் சீலையது வலுவாய்ச்செய்து
கரிசலது வாராமல் உருக்கிமைந்தா கனமான மூசைதனை உடைத்துப்பாரு
துரிசான களிம்பதுவும் நீங்கியல்லோ துப்பற்ற செம்பதுவும் ஆகும்பாரே. 5350

பாரேதான் செம்பதுவும் என்னசொல்வேன் பாரினிலே நாதாக்கள் செய்யும்வேதை
சீரேதான் செம்பதுவும் எடுத்துமைந்தா செயம்பெற்றே ஓடதனில் ஊதிப்போடு
நேரேதான் செம்பதுவும் ஊறலேகி நெடிதான கலசகுண் டலத்துக்காதி
ஆரேதான் செய்வார்கள் இந்தபாகம் அப்பனே விதியாளிக்கு அமையும்பாரே. 5351

விதியான செம்பதனை எடுத்துமைந்தா விருப்பமுடன் தான்போகும் வழியைக்கேளு
மதியான வெள்ளிதனில் நாலுக்கொன்று மகத்தான செம்பதனைக் கொடுத்தாயானால்
பதியான மதியதும் பழுப்பேயேறி பாங்கான செம்பதுவும் தங்கச்செம்பாய்
துதியான சிவத்துக்கு உறுதிசெம்பொன் துறையான வழிபாடு முறைபாடாமே. 5352

பாடான செம்பதுவும் என்னசொல்வேன் பாரினிலே நாதாக்கள் செய்யும்வேதை
தாடாண்மை கொண்டதொரு சித்துவேதை தகமையுள்ள புத்திமான் அறிவான்பாரு
நாடான வையகத்தில் கருமிமாண்பர் நன்மையுடன் கதைபேசி முறைகள்பேசி
சாடான நயம்பேசி காமும்பேசி சார்பான முறைதனையே கேட்பார்பாரே. 5353

கேட்டாலும் முறைதனையே கொடுக்கவேண்டாம் கெடியான மாண்பருக்குக் கொடுப்பாயானால்
வாட்டமுடன் தலைதான் தெரித்துப்போகும் வளமுடனே நாதாக்கள் சொன்னவாக்கு
தேட்டமுடன் நண்பருக்குக் கொடுப்பாயானால் தெளிவான சிவயோகம் கிட்டும்பாரு
ஆட்டமது செம்பினது ஆட்டமல்லோ அவனிதனில் யார்காண்பார் அதீதம்பாரே. 5354

நாகக் கட்டு செந்தூரம்

பாரேதான் இன்னமொரு மார்க்கங்கேளு பான்மையுள்ள புலிப்பாணி மைந்தாபாரு
நேரேதான் நாகமொரு சேர்தானாகும் நிலையான இலுப்பைநெய் தன்னிலப்பா
சீரேதான் நாகமதை உருக்கிக்கொண்டு சிறப்புடனே சாரமதை கிராசமீவாய்
தீரேதான் கிராசமது கொடுத்துமல்லோ திறமுடனே இலுப்பைநெய்யில் உருக்கிச்சாயே. 5355

சாய்க்கவே நாகமது சுத்தியாச்சு தகமையுடன் மூவைந்து தரமேசாய்க்க
வாய்க்கவே நாகமது கண்ணொடுங்கி வளமான நாகமது சவளைபோலாம்
நாய்த்துளசி மூலிதனை அரைத்துமைந்தா நலமான நாகத்துக் கங்கிபூட்டி
மாய்க்கவே சீலையது வலுவாய்ச்செய்து மறவாமல் கோழியது புடமுந்தானே. 5356

தானான புடமதுவும் இப்படியேபோடு தண்மையுள்ள நாகமது கண்ணொடுங்கி
வேனான வெள்ளியது உருக்குபோல வெகுஜோதி நாகமப்பா என்னசொல்வேன்
கோனான முன்சொன்ன மூலிதன்னால் கொற்றவனே புடமூன்று போடுபோடு
மானான நாகமது சீறலற்று மார்க்கமுடன் வெள்ளிபோ லிருக்கும்பாரே. 5357

இருக்குமே வெள்ளியென்ற நாகந்தன்னை எழிலாகத் தானெடுத்து செப்பக்கேளிர்
நொருக்கியே நாகமதை எடுத்துமைந்தா நோக்கமுடன் சூதமது சரியாய்ச்சேர்த்து
பருக்கியே கெந்தகத்தின் தயிலத்தாட்டி பாங்குபெற ரவிதனிலே காயவைத்து
தெரிக்கவே குழியம்மி தன்னிலிட்டு தெளிமையுடன் பொடிபண்ணி செப்பக்கேளே. 5358

செப்பவென்றால் காசியென்ற குப்பிதன்னில் சிறப்புடனே மருந்தையெல்லாம் குகையிலூட்டி
ஓப்பமுடன் மரக்கல்லால் கொண்டுமூடி உத்தமனே சீலையது ஏழுஞ்செய்து
தப்பிதங்கள் வாராமல் பாண்டந்தன்னில் தன்மையுடன் மணலதனைக் கீழமைத்து
அப்போதே மணலதனை மேற்பொதிந்து வண்புடனே பாண்டமதை சீலைசெய்யே. 5359

செய்யவே சீலையது வலுவாய்ச்செய்து திறமுடனே தானெரிப்பாய் நாலுசாமம்
வெய்யவே நாற்சாமம் எரித்தபோது வேதாந்தத் தாயினது செந்தூரந்தான்
துய்யபுகழ் ராஜாதி ராஜர்தானும் துப்புரவாய் வருணனென்ற செந்தூரத்தை
பையவே சோதித்து லந்தனைத்தான் பட்சமுடன் கேட்டுவழி அறிவார்தாமே. 5360

அறிவான செந்தூரம் என்னசொல்வேன் அப்பனே குன்றிஎடை தானெடுத்து
முறியாத வெள்ளிதனில் பத்துக்கொன்று முறையாகத் தானுருக்கிக் கொடுத்துப்பாரு
குறியான மாற்றதுவும் ஏழதாகும் கொற்றவனே நாலுக்கோர் தங்கஞ்சேர்த்து
முறிபோன்ற மூசைதனில் உருக்கிக்கொண்டு மயங்காமல் புடத்தகட்டாய் வடித்துப்போடே. 5361

அடித்துமே தகடதனை அருண்மைந்தாகேளு அப்பனே முன்சொன்ன செந்தூரத்தை
நடிக்கமலம் வீற்றிருக்கும் மனோன்மணித்தாய் நாதாந்தத் தேவியரின் தாள்பணிந்து
படியான செந்தூரம் பரித்தகட்டில் பக்குவமாய்த் தான்பூசிப் புடத்தைப்போடு
கடியான கடிசதுவும் மிகவேநீங்கி கனகமென்ற தங்கமது வாங்கும்பாரே. 5362

தங்கமாம் பரிதியென்ற பிரிவியாச்சு தாரணியில் நாதாக்கள் செய்யும்வேதை
பங்கமது நேராது ஒருக்காலந்தான் பாரினிலே தருமிகட்கு கிட்டும்பாரு
குங்குமப்பூ தன்னிறமாகத் தங்கந்தங்கம் குவலயத்தில் காண்பதுவும் அறிதேயாகும்
அங்கமென்ற குகைதனிலே இருக்குஞ்சித்தர் சட்டமுடன் செய்கின்ற பாகந்தானே. 5363

திரிவங்கச் செந்தூரம்

தானான இன்னமொரு பாகங்கேளு தண்மையுள்ள செந்தூரம் திரிவங்கந்தான்
கோனான கரிவங்கம் வெள்வங்கந்தான் கொற்றவனே நாகமது சரியாய்க்கூட்டி
மானான ஜெயநீராம் என்னசொல்வேன மகத்தான ஆறுவகை ஜெயநீர்தன்னில்
பானான மூன்றுவகை திரிவங்கந்தான் பட்சமுடன் குகைதனிலே உருக்கித்தீரே. 5364

உருக்கியே ஜெயநீரில் தாக்குதாக்கு உத்தமனே நாகமது கண்ணுறங்கி
பெருக்கமுள்ள கண்ணதுவும் தானொடுங்கி பேரான சவளையது போலேயாகும்
நெருக்கமுடன் சூதமது நிகராய்ச்சேர்த்து நேர்மையுடன் கல்வமதிலிட்டு மைந்தா
பொருக்கவே கெந்தியது நாலுக்கொன்று பொங்கமுடன் தான்சேர்த்து வரைக்கக்கேளே. 5365

கேளப்பா கெந்தியுடன் தாரங்கூட்டி கெடியான மனோசிலையும் துருசுவீரம்
நாளப்பா போகாமல் எடைதானொக்க நாயகனே கெந்தியிடை தானுங்கூட்டி

ஆளப்பா ஆறுவகை ஜெயநீர்தன்னால் அப்பனே நாற்சாமம் அரைத்துமேதான்
பாளப்பா போகாமல் நிழலுலர்த்தி பாலகனே முன்போல பொடிசெய்வாயே. 5366

பொடியான மருந்ததனை எடுத்துமைந்தா பொங்கமுடன் காசியென்ற மேருதன்னில்
படியளவாய் குப்பிதனிற் பாதியிட்டு பாலகனே ஏழுசீலை வலுவாய்ச்செய்து
வடியுடனே ரவிதனிலே காயவைத்து கனமான வாலுகையா மேந்திரத்தில்
துடியாக நாற்சாமம் எரித்தபோது துப்புரவாய் செந்தூர மாகும்பாரே. 5367

லோகப் பாய்ச்சல்

பாரேதான் செந்தூரந் தனையெடுத்து பாங்குபெற வெள்ளிசெம்பில் பத்துக்கொன்று
தீரேதான் தானுருக்கி குருஒன்றீய திறமான மாற்றதுவுங் காணும்பாரு
சீரேதான் ஓட்டிலிட்டு ஊதிப்போடு சிறப்பான மாற்றதுவும் எட்டதாகும்
நேரேதான் பத்துக்கோர் தங்கஞ்சேர்க்க நிலையான மாற்றதுவும் ஆகும்பாரே. 5368

ஆகுமே தங்கமது என்னசொல்வேன் ஓகோகோ நாதாக்கள் செய்யும்வேதை
ஏகுமே செந்தூரந் தனைஎடுத்து எழிலான குடவனிலே கொடுத்துப்பாரு
போகுமே ஊறலது ஏகியல்லோ பொங்கமுடன் மாற்றதுவும் ஆணித்தங்கம்
பாங்குபெற தங்கமது சிவத்துக்காகி பாரினிலே தவயோகி காண்பான்தானே. 5369

காண்பானே நாதாக்கள் தாள்பணிந்து கருத்துரவே மனதுவந்து நடந்துகொண்டால்
ஆண்பான வாதமது சித்திக்குந்தான் அடவான பெரியோர்கள் கிருபைதன்னால்
மாண்பான சிவஞானம் கிட்டும்பாரு மறவாமல் சின்மயத்தை மனதிலுன்னி
ஜாண்பாம்பே ஆனாலும் பிடிவேண்டல்லோ சட்டமுடன் தெருவழியில் நில்லாய்தானே. 5370

நில்லவே காலாங்கி தாள்பணிந்தேன் நிலையான குளிகையது பூண்டுகொண்டு
பல்லவே சீனபதி சென்றேயானும் புகழான மாண்பர்களைக் கண்டுமல்லோ
வெல்லவே வாதமென்ற கடலையப்பா வேதாந்தத் தாயினது கிருபையாலே
செல்லவே ஞானோப தேசங்கேட்டு துப்புரவாய் வாதமதைப் போதித்தேனே. 5371

போதித்தேன் சீனபதிப் பெண்களுக்கு புகழான வாதமென்ற கடலையப்பா
ஆதித்தன் சந்திரன்போல் அதீதவித்தை அவர்களிடம் ஆனதென்று போதித்தல்லோ
சோதித்து மனந்தேறி புத்திகொண்டு சொற்பெரிய வேதையெல்லாம் துடர்ந்துபற்றி
நீதியாய் பூநீரின் மார்க்கங்கண்டு நிலையான உப்புமணி செய்தேன்பாரே. 5372

சீனப் பெண்களுக்கு மணிவகை கூறல்

பாரேதான் இன்னமொரு மார்க்கங்கேளு பாலகனே புலிப்பாணி மைந்தாபாரு
நேரேதான் சீனபதி வடபாகத்தின் நெடியான கடலோரந் தன்னிலப்பா
வேரேதான் பூநீரு விளையும்மார்க்கம் விடங்கண்டு தலங்கண்டு விதியுங்கண்டு
சீரேதான் வளர்பூமி வளமுங்கண்டு சிறப்பான பூநீரை எடுத்தேன்தானே. 5373

தானான பூநீரை எடுத்துமைந்தா தண்மையுடன் மூசையென்ற பாண்டமிட்டு
கோனான நவவாசல் துவாரமிட்டு கொற்றவனே பூநீரை அதிற்பொதிந்து

தேனான மனோன்மணியாள் பாதம்போற்றி தெளிவுபெற சீனபதி மாண்பருக்கு
பானான பூநீரை உருக்குதற்கு பட்சமுடன் தீமூட்டி வழிகண்டேனே. 5374

கொண்டேனே பூநீரை உருக்கியல்லோ கொற்றவனே மாண்பர்களும் பிழைக்கவென்று
கண்டேனே பூநீரின் மார்க்கமெல்லாம் கனம்பெறவே தானுருக்கி பலகையாக்கி
அண்டர்முனி தேவாதி ரிஷிகளெல்லாம் அன்பாகக் கண்ணாடிக் காச்சுதற்கு
விண்டதொரு வழிதுரையும் அறியாமற்றான் விட்டாரே தேவசித்து முதலானோரே. 5375

உப்புமணி உற்பத்தி

முதலான முப்புவென்ற பலகைதன்னை முயற்சியுடன் பிரதியென்ற மூசையிட்டு
பதமுடனே தானுருக்கி எடுத்துமைந்தா பாலகனே மயிர்கம்பி இரும்பாலப்பா
கதமுடைய ரசமதுபோல் நூணிருத்தி கசகாமல் பலகைதனை உருக்கிக்காய்த்து
இதமுடனே மண்கவசந் தன்னைநீக்கி எழிலான மணியதனைக் கொட்டுவீரே 5376

பாலமணி உற்பத்தி

கொட்டவென்றால் மணியதுவும் சதகோடிகாணும் கொற்றவனே பூநீராம் பலகைதன்னை
திட்டமுடன் தானுடைத்து மூசையிட்டு திறமுடனே பாலமணி அமைக்கவில்லை
குட்டமுள்ள தொங்கலது நூறுகம்பம் குறிப்பாக மயிர்கோதி தொங்கவிட்டு
பட்டதொரு பூநீரின் பலகைதன்னை பாங்குபெற கடல்நுரையால் சுத்திசெய்யே. 5377

செய்துமே தானுருக்கி எடுத்துமைந்தா செம்மலுடன் கருக்கட்டி வார்க்கும்போது
பையவே இரும்பினது மயிர்ப்பாய்ச்சலப்பா பாங்கிபெற பூநீறு உருக்கிச்சென்று
மெய்யான கருவதனில் பாய்ந்துமல்லோ மேன்மையுடன் சதகோடி மணிகளாகும்
பொய்யாது காலாங்கி நாதர்வாக்கு பொங்கமுடன் செய்துவர வரிசைகேளே. 5378

கேளேதான் கவசமது உடைத்துப்பாரு கெடியான பாலமணி என்னசொல்வேன்
பாளேதான் போகாமல் மணியுமாகி பாங்கான பூநீரு மணியுமாச்சு
நாளேதான் விட்டகுறை இன்னமொன்று நலமான பச்சைமணி புகலுவேன்பார்
சூளேதான் பூநீரு பலகைதன்னை சுத்தமுடன் தானெடுக்க வரிசைகேளே. 5379

பச்சைமணி உற்பத்தி

வரிசையாம் இன்னமொரு மார்க்கஞ்சொல்வேன் மகத்தான புலிப்பாணி மைந்தாபாரு
பரிசையுள்ள பூநீரு பலகைதன்னை பாங்குபெற ரங்கென்ற பூநீர்தன்னை
விரிவுடனே தான்சேர்த்து உருக்கியல்லோ விருப்பமுடன் கருக்கட்டி வார்க்கும்போது
சரியான கருவதனில் பாய்ந்துமல்லோ சட்டமுடன் மயிர்பாச்சல் நிறையலாச்சே. 5380

ஆச்சப்பா பூநீறு இறங்கினாலே அப்பனே பச்சையென்ற மணியுமாச்சு
மூச்சடங்கி இருந்ததொரு கருவைத்தானும் முக்கியமாய் உடைத்துப்பார் என்னசொல்வேன்
பாச்சலுடன் பச்சையென்ற மணிதானங்கே பாங்குடனே சதகோடி என்னலாகும்
மாச்சலுடன் சீனபதி பெண்களுக்கு மார்க்கமுடன் ஓதிவைத்தேன் உண்மைபாரே. 5381

நீலமணி உற்பத்தி

உண்மையாய் இன்னமொரு மார்க்கம்பாரு உத்தமனே புலிப்பாணி மைந்தாபாரு
வண்மையாஞ் சீனபதி பெண்களுக்கு வளமான நீலமணி செய்வேனப்பா
தண்மையாம் பூநீராம் பலகைதன்னில் தகமையுள்ள நீலத்தின் உட்படுத்து
பண்மைபெற மூசையிட்டு உருக்கியல்லோ பட்சமுடன் நீலமணி செய்தேன்தானே. 5382

செய்யவென்றால் சிறுகம்பி மயிர்பாலந்தன்னில் சிறப்புடனே ஸ்தம்பமது நிறுத்தியல்லோ
பையவே கருக்கட்டி துவாரமிட்டு பாங்குபெற மூசையிட்டு உருக்கியல்லோ
வெய்யவே மூசையது உருக்கியேதான் மேன்மையுடன் கருவதனில் பாயும்போது
துய்யதொரு நீலமணி என்னசொல்வேன் துப்புரவாய் சதகோடி என்னலாமோ 5383

என்னவே காலாங்கி நாதர்வாக்கு எழிலான வேதைமுகம் பொய்யாதப்பா
பன்னவே சீனபதி பெண்களுக்கு பாலித்த வேதையது கோடானகோடி
மின்னவே பவளமணி சொல்வேன்பாரு வித்தகனே சித்தர்முனி சொன்னதில்லை
நன்னவே நாதாக்கள் தாள்பணிந்து நவிலுகிறேன் பவளமணி நவிலத்தானே. 5384

பவளமணி உற்பத்தி

நவிலவே மண்பவளம் என்னசொல்வேன் நாதாக்கள் சித்துமுனி வந்ததில்லை
சவிலமுள்ள பூநீரு பலகைதன்னை சட்டமுடன் ஈயமென்ற செந்தூரத்தை
குவிலவே மூசையிட்டுத் தானுருக்கி கொற்றவனே மயிர்பாலந் தூணித்து
பவிலவே கருக்கட்டி வாய்தான்விட்டு பக்குவமாய் உருக்கியதை எடுத்துவாரே. 5385

வார்க்கவே கருவதுதான் பாய்ந்துமல்லோ வளமான சதகோடி மணியுமாக
ஏர்க்கவே மூசைதனை உடைக்கப்பாரு என்னசொல்வேன் பவளமென்ற மணிதானப்பா
தீர்க்கமுடன் நாதாக்கள் சொன்னதில்லை திறமான வேதைமுகங் கண்டுமல்லோ
ஆர்க்கவே சீனபதி மாண்பருக்கு அன்புடனே போதித்த மணியுமாமே. 5386

கறுப்புமணி உற்பத்தி

மணியான மணியதுவும் என்னசொல்வேன் மார்க்கமுடன் இன்னமொரு மார்க்கங்கேளு
அணியான பூநீராம் பலகைதன்னில் அப்பனே இரும்பினிட சத்துவாங்கி
துணிவுடனே மூசையிட்டு உருக்கிக்கொண்டு துப்புரவாய் துவாரமது விட்டுமேதான்
கணிதமுடன் மயிர்ப்பாலங் கால்நிறுத்தி கணக்குடனே சிறுகம்பி ஸ்தம்பமாட்டே. 5387

நாட்டியே மூசைதனை எடுத்துமைந்தா நலமுடனே கருவதனில் பாச்சியேதான்
வாட்டமுடன் கருவதனை உடைத்துப்பாரு வளமான கறுப்புமணி சதகோடியப்பா
நீட்டமுடன் சீனபதி மாண்பருக்கு நியமித்த கருப்புமணி பூநீர்தானும்
ஆட்டமது என்னசொல்வேன் பூநீராட்டம் அப்பனே சித்துமுனி சொல்லாரன்றே. 5388

முத்துமணி உற்பத்தி

அன்றான இன்னமொரு மார்க்கம்பாரு அருமையுள்ள புலிப்பாணி மைந்தாகேளு
குன்றான குளிகைகொண்டு சீனஞ்சென்று கொற்றவனே யான்செய்த வேதையப்பா

நன்றான பூநீறு பலகைதன்னை நலமான நவநீத சத்துசேர்த்து
வென்றிடவே தானுருக்கி மூசைகட்டி வேகமுடன் காச்சுதற்கு வகையைக்கேளே. 5389

வகையான மயிர்பாலந் தன்னிலப்பா வளமாக சிறுகம்பி ஸ்தம்பம்நாட்டி
மிகையான கருவதும் அமைத்துமேதான் மேன்மையுடன் தானுருக்கி மூசைதன்னை
நகையெனவே கருவதனில் உருக்கிவாரு நலமான கருவதுவும் பாய்ந்துமேதான்
பகையிலா முத்துமணி என்னசொல்வேன் பாலகனே சதகோடி எண்ணலாமே. 5390

எண்ணவே முத்துமணி சூரியன்போல் எழிலான காந்தியது என்னசொல்வேன்
பண்ணவே ரிஷிமுனிவர் சித்தராலும் பாருலகில் முடியாது இந்தவேதை
நண்ணவே காலாங்கி கடாடசத்தாலே நாட்டினேன் சீனபதி மாண்பருக்கு
வண்ணமுள்ள வேதையிது மகாசங்கந்தான் மார்க்கமுடன் பூநீரின் வேதையாமே. 5391

கல்லுப்பு செந்தூரம்

வேதையாம் இன்னமொரு மார்க்கங்கேளு விருப்பமுடன் சொல்லுகிறேன் உகந்துபாரு
பாதையாம் மூப்பென்ற செந்தூரத்தை பலபலவாஞ் சாத்திரத்தில் மிகவுஞ்சொன்னார்
நீதையுடன் உப்பென்ற செந்தூரத்தை நீட்சியுடன் உங்களுக்கு முகஞ்சொன்னதில்லை
சோதையாம் பலபலவாஞ் சாத்திரத்தை தோறாமல் கண்டல்லோ துணிவுற்றேனே. 5392

துணியான லவணமென்ற செந்தூரந்தான் துப்புரவாய் யானுரைப்பேன் மைந்தாகேளு
கணிதமுடன் உப்பென்ற கல்லுப்பல்லோ கருத்துடனே சேரதுதான் ஒன்றேயாகும்
பணிவுடைய குழியம்மி தன்னிலிட்டு பாலகனே மூலிவகை செப்பக்கேளே
துணிவுடனே செவ்வல்லி புச்சார்கொண்டு சிறப்புடனே நாற்சாமம் அரைத்திடாயே. 5393

அரைத்துமே நாற்சாமம் ஆனபின்பு அப்பனே வில்லையது தட்டியல்லோ
வரைந்ததொரு ரவிதனிலே காயவைத்து வளமான சீலையது வலுவாய்ச்செய்து
திரைத்துமே கோழியென்ற புடத்தைப்போடு தீரமுடன் செந்தூரம் ஆகும்பாரு
அரைத்துமே இப்படியே பத்துமுறைபோடு பாங்கான செவ்வல்லி மூலிதாமே. 5394

மூலியாம் இன்னமொரு பாகங்கேளு முனையான புலியாரைச் சாற்றினாலே
சலியாமல் தானரைப்பாய் நாலுசாமம் சட்டமுடன் ரவிதனிலே காயவைத்து
மாலியுடன் ஓட்டிலிட்டு சீலைசெய்து மகத்தான ரவிதனிலே காயவைத்து
ஆவியது வாராமல் புடந்தானப்பா அப்பனே கோழியென்ற புடந்தான்போடே. 5395

போடவே செந்தூரம் என்னசொல்வேன் பொங்கமுடன் நாதாக்கள் சொன்னதில்லை
நீடவே இப்படி பத்துபுடம்போடு நெடிதான செந்தூரம் ஆகும்பாரு
தேடவே இன்னமொரு மூலிசொல்வேன் தெளிவான செந்தூரம் ஆகும்பாரு
கூடவே மூலியது தான்பிழிந்து கொற்றவனே தானரைக்க வகையைக்கேளே. 5396

கேளப்பா மூலியது சாற்றினாலே கெடிதான உப்பென்ற செந்தூரத்தை
மாளப்பா நாற்சாமம் அரைந்துமேதான் மகத்தான வில்லையது தட்டியல்லோ
சூளப்பா ரவிதனிலே காயவைத்து சுத்தமுடன் ஓட்டிலிட்டு சீலைசெய்து
ஆளப்பா கோழியென்ற புடத்தைப்போடு அப்பனே செந்தூரம் ஆகுங்காணே. 5397

காணவே இப்படியே பத்துமுறைபோடு கயிலாச நாதருட செந்தூரந்தான்
தோணவே செந்தூரந் தனைஎடுத்து துப்புரவாய் ஜெயசூதம் எடைக்குப்பாதி
வேணபடி தானெடுத்துக் கல்வமிட்டு வேதாந்தத் தாய்தனை மனதிலெண்ணி
நீணவே கல்வமதில் இட்டுமைந்தா நீதியுடன் அரைப்பதற்கு வழிதான்கேளே. 5398

வகையான செந்தூரம் அரைப்பதற்கு வண்மையுடன் ஆறுவகை ஜெயநீரப்பா
துகையான துருசுவெடி உப்புக்காரம் தோற்றமுள்ள வருஞ்சாரம் கரியுப்பாகும்
பகையான சீனமது ஒன்றுகூட்டி பக்குவமாய் ஜெயநீருந் தானிரக்கி
மிகைபடவே தானரைப்பாய் நாலுசாமம் மேன்மையுடன் வில்லையது லகுவாய்த்தட்டே. 5399

தட்டியே ரவிதனிலே காயவைத்து சாங்கமுடன் வில்லையது ஒட்டிலிட்டு
சட்டமுடன் சீலையது வலுவாய்ச்செய்து சாங்கமுடன் புடமதுவுங் கோழியாகும்
திட்டமுடன் தான்போட்டு எடுத்துப்பாரு திறமான செந்தூரம் ஆகும்பாரு
வாட்டமுள்ள செந்தூரந் தனைஎடுத்து வளமையுடன் முன்போல பகிர்ந்திட்டீரே. 5400

தீரேதான் செந்தூரமென்ன சொல்வேன் திறமான நவகோடி ரிஷிகளப்பா
பூரேதான் சொன்னார்கள் இந்தபோக்கு அப்பனே யாம்உனக்கு சொன்னோம்பாரு
சீரேதான் நாதாக்கள் சொன்னதில்லை சிறப்பான கல்லுப்பு மார்க்கவேதை
வீரேதான் பலபலவாஞ் சாஸ்திரத்தில் விருப்பமுடன் பாடிவைத்தார் கோடியாமே. 5401

கோடியாம் லவணமென்ற செந்தூரத்தை கொப்பெனவே மூலிவகை தன்னிலப்பா
நாடியே ஆராய்ந்து சொன்னாரப்பா நலமான ஜெயநீர்தான் சொல்லவில்லை
மூடியே தான்மறைத்தார் ஜெயநீர்போக்கை முதன்மையாய் யான்உரைத்தேன் ஜெயநீர்தன்னை
வாடியே மயங்காமல் செந்தூரத்தை வளமுடனே செய்பவனே வாதியாமே. 5402

செந்தூர வேதை மூலம்

வாதியாஞ் செந்தூரந் தன்னைத்தாக்க வளமுடனே சொல்லுகிறேன் வண்மைபாரு
சோதியாம் ரசிதமென்ற வெள்ளிதன்னில் துப்புரவாய்ப் பத்துக்கு ஒன்றேஈய
நீதியாய் மாற்றதுவும் எட்டேயாகும் நிலையான நாதாக்கள் செய்யும்வேதை
ஆதியாம் தேவரிஷி முனிவர்தாமும் அன்புடனே செய்த செந்தூரந்தானே. 5403

தானான செந்தூரப் போக்குதன்னை தண்மையுடன் சொல்லுகிறேன் மைந்தாகேளு
கோனான எனதையர் காலாங்கிநாதர் கொற்றவனார் தாமுரைத்த நீதியாக
பானான பராபரியை மனதிலெண்ணி பாச்சப்பா செம்புதனில் பத்துக்கொன்று
மானான மாற்றதுவும் ஒன்பதாகும் மகத்தான வேதையிது அதீதம்பாரே. 5404

பாரேதான் செந்தூர மேகும்போக்கு பாலகனே சொல்லுகிறேன் பண்பாய்க்கேளு
நேரேதான் குடவனில் பத்துக்கொன்று நேர்மையுடன் தான்கொடுக்கத் தங்கமாகும்
சீரேதான் சுயத்தங்கம் பிறவித்தங்கம் சிறப்பான சித்தரது தங்கமாகும்
ஆரேதான் செய்வார்கள் பிறவித்தங்கம் அப்பனே அறிவுளோன் செய்வான்காணே. 5405

காணவே செந்தூரம் போகும்போக்கு பாலகனே சொல்லுகிறேன் பண்பாய்க்கேளு
பூணவே மட்டமென்ற ஆணிப்பொன்னாம் பொங்கமுடன் களஞ்சியது நூறதாகும்
வேணபடி தானெடுத்து மூசையிட்டு விருப்பமுடன் தானுருக்கி குருஒன்றீய
நீணவே மாற்றதுவும் ஒன்பதாகும் நிலையான பிறவியென்ற பசும்பொன்னாமே. 5406

பொன்னான பொன்னல்லோ நாதர்வேதை பொங்கமுடன் யார்செய்வார் வையகத்தில்
கன்னானக் கருவூரான் முன்ஜென்மத்தில் கைலாய நாதரென்ற நடேசருக்கு
தென்னவனாம் பாண்டியரின் உத்தாரந்தான் தேர்வேந்தன் சொற்படிக்குக் கருவுசெய்து
நன்னயமாய்த் தங்கமென்ற செம்புசெய்து நாதரைப்போல் கருவுசெய்து நாட்டினாரே. 5407

நாட்டினார் கருவூரார் தங்கமப்பா நாயகனே இத்தங்கம் ஒப்பதாகும்
மேட்டிமையாய் அனேகம்பேர் சித்துதாமும் மேன்மையுடன் பலப்பலவாம் வாதஞ்செய்து
தாட்டிகமாய் தரணிதனில் பூசைக்கி தாரணியில் வெகுபேர்கள் செய்தார்மாண்பர்
வட்டமுடன் காலாங்கி முறைகள்போல வையகத்தில் கண்டதில்லை யாருந்தானே. 5408

போகர் நீலாஞ்சனக்கல் கண்டது

தானான செந்தூரந் தன்னையப்பா தண்மையுடன் மண்டலந்தான் கொண்டபோர்க்கு
கோனான காலாங்கி நாதர்தாமும் கொற்றவனார் குருசொன்ன வாக்குபோல
பானான சட்டையது மிகவேநீங்கி பளபளத்து தேகமது மின்னும்பாரு
மானான மஹேஸ்வரியாள் நிர்த்தஞ்செய்வாள் மன்னவனே உந்தமக்கு வழிசொல்வேனே. 5409

சொல்வேனே இன்னமொரு மார்க்கங்கேளு துப்புரவாய் புலிப்பாணி மைந்தாகேளு
கோனான எனதையர் காலாங்கிநாதர் கொற்றவனார் குருசொன்ன நீதியப்பா
தேனான மனோன்மணியாள் கடாட்சத்தாலும் தெளிவான வஞ்சனமாம் சல்லியப்போக்கு
மானான வண்டமென்ற காகமப்பா மகத்தான சத்துநூறு வருஷமாமே. 5410

தானான இன்னமொரு மார்க்கஞ்சொல்வேன் தகமையுள்ள புலிப்பாணி மைந்தாகேளு
கோனான எனதையா காலாங்கிநாதர் கொற்றவனார் குரு சொன்ன நீதியப்பா
தேனான மனோன்மணியாள் கடாட்சத்தாலும் தெளிவான வஞ்சனமாஞ் சல்லியப்போக்கு
மானான வண்டமென்ற காகமப்பா மகத்தான சத்துநூறு வருஷமாமே. 5411

நூறான வருஷமது கடந்தகாகம் நுட்பமுடன் கண்டறிந்து மைந்தாகேளு
நாறான வண்டமென்ற காகமப்பா நலமான காகமது கொண்டுவந்து
மாறான உயிரதுவும் போக்கியல்லோ மகத்தான சிரசதனை சோதித்தாக்கால்
கூறான நீலாஞ்சனக் கல்லுதானும் கொற்றவனே இருக்குமது பாருபாரே 5412

பாரேதான் நீலாஞ்சனக் கல்லுதன்னை பட்சமுடன் தானெடுத்து மைந்தாகேளு
சீரேதான் பதனமது செய்துமல்லோ சிறப்பான வையகத்தில் மாந்திரீகனாவாய்
நேரான ராஜாதி ராஜர்தானும் நேர்மையுடன் சமாதிவைத்த நிதியனைத்தும்
சூரேதான் சல்லியமாம் வித்தைதன்னால் குறிப்பான அஞ்சனத்தால் எடுக்கக்கேளே. 5413

கேளேதான் கருவென்ற மைதானப்பா கெணிதமுடன் உள்ளங்கை தன்னிற்றோய்த்து
சூளேதான் அஞ்சனமாங் கல்லைத்தானும் சுத்தமுடன் உள்ளங்கைத் தன்னில்வைத்து
பாளேதான் போகாமல் அஞ்சனத்தை பஞ்சமுடன் தான்பார்க்க நிதிகள் தோன்றும்
ஆளேதான் திரவியத்தை எடுக்கலாகும் அப்பனே நீலாஞ்சன மகிமைபாரே. 5414

மகிமையாம் இன்னமொரு மார்க்கங்கேளு மகத்தான நீலாஞ்சனக் கல்லினாலே
அகிலமெலாம் நிதியெடுக்க இதனாலாகும் அப்பனே அஞ்சனமும் இதற்கூடல்ல

முசியாமல் சித்தர்முனி ரிஷிகள்தாமும் மூர்க்கமுடன் சாஸ்திரங்கள் அனேகஞ்செய்தார்
தகியுடனே நீலாஞ்சனக் கல்லின்மார்க்கம் சாற்றலில்லை சித்தர்முனி ரிஷிகள்தாமே. 5415

தாமான சாஸ்திரத்தின் அளவுகண்டு தண்மையுடன் சீனபதிப் பெண்களுக்கு
சாமான மாகவல்லோ குளிகைகொண்டு சட்டமுடன் சீனபதிக்கு ஏகினேன்யான்
நாமேதான் சொன்னபடி நீலாஞ்சனத்தை நாட்டமுடன் போதித்தேன் மாண்பருக்கு
வேமேதான் சீனபதிப் பெண்களெல்லாம் வேகமுடன் தெரிசனத்தைக் கண்டார்தாமே. 5416

கண்டாரே இன்னமொரு மார்க்கங்கேளு கனமான சீனபதி மாண்பரெல்லாம்
தெண்டமுடன் காலாங்கி நாதருக்கு தேற்றமுடன் சீர்பாதந் தாள்பணிந்து
வண்டணிமார் பெண்களெல்லாம் ஆலோசித்து வளமான வண்டமென்ற காகந்தன்னை
கொண்டுவர தம்மனதில் ஆலோசித்து கொம்பனைமார் எந்தனுக்கு ஓதினாரே. 5417

ஓதவே சீனபதிப் பெண்களல்லோ உத்தமர்கள் எல்லாரும் ஒன்றாய்க்கூடி
நீதமுடன் காகமதைத் தேடும்போது நிலையான காகமது காணாமற்றான்
வேதமுடன் வெள்ளையென்ற காகந்தானும் வெட்டவெளி கானகத்தில் காணலாச்சு
ஆதமுடன் காகமதைக் கண்டுமல்லோ அப்பனே கல்லதனைக் கண்டார்தானே. 5418

தானான கல்லதனை எடுத்தபோது தண்மையுள்ள கல்லதுவும் வெண்மையாச்சு
கோனான குருசொன்ன வாக்குபோல கொற்றவனே நீலமென்ற கல்லேயில்லை
பானான மாண்பரெல்லாம் பலபேர்கூடி பண்பான யோசனைகள் செய்திட்டார்கள்
மானான தேசமது வெண்மையப்பா மகத்தான காகமது வெள்ளையாச்சே. 5419

ஆச்சப்பா நீலாஞ்சனக் கல்லுதன்னை அப்பனே பரீட்சையது செய்யும்போது
மூச்சடங்கி முன்போன காகத்தின்கல் முனையான நீலமென்ற வர்ணத்தாலே
பாச்சலுடன் வையகத்தில் நிதிகளெல்லாம் பாங்குடனே எடுப்பதற்கு பண்பதாச்சு
ஆச்சரியம் ஆனதொரு வெண்காகத்தில் அன்பான கல்லதுவும் வோடாதன்றே. 5420

அன்பான கல்லதுவும் வெண்மையாச்சு அப்பனே திரவியங்கள் எடுக்கலாச்சு
வென்றிடவே நீலாஞ்சனக் கல்லினாலே விருப்பமுடன் வையகத்தில் நிதியனைத்தும்
குன்றான மலைபோலே எடுக்கலாகும் கொற்றவனே நீலமென்ற கல்லினாலே
வென்றிடவே நவகோடி ரிஷிகளெல்லாம் வேகமுடன் கண்டறிந்து மறந்தார்தாமே. 5421

சீனபதிப் பெண்கள் வெண்காக அஞ்சனக்கல்லால் வானத்தில் அதிசயம் கண்டது

மறந்தாரே வெகுகோடி ரிஷிகளப்பா மகத்தான சிடிகையென்ற வேதைதன்னை
துறந்தாரே காலாங்கி நாதர்தாமும் துப்புரவாய் வையகத்து மாண்பருக்கு
சிறந்தொரு நூல்பார்த்துக் கண்டாராய்ந்து சிறப்புடனே சொன்னதொரு நீதியெல்லாம்
கறந்ததொரு பால்போல இருக்குமப்பா காலாங்கி சொன்னதொரு வாக்குமாச்சே. 5422

வாக்கான சீனபதிப் பெண்களெல்லாம் வளமுடனே வெண்காகங் கல்லெடுத்து
நோக்கமுடன் உள்ளங்கை அஞ்சனத்தில் நுணுக்கமுடன் கல்லதனைக் கையில்வைத்து

ஏக்கமுடன் ஆகாயந் தன்னைக்காண எழிலான அதிசயங்க ளுள்ளதெல்லாம்
ஆக்கமுடன் தோன்றிற்று மாண்பருக்கு அப்பனே வானவதி சயங்கள்தானே. 5423

அதிசயமாம் வானத்துள் மார்க்கமெல்லாம் அப்பனே சப்தலோகமெல்லாம் தோன்றும்
பதியான வையகத்தின் அதிசயம்போல பான்மையுடன் வானத்தின் அதிசயங்கள்
மதியான சந்திரனும் சூரியன்தான் மகத்தான அருந்ததியுங் காணலாகும்
துதியான கைபாகம் யார்தான்காண்பார் துப்புரவாய் சீனபதி மாண்பர்தாமே. 5424

மாண்பராம் இன்னமொரு மார்க்கங்கேளு மகத்தான சீனபதிப் பெண்களெல்லாம்
காண்பான வெள்ளையென்ற காகந்தன்னில் கருத்துடனே கருவதனைக் கண்டாராய்ந்து
மாண்பான வையகத்தோர் பிழைக்கவென்று மார்க்கமுடன் எந்தனுக்கு உபதேசித்தார்
ஆண்பான உபதேசம் பெற்றுமல்லோ அன்புடனே குளிகைகொண்டு வந்திட்டேனே. 5425

வந்தேனே சீனபதிவிட்டு மைந்தா மகத்தான குளிகையது பூண்டுகொண்டு
அந்தமுடன் வையகத்து மாண்பருக்கு அன்புடனே யான்கண்ட வித்தையெல்லாம்
சொந்தமுடன் உபதேசம் செய்யவெண்ணி துப்புரவாய் அதீதமெல்லாம் உரைத்தேனப்பா
பந்தமுடன் எந்நாளும் பதாம்புயத்தைப் பற்றியல்லோ பதவிவழி நடந்திடாயே. 5426

போகர் சீனபதி பெண்களுக்கு ஈடுரைத்தல்

நிற்கவே இன்னமொரு மார்க்கஞ்சொல்வேன் நிலையான புலிப்பாணி மைந்தாகேளு
அற்பமென்று நினையாதே இந்தப்போக்கு அருமையுள்ள சீனபதிப் பெண்களுக்கு
சொற்பதமாய் ஈடொன்று சிடிகைவேதை செப்பினேன் சீனபதிப் பெண்களுக்கு
உற்பனமாய் யானுரைத்த கைமசக்கு உத்தமனே ஈறுவகை சொல்வேன்பாரே. 5427

பாரேதான் மருளினூ மத்தைவித்து பாங்கான காய்ப்பாகல் வித்துங்கூட்டி
நேரேதான் சாதிக்காய் தன்னோடொக்க நேர்மையுடன் கொவ்வையுட வித்துதானும்
சீரேதான் சுழல்வண்டு தானுமப்பா சிற்பரனே குழியானைத் தானுங்கூட்டி
வீரேதான் காந்தமது தானுங்கூட்டி விருப்பமுடன் ஈப்புலியுங் கூடக்கூடே. 5428

கூட்டியே மதனபூவும் அபின்கிராம்பு கொற்றவனே பேய்க்கருப்பன் சாற்றாலாட்டி
வாட்டமுடன் தானரைப்பாய் நாலுசாமம் வகையாக எடைசரியாய் தானரைப்பாய்
நாட்டமுடன் பயிரதுபோல் திரட்டிமைந்தா நயம்பெறவே குளிகையது செய்துகொண்டு
வாட்டமுடன் மதியீடு பெண்களுக்கு அப்பனே கொடுத்துவிட வகைதான்கேளே. 5429

வகையான குளிகைதனை பதனம்பண்ணு வன்மையுடன் அறுகலையாந் தன்னிற்றானும்
சிகையான பார்த்தவகை தன்னிற்றானும் சிறப்புடனே உனதுவிந்து கூடச்சேர்த்து
பகையான மாந்தர்கட்கு கொடுத்தாயானால் பண்பான மனதுவந்து பிரியமாகி
திகையான மதிமயக்கங் கொண்டுமல்லோ தீரமுடன் உன்னைவந்து அணைவார்காணே 5430

காணவே கேட்டதெல்லாம் உந்தனுக்கு கனமுடனே தான்கொடுத்து வினோதஞ்செய்வார்
பூணவே கிருஷ்ணாவ தாரனைப்போல் பொங்கமுடன் மதனகனையைத் திறவாயப்பா
ஆணவே ராஜாதி ராஜர்போலும் அப்பனே சிற்றின்ப வாசைதன்னை
காணவே வையகத்தில் அனுபவித்து காட்சியுடன் எந்நாளும் பதங்கொள்வாயே. 5431

கொள்ளவே இன்னமொரு பாகஞ்சொல்வேன் கொற்றவனே புலிப்பாணி மைந்தாகேளு
விள்ளவே சித்துமுனி ரிஷியார்தாமும் வெகுவாய்ப் பாடிவைத்தார் ஈடுமார்க்கம்
மெள்ளவே அவர்களுட சாத்திரங்கள் மேதினியில் வெகுபலவாய்க் கண்டேன்யானும்
கள்ளமில்லா உரையனைத்துங் கோடானகோடி காசினியில் விருப்பமுடன் பாடினாரே. 5432

அடைக்கலக் குருவியினீடு

பாடினார் அனேகவிதை ஈடுதானும் பண்பான மாணாக்கள் பிழைக்கவென்று
தேடியே புலிப்பாணி மைந்தாகேளு தெளிவான ஈடொன்று சொல்வேன்பாரு
நீடியே அடைக்கலமாங் குருவிதானும் நீண்மையுடன் கொண்டுவந்து செப்பக்கேளிர்
ஆடியே மயிர்போக்கி குடல்கள்போக்கி அப்பனே சூதமுடன் காந்தந்தானே. 5433

தானான பாஷாணங் கவுரிதானும் தாக்கான தாளகமும் ஒன்றாய்க்கூட்டி
மானான கஞ்சாவின் வித்தும்சேர்த்து மகத்தான எலிப்பகையுங் கூடச்சேர்த்து
தேனான குடோரியது சமனதாக்கு தேட்டமுடன் அடைக்கலத்தின் வாயிலூட்டி
பானான கலசமென்ற குடுவைதன்னில் பாங்குபெற தானமைத்து வஸ்துஊட்டே. 5434

ஊட்டியே சாராயமென்ற வஸ்து உத்தமனே தான்சேர்த்து தீயில்வைத்து
தாட்டிகமாய் ஊமத்தின் விறகினாலே தகமையுடன் தானெரிப்பாய் நாலுசாமம்
நாட்டமுடன் சாராயம் சுண்டமட்டும் நலம்பெறவே தானெரித்து எடுத்துமைந்தா
கூட்டியே குழிக்கல் தன்னிலிட்டு கொற்றவனே நாற்சாமம் அரைத்திடாயே. 5435

அரைத்துமே பயிரளவாய்க் குளிகைசெய்து அன்பான சிமிழ்தனிலே பதனம்பண்ணு
திரைகடலில் உள்ளதொரு மாண்பர்தம்மில் திரளான கர்மிகளும் மர்மிகளுமுண்டு
வரையான கர்மிகட்கு சொல்வேன்பாரு மகத்தான குளிகைதனை மீவாயப்பா
கரையான குளிகைதனை ஈய்ந்தபோது கனமான ரோகமது பலிக்குந்தானே. 5436

தானான பரியாசஞ் செய்தபோக்கு தாக்கான தருமத்தைக் கெடுத்தபோக்கு
மானான சமுசார வாழ்க்கைதன்னை மார்க்கமுடன் தான்கெடுத்த பாவிகட்கும்
கோனான குருதனையே துரோகஞ்செய்து குடிகெடுத்த சண்டாளர் துரோகிகட்கு
தேனான ஸ்திரிசங்கஞ் செய்துமல்லோ தெருதனிலே வளையவிட்ட பாவிக்காமே. 5437

பாவியாஞ் சிசுவதைகள் செய்தபேர்க்கு பாருலகில் கருதனையே அழித்தபேர்க்கு`
ஆவியுடன் காயமதை அழிக்கவல்லோ அமும்புமிக செய்ததொரு பாவியோர்க்கு
நாவிதனைப் பால்தனிலே கலந்தபேர்க்கும் நட்பான நேசமதைக் கெடுத்தபேர்க்கும்
காவிக ஷாயமது பூண்டஞானி கருவான சித்தர்தமைக் கெடுத்தோர்க்கே 5438

கெடுத்துமே நயம்பேசி கரங்கள்பேசி கெடுவழிக்கு ஏதுவகைத் துரைகள்பேசி
அடுத்ததொரு கதாபாத்திரம் உள்ளபேரை அகடான வார்த்தைகளும் மிகவுங்கூறி
கொடுத்ததொரு பொருள்தனையே மோசஞ்செய்து கொற்றவர்க்குத் துரோகமது செய்தபேர்க்கும்
தடுக்காமல் கொடுக்குமொரு புண்ணியோரை தவிர்க்கவே செய்வதற்கு மொழிதான்கேளே. 5439

கேளேதான் நம்பியே துரோகஞ்செய்த நெடுங்கால சண்டாள மாண்பருக்கும்
நாளேதான் போகாமல் கூலிவாங்கி நலம்பெறவே தொழில்தனையே கெடுத்தபேர்க்கும்

பாலேதான் பார்த்தவுடன் நயங்கள்பேசி பண்பாகக் காணாட்டல் முறைகள்பேசி
ஆளேதான் கண்டவுடன் சூதுபேசி அவனிதனில் இருந்ததொரு மாந்தருக்கே. 5440

மாந்தராம் அன்னமிட்ட புண்ணியோரை மார்க்கமுடன் கண்ணமிட்ட பாவியோர்க்கும்
சாந்தகுணம் உள்ளதொரு சீஷந்தம்மை சாங்கமுடன் நிபந்தனைகள் செய்தபேர்க்கும்
போந்தமுடன் பிணியாளம் தம்மையல்லோ பொங்கமுடன் நிதிகெட்டு பிணிதீரார்க்கும்
பாந்தனெனும் பாணமது கையிலேந்தி பாராமல் விட்டதொரு பாவியோர்க்கே. 5441

பாவியாஞ் சண்டாள மூடருக்கும் பாரினிலே வெகுகுடியைக் கெடுத்தபேர்க்கும்
காதினில் யபலோசை கேட்டுமல்லோ கண்களித்து பாராமல் கொன்றபேர்க்கும்
தீவினையாள் எந்நாளும் மடிந்தபேயர் திறமான நிதிகொடுத்துத் தீராதுரோகி
பாவியெனும் பண்டிதர்கள் நிதியைவாங்கும் பண்பான கர்மிகட்கும் வேண்டும்பாரே. 5442

பாரேதான் கோயில்தனை இடித்தபேர்க்கும் பாங்கான ஆலயத்தில் தீபந்தன்னை
நேரேதான் விற்றல்லோ சிலைகள்தன்னை நேர்மையுடன் கொள்ளைகொண்ட துரோகிமார்க்கும்
சீரான மடுக்கள்குளம் அடைத்தபேர்க்கும் சிறப்பான பண்டிதரைப் பழித்தபேர்க்கும்
ஆரோதான் நடுச்சாம வழியிலப்பா அபகரித்து கொள்ளை கொண்டகருமிகட்கே 5443

கருமியாந் தேவபூசை கெடுத்தபேர்க்கும் கலியாண மணமுகூர்த்தம் அழித்தபேர்க்கும்
மருமமாய் வஞ்சனைகள் அதிகங்கொண்டு வையகத்தில் வியாபார மோசங்கூறி
தருமமாய் நியாயமது மிகவேபேசி தகமையுடன் வியாபார முடக்கல்செய்து
குரூரமது தன்மனதில் உள்ளடக்கி குடிகெடுக்கும் சண்டாளர்க்கு ஆகுந்தானே. 5444

தானான சகோதரரைத் துரோகஞ்செய்து தண்மையுடன் வீடுமனை பறித்தபேர்க்கும்
கோனான குருமாது பத்தினியைத்தானும் குணம்பேசி வலகழித்த கள்வனுக்கும்
மானான மகாதேவர் தன்னைத்தானும் மண்டலத்தில் குறைபேசி வைத்தபேர்க்கும்
பானான அகதிபர தேசிதன்னை பறக்கடித்த பாவிகட்கும் வேண்டும்பாரே. 5445

வேண்டியே நம்பியதோர் நிதிகள்தன்னை வேட்கமுடன் மோசமது செய்தபேர்க்கும்
கூண்டதனில் பட்சிகளைத் தானடைத்து குறைகேடாய் கானகத்திற் சேராமற்றான்
ஆண்டியைத் தானடித்து வகடுபேசி அநியாயஞ் செய்ததொரு கர்மிகட்கும்
தூண்டிதனில் மச்சமதை பிடித்தபேர்க்கும் துர்மார்க்க பாவியர்க்கு வேண்டுங்காணே. 5446

காணவே கணவனைத் துரோகஞ்செய்து காணாமல் சோரமது செய்தபேர்க்கும்
பூணவே புருஷர்க்கு மருந்துசெய்து பொங்கமுடன் அன்னமதில் இட்டபேர்க்கும்
கோணவே சாராயந் தன்னிற்றானும் துப்புரவாய் மருந்திட்ட பாவியோர்க்கும்
வேணபடி உபசார மிகவுங்கூறி விருந்ததனில் மருந்திட்ட பாவியோர்க்கே. 5447

மருந்திட்ட பாவிகட்கும் சண்டாளர்கட்கும் மகத்தான கணவனுக்கு நயங்கள்பேசி
விருந்திட்டு சோரநாய கனுக்காக விருப்பமுடன் மருந்துவைத்து கொன்றபேர்க்கும்
திருந்தவே பொன்னதனைப் புதைத்துவைத்து தீர்க்கமுடன் பிறருக்கு பொய்சொன்னோர்க்கும்
அருந்தவே முகம்பார்த்து வன்னந்தாரார் அவனிதனில் கண்டார்க்கு இதுதான்பாரே. 5448

பார்க்கவே பச்சைமரம் வெட்டினோர்க்கு பாங்கான ஜீவவதை செய்தபேர்க்கும்
ஏர்க்கவே யதாசினங்கள் பிகவுங்கூறி எளிதாக போர்தனிலே சண்டையிட்டு

மார்க்கமுடன் அநியாயம் மிகவுஞ்செய்து மடிபிடித்து சண்டையிட்ட பாவியோர்க்கும்
ஆர்க்கவே குளிகைதனை எடுத்துமைந்தா அப்பனே அனுபானந் தன்னில்தாக்கே. 5449

தாக்கவே நெய்தனில் வெண்ணெயப்பா தண்மையுடன் மூன்றுநாள் கொடுப்பாயப்பா
நாக்கமலம் உந்தியெனும் படிகந்தன்னில் நலமான குளிகையது ஊறியல்லோ
தேக்கமது கண்டல்லோ நான்காம்நாளில் திரளான காத்தனது அதிகமாகி
நோக்கமுடன் கண்சிவந்து சுரமுண்டாகி நோயதுவும் பிறக்குமது திண்ணம்பாரே. 5450

கருமிகளுக்கு ரோக உற்பத்தி

திண்ணமாம் வெகுகோடி போக்குசொல்வேன் திகழான குளிகையது கொண்டபோது
வண்ணமாஞ் சுரமதுவும் அதிகமாகி வளமுடனே தீராத ரோகமாகும்
நண்ணவே பண்டிதரை மிகவேதேடி நயமுடனே ரோகமது தீர்ப்பதற்கு
குண்ணியே மனதுவந்து மருந்துகொள்வார் கூறான ரோகமது ஜெனிக்குந்தானே. 5451

தானான குளிகையது கொண்டபேர்க்கு தகமையுடன் மருந்தறிந்தி னோர்கட்குஎல்லாம்
கோனான சுரமதுவும் அதிகமாகி கொப்பெனவே தீராத நோயுமாகும்
தேனான மருந்ததனை அருந்தாமற்றான் தெளிவான புத்தியுடன் மனதுவந்து
மானான மகாதேவர் தன்னைநோக்கி மகத்தான வேண்டுதலும் கேட்கநன்றே. 5452

நன்றான வேண்டுதலின் கோளேதென்றால் நலமான காமத்தால் வந்தரோகம்
குன்றான வாய்மதத்தால் வந்தரோகம் கூறான சாபத்தால் வந்தரோகம்
வென்றிடவே மாந்தரிட கைமசக்கால் வினையினால் வந்ததொரு ரோகந்தானும்
சென்றுமே ஆராய்ந்து மிகநினைத்து செம்மலுடன் பரிகாரஞ் செய்யநன்றே. 5453

செய்யவே சிலகாலஞ் சென்றபின்பு சீருடனே நீர்சென்று அவர்கள்வாசல்
பையவே பரிகாரம் மிகவும்பார்த்து பட்சமுடன் கடவுளுக்குப் பொதுவதாக
மெய்யான ரோகமதை தீர்ப்பேனென்று மேன்மையுடன் வழிபாடு மிகவுரைத்து
துய்யதொரு பதாம்புயத்தை மிகவேநண்ணி துப்புரவாய்க் கியாழமதைக் கொடுத்திடாயே. 5454

கொடுக்கவே பட்சமது மிகவேவைத்து கொப்பெனவே கியாழமது சொல்வேன்கேளிர்
அடுத்ததொரு வெண்குன்றி வேரைத்தானும் அடவான மூலியொடு சமூலங்கூட்டி
தொடுத்துமே கூகைநீர் தானுஞ்சேர்த்து துப்புரவாய்க் கியாழமது கொடுத்தபோது
படுத்ததொரு சுரமதுவும் நான்குநாளாம் பாங்குடனே தீருமெனப் பகருவீரே. 5455

பகரவென்றால் நோய்தீர்ந்த மாண்பருக்கு பட்சமுடன் மனதுவந்து உரைக்கக்கேளிர்
நிகரமுடன் நல்லோர்கள் தம்மையப்பா நிகட்சியுடன் உதாசினங்கள் கூறவேண்டாம்
சிகரமுடன் உத்தமரைப் பகடிசெய்து சீறலுடன் அவர்தனையே கெடுக்கவேண்டாம்
சகரமுடன் உபதேச வார்த்தைகூறி சட்டமுடன் அவர்பாதம் பணிகுவீரே. 5456

ஸ்ரீ வசிய வாடை

பணியவே உந்தமக்கு காட்சிசெய்தும் பாருலகில் வினைதமக்கு ஆளுமாகா
அணிகடவுள் செய்கையினால் உந்தமக்கு அப்பனே நினைத்தவண்ணம் லபிக்கும்பாரு
துணிவுடனே காயாதி கற்பங்கொண்டு புதிதான திரேகம் போலாகும்பாரு
மணியான உபதேசஞ் செய்துமல்லோ மார்க்கமுடன் வாழ்கவென்று வரமீவாயே. 5457

வரமான வரமதுவும் என்னசொல்வேன் வலையான மார்க்கமது சொல்வேனப்பா
உரமுடைய புலிப்பாணி மைந்தாகேளு உத்தமனே உந்தமக்கு சொல்வேனப்பா
சிரமான வசியமென்ற பொடிதானப்பா சிற்பரனே காலாங்கி சொன்னவாக்கு
வரமதுவும் பொய்யாது மகிமைமெத்த வண்மையுடன் சொல்லுகிறேன் பண்பாய்க்கேளே. 5458

பண்பான பொடியதுவும் என்னவென்றால் பாங்கான மசானமதில் இறந்துபோன
நண்பான தந்தமது முன்னிரண்டு நலமான தந்தமதைக் கொண்டுவந்து
திண்பான பிரேதமது மேலேசாற்றும் திறமான மாலையது பூவின்வாடை
நண்பான சுட்டதொரு எலும்புதன்னில் கலங்காமல் சாம்பல்தன்னை எடுத்திடாயே. 5459

எடுப்பாயே காடாற்று முன்னதாக எழிலான சாம்பல்தனை எடுத்துமைந்தா
கொடுத்துதே மசானமதில் பறக்குகின்ற துப்புரவாய்த் தும்பிதனைக் கொண்டுவந்து
படுத்தொரு வாத்மஜலந் தானுங்கூட்டி பாங்கான வாடையென்ற காற்றுதன்னில்
அடுத்துமே பறக்குமா விலைதானப்பா அப்பனே தான்சேர்த்து எடுக்கநன்றே. 5460

நன்றான கருவதனை ஒன்றாய்கூட்டி நாயகனே பொடியதுவாய்ச் செய்துகொண்டு
குன்றான மனோன்மணித்தாய் கிருபையாலும் கோவேந்தர் காலாங்கி கிருபையாலும்
பன்றாக சிமிழ்தனிலே அடைத்துக்கொண்டு பாங்குபெற சின்மயத்தை மனதிலெண்ணி
வென்றிடவே பூமிதனில் வீடமைத்து விருப்பமுடன் நவகோணங் கீறிடாயே. 5461

கீறவே நவகோணம் என்னவென்றால் கிருபையுடன் சொல்லுகிறேன் மைந்தாகேளு
ஆறவே கோணமதில் நின்றுகொண்டு அப்பனே ஓங்காரம் மனதிலெண்ணி
மாறலென்ற அட்சரமாய் யௌவும்சௌவும் மகத்தான ரீங்ரீங்ஜயுங் கிலியுமாறு
தூறலது வாராமல் எளியபாலா துப்புரவாய் அட்சரத்தை ஓதிடாயே. 5462

ஓதையிலே லட்சமது உருவுபோடு உத்தமனே மனோன்மணியாள் நிர்த்தஞ்செய்வாள்
நீதமுடன் தரிசனங்கள் கண்டபோது நீநினைத்த காரியங்கள் சித்தியாச்சு
சாதனைகள் செய்தாலே எல்லாஞ்சித்தி சட்டமுடன் வையகத்தில் மாந்திரீகனாவாய்
தோதமுடன் தாமிருந்து வாழ்க்கைபூண்டு தோறாமல் அஷ்டசித்தி ஆடுவாயே. 5463

ஆடவென்றால் கருவென்ன பொடிதானப்பா அப்பனே நீநினைத்த மாதுதன்மேல்
போடவே மனதுவந்து வசியமாகி பொங்கமுடன் பின்னேயது துடறுவாள்பார்
நீடவே தொடர்ந்ததொரு மாதுதன்னை நீநினைத்த கலவிதனில் அனுபவித்து
சாடவே எந்நாளும் பட்சம்வைத்து சட்டமுடன் பாதுகொள்ள நினைப்பீர்தானே. 5464

தானான காலாங்கி சொன்னவாக்கு தாரணியில் பொய்யாது மெய்யேயாகும்
கோனான கருக்கள்வித்தை கோடிசொன்னார் குவலயத்தில் செய்வதற்கு யாரால் ஆகும்
தேனான வித்தையது சிடிகைவேதை செப்பினேன் உந்தமக்குக் கூர்ந்துபாரு
மானான வையகத்தில் சித்தனைப்போல் மாசற்று எந்நாளும் வாழ்குவீரே. 5465

வாழ்கவென்றால் இன்னமொரு மார்க்கங்கேளு வகையான புலிப்பாணி மைந்தாபாரு
ஆழ்கடலுஞ் சத்தசாகர முந்தாண்டி அப்பனே காலாங்கி தாள்பணிந்து
மூழ்கியே சகலநதி தீர்த்தமாடி மூதுலகில் குளிகைகொண்டு வந்தேன்யானும்
பாழ்நகர தேசமது அனேகமுண்டு பார்த்தேனே வெகுகோடி வித்தைதானே. 5466

அடைக்கலப் பட்சி ஈடு

தானான வித்தையது கோடானகோடி தகமையுள்ள கண்மணியே இன்னங்கேளு
கோனான எனதையர் காலாங்கிநாதர் கொற்றவனார் தன்பாத கிருபையாலே
பானான பட்சியது அடைக்கலந்தான் பண்பான வாண்பட்சி கொண்டுவந்து
மானான மடமாதர் சுரோணிதந்தான் மகத்தான வாத்மஜலங் கூடக்கூட்டே. 5467

கூட்டியே இரண்டையுந்தான் பட்சிதன்னில் குறிப்புடனே வாயிட தன்னிலூட்டி
தாட்டிகமாய் மண்கலசந் தன்னில்வைத்து தம்மையுடன் மண்சீலை ஏழுஞ்செய்து
வாட்டமுடன் வாலுகையாம் ஏந்திரத்தில் வளமுடனே தானெரிப்பாய் ஐந்துநாளும்
தேட்டமுடன் தீயாறி எடுத்துப்பாரு தெளிமையுடன் தவனமென்ற பற்பமாச்சே. 5468

ஆச்சப்பா பற்பமது என்னசொல்வேன் ஆரறிவார் அடைக்கலத்தின் வசியஈடு
மூச்சடங்கிப் போனதொரு தேகந்தானும் முனையான வீடுதன்னால் மோகமாகி
பேச்சதுவும் பேசுதற்கு முன்னேதானும் பேரின்பந் தனைமறந்த கல்விகட்கும்
ஆச்சப்பா பற்பமதை அனுமானத்தில் அப்பனே கொடுத்திடுக வசியமாமே. 5469

வசியமாம் அனுபானம் ஏதென்றாக்கால் வளமான பாணியென்ற தண்ணீராகும்
கசிதமுள்ள தண்ணீரில் சிடிகைதாக்க கருவான பற்பத்தால் வசியமாவார்
நிசிதமுள்ள மாதர்களும் வசியமாகி நிலையான கலவிக்கு ஓவ்யலாகி
முசிதமுடன் எந்நாளும் உந்தன்பக்கம் மோகித்து உனைநினைந்து வணங்குவாரே. 5470

வணங்கியே சதாநித்தம் உந்தன்பக்கம் வளமான நிதியனைத்தும் உனக்கேஈவார்
சுணங்கமது வாராமல் எந்தநாளும் துப்புரவாய் உனைப்பணிந்து போற்றுவார்கள்
மணங்கமழும் லீலாவி னோதந்தன்னில் மார்க்கமுடன் எந்நாளும் பட்சம்வைத்து
இணங்கியே பரபுருஷர் முகமும்பாரார் எழிலான அடைக்கலந்தன் வசியம்பாரே. 5471

அண்டங்காக்கை வசிய வாடை

பாரேதான் இன்னமொரு கருமானங்கேள் பட்சமுடன் நானுரைப்பேன் மைந்தாகேளு
சீரேதான் காலாங்கி நாதர்தம்மால் சிறப்பான வித்தையது சிடிகைவேதை
நேரேதான் நூறாண்டு சென்றகாகம் நெடிதான காகமது கொண்டுவந்து
தீரேதான் காகமது வாயிலப்பா திகழான கறுப்பனென்ற பூச்சிதானே. 5472

தானான காகமது சொல்லக்கேளு தண்மையுள்ள புலிப்பாணி மைந்தாபாரு
வேனான காகமது தன்னிலப்பா விருப்பமுடன் பூச்சிதனை ஊட்டியேதான்
கோனான மண்டரண்டங் கலசமப்பா கொற்றவனே தாளியிட்டு சீலைசெய்து
தேனான வாலுகையாம் ஏந்திரத்தில் தேற்றமுடன் தானமைத்து எரித்திடாயே. 5473

எரிக்கவென்றால் விறகதுவும் என்னசொல்வேன் எழிலான ஊமத்தை விறகேயாகும்
நரிக்கியே நாற்சாமம் தீயைமூட்டி நலமாகத் தானெரிக்கப் பற்பமாகும்
முரிக்கவே பற்பமதை எடுத்துமல்லோ முனையான பற்பமதை பதனம்பண்ணு
சிரிக்கவே பற்பமதை எடுத்தேமைந்தா சிறப்பான வாத்மஜலந் தன்னிற்கூட்டே. 5474

கூட்டியே பற்பமதை எடுத்துமைந்தா கொப்பெனவே மாண்பரிட மேலிற்றானும்
தாட்டிகமாய்த் தூவிவரப் டலனைக்கேளும் சட்டமுடன் மாண்பரெல்லாம் வசியமாவர்
வாட்டமுடன் கேட்டதெல்லாம் உனக்கேஈவார் வளமான அஷ்டசித்து இதனாலாகும்
மாட்டிமையா எந்நாளும் உந்தனுக்கு மகிழ்ச்சியுடன் கேட்டதெல்லாந் தருவார்பாரே. 5475

தருவாரே உந்தனுக்கு பொடியேபட்டால் தாரணியில் உள்ளதொரு மாண்பரெல்லாம்
குருவான குருஇவர்தான் என்றுசொல்லி கொற்றவனே உந்தனையும் பணிகுவார்பார்
திருவான மாமுனியின் கடாட்சத்தாலே சித்திக்கும் அஷ்டசித்து கைக்குள்ளாகும்
நிருவாணி மஹேஸ்வரியாள் எந்தநாளும் நீதியுடன் உன்பக்கம் நிற்பார்பாரே. 5476

நேத்திராஞ்சன மை

நிற்பாரே இன்னமொரு மார்க்கஞ்சொல்வேன் நிலையான புலிப்பாணி மைந்தாகேளு
அற்பமென்று நினையாதே அருண்மைந்தாபார் அருமையுள்ள காலாங்கி சொன்னநீதி
சிற்பரனார் எந்தன்குரு வாக்குதானும் சீருலகில் ஒருநாளும் பொய்யாதப்பா
துப்புரவாய் தகரமுடன் தாரஞ்சேர்த்து துகையான வெள்ளையென்ற பட்டுதானே. 5477

தானான சீலையது தன்னில்மைந்தா தண்மையுடன் இரண்டையுந்தான் அதனிற்சுற்றி
மானான வெள்ளையென்ற கடுகுதானும் மகத்தான பாண்டமதில் இட்டுமைந்தா
பானான வெள்ளை கடுகெண்ணெய்தன்னால் பக்குவமாய் தானெரிப்பாய் நாலுசாமம்
தேனான சிரசதுவாம் மோடுதன்னில் தேற்றமுடன் மையதனை வாங்கிடாயே. 5478

வாங்கியே மையதனில் கூடச்சேர்க்கும் மகத்தான சரக்கதுவும் சொல்லக்கேளும்
ஓங்கியே பச்சையென்ற பூரந்தானும் உத்தமனே வாடையென்ற கஸ்தூரியப்பா
தூங்கியே திரியாமல் புனுகுமைந்தா துடியான குங்குமப்பூ ரோஜனையும்சேர்த்து
சாங்கமுடன் சவ்வாதுந் தானுங்கூட்டி சட்டமுடன் தானரைப்பாய் பன்னீராலே. 5479

பன்னீரால் நாற்சாமம் அரைத்துமேதான் பாங்குபெற மையதனைப் பதனம்பன்னு
இன்னிலத்தில் உனைப்போ லார்ச்சித்து எழிலான பூபதியா மென்னக்கூறும்
நன்னயமாய் ஆவினது வெண்ணெய்தன்னால் நயம்பெறவே தான்கூட்டி மத்தித்தேதான்
சொன்னபடி மையதனைக் கண்ணிலீட்டி சுகியுடனே வையகத்தைச் சுற்றுவீரே. 5480

சுற்றயிலே உனைக்கண்ட மாண்பரெல்லாம் சுகமுடனே மன்மதனார் என்றுசொல்லி
வெற்றிபெற உனைவணங்கி பின்னேசென்று விருப்பமுடன் கேட்டதெல்லாம் ஈவார்பாரு
எற்றிசையும் உனைக்கண்டு ஏங்குவார்கள் எழிலான மையினது வேகத்தாலே
நெற்றிதனில் மையதனை இட்டாயானால் நேர்மையுடன் சிவராஜன் என்பார்பாரே. 5481

பாரேதான் சித்தர்முனி ரிஷிகள்தேவர் பண்புடனே சாத்திரங்கள் அனேகஞ்செய்தார்
நேரேதான் சிடிகையென்ற வேதையப்பா நேர்மையுடன் கைகண்ட வேதைதன்னை
தீரேதான் வையகத்து மாண்பருக்கு சிறப்புடனே பாடியல்லோ மறைத்துவைத்தார்
சூரேதான் மாணாக்கள் பிழைக்கவென்று கூறினேன் சிடிகையென்ற வேதைதானே. 5482

காணவே மையதனால் அனேகசித்து கருத்துடனே லலாடமதில் இட்டுமைந்தா
தோணவே உந்தனுக்கு வேணமட்டும் துப்புரவாய் ராஜரிட கோட்டைதன்னில்

பூணவே நிதியிருக்கும் ஸ்நானம்தன்னில் பொங்கமுடன் சென்றல்லோ மைந்தாகேளு
நீணவே காவலர் முன்னிருக்கும் நிதியனைத்தும் கண்ணெதிரே எடுக்கலாமே. 5483

எடுக்கலாம் கோடிதனம் எடுக்கலாகும் எழிலான அரண்மனையின் நிதிகளெல்லாம்
அடுத்ததொரு மாண்பர்களும் பார்த்திருக்க அளவற்ற திரவியங்கள் எடுக்கலாகும்
தொடுத்ததொரு வசியமென்ற மையினாலே தோறாமல் அஷ்டசித்து மாடலாகும்
விடுத்ததொரு காலாங்கி கடாட்சத்தாலே விருப்பமுடன் பாடினதோர் வசியமாமே. 5484

ஸ்ரீவசியம்

ஆமேதான் இன்னமொரு மார்க்கஞ்சொல்வேன் அப்பனே புலிப்பாணி மைந்தாகேளு
நாமேதான் சொன்னபடி போகர்வாக்கு நானிலத்தில் பொய்யாது மெய்யேயாகும்
போமேதான் மாதரிட வசியமப்பா பொங்கமுடன் இன்னமொரு வயனஞ்சொல்வேன்
வேமேதான் தாரமென்ற சிலையுங்கூட்டு விருப்பமுடன் ரோசனையுந் தானுங்கூட்டே. 5485

கூட்டியே பச்சையென்ற பூரந்தானும் கூறான காந்தமது தானுஞ்சேர்த்து
மாட்டியே ஆஞ்சநேயர் பலத்தினாலே மார்க்கமுடன் தானரைப்பாய் நாலுசாமம்
வாட்டமுடன் தானரைத்து சிமிழில்வைத்து வளமாக கஸ்தூரி புனுகுசேர்த்து
நாட்டமுடன் கரந்தனிலே பூசிமைந்தா நலமாக ஸ்ரீதலையில் பூசிடாயே. 5486

பூசியே நசிமசி என்றேஓது புகழான கருவதுவும் உருவுமேறி
மாசிபடா மனத்துவங் கலங்கியேதான் மகத்தான சிந்தனையும் அதிகமாகி
ஆசியுடன் வரும்போது மைந்தாகேளு அப்பனே வாத்மஜலங் கூடச்சேர்த்து
வாசியுடன் உருவதும் லட்சம்ஓது வரையுடனே பெண்ணுருவாய் வருவாள்பாரே. 5487

வருவாளே மோகமது கொண்டுமல்லோ மகத்தான நிதியனைத்தும் ஈவாள்பாரு
உருகியே மனமதுவும் மிகவும்வாடி உத்தமனே உன்பின்னே துடறுவாள்பார்
கருகியே முகம்வேர்த்து மனம்வேறாகி கட்டழகி பொன்மாது வருவாள்பாரு
திருவினையாள் மனோன்மணியாள் முன்னேநிற்பாள் திரமுடனே அஷ்டசித்தி கைக்குள்ளாச்சே. 5488

ஆச்சப்பா கமலமுனி அனந்தம்போக்கு அப்பனே சொல்லிவைத்தார் லக்கோயில்லை
மூச்சடங்கி வையகத்திற் சென்றுமேதான் மூதுலகில் திரும்பிவந்து கண்டபின்பு
பேச்சொடுங்கி சிலகாலஞ் சமாதிநின்று பேரின்ப நிலைதனிலே இருந்துகொண்டு
பாச்சலுடன் சிடிகையென்ற வேதைகோடி பலப்பலவாய் பாடிவைத்தார் கமலர்தானே. 5489

தானான வித்தையது அதிகஞ்சொன்னார் தண்மையுடன் காலாங்கி வித்தைக்கொவ்வா
கோனான எனதையர் காலாங்கிநாதர் கொட்டினார் இதுபோல சிடிகைவேதை
தேனான மனோன்மணியாள் கிருபையாலே தெரிவித்தே உந்தனுக்குச் சொன்னேனப்பா
பானான வித்தையெல்லாங் கூறப்போனால் பாங்கான ஏழாயிரம் இடங்கொள்ளாதே. 5490

ஸ்ரீ புருஷாள் வசியம்

கொள்ளாது இன்னமொரு மார்க்கஞ்சொல்வேன் கூறான வித்தையிது சொல்லொண்ணாது
விள்ளவே இருபிறப் பாளரப்பா விருப்பமுடன் இறந்ததோர் சடலத்தைக்கண்டு
மெள்ளவே மயானமதில் சென்றுபாலா மேன்மையுடன் கருமுடிக்க சொல்வேன்கேளு
தெள்ளியதோர் கோல்ரெண்டு முழந்தான்ரெண்டு தேற்றமுடன் கைதனிலே பிடித்திடாயே. 5491

பிடித்திடவே மசானகரை சுத்திவந்து பேரான உருவதும் லட்சம்போடு
நடித்திடவே உருவதுவும் ஏதென்றாக்கால் நாதாந்தத் தாயினது பீஜாச்சரந்தான்
கொடுத்திடவே வங்சிங்மங் என்றேயோது கொற்றவனே லட்சமுரு குறையாதைய்யா
விடுத்ததொரு கழிதனக்கு உருவுமேற்றி விருப்பமுடன் சொல்லுகிறேன் தண்மைபாரே. 5492

வண்மையாம் புனுகுடனே பூரந்தானும் வளமான ரோஜனையுங் கஸ்தூரிசேர்த்து
நண்மையாம் ஆத்மஜலந் தன்னிலாட்டி நலம்பெறவே கழிதனக்கும் பூசியல்லோ
திண்மையுடன் சவந்தனையே சுத்திவந்து தீர்க்கமுடன் சபம்மேகும் சமையந்தன்னில்
உண்மையாம் தலைமாடு கால்மாடாக உத்தமனே நெல்லதனை உருட்டிடாயே. 5493

உருட்டவே கைபிடித்த கழிதானப்பா உத்தமனே தானெடுத்து செப்பக்கேளு
பொருப்புடனே சவந்தானும் வேகும்போது பொங்கமுடன் வலதுபக்கம் தடியால்குத்து
கருவுடைய நிணமதுவும் கழியில்தாக்கு கருத்துடனே இடதுபுறம் இப்படியேதாக்கு
மருப்பணைய நிணமதுவும் கழியில்தாங்கி மகத்தான மாத்திரைக்கோல் பிணமுமாச்சே. 5494

ஆச்சப்பா கருவென்ற கோலுமாச்சு அப்பனே கோலதனைப் பதனம்பன்னு
பாச்சலுடன் வையகத்தில் இருந்துகொண்டு பாங்குடனே கிருஷ்ணாவ தாரனைப்போல்
மாச்சலுடன் கலவிதனில் இருந்துகொண்டு மகத்தான மாதுகளை அனுபவித்து
ஏச்சலது வாராமல் எந்தநாளும் எழிலான சித்துதனை ஆடுவீரே. 5495

ஆடவென்றால் சித்ததுவும் ஏதென்றாக்கால் அப்பனே நீபிடித்த கழிதானப்பா
போடவே மாதர்தனைக் கண்டபோது பொங்கமுடன் கழிதன்னால் தொட்டுப்பேச
நீடவே வலதுகை கழிதான்தொட்டால் நீதியுடன் புருஷனவன் வசியமாவான்
சாடவே இடதுகை கழிதான்தொட்டால் சாங்கமுடன் மங்கையரும் வசியந்தானே. 5496

தானான வசியமது ஏதென்றாக்கால் தகமையுடன் கழிக்கொம்பே வசியமாச்சு
கோனான வித்தையிது கருதான்வித்தை கூறுகின்றேன் பிரம்மகுல கிருதானவித்தை
வேனான வித்தையிது வினோதவித்தை வேடிக்கை கருவிதனை யாருங்காணார்
மானான வித்தையிது வையகத்தில் மார்க்கமுடன் சென்றல்லோ செய்துபாரே. 5497

செய்யவே ஜெகதலத்தில் உன்னையப்பா தோற்றமுடன் சித்தனென்ற புருஷனென்பார்
பையவே உந்தனிடம் கிட்டிவந்து பாங்குடனே கருவினுட வழியுங்கேட்பான்
மெய்யான கருவினுட வழியுஞ்சொன்னால் மேன்மைபெற உந்தனுக்கு நிதியும்ஈவார்
உய்யவே சதாகாலம் ஊழியனாக உத்தமனே காத்திருப்பார் உண்மைபாரே. 5498

உண்மையாம் லோகமதில் சித்தனாக ஓகோகோ நாதனைப்போல் வாழ்வாயப்பா
வண்மையுள்ள சித்தனென்று வையகத்தோர் உலகுதனில் எந்நாளும் வாழ்த்துவார்கள்
திண்மையுடன் ராஜாதி ராஜர்பக்கம் தீரமுடன் இக்கருவைக் கொண்டுசென்று
கண்மைபெற கருவாட்டம் ஆடினாக்கால் கனகமென்ற நிதியனைத்தும் கொடுப்பார்தாமே. 5499

கொடுத்துமே உந்தனுக்கு சோடசாரம் கொற்றவனே மதிமந்திரி யாகக்கொள்வார்
அடுத்ததொரு வேந்தர்களும் உன்னைக்கண்டால் அப்பனே சற்பாத்ர சித்தனென்பார்
நடுக்கமுடன் வையகத்தோர் எல்லாருந்தான் நாடியே உன்பாதம் பணிவாரப்பா
ஒடுக்கமுள்ள கருவிகர ணாதிவித்தை ஓகோகோ போகரிட வித்தைதானே. 5500

ஸ்ரீ வசிய மை

வித்தையாம் இன்னமொரு மார்க்கங்கேளு வேதாந்தப் புண்ணியனே விளம்புவேன்பார்
சித்திபெற காலாங்கி நாதர்வாக்கு சீருலகில் பொய்யாது மெய்யேயாகும்
சத்தியமாங் காலாங்கி சொன்னநீதி சதாகாலம் எந்தனுக்கு குருவாக்காகும்
நித்தியமும் அந்திசந்தி பாதம்தொட்டு நினைக்கிறேன் போகரிஷி நினைக்கிறேனே. 5501

நினைக்கிறேன் லீலாவினோதந் தன்னை நிலையான கருமானம் ஏதென்றாக்கால்
கனையான மலையோரந் தேடிப்போனால் சுருக்கான வாத்தலரி வேர்தானுண்டு
தினைபோலே வித்துள்ள மலைதாங்கியப்பா சிறப்பான திருநீற்று சூலியாகும்
பனைபோன்ற வேரதனை வெள்ளிதன்னில் பட்சமுடன் காப்பதுவுங் கட்டிடாயே. 5502

கட்டியே காப்பதுவுந் தீர்ந்தபின்பு கணேசருக்குப் பொங்கலிட்டு காவுதந்து
எட்டியுட வடவேரைத்தான் பிடுங்கி எழிலாக எரிகாலன் வேருங்கூட்டி
தட்டியே அழிஞ்சி மூலந்தானும் சாங்கமுடன் பொன்னினா வாரைக்கூட்டி
குட்டியென்ற மிளகுசா ரணையுஞ்சேரு கூறான சமனிடையாய் களஞ்சிதூக்கே. 5503

தூக்கியே தலைச்சுருளி மூலங்கூட்டி துப்புரவாம் ருதுகால சீலைதன்னில்
ஆக்கமுடன் தலைமஞ்சங் கொடியுஞ்சேர்த்து அப்பனே சீலைதன்னில் வைத்துருட்டி
நோக்கமுடன் ஐங்கோலத் தயிலத்தாட்டி நுணுக்கமுடன் பேரண்டந் தன்னிலப்பா
தீக்கமல மானதொரு கலசந்தன்னில் திகழுடனே தீபமது ஏற்றிடாயே. 5504

ஏற்றியே மையதனை வாங்குவாங்கு எழிலான சிமிழ்தனிலே பதனம்பண்ணு
போற்றியே மனோன்மணித்தாய் பதாம்புயத்தை பொங்கமுடன் சதாகாலம் நிமிர்த்தம்செய்து
ஆற்றியே ஐங்கோல கருவின்மையை அப்பனே லலாடமதில் விட்டுமேதான்
கூற்றனெனும் காலனவன் தான்நடுங்க குவலயத்தில் சாரியது வருவாய்பாரே. 5505

பாரேதான் மையதனை தீட்டியல்லோ பாருலகில் மங்கையரைக் கண்டபோது
நீரேதான் மன்மதனார் என்றுசொல்லி நினைவுதடு மாறிஅங்கே உனைநினைத்து
ஆறுபுடை சூழ்நகரம் நிதியும்விட்டு ஆஸ்தான அரண்மனையுந் தான்மறந்து
வீறுபுகழ் மன்மதனென்று எண்ணியல்லோ வீடுவிட்டு நாடறிய வருவாள்காணே. 5506

காணவே மையதனைக் கண்டபோது கடுங்காளை யானதொரு மாண்பரெல்லாம்
பூணவே உமதிடத்தில் புத்திகூர்ந்து புகழான சித்தரவர் என்றுகூறி
ஆணவங்கள் தானொடுங்கி அதிகநட்பாய் அப்பனே உனைவந்து வணங்குவார்கள்
காணறிய பரஞ்சுடர்போல் கருதிலெண்ணி கடாட்சித்து அவர்தமக்கு அதீதஞ்செய்யே. 5507

செய்யவே நட்பாலர் எல்லாங்கூடி செம்மலுடன் மனதுவந்து உமைப்பணிந்து
வெய்யதொரு விட்டகுறை இருந்ததாலே வேதாந்த சித்துதமைக் காணலாச்சு
பையவே உன்பாதங் கிட்டியல்லோ பராபரத்தின் பரவொளியைக் காணவென்று
உய்யவே பிராணாயந் தன்னில்நின்று ஓகோகோ அதீதமிகச் செய்வார்பாரே. 5508

பார்க்கையிலே உந்தமக்கு லோகந்தன்னில் பாரிலுள்ள ராஜமுடி மன்னரெல்லாம்
ஏர்க்கவே மகாசித்து இவர்தானென்று எழிலான ஆசீர்மம் மிகவுங்கூறி

தீர்க்கமுடன் மையதனைத் தருகவென்று திரளான நிதியனைத்தும் கொடுப்பாரப்பா
ஆர்க்க சிம்மாதனந் தான்கொடுத்து அப்பனே அஞ்சலிகள் செய்வார்பாரே. 5509

பார்க்கவே அஷ்டசித்து உனக்குள்ளாச்சு பாங்கான வையகமும் கைக்குள்ளாச்சு
ஏர்க்கவே சிற்றின்ப நிலைமறந்து எழிலான பேரின்ப சாகரத்தை
ஆர்க்கமுடன் மனந்தனிலே நிட்சயித்து அப்பனே பதாம்புயத்தை மேலேநண்ணி
தீர்க்கமுடன் சமுசாரக் கடலைநீக்கி சிற்பரனை அறியும்வகை தேடிக்கொள்ளே. 5510

ஸ்ரீகளுக்கு ஈடுமுறை

கொள்ளவே சீனபதிப் பெண்களுக்கு கொட்டினேன் ஈடுவகை அனேகமுண்டு
மெள்ளவே குளிகைகொண்டு யானுமல்லோ மேதினியில் ஏழுகடலுஞ் சுத்திவந்தேன்
தெள்ளவே புலிப்பாணி மைந்தாகேளு தேர்வேந்த ராஜரிடம் சென்றுயானும்
வள்ளலாம் வித்தையது சிமிட்டுவித்தை வரைகோடி திரைகோடி கரைகண்டேனே. 5511

கண்டதொரு வேதைதன்னில் சிடிகைவேதை கண்ணுக்குத் தோற்றாது கடினவேதை
விண்டதொரு வேதையிலே கருவுவேதை வித்தகனாய் இருந்தாக்கால் கண்டுகொள்வாய்
கொண்டதொரு உருப்பதனில் குறையிலானால் கூரறிய புத்திதனில் மிகுந்தவானாய்
கண்டறிந்து ஒருவனைநீ தோழனாக காசினியில் சீஷபதி அமைத்துக்கொள்ளே. 5512

கொள்ளவே சீஷனாய்த் தேடிக்கொள்ளு கொற்றவனே உந்தமக்கு உரியவாராய்
உள்ளபடி கபடுபொய் சூதுதந்திரம் ஒற்றுருமை இல்லாத புத்திவானாய்
எள்ளளவும் மனந்தனிலே களங்கமில்லா எழிலான கற்றறிவு பாலனாக
தெள்ளுதமிழ் பண்டிதத்தில் அதிகவானாய் தேற்றமுடன் சீஷன்தனைநாடுவாயே. 5513

நாடியே சீஷனைக்கொண்டுமல்லோ நற்பாலா உந்தனுக்குத் தேவையான
நீடியதோர் கருவிகரணாதியெல்லாம் நீட்சியுடன் உந்தனுக்குத் தருகவென்று
தேடியே கண்டுமிக ஆராய்ந்தல்லோ தெளிவான தோழமைத்தான் கண்டுமல்லோ
வாடியே திரியாமல் மனமேங்காமல் மார்க்கமுடன் கருதொழிலைச் செய்திடாயே. 5514

செய்யவே கருமான மேதென்றாக்கால் சிறப்புள்ள எரிகாலன் வித்துதானும்
பையவே மருளினூ மத்தைவித்தும் டாங்கான பொன்னினா வாரைவித்தும்
வையகங்கள் புகழும் கோரக்கர்வித்தும் வானான சூரியனார் காந்திவித்தும்
துய்யதொரு குடைக்காளான் பூவுஞ்சேர்த்து துப்புரவாய் ஆத்மஜலந் தன்னிலாட்டே. 5515

ஆட்டவே நாற்சாம மானபின்பு அப்பனே குளிகையது செய்வாயப்பா
தேட்டமுடன் பயரளவாய்க் குளிகைசெய்து செம்மலுடன் நிழல்தனில் தானுலர்த்தி
நீட்டமுடன் பஞ்சாட்சர உருவுதானும் நீதியுடன் லட்சமது போட்டபின்பு
வாட்டமுடன் பரணிதனில் அடைத்துக்கொண்டு வளம்பெறவே தானெடுத்து வளமைகேளே. 5516

கேளப்பா மங்கையரைக் கண்டபோது கெவனமுடன் அவர்மனதும் உன்மனதுமானால்
பாளப்பா போகாமல் எந்தநாளும் பட்சமுடன் உன்மீதில் மனம்லயித்து
ஆளப்பா சொல்லுகிறேன் குளிகைதன்னை அப்பனே அறுசுவையாம் பதார்த்தந்தன்னில்
மீளப்பா போகாமல் தாம்பூலத்தில் மிகபடவே பாலதனில் கொடுத்திடாயே. 5517

கொடுக்கவே மங்கையரும் மனதுவந்து குவலயத்தில் எந்நாளும் உந்தன்மீது
அடுக்கவே மற்றொருவர் தன்னைக்கண்டால் அப்பனே சத்துருவாய் மனதிலெண்ணி
ஒடுக்கமுடன் உன்பக்கம் சதாகாலந்தான் உத்தமனே பட்சமது கருணைகூர்ந்து
நடுக்கமுடன் ஏவலுக்கு முன்னேநின்று நாள்தோறும் கருணையது புரிவாள்தானே. 5518

சத்துருவைத் துன்பப்படுத்தல்

தானான இன்னமொரு மார்க்கங்கேளு தயவான புலிப்பாணி மைந்தாபாரு
கோனான சித்தர்களும் முனிவர்தேவர் குவலயத்தில் கோடிவித்தை வினோதஞ்செய்தார்
தேனான மனோன்மணியாள் கடாட்சத்தாலே தெளிவான வித்தையெல்லாம் மறைத்துப்போட்டார்
மானான வித்தையிது மாந்திரீகவித்தை மன்னவனே கண்மணியே சொல்வேன்பாரே. 5519

சொல்லவே காலாங்கி தாள்பணிந்து சுத்தமுள்ள எந்தனுக்கு உகந்தசீஷா
வெல்லவே வையகத்தில் மாண்பர்தாமும் விருப்பமுடன் இதிகாச வித்தையெல்லாம்
புல்லவே உந்தனிடம் அறிந்துகொண்டு புகழான குருவென்று மனதிலெண்ணார்
அல்லல்படும் துயரமது மிகவாய்ச்செய்து அப்பனே துரோகமது செய்வார்பாரே. 5520

பாரேதான் துரோகமது செய்தபேர்க்கு பண்பான கருமானம் ஒன்றுசொல்வேன்
நீரேதான் மனங்கொண்டு மனங்களித்து நீதியுடன் துரோகமது செய்தபேர்க்கு
கூரேதான் அமாவாசை அருக்கநாளாம் குறிப்புடனே மாளிதனில் வாழுகின்ற
சீரேதான் மீஞ்சூரு தனைப்பிடித்து சிறப்புடனே அதில்செய்யும் வகையைக்கேளே. 5521

வகையான மீஞ்சூரைக் கொண்டுவந்து வன்குடலிற் காயமதைச் சுத்திசெய்து
தொகையான உருவதும் லட்சமோதி சுந்தரனே எதிராளி பேரைமாறு
சிகைதனிலே ரோமமது சேகரித்து சிறப்புடனே மீஞ்சூருக் காப்புகட்டி
பகையான எதிராளி மூலங்கண்டு பட்சமுடன் கருதனையே நாடிப்பாரே. 5522

நாடியே உந்தனுக்கு துரோகஞ்செய்த நலமான படுபாவி சண்டாளன்தான்
தேடியே அவனிருக்கும் இடத்திற்சென்று தேற்றமுடன் கோஜலத்தின் மண்ணையப்பா
நீடியே தானெடுத்துக் கொண்டுவந்து நெடிதான கருமான மண்ணையப்பா
கூடியே பேதனங்கள் கூறி கூசாமல் மீஞ்சூரின் வாயிலூட்டே. 5523

ஊட்டியே பிரிதிவென்ற மண்ணைத்தானும் உற்றதொரு கருவிகர ணாதிமண்ணை
தாட்டிகமாய் மீஞ்சூரின் வாயின்மட்டும் தயங்காமல் கிட்டணைகள் செய்தபின்பு
வாட்டமுடன் இருவாயை மூடியல்லோ வளமுடனே தான்தைத்து சீலைசெய்து
ஆட்டமுடன் மீஞ்சூரின் பவனிவாயை அப்பனே மேல்நோக்கி நிறுத்திடாயே. 5524

நிறுத்தியே தலைகீழாய் மீஞ்சூர்தன்னை நீதியுடன் நவகோணச் சக்கரத்தில்
உறுத்தியே தராசுமென்ற முள்தானப்பா உத்தமனே நாற்சதுர மாகநாட்டி
கருத்துடனே வராகமென்ற சவ்வைத்தானும் கலங்காமல் நாற்சதுர மூலைமாட்டி
பொருத்தமுடன் நடுமையந் தொளரந்திரமாக பொங்கமுடன் வசிநாட்டி உருவுமோதே. 5525

ஓதவே எதிராளி பேரைமாறி உத்தமனே பேதனத்தைச் செய்துமல்லோ
நீதமுடன் யாகங்கள் தானுஞ்செய்து நிஷ்களங்க மாகவல்லோ ஓமகுண்டம்

போதவே பிராணாயந் தன்னிற்சென்று போங்கமுடன் சின்மயத்தில் ஏறிநின்று
சாதகமாம் வாசிதனைத் தியானித்தேதான் சட்டமுடன் பிரணவத்தைச் சாற்றுவீரே. 5526

சாற்றவே எதிராளி தன்தனக்கு சட்டமுடன் மலஜலமுங் கட்டிப்போகும்
கூற்றனுக்கு விடமுண்டு பின்னுந்துன்பம் குவலயத்தில் யார்படுவார் இந்தப்பாடு
ஏற்றதொரு கருவிகர ணாதியாலே எழிலான துன்பமதுக்கு இடமேயாச்சு
மாற்றமுடன் கருவென்ற பிரிதிவினாலே மகத்தான கோடிவித்தை ஆடலாமே. 5527

ஆடலாம் புலிப்பாணி மைந்தாகேளு அவனிதனில் உனைப்பகைத்த மிடியோர்தானும்
தேடியே உந்தனைத்தான் மிகவேநாடி தேற்றமுடன் பாதந்தொழு திட்டாக்கால்
நீடியே முன்வைத்த கருமானத்தை நிகழ்சியுடன் நிவர்த்தியது செய்துமல்லோ
கூடியே உபசார வார்த்தைகூறி கொற்றவனே திருப்பிவிட்டால் தருமமாமே. 5528

தருமமாம் உந்தனுக்கு மோட்சமுண்டு தாரணியில் குடிகெடுக்கும் பாவியோரை
கருவென்ற கருவிகர ணாதியாலே கலக்கமவர் செய்தவனே தியக்கங்கொண்டு
பொருளதனை அவனிடத்தில் அபகரித்து பொங்கமுடன் சாந்தியது மிகவேசெய்து
குருதனையே தானினைத்து கருமியோர்க்கு குவலயத்தில் புத்திமதி கூறநன்றே. 5529

பேர் சொல்லி வேர் பிடுங்கல்

நன்றான இன்னமொரு போக்குசொல்வேன் நலமான காலாங்கி சொன்னநீதி
குன்றான மலைபோலே கோடிவித்தை கூறினார் எந்தனுக்கு லக்கோயில்லை
வென்றிடவே சிலபாகஞ் சிடிகைவேதத வேதாந்தத் தாயினது கிருபையாலே
தென்றிசையில் அடியேனுங் குளிகைகொண்டு தேற்றமுடன் வித்தைமிகக் கண்டேன்பாரே. 5530

மலையாளக் கருப்பன் சிங்க மோகமணி

பாரேதான் சீனபதி விட்டுமல்லோ பாங்கான குளிகையது பூண்டுகொண்டு
நேரேதான் மலையாளங் குடகுநாடு நேர்மையுடன் வெகுதேசஞ் சுற்றிவந்தேன்
சீரேதான் சிங்கணர் கொங்கணவர்தாமும் சிறப்பான மராட்டியப் பரரைக்கண்டேன்
சூரேதான் கன்னடையர் மலையாளரப்பா குறிப்பான குசலரவர் வேளாளர்தாமே. 5531

தாமான துலுக்கருடன் மலுக்கர்தாமும் தகமையுள்ள வேளாள மாண்பருண்டு
கோமான குருக்களென்றும் ராஜரென்றும் குவலயத்தில் சித்துமுனிப் புருஷரென்றும்
தேமான பலப்பலவாஞ் சாதிபேதம் தேசமதில் கண்டதல்லோ லக்கோயில்லை
பூமான்கள் கற்றதொரு தொழிலையெல்லாம் பூவுலகில் கண்டறிந்தேன் போகர்தானே. 5532

விலாடபுரத்து வசியம்

தானான போகரிஷி முனிவர்தானும் தகமையுடன் கண்டறிந்த அதர்வனத்தை
வேனான விலாடமென்ற நகருக்கப்பால் வேந்தருட பதிதனிலே சென்றேன்யானும்
மானான மகாதேவர் காலாங்கிநாதர் மன்னவனார் கூறியதோர் வாக்குநீதி
கோனான காலாங்கி வாக்குபோலே தேசமென்ற விலாடநகர் சென்றிட்டேனே. 5533

சென்றேனே விலாடநகர் பதியிலப்பா செம்மலுடன் மாண்பருட அதிசயங்கள்
குன்றான மலைபோலே கோடியுண்டு கொற்றவர்கள் பஞ்சவரின் சேனைகண்டேன்
வென்றிடவே மூலபல யுத்தந்தன்னில் வெகுகோடி மாண்பரெல்லாம் மடிந்தாரங்கே
அன்றுதிரி யோதிரனார் சேனைவர்க்கம் அவ்வனத்தில் சமாதிபதி கண்டிட்டேனே. 5534

கண்டேனே சமாதியது கோடானகோடி காசினியில் யாரேனுங் கண்டதில்லை
அண்டர்முனி ராட்சதர்கள் சமாதிவர்க்கம் அவ்வனத்தில் சுத்திவந்து காண்பரங்கே
கொண்டல்வண்ணன் அச்சுதனார் போர்கள்செய்த கோடான கோடிவகை ஆயுதங்கள்
பண்டுளவு மாலையணி பூண்டமாது பாங்கான கோயில்தனில் பார்த்திட்டேனே. 5535

பார்த்தேனே வில்லம்பு முப்பத்திரண்டும் பாங்கான காளியுட தேவஸ்தானம்
சேர்த்துமே மலைபோலே ஆயுதங்கள் சேனையெடு படைக்கூட்டம் திரள்கூட்டங்கள்
கோர்த்துமே விலாடபுர பதியிலப்பா கொற்றவர்கள் சமாதியது பதியுங்கண்டேன்
தீர்த்தமுடன் சிவலிங்க சமாதிகோடி திரைகோடி வரைகோடி தீராதானே. 5536

தீரவே சமாதியிடஞ் சென்றேன்யானும் திரள்வீரர் பஞ்சவர்கள் போர்க்களத்தை
சோரமெனும் வீராதி வீரர்தாமும் சொற்பெரிய அரண்வாயல் அரக்குக்கோட்டை
நேரமுடன் குளிகையது கொண்டுயானும் நெடுந்தூரம் பாஞ்சாலன் பதியின்மட்டும்
சேரவே சென்றல்லோ வெற்றிகொண்டோன் ஜெயமான சமாதியிடங் காவலுண்டே. 5537

காவலாங் கட்டென்ன அதிகாரங்கள் கருதவென்றால் ஆதிசேட னிலுமாகா
ஆவலுடன் காலாங்கி தனைநினைத்து அதிகவழி நெடுந்தூரஞ் சென்றேனப்பா
போவதுவும் வருவதுவும் சமாதிபக்கம் பொங்கமுடன் மாண்பர்களோ சொல்லொண்ணாது
சாவதுவில் மாடுபிடி போர்க்களத்தில் சட்டமுடன் காவல்தனைப் பார்த்திட்டேனே. 5538

பார்த்தேனே மாண்பர்களை அடியேன்தானும் பக்குவமாய் வாய்மொழியை அறியவென்று
சேர்த்துமே கரங்குவித்து தாள்பணிந்து தேற்றமுடன் மாண்பர்களைக் கண்டேன்யானும்
தீர்த்தமுடன் சமாதியது ஏதென்றெண்ண திரளான படைவீரர் காவலாளி
பார்த்தனெனும் பஞ்சவர்கள் படுகளந்தான் பாரினிலே போரிட்ட விலாடங்காணே. 5539

காணவே எந்தனுக்கு சொன்னாரங்கே கவனமுடன் குளிகைகொண்டு நின்றுமல்லோ
தோணவே திடுக்கிட்டு மனதுஏங்கி தொல்லுலகில் துரியோதனன் களந்தானங்கே
பூணவே எந்தனுக்கு சொல்லவென்று புகழாக அடியேனுங் கேட்டேனங்கே
ஆணவம் பூண்டதொரு போர்க்களத்தை அங்ஙனவே எந்தனுக்குக் காண்பித்தாரே. 5540

காண்பிக்க அடியேனும் மனதுவந்து கருத்துடனே மாண்பர்களைக் கேட்டபோது
வீண்பான சிறுபால போகநாதா விட்டகுறை இருந்ததினால் இங்கேவந்தாய்
ஆண்மைகொண்டு வந்ததினால் உந்தனுக்கு அப்பனே சாபமது தருவோமென்றும்
தீண்பான வாக்கினைகள் செய்வோமென்றும் திறமையுடன் எந்தன்பேர் கேட்டிட்டாரே. 5541

கேட்கவே அடியேனும் பிரமைகொண்டு கெவனமுடன் காலாங்கி சீஷனென்றேன்
மீட்கவே அடியேனுங் குளிகைபூண்டு மேதினியெலாம் சுற்றியிங்கே வந்தேன்
காட்கவே விலாடபுரங் காணவென்று தகமையுடன் போர்க்களத்தில் வந்தேனப்பா
ஆட்கொண்டு எந்தனையும் ஆசீர்மித்து அன்புடனே பாதுகாக்க வென்றிட்டேனே. 5542

இட்டேனே மாண்பர்களைக் கண்டுயானும் எழிலான அஞ்சலிகள் மிகவுஞ்செய்தேன்
அட்டதிசை தான்புகழும் அதர்வனத்தை அன்புடனே எந்தனுக்கு ஓதினார்கள்
சட்டமுடன் பிரணவத்தின் தழைகள்பூண்டு தாக்கான மரந்தனிலே காப்புகொண்டு
விட்டதொரு எதிராளி பேரைமாறி விருட்சமென்ற மூலிதனில் காண்பித்தாரே. 5543

காண்பித்தார் விலாடபுரந் தன்னிலப்பா தண்மையுள்ள போர்க்களத்தில் அதிகமாண்பர்
ஆண்மையுடன் எதிராளி பேரைச்சொல்லி அங்ஙனவே மாந்திரீக பிரணவத்தால்
வீண்பழிக்கு ஆளாகா வாகாமற்றான் விட்டகுறை இருந்ததொரு சாபத்தாலே
நீண்படவே மாந்திரீக தாந்திரீகத்தால் நிலையான போர்க்களத்தை வென்றிட்டாரே. 5544

போகர் பெயர் சொல்லி வேர் பிடுங்கும் வித்தையை புலிப்பாணிக்குக் கூறல்

வென்றாரே மூலியிட விருட்சத்தாலே வேகமுடன் கோடான கோடிப்பேரை
சென்றதொரு வித்தைகளை எந்தனுக்கு சிறப்புடனே போதித்து அதீதஞ்செய்தார்
குன்றான கோடிவித்தை யானுங்கண்டு கொற்றவனே குளிகையது பூண்டுகொண்டு
தன்றான கருமான வித்தையெல்லாம் தகமையுடன் தானறிந்து வந்தேன்பாரே. 5545

பாரேதான் இன்னமொரு கருமானங்கேள் பாங்கான புலிப்பாணி மைந்தாபாரு
நேரேதான் உந்தனுக்குத் தீங்குசெய்த நேரான கருமிகட்கு இந்தபாகம்
தூரேதான் இருந்தாலும் அஞ்சவேண்டாம் துப்புரவாய் குடிகெடுக்கும் பாவிதன்னை
சீரேதான் பிரணவத்தின் மூலியாலே சீர்பதத்தை மாற்றியல்லோ பேர்தான்கொள்ளே. 5546

கொள்ளவே எதிராளி பேரைக்கூறி கொற்றவனே நெல்லிக்குக் காப்புகட்டி
விள்ளவே அவன்பேரைத் தலைகீழாக விருப்பமுடன் மனோன்மணியாள் அட்சரத்தை
உள்ளபடி வங்சிங்யங் என்றபோது உத்தமனே லட்சமது உருவுகொண்டு
தெள்ளுதமிழ் பாவாணர் சித்தர்வாக்கு தேசமதிற் பொய்யாது மெய்யாம்பாரே. 5547

மெய்யான பிரணவத்தின் மூலியாலே மேதினியில் பிணம்போலே இருப்பான்பாரு
பையவே அவர்சென்று எதிராளிதன்னை பட்சமுடன் தானழைத்து வருந்திட்டாலும்
துய்யவே சவம்போலே இருப்பான்பாரு துப்புரவாய் வையகத்தைத் தான்மறந்து
உய்யவே பஞ்சபூதங்கள் எல்லாம் ஒடுக்கமுடன் தானொடுங்கி இருப்பான்தானே. 5548

தானான ஏவல்தொழில் ஒன்றுமில்லை தண்மையுள்ள பூலோக ஆசையில்லை
கோனான கோவேந்தர் போருமில்லை கொற்றவர்க்கு எதிராளி படையுமில்லை
தேனான மாந்திரீக தாந்திரீகத்தால் தேசமெங்கும் ஜெயிப்பதற்கு ஐயமில்லை
பானான பாவமென்ற தொழிலுமில்லை பாருலகில் இவ்வேதை பண்பாய்ச்செய்யே. 5549

பண்பான வேதையினால் அஷ்டசித்தி பாருலகில் செய்வதற்கு ஐயமில்லை
நண்பான மூலிதனில் அனந்தம்வேதை நாட்டினிலே செய்துமல்லோ கீர்த்திகொண்டு
திண்மையுடன் செய்தல்லோ வையகத்தில் தீர்க்கமுடன் கருமிகளை வெல்லலாகும்
வண்மையாம் மூலியிட போக்கனந்தம் வையகத்தில் கோடியுண்டு செய்வார்பாரே. 5550

திகைப்பூண்டுக்குக் காப்பு கட்டல்

பாரப்பா இன்னமொரு கருமானங்கேள் பாலகனே சொல்லுகிறேன் மைந்தாபாரு
நேரப்பா வையகத்தில் கோடிவித்தை நேர்மையுடன் கண்டதுண்டு பார்த்தோருண்டு
சீரப்பா இதிகாச வித்தையெல்லாம் சிறப்புடனே சித்தர்முனி மறைத்துவைத்தார்
ஆரப்பா எனைப்போலே சொல்வாருண்டோ அப்பனே கண்டவரை உரைத்திட்டேனே. 5551

உரைத்தேனே வையகத்து மாண்பருக்கு ஓகோகோ நாதாக்கள் சொன்னதில்லை
நிரைத்திடவே கருமான வித்தையப்பா நீதியுடன் பேர்கூறி வேர்பிடுங்கும்
கரைத்திடவே பிரணவத்தை மாறல்செய்து கருவுடனே பேர்மாறி வேர்பிடுங்கி
சிரைத்திடவே பூண்டுக்குக் காப்புகட்டி சீர்பெறவே சொல்லுகிறேன் பண்பாய்க்கேளே. 5552

பண்பான வாரமது ஆதிவாரம் பகலான உச்சியது மத்தியானம்
திண்பான உருவமது நடுச்சாமந்தான் திகழான மூலிக்குக் காப்புகட்டி
நண்பான எதிராளி பேரைக்கூறி நயம்படவே வங்சிங்யங் என்றோது
கண்ணான மனோன்மணியாள் பீஜமந்திரம் கருவான லட்சம்உரு போடுபோடே. 5553

போடப்பா தேவிமனோன்மணியாள் பீஜம் பொங்கமுடன் உருவனைத்துந் தீர்ந்தபின்பு
நீடப்பா மாந்திரீக தாந்திரீகத்தால் நிலையான வாதமது கபாலஞ்சொக்கி
கூடப்பா சுவாசமது உள்ளேபுக்கி குவலயத்தில் செத்ததொரு சவத்தைப்போலும்
ஆடப்பா பிரணவத்தின் மகத்துவத்தால் அப்பனே சவம்போலச் செய்திடாயே. 5554

செய்யவென்றால் நாவேது பாவுமில்லை ஜெகதலத்தில் உனைப்போல சித்துமுண்டோ
பையவே கர்மியென்ற எதிராளியப்பா பாருலகில் உன்மீதில் பகையுமில்லை
மெய்யான எத்தனங்கள் யாதொன்றில்லை மேதினியில் இருந்தென்ன பயனுமில்லை
துய்யதொரு ஆத்மாவுஞ் சொக்கியல்லோ துப்புரவாய் பிரேதம்போல் இருப்பான்தானே. 5555

தானான பகையாளி தன்னையப்பா தயவுடனே மறுபடியும் பெயரைமாற்றி
கோனான மூலியிட சாபம்நீக்கி கொற்றவனே எதிராளி பகைவன்தன்னை
தேனான இலையமுர்தங் காப்புநீக்கி தேற்றமுடன் உருவுதனை மாறியல்லோ
பானான பராபரியை ஸ்தோத்தரித்து பட்சமுடன் காப்பாற்றல் தருமமாமே. 5556

தருமமாம் உந்தனுக்குக் கீர்த்தியுண்டு தண்மையுள்ள ராஜசிவ ராஜயோகா
தருமத்தை எந்நாளும் நிவர்த்திசெய்து காப்பாற்றல் மனுதர்ம நீதியாகும்
சொரூபமென்ற நிலையதனைக் காண்பதற்கு சூட்சாதி சூட்சமதை அறிந்துகொள்ளு
கிருபையது உந்தன்மேல் வருவதற்கு கீர்த்தியுடன் எந்நாளும் பதங்கொள்வீரே. 5557

மலையாள பூபதி கறுப்பண்ணன் மந்திரம்

கொள்ளவே இன்னமொரு மார்க்கம்பாரு கூறான புத்தியுள்ள மைந்தாகேளு
வெள்ளமது நிறைந்திருக்கும் கால்வாய்தன்னில் வெட்டவெளி வனாந்திரத்தில் சாரலோரம்
தெள்ளுதமிழ் வேளாளர் குடியனைத்தும் தேற்றமுடன் காய்கறிகள் அனந்தவர்க்கம்
உள்ளபடி பரதெய்வ சாட்சியாக உத்தமர்கள் பயிரிடுவர் கோடிதாமே. 5558

கோடியாங் காய்கறிகள் பழவர்க்கங்கள் குவலயத்தில் மாண்பரெல்லாம் பயிரேசெய்வார்
நீடியே வெகுநாள்கள் பயிர்கள்பக்கம் நேர்மையுடன் போகாமல் இருப்பதுண்டு
கூடியே கறுப்பண்ணன் காவல்வைத்து கொற்றவனே தாமிருப்பார் மாளிதன்னில்
தேடியே வையகத்தில் சிலதுமாண்பர் தெரியாமல் கனிவர்க்கம் தீண்டுவாரே. 5559

தீண்டியே பொசிப்பதற்கு எண்ணங்கொண்டு திருடியே கன்னமிட மனதிலெண்ணி
வேண்டியே பேராசைக் கொண்டுமல்லோ விருப்பமுடன் கனிவர்க்கங் காய்கள்தம்மை
காண்பமாய்த் தோட்டமது அருகிற்சென்று காய்களைத்தான் தொட்டுமல்லோ கொள்ளை கொண்டோர்
பாண்டியனார் கறுப்பண்ண சாமிதானும் பட்சமுடன் தொட்டவரை பிடிப்பார்தாமே. 5560

தாமான பழவகைகள் தொட்டபேர்கள் தகமையுடன் கறுப்பண்ணன் காவல்தன்னால்
பூமான்கள் அதிகார வார்த்தையாலே புகழாக தொட்டதொரு கரத்தைத்தானும்
சாமானிய மானதொரு கறுப்பன்தானும் சட்டமுடன் கைதனையே பிடித்திழுப்பான்
வேமான மாகவல்லோ வெகுநாளாக விருப்பமுடன் காயருகில் நிற்பார்காணே. 5561

காணவே புலிப்பாணி மைந்தாகேளு கருவான மாண்பரெல்லாம் தொழிலேசெய்வார்
பூணவே காவலாளி யாரென்றாக்கால் புகழான கறுப்பண்ண சாமியாகும்
தோணவே வீரியனாங் கார்த்தராயன் தோறாத ஜின்னுதே வதையுந்தானும்
ஆணவமாங் காளியென்ற துர்க்கைதானும் அடைவான கானகத்தில் காவலாச்சே. 5562

ஆச்சப்பா இன்னமொரு மகிமைகேளு அடவான பயிரிடுங் குடியாளர்க்கு
மூச்சடங்கிப் போனதொரு கிரகந்தானும் முக்கியமா ஏவலுக்கு முன்னேநின்று
பாச்சலுடன் பில்லியென்ற பிசாசுதானும் பாலகனே பிரணவத்தால் உச்சாடித்து
ஏச்சது வாராமல் மாண்பரெல்லாம் எழிலாகக் கைவசஞ்செய் திருக்காரே. 5563

இருக்கிறதோர் பிசாசின் தந்திரத்தால் எழிலான மந்திரங்கள் மெய்யேயாகும்
மருட்கமலம் வீற்றிருக்கும் மனோன்மணித்தாய் மகத்தான அட்சரத்தை ஓதுவார்கள்
இருட்கடலை முறுக்கிய சற்றிரவிபோலும் எழிலுருவங் காட்டும் ஒளிவட்டம்போலும்
அருட்கடலாம் ஈஸ்வரியாள் அட்சரத்தால் அவனிதனில் தாந்திரீகஞ் செய்வார்பாரே. 5564

பாரேதான் மூலிக்குக் காப்புகட்டி பாங்கான பிசாசுவகை கைவசமேயானால்
நேரேதான் உலகுதனில் திருடுமாண்பர் நேர்மையுடன் வாய்பேசா கையாடாமல்
சீரேதான் இவ்விதமாய் இருப்பாயானால் சிறப்பான கீர்த்தியது லபிக்கும்பாரு
ஆரோதான் வையகத்தில் புத்திமான்கள் அவனிதனில் மாந்திரீகஞ் செய்வார்பாரே. 5565

பாரென்று சொல்லியல்லோ பாரில்தன்னில் பலவிதமாம் வார்த்தையது கூறுவார்கள்
நேரென்று பசாசினது மந்திரத்தால் நேர்த்தியுடன் காவலது செய்வார்பாரு
வேரொன்றும் இல்லையப்பா எதிராளிபேரில் வியர்வான பசாசினது தந்திரந்தான்
ஆரொன்று மாண்பர்களும் வையகத்தில் அநியாயஞ் செய்வதற்கு முடியாதன்றே. 5566

முடியாது மூலியுட சாபமந்திரம் முக்கியமாய் பேயினுட அட்சரந்தான்
குடியான மாண்பரெல்லாம் வையகத்தில் கொற்றவனே ஏவலுக்கு முன்னதாக
மிடியான வருத்தமது தன்னோடொக்க மேதினியில் கருவிகர ணாதியோடும்
துடியான மாந்திரீகம் தாந்திரீகத்தால் துப்புரவாய் மாண்பரெல்லாம் பிழைப்பார்தானே. 5567

தானான இவ்வகையாம் வண்ணமெல்லாம் தகமையுடன் தட்சனத்தார் செய்யும்வேதை
கோனான எனதையர் காலாங்கிநாதர் கொற்றவனார் எந்தனுக்குச் சொன்னநீதி
பானான வித்தையது பழுதுபோகா பாரினிலே வெகுகோடி அதீதஞ்சொன்னார்
மானான மகாசங்க வித்தைசொல்வேன் மகத்தான வையகத்தோர் மாண்டோர்தானே. 5568

காலாங்கிநாதர் சமாதிக்குப் போகுமுன் இறந்தவர்கள் கணக்கு

தானான புலிப்பாணி மைந்தாகேளு தண்மையுடன் என்குருவாங் காலாங்கிநாதர்
தேனான மனோன்மணியாள் கடாட்சத்தாலே தேசமெல்லாங் குளிகைகொண்டு சென்றபோது
கோனான குருதனக்கு வயதுசொல்வேன் கொற்றவனே முந்நூற்றுப் பதினைந்தாகும்
பானான வாண்டுமது அஞ்சேயாகும் பாங்கான வாண்டுக்கு அறுபதாமே. 5569

ஆமேதான் அறுபதுவும் என்றவாக்கு அப்பனே தலைமுறைதான் ஒன்றேயாகும்
கோமான்கள் ஓராண்டு இருந்ததில்லை கொற்றவனே தேகமதை மெய்யென்றெண்ணி
வேமேதான் முந்நூறு ஆண்டுசொச்சம் வேதாந்தத் தாயினது கிருபையாலே
தாமேதான் முந்நூறு வானமட்டும் தகமையுடன் காலாங்கி இருந்திட்டாரே. 5570

இருந்தாரே வெகுகாலம் காலாங்கிநாதர் எழிலான வையகத்து மாண்பர்முன்னே
பொருந்தவே அதிசயங்கள் எல்லாங்கண்டார் பொங்கமுடன் இறந்தவர் கணக்குங்கண்டார்
திருந்தவே அவர்கண்ட கணிதமப்பா தீர்க்கமுடன் எந்தனுக்கு அருளினார்பார்
குருந்தமிழா மாசிரியர் முனிவர்தாமும் கூறவில்லை நூல்தனில் கூறார்இன்றே. 5571

இன்றான சாத்திரத்தின் விருப்பமெல்லாம் எழிலாகப் பாடிவைத்தார் சித்தர்தாமும்
குன்றான மலைபோலே கோடிநூல்கள் கூறினார் வையகத்து அதிசயங்கள்
சென்றதொரு வையகத்து சேதியெல்லாம் சிலர்உரைத்தார் சிலர்மறைத்தார் தேசமாண்பர்
வென்றிடவே அடியேனும் மனதுவந்து விருப்பமுடன் மறைத்ததெல்லாம் வெளியிட்டேனே. 5572

இட்டேனே காலாங்கி சொன்னநீதி எழில்பெறவே புலிப்பாணி மைந்தாகேளு
பட்டதொரு படுகளத்தின் மாண்பர்சேதி பாரினிலே விதியினால் மடிந்தோர்சேதி
சட்டமுடன் எந்நாதர் காலாங்கிநாதர் சாங்கமுடன் எடுத்துரைத்த தொகையைத்தானும்
வட்டமுடன் நபிஉரைத்த தோப்புதன்னில் வளமான வையகத்துத் தொகையுந்தானே. 5573

தானான நபிநாதர் சாத்திரத்தில் சாற்றினார் வெகுகோடி அதிசயங்கள்
கோனான யேசுவின்தன் வேதந்தன்னில் கூறினதோர் வையகத்து மாண்பர்சேதி
பானான பரலோகம் அடைந்தசேதி பட்சமுடன் அவர்நூலுங் கண்டாராய்ந்து
மானான என்குருவாம் காலாங்கிசுவாமி மார்க்கமுடன் எந்தனுக்கு உரைத்தார்தாமே. 5574

காணவே சீனபதி மாண்பருக்கு கருவாக அடியேனும் மனதுவந்து
தோணவே மூலமென்ற பாஷைதன்னில் திரட்டியதோர் தொகைமுழுதும் யானுங்கண்டு
வேணபடி பதினெண்பேர் நூலாராய்ந்து விருப்பமுடன் உபதேசஞ் செய்தேன்யானும்
நீணவே உந்தனுக்கு ஓதவல்லோ நீட்சியுடன் மனதுவந்து எண்ணினேனே. 5575

கிரேதா யுகத்துத் தொகை

எண்ணினேன் என்னாயன் காலாங்கிநாதர் எழிலான காயாதி கற்பங்கொண்டு
நண்ணவே சீவியகாலமட்டும் நலமாகக் கிரேதாயின யுகத்திலப்பா
மண்ணிலே மடிந்தவர்கள் கோடிசங்கம் மகத்தான கோடியிலே சங்கமாறு
திண்ணமுடன் மகாசங்கம் அற்புதங்கள்எட்டு திடமான அற்புதத்தில் பதினாறுதாமே. 5576

திரேதா யுகத்துத் தொகை

தானான திரேதாயின யுகத்திலப்பா சாற்றுகிறேன் வையகத்தயில் மடிந்தமாண்பர்
மானான லட்சமது நூறுசங்கம் மகத்தான மகாசங்கம் பதினாறுகோடி
தேனான அற்புதங்கள் நாலாறுபத்து தேசத்தில் மாண்டவர்கள் தொகைதானப்பா
கோனான குருவேந்தர் சொன்னநீதி கொற்றவனே தானிருந்த நாள்வரைக்கும்
வானான பராபரியாள் கடாட்சத்தாலே வளமுடனே தானறிந்த தொகையைக்கேளே. 5577

துவாபர யுகத்துத் தொகை

கேளேதான் துவாபரமாம் புகத்திலப்பா கெடியான மாண்பர்களும் மாண்டசேதி
ஆளேதான் லட்சமது எண்பத்திரண்டு அழகான சங்கமது எட்டுபத்திரண்டு
கோளேதான் வாராமல் மகாசங்கம்ஏழு கொற்றவனே அற்புதமாகாற் புதங்கண்டு
நாளேதான் வையகத்தில் இறந்தமாண்பர் நலமான தொகையிதுதான் கண்டுகொள்ளே. 5578

கலியுகத்துத் தொகை

கொள்ளவே காலாங்கி இருந்தமட்டும் குவலயத்தில் சமாதிக்கு ஏகுமுன்னே
எள்ளளவு பிசகாமல் முன்னோர்தாமும் எழிலான சாத்திரத்தின் தொகுப்பாராய்ந்து
உள்ளபடி கலியுகத்தில் இருந்தமட்டும் உத்தமனே மாண்டவர்கள் தொகையைக்கேளிர்
கள்ளவே லட்சமது நாற்பத்திரண்டு கவனமுடன் சங்கமது நாலுமாமே. 5579

நாலான சங்கமது மகாசங்கம்எட்டு நலமான அற்புதங்கள் ரெண்டு பத்துநாலு
நூலான மற்றவர்கள் கணக்கையெல்லாம் நுணுக்கமுடன் சித்ரபுத்ரன் கணக்கில்கூறும்
காலான கணக்குவகை யாராற்கூறும் காசினியில் யுகமுடிவில் இருந்தோர்மாண்பர்
பாலான முன்னோர்கள் சொன்னநூலில் பாலித்த கணக்கிதுதான் பண்மைபாரே. 5580

பண்மையாய் வையகத்தில் மடிந்தபேரை பாருலகில் ராஜாதி ராஜர்தாமும்
வண்மையுடன் கலியுகத்து மாண்பர்தம்மில் வளமையுடன் ராஜாதி ராஜரெல்லாம்
நன்மைபெற தொகைகணக்கு கண்டதில்லை நானிலத்தில் மடிந்தவர்கள் சேதியப்பா
உண்மைபெற சீனபதி மாண்பரெல்லாம் உற்றதொகை சற்றேறக் கண்டார்தாமே. 5581

கண்டாரே சீனபதி மாண்பர்தாமும் காசினியில் தொகைக்கணக்கைத் தாமறிந்தார்
விண்டதொரு ராஜாதி ராஜரெல்லாம் விருதாவாய் வையகத்தை ஆண்டுமென்ன
கொண்டல்வண்ணன் அச்சுதனும் காணமற்றான் குவலயத்தில் தான்மடிந்தார் மற்றொன்றுமில்லை
அண்டர்முனி ராட்சதர்கள் ஆனபேரும் அவனிதனில் கணக்கதனை அறியார்காணே. 5582

காணவே வையகத்துக் கணக்கையெல்லாம் கண்டறிந்தார் எந்தன்குரு நாதசாமி
தோணவே அவரிருந்த நாட்கள்மட்டும் தோறாமல் மாண்பரிட தொகையைத்தானும்

பூணவே யுகாந்தவரை சாத்திரத்தை புகழான காலாங்கி நாதர்தாமும்
மாணவே தொகுப்பினது வரலாறெல்லாம் வளமுடனே கண்டறிந்து வகுத்திட்டாரே. 5583

போகர் பூமி அளவும் சமுத்திர அளவும் கூறல்

வகுத்தாரே புலிப்பாணி மைந்தாகேளு வளமையுள்ள கண்மணியே சொல்வேன்பாரு
தொகுத்ததொரு மாண்பர்களின் கணக்குதம்மை தொல்லுலகில் தாமறிந்த மட்டுஞ்சொன்னார்
தகுத்திடவே வையகத்தின் அளவுதானும் தகமையுடன் பூமிவளம் ஏதென்றாக்கால்
மிகுந்திடவே சத்தசாகர முஞ்சேர்த்து மேதினியில் மூன்றுபங்கு ஜலமுமாச்சே. 5584

ஆச்சப்பா பூமிவளம் நாலிலொன்று அப்பனே கர்த்தரது ஏற்பாடல்லோ
பாச்சலுடன் பூமிக்குப் பாதியல்லோ பாங்கான மலைவளங்கள் என்னலாகும்
மாச்சலுடன் தீவுகளும் அஷ்டதிக்கு மகத்தான திசைநான்கும் என்னலாகும்
ஆச்சரிய மானதொரு பட்டினங்கள் அதில்நான்கு ஓர்புரமுஞ் சொல்லலாமே. 5585

சொல்லவென்றால் முப்புரமுங் காடேயாகும் தோறாமல் பட்டினத்தின் தொகைதான்சொல்வேன்
வெல்லவே பட்டினங்கள் அறுபத்திநான்கு மேன்மையுடன் குரிச்சிகளோ கணக்கோயில்லை
புல்லவே நதிபாகம் நூற்றிருபதாகும் புகழான சிறுநதிகள் அனந்தங்கோடி
மேல்லவே ஏரிவகை இருநூற்றிப்பத்து மேன்மையுடன் கால்வாய்கள் கணக்கில்லைதானே. 5586

ஸ்தலப் பெருமை

தானான தேவதாஸ் தலங்கள்தன்னை சாற்றுகிறேன் அஷ்டதிக்குப் பூமிமட்டும்
கோனான காலாங்கி நாதர்தாமும் கொற்றவனார் குளிகையது பூண்டுசென்ற
தேனான தேவாலயத் தொகையைச்சொல்வேன் தேற்றமுடன் நூற்று இருபத்திரண்டு
மானான மகாஸ்தலங்கள் இதுவேயாகும் மகத்தான சிறுஸ்தலங்கள் சொல்லொண்ணாதே. 5587

மனிதர் பேதாபேதம்

ஒண்ணாது மானிடர்கள் வளப்பஞ்சொல்வேன் உத்தமனே காலாங்கி கிருபையாலே
திண்ணமுடன் வையகத்தில் திசைகளெட்டும் சுத்திவந்தேன் சத்தகடல் பூமியெல்லாம்
அண்ணாந்து மலைவனத்தில் சிகரங்கண்டேன் அதிலிருந்த மார்க்கமெல்லாந் தெரிந்தேன்யானும்
வண்ணமுடன் மானிடரின் ரூபந்தன்னை வளமையுடன் சொல்லுகிறேன் பண்பாய்க்கேளே.
5588

கேளப்பா சிலதேச மாந்தர்தானும் கெடியான ரூபமது அஸ்வரூபம்
மாளப்பா சிலதேச மாண்பர்தானும் மகத்தான சிங்கமென்ற முகமேயாகும்
ஆளப்பா சிலதேச மாண்பர்தானும் அப்பனே ஆஞ்சநேய ரூபமாகும்
வீளப்பா சிலதேச மாண்பர்தானும் விகாரமுள்ள ராட்சதரின் பேதமாமே. 5589

ஆமேதான் சிலதேச மாண்பரப்பா அப்பனே அலைகடலில் இருப்பார்தானும்
நாமேதான் சிலதேச மாண்பர்தானும் நலமுடைய மன்மதன் ரூபம்போலும்
போமேதான் சிலதேச மாண்பரப்பா புகழான ரூபமது பார்க்கொண்ணாது
தாமேதான் ரூபமது விகாரரூபம் தனியான ஜலரூபம் சொல்லொண்ணாதே. 5590

ஒண்ணவே சிலதேச மாண்பரப்பா உத்தமனே அந்தவண்ணன் முகமுமாகும்
எண்ணவே முடியாது ஜாதிபேதம் எழிலான பேதமது லக்கோயில்லை

கண்ணவே சாதியது பதினெட்டாக காசினியில் அவதரித்தார் கோடிமாண்பர்
எண்ணவே முடியாது யாராலுந்தான் எழிலான ஜாதியிட மார்க்கந்தானே. 5591

பட்சிகள் பேதாபேதம்

மார்க்கமா இன்னமொரு மகிமைகேளு மகத்தான புலிப்பாணி மைந்தாபாரு
ஓர்க்கவே ஜாதியது பேதாபேதம் எழுநூற்றிரு பத்தினாலு சொச்சமாகும்
மூர்க்கமாம் மாண்பரோடு பேசும்பட்சி முனையான முப்பத்தி ரெண்டேஜாதி
ஆர்க்கவே பரிபாஷை தெரிந்தபட்சி அப்பனே சோடசமும் ஜாதிபதினாறே. 5592

ஆறான பட்சியது அனந்தமுண்டு அதுதனக்கு குணாகுண பேதமில்லை
நூறான ஆண்டுக்குள் இருக்கும்பட்சி நுண்மையுடன் கலைகள் பதினாறதாகும்
நூறான மற்றதோர் பட்சியெல்லாம் துப்புரவாய் வயததுவுங் கொஞ்சமாகும்
தேறான மற்றதோர் பட்சிக்கப்பா தேசத்தில் பகுத்தறிவு இல்லைதானே. 5593

மிருக பேதாபேதம்

தானான மிருகத்தின் வளப்பஞ்சொல்வேன் தண்மையுள்ள புலிப்பாணி மைந்தாகேளு
கோனான எனதையர் காலாங்கிநாதர் கொற்றவனார் குருபாத கடாட்சத்தாலும்
தேனான மனோன்மணியாள் கடாட்சத்தாலும் தேசமெல்லாம் குளிகையது பூண்டுகொண்டு
மானான மிருகத்தின் மகத்துவத்தை மண்டலத்தில் கண்டறிந்து வந்தேன்பாரே. 5594

பாரேதான் மிருகத்தின் வளப்பஞ்சொல்வேன் பாங்கான மனோலயத்தை அறிந்தஜாதி
நேரேதான் மிருகமது சோடசமாகும் நேர்மையுடன் ஜாதியது பதினாறேயாகும்
சீரேதான் மிருகமது பரிபாஷைபேசும் சிறப்பான மற்றதோர் மிருகமெல்லாம்
வேரேதான் பகுத்தறிவு இல்லையப்பா வேதாந்தக் காலாங்கி அருள்வாக்காச்சே. 5595

வாக்கான வாக்கதுவும் அறிந்தஜாதி வளமான நயமென்ற பாஷைதன்னை
நோக்கமுடன் தானறியும் மிருகஜாதி நுண்மையுடன் மார்பதனில் நகருஞ்சாதி
ஏர்க்கவே ஜாதியது பேதாபேதம் எழிலாகத் தாம்உரைப்பேன் வண்மைபாரு
தீர்க்கமுடன் பூமிதனில் நகருஞ்சாதி திறமான காலில்லா ஜாதிதானே. 5596

ஜீவஜந்துக்களின் பேதாபேதம்

தானான ஜாதிவகை சொல்வேன்கேளு தயவான புலிப்பாணி மைந்தாபாரு
தேனான பூமிதனில் விஷமுள்ளஜந்து தேசத்தில் அறிவுள்ள ஐந்தொன்றப்பா
மானான மாணிக்கப் பாம்பேயல்லால் மற்றதொரு ஜெந்துக்கள் யாதொன்றில்லை.
பானான வையகத்தில் கோடியுண்டு பாலகனே வாலகாலப் பாம்பாகாதே. 5597

ஆகாது பரிபாஷை தெரிந்தபாம்பு அப்பனே யாரறிவார் மண்டலத்தில்
சாகாது கோடியுகம் இருக்கும்பாம்பு சர்ப்பராஜன் என்றல்லோ பேருண்டாச்சு
வேகாது காடுதீப் பட்டெரிந்தால் வேகமுடன் ஆகாயம் பறக்கும்பாம்பு
போகாது சிறகுடைய சர்ப்பமல்லோ பொங்கமுடன் கண்டறிந்த பாம்புதானே. 5598

பாம்பான மற்றதோர் ஜீவஜெந்து பாரினிலே எத்தனையோ கோடியுண்டு
தீம்பான ஜெந்துக்கள் வையகத்தில் தரளான கணக்குவகை கூறப்போமோ

வீம்புடனே சீவவதை செய்திட்டாலும் வித்தகனே அதற்கொன்றும் தெரியாதப்பா
ஆம்பலுடன் கொட்டியவர் மலர்தல்போலும் அப்பனே அவனிதனில் அதிகமுண்டே. 5599

உண்டான புலிப்பாணி மைந்தாபாரு உத்தமனே இன்னமொரு மார்க்கஞ்சொல்வேன்
கண்டதொரு வையகத்தில் விருட்சந்தன்னில் காலாங்கி நாதரவர் அறிந்தமட்டும்
அண்டமதில் ஆகாய தேவரெல்லாம் அன்புடனே உகந்துகொண்ட விருட்சந்தன்னை
சண்டமா ருதம்போல விருட்சந்தன்னை சாற்றுகிறேன் புலிப்பாணி மைந்தாபாரே. 5600

விருட்சங்களின் பேதாபேதம்

மனிதர்க்கு அறிவு ஐந்து, மிருகங்களுக்கு அறிவு நான்கு பட்சிக்கு அறிவு மூன்று, நகரும் பிராணிக்கு அறிவு இரண்டு விருட்சத்திற்கு அறிவு ஒன்று எனக் கூறல்

பாரப்பா புலிப்பாணி மைந்தாகேளு பாண்மையுடன் அறிந்தவரை சொல்வேன்யானும்
சீரப்பா வையகத்தில் விருட்சந்தானும் சிறப்பான கோடியுண்டு லக்கோயில்லை
நேரப்பா கனிவகைகள் கோடியுண்டு நேர்மையுடன் கண்டறிந்து பார்த்ததுண்டு
ஆரப்பா கற்பகமாம் விருட்சந்தானும் அவனிதனில் மாண்பருக்கு உகந்ததாச்சே. 5601

ஆச்சப்பா விருட்சவகை கோடியுண்டு அப்பனே கர்ப்பகத்தின் விருட்சந்தன்னை
மாச்சலுடன் எதுகேட்டால் தருவேனென்று மகத்தான விருட்சமது கூறும்வண்ணம்
ஏச்சலது வாராமல் இருக்கும்விருட்சம் எழிலான வையகத்தோர்க் கானஜாதி
காச்சலுடன் பூமிதனில் வாழுஞ்சாதி கனமான விருட்சமென்ற மரமுமாச்சே. 5602

ஆச்சப்பா மாந்தருக்கு பஞ்சபூதம் அப்பனே வாத்துமமாம் என்னலாகும்
மூச்சொடுங்கும் மிருகமதுக்கு அறிவுநாலு முனையான சீஷனென்றே செப்பலாகும்
பாச்சலுடன் பறக்கின்ற பட்சியப்பா பாங்கான அறிவதுவும் மூன்றேயாகும்
மேச்சலுடன் மார்புதன்னால் நகரும்ஜெந்து மேன்மையுடன் அறிவதுதான் இரண்டதாமே. 5603

இரண்டான விருட்சத்துக்கு அறிவுவொன்று எழிலான சாத்திரத் தொகுப்பின்கூறு
திரண்டதொரு கவிவாணர் சொன்னவாக்கு திக்கெட்டும் சித்தர்முனி கண்டாராய்ந்து
மிரண்டதொரு மானிடர்க்கு வையகத்தில் மிக்கான தொகுப்புவகை யாவுங்கூறி
காண்டகம்போல் போகர் ஏழாயிரந்தான் காசினியில் பாடிவைத்த பண்பதாமே. 5604

சக்கரவர்த்திகள் பெருமை கூறல்

பண்பான இன்னமொரு மார்க்கங்கேளு பாங்கான புலிப்பாணி மைந்தாபாரு
நண்பான வையகத்தில் கோடிமன்னர் நாடாண்டு காடுரைந்தார் லக்கோயில்லை
பெண்பான செங்கோலின் பெருமைமார்க்கம் பேரான அமைப்புசிலர் கண்டாரங்கே
சண்டாள வேந்தருக்கு யாதொன்றில்லை சட்டமுடன் போகரிஷி கூறுவேனே. 5605

கூறுவேன் சக்கரவர்த்தி என்றுமேதான் குவலயத்தில் பேர்கொண்டு லாபமென்ன
மாறுடைய வேந்தர்களாய் அவதரித்து மானிலத்தில் மன்னவராய் இருந்துமென்ன
வேறுபட மாண்பர்களை வருத்தல்செய்து வேண்டியதோர் நிதியனைத்தும் கொள்ளைகொள்வார்
ஆறுதலங் கட்டறியார் மன்னர்தாமும் அகதிபர தேசியரைத் தேடார்காணே. 5606

தானான மன்னர்க்கு முறைஏதென்றால் தாக்கான வங்கமது பத்துமுண்டாய்
கோனான அஷ்டசெல்வந் தானுங்கொண்டு கொற்றவனார் பேர்தனையே வகிக்கவேண்டும்
தேனான வெற்றியது எட்டும்பெற்று திரளான பொருளதுவும் நான்குங்கொண்டு
மானான நிதிஅனைத்துங் கொண்டுமல்லோ மகத்தான மங்களமும் எட்டுந்தானே. 5607

எட்டான மங்களமும் இருக்கவேண்டும் எழிலான பேறுபதி னாறுவேண்டும்
மட்டான கனமெட்டும் இருக்கவேண்டும் மகத்தான விளையாட்டு எட்டும்வேண்டும்
திட்டமாஞ் சேனைதுகை பத்தும்வேண்டும் திகழான புங்கசித்தி எட்டும்வேண்டும்
வட்டமுடன் போகமது எட்டும்வேண்டும் வளமான ராஜர்களுக்கு உகந்தவாறே. 5608

வாறான செருக்கு இருநாலதாகும் வண்மையுள்ள செங்கோலும் ஏழதாகும்
கூறான கலையதுவும் ஆறும்வேண்டும் குறிப்பான காமமதை மூன்றும்விட்டு
தாறான திரவியங்கள் அனைத்தும்பெற்று தாக்கான தீக்குணங்கள் பத்தும்விட்டு
சேறோடுங் கொங்கையாமும் மணியும்பெற்று சிறப்பான பணிதிமுதல் கொண்டார்தாமே. 5609

கொண்டதொரு வேந்தனுக்கு இதுகள்வேண்டும் கோடான கோடிபொருள் இருந்துமென்ன
அண்டிவந்த யதிதிபர தேசியர்க்கு அன்புடனே கர்ணனைப்போல் ஈயவேண்டும்
வண்டணிமார் குடிப்படைகள் தன்னைத்தானும் வளமையுடன் கற்பழிக்க லாகாதப்பா
சண்டமா ருதம்போலே செங்கோல்நாட்டி சதுருடனே ஆள்பவனே மன்னனாமே. 5610

மன்னனாம் படுகளத்தில் உயிரைத்தானும் மார்க்கமுடன் விடுவதற்கு அஞ்சலில்லாய்
தென்னதன் போல்திக்கெட்டும் புகழவல்லாய் தேசமெங்கும் மாண்பர்களுந் துதிக்கவல்லாய்
இன்னிலத்தில் அவதரித்து மகுடம்பூண்டு எழிலான ராஜாதி ராஜனென்றும்
நன்னயமாய் பராபரத்தின் ரூபங்கொண்டு நயமுடனே அவதரித்தோன் வேந்தனாமே. 5611

வேந்தனாஞ் சத்தியத்தில் வாக்குபெற்றோன் வேதாந்த மனோன்மணியாள் அருளும்பெற்றோன்
போந்தமுடன் மகம்மேரு வில்லும்பெற்றோன் புகழான விசயனென்று பேருங்கொண்டோன்
சாந்தமுடன் வேதவழி தன்னிற்சென்றோன் தவந்தனிலே தான்மிகுந்த யோகவானாய்
காந்திமதி கொண்டதொரு விலாசனாக காசினியில் இருப்பவனே அரசனாமே. 5612

அரசனாம் இப்படியே காலாங்கிநாதர் அன்புடனே குளிகையது பூண்டுகொண்டு
முரசுடனே முன்சொன்ன அமைப்புபோல முப்பத்தி ரண்டரசர் தன்னைக்கண்டார்
திறமுடனே காலாங்கி தாள்பணிந்து தீர்க்கமுடன் அடியேனுங் குளிகைபூண்டு
உரமான பதினாறு அரசர்தம்மை உத்தமனும் அடியேனுங் கண்டிட்டேனே. 5613

கண்டேனே ராஜாதி சக்கரவர்த்தி காசினியில் நானிருந்த நாட்கள்மட்டும்
உண்டான சக்கரவர்த்தி பதினாறுகண்டேன் ஓகோகோ நாதாக்கள் சொன்னதில்லை
அண்டபுவ னங்களெல்லாம் கண்டராஜர் அவனிதனில் இவர்போலுஞ் சித்துமுண்டோ
தண்டவன ரிஷிகளெல்லாஞ் சித்துதாமும் தாரணியில் மறைத்தாரே கோடியாமே. 5614

சுப்பிரமணியர் தியானம்

கோடியா மின்னமொரு மார்க்கங்கேளு குறிப்பான புலிப்பாணி மைந்தாபாரு
நாடியே வடிவேலர் தியானமப்பா நாட்டுகிறேன் உந்தனுக்கு நன்மையாகும்
கோடியுக மிருந்தாலும் என்னலாபம் குவலயத்தில் கதிபெறவே வழிதான்வேண்டும்
தேடிய பரஞ்சுடரை நண்ணவேண்டி தேசத்தில் உறுதிமனங் கொண்டிடாயே. 5615

கொண்டிடவே வடிவேலர் தன்னையப்பா கூறுகிறேன் வசியமென்ற மார்க்கஞ்சொல்வேன்
கண்டறிய வேணுமென்றால் கைலாசர்தம்மை கருத்தினிலே சதாகாலம் நித்தஞ்செய்து
பண்டதிகமானதொரு பழவர்க்கங்கள் பாலகனே சர்க்கரையாம் அமுதுதானும்
விண்டதொரு அறுகோண நிர்த்தஞ்செய்து விருப்பமுடன் பிரணவத்தை மாறுவாயே. 5616

மாறுதல் சக்கரம்

மாறலென்றால் மேல்மூலங் கீறலொன்று மகத்தான அடிமூலங் கீறலொன்று
ஆறுவுடன் கீழ்த்திசையாம் கீறலொன்று அப்பனே மேற்றிசையாங் கீறலொன்று
மீறலுடன் தென்றிசையாங் கீறலொன்று மேன்மையுடன் வடதிசையாங் கீறலொன்று
வாறலுடன் குணதிசையாங் கீறலொன்று வகுப்பான கீறலது அறுகோணமாமே. 5617

கோணமாம் மூலவரை சூலம்போடு குறிப்பான வரையாறும் மூலஞ்சூலம்
வேணபடி நடுமையங் கரணம்போடு வேகமுடன் சுழிமையம் பிரணவந்தான்
சேணமது வாராமல் பிரணவத்தை செப்புகிறேன் உள்மூலங் கொண்டுமாறு
காணறிய பரஞ்சுடராம் வடிவேலர்தாமும் கர்த்தனைப்போல் வந்துதிப்பார் பாருபாரே. 5618

பாரப்பா மேல்மூலம் ஹரிவோம்பாடு பாங்கான கீழ்மூலம் ஐயுங்கிளியும்
நேரப்பா கீழ்மூலம் சௌவும்ஸ்ரீயும் நேர்மையுடன் ஹரியுடனே இம்மென்றோது
சீரப்பா அங்குடனே -லிங்-வங்-ஓங்- சிறப்பான சிங்குடனே ஆங்கென்றோது
ஆரப்பா மங்-யங்-நங்-நங்- என்றேசொல்லு அப்பனே சிவசுப்பிர மணிஎன்பாயே. 5619

என்னவே அம்பிகை பாலாவாவா எழிலான சரவண பவனேவாவா
துன்னவே வசிவசி வருகவருக துப்புரவாய் சுவாஹாயா சிரோமணியேவாவா
பன்னவே பிரணவத்தை ஓதும்போது பாலகனே சுப்பிரமணியர் நிர்த்தஞ்செய்வார்
மின்னவே மயில்வாகன ரூபராக மீட்சியுடன் தரிசனைக்கு உள்ளாவாரே. 5620

உள்ளதொரு அறுகோணம் நடுமையத்தில் உத்தமனே நாமிருந்து நிர்த்தஞ்செய்தால்
கள்ளமது வாராமல் சுப்ரமணியர் காட்சியுடன் உந்தனுக்கு வரமேஈவார்
எள்ளளவு குறையாமல் பிரணவந்தான் எழிலான அட்சரத்தை லட்சம்போடு
தெள்ளுமணி பாலகனார் முன்னேநிற்பார் சிவசுப்பிர மணியன்எனச் சொல்லலாமே. 5621

செப்பலாஞ் சுப்பிரமணியன் என்பார்பாரு சிறப்பான மனிதனல்லால் வேறொன்றில்லை
ஒப்பமுடன் நீநினைத்த சுப்பிரமணியன் ஓகோகோ நாதாந்தக் கடவுளாச்சு
எப்படியும் நாதாந்தக் கடவுளுக்கு எழிலான அவதார புருஷனென்றும்
இப்படியே கோடான கோடிநாமம் எழிலான சாத்திரங்கள் சொல்லலாச்சே. 5622

சொல்லவே அவரவர்கள் தக்கநேர்மை சுந்தரனே தன்மனதில் ஐக்கியங்கொண்டு
வெல்லவே பலவிதமாம் தெய்வம்போலே விசாரணைகள் இல்லாமல் பேதைநெஞ்சாய்
புல்லவே கவிவாணர் கட்டுவாக்கியம் புகழாகப் பலப்பலவாம் நாமந்தன்னை
சொல்லவே நற்கடவுன் என்றுசொல்லி செம்மலுடன் மதிகெட்டுந் துதிப்பார்பாரே. 5623

பாரப்பா பூலோகக் கர்த்தனுக்கு பாங்கான மூன்றுபேர் வகுக்கலாச்சு
நேரப்பா ஹரியென்றும் பிரம்மாவென்றும் நெடிதான சாத்திரங்கள் கூறலாச்சு
சீரப்பா நாமமது மூன்றுமல்லோ சிறப்பான கடவுளுக்குப் பேருமாச்சு
தேரப்பா தேசாதி தேசமெல்லாம் செப்பினார் பலநூலும் சொன்னார்தாமே. 5624

கடவுள் உண்டு என்பதற்கு திருஷ்டாந்திரம்

சொன்னாரே கடவுளல்லால் வேறொன்றில்லை சுந்தரனே கடவுள்தனைக் காணமாட்டார்
மன்னவனே தெய்வமதைக் காணுதற்கு மகத்தான திருஷ்டாந்திரம் ஏதென்றாக்கால்
தென்னவனே தேவஸ்தானந் தன்னில் திகழான மணியோசை கேட்குமல்லோ
முன்னவனே மணியோசை கேட்கும்போது முனையான மணியொன்று இருக்கலாச்சே. 5625

இருக்கவென்றால் மணியென்ற கருவொன்றுண்டு எழிலான கருவதனைக் கண்டதில்லை
திருத்தமுடன் மணியோசைக் கேட்டபோது திகழான மணியொன்று இருக்கும்பாரு
பொருத்தமுடன் வையகத்தில் அதிசயங்கள் பொங்கமுடன் கோடானகோடியுண்டு
வருத்தமுடன் பிறப்பதுவும் பிறப்போர்தம்மை வளப்பமுடன் மழைதனையே கண்டிட்டோமே. 5626

கண்டோமே லோகபதி அதிசயங்கள் காசினியில் வேறொன்று காண்பதேனோ
அண்டமுடன் உலகுபதிக் கடவுள்தானும் அன்புடனே இருப்பதற்கு ஐயமுண்டோ
உண்டான சாத்திரங்கள் பேதாபேதம் உத்தமனே பாடிவைத்தார் அனேகமுண்டு
சண்டான முறைமை கெட்டு சாத்திரங்கள் செப்பினார் மாண்பர்தாமே. 5627

மாடன் மந்திரம்

மாண்பராம் இன்னமொரு மார்க்கங்கேளு மகத்தான புலிப்பாணி மைந்தாபாரு
ஆண்மையுள்ள மாடனவன் வசியமப்பா அவனிதனில் யாரறிவார் சித்துமாண்பர்
காண்மையுள்ள அறிவாளி அறிவான்பாரு காசினியில் சண்டாளன் சத்துருவேதை
பாண்மையுள்ள கர்மிகட்கும் மர்மிகட்கும் கருவான மாடன் மந்திரமுமாமே. 5628

மந்திரமாம் மாடனது வசியத்தாலே மகத்தான மாண்பரெல்லாம் வசியமாவார்
எந்திரமாம் மாடனது பிரணவத்தால் எழிலான தேவதைகளெல்லாம் சித்தி
தந்திரமாம் மாடனது மந்திரத்தை தண்மையுடன் சொல்லுகிறேன் தயாளபாலா
சுந்தரமாம் கருவறிந்த மாந்தரப்பா சூட்சமுடன் செய்வான்பார் மர்மிதானே. 5629

தானான பிரணவங்கள் ஏதென்றாக்கால் தண்மையுள்ள ஹரிஓம் கேளென்றபோது
கோனான அகோரமடா கம்பீராயா குறிப்பான அகோரதர்க்க வாழ்முனீசா
தேனான சிங்கார பகவதிபுத்திரா தெளிவான வீராதி வீரமாடா
வானான மசானமென்ற சுடலைமாடா மகத்தான என்வார்த்தை கேட்டிட்டாயே. 5630

கேட்கவென்றால் உத்திரவின் மாடாகேளு கெடியான என்வார்த்தைக் கைவிடாதே
தாட்கமலம் வீற்றிருக்கும் மனோன்மணியாள்பாதம் தயங்காமல் முன்னின்று கார்க்கவென்று
வேட்கையுடன் கிருபையருள் வினோதமாடா வீறான ரீங்செளவுங் கிளியென்றோது
சூட்சமுடன் மய்ஜயுங் கிலி என்றோது சுடறான ரீங்குடனே வாவாவென்று ஓதே. 5631

ஓதையிலே லட்சமது உருவுபோடு ஓங்காரம் இட்டல்லோ வசியம் ஓது
நீலமுடன் ரீங்கார சப்தவோசை நிலையான அஷ்டசித்துக்கு இதுவேமூலம்
போதமுடன் மாடனது பிரணவத்தால் பொங்கமுடன் முப்பத்தி ரண்டுபூதம்
தோகமுடன் மாந்தருக்குள் வசியமாச்சு தொல்லுலகில் இப்படியே பிழைப்பார்காணே. 5632

காணவே ஜெபதபத்தில் இருந்துகொண்டு கருவான பிரணவத்தை உச்சரித்தால்
பூணவே ஏவல்பில்லி சூனியங்கள் பொல்லாத கறுப்பண்ணன் ஏவல்சண்டி
தோணவே பாவாடை ராயன்காத்தன் தோறாத பிரணவத்தால் எல்லாஞ்சித்தி
வேணதொரு மாடனது வசியத்தாலே வெட்டவெளி தேவதைகள் கைக்குள்ளாச்சே. 5633

ஆச்சப்பா மந்திரமாம் மூலமந்திரம் அப்பனே கண்டவர்க்கு எல்லாஞ்சித்தி
மூச்சடங்கிப் போனதொரு பிசாசுதந்திரம் முனையான பிரணவத்தால் பேசலாகும்
கூச்சலுடன் தலைசுழட்டி ஆடும்பேய்கள் கொப்பெனவே பிரணவத்தைக் கண்டாலோடும்
ஆச்சரிய மானதொரு மாடன்மந்திரம் அப்பனே போகரிஷி வசனித்தேனே. 5634

வசனித்தேன் லோகாதி மார்க்கந்தன்னை வளமுடனே கண்டறிந்த ஞானவான்கள்
நிசமென்று நம்பார்கள் பசாசுமார்க்கம் நிலையான ஜெபத்தினால் தவத்தினாலும்
தசமதுவாய் லட்சமது உருவுகொள்ள தாரணியில் காலமென்ற மரணத்தாலே
வசமுடனே மடிந்ததொரு வாத்மந்தானும் வளமான எந்திரத்தில் அடக்கமாமே. 5635

அடக்கமாம் சூனியங்கள் எல்லாம்பொய்யாம் அப்பனே கருவதனால் வெல்லலாகும்
திடமுள்ள செம்பதத்தில் எல்லாஞ்சித்தி தாக்கமுடன் ஜெபத்தினால் வசியமாகும்
மடலான மாடனது மந்திரத்தால் மகத்தான முடிமன்னர் வசியமாவார்
கடல்போன்ற மாந்திரீகம் எல்லாமப்பா கருவான மாடனுக்கு ஈடாகாதே. 5636

மலையாள தூமா தேவதை மந்திரம்

ஈடான மார்க்கமது இன்னஞ்சொல்வேன் எழிலான புலிப்பாணி மைந்தாகேளு
நாடான தேசமது நாடுவிட்டு நாதாந்தக் காலாங்கி கிருபையாலே
தாடாண்மை கொண்டல்லோ குளிகைபூண்டு தகமையுடன் சீனபதி விட்டுயானும்
காடான மலைக்குகைகள் வனாந்திரங்கள் கருவான வழியதுவும் கடந்தேன்பாரே. 5637

பாரேதான் மலையாள தேசங்கண்டேன் பாங்கான பெண்கள் மலையாளமப்பா
நேரேதான் குளிகைவிட்டு கீழிறங்கி நேர்மையுடன் பகவதியாள் தேவஸ்தானம்
சேரேதான் தூமாதேவி கோயிலப்பா சிறப்பான தோப்புகளும் மடுவுங்கண்டேன்
தீரேதான் மடுவதனில் இறங்கியானும் தீர்க்கமுடன் ஸ்நானமது செய்தேன்பாரே. 5638

பாரப்பா தூமாதேவி தேவஸ்தானம் பாங்குடனே தோப்பருகில் இருக்கக்கண்டேன்
நேரப்பா கன்னிகளோ ஆயிரம்பேர் நேர்மையுடன் பச்சைபல்லாக்கு கொண்டு

சீரப்பா தூமாதேவி தன்னைத்தானும் சிறப்புடனே பல்லாக்கு சாரிகொண்டு
ஊரப்பா காவனத்தைச் சுற்றியல்லோ உத்தமனே கன்னிகளும் வருவார்தாமே. 5639

வருகுவதும் போகுவதும் சேர்வைகண்டேன் வளமான தூமதா தேவிதன்னை
குருவான தேவதையைக் காணவென்று குடிலமுடன் கன்னிமார் பெண்களைத்தான்
திருவான காவனத்தே அடியேன்தானும் திறமுடனே சுத்திவந்து காணும்போது
குருவான சித்தொருவர் அங்கிருந்தார் கொற்றவனே அடியேனும் கண்டிட்டேனே. 5640

கண்டேனே சித்துமகா புருஷர்தம்மை கருவான சித்தொளிவும் என்னைக்கண்டார்
அண்டமதில் குளிகைகொண்டு இறங்கிவந்த அப்பனே சிறுபாலா யாரென்றார்கள்
தெண்டமுடன் அடியேனும் முடிவணங்கி தேற்றமுடன் காலாங்கி சீஷனென்றேன்
சண்டமா ருதம்போல குருசித்துதாமும் தண்மையுடன் மனதுவந்து சிரித்திட்டாரே. 5641

போகருக்கு சித்து கூறல்

சிரித்துமே குருபரனார் என்னைப்பார்த்து சிற்றின்ப சிறுபாலா கேளுகேளு
திரிவான துவாபர யுகத்திலப்பா திகழுடனே காலாங்கி அடியேன்தானும்
பரிபோகச் சினேகிதராய்க் குளிகைபூண்டு பாருலகஞ் சுற்றிவருங் காலந்தன்னில்
சரியான நாகமலை பருவதத்தில் சட்டமுடன் உச்சிமுகங் கண்டிட்டோமே. 5642

கண்டோமே கழுக்குன்று சித்துதம்மை கைலாச நாதரும் எங்களுக்கு
திண்மையுடன் உபதேசம் சொன்னாரங்கே தீர்க்கமுடன் குளிகையது பூண்டுகொண்டு
வண்மையுடன் காலாங்கி நாதர்தாமும் வளமுடனே சீனபதிக்கு ஏகினார்கள்
உண்மையாய் அடியேனும் குளிகைபூண்டு உத்தமனே மலையாளம் வந்திட்டேனே. 5643

வந்தேனே எந்தனது சினேகபாலா வகுப்பான மலையாள தேசந்தன்னை
சந்தோஷமாக இக்காலமட்டும் சதுரான காவனத்தில் அடியேன் தானும்
நிந்தனைகள் இல்லாமல் மாண்பர்முன்னே நிஷ்களங்கம் ஆகியல்லோ சமாதிகொண்டே
சிந்தனையை விட்டல்லோ வையகத்தில் சிற்பரனை நண்ணியல்லோ இருக்கின்றேனே. 5644

இருக்கிறேன் துவாபர யுகந்தொடங்கி எழிலாக இந்நாளும் உறுதியாக
திருக்கமலம் வீற்றிருக்கும் தூமாதேவி திகழான சன்னிதியைப் பாதுகாத்து
உருக்கமுடன் பத்மாசனத்து இருந்து உத்தமனே காலமதைக் கழித்துக்கொண்டு
பெருகமுடன் கன்னிமார் பூசையோடும் பேரின்ப நிலைதனிலே நிற்கின்றேனே. 5645

நிற்கின்றேன் தூமதா பதியிலப்பா நிலையான க்ஷேத்திரத்தில் வெகுகாலந்தான்
துர்க்கையெனும் மலையாள சன்னிதானம் துப்பரவாய் சமாதிமுகம் இருந்துகொண்டு
அற்பமென்ற லோகபதி அதிசயத்தை அருள்கடந்து கடல்கடந்து அன்பவனாய்
சற்பமென்ற சடாபாரந் தலையிலேந்தி சாங்கமுடன் மலையாளம் அமர்ந்திட்டேனே 5646

இட்டேனே காலாங்கி நாதசீஷா எழிலாக எந்தனைநீ கண்டதாலே
சட்டமுடன் மனதுவந்து உந்தனுக்கு சாங்கமுடன் தூமதாதேவி மந்திரம்
திட்டமுடன் உந்தமக்கு உபதேசங்கள் சிறப்பான தேவதா பிரணவத்தை
வட்டமுடன் உந்தனுக்கு உபதேசிக்கும் வளமையுடன் எந்தனது பாரந்தானே. 5647

தூமாதேவி பிரணவ மந்திரத்தை போகருக்கு சித்து கூறல்

பராபரமாங் காலாங்கி நாதசீஷா பட்சமுடன் பிரணவத்தைச் சொல்லக்கேளிர்
தீரமுடன் ஓமென்ற அட்சரத்தை தீர்க்கமுடன் எந்தனுக்கு உபதேசித்தார்
வீரமுடன் தூம்தூம் என்றேசொல்லி விருப்பமுடன் பிரணவத்தை உச்சாடித்து
கோரமுடன் கிலிகிலி என்றேசொல்லி கொற்றவனே ஸத்தம்பய என்றிட்டாரே. 5648

என்றாரே அண்டமதைத் தான்பிடுங்கி எழிலான ஆகாயந் தனில்எறிந்து
குன்றான நாற்கடலுந் தத்தளிக்கக் குறிப்புடனே என்முன்னே ஓடிவாவா
சென்றுமே ஐயுங்கிலியும் சௌவுமென்று செப்பினார் பிரணவத்தை என்முன்நிற்க
வென்றிடவே லட்சமுரு ஓதுஓது உத்தமனே வசிவசி சுவாஹாயென்னே. 5649

என்னவே மண்டலத்தில் வசியமாச்சு எழிலான தூமதா தேவிமந்திரம்
சொன்னதொரு மந்திரத்தால் அஷ்டசித்தி சுந்தரனே உந்தமக்கு பலிக்கும்பாரு
பன்னவே குளிகையது பூண்டுகொண்டு பாருலகஞ் சுற்றிவருங் காலந்தன்னில்
முன்னமே சித்துமுனி ரிஷிகள்தாமும் மூர்க்கமுடன் சபித்திடவே வருவார்பாரே. 5650

பாரேதான் உந்தனையும் சபிக்கவந்தால் பாலகனே தூமதா பிரணவத்தை
நீரேதான் உச்சாடம் செய்யும்போது நிஷ்களங்கம் ஆகியல்லோ வணங்கிஉன்னை
சேரேதான் அருகழைத்து உந்தனுக்கு செப்புவார் வேண உபதேசமெல்லாம்
வேரேதான் உபதேசம் உந்தனுக்கு வேண்டுமோ தூமதா மந்திரந்தானே. 5651

தானான தூமதா மந்திரத்தால் சட்டமுடன் தரணிதனை ஜெயிக்கலாகும்
கோனான இடையூறு வந்தபோது கொற்றவனே மந்திரஉச் சாடனத்தை
தேனான மனோன்மணியைத் தானினைந்து செப்பிடவே உந்தனுக்கு எல்லாஞ்சித்தி
பானான தேவதா மந்திரத்தை பட்சமுடன் ஆருக்குஞ் சொல்லொண்ணாதே. 5652

ஒண்ணான குருமந்திரம் தேவதாமந்திரம் உத்தமனே புலிப்பாணி உந்தனுக்கு
திண்ணமுடன் உபதேசஞ் செய்தேனப்பா தீர்க்கமுடன் எந்நாளும் மனதில்எண்ணி
வண்ணமுடன் உந்தனுக்கு இடையூற்காலம் வந்திட்டால் பிரணவத்தை உச்சாடித்து
தண்ணமுடன் சின்மயத்தில் இருந்துகொண்டு சதாநித்தம் தேவியைநீ போற்றுவாயே. 5653

மலையாள கருப்பண்ணன் வசியம்

போற்றுகிறேன் இன்னமொரு வசியங்கேளு புகழான புலிப்பாணி மைந்தாபாரு
ஆற்றலுடன் கறுப்பண்ணன் வசியந்தன்னை அப்பனே மாணாக்கள் பிழைக்கவென்று
மாற்றவே குளிகையது பூண்டுகொண்டு மகத்தான சீனபதி விட்டுமல்லோ
ஏற்கவே மலையாள பதியிலப்பா எழிலாக ஆறாண்டு இருந்திட்டேனே. 5654

இருந்தேனே தூமதா தேவஸ்தானம் எழிலான சன்னிதிக்கு வடபாகத்தில்
பொருந்தவே சமாதியது யானுங்கண்டேன் பொங்கமுடன் கறுப்பண்ணன் விருட்சமுண்டு
திருந்தவே குளிகையது யானும்விட்டு தீரமுடன் சமாதிபுரம் நிற்கும்போது
அருந்தவசி அங்கொருவர் இருந்தாரப்பா அப்பனே எந்தனையுங் கண்டிட்டாரே. 5655

கண்டாரே சித்துமகா ரிஷியார்தாமும் கருத்தாக எந்தனைத்தான் கண்டபோது
திண்மையுடன் யாரென்று என்னைக்கேட்க தீர்க்கமுடன் காலாங்கி சீஷனென்றேன்
வண்ணமுடன் தாள்பணிந்து அடியேன்தானும் வளமாக சிரங்குனிந்து தெண்டனிட்டேன்
கண்ணபிரான் தன்னைப்போல் ரூபங்கொண்ட கர்த்தாவும் எந்தனையும் மதித்திட்டாரே. 5656

மதித்துமே எந்தனையும் ஆசீர்மித்து மகிழ்ச்சியுடன் ஞானோபஞ் செய்வேன்என்றார்
துதித்துமே அடியேனும் மனதுவந்து துப்புரவாய் தமதுடைய பாதாரந்தான்
மதித்துமே வையகத்தில் அடியேன்தானும் வளமையுடன் சதாநித்தங் குருவென்றெண்ணி
கதிப்புடனே காலாங்கி என்றுசொல்லி கர்த்தாவே எந்நாளும் மறவேன்தானே. 5657

மறவேனே என்றுசொல்லி மனங்களித்து மார்க்கமுடன் அடியேனுங் கூறும்போது
திறமான சமாதியிது கறுப்பன்சமாதி தீரமுடன் விருட்சாதி விருட்சத்தின்கீழ்
உறமுடனே வெகுகோடி காலமாக உத்தமனே சமாதியிட தவசியானும்
குறைவதுவும் நேராமல் கோடிகாலம் கொற்றவனே யானுமல்லோ இருந்திட்டேனே. 5658

இட்டேனே வெகுகோடி காலமப்பா எழிலான கருப்பண்ணன் சமாதிபக்கம்
வட்டமுடன் எத்தனையோ கோடானகோடி வண்மையுள்ள தவசிகளும் வருவார்போவார்
சட்டமுடன் கறுப்பனுக்கு எதிரானோர்கள் சாங்கமுடன் இதுவரையிற் கண்டதில்லை
திட்டமுடன் கறுப்பண்ணன் வசியந்தன்னை தீர்க்கமுடன் அனேகம்பேர் கேட்டிட்டாரே. 5659

கேட்டாரே வெகுமாண்பர் கேட்டாரப்பா கெடியான கறுப்பண்ணன் வசியந்தன்னை
வாட்டமுடன் ஒருவருக்கும் சொன்னதில்லை வண்மையுடன் எந்தனுக்கு உபதேசித்தார்
தாட்டிகமாய் குளிகையது பூண்டுகொண்டு தண்மையுடன் போகுகின்ற உனக்குமைந்தா
நீட்டமுடன் பிரணவத்தை உபதேசித்தேன் நிஷ்களங்க மாகவல்லோ கேளுகேளே. 5660

கேளேநீ என்றுசொல்லி பிரணவத்தை கெணிதமுடன் எந்தனுக்கு உபதேசித்தார்
பாளேதான் போகாமல் பிரணவத்தை பங்கமுடன் உந்தமக்கு உபதேசித்தேன்
ஆளேதான் மந்திரமோ பிரணவந்தான் அப்பனே ஓம்சங்கரி சங்கரியென்ன
வீளேதான் உச்சாட மந்திரத்தை விருப்பமுடன் சங்கரியே வாவாஎன்னே 5661

என்னவே தேவதா கறுப்பண்ணன்பாலா எழிலான உக்கிர கறுப்பண்ணாவாவா
துன்னவே ஆகாகா காளியொடுங்கறுப்பா துடியான வாங்கார முள்ளதீபா
அன்னவே அம்அம்அம் என்றேஓது பட்சமுடன் கடுகெனவே வந்துநிற்பாய்
சொன்னபடி ஆஞ்சநேயர் முகனேவாடா சுந்தரனே கொஞ்சியென்ற சடையோன்தானே 5662

தானான அந்திசந்தி தன்னில்நின்று தலையுருட்டு கறுப்பண்ணா தயாளபாலா
கோனான மாலைதனில் மயங்கும்கறுப்பா கொற்றவனே அடிஅடிபிடி என்றோது
வேனான அங்அங் என்றேயோது விருப்பமுடன் ஆவேசுஆவேசு என்றும்
பானான அகோர கறுப்பண்ணாவாவா பாலகனே சீக்கிரமே வாவாஎன்னே. 5663

சீக்கிரமாஞ் சிவாயநம என்றேஓது சிறப்புடனே பிரணவத்தை உச்சரித்து
சாக்கிரதை யாகவல்லோ கறுப்பன்தன்னை தகமையுடன் உச்சாடித் தடுமையாக
வாக்கு தப்பாமலே உருவுபோடு வளமுடனே மண்டலந்தான் லட்சம்போடு
நாக்கதுவும் பிசகாமல் நளினபாலா நயமுடனே உச்சாடஞ் செய்வீர்காணே. 5664

காணவென்றால் உச்சாட வசியத்தாலே கருவான கறுப்பண்ணன் முன்னேநிற்பான்
தோணவே பிரணவத்தால் அஷ்டசித்தி தோறாமல் உந்தனுக்கு பலிக்கும்பாரு
பூணவே அஷ்டமா சித்தியோடும் புகழான தேவதைகள் எல்லாஞ்சித்தி
நீணவே சின்மயத்தில் இருந்துகொண்டு நிஷ்களங்க மாகவல்லோ ஓதுவீரே. 5665

சத்துரு மாரணம்

ஓதவென்றால் புலிப்பாணி மைந்தாகேளு உத்தமனே சத்துருமாரணந்தான் சொல்வேன்
நீதமுடன் சத்துருவின் பிரணவத்தை நிகட்சியுடன் யாரறிவார் உலகில்மாண்பர்
தோதமுடன் கருவாளி காண்பான்பாரு தொல்லுலகில் மற்றவருங் காணமாட்டார்
நாதமென்ற மனோன்மணியாள் கிருபையாலே நாதாந்த சித்தொளிவுங் காண்பான்பாரே. 5666

பாரேதான் எதிராளி சத்துருதன்னை பாங்குடனே மரணத்தாற் கொல்லுதற்கு
நேரேதான் பிரதமைபோல் பாவுசெய்து நெடிதான மண்பாத்திரந் தனில்அமைத்து
சீரேதான் நடுமையம் உந்திதன்னில் சிறப்புடனே வராகமென்ற முள்ளையப்பா
வீரேதான் நடுமையந் தனில் அமைத்து விருப்பமுடன் வசிதனையே மாட்டிடாயே. 5667

நாட்டுவாய் காந்தமென்ற ஊசிதன்னை நலம்பெறவே முப்பத்தி ரண்டுஊசி
நீட்டமுடன் கால்பத்து கரங்கள்பத்து நெடிதான வசிதனையே நாட்டிட்டாய்நீ
வாட்டமுடன் இருவிலா நெஞ்சுதன்னில் வளமான கீலெட்டும் ஊசிகள்நாட்டி
தேட்டமுடன் பஞ்சகருனை எடுத்து தெளிவுடனே பாவுதனில் தூவிடாயே. 5668

தூவிடவே கருவினது மார்க்கங்கேளாய் துகளற்ற சாலியனார் மண்ணுங்கூட்டு
ஆவியெனும் மானிடரின் மாசானச்சாம்பல் அப்பனே எதிராளி பாததூளும்
நாவிதனார் கையழுக்கும் மலத்தினுப்பும் நலம்பெறவே தானெடுக்க பஞ்சகோசம்
பாவியெனுஞ் சண்டாளப் பதுமைக்கப்பா பாங்குடனே ஐங்காயந் தானுஞ்சேரே 5669

சேர்த்துமே லலாடமதில் இட்டுமைந்தா செம்மலுடன் அம்மென்று கும்பித்துமல்லோ
ஆர்த்துமே பிரணவத்தை உச்சாடித்து அன்புடனே லட்சமது உருவுபோடு
கோர்த்துமே உருவதனால் எல்லாஞ்சித்தி கொற்றவனே சின்மயத்தில் இருந்துகொண்டு
பார்த்துமே நவகோண பீடந்தன்னில் பக்குவமாய் சொரூபநிலை நின்றிடாயே. 5670

திரிசூலி மந்திர உச்சாடனம்

என்னவே திரிசூலி பிரணவத்தை எழிலான சத்துருவின் பாவுக்கல்லோ
சொன்னபடி மந்திரமாம் அட்சரத்தை சோறாமல் தானுரைத்து உருவுபோடு
நன்னயமாய் உருவதும் ஏதென்றாக்கால் நலமான ஹரிஹரி என்றேஓது
குன்றான அரனொளி சக்கரத்தை கொற்றவனே சொரூபமதில் நின்றுஓதே. 5671

ஓதவே திருதிரு என்றேஓது ஒளிவான சக்கரத்தைப் பின்னும்ஓது
நீதமுடன் திருபுரையின் புவனைவாலை நிலையான ஓம்பத்திர காளிவாவா
தோதமுடன் சத்துரு சம்மாரிவாவா தோறாமல் ஓம்ஓம் என்றேஓது
ஆதமுடன் உன்கையில் கபாலம்ஏந்தி கண்ட கோடாலி என்னே 5672

கோடாலி என்றதொரு பீஜமோது கொற்றவனே அகோரமென்ற கோரவாவா
தாடாண்மை கொண்டதொரு உக்ரஉக்ர தண்மையுள்ள புகைபுகை தனியேவாவா
பாடான்மை பெற்ற ஜலஜலமே வாவா பாங்கான கும்பயகும்பய மென்றேஓது
நீடாண்மை ஹணஹண நீயேவாவா நிகட்சியுடன் தகதக என்றேஓதே. 5673

என்றவுடன் பாஷயபாஷய என்றேஓது எழிலான அம்இம்குரோம் என்றேஓது
வென்றிடவே லலிலலிலாங் என்றேஓது வேதாந்தத் தாயினது கிருபையாலே
சென்றிடவே லிலிலிலிகிலிகிலி என்றேஓது செயலான லுலுலுலுலும் என்றேஓது
தென்றிசையாற் பரிபாஷை குறையாமற்றான் செயலான அட்சரத்தை ஓதுவீரே. 5674

ஓதுவீர் உயிரென்ற பிரணவந்தான் ஓகோகோ நாதாக்கள் சொல்லமாட்டார்
தீதுபுகழ் அட்சரங்கள் கூறொண்ணாது தீரமுடன் மம மமவசங் கென்றுஓது
வாதுகுரி -சிவ-சிவயா- மென்றேயோது மகத்தான குரு-குரு-வா வென்றுஓது
சூதுபுகழ் ஓம்-கிலிம்-கிலியும் வாவா சுந்தரனே பகவதியே சுடரென்றுஓதே 5675

சுடறான ஓங்குடனே பாஷாங்குசத்ரி சுத்தமுள்ள சூலி-சூலி- வாவாவாவா
தடமான சொரூபமதில் நக-நக-வென்றோது தாக்கான கலைவகுத்து தகதகவென்றோது
திடமுடனே -எகுட-எகுட- வட்சரத்தை தீர்க்கமுடன் தலைசுழற்றி மாறு-மாறு-
சடமுடனே கும்பகரூம்பக மென்றோது சாங்கமுடன் சுவரலாமென்று ஓதல்கூறே. 5676

கூறவே சுசீசுவாலாம் என்றேஓது குறிப்பான பிரணவத்தை தலைகீழாய்மாறு
மாறவே பிரதிசுவாலம் என்றேயோது மகத்தான அக்கினிச் சுவாலாவென்று
ஆறவே நரதிர யென்றேயோது அப்பனே கருவான பீஜமாகும்
மீறவே கோமாங்கிஷ பட்சணியேவாவா மிக்கான பாஜிபந்துபந் தென்றோதே. 5677

பந்தான பந்ததுவும் குருபீஜமாகும் பாங்கான அகோரகோர அட்சரந்தான்
சிந்தனையில் தானினைக்கு மாறுமாறு சிறப்புடனே டாட்டேடாட்டே என்றேஓது
தொந்தமுடன் ஐயுங்கிலியம் தற்கொவ்வாது சூதான அட்சரந்தான் அதர்வணமேயாகும்
பந்தமுள்ள அட்சரங்கள் ஒவ்வொன்றுதானும் பாலகனே ஒன்றுக்கொன்று உயிருமாமே 5678

உயிரான எழுத்துக்கு ஒவ்வொன்றுக்கும் உத்தமனே பஞ்சபூத ஆவியுண்டு
பயிலான அட்சரந்தான் மாமாமாகி மகத்தான ராம்ராம்ரீம் என்று ஓது
பயிலான அட்சரந்தான் ரூம்ரூம்மாகும் ஆக்குருஷா ஆக்குருஷா ஆகும்
ஒயிலான கிலியும்செளவும் ஐயம்மாகும் உத்தமனே பகவதிஓம் என்றேஓதே. 5679

ஓம்என்ற அட்சரந்தான் சத்துருசங்காரம் ஓகோகோ நாதாக்கள் மறைத்துவைத்தார்
ஆம்என்ற சத்துருவை மடிமடிஎன்றோது அப்பனே -மசி-மசி-நசி-நசி- என்றோது
ஏம்என்ற அட்சரந்தான் படு-படு-சுவாஹா எழிலான மித்துருவுக்கு இதுபோலுண்டு
தீம்என்ற சுடரான அட்சரந்தான் தீர்க்கமுடன் மித்துருவுக் குண்டேபாரே. 5680

உண்டான அட்சரத்தால் பகையாளிதம்மை உத்தமனே ரோகமதை விளைக்கலாகும்
கண்டாலும் விடுவார்கள் புத்திமான்கள் காசினியில் யாரறிவார் இந்தப்போக்கு
திண்டான சாத்திரங்கள் ரிஷிகள்தேவர் தீர்க்கமுடன் இந்நூல்போல் சொன்னாரில்லை
பண்டான பிரணவத்தால் பாரில்மாண்பர் பார்தனிலே மாளுவது திண்ணந்தானே. 5681

மாரண வித்தையால் மடிந்தவரை எழுப்புதல்

தானான இன்னமொரு மார்க்கஞ்சொல்வேன் தண்மையுள்ள புலிப்பாணி மைந்தாபாரு
கோனான மாரணத்தால் மடிந்தோர்தம்மை கொற்றவனே எழுப்புதற்கு மார்க்கஞ்சொல்வேன்
தேனான மனோன்மணியாள் பாதம்போற்றி செப்புவேன் மாணாக்கள் பிழைக்கவென்று
பானான சாத்திரத்தின் உயிரெழுத்தை பாருலகில் பாடுகிறேன் பண்பாய்த்தானே. 5682

பண்பான அதர்வணத்தால் மடிந்தோர்தம்மை பாலகனே விதிப்படியே கொண்டுவந்து
நண்பான மசானமென்ற கரையிலப்பா நாயகனே சடங்கதுபோல் சவத்தைத்தானும்
திண்மையுடன் தானிறுத்தி காவலோடும் தீரமுடன் காளியின்தன் வசியத்தாலே
உண்மையாய் பிரணவத்தை உச்சாடிக்க உத்தமனே உயிரதுவும் வருகும்பாரே. 5683

பாரென்றால் பிரணவங்கள் ஏதென்றாக்கால் பாங்கான ஹரிஓம் கிலியும்சௌவும்
நேரேதான் அம்மம்இம் மென்றேஓது நெடிதான கும்பகத்தின் அட்சரந்தான்
சீரேதான் -சிங்-லிங்-வங்- என்றேஓது சிறப்பான -ரீங்-ரீங்-ரீங்- ராஎன்றேஓது
தீரேதான் யௌவும்சௌவும் கிரீம்என்றேஓது தீர்க்கமுடன் பிரணவத்தை ஓதுவாயே. 5684

ஓதவே -ரூம்-ரூம்-லூம் என்றோது உத்தமனே லௌவுடனே வௌவென்றோது
நீதமுடன் ஞௌவுடனே பௌவென்றேஓது நிலையான லாடகவி பிரணவந்தான்
சாதகமாய் சுடல்காத்தான் மசானங்காத்தான் சாங்கமுடன் ருத்ராவி ருத்ரவீரி
ஆதமுடன் மசானத்தின் எல்லைக்காரி அதிகாரி அரிச்சந்திர பகவான்காணே. 5685

காணவே வாய்க்கரிசிக்கு டையதேவா கருவான தரமாங் காளிவசியா
பூணவே செம்பூசி நாட்டும்பாலா புகழான உந்தியென்ற ஊசிநீதான்
வேணவே விருட்சமென்ற வடமூலந்தான் மிக்கான வேர்பிடுங்கி வசியதேவா
ஆணவத்தில் மிகுந்தொரு அகோரதீரா அப்பனே சோடசங்கள் உடையோன்தானே. 5686

சோடசமாம் பதினாறு கரமும்பெற்ற சூலமுடன் கையேந்தும் டாகினிவாவா
பாடமுடன் மசானதுர்க்கி வாவா பார்மீது சிம்பத்தின் பகவதிவாவா
ஆடலுடன் சங்கீதம் வாத்தியங்கேட்கும் அன்பான அகோரவீர காளிவாவா
கூறலுடன் தென்கூடப் பதியமர்ந்து கோடாலி உதிரபலி கொள்ளுந்தேவே. 5687

கொள்ளவே குடற்பிடுங்கி மார்பிற்நெஞ்சம் கொடியதொரு எதிராளி சத்துருமாரி
துள்ளவே அதர்வணத்தைத் தலைகீழாக்கி துப்புரவாய் முடியோடு மாலைபூண்டு
விள்ளவே வாய்க்கரிசி துள்ளிவீழ விஷங்குடித்த வாயாலே அமுர்தங்கொள்ளு
உள்ளபடி அமுர்தரசங் கொள்வாயப்பா உத்தமனே போனஉயிர் வாவென்றோதே. 5688

ஓதவே தலைமாடு கால்மாடாக்கி உத்தமனே சடந்தனையே பீரட்டுவாய்நீ
சாதகமாய் சடாட்சரபவனே வாவா சட்டமுடன் போனஉயிர் திரும்பிவாவா
வேதனைகள் நீங்கியல்லோ உருட்டிப்பார்த்து வேகமுடன் அதர்வணந்தான் இல்லையில்லை
தூதனையுங் காலனையுஞ் செபித்தேன்என்று துப்புரவாய் லட்சமுரு போடுபோடே. 5689

போடப்பா நாதாந்த உள்ளெழுத்தை பொங்கமுடன் லட்சமுரு போடுபோடு
ஆடப்பா மசானகரை நின்றுகொண்டு அப்பனே வாசல்வழி தடைகள்கட்டி

நீடப்பா அரிச்சந்திரன் காவல்முன்னே நிச்சயமாய் அதர்வணத்தால் சிக்கினோனை
பாடப்பா மசானகரை விட்டுவிட்டு பார்மீது ஓடிவிடு ஓடென்றாரே. 5690

ஓடென்ற உச்சாடங் கூறும்போது உத்தமனே அதர்வணமும் நீங்கியல்லோ
நீடென்று வஸ்துசுத்தி பானஞ்செய்து நிலையுடனே பாலமிர்தம் வாயிலிட்டு
கூடென்று வசிமூலி வாயிற்கொண்டு கொற்றவனே செவிதனிலே ஊதும்போது
மேடென்று வையகத்தில் கண்திறந்து மேதினியில் உயிரதுவும் வருகும்பாரே 5691

பாரேதான் சித்துமுனி ரிஷிகள்தாமும் பாருலகில் அதர்வணத்தை மறைத்துவைத்தார்
ஆரோதான் சொன்னவர்கள் ஆருமில்லை அப்பனே யாம்உமக்கு சொன்னோம்பாரு
நேரேதான் காலாங்கி நாதர்தாமும் நேர்மையுடன் எந்தனுக்கு உரைத்தநீதி
பேரேதான் சொல்வதற்கு யாருமில்லை பேரான போகரிஷி உரைத்தேன்பாரே. 5692

உரைத்தேனே ஏழாயிர சத்தகாண்டம் உற்பனமும் விற்பனமும் மெத்தவுண்டு
நிரைத்தேனே ஆறாவது காண்டத்துள்ளே நேர்மையுடன் அதர்வணத்தைக் கூறினேன்யான்
விரைத்ததொரு பொருளெல்லாம் இதிலடக்கம் விருப்பமுடன் பாடிவைத்த சத்தகாண்டம்
குரைத்ததொரு பொருளெல்லாம் எந்தனாயர் குருமுனியாம் அகஸ்தியத்தில் காணலாமே. 5693

காணலாம் அகத்தியனார் காவியத்தில் கருவான பன்னீரா யிரத்திலப்பா
பூணலாம் பன்னிரண்டு காண்டத்துள்ளே புகட்டினார் கோடிவகைக் களஞ்சியங்கள்
தோணவே அண்டசராசரங்கள் எல்லாம் துறட்டியென்ற குடலதுபோல் கூறினார்கள்
வேணபடி குருநூலாம் பன்னீராயிரம் விருப்பமுடன் பாடிவைத்தார் முனிவர்தாமே. 5694

முனியான என்பாட்டன் அகஸ்தியர்தாமும் முனையான காலாங்கி நாதர்தாமும்
சொனைபோலே சாத்திரங்கள் எனக்குரைத்தார் தோற்றமுடன் பிரகாச மானசித்து
மனைதோறும் சாத்திர வேதாகமங்கள் மார்க்கமுடன் பாடிவைத்தார் பலநூல்சித்தர்
வினையாலே மாண்டதொரு மாண்பருக்கு விரிவான அதர்வணங்கள் சொல்லார்காணே. 5695

பதினெண் சித்தர்கள் சாதியும் தலைமுறைமையும் கூறுதல்

கானான புலிப்பாணி மைந்தாகேளு தகைமையுள்ள காலாங்கி சொன்னநீதி
கோனான பதினெண்பேர் சித்தர்தாமும் கொற்றவனே நவகோடி சித்தர்தாமும்
பானான நாற்பத்தெண் பேர்களப்பா பலப்பலவாஞ் சாத்திரங்கள் பாடிவைத்தார்
மானான தலைமுறைகள் சாதிவர்க்கம் மன்னவனே சாத்திரத்திற் சொல்லாரன்றே. 5696

சொல்லவில்லை சிலபேர்கள் சொன்னாரப்பா சுந்தரனே சிலபேர்கள் மறைத்துவைத்தார்
வெல்லவே காலாங்கி நாதர்தாமும் வேகமுடன் குளிகையது கொண்டுமல்லோ
கல்லான மலைகளிலும் குகைகள்தன்னில் கண்டுமே ஆராய்ந்து சித்துதம்மை
புல்லவே சாதிபேதங்கள் இரண்டு புகழான சாத்திரத்தில் வசனித்தாரே. 5697

வசனித்தார் எந்தமக்கு காலாங்கிநாதர் வளமுடனே சொன்னதொரு சாதிமார்க்கம்
நிசமுடனே யானுரைப்பேன் நீதிவானே நிஷ்களங்க மானதொரு பேதஞ்சொல்வேன்

தசமான காலாங்கி நாதர்தாமும் தாக்கான மயன்சாதி என்னலாகும்
கசடன்று தலைமுறைகள் பத்தேயாகும் காசினியில் கண்டவரை உரைத்திட்டோமே. 5698

உரைத்தோமே எந்தனிட சாதிமார்க்கம் உத்தமனே விஸ்வகர்மம் என்னலாகும்
நிரைத்ததொரு ரோமரிஷி சாதிபேதம் நிலையான வலைவீசுஞ் சாதியப்பா
திரைத்ததொரு எந்தனது தலைமுறைதானப்பா திரளான பதினெட்டு தலைமுறையாகும்
வரைத்ததொரு ரோமரிஷி தலைமுறைதானப்பா வாகான பன்னிரண்டு தலைமுறைதானாமே. 5699

தலைமுறையாம் மச்சமுனி சாதிபேதம் தண்மையுள்ள கல்லுடையோர் என்னலாகும்
கலையான கோத்திரங்கள் அறுபத்திரண்டு காசினியில் கண்டவரைச் சொல்லலாச்சு
மலையான சட்டமுனி சாதிபேதம் மகத்தான சிங்களவன் என்னலாகும்
சிலையான கோத்திரங்கள் பதினாலாகும் சிற்பரனே கண்டநூல் அறிந்தமட்டே. 5700

மட்டான இடைக்காடர் ஜாதிபேதம் மகத்தான கோனாரே என்னலாகும்
சிட்டமுள்ள கோத்திரங்கள் பதினெட்டாகும் திகழான நூலதனிற் கண்டமட்டும்
சட்டமுடன் தன்வந்திரி ஜாதிபேதம் தகமையுள்ள மகாவிஷ்ணு என்னலாகும்
வட்டமுள்ள தலைமுறைகள் முப்பத்திரண்டு வளமுடனே கண்டறிந்த நூலிதாமே. 5701

தாமான புலிப்பாணி மைந்தாகேளு தகமையுள்ள மூலத்தீ ஈசனப்பா
சாமானிய மானதொரு ஜாதிபேதம் சாங்கமுடன் வேளாளன் என்னலாகும்
கோமானாந் தலைமுறைகள் இருபத்தேழாம் கொற்றவனே நூற்படியே சொல்லலாச்சு
பூமான்கள் சித்தவர்க்க நூல்கள்தன்னில் புகட்டவில்லை ஜாதிபேதம் புகலார்தாமே. 5702

தானான சிலநூலில் சொன்னாரப்பா தன்மையுள்ள சிலநூலில் சொல்லவில்லை
கோனான அகத்தீசர் ஜாதிபேதம் கொற்றவனே வேளாளர் என்னலாகும்
பானான தலைமுறைகள் ஏதென்றாக்கால் பதமுடனே நாற்பத்தி எட்டேயாகும்
மானான நூல்தனிலே கண்டாற்போல மகத்தான போகரிஷி வகுத்திட்டேனே. 5703

வகுத்தேனே சிவவாக்கியர் ஜாதிபேதம் வளமான சங்கரகுலம் என்னலாகும்
தொகுப்புடனே தலைமுறைகள் இருபதாகும் தோறாமல் சாத்திரங்கள் புகன்றவாரும்
மிகுத்திடவே ராமதேவர் ஜாதிபேதம் மிக்கான விஷ்ணுகுலம் என்னலாகும்
பகுத்திடவே தலைமுறைகள் ஆறதாகும் பாங்கான அவர்நூலில் கண்டோம்யாமே. 5704

கண்டோமே புஜண்டரிட ஜாதிபேதம் கருவான அக்கினிகுலம் என்னலாகும்
விண்டதொரு தலைமுறைகள் நாற்பத்தைந்து வீரான சாத்திரத்தில் கண்டதுண்டு
பண்டிதமாம் வன்னியரின் புராணக்கூறு பலப்பலவாய்ப் பாடிவைத்தார் கவிவாணர்தாமும்
கண்டகம்போல் சாத்திரங்கள் மிகவுங்கூறி தாமறைத்தார் சித்துமுனி ரிஷிகள்தாமே. 5705

தானான கருவூரார் ஜாதிபேதம் தாக்கான பஞ்சணத்தில் குலத்திலொன்று
கோனான கன்னார ஜாதியாகும் கொற்றவனே நூல்தனிலே கண்டவாறு
தேனான தலைமுறைகள் நாற்பத்திரண்டு தெளிவுடனே நூல்தனிலே சொன்னார்பாரு
மானான மார்க்கமது சமயபேத மார்க்கமுடன் அவரவர்நூல் அறியலாமே. 5706

அறியவே புண்ணாக்க ரீசர்தாமும் அவருடைய ஜாதிபேதங்கள் சொல்வேன்
நெறியான கன்னடிய ஜாதியாகும் நேர்பான தலைமுறைகள் ஏதென்றாக்கால்

குறியான பதினெட்டு தலைமுறைதானாகும் குறிப்பான சாத்திரத்தில் சொன்னவாறு
முறியான சித்தர்மகா ரிஷிகள்நூலில் முறைபாடு சிலபேர்கள் சொல்லாரன்றே. 5707

சொல்வாரே புலிப்பாணி மைந்தாகேளு சுத்தமுள்ள கண்மணியே புகல்வேன்பாரு
வல்லான புலிப்பாணி மரபேதந்தான் மார்க்கமுடன் வேடனது ஜாதியல்லோ
புல்லான தலைமுறைகள் ஒன்பதாகும் புகழான நூல்தனிலே புகலும்வாறு
நல்லான ரிஷிதேவர் முனிவர்தானும் நலமுடனே சிலருரைத்து சிலர்மறைத்தாரே. 5708

மறைவான நந்தீசர் மரபுஏதென்றால் மார்க்கமுடன் மிருகமகா ரிஷியார்கோத்திரம்
குறையான தலைமுறைகள் ஏதென்றாக்கால் கொற்றவனே மூன்றுதலை முறைதானாகும்
நிறைவான சாத்திரத்தில் சொன்னவாறு நிஷ்களங்க மாகவல்லோ கண்டறிந்தோம்
முறையான முனிதேவர் ரிஷிகள்நூலில் முற்றிலுஞ் சொல்வார்கள் மறைத்தார்காணே. 5709

காணவே இன்னமொரு மார்க்கஞ்சொல்வேன் கருவான புலஸ்தியரின் மரபேதென்றால்
தோணவே சிங்களவ ஜாதியாகும் தோறாமல் தலைமுறைகள் எட்டதாகும்
பூணவே புலஸ்தியர் இந்நூல்கள்தன்னில் புகலாமல் மறைத்துவைத்தார் முன்னோர்தாமும்
வேணபடி யான்கண்ட வரைதானப்பா வித்தகனே வெளியிட்டேன் பண்பாய்ப்பாரே. 5710

பாரேதான் இன்னமொரு மார்க்கஞ்சொல்வேன் பாலகனே புலிப்பாணி மைந்தாகேளு
நேரேதான் வியாசருட மரபேதென்றால் நேர்பாக சந்திரகுல ஜாதியாகும்
சீரேதான் தலைமுறைகள் எண்பதாகும் சிறப்பான புராணவகை கூறும்வாறு
ஆரோதான் சாத்திரங்கள் அறியாமற்றான் அப்பனே கட்டிவைத்தார் கோடியாமே. 5711

கோடியாந் தேரையர் மரபேதென்றால் கொற்றவனே யானுரைப்பேன் கண்டமட்டும்
நீடியே பிரம்மகுலம் என்னலாகும் நெடிதான காப்பியங்கள் கூறும்வண்ணம்
ஆடியதோர் தலைமுறைகள் ஏதென்றாக்கால் அப்பனே நவதசமும் என்னலாகும்
பாடியதோர் ரிஷிதேவர் முனிதேவர்தாமும் பண்பாகத் தாமுரைத்தார் பான்மைதானே. 5712

பாண்மையாம் யாக்கோபு மரபேதென்றால் பாங்கான குலம்விட்டு குலம்புகுந்தோர்
மேன்மையாம் முன்சொன்ன ராமதேவர் மெய்யான குலமென்றே சொல்லலாகும்
தேன்மாரி பொழிகின்ற மச்சுதேசம் சென்றல்லோ பெயர்மாறி உருவுகொண்டார்
வான்மீது வருந்துதிபோல் உதிக்குந்தீரன் மகத்தான ராமதேவர் என்னலாமே. 5713

என்னவே ராமதேவர் என்னலாகும் எழிலான தலைமுறைகள் பதினாறாகும்
மின்னவே நாமமது இரண்டேயாகும் மிக்கான சாத்திரங்கள் சொன்னவாறு
உன்னிதமாய்ப் பலமுனிவர் சித்துதாமும் உத்தமனே தாமுரைத்தார் மறைப்போமெத்த
நன்னயமாய்ப் பலநூலுங் கண்டாராய்ந்து நலமுடனே ஜாதிபேதம் உரைத்தேன்பாரே. 5714

பாரப்பா கொங்கணரின் மரபேதென்றால் பாங்கான யாதவ குலமேயாகும்
ஆரப்பா தலைமுறைகள் என்னசொல்வேன் அப்பனே ஈரெட்டுப் பதினாறாகும்
நேரப்பா அவர்சொன்ன காண்டந்தன்னில் நேர்மையுடன் மரபதுவுஞ் சொல்லவில்லை
ஊரப்பா பலபேருங் கூடியல்லோ உத்தமனே தாமுரைத்தார் ஜாதிதானே. 5715

ஜாதியாம் இன்னமொரு மார்க்கங்கேளு தயவான புலிப்பாணி மைந்தாபாரு
ஆதியாம் தட்சணா மூர்த்தியப்பா அப்பனே அவர்மரபு யாதென்றாக்கால்

நீதியாங் கவுண்டனென்ற மரபேயாகும் நிஷ்களங்கம் ஆனதொரு மூர்த்திஎன்பார்
சோதிடமாம் பலநூல்கள் ஆராய்ந்தேதான் சொன்னதொரு மொழியதுவும் மெய்யதாமே. 5716

மெய்யான தலைமுறைகள் பதிமூன்றாகும் மிக்கான சாத்திரத்தில் உரைத்தவாறு
துய்யவே கோரக்கர் மரபுஏதென்றால் துப்புரவாய் மராட்டியனார் என்னலாகும்
பையவே தலைமுறைகள் பதினொன்றாகும் பாங்கான சாத்திரத்திற் சொன்னவாறு
வெய்யவே வேதமுனி சித்துதாமும் வெகுநூல்கள் ஆராய்ந்து பார்த்தார்தானே. 5717

தானான இன்னமொரு மார்க்கங்கேளு தயவான புலிப்பாணி கண்ணேயப்பா
கோனான கௌபால ராணிக்கோர்வை கொற்றவனே பாடிவைத்தாம் உண்மையாக
மானான அவர்மரபு யாதென்றாக்கால் பாங்கான பப்பரவர் மரபேயாகும்
மானான தலைமுறைகள் எட்டேயாகும் மகத்தான பெருநூலில் சொன்னார்பாரே. 5718

சொன்னாரே ஜோதிமா முனிவரப்பா துப்புரவாய் ஆணியென்ற கோர்வைசெய்தார்
தென்னான தட்சணா பதியிலப்பா தேற்றமுடன் மலைதனிலே இருக்குஞ்சித்து
பன்னவே மரபதுவும் ஏதென்றாக்கால் பாங்கான பள்ளனென்றே செப்பலாகும்
உன்னிதமாய் தலைமுறைகள் ஆறேயாகும் உற்பனமாய் ஓதிவைத்தார் நூலில்தாமே. 5719

நூலான நூல்தனிலே சொன்னமார்க்கம் நுணுக்கமுடன் வெகுகோடி சொன்னாரப்பா
பாலான டமரகர் மரபேதென்றால் பாங்கான மறவரென்றே செப்பலாகும்
தாலான தலைமுறைகள் நாலேயாகும் தாக்கான அவர்நூலில் சொன்னவாறு
பாலான மொழிபோலே முனிவர்தாமும் பாடிவைத்தார் பட்சமுடன் பாரில்தானே. 5720

பாரினிலே இன்னமொரு மார்க்கங்கேளு பாலான புலிப்பாணி மைந்தாகேளு
சீரிலகுஞ் சுந்தரனா னந்தர்தாமே சீரான மரபதுவும் ஏதென்றாக்கால்
ஆரியனார் தாமுரைத்த நூலில்தாமும் அப்பனே அகமுடையார் என்னலாகும்
சூரியன்போல் தலைமுறைகள் இருபத்தெட்டு சொல்லுதற்கு நாவில்லைப் பாவில்லைதானே. 5721

பாவில்லை புலிப்பாணி இன்னங்கேளு பாங்குடனே வாரிதியாம் சாதிபேதம்
ஆவியுடன் பூமிதனில் இருந்தசித்து அப்பனே வரத்தினால் பிறந்தசித்து
காவிலயங் கண்டதொரு கள்ளர்ஜாதி கருவான ஜாதியென்றே செப்பலாகும்
நாவிலே சொல்வதற்கு யாராலாகும் நலமான தலைமுறைகள் நாற்பத்தெட்டே. 5722

எட்டான வால்மீகர் மரபுஏதென்றால் எழிலான வேடருட ஜாதியாகும்
திட்டான தலைமுறைகள் சொல்வேன்பாரீர் தீர்க்கமுடன் முப்பத்தி இரண்டேயாகும்
சட்டமுடன் வால்மீகர் காவியத்தில் சாங்கமுடன் எழுதிவைத்த படிநிதானம்
வட்டமுடன் வால்மீகர் நூலறிந்து வளமுடனே கண்டறிந்து சொன்னதாமே. 5723

சொன்னேனே இன்னமொரு மார்க்கம்பாரு தூய்தான புலிப்பாணி மைந்தாகேளு
நன்னயமாய் ஊர்வசியார் சாத்திரத்தில் நலமாகத் தானுரைத்த ஜாதிபேதம்
உன்னிதமாய் தேவதா மடந்தையென்று உத்தமர்கள் சித்தர்முனி கூறும்வண்ணம்
பன்னியே தலைமுறைகள் பகுக்கொண்ணாது பாலகனே அடுமையென்ற ஜாதியாமே. 5724

ஜாதியாம் இன்னமொரு மார்க்கங்கேளு சாங்கமுடன் யானுரைப்பேன் மைந்தாபாரு
ஆதியாங் கமலமுனி என்ற சித்து அன்பான குரவரிட ஜாதியாகும்

நீதியாந் தலைமுறைகள் ஆறெட்டாகும் நிஷ்களங்க மாகவல்லோ சாத்திரத்தில்
பாதிமதி சடையணிந்த தம்பிரானும் டாடிவைத்த நூல்தனிலே காணலாமே. 5725

காணவே மகாசித்து அறிவானந்தர் கைலாசநாத ரென்றே செப்பலாகும்
தோணவே வள்ளுவனார் ஜாதியாகும் தோறாமல் அவர்செய்த நூலிற்காண்பீர்
வேணவே தலைமுறைகள் எண்பதாகும் வெகுநாளாய் மலைதனிலே இருந்தசித்து
ஆணவங்கள் தானொடுங்கி இருந்தசித்து அப்பனே அறிவான சித்துதாமே. 5726

சித்தான சித்துமுனி சொல்வேன்கேளீர் சிறப்பான அகப்பேயர் சித்தேயாகும்
முத்தான ஜாதியது யாதென்றாக்கால் முனையான நாயனார் ஜாதியாகும்
சத்தமுள்ள தலைமுறைகள ஈரெட்டாகும் சார்பாக அவர்நூலிற் காணலாகும்
நித்தமுமே வாணிபங்கள் விருத்திசெய்து நிலையாக பூமிதனில் இருந்தசித்தே. 5727

சித்தென்றால் சித்துஇது என்னசொல்வேன் சீர்பாலா புலிப்பாணி மைந்தாகேளு
புத்தியுள்ள பூபாலா புனிதவானே பூவுலகில் இருந்ததொரு குதம்பைசித்து
பத்தியுடன் பெண்ரூபங் கொண்டசித்து பாருலகில் வெகுநாளாய் இருந்தார்தாமும்
சுத்தியுடன் தேவதா பூசையோடும் சுந்தரனே வெகுகாலம் இருந்தார்தானே. 5728

தானான அவர்மரபு யாதென்றாக்கால் தாக்கான கோனாரின் ஜாதியாகும்
கோனான இடையரென்றே சொல்லலாகும் கொற்றவனே அவர்நூலில் சொன்னநீதி
மானான தலைமுறைகள் ஏதென்றாக்கால் பத்துரெண் டொன்றுமூன்று
தேனான மனோன்மணியாள் கடாட்சத்தாலே தெளிவாகக் கண்டறிந்தேன் பலநூல்தானே. 5729

நூலான பலநூலுங் கண்டாராய்ந்து நுட்பமுடன் தானுரைத்த வண்மைநீதி
பாலான பாம்பாட்டி மரபு ஏதென்றால் பாலகனே ஜோதிஎன்ற ஜாதியாகும்
கோலான மாதவத்தார் குலத்தினாலே கொற்றவனே சமாதியது பிரவேசமாகி
சேலான வையகத்தில் சிலதுகாலம் சிறப்புடனே சமாதிவிட்டு வந்தசித்தே. 5730

வந்ததொரு சித்துக்கு முறைமைசொல்வேன் வளமுடனே சோடசமாம் ஒன்றுமூன்று
சிந்தனையாய் அவர்நூலில் கண்டாராய்ந்து சீருடனே யானுரைத்தேன் முறைதப்பாது
சுந்தரனே காலகண்டர் முனிவர்தாமும் சுத்தமுடன் அவர்மரபு ஏதென்றாக்கால்
தந்திரமாங் கள்ளருட ஜாதியாகும் தாரணியில் அவர்நூலிற் கண்டவாறே. 5731

வாறான தலைமுறைகள் ஒன்றுபத்து வளமையுடன் அவர்நூலில் சொல்லலாகும்
நூறாண்டு வெகுகாலம் இருந்தசித்து நுட்பமுடன் சீஷவர்க்கங் கொண்டசித்து
காறான இன்னமொரு மார்க்கங்கேளு கருவான புலிப்பாணி மைந்தாபாரு
ஆறான சுப்பிரமணியர் மரபுஏதென்றால் அப்பனே சைவமென்ற பீடமாமே. 5732

பீடமாந் தலைமுறைகள் ஏதென்றாக்கால் பேரான நூற்றிரண்டு பத்துமூன்று
கீடாதி நூல்களிலே கண்டவாறு கிருபையுடன் நானறிந்த மட்டுஞ்சொன்னேன்
நீடான யூகிமுனி மரபேதென்றால் நிசமான குரும்பருட ஜாதியாகும்
தாடான தலைமுறைகள் என்னசொல்வேன் தாக்கான பதினெட்டு ஒன்றுமூன்றே. 5733

ஒன்றான சாதியப்பா இன்னஞ்சொல்வேன் உத்தமனே புலிப்பாணி உகந்துகேளு
நன்றான ஜெமதக்னி ஜாதிபேதம் நலமான சைவமென்ற ஜாதியாகும்

குன்றான மலையேறி கிரணந்தன்னை கிருபையுடன் கண்டல்லோ சாதமுண்போர்
வென்றிடவே தலைமுறைகள் நான்குபத்து வேகமுடன் அந்நூலில் கண்டோம்பாரே. 5734

பாரேதான் இன்னமொரு மார்க்கங்கேளு பாங்கான திரணாக்கிய முனிவர்தானும்
தேரேதான் சைனகருட ஜாதியாகும் தேரான பிரபுலிங்க லீலைநூலார்
நேரேதான் அவர்நூலில் ஜாதிபேதம் நேர்மையுடன் கண்டறிந்த ஜாதிமார்க்கம்
வேரேதான் தலைமுறைகள் ஈரெட்டொன்று வித்தகனே நூல்தனிலே கண்டோம்பாரே. 5735

பாரேதான் சண்டேசர் ஜாதிமார்க்கம் பாங்கான வள்ளுவனார் என்றேயாகும்
நேரேதான் தலைமுறைகள் ஒன்றுபத்து நேர்மையுடன் அவர்நூலில் சொன்னநீதி
சீரேதான் சித்தர்முனி ரிஷிகள்தேவர் சிறப்புடனே பாடிவைத்த நூலைக்கண்டு
பேரேதான் வேர்பிரித்து பகுத்துயானும் பேரின்ப நிலைநின்று பாடினேனே. 5736

பாடினேன் இன்னமொரு மார்க்கங்கேளு பாலகனே புலிப்பாணி மைந்தாபாரு
நாடியே திருமூல வர்க்கத்தார்கள் நலமான ஜாதியது மரபுஏதென்றாக்கால்
தேடியே வேளாள ஜாதியாகும் திருக்கூட்ட மெத்தவுண்டு சொல்லொண்ணாது
ஆடியதோர் தலைமுறைகள் ஏதென்றாக்கால் அப்பனே இரண்டுபத்து ஒன்றுதானே. 5737

ஒன்றான சாத்திரத்தின் உளவாராய்ந்து உத்தமனே பலநூலுங் கண்டுதேர்ந்து
சென்றுமே ரிஷிமுனிவர் கூறும்நூலும் சிறப்பான சாத்திரத்தின் தொகுப்பைக்கண்டு
வென்றிடவே காலாங்கி தாள்பணிந்து வேகமுடன் குளிகையது பூண்டுகொண்டு
குன்றான மலைக்குகைகள் யானுங்கண்டு கொற்றவனே காவியந்தான் கூறினேனே. 5738

கூறினேன் காவியந்தான் ஏழாயிரமாகும் கூறான சத்தகாண்டம் போலநூல்கள்
மீறியதோர் நூலுண்டோ வையகத்தில் மிக்கான நூலிதுபோல் ஆர்தான்சொன்னார்
மாறுபா டாகவல்லோ சாத்திரநூல்கள் மகத்தான சித்துமுனி சொன்னாரப்பா
ஆறுதலம் போலாக இந்தநூல்தான் அப்பனே உந்தனுக்கு வரைந்திட்டேனே. 5739

போகர் சித்தர்கள் வயதும் சமாதி மார்க்கமும் கூறுதல்

அறைந்ததொரு இன்னமொரு மார்க்கங்கேளு அப்பனே புலிப்பாணி மைந்தாபாரு
நிறைந்ததொரு சித்தர்முனி ரிஷிகளானோர் நீடாழி உலகுதனில் இருந்தவாறும்
குறைந்ததொரு அவரவர்கள் வயதுமார்க்கம் கூறுகிறேன் வையகத்தில் கண்டாராய்ந்து
மறைந்ததொரு சமாதியின்தன் மார்க்கமெல்லாம் மன்னவனே உந்தனுக்கு நிகழ்த்துவேனே. 5740

நிகழ்த்துவேன் காலாங்கி நாதர்தம்மை நெடுங்கால செய்தியெலாம் நிகழ்த்துவேன்யான்
புகழான காலாங்கி நாதர்தாமும் விண்ணியனார் வெகுகாலம் இருந்தசித்து
அகந்தனிலே மூன்றுயுகஞ் சமாதிசென்று அப்பனே முயற்சியுடன் வந்தசித்து
ஜெகந்தனிலே சீனபதி தேசந்தன்னில் சிறப்புடனே குளிகைகொண்டு போனசித்தே. 5741

சித்தான காலாங்கி நாதர்தானும் சிறப்புடனே சீனபதி தன்னிற்சென்று
முத்தான காலனது அருளும்பெற்று முனையான சமாதிதனில் இறங்கியல்லோ
சத்தமுடன் அசரீரி வாக்கினோடும் தாரணியில் சமாதிமுகம் இருந்துகொண்டு
பத்தியுடன் சீனபதி மாண்பருக்கு பலகாலுந் தரிசனைகள் புரிகுவாரே. 5742

புரிகுவார் வயதினுட மார்க்கந்தன்னை புகலுவேன் காலாங்கி நாதருக்கு
சரியுடனே மூவாயிரஞ் சொச்சமப்பா சங்கமுடன் வயதுதான் என்னலாகும்
குறியான வருடமது மூவாயிரந்தான் குறிப்புடனே மகாநூலிற் சொன்னநீதி
நெறியுடனே வையகத்தில் இருந்துமல்லோ நேர்மையுடன் சமாதிமுகம் சென்றார்தானே. 5743

தானான போகரிஷி மார்க்கஞ்சொல்வேன் தயவான புலிப்பாணி மைந்தாகேளு
கோனான எனதையர் காலாங்கிநாதர் குறிப்புடனே எந்தனுக்குச் சொன்னநீதி
பானான வயததுவும் முந்நூறென்று பான்மையுடன் எந்தனுக்கு உபதேசித்தார்
தேனான குளிகையது பூண்டுகொண்டு தேசமெலாஞ் சுற்றிவந்தேன் காலந்தானே. 5744

காலமாம் வெகுகாலம் அடியேன்தானும் காலாங்கி நாதருட கிருபையாலும்
கோலமுடன் திருக்கமலம் வீற்றிருக்கும் கொம்பனையாள் மனோன்மணியாள் கிருபையாலே
ஆலகாலம் உடையதொரு அரன்பாகத்தில் அப்பனே வையகத்தில் யானுமல்லோ
காலமெலாஞ் சுத்திவந்து அடியேன்தானும் தாரணியில் சித்துமுனி ரிஷிகண்டேனே. 5745

கண்டேனே வெகுகோடி சித்துதம்மை காலாங்கி நாதருட கிருபையாலே
கொண்டதொரு வையகத்து அதிசயங்கள் கொற்றவனே அடியேனுந் தானறிந்து
உண்டான உளவுபதி மார்க்கமெல்லாம் உத்தமனே கண்டல்லோ மிகஆராய்ந்து
பண்டிதங்கள் மிகப்பார்த்து பலநூல்சேதி பாங்குடனே சீனபதிக்கு உரைத்திட்டேனே. 5746

உரைத்தேனே சீனபதி மாண்பருக்கு உத்தமனே லோக அதிசயங்களெல்லாம்
உரைத்தேனே சீனபதிப் பெண்களுக்கு வகுப்பான சித்துமுனி ரிஷிகள்மார்க்கம்
திரைகடல்சூழ் அஷ்டாங்க யோகமெல்லாம் திரட்டினேன் போகர் ஏழாயிரந்தான்
புரையொன்றும் நேராமல் புகழ்ந்தநூலாய் புகட்டினேன் சீனபதி மாண்பருக்கே. 5747

மாண்பான புலிப்பாணி மைந்தாகேளு மகத்தான வையகத்தில் முந்நூறாண்டு
ஆண்மையுடன் நானிருந்தேன் அதிசயங்கள் அப்பனே யான்கண்ட வாறுமட்டும்
வீண்போகாக் காலமது சாத்திரத்தின் வீரான உளவுநி தானங்கள்கண்டு
தாண்மையுடன் யானுரைப்பேன் இதிகாசங்கள் சட்டமுடன் சொல்லுகிறேன் பண்பாய்க்கேளே. 5748

கேளேதான் ரோமரிஷி வயதுமார்க்கம் கெவனமுடன் சொல்லுகிறேன் பண்பாய்க்கேளு
நாளேதான் போகாமல் ரோமர்தாமும் நலமுடனே சமாதிமுகஞ் சென்றுமல்லோ
ஆளேதான் வருஷமது வையகத்தில் அப்பனே தானிருந்து வெளியுமாகி
பாளேதான் போகாமல் வருஷம்அறுநூறு பாங்குடனே வீற்றிருந்த சித்துமாமே. 5749

சித்தான மச்சமுனி வாறேதென்றால் சிறப்பான வையகத்தில் இருந்தசேதி
பக்தியுடன் முந்நூறு ஆண்டுமட்டும் பகவானைத் துதிசெய்து காயங்கொண்டு
முத்தியுடன் சமாதிக்குச் சென்றுமல்லோ மூர்க்கமுடன் மூவாண்டு சமாதிபூண்டு
கத்தனையே தானினைத்து கைலைதன்னில் காசினியை விட்டுமல்லோ ஏகினாரே. 5750

ஏகவே சட்டமுனி வாறேதென்றால் எழிலாக எண்ணூறு ஆண்டுமட்டும்
போகவே சமாதிமுகம் மூன்றுமுறைதானும் பொங்கமுடன் பூமிதனில் இருந்துமல்லோ
சாலமுடன் வெகுகாலம் இருந்தசித்து சாங்கமுடன் சீஷவர்க்க உபதேசங்கள்
ஆகமங்கள் ஓதியல்லோ இருந்தசித்து அப்பனே யோகமா சித்துமாமே. 5751

ஆமேதான் இன்னமொரு மார்க்கங்கேளு அப்பனே இடைக்காடர் வரலாறுசொல்வேன்
போமேதான் வெகுகாலம் இருந்தசித்து பொங்கமுடன் காயாதி கற்பங்கொண்டு
நேமமுடன் நிஷ்டையது பூண்டுகொண்டு நெடுங்காலம் நூறாண்டும் இருந்தசித்து
வாமமுடன் தேவதா சாபத்தாலே வையகத்தில் இருந்ததொரு சித்துவாச்சே 5752

ஆச்சப்பா தன்வந்திரி வயதுமார்க்கம் அப்பனே சொல்லுகிறேன் மன்னாகேளு
பாச்சலுடன் வயததுதான் எண்ணாறுண்டு பாங்குடனே சமாதிமுகங் கொண்டசித்து
மூச்சடங்கி தன்வந்திரி பகவான்தானும் மூன்றுமுறை சமாதிதனில் இருந்தசித்து
மின்னவே காலாங்கி நாதர்தம்மின் விருப்பமுடன் உபதேசங் கொண்டசித்தே. 5753

என்னலாம் வெகுகோடி மாண்பர்மெச்சும் எழிலான தன்வந்திரி பகவான்தானும்
பன்னவே மூலத்தின் ஈசரப்பா பாங்கான வயததுதான் ஏதென்றாக்கால்
துன்னவே இருநூறு ஆண்டுமாகும் துப்புரவாய் பூமிதனில் இருந்தசித்து
மின்னவே காலாங்கி நாதர்தம்மின் விருப்பமுடன் உபதேசங்கொண்ட சித்தே. 5754

சித்தான சித்துமுனி மூலத்தீசர் சிறப்பான மலைதனிலே இருநூறாண்டு
சத்தியுடன் பூசையது செய்துமல்லோ சாங்கமுடன் மலைதனிலே ஐக்கியமாகி
வித்தகனார் சீஷவர்க்க மாண்பரோடும் விருப்பமுடன் சுனைதனிலே இறங்கினார்பார்
சத்தபரி சங்களற்று தரணிமீதில் சாங்கமுடன் தானிருந்தார் சிலநாள்தானே. 5755

தானான இன்னமொரு மார்க்கங்கேளு தயவான புலிப்பாணி மைந்தாபாரு
கோனான எனதையர் காலாங்கிநாதர் கொற்றவனார் எந்தனுக்கு சொன்னநீதி
தேனான மனோன்மணியாள் கடாட்சத்தாலே தேஜொளிவின் மயங்கொண்ட கும்பயோனி
பானான பராபரத்துக் கொப்பதான பாருலகில் அகஸ்தியரைப் பகருவேனே. 5756

பகருவேன் அகஸ்தியருக்கு வயதுஏதென்றால் பட்சமுடன் தொகைகணக்குக் கூறொண்ணாது
நிகரமுடன் சொல்வதற்கு யாராலாகும் நீதியுடன் நூல்தனிலே உரைத்தமார்க்கம்
அகரமென்ற அட்சரமும் அவராலாச்சு அப்பனே நாலுயுகங் கடந்தசித்து
சகரமெலாந் தான்துதிக்கும் கும்பயோனி சதுரான அகத்தியர் என்று அறையலாமே. 5757

அறையலாம் வெகுகோடி காலமப்பா அப்பனே சமாதிமுகம் இருபத்தொன்று
நிறையவே சமாதிமுகம் வையகத்தில் நேர்மையுடன் தானிருந்த சித்துமாகும்
குறையவே வயததுதான் சொல்வதற்கு குவலயத்தில் முடியாது ஒருவராலும்
மறையவே நூல்தனிலே காண்பதற்கு மகத்தான வயததுவும் இல்லைதானே. 5758

இல்லையே இன்னமொரு மார்க்கங்கேளு எழிலான புலிப்பாணி மைந்தாபாரு
தொல்லுலகம் புகழுஞ் சிவவாக்கியர்தாமும் தோறாத வையகத்தில் வெகுநாளப்பா
புல்லவே சமுசார வாழ்க்கைவேண்டாம் புகழான வன்பத்தோ ராண்டுமட்டும்
வெல்லவே சமுசார வாழ்க்கையற்று வெகுநாளாய் இருந்ததொரு சித்துமாச்சே. 5759

ஆச்சப்பா வெகுகால வருஷமாக அப்பனே சமுசார வாழ்க்கையற்று
மூச்சடங்கி மடந்தனிலே இருந்தசித்து மூர்க்கமுடன் சமுசாரம் வேண்டியல்லோ
பாச்சலுடன் தாய்தந்தை சீர்பாதத்தை பணிந்துமே மனதுவந்து கேட்டார்தாமும்
மாச்சலுடன் தாய்தந்தை மனங்களித்து மார்க்கமுடன் மகன்தனையே கேட்டார்தாமே. 5760

சிவவாக்கியர் தாய் தந்தையாரிடம் இல்வாழ்க்கை கேட்டல்

தானான பிரகாசமான ஜோதி தண்மையுள்ள சிவவாக்கிய புனிதவானே
கோனான குருநாதர் கடாட்சத்தாலே கொற்றவனே சமுசார வாழ்க்கைவேண்டி
தேனான மனோன்மணியாள் கடாட்சத்தாலே தேற்றமுடன் இல்வாழ்க்கை கேட்டீரப்பா
மானான இல்வாழ்க்கை கேட்டதாலே மன்னவனே இப்போது செய்யலாமே. 5761

செய்யவே சந்தோஷங் கொண்டுமல்லோ சிறப்புடனே மனதுவந்து மனம்நொடிந்தார்
துய்யவே சிவவாக்கியர் பெயருண்டாக துப்புரவாய் சிவானந்தர் பிறந்தார்தாமும்
வெய்யவே எண்பத்தோர் ஆண்டுமட்டும் விருப்பமுடன் சிவவாக்கியர் தாமிருந்து
வையகங்கள் தான்புகழ சமாதிமார்க்கம் வளமுடனே இறங்கியதோர் வளமைபாரே. 5762

பாரேதான் இன்னமொரு மார்க்கங்கேளு பாங்கான புலிப்பாணி மன்னாபாரு
நேரேதான் ராமர்எனுந் தேவரப்பா நேர்மையுடன் வெகுகாலம் இருந்தசித்து
சேரேதான் வயததுவும் இருநூறாண்டு செம்மலுடன் சமாதிமுகம் சென்றசித்து
சூரேதான் மூன்றுமுறை வையகத்தில் குறிப்புடனே சமாதிமுகம் போனார்காணே. 5763

காணவே இன்னமொரு மார்க்கங்கேளு கருவான புஜண்டருட வயதுமார்க்கம்
தோணவே முந்நூறு அறுபதாண்டு தோறாமல் குகைதனிலே இருந்தசித்து
பூணவே சமாதிமுகம் ஏறவில்லை பொங்கமுடன் முந்நூற்று அறுபதாண்டு
வேணபடி வையகத்து அதிசயங்கள் விருப்பமுடன் யான்கண்டேன் அனேகந்தானே 5764

தானேதான் சித்தர்முனி புஜண்டர்தாமும் தண்மையுள்ள சீஷவர்க்கம் தனைஅழைத்து
சோனையிலே எந்தனுக்கு சமாதிபூண சுத்தமுடன் சுரங்கமது செய்யவென்ன
ஆனையள வாகவல்லோ சுரங்கஞ்செய்து வண்புடனே மனதுவந்து கூறலுற்றார்
மானையவர் கைபிடித்து சுரங்கந்தன்னில் மார்க்கமுடன் சாரலிடஞ் சென்றிட்டாரே. 5765

சென்றாரே புஜண்டரெனும் சித்துதாமும் சிறப்புடனே சமாதிமுகஞ் சென்றபோது
குன்றான மலைமீதிற் கூடிருந்த குறிப்பான மானதுவும் மனதுவந்து
வென்றிடவே ரிஷியாரின் சித்துபாதம் வெகுநாளாய் தான்வளர்த்த சாபத்தாலே
அன்றுமே கூடிருந்த மான்தானப்பா அப்பனே சமாதிமுகஞ் செல்லலாச்சே. 5766

ஆச்சப்பா சமாதிமுகஞ் சென்றபோது அப்பனே சீஷவர்க்க மாண்பர்தானும்
மூச்சடங்கிப் போனதொரு புஜண்டரப்பா முனையான வையகத்தில் வருவதில்லை
பாச்சலுடன் சமாதிமுகம் மூடியல்லோ பண்பான பாறைகொண்டு ஏகியல்லோ
வீச்சலுடன் மாண்பரெல்லாம் வெளியேயேகி விட்டாரே கோடிதளங் காணலாச்சே. 5767

காணவே இன்னமொரு கருமானங்கேள் காசினியில் கருவூரார் என்றசித்து
தோணவே நடேசரென்னும் கருவுண்டாகி துப்புரவாய் பாண்டியனுக்கு அருளுந்தந்தார்
பூணவே பாண்டியன் தேவாலயத்தில் பொங்கமுடன் நடேசரைத்தான் செய்துவைத்தேன்
தோணவே காயாதி கற்பங்கொண்டு தொல்லுலகில் வெகுகாலம் இருந்தசித்தே. 5768

சித்தான கருவூரார் என்றசித்து சின்மயத்தில் பேரின்பங் கொண்டசித்து
முத்தான வயததுவும் முந்நூறாண்டு மூதுலகில் பாண்டியனுக்கு உகந்தசித்து

பத்தியுடன் சிதம்பரமாம் தேவஸ்தானம் பட்சமுடன் நிர்மித்த ஞானசித்து
சத்தியெனும் மடாலயங்கள் உண்டுபண்ணி சாங்கமுடன் சமாதிமுகஞ் சென்றசித்தே. 5769

சென்றதொரு சித்துமுனி மார்க்கங்கேளு செயலான புண்ணாக்கு ஈசரப்பா
தென்றிடவே வயததுதான் நூற்றிரண்டுபத்து விருப்பமுடன் மரப்பொந்தில் இருந்தசித்து
குன்றுமலை குளிகையது அனியாச்சித்து கோபாலா கோபாலா என்னுஞ்சித்து
தென்திசையில் வடகோடி கானகத்தில் திருவாத்தின் மரத்தின் மேலிருந்தசித்தே. 5770

சித்தான சித்துமுனி நாதருக்கு சிறப்பான ஆசானாம் பாம்பாட்டியாகும்
சத்தான வையகத்தில் சிலதுகாலம் சாங்கமுடன் அறியாத வாலிபத்தில்
சுத்தமுடன் அரிபூசை சிவனார்பூசை சுந்தரனார் எந்நேரஞ் செய்துகொண்டு
கத்தனே கோபாலா கோபாலாவென்று காசினியில் வாய்ப்பினத்தித் திரிவார்பாரே. 5771

பாரேதான் மாண்பர்களைக் கண்டபோது பாலகனார் வாய்திறந்து யாருங்கேளார்
நேரேதான் பசிவந்து உற்றபோது நேர்மையுடன் கோபாலா என்றசத்தம்
வீரேதான் வீரிட்டு சபதமிட்டு விண்ணுலகைக் கண்திறந்து பார்க்கும்போது
ஆறோதான் தேவாதி வரத்தினாலே அப்பனே பால்பழமும் தருவார்தானே. 5772

தானான பால்பழமும் உண்டபின்பு தாக்கான வழித்தடங்கள் காணமாட்டார்
கோனான பாம்பாட்டி தனைநினைந்து கொற்றவனார் நடுவீதி பள்ளிகொள்வார்
தேனான மனோன்மணியாள் கடாட்சத்தாலே தேசமெல்லாந் தான்திரண்டு வந்திருப்பார்கள்
மானான புண்ணாக்கர் கண்திறந்து மகத்தான கோபாலா என்பார்தானே. 5773

என்னவே புண்ணாக்கு ஈசர்தாமும் எழிலான மண்ணதனைத் தானெடுத்து
உன்னிதமாய் மாண்பருக்குத் தான்கொடுப்பார் உத்தமனே மண்ணதுவுந் தித்திப்பாகும்
பன்னவே நோயாளி யார்வந்தாலும் பட்சமுடன் மண்கிள்ளித் தான்கொடுப்பார்
சொன்னபடி நோயாளி ரோகந்தீர்ந்து சுத்தமுடன் போவார்கள் மெத்தவுண்டே. 5774

உண்டான மாண்பருக்கு புண்ணாக்கீசர் உத்தமனே பிரிதிவென்ற மண்ணைத்தானும்
வண்மையுடன் தான்கொடுத்து வியாதிரோகம் வளமையுடன் தான்தீர்ப்பார் அதீதமெத்த
திண்மையுடன் சிலகாலஞ் சென்றபின்பு தீர்க்கமுடன் வயததுவும் நூறாண்டாச்சு
கண்மையுடன் வையகத்தில் இருக்கலாகா தற்பரனைக் காணவெண்ணி நினைத்திட்டாரே. 5775

இட்டதொரு புண்ணாக்கு ஈசர்தாமும் எழிலான திருவாத்தின் மரத்தின்கீழே
சட்டமுடன் திருப்பொந்தில் இருந்துகொண்டு சாங்கமுடன் சிவயோகஞ் செய்துமல்லோ
திட்டமுடன் சிலநாட்கள் கழிந்தபின்பு தீர்க்கமுடன் மரப்பொந்தில் ஐக்கியமாகி
பட்டமரந் துளுத்தல்லோ வையகத்தில் பட்சமுடன் மாண்பருக்கு குருவுமாச்சே. 5776

குருவான திருவாத்தி மரத்தையப்பா கொற்றவனே வையகத்து மாண்பரெல்லாம்
திருவான ரோகமது கண்டபோது தீர்க்கமுடன் மரத்துக்குக் காப்புகட்டி
சருவான சருகுவகை கியாழமிட்டு சட்டமுடன் தானருந்தி ரோகந்தீர்ந்து
பெருமையுடன் வையகத்தில் புனிதவானாய் பேருண்டாய் வெகுநாளாய் வாழ்ந்தார்தாமே. 5777

வாழ்ந்தாரே இன்னமொரு மார்க்கங்கேளு வகுப்பான புலிப்பாணி மைந்தாபாரு
ஆழ்ந்தவே காலாங்கி கடாட்சத்தாலே அப்பனே வேங்கைதனில் ஏறிக்கொண்டு

தாழ்ந்திடவே ஜலந்திரட்டி புனிதவானும் சாங்கமுடன் தாரணியில் சுற்றிவந்தோன்
மூழ்ந்திடவே வெகுகோடி காலமப்பா மூதுலகில் இழிந்தொரு சித்துபாரே. 5778

பாரப்பா புலிப்பாணி பாலனான பட்சமுடன் உந்தனுக்கு வயதுசொல்வேன்
ஆரப்பா வயததுவும் அறுநூறாண்டு அப்பனே வையகத்தில் இருந்தசித்து
நேரப்பா சமாதிமுகஞ் சென்றதில்லை நேர்மையுடன் நெடுங்காலம் இருந்தசித்து
சீரப்பா சிவயோகந் தன்னிற்சென்று சிறப்புடனே சின்மயத்தில் இருந்தசித்தே. 5779

இருந்துமே வெகுகால மானசித்து எழிலாக எந்தனிட உபதேசங்கள்
பொருந்தவே தானடைந்து புனிதனாவாய் பொங்கமுடன் வையகத்தில் இருந்தசித்து
திருந்தவே மலைக்குகைகள் வனாந்திரங்கள் தீரமுடன் கண்டறிந்த சித்துவாகும்
கருந்தமிழும் செந்தமிழும் கலந்தசித்து காசினியில் உபவாசச் சித்துமாமே. 5780

ஆமப்பா புலிப்பாணி மைந்தாகேளு அப்பனே இன்னமொரு மார்க்கஞ்சொல்வேன்
போமப்பா நந்தியுட மார்க்கந்தன்னை புகலுகிறேன் வயததுவும் ஏதென்றாக்கால்
நாமப்பா வயததுவும் எழுநூறாண்டு நலமான வெகுகாலம் இருந்தசித்து
வேரப்பா சமாதிமுகங் கண்டசித்து வேதாந்த நந்தியென்று சொல்லலாச்சே. 5781

சொல்லவென்றால் நாவில்லை பாவுமில்லை சுந்தரனார் யுகங்கடந்த நந்திமூர்த்தி
வெல்லவே மலையடியாம் வாரந்தன்னில் வேண்டியே சமாதிமுகம் இருந்தசித்து
புல்லவே சீஷவர்க்கம் இல்லாமற்றான் பூதலத்தில் வெகுநாளாய் இருந்தார்தாமும்
நல்லதொரு தேவதா ஸ்தலங்கள்தன்னில் நலமுடனே நந்தியென்ற பேருண்டாச்சே. 5782

உண்டாச்சு சித்துமுனி பாலனுக்கு உற்றதொரு நந்திமுகந் தாமாச்சு
கண்டதொரு மாண்பரெல்லாம் ஆலயத்தில் கருத்தினிலே முன்னின்ற நந்தியென்று
அண்டர்முனி ராட்சதரும் ரிஷிகள்தாமும் அந்தர துந்துபிமுதலுந் தேவரானோர்
மண்டலத்தில் தேவதா ஸ்தலங்கள்தன்னில் மகத்தான நந்தியென்று மதித்திட்டாரே. 5783

மதிக்கவே இன்னமொரு மார்க்கங்கேளு மகத்தான புலஸ்தியரின் வண்மைசொல்வேன்
துதிக்கவே அகஸ்தியனார் வாசம்பெற்ற துடியான புலஸ்தியனார் என்னலாகும்
விதிப்படியே கமலமுனி கோத்திரத்தில் வித்தகராய் வந்துதித்த முனிவர்தாமும்
கதிபெறவே அகஸ்தியனார் பாகம்பெற்று காசினியில் வந்துதித்த சித்துமாச்சே. 5784

ஆச்சப்பா புலஸ்தியரின் வயதுஏதென்றால் அப்பனே அறுநூற்று அறுபதாகும்
மூச்சடங்கி பிரணவத்தை மாறிமாறி மூதுலகில் வெகுகாலம் இருந்தசித்து
பேச்சறி யாமாவின் சித்துவப்பா பேரின்ப நிலைதனையே துறந்தசித்து
நீச்சனெனும் பஞ்சமரோடு இருந்தசித்து நெடுங்கால வையகத்து சித்துமாச்சே. 5785

சித்தான புலஸ்தியரும் சமாதிக்கேக சிறப்பான தேரணமா முனிவர்தம்மை
பத்தியுடன் சீஷவர்க்கம் கொண்டுமல்லோ பாருலகில் சமாதிக்கு ஏகவென்று
முத்திபெற சின்மயத்தை மனதிலெண்ணி மூதுலகில் சமாதிக்குச் செல்கவென்று
சத்தியமாய் பவக்கடலை ஒழித்துமல்லோ சட்டமுடன் சமாதிமுகம் ஏகினாரே. 5786

ஏகவே வையகத்தில் சமாதிதன்னில் எழிலாக முப்பது ஆண்டுமட்டும்
போகமென்னும் அத்வீத நிலையில்நின்று பொங்கமுடன் தானிருந்த மாயாசித்து

பாகமுடன் தேரணமா முனிவர்தன்னால் பாருலகில் மறுபடியும் வந்தசித்து
சாகமது வாராமல் அறுநூற்றுச்சொச்சம் சாங்கமுடன் வையகத்தில் இருந்தார்பாரே. 5787

பாரேதான் இன்னமொரு அயனஞ்சொல்வேன் பண்பான எந்தனது நேசபாலா
சீரேதான் வேதமென்ற வியாசரப்பா சிறப்புடனே வெகுகாலங் கடந்தசித்து
கோரமென்ற வயததுவும் ஆயிரத்துச்சொச்சம் குவலயத்தில் வேதமதை அறிந்தசித்து
தீரமுடன் நூலாதி நூல்களெல்லாம் திரைகடல் போலுண்டதொரு சித்துகாணே. 5788

காணவே வனாந்திரங்கள் குகைகள்நாடு கருவான மலையாறு குண்ணுதானும்
வேணதொரு அண்டர்முனி கூட்டத்தார்கள் வெளிக்காணா காடுமுதல் உறைந்தசித்து
நீணவே சமயமென்ற மார்க்கந்தன்னை நேர்மையுடன் துகைபாடு செய்தசித்து
மாணமருங் கல்விதனில் உறைந்தசித்து மகத்தான மாண்பருக்கு உகந்தசித்தே. 5789

மாண்பான வையகத்து ஜனங்களுக்கு மார்க்கமுடன் வேதமதை ஓதும்சித்து
ஆண்மையுடன் சாத்திரங்கள் புராணமெல்லாம் அவரவர்க்கு உகந்தபடி செய்துவைத்தேன்
தாண்மைபெற சைவாதி சமயமெல்லாம் தாரணியில் கொடிநாட்டி இருந்தசித்து
நீண்மையுடன் காயாதி கற்பங்கொண்டு நெடுங்காலம் இருந்ததொரு தவசியாச்சே. 5790

தவசியென்றால் மாண்பருக்கு உகந்தசித்து தாரணியில் சமுசார வாழ்க்கையோடும்
பவக்கடலைத் தானொழித்துப் பாரின்மீது பட்சமுடன் தானிருந்த கொடியசித்து
தவப்பெருமை கொண்டல்லோ ரிஷிகளோடும் தயங்காமல் அரசர்முதல் வணங்குஞ்சித்து
நவகண்ட வையகமும் அறிந்தசித்து நலமான வியாசமுனி என்றசித்தே. 5791

முனியான சித்துமுனி வியாசர்தாமும் மூதுலகில் பெருமைதனை அறிந்தசித்து
கனிவோடும் பாலோடும் ரிஷிகள்தம்மை கண்ணினால் கண்டறிந்த சித்துவாகும்
பனிபோன்ற மலைநாடு பார்த்தறிந்து பட்சமுடன் சென்றல்லோ உபதேசங்கள்
தனியாகத் தானிருந்து பிரணவத்தை தண்மையுடன் தானறிந்த சித்துதானே. 5792

தானான சித்துக்குச் சமாதியில்லை தாரணியில் வெகுகாலம் இருந்தசித்து
கோனான குருக்கள் மகாரிஷிகள்தேவர் கொற்றவனார் சீஷவர்க்க மாண்பர்தன்னை
மானான வையகத்தில் அறிந்தசித்து மகத்தான வியாசமுனி சித்துபோல
தேனான வேதமதை அறிந்தசித்து திரைகடலில் கண்டதுண்டோ உண்மைதானே. 5793

உண்மையிது இன்னமொரு மார்க்கங்கேளு உத்தமனே புலிப்பாணி மைந்தாபாரு
வண்மைபெறுந் தேரையர் என்னுஞ்சித்து வளமான ரோகமதைத் தீர்க்குஞ்சித்து
நன்மைபெற வயததுவும் ஏதென்றாக்கால் நாதாந்த சித்துமுனி கும்பயோனி
உண்மையுடன் எழுதிவைத்த சாத்திரத்தில் தீர்க்கமுடன் வயதுமுந்நூறு என்னலாமே. 5794

என்னவே வயததுவும் முந்நூறாண்டு எழிலான தேரையர் முனிவருக்கு
பன்னவே சாத்திரத்தின் வகுப்பைப்போல பட்சமுடன் கண்டறிந்து சொல்லலாச்சு
துண்ணவே இவர்தமக்கு சமாதியில்லை துப்புரவாய் ஜெகத்தாசை விட்டோர்தாமும்
முன்னவே அகஸ்தியனார் உபதேசங்கள் முறைப்படியே கண்டறிந்த சித்துமாச்சே. 5795

முறையான கருவிகர ணாதியெல்லாம் முயற்சியுடன் தாமறிந்த மாயாசித்து
கறைபோன்ற பதினெண்பேர் சாத்திரத்தைக் கருத்தினிலே எந்நாளும் மனதுவந்து

மறைவான பொருளெல்லாம் மாண்பருககு மகத்தான முறைப்பாடு யாவுங்கண்டு
குறையாமல் உபதேசஞ் செய்தசித்து கொற்றவனார் தேரைய முனிவர்தாமே. 5796

முனியான தேரைய முனிவரப்பா மூர்க்கமுடன் சங்கமென்ற சபையிற்சென்று
தனியாக அகஸ்தியரின் பின்தொடர்ந்து சட்டமுடன் பிணிதீர்க்க சித்துவாகும்
பனிபோன்ற வனாந்திரத்தில் இருக்கும்மூலி பாங்கான சஞ்சீவி மூலிதன்னை
மனிதர்களை தானெழுப்பும் அமிர்தமூலி மார்க்கமுடன் கண்டறிந்த சித்துபாரே. 5797

பாரப்பா ஏமமென்ற வித்தைதன்னை டண்புடனே மனதுவந்து கண்டசித்து
ஆரப்பா இவர்போலுஞ் சித்துமுண்டோ அவனிதனில் ஆரேனுங் கண்டதில்லை
நேரப்பா ஏமமென்ற சித்தேயாகும் நெடிதான மலையனைத்தும் பழுக்குஞ்சித்து
சீரப்பா வையகத்தில் நெடுநாளாக சிறப்புடனே தானிருந்த சித்துமாமே. 5798

தாமேகேள் இன்னமொரு மார்க்கம்சொல்வேன் தயவான பாலகனே மைந்தாபாரு
போமேதான் பக்கிரி யாக்கோபுவென்றும் பொங்கமுடன் சாத்திரத்தின் உரைத்தவார்போல்
நேமமுடன் வயததுவும் ஏதென்றாக்கால் நிலையான ஆண்டதுவும் இருநூற்றுச்சொச்சம்
நாமமுடன் நபிநாயன் தன்னைக்காண நன்னயமாய் மக்கபுரி போனார்தாமே. 5799

போனாரே மலைநாடு குகைகடந்து பொங்கமுடன் நபிதனையே காணவென்று
கானாறு பாதவழி செல்லும்போது கடுங்காளை நபிக்கூட்டம் மிகவாய்க்கண்டு
மானான மகாதேவர் பதியிலப்பா மார்க்கமுடன் வந்ததினால் உந்தமக்கு
தீனான தீன்பதியில் உந்தனைத்தான் திட்டமுடன் சபித்திடுவோம் என்றிட்டாரே. 5800

என்றவுடன் யாக்கோபு தாள்பணிந்து எழிலான வார்த்தையது கூறும்போது
சென்றுமே யாக்கோபு தன்னைக்கண்டு சிறப்புடனே சுன்னத்து செய்துமல்லோ
தின்றிடவே ரொட்டியது தானும்ஈய்ந்து சிறப்புடனே யசேனுசேன் என்றுகூறி
வென்றிடவே உபதேச பிரணவத்தை விருப்பமுடன் மலுங்குமார் ஓதினாரே. 5801

ஓதவே நபிநாயர் கூட்டத்தார்கள் உத்தமர்கள் மனம்போலே மனதுவந்து
நீதமுடன் மக்கபுரி கோட்டைக்குள்ளே நிஷ்களங்க பக்கிரியாக் கோபுதன்னை
தோதமுடன் கொண்டுசென்றார் அரண்மணைக்குள் தோறாமல் கொத்துமா ஓதினார்கள்
வீதமது பயனறிந்த சித்துதாமும் விடுபட்டு வந்ததொரு யாக்கோபாச்சே. 5802

ஆச்சப்பா இன்னமொரு அயனம்சொல்வேன் அப்பனே கொங்கணவர் வயதுமார்க்கம்
பாச்சலுடன் எண்ணூறு ஆண்டுமட்டும் பாரினிலே இருந்ததொரு சித்துமாகும்
மாச்சலுடன் சமாதிமுகஞ் சென்றசித்து மகத்தான கொங்கணவர் சித்துமாகும்
ஓச்சலது இல்லாமல் உலகுதன்னில் உத்தமனே வெகுகாலம் உழன்றசித்தே 5803

சித்தான சித்துமுனி ரிஷிகள்தாமும் சிறப்பான கொங்கணவர் காண்டஞ்சொல்லி
முத்தான கடைக்காண்டம் மூன்றும்சொல்லி மூதுலகில் சமாதிக்கு ஏகலானார்
பத்தியுடன் கடைக்காண்டம் நூலிலப்பா பாடிவைத்தார் வெகுசங்கைக் காணப்போமோ
புத்தியுள்ள மாண்பர்களும் காண்பாரப்பா கண்டாலும் மதிசங்கை இன்னமுண்டே. 5804

உண்டான கடைக்காண்டம் பாடியல்லோ உத்தமனுங் கொங்கணவர் முனிவர்தானும்
நண்பான வையத்தில் மாண்பர்முன்னே நலமான ரிஷிமுனிவர்தனை அழைத்து

வண்பான சாத்திரங்கள் பாடியல்லோ வளமுடனே வெகுசித்தர் மறைத்துவைத்தார்
திண்ணமுடன் காயாதி கற்பங்கொண்டு தீரமுடன் சமாதிக்குச் சொல்வேன்தானே. 5805

சொல்லவே சமாதிமுகம் நின்றபோது செம்மலுடன் சீஷவர்க்கம் அனேகங்கோடி
மெல்லவே சமாதிக்கு இடமுந்தேடி மேன்மையுடன் வழிபாடு செய்துமல்லோ
புல்லவே கொங்கணனார் முனிவர்தானும் புகழான சமாதிமுகம் உள்ளேசென்று
வல்லமையாய் முப்பது ஆண்டுதானும் வளமுடனே இருந்த சித்துதானே. 5806

தானான இன்னமொரு அயனஞ்சொல்வேன் தாக்கான கண்மணியே புகலக்கேளு
கோனான தட்சணா மூர்த்தியப்பா குவலயத்தில் வெகுகாலம் இருந்தசித்து
மானான வயததுவும் ஏதென்றாக்கால் மகத்தான ஆயிரத்து சொச்சமப்பா
பானான படியேழு கடலுஞ்சுத்தி பாரினிலே உழன்றதொரு சித்துகாணே. 5807

காணவே தட்சணா மூர்த்தியாகும் காசினியில் திருமந்திரம் பாடினோர்தான்
பூணவே சிவாலயந் தன்னிலப்பா பொங்கமுடன் வெகுகாலம் இருந்தசித்து
தோணவே திருமந்திரம் பாடியல்லோ தோற்றமுடன் சமாதிக்கு ஏகவெண்ணி
ஆணவங்கள் தானொடுங்கி சித்துதாமும் வண்பான காசிபதி சென்றிட்டாரே. 5808

சென்றாரே நர்மதா நதியின்பக்கம் சிறப்புடனே தட்சணா மூர்த்திநாயர்
குன்றான கரையோரம் மண்டபந்தான் கொற்றவனார் சமாதிமுகஞ் சென்றுமல்லோ
வென்றிடவே ஒருயுகமாம் அறுபதாண்டு உத்தமனார் தானிருந்து வந்தசித்து
தென்திசையில் தட்சணா மூர்த்தியென்று தேசமதில் பேர்கொண்ட சித்துபாரே. 5809

பாரேதான் இன்னமொரு மார்க்கஞ்சொல்வேன் பாங்கான பாலகனே பகரக்கேளு
நீரேதான் கோரக்கர் வயது ஏதென்றாக்கால் நிஷ்களங்க மாகவல்லோ மாயாசித்து
சேரேதான் வயததுவும் எண்பதாகும் செப்பினார் அவர்நூலில் சூத்திரந்தான்
சீரேதான் பதினாறு சூத்திரத்தில் சிறப்பாகப் பாடிவைத்த உண்மையாமே. 5810

உண்மையாங் குளிகையது தானுமில்லை உத்தமனே நரைதிரையும் யாதொன்றில்லை
வண்மையாம் பிணியென்ற ரோகமில்லை வகுப்பான காயாதி தானுமில்லை
தண்மையுடன் வையகத்து மாண்பரெல்லாம் தப்பாமல் சிவயோகி என்பார்பாரு
திண்மையுடன் கோரக்கர் மூலிதம்மை தீர்க்கமுடன் எப்போதும் தின்பார்தானே. 5811

தின்பாரே கோரக்கர் மூலியாலே தீர்க்கமுடன் கோரக்கர் சித்துமாச்சு
அன்பாக சமுசார வாழ்க்கையில்லை வளமான பொருளின்மேல் ஆசையில்லை
என்னேரந் திரிகால பூசையோடும் எழிலான காவிகஷாயத்தோடும்
சொன்னபடி மனோன்மணியாள் பிரணவத்தை தொல்லுலகில் எப்போதும் சொல்வார்தானே. 5812

சொல்வாரே இன்னமொரு மார்க்கங்கேளு தூய்தான நற்பாலா தீரவானே
புல்லவே கௌபால சித்துதானும் புகழான வையகத்தில் இருந்தசித்து
வல்லதொரு பொன்னுக்கு வாணிமாற்று வகுப்புடனே கண்டறிந்த ஞானசித்து
சல்லியமாம் வித்தைதனில் தேர்ந்தசித்து சட்டமுடன் உரைகல்லுக்கு உரியசித்தே. 5813

உரையான பொன்னுரைக்கும் கல்லைத்தானும் உத்தமனே மலைதனிலே கண்டுதேடி
திரையோடும் புரையகற்றி வயிரக்கல்லை திட்டமுடன் ஆராய்ந்த ஞானசித்து

வரையான சித்துக்கு வயதேதென்றால் வளமுடனே கூறுகிறேன் இன்னங்கேளு
கரைகண்ட சித்தல்லோ கெவனசித்து கௌபால சித்தென்று பேருண்டாச்சே/ 5814

பேரான சித்துக்கு வயதேதென்றால் பெருமையுடன் கூறுகிறேன் கொற்றவர்கேள்
நேரான வயதுதுவும் இருநாற்றைந்து நெடிதான காடுமலை திரிந்தசித்து
ஊரோடுங் கூடியல்லோ உறவுபேசி உகமையுடன் சாத்திரத்தை அறிந்தசித்து
சீரான கௌபால சித்தருக்கு சிறப்புடனே ஞானமென்ற தேசந்தானே. 5815

தேசமாம் உபதேசம் பெற்றுக்கொண்டு தேற்றமுடன் காயாதி கற்பங்கொண்டு
வாசமது மலைதனிலே இருந்துகொண்டு வகுப்பான சித்தரது உளவாராய்ந்து
நேசமுடன் சமாதிக்கு ஏகவெண்ணி நெடுங்காலஞ் சீஷவர்க்க மாண்பரோடும்
பாசமொடு தனக்குகந்த சீஷனைத்தான் பட்சமுடன் கண்டறிந்து உரைத்தார்தாமே. 5816

உரைத்தாரே சீஷவர்க்க சேதிதன்னை உத்தமனே சமாதிக்குப் போறேனப்பா
வரையான சமாதிமுகஞ் சென்றபோது வளமுடனே எந்தனுக்கு வயிரக்கல்லால்
குறையாமல் சமாதிதனை மூடியல்லோ கொற்றவனே கருவயிரக் கல்லில்தானும்
மறைவாகக் கைநாட்டுச் சித்திரந்தான் மன்னவனே எழுத்துரையும் என்பார்தானே. 5817

என்றவுடன் கௌபால சித்துதாமும் எளிதான வயிரக்கல் மேலேயப்பா
வென்றிடவே எழுத்துமுகம் மாறியல்லோ மேதினியில் எல்லார்க்கும் அறிவதற்கு
குன்றான கல்லின்மேல் எழுத்துஊன்றி கொற்றவனே கௌபாலர் சமாதியென்று
நன்றாக வரைதீட்டி சீஷர்தாமும் நலமுடனே சமாதிமுகஞ் செய்தார்பாரே. 5818

செய்யவே பதினான்கு வருஷமட்டும் செப்பரிய சமாதிமுகந் தனிலிருந்து
பையவே வையகத்தில் வந்தசித்து பாங்குடனே ஏமமென்ற சித்துவாகும்
துய்யதமிழ் பண்டிதர்கள் போற்றுஞ்சித்து துறையான ஏமமாற் றறிந்தசித்து
வையகத்தில் சித்துமுனி ரிஷிகள்தேவர் வளமுடனே எவரறிந்தார் ஆணிதானே. 5819

ஆணியாம் இன்னமொரு அதீதஞ்சொல்வேன் அப்பனே புலிப்பாணி மைந்தாகேளு
நீணிலத்தில் ஜோதிமா முனிவர்தாமும் நீதியுடன் வெகுகாலம் இருந்தசித்து
வாணிபங்கள் செய்வதற்கு ஏமமாற்றை வளமுடனே கண்டறிந்த சித்துதாமும்
காணிகளும் பூமிவள மெல்லாங்கண்டு கருவயிரக் கல்லெடுத்த சித்துதானே. 5820

தானான சித்துக்கு வயதுஏதென்றால் தன்மையுள்ள வருடமது நானூறாகும்
பானான காடுமலை தன்முகத்தில் பாங்குடனே தான்திரிந்த சித்துவாகும்
கோனான குருக்கள்மார் ரிஷிகள்தம்மை கொற்றவனார் தான்கண்டு உறவுபேசி
மானான பொன்மாற்று அறியவென்று மார்க்கமுடன் சென்றதொரு சித்துபாரே. 5821

பாரப்பா ஜோதியென்ற முனிவர்தானும் பட்சமுடன் சமாதிமுகம் உள்ளேசென்று
சீரப்பா முப்பத்தாறு ஆண்டுமட்டும் சிறப்புடனே வையகத்தை மறந்தசித்து
நேரப்பா தவசுநிலை தான்கடந்து நேர்மையுடன் சமாதிவிட்டு வந்தசித்து
ஆரப்பா அறிவார்கள் ஜோதிமார்க்கம் அப்பனே யானறிந்து சொல்லிட்டேனே. 5822

சொல்லவே இன்னமொரு மார்க்கம்பாரு தூயதான பாலகனே என்னசொல்வேன்
வெல்லவே டமரகனார் வயதுஏதென்றால் உத்தமனே முந்நூற்றுச் சொச்சமாகும்
புல்லவே நெடுங்காலம் வையகத்து புகழான மாண்பருடன் கூடியல்லோ
நல்லதொரு அஷ்டகரு வித்தையெல்லாம் நலமுடனே செய்ததொரு டமரர்காணே. 5823

காணவே ஜெகஜால டமரகந்தான் காசினியில் அதீதவித்தை செய்தசித்து
பூணவே நீர்மேலே நடந்தசித்து புகழான வாசியை நடத்துஞ்சித்து
தோணவே கூடுவிட்டுக் கூடுபாய்ந்து தொல்லுலகில் வித்தைதனை செய்தசித்து
ஆணவங்கள் தானொடுங்கி காயந்தின்று அன்புடனே வீற்றிருந்த சித்துதாமே. 5824

தானான டமரகனார் ஆடுஞ்சித்து தகமையுள்ள சாத்திரத்திற் சொல்லவில்லை
கோனான ஆகாயந் தன்னின்மட்டும் கொற்றவனார் கெடைகட்டி ஆடுஞ்சித்து
பானான பரிதிமதி தன்னைத்தானும் பக்குவமாய்த் திசைமாற்றிச் செய்தசித்து
மானான டமரகனார் சமாதிதன்னில் மார்க்கமுடன் ஏகுதற்கு எண்ணினாரே. 5825

நண்ணவே சகலரிஷி சித்துதாமும் நலமுடனே வையகத்து சமாதிதன்னில்
மண்ணதனில் இருந்ததொரு சித்துமாச்சு மகத்தான அவர்போன்ற சித்துமல்ல
கண்ணவிந்த குருடனைப்போல் கேணிதன்னில் காசினியில் இறங்கியல்லோ சித்துதானும்
தண்ணீரில் பன்னிரண்டு ஆண்டுமட்டும் தன்மையுடன் வீற்றிருந்த சித்துதாமே. 5826

சித்தான சித்து ஜலஸ்தம்பனசித்து சிறப்பான டமரகர்போல் சொல்லொண்ணாது
முத்தான கேணிவிட்டு வந்தசித்து மூதுலகில் இவர்போலும் எங்குமுண்டோ
பத்தியுடன் வையகத்தில் அனந்தஞ்சித்து பாரினிலே வெகுமுனிவர் இருந்தாரல்லோ
சாத்திரங்கள் மறவாத சித்தானாலும் ஜலஸ்தம்பன சித்துபோல் இல்லைதானே. 5827

இல்லையே இன்னமொரு கவிதைசொல்வேன் எழிலான எந்தனிட மணியேகேளும்
சொல்லவே சுந்தரா னந்தரப்பா தொல்லுலகில் கேசரியாம் வித்தைதன்னை
புல்லவே அதீதமென்ற மாண்பருக்கு புகமுடனே புகட்டியதோர் சித்துமாகும்
வெல்லவே அவர்தமக்கு வயதேதென்றால் விட்டகுறை தொட்டகுறை மிகுதியாமே. 5828

ஆமேதான் அவர்தமக்கு வயதுமெத்த அப்பனே எண்ணூற்று சொச்சம்ஆண்டு
நாமேதான் சொன்னபடி குளிகைபூண்டு நலமான கேசரிமேல் சென்றசித்து
போமேதான் வையகத்தில் இருந்துமல்லோ பொங்கமுடன் சமாதிமுகஞ் சென்றசித்து
வேமேதான் இருபத்தாறு ஆண்டுமட்டும் விடுபட்டு பூமிதனில் வந்தசித்தே. 5829

வந்ததொரு சித்துக்கு சமாதிமார்க்கம் வையகத்தில் மெத்தவுண்டு சொல்லொண்ணாது
சந்ததமாஞ் சீஷவர்க்கம் கோடிமாண்பர் தாரணியில் கணக்குண்டோ லக்கோயில்லை
சொந்தமுடன் வெகுமாண்பர் கிட்டியல்லோ சுந்தரனார் பாதார விந்தந்தன்னை
அந்தமுடன் தாள்பணிந்து சிரங்குனிந்து அன்புடனே போற்றிசெய்த சித்துமாச்சே. 5830

ஆச்சப்பா புலிப்பாணி மைந்தாகேளு அன்புடனே சொல்லுகிறேன் வதீதமெத்த
மாச்சலென்ற வாரிஷியாஞ் சித்துதம்மை வளமுடனே சொல்லுகிறேன் வண்மைபாரு
பாச்சலென்ற வயததுவும் எழுநூற்றுச்சொச்சம் பாருலகில் நெடுங்காலம் இருந்தசித்து
மூச்சடங்கி சிவயோக மானசித்து மூதுலகில் இவர்போலுங் காணார்தாமே. 5831

காணாரே தவசியென்ற வரரிஷியார்தானும் கருவாக காளிங்க மடுவுதன்னில்
வேணபடி தவயோகஞ் செய்யவென்று விட்டகுறை தனையகற்றி மடுவிற்சென்று
தோணவே பன்னிரண்டு ஆண்டுமட்டும் தொல்லுலகில் ஜலஸ்தம்ப சமாதியாகி
மாண்பரும் வையகத்தோர் காணவென்று மார்க்கமுடன் வந்ததோர் சித்துதானே. 5832

தானென்ற சித்ததுவும் ஜலரூபசித்து தாரணியில் இவர்போலுஞ் சித்துமுண்டோ
வானென்ற தேவாதி ரிஷிகள்தம்மால் வரத்தினால் பேருபெற்ற சித்தேயாகும்
கோனென்ற வரரிஷியார் என்றுசொல்லிக் கொற்றவர்க்குக் குவலயத்தில் பேருண்டாச்சு
மானென்ற சித்தர்களும் வணங்கியல்லோ மகத்தான ரிஷியாரைப் போற்றுவாரே. 5833

போற்றுவார் பூதலத்தார் எல்லாருந்தான் பொங்கமுடன் இன்னமொரு மார்க்கஞ்சொல்வேன்
தேற்றமுடன் வால்மீகர் என்றசித்து தெளிவான மார்க்கமது சொல்வேன்பாரீர்
மாற்றமயம் நீங்கியல்லோ வையகத்தில் வளமையுடன் வெகுகாலம் இருந்தசித்து
ஆற்றலுடன் வால்மீகர் ராமாயணத்தை அவனிதனில் மாந்தருக்குச் செய்திட்டாரே. 5834

செய்ததொரு வால்மீகர் வயதுஏதென்றால் செப்பமுடன் எழுநூற்றுச் சொச்சமப்பா
துய்யதமிழ் பண்டிதனாங் கல்விவானாம் தூய்தான அகப்பேரு கொண்டசித்து
பையவே சமாதிமுகஞ் சென்றதில்லை பாங்குடனே காயாதி கொண்டுதானும்
வெய்யவே நெடுங்காலம் இருந்தசித்து வேதாந்த வால்மீகர் தானுமாமே. 5835

தானான வையகத்து மாந்தர்க்கெல்லாம் தகமையுள்ள வால்மீகர் சரிகைதன்னை
கோனான குருவான வால்மீகர்தானும் குவலயத்தில் பேர்கொண்ட ஞானசித்து
தேனான வைதீக சாத்திரங்கள் தெளிவுடனே கட்டிவைத்த ஞானசித்து
பானான பராசரிஷிக் கொப்பதான பாங்கான அடியென்று செப்பலாமே. 5836

செப்பலாம் இன்னமொரு மார்க்கங்கேளு செயலான புலிப்பாணி மைந்தாபாரு
ஒப்பமுடன் ஊர்வசியாள் வயதேதென்றால் உத்தமனே நூற்றிரு பத்தேயாகும்
தப்பிதங்கள் நேராமல் தரணிமீதில் சாங்கமுடன் வீற்றிருந்த மாதுசித்து
இப்புவியில் ஊர்வசியாள் சுருக்கரத்னம் எழிலாகப் பாடிவைத்த மாதுதாமே. 5837

மாதான ஊர்வசியாள் காயகற்பம் மகத்தான வையகத்தில் உண்டுமல்லோ
தோதான காவியங்கள் என்றுகூறி தோறாமல் பாடிவைத்த மாதுசித்து
நீதான வியாசரிடம் உபதேசங்கள் நீதியுடன் பெற்றதொரு மாதுதானும்
கோதாவரி கரைதனிலே மடிந்தசித்து கொற்றவனே சமாதியது அங்கேஉண்டே. 5838

உண்டான சமாதியது மண்டபத்தில் ஒகோகோ நாதாக்கள் கண்டறிந்து
திண்பான வேதமாம் ஆயுர்வேதம் தீரமுடன் கண்டறிந்த மாதுசித்து
கண்டல்லோ ரிஷிமுனிவர் சித்துதானுங் காசினியில் பூசைமுதல் நைவேத்தியங்கள்
சண்டமா ருதம்போலே தானடித்து தாரணியில் கோடித்து வருகின்றாரே. 5839

வருகிறார் பூவாடை காரிசித்தை மாக்கமாம் இன்னமொரு மகிமைகேளு
கருமமதை வையகத்தில் தானகற்றி காசினியில் நெடுங்காலம் இருந்தசித்து
தருமமது தானறிந்த கமலசித்து தாரணியில் தானறிந்த கொடியசித்து
அருமையுடன் சீனபதி தேசந்தன்னில் அன்பாகச் சென்றதொரு சித்துபாரே. 5840

பாரேதான் கமலமுனி வயதேதென்றால் பாலகனே சொல்லுகிறேன் பண்பாய்க்கேளு
நேரேதான் வயததுவும் நாலாயிரந்தான் நேர்மையுடன் முந்நூற்றுச் சொச்சமாகும்
சீரேதான் சீனபதி தன்னிலப்பா சிறப்புடனே நெடுங்காலம் இருந்தசித்து
தீரேதான் சமாதிமுகந் தன்னிற்சென்று தீர்க்கமுடன் இருநூறு ஆண்டுதானே. 5841

ஆண்டான வருஷமது இருநூரப்பா அப்பனே பூமிதனில் இருந்தசித்து
கூண்டான கூண்டோடு வந்தசித்து குவலயத்தில் இவர்போலும் சித்துமுண்டோ
தாண்டவம்போல் சீனபதி தேசந்தன்னில் சாங்கமுடன் வினோதங்கள் செய்தசித்து
ஆண்டகையாம் ஆனதொரு கமலர்தானும் அப்பனே வையகத்து சித்துமாச்சே. 5842

ஆச்சப்பா இன்னமொரு மகிமைசொல்வேன் அப்பனே அதிசயங்கள் மெத்தவுண்டு
மாச்சலுடன் வையகத்தில் இருந்தசித்து மகத்தான அறிவானந்த சித்துதானும்
பாச்சலுடன் வயததுவும் ஏதென்றாக்கால் பண்பான முந்நூற்று அறுபதாண்டு
மூச்சடங்கி சமாதிதனில் இருந்தசித்து மூர்க்கமுடன் பன்னிரண்டு வருஷங்காணே. 5843

காணவே பன்னிரண்டு ஆண்டுமட்டும் காசினியில் பூமிதனில் இருந்தசித்து
தோணவே கௌபாலர் சீஷனாகும் தொல்லுலகில் இவர்மகிமை மெத்தவுண்டு
பூணவே வையகத்து மாண்பருக்கு புகழாக முன்நடந்த காரியத்தை
வேணபடி சன்னதங்கள் கொண்டாற்போலே விட்டகுறை இருந்தபடி சொல்வார்பாரே. 5844

சொல்லவே இன்னமொரு மார்க்கங்கேளு தூய்தான அகப்பேயர் சித்துதாமும்
வெல்லவே அவர்தமக்கு வயதுஏதென்றால் விருப்பமுடன் சொல்லுகிறேன் வியனுந்தானும்
புல்லவே நூற்றுப்பத்து ஒன்றுமூன்று புகழான மரத்தடியில் இருக்குஞ்சித்து
நல்லதொரு சமாதிமுகஞ் சென்றதில்லை நாதாந்த அகப்பைவெளி சித்துதானே. 5845

வெளியான சித்துக்கு குருஏதென்றால் விருப்பமுடன் வியாசமுனி என்னலாகும்
ஒளிவாக காயாதி தானுமில்லை ஓகோகோ உலகமதில் வாழுஞ்சித்து
களியான ஜோதியென்ற விருட்சந்தன்னில் கைலாச நாதரைப்போல் சமாதிகொண்டு
வளியான மரப்பொந்தில் தானொடுங்கி மகத்தாக இருந்ததொரு சித்துமாச்சே 5846

சித்தான சித்துனுட மார்க்கஞ்சொல்வேன் சீரான புலிப்பாணி மன்னாபாரு
முத்தான பாம்பாட்டி வயதேதென்றால் மூதுலகில் பெயர்கொண்ட நெடியசித்து
புத்தியுள்ள சித்துக்கு வயதுசொல்வேன் புண்ணியனே நூற்றிரு பத்துமூன்று
சுத்தமுடன் பாம்பினது விஷத்தைவாங்கி துப்புரவாய் அருந்துகிற சித்துகேளே. 5847

கேளேதான் காயாதி கற்பங்கொண்டு கீர்த்தியுடன் சிலகாலம் இருந்தசித்து
பாளேதான் போகாமல் தேகந்தன்னை பட்சமுடன் காப்பாற்றி பந்துகொண்டு
நீளேதான் திருவாத்தி மரத்தின்கீழே நீதியுடன் கொலுவிருந்த காயசித்து
ஆனேதான் கோகர்ண சித்துமல்ல அப்பனே சின்மயத்தின் சித்துபாரே. 5848

பாரேதான் இன்னமொரு மார்க்கம்பாரு பட்சமுள்ள எந்தனது பாலாகேளு
சீரேதான் காலகண்ட வயதுஏதென்றால் சிறப்பான ஆயிரமாம் இருநூறாண்டு
நேரேதான் நெடுங்காலம் இருந்தசித்து நேர்மையுடன் குளிகையது பூண்டசித்து
ஊரேதான் பெயரேது சொல்லவென்றால் உத்தமனே சேஷனால் முடியாதென்றே. 5849

அன்றான ஆதிசேடன் தன்னினாலும் அப்பனே கூறுதற்கு முடியாதப்பா
குன்றான நெடுமலைகள் வனாந்திரங்கள் கொற்றவனே நெடுங்காலம் அறிந்தசித்து
தென்திசையில் தெட்சிணா மூர்த்தினாயன் சிறப்பான சித்துமகா சீஷனுக்கு
வென்றிடவே உபதேசஞ் செய்தசித்து விட்டகுறை இருந்ததொரு காலர்தாமே.. 5850

காலனாம் நெடுந்தூத காலசித்து காசினியில் சமாதிமுகம் செல்வதற்கு
பாலகனாம் சீஷவர்க்க மாண்பர்தம்மை பட்சமுடன் தாமழைத்த சித்துதாமும்
சீலமுடன் முப்பத்து ஆறுஆண்டு சிறப்புடனே வையகத்தில் இருந்தசித்து
கோலமுடன் முகமறியா பாலசித்து கொற்றவனே வெகுகாலம் இருந்தசித்தே. 5851

சித்தான சித்தனிட மார்க்கம்சொன்னேன் சிறப்பான இன்னமொரு வயனங்கேளிர்
முத்தான வடிவேலர் முருகரப்பா முயற்சியுடன் வயததுவும் ஏதென்றாக்கால்
சத்தியமாய் வயததுவுங் கணக்கோயில்லை சார்பான நூல்தனிலுஞ் சொல்லவில்லை
சித்திபெற ஞானவழி கொண்டசித்து சிறப்பான சுப்ரமணியர் என்னலாமே. 5852

என்னவே சிவசுப்பிர மணியரான எழிலான சித்துக்கு வயதோயில்லை
பன்னவே பலசாஸ்திர நூல்கள்தன்னில் பாகமுடன் வயததுவுங் கூறவில்லை
சொன்னபடி சுருதிமுறை வேதாகமங்கள் தோற்றமுடன் பலபேரும் பாடிவைத்தார்
நன்னயமாய் சுப்பிரமணியர் காப்பேயென்று நாட்டினார் நூல்களெல்லாம் நாட்டினாரே. 5853

நாட்டினதோர் நாமமதைக் கண்டதல்லால் நாதாந்த வயததுவைக் கண்டதில்லை
தாட்டிகமாய் இன்னமொரு வயணஞ்சொல்வேன் தயாளமுள்ள சிறுபாலா சாற்றக்கேளிர்
வாட்டமுடன் யூகியென்ற முனிவர்தானும் வகுப்பான வயததுவும் ஏதென்றாக்கால்
மாட்டிமையாய் அறுநூற்று எண்பதாண்டு மார்க்கமுடன் வையகத்து சித்துபாரே. 5854

பாரேதான் நீலகண்ட ரிஷிபார்தம்மால் பாருலகில் உபதேசம் பெற்றசித்து
நேரேதான் சமாதிமுகந் தன்னிற்சென்று நேர்மையுடன் இருபத்தோர் ஆண்டுமட்டும்
தீரேதான் சமாதிமுகம் இருந்துமல்லோ தீர்க்கமுடன் வையகத்தில் வந்தசித்து
பேரேதான் நூல்தனிலே யூகியென்றும் பேருலகில் கீர்த்திபெற்ற சித்துதாமே. 5855

தாமான சாத்திரங்கள் அழிந்தசித்து தாரிணியில் நெடுங்காலம் இருந்தசித்து
கோமான்கள் உபதேசம் பெற்றசித்து குவலயத்தில் இவர்போலும் யாருமுண்டோ
பூமான்கள் ஆனதொரு மாண்பரெல்லாம் புகழ்ச்சியுடன் இவர்பாதம் புகழுஞ்சித்து
சாமான்ய மானதொரு சித்துபோல சட்டமுடன் வையகத்திற் காணார்தாமே 5856

தானான இன்னமொரு மார்க்கஞ்சொல்வேன் தகமையுள்ள பூபாலா மணியேகேளிர்
பானான திரணாக்கிய முனிவர்தானும் பாருலகில் நெடுங்காலம் ஆனசித்து
கோனான வயததுவும் ஏதென்றாக்கால் கொற்றவனே தொள்ளாயிரத்து எண்பதாண்டு
மானான சமாதிமுகஞ் சென்றசித்து மார்க்கமுடன் இருபத்தி இரண்டுதானே. 5857

ஆண்டான வருஷமது இருபத்திஇரண்டு அப்பனே சமாதிமுகம் இருந்தசித்து
பாண்டவர்கள் ஐவருங் காணாமுன்னே பாருலகில் வெகுகாலம் இருந்தசித்து
தாண்டவம்போல் ஜெமதக்னி முனிவர்தானும் தாரணியில் பெற்றெடுத்த சித்துவாகும்
மாண்டதொரு மாண்பரெல்லாம் வையகத்தில் வாழ்த்தியல்லோ அஞ்சலிகள் செய்தசித்தே. 5858

சித்தான சித்துமுனி இவர்தானப்பா சீருலகில் ரிஷிவர்க்கக் கூட்டத்தோடு
முத்திபெற நல்வழிக்கு உறுதிகொண்டு மூதுலகில் சின்மயத்தை மனதிலெண்ணி
சத்தியுடன் மனோன்மணியை தியானித்தேதான் சதாகால நிஷ்டைகுறி களங்கனாதி
புத்தியுடன் வையகத்தில் தவசியாகி பொன்னுலகு பதிதனிலே சேர்ந்தார்காணே. 5859

சேரவே இன்னமொரு மார்க்கஞ்சொல்வேன் செம்மலுடன் புலிப்பாணி மைந்தாகேளு
வாரமுடன் சண்டீசுவரர் வளமைகேளும் வண்மையுடன் வயததுவும் ஏதென்றாக்கால்
தீரமுடன் நானூற்றி அறுபதாகும் தீர்க்கமுடன் அவர்நூலில் சொன்னநீதி
சாரமுடன் சமாதிமுகஞ் சென்றசித்து சாங்கமுடன் வையகத்து சித்துகாணே. 5860

காணவே சமாதிமுகம் பத்துரெண்டு கருவாக ஒன்றுடனே தானுங்கூட்டி
பூணவே பூமிதனில் இருந்தசித்து பொங்கமுடன் ஞானமென்ற கிரியாசித்து
நீணவே நாலுயுக அதிசயங்கள் நீடாழி உலகுபதி அறிந்தசித்து
சீனமது இல்லாமல் நெடுங்காலந்தான் சீவனோடு இருந்ததொரு சித்துமாச்சே. 5861

ஆச்சப்பா இன்னமொரு முறைமைசொல்வேன் அப்பனே செங்கனிவாய்க் கொண்டபாலா
ஏச்சலது வாராமல் இருந்தசித்து எழிலான திருமூலர் என்னலாகும்
பாச்சலென்ற வயததுவும் ஏதென்றாக்கால் பாரினிலே ஆயிரத்து சொச்சமாகும்
மூச்சடங்கி சமாதிமுகந் தன்னிலப்பா மூதுலகில் நெடுங்காலம் இருந்தசித்தே. 5862

நெடுங்காலம் சமாதிமுகந் தன்னில்தானும் நேர்மையுடன் அறுபது வருஷமாண்டு
கடுந்தவசியா இருந்த சித்துதாமும் கண்டுகொள்ளா அதிசயங்கள் மெத்தவுண்டு
படுந்துயரந் தானறியா மாண்பர்க்கப்பா பாரினிலே நிதிகொடுத்து அதீதஞ்செய்தார்
கடுவாதி தமைக்கண்டு நிர்த்தஞ்சொல்லி துப்புரவாய் விதியுரைத்து வழிசொல்வாரே. 5863

வழியான முறைபாடு தாமுரைத்து வண்மையுடன் உபதேசங் கூறியல்லோ
பழியான வார்த்தைக்கு ஆளாகாமல் பாருலகில் சித்துவிளை யாடச்சொல்லி
முழியான வார்த்தையது உபதேசங்கள் மூர்க்கமின்றி தானுரைக்கும் ஞானசித்து
சுழியான வாசிநிலை தனிலிருந்து சுத்தமுடன் வையகத்தில் இருந்தார்தாமே. 5864

போகர் புலிப்பாணிக்கு சித்தர்கள் பிறப்பும் திருநட்சத்திரமும் கூறுதல்

இருந்தாரே இன்னமொரு மார்க்கங்கேளு எழிலான பதினெண்பேர் முனிவர்தானும்
பிறந்ததொரு வளப்பங்கள் யாவுங்கண்டு பேரின்ப நிலைதனிலே மனதிலெண்ணி
சிறந்ததொரு நட்சத்திர யோகங்கண்டு சீரான அபிதங்கள் தான்வகுத்து
துறந்துமே நவகோடி ரிஷிகள்தானும் துப்புரவாய் நாற்பத்தி எண்பேர்தாமே. 5865

பேரான இவர்களது பிறப்புதானும் பேரின்ப நட்சத்திர கால்தான்கூட்டி
சீரான சீனபதி மாண்பருக்கு தீர்க்கமுடன் உபதேசஞ் செய்தநூலாம்
கூரான வையகத்து மாண்பரெல்லாம் குறிப்புடனே தானறிய மனதுவந்து
வீரான போகர் ஏழாயிரத்தை விருப்பமுடன் உபதேசஞ் செய்திட்டேனே. 5866

செய்தேனே புலிப்பாணி மைந்தாகேளு செங்கமலக் கரத்தானே இன்னஞ்சொல்வேன்
மெய்யான வேதமிது சத்தகாண்டம் மேதினியில் சகலகலைக் கியானமெல்லாம்
பையவே வடநூலைத் தானாராய்ந்து பாடினேன் காண்டமது ஏழாயிரந்தான்
துய்யதமிழ் பரிபாஷைத் தன்னைநீக்கி துப்புரவாய் ஓதிவைத்தேன் காண்டந்தானே. 5867

காண்டமே ஏழாயிரம் பெருநூலப்பா கருவிகர ணாதிமுதல் இதிலடக்கம்
பூண்டமன உறுதியினால் இந்தநூலைப் புகட்டினேன் காலாங்கி கடாட்சத்தாலே
வேண்டியதோர் சீனபதி கருமானங்கள் வேற்றுருவம் இல்லாமல் கூறினேன்யான்
ஆண்டகையாம் எந்தன்குரு நாதன்தன்னால் அப்பனே பாடிவைத்த நூலிதாமே. 5868

நூலான நூலிதுதான் நுணுக்கமெத்த நுட்பமுடன் காலாங்கி பிறந்தவண்ணம்
பாலான சித்திரையாம் மாதமப்பா பாங்கான அசுவினியாம் நாலாங்காலாம்
சேலான ஜெகத்குரு மைந்தனப்பா செயலான பாக்கியமும் பெற்றமைந்தன்
காலான காலாங்கி நாதரப்பா காசினியில் வந்துதித்த உருவுமாச்சே. 5869

உருவான மார்க்கமது இன்னஞ்சொல்வேன் உத்தமனே போகரது பிறப்புநேர்மை
உருவான மாதமது வைகாசியப்பா கருத்தான பரணியது ரெண்டாங்காலாம்
குருவான பஞ்சணத்தில் ஒருவனப்பா கொற்றவனே விசுவகர்மன் மைந்தனாகும்
திருவான போகரிஷி என்றுமல்லோ செப்பினார் பலநூல்கள் வேதமாமே. 5870

வேதமாம் இன்னமொரு மார்க்கங்கேளு வெளியான புலிப்பாணி மைந்தாபாரு
போதமாம் ரோமரிஷி பிறந்தநேர்மை புகலுகிறேன் மாணாக்கள் அறியவென்று
நீதமுடன் ஆணியாந் திங்களப்பா நிஷ்களங்கமான கார்த்திகை தானாகும்
வீதமுடன் பயனறிய மூன்றாங்காலாம் விற்பரனார் பிறந்ததொரு நாளுமாச்சே. 5871

ஆச்சப்பா செம்படவன் தன்னையப்பா அப்பனே மாதுருவுங் குறத்தியாகும்
பாச்சலுடன் பலநூலுங் கண்டாராய்ந்து பாடிவைத்த மரபதுவும் மெய்யேயாகும்
மாச்சலுடன் இருகுலத்தார் பெற்றமைந்தன் மகத்தான ரோமரிஷி என்னலாகும்
மூச்சடங்கி சென்றதொரு கானீனப்பா மூதுலகில் சென்றதொரு சித்துமாச்சே. 5872

சித்தான மார்க்கமது இன்னஞ்சொல்வேன் சீர்பாலா எந்தனிரு கண்ணேகேளும்
பத்தியுள்ள மச்சமுனி பிறந்தநேர்மை பாங்குடனே ஆடியாந் திங்களப்பா
சத்தியுடன் ரோகிணியாம் முதற்காலப்பா சாங்கமுடன் பிறந்ததொரு நாளுமாச்சு
புத்தியுள்ள ஆதுலமாங் குலத்துதித்த புகழான கன்னியுட மைந்தனாமே. 5873

ஆமேதான் மச்சமுனி அடவுசொன்னேன் அன்பான புலிப்பாணி மைந்தாகேளு
நாமேதான் சொன்னபடி சட்டநாதர் நன்மையுடன் பிறந்ததொரு நேர்மைதானும்
போமேதான் ஆவணியாந் திங்களப்பா பொங்கமுடன் மிருகசீ ரிடமுமாகும்
வேமேதான் விட்டகுறை மூன்றாங்காலாம் விருப்பமுடன் அவதரித்த பாலனாமே. 5874

பாலனாஞ் சிங்களவ தேவதாசி பட்சமுடன் பயின்றெடுத்த புத்திரன்தான்
சீலமுடன் சட்டமுனி என்றுசொல்லி சிறப்புடனே குவலயத்தில் பேருண்டாச்சு
கோலமுடன் இன்னமொரு மார்க்கம்பாரு கொற்றவனே புலிப்பாணி மைந்தாகேளு
தாலமுடன் இடைக்காடர் பிறந்தநேர்மை சட்டமுடன் சொல்லுகிறேன் தண்மைபாரே. 5875

தண்மையாம் புரட்டாசி மாதமப்பா தாழ்வாக இரணியனைக் கொன்றமாதம்
வண்மையாந் திருவாதிரை இரண்டாங்காலாம் வளப்பமுடன் அவதரித்த சிசுபாலன்தான்
பெண்மையாக கானகுறை சாதியப்பா பேரான கானீனன் பெற்றபிள்ளை
திண்மையாம் இடைக்காடர் தானுமாகும் தீர்க்கமுடன் பூவுலகில் இருந்தசித்தே. 5876

சித்தான இன்னமொரு மார்க்கஞ்சொல்வேன் திரளான நவகோடி ரிஷிகள்தன்னில்
புத்தியுள்ள தன்வந்திரி பகவான்தானும் பூபாலர் ஆனதொரு மாயாசித்து
சத்தியுள்ள மகாவிஷ்ணு என்றேசொல்வார் தாரிணியில் மானிடமாஞ் சித்துவாகும்
முத்திபெற ஐப்பசியாந் திங்களப்பா முனையான புனர்பூசம் நாலாங்காலே. 5877

காலான தன்வந்திரி பிறந்தநேர்மை காசினியில் இவர்நூலில் சொன்னவாறு
நூலான பலநூலிற் கண்டாராய்ந்து நுட்பமுடன் பாடிவைத்தேன் குருநூலாகும்
பாலான இருப்பிரப் பாளரப்பா பாங்கான அனுலோமன் பெற்றபிள்ளை
சாலான சாத்திரங்கள் யாவுங்கூறும் சகலவித பண்டிதருங் காணார்தாமே. 5878

கண்டேனே நிர்வாண பாஷையப்பா காசினியில் சமஸ்கிருத பாஷையாலும்
விண்டதொரு இத்தாலி பாளபந்து விருப்பமுடன் பாகவத பாஷையாலும்
கொண்டேனே மனத்துறுதி அடியேன்தானும் கொற்றவனே குவலயத்தில் கண்டாராய்ந்து
விண்டுமே யானுரைத்தேன் விஷ்ணுகாதை விளம்பிட்டேன் சத்தகாண்டம் உண்மைதானே. 5879

தானான இன்னமொரு மார்க்கம்பாரு தயவான புலிப்பாணி மகனேகேளு
கோனான என்குருவாங் காலாங்கிநாதர் கொற்றவனார் தானுரைத்த உளவுகண்டேன்
பானான மூலத்தின் ஈசரப்பா பண்புடனே பிறந்ததொரு நேர்மைதானும்
மானான கார்த்திகையாந் திங்களப்பா மகத்தான பூசமது மூன்றாங்காலே. 5880

மூன்றான பாதமது மூலத்தீசர் முனையாக பிறந்ததொரு நேர்மையப்பா
சான்றவரா மூலத்தின் ஈசரப்பா சட்டமுடன் வந்துதித்த நாளுமாகும்
ஈன்றதொரு ஜாதியிலே பள்ளஜாதி எழிலான கன்னிகையும் பெற்றபிள்ளை
மேன்மையுடன் தான்பிறந்தார் மூலத்தீசர் மேதினியில் ரிஷிதனக்குப் பிறந்தார்தாமே. 5881

பிறந்ததொரு இன்னமொரு மார்க்கஞ்சொல்வேன் பேரான புலிப்பாணி மைந்தாபாரு
சிறந்ததொரு அகத்தீசர் பிறந்தநேர்மை சிறப்பான தனுர்மாதம் என்னலாகும்
துறந்ததொரு ஆயில்யம் மூன்றாம்பாதம் துப்புரவாய் அவர்பிறந்த நாளுமாச்சு
கறந்ததொரு பால்பசுவும் கன்னுமாகி காசினியில் பிறந்ததொரு சித்துமாச்சே. 5882

ஆச்சப்பா அகத்தியரின் பிறப்புநேர்மை அவனிதனில் ஆராலும் முடியாதப்பா
மூச்சடங்கி மலையின் மேல்நின்றசித்து முனையான கமலமதில் பிறந்தசித்து
மாச்சலுடன் தேவரிஷி வரத்தினாலே மகாதேவர் வந்துதித்த குருவுமாகும்
ஏச்சலது வாராத கும்பயோனி எழிலான அகஸ்தியரென்று அறையலாமே. 5883

அறையவே இன்னமொரு அயனஞ்சொல்வேன் அன்பான கண்மணியே சொல்லக்கேளிர்
நிறையவே சிவவாக்கியர் பிறந்தநேர்மை நீதியுடன் சொல்லுகிறேன் நிறைவாய்க்கேளு
குறையாத தைமாதம் மகத்திலப்பா கொற்றவனே இரண்டாங்கால் என்னலாகும்
மறையவே திருமூல கூட்டத்தாரில் மகத்தான கன்னியது பிள்ளையாமே. 5884

பிள்ளையாஞ் சிவவாக்கியர் என்னலாகும் பேரான திருமூலர் மரபிலுள்ள
வள்ளலெனுஞ் சேய்மடவார் கன்னிதன்னின் மகத்தான சிவவாக்கிய ராகும்பாரு
தெள்ளுதமிழ் கவிவாணர் இவர்க்கீடுண்டோ செந்தமிழின் சுவையறிந்த சிவவாக்கியர்தான்
கள்ளமது வாராத புனிதபாலன் காசினியில் அவதரித்த உருவுமாமே. 5885

உருவான இன்னமொரு மார்க்கஞ்சொல்வேன் உத்தமனே சிகாமணியே உண்மைபாரீர்
திருவான ராமரென்ற தேவரப்பா தீர்க்கமுடன் வந்துதித்த நேர்மைகேளிர்
கருவான மாசியென்ற திங்களப்பா கடியதோர் பூரமது ரெண்டாம்பாதம்
அருவமுள்ள ராமரென்ற தேவர்தானும் அப்பனே வந்துதித்த நாளுமாச்சே. 5886

நாளான நாலாங்கால் என்னலாகும் நலமான ராமதேவர் பிறந்தநாளாம்
ஆளான ரோமரிஷி பாட்டனுக்கு அழகாக வந்துதித்த ராமதேவன்
கோளான நூல்களிலே குற்றஞ்சொல்வார் குறையான முறைப்பாடு ஏதுஞ்சொல்வார்
பாளான நூல்தனிலே சொல்லாதாலே பட்சமுடன் யானுரைத்தேன் பண்பாய்க் கேளே. 5887

பண்பான இன்னமொரு மார்க்கம்பாரு பாலகனே ஐந்தறிவிற் சிறந்தபாலா
திண்பான புஜண்டருட மார்க்கம் சொல்வேன் தீர்க்கமுடன் பங்குனியாந் திங்களப்பா
கண்பான உத்திரமாம் இரண்டாம்பாதம் காசினியில் வந்துதித்த திருவுமாச்சு
மண்பான வரரிஷியின் சாபத்தாலே மார்க்கமுடன் அவதரித்த பாலனாமே. 5888

பாலனாஞ் சந்திரகுலம் விளங்கவந்த பாரினிலே வெள்ளாட்டி பெற்றமைந்தன்
மாலான ரதிகேளி மடந்தையாகும் மகத்தான அருந்ததியும் என்னலாகும்
சேலான பாக்கியமும் பெற்றபாலன் செம்மலுடன் சாபத்தால் வரத்தில்வந்து
தாலான தவசியென்ற நாமம்பெற்று தாரணியில் புஜண்டரென்ற பேருண்டாச்சே. 5889

பேரான இன்னமொரு வழிதான்சொல்வேன் பேருலகில் கீர்த்திபெற்ற புனிதவானே
சீரான கருவூரார் பிறந்தநேர்மை செப்புகிறேன் செம்பவள வாயாகேளிர்
கூறான சித்திரையாம் மாதமப்பா குறிப்பான வஸ்தமது இரண்டாம்பாகம்
தேறான நாட்களிலே பிறந்தசித்து தேற்றமுடன் கருவூரார் என்னலாமே. 5890

ஆமேதான் தேவதத்தன் என்றுசொல்லி அப்பனே அவன்மைந்தன் மயன்என்பார்கள்
நாமேதான் சொன்னபடி மயனுக்கல்லோ நாடானக் கருவூரார் பிறந்தாரல்லோ
போமேதான் பொன்னுலகா் தேவதச்சர் பொங்கமுடன் கருவூரார்க்கு ஈடுமல்ல
ஆமேதான் பாண்டியர்க்கு உருவுசெய்து அப்பனே தான்கொடுத்த சித்துதாமே. 5891

தாமாக இன்னமொரு வழிபாடல்லோ சாற்றுகிறேன் புத்தியுள்ள பூபாலாகேள்
கோமான்கள் அறிந்ததில்லை சாத்திரதோஷம் கொற்றவனே யாம்கண்ட வரைக்கும்சொல்வோம்
சாமான்யம் என்றதொரு புண்ணாக்கீசர் தாரணியில் வந்துதித்த நேர்மைசொல்வேன்
பூமான்கள் ஆரேனும் அறிந்ததுண்டோ புகட்சியுடன் கூறுகிறேன் புனிதவானே. 5892

புனிதமாம் வைகாசி மாதமப்பா புகழான புண்ணாக்கு ஈசர்தாமும்
வனிதமுடன் சித்திரையாம் இரண்டாம்பாதம் மகத்தான புண்ணாக்கர் பிறந்தநாளாம்
சனிஇரா குடன்கூடிப் பிறந்ததாலே சாங்கமுடன் தேவரிஷி தன்னைப்போல
மனிதனாய் அவதாரம்தான் எடுத்து மட்டிடைச்சி யமங்கலியன் பிள்ளையாமே. 5893

பிள்ளையாய் இன்னமொரு பாகஞ்சொல்வேன் பேரான கண்மணியே புகலக்கேளிர்
எள்ளலவு பிசகாத புலிப்பாணிஉன்னை ஏற்றமுடன் சொல்லுகிறேன் எழிலாய்க்கேளு
உள்ளபடி நீபிறந்த மாதமப்பா உத்தமனே புரட்டாசி என்னலாகும்
கள்ளமிலா ஜோதிஎன்ற நாலாங்காலாம் கருத்துடனே அவதரித்த சித்துமாச்சே. 5894

ஆச்சப்பா வேடர்குலம் வந்துதித்த அப்பனே கன்னிகழி யாதமங்கை
மூச்சடங்கி கானகத்தில் தவசியாக மூர்க்கமுடன் இருந்த ரிஷியாரோடு
பேச்சுகளும் மிகப்பேசி வாதுகூறி பேரான நவகண்ட ரிஷிதானப்பா
பாச்சலுடன் கன்னிகையைச் சேர்ந்துமல்லோ பாலகனே பெற்றெடுத்த சிசுதான்நீயே. 5895

சிசுவான பாலகனே நீதானப்பா சிறப்பான காலாங்கி கடாட்சத்தாலே
பசுபோலே வேங்கைதனை வாகனமுமாக்கி பாரினிலே சுற்றிவந்த பாலனாகும்
நிசிதமுடன் எந்தனுக்கு சீஷனாக்கி நிஷ்களங்க மானதொரு புத்திவானாய்
விசுவாசம் உள்ளதொரு பாலனாக மேதினியில் வந்துதித்த சித்துமாச்சே. 5896

சித்தானய் இன்னமொரு குறிதான்சொல்வேன் சிறப்பான புலிப்பாணி மகனேகேளாய்
முத்தமுடன் நந்தீசர் பிறந்தநேர்மை மூதுலகோர் தானறிய சொல்வேனப்பா
நித்தமது வைகாசி மாதமப்பா நீடான விசாகமது நாலாங்காலாம்
பத்தியுடன் தான்பிறந்த நந்திதேவர் பாரினிலே தேவஸ்தான குருவுமாச்சே. 5897

குருவான தேவதாஸ் தலங்கள்தன்னில் கொற்றவனே நந்தியென்ற பேருண்டாச்சு
அருவான தேவேந்திரன் சாபத்தாலே அப்பனே பிரம்மகுலந் தனில்உதித்து
உருவாகி மானிட ஜென்மமாகி உத்தமனே கன்னியது வயிற்றிறங்கி
திருவான நந்திரூபங் கொண்டுமல்லோ சிறப்புடனே வந்துதித்த சித்துதானே. 5898

சித்தான இன்னமொரு மார்க்கம்பாரு சீருள்ள புலிப்பாணி மைந்தாகேளு
புத்தியுள்ள புலஸ்தியனார் பிறந்தநேர்மை பூதலத்தில் எவராலும் கூறப்போமோ
முத்திதரும் ஆவணியாம் திங்கள்தன்னில் முனையான அனுஷமாம் நாலாங்காலில்
பத்தியுடன் பிறந்தாரே புலஸ்தியர்தானும் பாரினிலே வந்துதித்த உருவுமாச்சே. 5899

உருவான புலஸ்தியரின் மார்க்கங்கேளு ஓகோகோ நாதாக்கள் அறிந்ததில்லை
கருவான தேவரிஷி தன்வரத்தால் கமலமுனி தன்வயிற்றில் பிறந்தபேரன்
திருவான அகஸ்தியருக்கு கந்தசீஷன் தீர்க்கமுள்ள சிவராஜ புனிதயோகன்
பருவான திருமந்திர உபதேசந்தான் பாருலகில் புலஸ்தியரென்று அறையலாமே 5900

அறையலாம் இன்னமொரு மார்க்கம்பாரு அப்பனே புலிப்பாணி மைந்தாகேளு
நிறையனே வேதமென்ற வியாசர்தானும் நேர்மையுடன் தான்பிறந்த சேதிவண்ணம்
மறைபோன்ற வாணியாந் திங்களப்பா மகத்தான கேட்டையது இரண்டாங்கால்தான்
குறைபோன்ற நாளதனில் உதித்தபாலன் கொற்றவனார் வேதமென்ற வியாசர்தானே. 5901

தானான பராசரது மைந்தனப்பா தாக்கான வியாசனென்றே செப்பலாகும்
கோனான நூற்படியே யானுரைத்தேன் கொற்றவனார் மாண்பரிடம் அறியவேண்டி
பானான இன்னமொரு பதமுஞ்சொல்வேன் பாரினிலே மாண்பர்களுந் தெரியவேண்டி
மானான புலிப்பாணி உந்தனுக்கு மார்க்கமுடன் முறைபாடு சொல்லலாச்சே. 5902

சொல்லவென்றால் தேரையர் மார்க்கம் சொல்வேன் சுந்தரனே பங்குனியாம் திங்களப்பா
வெல்லவே மூலமது இரண்டாம் காலம் மேன்மையுடன் அவதாரம் செய்தாரப்பா
புல்லவே தேரையர் முனிவர்தானும் புகழான பிரம்மகுலந் தன்னிலப்பா
வெல்லவே வானரிஷி தன்தனக்கு சிறப்புடனே பெற்றெடுத்த பாலனானே. 5903

பாலனாந் தேரையர் முனிவர்தானும் பண்பான அகஸ்தியருக்கு உகந்தசீஷன்
சீலமுடன் ஞானோப தேசம்பெற்று சிறப்புடனே மலைதனிலே இருந்தசித்து
கோலமுடன் ஏமமென்ற வித்தைதன்னை குவலயத்தில் மாண்பர்களுக் காகவேண்டி
காலமுடன் அகஸ்தியராங் குருபாதத்தை தண்மையுடன் எதிர்த்ததொரு சீஷனாச்சே. 5904

சீஷனாம் இன்னமொரு மார்க்கம்பாரு சீருள்ள புலிப்பாணி மன்னவா கேள்
தோஷமது வாராமல் யாக்கோபென்னும் துப்புரவாய் ஞானமென்ற சித்துதானும்
வேஷமது தான்மாற்றி நபிநாயகத்தை விருப்பமுடன் கண்டுவந்த யோகசித்து
பாஷமுடன் தான்பிறந்த நேர்மைகேளுப் பாரினிலே பங்குனி மாதந்தானே. 5905

மாதமாம் பங்குனியாந் திங்களப்பா மகத்தான பூராடம் நாலாங்கால்தான்
தோதமுடன் பக்கிரியாக் கோபுதானும் தொல்லுலகை தான்மறந்து பிறந்தசித்து
சாதகங்கள் பொய்யாது விதியுந்தப்பா தாரணியில் நெடுங்காலம் இருந்தசித்து
கோதமென்னும் புலஸ்தியனார் தானுமப்பா கொற்றவனார் ஈன்றெடுத்த புனிதனாமே. 5906

புனிதமாம் மகமது மார்க்கந்தன்னில் டகழான கன்னியவள் பெற்றபாலன்
சனியுடனே ரேவதியுங் கூடச்சேர்ந்து சட்டமுடன் வந்துதித்த யாக்கோபப்பா
மனிதனெனும் ஜென்மமது பெற்றுமல்லோ மகத்தான மகமது மார்க்கஞ்சென்று
தனியான மக்கமென்ற தேசந்தன்னில் சட்டமுடன் போனதொரு சித்துமாமே. 5907

சட்டமுடன் இன்னமொரு மார்க்கங்கேளு சங்கரனே புத்தியுள்ள மணியேபாரு
திட்டமுடன் கொங்கணனார் பிறந்தநேர்மை தீர்க்கமுடன் யானுரைப்பேன் சுகந்தமாரா
வட்டமுடன் சித்திரையாந் திங்களப்பா வளமான உத்திராட முதல்கால்தன்னில்
அட்டதிசை தான்புகழப் பிறந்தபாலன் அன்பான கொங்கணவர் என்னலாமே 5908

என்னவே அவர்பிறந்த நேர்மையப்பா எழிலான சங்கர குலத்துதித்த
பன்னவே கானீனன் பெற்றபாலன் காசினியில் வந்துதித்த திருவுமாகும்
பொன்னரங்கம் பூண்டதொரு புனிதவனாம் புகழான தேவதா சித்துமாகும்
நன்னவனுக்கு ஒப்பான கொங்கணவர்தானுங் காசினியில் வந்துதித்த திருவுமாச்சே. 5909

ஆச்சப்பா இன்னமொரு மார்க்கஞ்சொல்வேன் அப்பனே புலிப்பாணி மைந்தாகேளு
மூச்சடங்கிப் போனதொரு மாயாசித்து முனையான தட்சணா மூர்த்தியாகும்
பாச்சலுடன் தட்சணப் பதியில்தானும் பாங்குடனே பள்ளிகொண்ட சித்துவாகும்
ஆச்சரிய மானதொரு மாயாசித்து அவர்பிறந்த வண்மைதனைப் புகலுவேனே. 5910

புகலுவேன் ஆவணியாந் திங்கள்தானும் பூரணமாந் திருவோண முதற்காலப்பா
நிகலவே தட்சணா மூர்த்திநாயன் நீதியுடன் தான்பிறந்த நாளுமாச்சு
அகலவே கொல்லிமலை நாதன்பேரன் அன்பான வைஷ்ணகுல சம்பிரதாயன்
சகலமும் அறிந்ததொரு ஞானசித்து தாரணியில் வந்துதித்த சித்துமாச்சே. 5911

சித்தான குலசம்பிர தாயபூபன் சிறப்பான தட்சணா மூர்த்திநாயன்
முத்தான இன்னமொரு மார்க்கஞ்சொல்வேன் மூதுலகைக் கடந்ததொரு புனிதனாகும்
புத்தியுள்ள கோரக்கர் பிறந்தநேர்மை பண்பான கார்த்திகையாம் என்னலாகும்
சித்திபெற அயலிடமாம் இரண்டாங்கால்தான் சிறப்பான நாளென்றே சொல்லலாமே. 5912

சொல்லவே கோரக்கர் பிறந்தநேர்மை சந்திரனார் வசிஷ்டமகா ரிஷியாருக்கு
புல்லவே கானகுற ஜாதியப்பா புகழான கன்னியவள் பெற்றபிள்ளை
வெல்லவே அனுலோமன் என்னலாகும் வேதாந்த கோரக்கர் சித்துதாமும்
நல்லதொரு பிரகாச மானசித்து நாதாந்த சித்தொளிவும் என்னலாமே. 5913

என்னவே இன்னமொரு மார்க்கஞ்சொல்வேன் எழிலான புலிப்பாணி மன்னாபாரு
துன்னவே கௌபால சித்துதாமும் சுடரொளியாம் பிரகாச மானஜோதி
மின்னவே வைகாசி மாதமப்பா மிக்கான சதயமது ரெண்டாங்கால்தான்
நன்னயமாய் அவர்பிறந்த நாளேயாகும் நலமான கௌபால சித்துபாரே. 5914

பாரேதான் தேவதா தச்சனப்பா பாங்கான ஜெகத்குரு கம்மாளன்தான்
நேரேதான் தவத்துதி சித்துவென்றும் நெடிதான கௌபால ரிஷிதானென்றும்
தீரேதான் வயிரக்கல் கண்டெடுத்து தீர்க்கமுடன் பொன்னுரைத்த சித்துவென்றும்
சீரேதான் பலநூல் காப்பியங்கள்கண்டு செப்பினேன் கௌபால சித்துகாணே. 5915

காணவே இன்னமொரு புதுமைசொல்வேன் காசினியில் நாதாக்கள் கூறவில்லை
தோணவே ஜோதியென்ற முனிவர்தானும் துப்புரவாய் தானுதித்த வண்மைபாராய்
பூணவே புரட்டாசி மாதமப்பா புகழான பூரட்டாதி என்னலாகும்
மாணவே நாலாங்கால் தன்னிலப்பா மகத்தான ஜோதிமுனி உதித்தவாறே. 5916

வாரான பிரம்மரிஷி மைந்தனப்பா மகத்தான சூரியகுலந் தனில்உதித்த
தூரான பெண்மாது அரவர்ஜாதி துகளான ஜோதிமாமுனிவர் தானாகும்
வேரான மலைக்குகைகள் குண்ணுதேடி விளக்கமற கல்லதனை ஆராய்ந்தேதான்
கூறான வயிரக்கல் கண்டெடுத்த கொற்றவனார் ஜோதிமா முனிதானாச்சே. 5917

ஆச்சப்பா இன்னமொரு மர்மஞ்சொல்வேன் அப்பனே புலிப்பாணி அண்ணலேகேள்
மூச்சடங்கி சென்றதொரு மாடர்தானும் முனையுடனே தான்பிறந்த வண்மைகேளீர்
மாச்சலென்ற மார்கழியாந் திங்களப்பா மகத்தான உத்திரட்டாதி தானும்
வீச்சுடனே நாலாங்கால் என்னலாகும் விரைவான நாள்தனிலே பிறந்தார்தாமே. 5918

பிறந்தாரே டமரகர் யாரென்றாக்கால் பேரான சுந்தரனார் மைந்தனப்பா
இறந்ததொரு சுந்தரர்க்கு மைந்தனப்பா எழிலான பிள்ளையது இரண்டாம்பிள்ளை
துறந்ததொரு ஞானியப்பா சைவஞானி சுத்தமுள்ள வீராதி வீரனப்பா
மறந்ததொரு மார்க்கமெல்லாம் மாந்திரீகத்தால் மகத்தான புத்தியினால் அறிந்தசித்தே. 5919

சித்தான இன்னமொரு மகிமைசொல்வேன் சீர்பாலா புண்ணியனே பகலக்கேளீர்
முத்தான ஞானியிலும் உயர்ந்தஞானி முனையான சுந்தரனார் சித்துதாமும்
புத்தியுள்ள பூபாலன் தான்பிறந்த புகழான மாதமது யாதென்றாக்கால்
சுத்தமுள்ள ஆவணியாந் திங்களப்பா சுடரான சுந்தரனார் பிறந்தார்தானே. 5920

தானான ரேவதியாம் மூன்றாங்காலாம் தண்மையுடன் பிறந்ததொரு நாளுமாச்சு
கோனான சுந்தரனார் உளவுகேட்டால் கொற்றவனே கிட்கிந்தா மலையின்உச்சி
தேனான நவகண்ட ரிஷியார்தம்மின் சிறப்பாக அவர்தமக்கு பேரனாகும்
மானான மகத்துவங்கள் உள்ளசித்து மண்டலத்தில் சிவஞான சித்துபாரே. 5921

பாரேதான் இன்னமொரு அதீதஞ்சொல்வேன் பாலகனே சிறுபாலா பகரக்கேளும்
சூரேதான் சொன்னார்கள் இதிகாசங்கள் அப்பனே யார்தானுஞ் சொல்லவில்லை
நேரேதான் இன்னமொரு பார்க்கஞ் சொல்வேன் நெடிதான வரரிஷியாம் என்றசித்து
சீரேதான் அவர்பிறந்த வண்மையப்பா சிறப்புடைய சித்திரையாந் திங்கள்தானே 5922

சித்திரையாம் அசுவினி மூன்றாங்காலாம் சிறப்பான நாள்தனிலே பிறந்தாரென்றும்
பத்தியுடன் அவருடைய மார்க்கஞ்சொல்வேன் பண்பான திரணாக்கிய முனிவர்பேரன்
முத்திவழி செல்லுகின்ற சித்துவாகும் முனையான வரரிஷியாம் என்றும்பேரு
சத்தியங்கள் தவறாத விசுவயோகி தாரணியில் வரரிஷியாம் என்னலாமே. 5923

என்னவே இன்னமொரு அயனஞ்சொல்வேன் எழிலான எந்தனது புத்திவானே
துன்னவே வால்மீகர் பிறந்தநேர்மை துப்புரவாய் அவருடைய வண்மைசொல்வேன்
மன்னவனுக் கொப்பான வால்மீகர்தானும் மகத்தான லோகமதில் பெரியசித்து
சொன்னதொரு புரட்டாசி திங்களப்பா சொற்பெரிய அனுஷமது நாலாங்காலே. 5924

காலான வால்மீகர் வேடனப்பா கன்னியாள் பெற்றதொரு குறத்திமைந்தன்
கோலான மராமரா உபதேசங்கள் கொற்றவனார் பெற்றதொரு சித்துமாச்சு
பாலான மாண்பருக்கு ஞானகாண்டம் பகுத்தறிய வால்மீகர் சரிதையப்பா
மாலான அவர்பெருமை யாருக்குண்டு மகத்தான ரிஷிகளுக்கு இல்லைதானே. 5925

இல்லையே இன்னமொரு சரிதைசொல்வேன் எழிலான எந்தனது புத்திமாரா
தொல்லுலகிற் கீர்த்திபெற்ற மாதுசித்து துப்புரவாய் ஊர்வசியாள் என்னுமாது
எல்லவருந் தான்புகழ வைகாசிதன்னில் எழிலான பூரமென்ற நாலாங்காலாம்
வல்லமையாய் வந்துதித்த தேவமாது வையகத்தில் ஊர்வசியாள் என்றமாதே. 5926

மாதான ஊர்வசியாள் மார்க்கந்தானும் மகத்தான கானகத்து ரிஷிதானப்பா
தீதான பிரிங்கிமகா ரிஷியின்பேத்தி தீர்க்கமுடன் கானீனன் பெற்றமாது
ஆதான சாத்திரத்தில் சித்துநூலில் அறிவுடைய ஊர்வசியாள் மாதுதானும்
கோதானந் தான்கொடுத்து பிறந்தமாது குவலயத்தில் ஊர்வசியாஞ் சித்துகாணே. 5927

காணவே இன்னமொரு கவிதைசொல்வேன் கண்ணான கண்மணியே கழரக்கேண்மோ
பூணவே புலிப்பாணி மைந்தாபாரு புகழான எந்தனிரு மணியே கேளும்
வேணவே இன்னம்வெகு அனேகசித்து வேடமது பூண்டுமல்லோ இருந்தாரப்பா
மாணமருங் கல்வியுள்ள சித்துகன்னி மகத்தான சித்துகளைக் கூறலாச்சே. 5928

கூறவென்றால் கமலமுனி பிறந்தநேர்மை கூறுவேன் வைகாசி திங்களப்பா
மாறலுடன் பூசமது இரண்டாங்காலாம் மகத்தான கமலமுனி பிறந்தநாள்தான்
சீறலது வாராத தேவசித்து தெளிவுடைய வையகத்துக்கு உகந்தசித்து
ஆறவே ஒருவரால் கூறப்போமோ அப்பனே ஞானவொளி சித்துபாரே. 5929

பாரேதான் சித்தொளியின் மகிமைபாரு பாங்கான காலாங்கி பாட்டன்வர்க்கம்
நேரேதான் வமிஷத்திற் பிறந்தசித்து நெடிதான சின்மயா னந்தசித்து
வேரேதான் இன்னமொரு மார்க்கஞ்சொல்வேன் வெளியரங்க மானதொரு மாராகேண்மோ
சீரேதான் அறிவான அனந்தசித்தர் தீர்க்கமுடன் பிறந்ததொரு நேர்மைகாணே. 5930

காணவே மாசியென்ற திங்களப்பா கருவான ரேவதியாம் மூன்றாம்பாதம்
பூணவே அவர்பிறந்த நாளதாகும் புகழான மார்க்கமது யாதென்றாக்கால்
வேணதொரு டமரகனார் மைந்தரப்பா வேதாந்த அறிவான அனந்தராகும்
தோணவே பிரதிலோம னென்றேசொல்வார் தொல்லுலகில் இவர்போலுஞ் சித்துமுண்டோ. 5931

உண்டான இன்னமொரு மர்மஞ்சொல்வேன் உத்தமனே நாதாந்தமணியே கேண்மோ
தொண்டனெனும் சித்துமுனி ரிஷிகளுக்கு தோற்றமுள்ள அகப்பேயர் சித்துவாகும்
கண்டவர்கள் விடுவார்கள் சித்துதம்மை காசினியில் உபதேசம் பெற்றசித்து
அண்டமெனும் வையகத்தில் பிறந்தநேர்மை அப்பனே யானுரைப்பேன் சொல்வேன்பாரே. 5932

ஆச்சப்பா கன்னியவள் பெற்றபிள்ளை அவதார புருஷனென்றே செப்பலாகும்
மூச்சடங்கி வெகுகாலம் இருந்தசித்து முனையான அகப்பேயர் சித்துவாகும்
மாச்சலுடன் இன்னமொரு மார்க்கங்கேளு மகத்தான குதம்பையென்ற சித்துதாமும்
ஏச்சலது வாராமல் தான்பிறந்த எழிலான சித்தினிட மார்க்கங்கேளே. 5933

கேளேதான் ஆடியாந் திங்களப்பா கெவனமுடன் விசாகமென்ற மூன்றாங்காலில்
நானப்பா தான்பிறந்த குதம்பைசித்து நலமுடனே திரிகால பூசைசெய்து
வேளப்பா யாகமது முடித்துமல்லோ வேள்வியுடன் பாலாமிர்தம் உண்டசித்து
ஆளப்பா பெரியோர்கள் நேசம்பெற்று அப்பனே மரப்பொந்தில் இருந்தசித்தே. 5934

சித்தான மாதவமாங் குலத்துதித்த சிறப்பான குதம்பையென்ற சித்துவப்பா
முத்தான பாலமிர்தம் உண்டுமல்லோ மூதுலகைத் தான்பழித்த சித்துவாகும்
பத்தியுடன் வையகத்தில் நெடுங்காலந்தான் பான்மையுடன் வீற்றிருந்த பரமசித்து
சுத்தியுள்ள திருவாத்தி மரத்தின்கீழே சுந்தரம் போலிருந்ததொரு மாயாசித்தே. 5935

மாயான சித்தல்லோ மகிமைபாரு மகத்தான புலிப்பாணி மைந்தாகேளு
தாயான பாம்பாட்டி சித்தரப்பா தாரணியில் நெடுங்கால மிருந்தசித்து
காயான முப்பழமும் பாலுங்கொண்டு கலியுகத்தில் நெடுநாளாய் இருந்தசித்து
சேயான பாம்பாட்டி சித்துதாமும் சீருலகில் பிறந்ததொரு சித்துதானே. 5936

தானான பாம்பாட்டி பிறந்தமாதம் தாக்கான கார்த்திகையாந் திங்களப்பா
கோனான மிருகசீரிடந் தானாகும் கொற்றவனே மூன்றாங்கால் என்னலாகும்
தேனான அவர்பிறந்த நாள்தானப்பா தேசத்தில் சித்தர்முனி கண்டதுண்டோ
மானான பதினெண்பேர் நூலைப்பார்த்து மார்க்கமுடன் தானறிந்து சொல்லிட்டேனே. 5937

சொல்லவென்றால் பாம்பாட்டி மர்மந்தானும் தோற்றமுடன் ஜோகியென்ற வமிஷந்தான்
புல்லவே மசானகுறி யோகியப்பா புகழ்பெரிய குருடனார் பெற்றபிள்ளை
வெல்லவே மாலைசுற்றித் தான்பிறந்த வேதாந்தப் பாம்பாட்டி என்னலாகும்
நல்லதொரு சித்துமுனி உபதேசங்கள் நலம்பெற்ற பாம்பாட் டியாமே. 5938

பாம்பான இன்னமொரு மார்க்கங்கேளு பண்பான புலிப்பாணி நேசபாசா
தீம்பில்லா காலகண்ட ரிஷியார்தாமும் தீர்க்கமுடன் பிறந்தொரு திண்ணம்பாரு
தாம்புகழுஞ் சித்திரையாந் திங்களப்பா தாக்கான உத்திராடம் இரண்டாம்பாதம்
மாம்புலமாம் வட்டாரந் தன்னிலப்பா மகத்தான சிவவேடம் பூண்டசித்தே. 5939

பூண்டதொரு காலகண்ட ரிஷியார்தாமும் புகழான பேரண்ட முனிதான்சித்து
ஆண்டகையார் சித்துமுனி மைந்தனுக்கு அன்பான பேரனது பேரனப்பா
தாண்டகையாங் காலகண்ட சித்துவாகும் தரணிபதி சிவயோக சித்துவாகும்
வேண்டியதோர் கருமானம் அறிந்தசித்து வேதாந்த காலகண்டர் என்னலாமே. 5940

என்னவே இன்னமொரு மார்க்கஞ்சொல்வேன் எழிலான புலிப்பாணி கண்ணேகேளும்
பன்னவே வடிவேலர் தாம்பிறந்த பதாம்புயத்தைச் சொல்லுகிறேன் பண்பாய்க்கேளும்
துன்னவே மூன்றுயுகங் கடந்தவேலர் துப்புரவாய்ப் பிறந்ததொரு நேர்மையப்பா
சொன்னபடி ஆவணியாந் திங்களப்பா சொல்லுகிறேன் முதற்பூசங் கால்தானொன்றே. 5941

ஒன்றான கால்தனிலே பிறந்தநாளாம் உத்தமனார் வடிவேலர் பிறந்தாரென்று
குன்றான மலைபோலே சாத்திரங்கள் கூறினார் குவலயத்தில் சொல்லொண்ணாது
தென்றிசையில் அகஸ்தியருக்கு உபதேசங்கள் செய்ததொரு வடிவேலர் சித்துதாமும்
பன்றிபெருச் சாளியின்மேல் சாரியேசும் பண்பான விநாயகருக்கு தம்பியாமே. 5942

தம்பியென்று சாத்திரங்கள் சொல்லலாச்சு சதகோடி வடிவேலர் சித்துதன்னை
வெம்பியதோர் மாந்தருக்கு ரோகந்தீரும் வெட்டவெளி வடிவேலர் என்றேசொல்வார்
கும்பியே மனங்கொதித்து வந்தபேர்க்கு கோடான கோடிபொருள் ஈவாரப்பா
தம்பியே எந்தனுக்கு குருவுமாகும் தாக்கான வடிவேலர் தண்மைபாரே. 5943

பாரேதான் இன்னமொரு பதமுஞ்சொல்வேன் பாங்கான புலிப்பாணி மகனேபாரு
சீரான யூகிமுனி பிறந்தவண்ணம் சிறப்புடனே சொல்லுகிறேன் திறமைமெத்த
நேரான ஆவணியாந் திங்களப்பா நெடிதான பூசமது மூன்றாங்காலாம்
கூரான நாளதனில் பிறந்தசித்து குறிப்பான யூகியென்ற முனிவர்தானே. 5944

தானான யூகிமுனி மார்க்கமென்றால் தகமையுள்ள தன்வந்திரிக் குற்றபேரன்
கோனான சிங்களவ குலத்துதித்த கொம்பனையாள் கானீனன் பெற்றபிள்ளை
தேனான திரவிடத்திற் சொன்னார்போல தீர்க்கமுடன் வடமொழியில் சொல்லலாச்சு
மானான மாண்பருக் குடயோகத்தால் மாட்சியுடன் சொன்னதொரு நீதியாமே. 5945

நீதியாம் இன்னமொரு மர்மஞ்சொல்வேன் நிஷ்களங்க மானபுலிப் பாணியப்பா
தீதிலா ஜெமதக்னி முனிவர்தானும் சிறப்புடனே பிறந்ததொரு நேர்மைசொல்வேன்
கோதிலா ஐப்பசி மாதமப்பா குறிப்பான புனர்பூசம் மூன்றாங்கால்தான்
பாதிமதி சடையணிந்த தம்பிரான்போல் பாரினிலே அவதரித்த சித்துமாமே. 5946

சித்தான ஜெமதக்னி முனிவர்தானும் சிறப்பான பரத்துவமாம் ரிஷியின்பேரன்
முத்தான வனுலோமன் பெற்றபிள்ளை மூதுலகில் கீர்த்தியுடன் இருந்தசித்து
சத்தான யூகியென்ற சாத்திரந்தான் சாங்கமுடன் பன்னீராயிரந் தானாகும்
சுத்தமுள்ள ரிஷிதேவர் சொன்னதில்லை சுந்தரனார் இதிகாசங் கூறினாரே. 5947

கூறினார் இன்னமொரு குறிப்பைக்கேளு கூரான புலிப்பாணி மைந்தாபாரு
மீறியதோர் திரணாக்கிய முனிவரப்பா மிக்கான பிறந்ததொரு வண்மைசொல்வேன்
ஆறுபுடை திங்களாம் புரட்டாசியப்பா அப்பனே திருவாதிரை இரண்டாம்பாதம்
வீறுபுகழ் சாத்திரத்தை மனதிலெண்ணி விருப்பமுடன் பாடிவைத்தார் நூலிதாமே. 5948

நூலான மார்க்கமது யாதென்றாக்கால் நுணுக்கமுடன் ஜெமதக்னி பெற்றபாலன்
கோலான குறத்தியிட சற்புத்திரந்தான் குறிப்பான பிரதிலோமன் என்னலாகும்
பாலான மார்க்கமது யாதென்றாக்கால் பட்சமுடன் சொல்லுகிறேன் பண்பாய்க்கேளு
காலான புலிப்பாணி மைந்தாபாரு கசடற்ற புத்திரனே புகல்வேன்பாரே. 5949

புகலுவேன் கண்டீசர் பிறந்தநேர்மை புகழான வைகாசி மாதமாகும்
நிகலுவேன் பூரமென்ற மூன்றாங்கால்தான் நீதியுடன் பிறந்த நாளேயாகும்
சகலமும் அறிந்ததொரு சித்துதாமும் சதாகாலம் வையகத்தில் இருந்தசித்து
அகலவே புலஸ்தியருக்கு உற்றபேரன் அன்பான வேடருட ஜாதிதானே. 5950

சாதியாங் கானீனன் பெற்றபிள்ளை சாங்கமுடன் நெடுங்காலம் இருந்தசித்து
ஜோதிமணி சுந்தரம்போல் குகைதானுள்ளே சுட்டெரிக்கும் நிலாப்போலே இருக்கும்சித்து
நீதிமனு முறைதவறாய் இருந்தசித்து கடலாழி உலகுபதி ஆண்டசித்து
தீதிலா சங்கமென்ற புலவருக்கு தீர்க்கமுடன் உபதேசஞ் செய்தசித்தே. 5951

செய்யவே இன்னமொரு மார்க்கம்பாரு செம்பவள கனிவாயா துய்யபாலா
உய்யவே திருமூலர் என்றசித்து உலகமதில் தான்பிறந்த சேதிவண்ணம்
பையவே புரட்டாசி திங்களப்பா பாலகனார் வந்துதித்த மாதமாகும்
வெய்யவே அவிட்டமென்ற மூன்றாங்கால்தான் மேதினியில் வந்துதித்த சித்துமாச்சே. 5952

ஆச்சப்பா திருமூல வர்க்கத்தோர்கள் அவனியிலே சொல்லுதற்கு நாவுமில்லை
மூச்சடங்கிப் போனதொரு பாண்டியர்கள்தாமும் முனையான சங்கமதில் வாதுசெய்தோன்
பாச்சலுடன் சேரனுக்கு பெற்றபாலன் பாரினிலே அனுலோமன் என்னலாகும்
வீச்சலுடன் இதிகாச புராணமெல்லாம் விருப்பமுடன் பாடிவைத்த சித்துகாணே. 5953

போகர் தட்சணபதி மாண்பரின் குறியை சீனபதியாருக்கு உரைத்தல்

காணவே இன்னமொரு கருமானங்கேள் கருவான புலிப்பாணி மைந்தாபாரு
தோணவே எழுகடலுஞ் சுற்றிவந்தேன் தோறாமல் தட்சண மாண்பர்தம்மை
பூணவே நெடுங்காலம் இருந்துமல்லோ பொங்கமுடன் அதிசயங்கள் மிகவுங்கண்டேன்
வேணதொரு தேவாதி தேவரல்லோ விருப்பமுடன் அனேகவித கோயிலுண்டே. 5954

உண்டான வையகத்து மாண்பர்தம்மில் உத்தமனே சன்னதங்கள் மெத்தவுண்டு
கண்டாலும் மாண்பர்களைப் பார்த்தபோது கருவான தெய்வங்கள் உச்சாடத்தால்
செண்டான முறைமைகொண்டு உறவுபேசி செம்மலுடன் அருகிருந்து சிலதுமாண்பர்
திண்மையுடன் குறிசொல்ல வந்தோனுக்கு தீர்க்கமுடன் தானுரைப்பார் அதீதந்தானே. 5955

அதீதமாஞ் சமுசாரி செய்யும்வித்தை அன்போடு ஆயிரம்பேர் குறிகேட்டாலும்
கதீதமுடன் தேவதைகள் வசியத்தாலே கதிரான சுகசேதி சொல்வோன்போல

மதிபோன்ற தேவதா கிருபையாலும் மகத்தான உண்மைவழி கூறினார்போல்
சதியுடனே சன்னதங்கள் மிகவுமாகி சட்டமுடன் கூறலுற்றார் மாண்பர்க்காமே. 5956

மாண்பான குறிசொல்லும் மார்க்கங்களும் மகத்தான பத்துப்பேர் இரண்டுபேர்கள்
ஆண்பிள்ளைத் தன்னோடும் பாலரோடும் அழகான மாதர்களின் கூட்டத்தோடும்
வீண்பேச்சு வார்த்தைகளும் மிகவாய்ப்பேசி விருப்பமுடன் யாதொன்றும் தெரியாப்போலும்
நாண்போடு தூதுரைக்கும் மாண்பர்தாமும் நலமான மாந்தருடன் பேசுவாரே. 5957

பேசியே மாண்பரோடு உறவுபேசி பேரான குறிகேட்க வந்தோர்தம்மை
காசினியில் வந்ததொரு மாண்பர்நாங்கள் கருவாகக் குறி சொல்லும் மாண்டிதன்னை
பாசிபடா குறியுரைப்பார் என்றுசொல்லி பட்சமுடன் வெகுதூரங் கேட்டுவந்தோம்
மாசியென்னும் பதிதனிலே குறிகள்கேட்டோம் மகத்தான குறியதுவுஞ் சொல்லலாச்சே. 5958

சொல்லவென்றால் குறியதுவும் என்னசொல்வோம் சோடசத்தில் ஒன்றேனும் பொய்யேயில்லை
வெள்ளவே குறிகேட்டார் மெய்யைப்போல மேன்மையுடன் கூடிவரு மாண்பரொடு
புல்லவே உறவுகொண்டு நயங்கள்பேசி புகழான எதிரியின் வார்த்தைதன்னை
மெல்லவே அவருரைக்கும் வார்த்தைதன்னை மேன்மையுடன் உபாயத்தால் அறிவார்தானே. 5959

தானாக எதிர்மாண்பர் கூறும்வார்த்தை தண்மையுடன் உபாயமதாய்த் தானறிந்து
கோனான குறியுரைக்கும் சங்கன்தானும் கொப்பெனவே அடையாள ரூபத்தோடும்
மானாக எதிரியின்தன் வார்த்தையெல்லாம் மார்க்கமுடன் தானுரைத்து ஆளைக்காட்டி
பானாக பதிமேடை மறைந்துகொண்டு பாங்குடனே குறிசொல்வோர் பின்நிற்பாரே. 5960

நின்றுமே தூதுரைத்து ஆள்காணாமல் நேர்மையுடன் ஓர்பக்கம் மறைவாய்நின்று
சென்றதொரு மாண்பருக்கு குறியுஞ்சொல்ல செம்மலுடன் ஜங்கமெனும் வேடம்பூண்டு
நன்னயமாய் கிருஷ்ணமுடி தானும்பூண்டு நலமான உடுக்கைதனை கையிலேந்தி
பன்னவே பலபேர்கள் கூட்டத்தோடும் பாரினிலே பலகுறிகள் சொல்வான்பாரே. 5961

சொல்வானே அவரவர்கள் வார்த்தைகொண்டும் துப்புரவாய் முன்சொன்ன தூதைக்கொண்டும்
புல்லவே குறிமேடை தனிலிருந்து புகழான ஆவேசம் வந்தாற்போல
மெல்லவே வாய்திறந்து பொன்னாங்காயை மேன்மையுடன் மென்றுதின்று உமிழ்நீர்தன்னை
நல்லதொரு மதுவுண்ட நாற்றம்போல நயமுடனே வமனமது செய்வான்பாரே. 5962

செய்யவே மதுபானங் கொண்டுமல்லோ செயலான தன்னினைவு தனக்குமாறி
பையவே மயன்மீதில் வாடைகொண்டு பதறுதே தேகமது நிலைகொள்ளாது
உய்யவே யார்வந்து எதுகேட்டாலும் உத்தமனே சித்தடியேன் சொல்வேன்பாரு
துய்யபுகழ் பாண்டியன்போல் உதாரம்பேசி துப்புரவாய் குறிசொல்வேன் கேட்பான்பாரே. 5963

பாரேதான் முன்சொன்ன அடையாளம்போல் பாங்குடனே மாண்பர்களை உருட்டிப்பார்த்து
நேரேதான் ஈசானிய மூலையப்பா நெருக்கமுடன் நடுபந்தி தனில்இருக்க
சீரேதான் கட்டழகி மாதுதன்னை சிறப்பாக சித்தடியைக் கூப்பிடென்று
ஆரோதான் அம்மம்மா குறைகளொன்று ஆர்க்கமுடி போதாது என்பான்பாரே. 5964

என்னவே உந்தனுக்குக் குறைகள்மெத்த ஏர்க்கமுடி போகாது ரோகம்மீறி
பன்னவே உன்புருஷன் உன்னைவிட்டு பாரினிலே வனசாரி சென்றாரம்மா
துன்னவே மைந்தனுக்குக் கண்ணும்போச்சு துப்புரவாய்ப் பாவாடை ராயனுக்கு
மின்னவே கங்கணமுங் கட்டியல்லோ மிக்கான பொங்கல்களும் இட்டீர்காணே. 5965

காணவே இருபத்தோர் வாரமம்மா கட்டழகி காணிக்கை கொண்டுசென்று
தோணவே முதற்பூசை உன்னுதென்று துப்புரவாய் சொல்லினதும் உண்டோகூறும்
நாணவே குறுமுகத்தில் வந்துஎன்னை நன்மையோ துன்மையோ என்றுசொல்லி
பாணம்போல் மனதுருகி மனதுவந்து பாலகனே கேட்கவந்தீர் உண்மைதானே. 5966

உண்மையாம் என்குறிகள் பொய்யாதம்மா உத்தமியே நாதாக்கள் வணங்குவார்கள்
வண்மையாங் கைகண்ட குறிதானென்று வளப்பமுடன் நிதியெனக்கு குடுப்பார்பாரு
திண்மையாம் பாதகாணிக் கையோடும் தீர்க்கமுடன் புஷ்பதாம் பூலத்தோடும்
தண்மையுடன் வேணஉப சாரத்தோடும் தட்டாமல் எந்தனுக்குத் தருவார்தானே. 5967

தட்டாமல் தருவதா னென்றுசொல்லி சர்க்கமிட்டு சித்தடிக்கு வாதுகூறி
கொட்டாவி கொண்டல்லோ மலையேறியப்பா கொப்பெனவே யான்போறோம் என்றுசொல்லி
சட்டமுடன் கற்பூர பழத்தைவாங்க சாங்கமுடன் வாய்தனிலே கொண்டுமல்லோ
வட்டபுரி அம்மனது பாதம்போறேன் வளமுடனே எல்லாரும் பணிவீர்தாமே. 5968

பணியவென்று குறிசொல்வோன் கூறும்போது பண்பான முழுமூடர் கமுதைமாண்பர்
அணியணியாய் குறிகேட்டு மெய்யென்றெண்ணி அவன்பாதந் தனில்விழுஞ் சண்டிமாண்பர்
மணியான தெய்வமது ஒன்றிருக்க மார்க்கமுடன் மதுகொள்ளும் மாண்பர்தம்மை
கணிதமுடன் குறிகண்டு குணமுங்கண்டு காசினியில் வந்துதித்த தெய்வந்தானே. 5969

தானான மதுகொள்ளும் மதுரைவீரன் தாரணியில் குறிசொல்லும் தெய்வமென்றும்
கோனான முழுமடையர் பேயரப்பா குவலயத்தில் கல்விகற்றும் பேயனாகி
மானான பஞ்சறிவுந் தானறிந்து மகத்தான சாத்திரங்கள் படித்துக்கேட்டு
பானாகக் குறிசொல்வோர் வலையிற்சிக்கி பண்புடனே மயங்குகிறார் மடையர்தாமே. 5970

மடையான மாண்பர்களும் பலநூல்கற்று மகத்தான மாயாவின் வலையிற்சிக்கி
இடைநடுவில் வையகத்து வாழ்க்கைதன்னை எழிலாகத் தன்மனதில் பாராமற்றான்
கடைபோன்ற ஞானவழி கோடிசித்தர் கருவான சாத்திரங்கள் செய்திருக்க
திடமுறவே சற்றேனும் மனதுறாமல் தீர்க்கமுடன் பலநூலும் பார்த்தார்தானே. 5971

சத்தகன்னி குறிகேட்டல்

தானான இன்னமொரு மார்க்கஞ்சொல்வேன் தகமையுள்ள புலிப்பாணி மைந்தாகேளு
கோனான எனதையர் காலாங்கிநாதர் கொற்றவனார் தாமிருக்குங் காலந்தன்னில்
பானான வையகத்து மாண்பரெல்லாம் பதிகெட்டு மதிகெட்டு குறிகள்கேட்டு
தேனான மனோன்மணியை மறந்துமல்லோ தீர்க்கமுடன் மூடவழி சென்றார்பாரே. 5972

பாரேதான் குறியுரைக்குஞ் ஜங்கன்தானும் பாங்கான பதிமேடை தனில்இருந்து
நேரேதான் மாண்பர்களின் கூட்டந்தன்னை நேர்மையுடன் தானோக்கி பார்த்துமேதான்
சீரேதான் சத்தகன்னி வந்தேனப்பா சிறப்புடனே சன்னதங்கள் மிகவுண்டாச்சி
கூரேதான் வாடைகொண்டு வீசுதையா கொற்றவரே குறிகேட்டால் கூறுவேனே. 5973

கூறுவேன் விளையாடி சன்னதங்கள் கொப்பெனவே ஓங்கார சத்தத்தோடு
மாறுபடா திருமேனி மங்கையப்பா மகத்தான பச்சைரிஷி வனத்திற்றானும்
ஆறுண்டு குளமுண்டு மடுவுமுண்டு அங்கிருக்கும் வனத்துகன்னி யானுமல்லோ
வீறுடனே வெகுநாளாய் உந்தன்வாசல் விருப்பமுடன் விளையாட வந்தேன்பாரே. 5974

வந்தேனென்று சொல்லுகையில் ஜங்கன்தானும் வகையறிய முழுமூடர் மாண்பர்தம்மில்
சிந்தனையாய் அதிலொருவர் தானெழுந்து சிறப்புடனே குறிகேட்க வந்துநின்று
பந்துமுலை ஸ்தனத்தாலே பச்சைகன்னி பட்சமுடன் எந்தனுக்கு குறிகள்கூறும்
தந்தையார் வைத்ததோர் நிதிகள்கோடி தாரணியில் மெத்தவுண்டு சொல்லொண்ணாதே. 5975

உண்டான திரவியங்கள் மெத்தவுண்டு ஓகோகோ நாதாக்கள் கொடுத்தபாக்கியம்
தண்மையுடன் தேவதா ஸ்தலங்கள்யாவும் தகமையுடன் தருமமது செய்தேன்யானும்
வண்மையுடன் யாகமது செய்துமல்லோ மகத்தான காணிக்கை யாவுந்தந்தேன்
உண்மையாய்க் கொடுத்தநிதி கோடியுண்டு உத்தமனே மைந்தனிலை என்றார்தாமே. 5976

என்றுமே மாண்மர்களில் ஒருவனப்பா எழிலான ஜங்கன்தனைக் கண்டுமல்லோ
குன்றான மலைநாடு குகைகள்தன்னில் கொம்பனையே வந்ததொரு கன்னிதாயே
சென்றுமே தம்பதிக்கு வந்தேனம்மா செம்மலுடன் எந்தனுக்கு மைந்தன்வேண்டும்
இன்றுமே குறியுரைத்து எந்தனுக்கு எழிலுடனே ஏகவென்று தொழுதிட்டாரே. 5977

தொழுதாரே சமுசாரி யானமாண்பர் துப்புரவாய் பாதகாணிக் கையிலிட்டு
அழுதாரே தேவியுடன் தானுமல்லோ அங்ஙனவே இருபேரும் சாஷ்டாங்கிட்டு
முழுவதிலும் எங்களைநீர் பாதுகாத்து மொய்குழலே எந்தனுக்கு மைந்தனீந்து
மழுவுடனே கற்பூர தீபாராத்தி மகிழ்ச்சியுடன் தருவேனென்று பணிந்திட்டாரே. 5978

பணியவே சத்தகன்னி ஜங்கன்தானும் பட்சமுடன் மனதுவந்து மனங்களித்து
மணியான மைந்தனல்லோ உனக்குண்டாகும் மகப்பேறு மெத்தவுண்டு உந்தனுக்கு
கணிதமுடன் குறியுரைத்தேன் மைந்தாபாலா கட்டழகி உன்தேவி இன்றுமட்டும்
துணிவுடனே இருபத்தோர் வாரமப்பா துப்புரவாய் பூசைமுகம் வரச்சொல்வீரே. 5979

சொல்லவே சத்தகன்னி ஜங்கன்தானும் சுத்தமுடன் சமுசாரி மாண்பன்கேட்டு
வெல்லவே தன்தேவிதனைஅழைத்து விருப்பமுடன் இன்றுமுதல் நீயுமேதான்
புல்லவே சத்தகன்னி ஜங்கன்தானும் புகழாக வாக்குரைத்த தன்மைபோலே
நல்லதோர் இருபத்தோர் வாரமட்டும் நலமுடனே பதிமுகத்தில் செல்வீர்தாமே. 5980

தாமான சமுசாரி மாண்பன்தேவி சட்டமுடன் நாயகன்சொற் கடவாமற்றான்
பேமானி தானுரைத்த வார்த்தைதன்னை பேருலகில் உபதேசம் மெய்யென்றெண்ணி
சாமான்ய மானதொரு பெண்பால்தானும் சட்டமுடன் ஜங்கன்தன் வாசற்சென்று
பூமான்கள் அறியாமல் பதிமுகத்தில் புகட்சியுடன் ஜங்கன்தனைக் கண்டாள்பாரே. 5981

கண்டதொரு சத்தகன்னி ஜங்கன்தானும் கருத்துடனே கொம்பனையைக் கொண்டுசென்று
அண்டர்முனி தேவாதி தேவர்க்கெல்லாம் அவனியிலே குறியுரைத்தேன் மெத்தவுண்டு
தண்டுளப மாலையணி கிருஷ்ணன்போலே தகமையுடன் மாதுதனைக் கைபிடித்து
கொண்டனைத்து சைதன்யஞ் செய்துமல்லோ கொப்பெனவே மைந்தனும் உண்டாக்கினானே. 5982

ஆக்கினான் இருபத்தோர் வாரமட்டும் அங்ஙனவே பதிமுகத்தில் சென்றுமல்லோ
பாக்கியங்கள் பெற்றவர்போல் வாராவாரம் பதிமுகத்தில் ஜங்கன்தான் கூடிருந்து
சாத்திரங்கள் சொற்பனங்கள் கண்டாற்போல சட்டமுடன் தம்பதிக்கு வந்துமல்லோ
நீக்கியே சத்தகன்னி வரமும்பெற்று நீட்சியுடன் வடபதிக்கு வந்திட்டாரே. 5983

வந்தாரே வெகுநாட்கள் தான்கழித்து வளமையுடன் மைந்தனையும் பெற்றபின்பு
சிந்தனைகள் தாம்நீங்கி கலியும்நீங்கி சிற்பரனைப் போலஒரு பாலன்பெற்று
பந்தமுடன் மணவாளன் மனைவிதானும் பட்சமுடன் மைந்தனையுங் கொஞ்சியல்லோ
அந்தஉல கத்தினிலே சத்தகன்னி எழிலான குறிப்போலே உண்டென்பாரே. 5984

என்பாரே முழுமடையர் தானுமப்பா எழிலான சாத்திரங்கள் கற்றுமென்ன
வன்பான மாண்பனல்லோ நம்மைப்போல வளமையுடன் வையகத்தில் வந்தமாண்பன்
தன்போலே மனிதனென்று அறியாமற்றான் தண்மையுடன் சத்தகன்னி ஜங்கன்தன்னை
நன்னயமாய் மனிதனையுஞ் சுவாமியென்று நலமுடனே அவர்காலில் விழுந்திட்டாரே. 5985

விழுந்தாரே அவன்கலவி தன்னிற்சென்று விட்டகுறை இருந்ததொரு பாவத்தாலே
அழுந்தியே அவன்வலையிற் சிக்கியல்லோ அவனியிலே பேருண்டாய் பேரும்பெற்று
தொழுதுமே குலதெய்வம் அவன்தானென்று தொல்லுலகில் கெட்டதொரு கழுதைமாண்பர்
மழுவேந்தர் கதைபேசி நயங்கள்பேசி மாநிலத்தில் கெட்டவர்கள் கோடியாமே. 5986

பட்சண மாண்பருக்கு பலவித தேவதை குறி கூறல்

கோடியா இன்னமொரு மார்க்கஞ்சொல்வேன் குறிப்பான தட்சணமா மாண்பருக்கு
நீடியே பலதேவ கோடியாக நீதியுடன் தாமுரைப்பார் அனந்தமார்க்கம்
வாடியே வையகத்து மாண்பரெல்லாம் வளமையுடன் பலகாலுந் தொழுதிரஞ்சி
தேடியே திரவியங்கள் அனைத்துந்தந்து தீர்க்கமுடன் தான்கொடுத்து நிதிகேட்பாரே. 5987

நிதியான மானிடர்மேல் குறிகள்வந்து நினைத்து விளையாடுமது சன்னதங்கள்
பதியான பதிவிட்டு வந்தேனென்றும் பாலகனே தெய்வகன்னி நான்தானென்றும்
துதியுடனே மரத்துமுனி என்பேரென்றும் துப்புரவாய் எல்லையது பிடாரியென்றும்
மதியான லாடமுனி நான்தானென்றும் மகத்தான சன்னதங்கள் கூறுந்தானே. 5988

தானான அம்மனது காளியென்றும் தாக்கான வேல்முருகன் யான்தானென்றும்
கோனான வாடைமுனி யான்தானென்றும் குறிப்பான காட்டேரி யான்தானென்றும்
தேனான திருவேங்கிட பதிதானென்றும் சிறப்பான அங்காள வல்லியென்றும்
மானான கார்த்தவ ராயன்என்றும் மகத்தான அனேகவித தெய்வம்பாரே. 5989

பாரேதான் தெய்வமது அனேகங்கோடி பாரினிலே மாண்பர்மேல் சன்னதங்கள்
நேரேதான் தெய்வமயல் கொண்டோர்போலும் நேர்மையுடன் பலப்பலவாஞ் சன்னதங்கள்
கூரேதான் குடிகள்படை சேனைதன்னில் கோஷ்டமிட்டு சன்னதங்கள் மிகக்கொண்டாடும்
வீரேதான் பிராணாய உட்சாடந்தான் வீரமுடன் தானுரைப்பார் வெகுவாய்த்தானே. 5990

தேனேகேள் லாடகவி அனேகஞ்சொல்வார் தாக்கான பரிபாஷை மிகவுஞ்சொல்வார்
மானேகேள் சன்னதங்கள் மிகவுண்டாகி மார்க்கமுடன் திரேகமது நடுக்கல்கண்டு
தேனேகேள் சிதாபாச நிலையில்நின்று தீர்க்கமுடன் அதீதங்கள் மிகவுரைப்பார்
தானேதான் தெய்வமது கொண்டாற்போலே தகமையுடன் பலபிரட்டு பேசுவாரே. 5991

பேசுகின்ற வார்த்தைதனை மெய்யென்றுஎண்ணி பேரான தட்சணத்து மாண்பரெல்லாம்
காசுபணம் நிதியனைத்தும் மிகவுந்தந்து கருத்துடனே குறிமுறைகள் கேட்டாரப்பா
ஆசுகவி சாத்திரங்கள் பார்த்துமென்ன அறிவுகெட்ட மாண்பருக்கு மதியீனந்தான்

தேசுலவு பூந்துடையாய் போகசீஷர் தெளிவுடனே மிகவுரைப்பேன் கேளுகேளே. 5992

கேளேதான் தட்சிணத்து மாண்பரெல்லாம் கெவனமுடன் குறிகேட்டு மதியுங்கெட்டு
பாளேதான் சாத்திரத்தை மிகப்பாராமல் பாருலகில் மதிகெட்டு குருடராகி
ஆனேதான் அறிவழிந்து மானங்கெட்டு அப்பனே அஞ்ஞான வலையிற்சிக்கி
நாமேதான் போகாமல் நமனுக்காளாய் நாட்டினிலே இருந்தவர்கள் கோடிகாணே. 5993

காணவே எந்தனது சீஷபாலா கருவான புலிப்பாணி மைந்தாகேளு
தோணவே தேசாதி தேசமெல்லாம் துப்புரவாய் குளிகைகொண்டு அடியேன்தானும்
நீணவே காலாங்கி கடாட்சத்தாலே நீதியுடன் சத்தசா கரமுந்தாண்டி
பாணமுடன் ஏழுகடலுஞ் சுற்றிவந்து பாங்கான நிலைதனிலே நின்றிட்டேனே. 5994

இட்டேனே அட்டதிசை யானுங்கண்டேன் எழிலான தட்சிணத்து மாண்பர்போலே
கெட்டதொரு மாண்பர்களைக் கண்டதில்லை கெடியான தட்சிணமாம் பதியிலப்பா
திட்டமுடன் வெகுகோடி மாண்பர்தம்மை தீர்க்கமுடன் கண்டேனே தட்சிணத்தில்
சட்டமுடன் காலாங்கி நாதர்தாமும் தானுரைத்த வண்ணமது போல்கண்டேனே. 5995

கண்டேனே அடியேனும் யானுமல்லோ கனமான போகர் ஏழாயிரத்தை
அண்டர்முனி தேவாதி தேவரெல்லாம் அன்புடனே மனதுவந்து களிப்பதற்கும்
தண்டபம்போல் வையகத்து சித்துமாண்பர் தருவான குருக்கள் மனுவேந்தருக்கும்
சண்டமா ருதம்போலே இந்தநூலைச் சாற்றினேன் பெரியோர்கள் சமுசாரிக்கே. 5996

சாரிகேள் சமுசாரி யானபேர்க்கு சட்டமுடன் சித்துமுனி யானபேர்க்கு
வாரிதிபோல் பெருநூல் ஏழாயிரந்தான் மகத்தான நூல்களெல்லாம் இதிலடக்கம்
மீறியதோர் இந்நூலுக்கு உற்றநூலாம் மேன்மையுடன் அகஸ்தியனார் காவியந்தான்
வீறியதோர் பன்னீராயிரக் காண்டந்தான் வித்தகனார் பாடிவைத்த நூல்தான்பாரே. 5997

பாரேதான் சத்தகாண்டந் தன்னிற்குள்ளே பாங்கான லோகஅதி சயங்களெல்லாம்
நேரேதான் ஆறாவ தானகாண்டம் நெடிதான காண்டமிது குருநூலாகும்
தீரேதான் கடைகாண்டம் ஏழாங்காண்டம் தீர்க்கமுடன் இன்னஅதி சயங்கள்கூறும்
சீரேதான் காலாங்கி கடாட்சத்தாலே சிறப்புடனே பாடிவைத்தேன் பெருநூல்தானே. 5998

நூலான நூலிதுதான் சத்தகாண்டம் நுணுக்கமுடன் இதிலடக்கம் சொல்லொண்ணாது
பாலான பதினெண்பேர் சொன்னநூலும் பயிலான இந்நூலுக் கொள்ளாதப்பா
சேலான நவகோடி ரிஷிகள்தாமும் செம்மலுடன் கோடிவரை நூலுஞ்செய்தார்
மாலான நூலிதுவும் மகிமைமெத்த மகத்தான இந்நூல்போல் இல்லைதானே. 5999

தானான எனதையர் காலாங்கிநாதர் தண்மையுடன் அவர்பாத கடாட்சத்தாலும்
தேனான மனோன்மணியாள் கிருபையாலும் தேற்றமுடன் காவியம் ஏழாயிரத்தை
மானான வையகத்தோர் பிழைக்கவென்று மகத்தான சீனபதி மாண்பருக்கு
பானான காண்டம் ஏழாயிரத்தில் பட்சமுடன் இருமூன்று காண்டமுற்றேே. 6000

போகரின்
ஏழாவது காண்டம்

பொருளடக்கம்

போகரின்
ஏழாவது காண்டம்

தானான சத்த காண்டம் ஏழாயிரத்தில் தன்மையுள்ள காண்டமிது
கோனான காலாங்கி கடாட்சத்தாலே கூறினேன்
வையகத்து அதிசயம் கேள்
தேனான மணிபோல் ஏழாயிரத்தில் தேற்றமுடன்
சொல்லி வைத்தேன் ஏழாங்காண்டம்
மானான கடைக்காண்டம் நீதிமார்க்கம்
மன்னவனே யுந்தமக்காய் ஓதினேனே

- போகர்

ஏழாம் காண்டத்தில் சில துளிகள்

இந்த ஏழாம் காண்டத்தை கதை காண்டம் என்றால் மிகையாகாது. சின்னச் சின்ன குட்டிக் கதைகளாக தாம் கண்ட அதிசயங்களை இந்தக் காண்டத்தில் விவரித்துள்ளார்.

சிங்கம் சித்தர்களைக் கொன்ற கதை

போகர் வழக்கம் போல குளிகையின் உதவியால் உலகை சுற்றக் கிளம்பி விட்டார். இப்போது அவர் செல்வது இமயத்தின் வடகோடி நோக்கி.

இமயத்தின் வடகோடியில் உள்ள ஒரு கானகத்தில் இறங்குகிறார். அங்கு சிங்கம், புலி, யானை போன்ற காட்டு மிருகங்கள் மட்டுமே காணப்பட்டன. எந்த ராஜாவும் ஆண்டதற்கான அறிகுறிகள் இல்லை. ஆனால் தன்னைப் போல் தவசிகள் மட்டும் இருந்ததற்கான தடயங்கள் இருந்ததால் அவர்களைத் தரிசிப்பதற்காகவாவது சில காலம் அங்கு தங்க முடிவு செய்தார்.

இப்படி இருக்கும் காலத்தில் அந்தக் காட்டில் திடீரென சித்தர் ஒருவர் தமது சீடர்கள் பின் தொடர எங்கேயோ சென்று கொண்டிருந்தார். போகரும் அவரைப் பின்தொடர்கையில் வெகு அருகாமையில் சிங்கத்தின் கர்ஜனை ஒன்று பெரியதாகக் கேட்க ஆரம்பித்தது. என்னவோ ஏதோ என்று போகர் நினைத்திருக்கையில், அவருக்கு முன்னே பெரியதொரு யானைக் கூட்டம் வட்டமிட்டிருக்க அந்த வட்டத்தின் நடுவே பெண் சிங்கமொன்று பிரசவ வலியால் துடித்துக் கொண்டிருந்தது. அதற்குக் காவலாய் ஆண் சிங்கமொன்று குறுக்கும் நெடுக்குமாய் நடந்து கொண்டிருந்தது.

சிங்கத்தின் கர்ஜனையால் சித்தர்களெல்லோரும் அருகிலிருந்த கல்லால மரத்தின் மீதேறி சிங்கத்தின்

பிரசவத்தைப் பார்த்துக் கொண்டிருந்தனர். போகரும் பக்கத்திலிருந்த வேறோரு மரத்தின் மீது ஏறி நடக்கும் அதிசயத்தைப் பார்த்துக் கொண்டிருந்தார். சிங்கத்தின் பிரசவத்திற்கு யானைகள் காவலிருப்பது அதிசயந்தானே இந்த அதிசயத்தைத் தான் அங்குள்ள சித்தர்களும் மரத்தின் மேலிருந்து பார்த்துக் கொண்டிருந்தனர்.

சிங்கம் குட்டியை ஈன்றது.

அப்போது தான் சித்தர்களனைவரும் இந்தப் பிரசவ காட்சியைப் பார்த்துக் கொண்டிருப்பது சிங்கத்திற்குத் தெரிந்தது. அந்த ஆண்சிங்கம் தன் சிறுநீரை அம்புபோல் பூமியில் பாய்ச்சி மண்ணில் பள்ளத்தை உண்டாக்கியது. அப்பள்ளத்தில் தேங்கிய சிறுநீரில் தன் வாலைக் கொண்டு, மண்ணை நன்கு குழைத்தது. இந்த சேற்றை வாலால் எடுத்து மரத்தின் மேல் இருந்த சித்தர்கள் மேல் வீசியது.

சேறு பட்ட அத்தனை சித்தர்களும் மயங்கி மரத்திலிருந்து கீழே விழுந்தனர். அப்போது மரத்தின் பின் கிளையில் மறைந்து நின்ற இரண்டு சித்தர்கள் மட்டும் சிங்கத்தின் சேறு படாமல் தப்பினர்.

சிங்கம் போன பின்பு அவர்கள் இருவரும் மரத்திலிருந்து கீழே இறங்கினர். அப்படி இறங்கும்போது அவர்கள் கையிலிருந்த செம்புக் கலயம் கை தவறி சிங்கம் சிறுநீர் பெய்த குழிக்குள் விழுந்து விட்டது. இரண்டு சித்தர்கள் செம்பை எடுக்க அக்குழியினருகே சென்றபோது சிங்கத்தின் சிறுநீர் மண் பட்டதில், தங்களது செம்புப் பாத்திரங்கள் தங்கப் பாத்திரங்களாக மாறி இருக்கக் கண்டனர்.

அவர்களுக்கு ஆச்சரியம் தாங்க முடியவில்லை. இந்த அதிசயத்தைச் சொல்ல தங்கள் இருப்பிடத்திற்குப் பறந்து சென்றனர். அவர்கள் திரும்பி வந்தபோது அவர்களுடன் சீனமக்கள் பலர் இருந்தனர்.

தனது எல்லையில் மறுபடியும் மக்கள் நடமாட்டம் தெரியவே கர்ஜனை புரிந்து முன்பு செய்தது போலவே வாலால் மண்ணை குழைத்து விசிறியடித்தது. அவர்களும்

மடிந்து விழுந்தனர். அப்போது தான் அவர்கள் அனைவரும் சீன தேசத்தை சேர்ந்தவர்கள் என்பது போகருக்குத் தெரிந்தது.

சிங்கமானது காயகற்ப மூலிகைகளை உண்டதினால் அதன் சிறுநீருக்கு விசேட சக்திகள் இருப்பதை உணர்ந்து கொண்ட போகர் அவர்களுக்கு சிங்கக் கற்பம் கொடுத்து உயிர்ப்பித்தார். அதுமட்டுமல்லாது அவர்களுக்கு அந்த கற்பம் செய்யும் முறையையும் கற்பித்தார். சிங்கத்தால் மடிந்த சீனர் அனைவரும் போகரின் சிகிச்சையால் உயிர் பிழைத்தனர்.

உச்சிலிங்கத் தேள்

மகாமேரு சாரல் கானகத்தில் கண்ட இன்னுமொரு அதிசயத்தை புலிப்பாணியிடம் போகர் தெரிவிக்கிறார்.

அடர்ந்த கானகத்தின் நடுவிலே ஒரு காளி கோயில். அந்த வனப்பகுதியில் யானைகள் கூட்டம் மிகுதி, அதனால் அவைகள் உள்ளே நுழைந்து விடாமலிருக்க தவழ்ந்து உள்ளே செல்லக்கூடிய அளவில் குறுகலான வழி மட்டுமே உண்டு.

அங்கு மனிதர்கள் நடமாட்டம் இல்லை என்பதால் விஷ ஜந்துக்களில் நடமாட்டம் அதிகமாக இருந்தது. போகர் அந்த வனத்தின் நடுவிலுள்ள காளி கோயிலை தரிசிக்கிறார். அங்கு கருவறை அருகிலிலுள்ள ஒரு பொந்தில் செந்தேள் கூட்டத்தைச் சேர்ந்த உச்சிலிங்கத் தேள் ஒன்று இருப்பதையும் கண்டார்.

ஒருநாள் அக்காட்டின் வழியே பசுக்களை மேய்த்து வந்த கோனான் ஒருவனை யானை ஒன்று பார்த்தது. தன் எல்லையில் மனிதன் ஒருவன் நடமாடுவதா! ஆணவத்துடன் மதம் கொண்டு அவனைத் துரத்தியது.

கோனானுக்கு என்ன செய்வதென்று புரியவில்லை. பசுக்களை விட்டு, விட்டு உயிர் பிழைத்தால் போதும் என்று ஓடத் துவங்கினான். எவ்வளவு தூரம் தான் ஓடுவது? யானையின் ஓட்டத்துக்கு மனித ஓட்டம் ஈடு கொடுக்க முடியுமா? அருகில் சிறிய வழி கொண்ட குகை ஒன்று

இருந்தது. யோசிக்காமல் மெல்ல தவழ்ந்தபடியே உள்ளே நுழைந்து விட்டான்.

அது ஒரு காளி கோயில். காளியின் கீழ் பத்திரமாக உட்கார்ந்து விட்டான்.

பின் தொடர்ந்த யானை விடவில்லை. அந்த குகை பொந்துக்குள் தன் தும்பிக்கையை விட்டு துழாவியது. தன்னைக் காப்பாற்றிக் கொள்ள காளியின் பக்கத்திலிருந்த உச்சிலிங்கத் தேள் யானையின் துதிக்கையைக் கொட்டியது. யானை அலறியது.

குன்றில் உச்சியில் தவத்திலிருந்த சித்தர்கள் கூட்டத்தினர் யானையின் அலறல் கேட்டு யானையை உச்சிலிங்கத் தேள் கொட்டியிருக்க வேண்டும் என்று அறிந்து கொண்டு, மலையை விட்டுக் கீழே இறங்கி யானையருகில் வந்தனர். தேளின் விஷமேறிய யானை நெருப்புப் பற்றியபடி எரிந்து கொண்டிருப்பதைக் கண்டனர்.

சிறிது நேரத்தில் யானை முற்றிலும் எரிந்து முடிந்து சாம்பலானது. அந்த யானையின் சாம்பலை சித்தர்கள் அனைவரும் சேகரித்துக் கொண்டு புறப்படுகையில் குகைக்குள் இருந்து வெளியே வந்த கோனான் நடந்த விபரங்களை சித்தர்களிடம் கூறினான்.

யானையின் சாம்பல் கிடைக்கக் காரணமாயிருந்த கோனானுக்கு சித்தர்கள் யானையின் சாம்பலில் அவனுக்கும் ஒரு பங்கு அளித்து அவனுக்கு ஏமவித்தையையும் உபதேசம் செய்தனர்.

ஊர் வந்து சேர்ந்த கோனான். யானையின் சாம்பலை வைத்து ஏமவித்தை மூலம் உலோகங்களையெல்லாம் தங்கமாக்கி திரளான திரவியங்களைப் பார்த்தான். தெற்கே அயோத்தியில் ராமர் கண்டதைப் போல கோடி தங்கம் பார்த்தான். சித்தர்கள் கற்றுத் தந்த வித்தையால் கோனானும் ஒரு சிவயோகியானான் என்று போகர் கூறுகிறார்.

சதுரகிரியில் கண்ட பனைமர உயர சித்தர்

போகர் சதுரகிரி மலையில் தங்கியிருந்த காலத்தில் சந்தித்த பனைமர உயர சித்தர் ஒருவரைப் பற்றி புலிப்பாணியிடம் தெரிவிக்கிறார்.

போகர் சதுரகிரியில் தங்கியிருந்த காலத்தில் அம்மலையின் உச்சியில், பனையளவு உயரமுடைய சித்தர் ஒருவர் இருந்தார். அவர் எப்பொழுதாவது மக்களைக் காண மலையை விட்டு கீழே இறங்கி வருவதுண்டு. அந்த சமயம் மட்டுமே அவரை அபூர்வமாக மக்கள் தரிசனம் செய்ய இயலும். மிகுந்த பாக்கியம் செய்தவர்களுக்கு மட்டுமே அவரது தரிசனம் கிடைக்கும்.

ஒருநாள் மலைக்குக் கீழே புகையிலை மூட்டைகளோடு சில வணிகர்கள் பயணம் செய்தனர். புகையிலையின் வாசனை மலைமேலுள்ள சித்தருக்கு எட்டியது. மயக்கமுண்டாக்கும் கற்பக மூலிகையாம் புகையிலையின் வாசத்தை மேலும் நுகர விருப்பங்கொண்டு மலையை விட்டு அவர் கீழே இறங்கினார்.

மலைமேல் பனைமர உயரமாயிருந்த சித்தர் மலையை விட்டுக் கீழே இறங்கும் போது படிப்படியாக உயரம் குறைந்து கொண்டே வந்தார். கடைசியில் மலைக்குக் கீழே வரும்போது மிகக் குறைவான உயரமுடைய கரடியைப் போலக் காணப்பட்டார்.

சித்தரைப் பார்த்த பொதிமாட்டு வண்டிக்காரர்கள் ஏதோ காட்டுவாசியைப் பார்ப்பதைப் போல பார்த்து அலட்சியம் செய்தனர். சித்தரை புகையிலையின் வாசம் கவர்ந்திழுத்தது. அதனை அமுதமாகக் கொள்ள எண்ணினார். அதனால் அந்த பொதிமாட்டுக்காரர்களிடம் நல்லதாகக் கொஞ்சம் புகையிலை தரமுடியுமா? என்று கேட்டார்.

புகையிலையா? எவ்வளவு காசு வைத்திருக்கிறாய்?

காசா! நான் சித்தனய்யா! சித்தனுக்கு ஏனய்யா காசு?

தன்னை சித்தனாக அறிமுகப்படுத்திக் கொண்ட பனை மர உயர சித்தரைப் பார்த்து பொதிமாட்டுக்காரர்களுக்கு சிரிப்புத்தான் வந்தது.

ஓ! காசில்லாத சித்தரா நீ, பரவாயில்லை உனக்குப் புகையிலைத் தருகிறோம் ஆனால் உன் மகிமையென்ன என்பதை என்பதை எங்களுக்குக் காட்ட வேண்டும்.

அதற்கென்ன காட்டினால் போயிற்று.

அதற்குள் வணிகருள் ஒருவன் 'சித்தரே அதோ தூரத்தே நதியோரம் ஓர் அசோக மரம் விழுந்து கிடக்கிறது. அதை நிமிர்த்தி நிற்க வைத்தால் உன்னை சித்தரென்று ஏற்றுக் கொண்டு உமக்கு இந்தப் புகையிலையைக் கொடுக்கிறோம்.

அதற்கென்ன நிமிர்த்தினால் போயிற்று, என்று கூறி விழுந்து கிடந்த அசோக மரத்தை உற்றுப் பார்த்தார். அவ்வளவு தான் அந்த மரம் தானே எழுந்து ஊன்றி நின்று கொண்டது.

பொதிமாட்டுக்காரர்களுக்கு ஒரே ஆச்சரியம். ஆனாலும் அவரை உடனே சித்தராக ஏற்றுக் கொள்ள மனது வரவில்லை.

இதென்ன பிரமாதம், இது ஏதோ மோடி மஸ்தான் வேலை, அதோ மலை உச்சியில் இருக்கிறதே அந்த பாறையை கொண்டு வந்து எங்களிடம் தந்தால் தான் உம்மை சித்தராக நம்புவோம்.

கண்மூடி கண் திறப்பதற்குள் அந்த பாறை அவர்களின் காலடியில் கிடந்தது.

இன்னும் ஏதாவது செய்ய வேண்டுமா?

இப்பொழுது அவர்களுக்குப் பயம் வந்து விட்டது. கடைசியாக ஒரே ஒரு சோதனை என்றவாறு வானத்தைப் பார்த்தான் ஒரு வியாபாரி .

வானம் பளீச்சென்றிருந்தது. இந்த நேரத்தில் இடி மின்னலுடன் மழை பொழிய வைக்க முடியுமா? என்றவாறு சித்தரை நோக்கினான்.

சித்தர் யோசனையில் ஆழ்ந்தார்.

யோசிக்க வேண்டாம், அப்படி மழை பெய்து விட்டால் என்றென்றும் உங்களுக்குப் பணிவிடை செய்து உங்கள் சீடர்களாய் இருப்போம்.

சித்தர் சிரித்தார். அவர் சிரிப்போசை வானத்தில் எதிரொலித்தது. அடுத்த நொடியே அங்கு இடி, மின்னல்

வர, மண் காற்று சூறாவளியாய் வீச பலத்த மழை பெய்ய ஆரம்பித்தது.

பொதிமாட்டுக்காரர்கள் எல்லோரும் சித்தரை சற்குருவாக ஏற்றுக் கொண்டு தங்கள் புகையிலை பொதி மூட்டைகளை சித்தருக்கு அளித்து அவர் பாதங்களை வணங்கி நின்றனர்.

பின்னர் சிறிது மழை விட்டவுடன் புறப்பட்டனர். ஆனால் மறுபடியும் இடி, மின்னலுடன் மழை வர ஆரம்பித்தது. அப்பொழுது தான் சித்தருக்குப் பணிவிடைகள் செய்து அவருக்கு சீடர்களாய் இருப்போம் என்று கொடுத்த வாக்குறுதி ஞாபகத்துக்கு வந்தது. இந்த நியாயத்தை உணர்த்தவே மறுபடியும் மழை வந்ததாய் உணர்ந்தார்கள்.

சிவயோகிக்கான ரசவாதங்கள்

சித்தர்கள் என்றாலே தங்கம் செய்யும் சித்து வித்தைகள் ஏதேனும் சொல்லித்தர வேண்டுமல்லவா, போகரும் தன் சீடனுக்கு சில மூலிகைகள் மூலம் ரசவாதம் செய்யும் வித்தைகளைக் கூறி இவைகள் சிவயோகிக்கான வித்தைகள். இவைகள் மூலம் கிடைக்கும் தங்கம் ஞானியர்க்கும் சித்தர்களுக்கும் மட்டுமே வாய்க்கும். சித்தர்கள் செய்த வேதையைக் கண்டு வந்து உனக்குச் சொன்னேன். இதை யாருக்கும் செய்து காட்டாதே என்று கூறி சில சித்த வித்தைகளைக் கூறுகின்றார்.

சிறியாநங்கையின் சாற்றில் வீரம், ரசம், நாகம் தாக்கியபின் அது சவளை போலாகும். நூற்றுக்கு ஒன்று என்ற விகிதத்தில் செம்புடன் இதனை தாக்க அது தங்கமென ஜொலிக்கும்.

பொன்னூமத்தை என்ற மூலிகையை அரைத்து அதிலிருந்து ஒரு வராகன் அளவு சாறு பிழிந்து வெள்ளித்தட்டில் பூசிவிட்டால் அது தங்கமாகும். இது மூலிகைத் தங்கம்.

பாய்ச்சலுடன் வளரும் மூலிகை கருங்கையன். இது கதிரவனின் கண்ணையே மறைக்க வல்லது. இம்மூலிகைச் சாறு ஒரு பலமும் பூ நீறு ஒரு கழஞ்சும் எடுத்துக் கொண்டு வெண்ணையாக மசித்து, அதை செம்புத் தகட்டின்மேல் பூசி சில்லு ஓட்டின்மீது வைத்து சீலை செய்து கோழி புடம் போட்டபின் எடுத்துப் பார்த்தால் செம்புத் தகடு தங்கமாகி

இருக்கும். இது சிவயோகிக்கான தங்கம் எச்சரிக்கையாய் இரு.

போகர் ஏழாயிரத்தில் இதைவிட அதிசயச் செய்திகள் இன்னும் பல உண்டு. அவைகளை நூலினுள் விளக்கமாகக் காணலாம். கொடுப்பனை இருந்தால் அதன் பொருளையும் தெளிவாக உணரலாம்.

நிறைவாக

புலிப்பாணியே! பல சித்த முனிகள் மேரு மலையில் என்னை சந்தித்து, வெகுகோடி அதிசயங்களையும், சித்தர் கூட்டங்களில் தெரிந்து கொண்ட ரகசியங்களையும் இந்த ஏழாயிரத்தில் வெளியிட்டு விட்டீர். இப்படிப்பட்ட சாத்திரங்களை மேருவில் குகையில் வைத்தால்தான் அதற்கு பாரினில் மதிப்பு. அவற்றை வெளியிட்டு விட்டால் ஒருவரும் அதை மதிக்க மாட்டார்கள். இருந்தாலும் வெளியிட்டு விட்டீர். அதனால் இதன் பாதகங்களை புலிப்பாணிக்கு எடுத்துச் சொல்லி அம்பலத்தில் இந்நூலை வெளியிடக்கூடாது என்று கட்டளையிட்டு புத்திமதி சொல்லி, அதற்கு சத்தியங்கள் வாங்குவது தான் நல்லது என்று கூறினார்.

அவர்கள் சொல்வதும் உண்மைதான். கலியுகம் பிறந்து விட்டது. கலியுகத்தில் யாரும் யாரையும் மதிக்க மாட்டார்கள், பொய் சூது, கபடுகள் நிறைந்து அநியாயங்கள் தலைவிரித்தாடும், சத்தியம் நேர்மை எல்லாம் விழலாய்ப் போகும். சீரழிந்தவர்கள் எல்லோரும் ஜெனித்திடுவர், கருமிகள் அதிகமாகி விடுவர் நல்லவர் போல் நடித்து மோசம் செய்வர். தள்ளினாலும் போகாத அளவில் பாவங்கள் மிகுந்து நிற்கும். அதனால் இந்நூலை தகுதியில்லாதவர்க்கு நீ கொடுக்கக் கூடாது என்ற சொல்லி புலிப்பாணியிடம் போகர் சத்தியம் வாங்கிக் கொண்டார்.

போகரின் அதிசயங்கள் நிறைவு பெற்றது.

போக முனிவர் திருவாய் மலர்ந்தருளிய

ஏழாவது காண்டம்

காப்பு

தானான பிரகாசமான நந்தி தண்மையுள்ள மனோன்மணியாள் பாதம்போற்றி
கோனான வேல்முருகன் தாள்பணிந்தேன கொற்றவனே அரிஅயனும் பதந்தான்போற்றி
மானான அகஸ்தியனார் பாதம்போற்றி மகத்தான கமலமுனி தாள்பணிந்தேன்
தேனான சதாசிவத்தின் அடிபணிந்தேன் தேற்றமுடன் காலாங்கி பாதங்காப்பே. 6001

காப்பான பதினெண்பேர் முனிவர்தானும் பலப்பலவாய்ப் பாடிவைத்தார் நூல்கள்பேதம்
மூப்பான நூல்களுமே அனேகஞ்சொன்னார் முனையான சித்துமகா ரிஷியார்தாமும்
வாப்பான பெருநூலில் அனந்தஞ்சொன்னார் வளமையுடன் இந்நூல்போல் ஆருஞ்சொல்லார்
தாப்பான நூலிதுதான் சத்தகாண்டம் தண்மையுடன் பாடிவைத்தார் ஏழாயிரந்தானே. 6002

தானான சத்தகாண்டம் ஏழாயிரத்தில் தண்மையுள்ள காண்டமிது ஏழாங்காண்டம்
கோனான காலாங்கி கடாட்சத்தாலே கூறினேன் வையகத்து அதிசயங்கேள்
தேனான மணிபோல் ஏழாபிரத்தில் தேற்றமுடன் சொல்லிவைத்தேன் ஏழாங்காண்டம்
மானான கடைக்காண்டம் நீதிமார்க்கம் மன்னவனே யுந்தமக்காய் ஓதினேனே. 6003

ஓதினேன் சீனபதி மாண்பருக்கு உத்தமனே காண்டம் ஏழாயிரந்தான்
நீதியுடன் சன்மார்க்க நிலையுஞ்சொன்னேன் நிஷ்களங்கமான தொருவழியுஞ் சொன்னேன்
பாதிமதி சடையணிந்த தம்பிரான்கள் பாருலகில் செய்ததொரு நூலையெல்லாம்
ஆதியந்த முடியுடனே பொருளாராய்ந்து அப்பனே சின்மயத்தின் வழிசொன்னேனே. 6004

சொன்னதொரு பொருள்களெல்லாம் இதிலடக்கம் சுந்தரனே போகர் ஏழாயிரந்தான்
மன்னவர்கள் வையகத்து வாழ்க்கையெல்லாம் மார்க்கமுடன் அதிலடக்கஞ் சொல்லொண்ணாது
தென்னவர்கள் தேவாதி முனிவர்தாமும் தேற்றமுடன் செய்ததொரு நூல்கள்யானும்
பன்னவே திரட்டியல்லோ பெருநூலாக பாரினிலே வினோதவகை சொல்லிட்டேனே. 6005

இட்டேனே இதிகாசப் பொருள்களெல்லாம் எழிலான போகர் ஏழாயிரத்தில்
சட்டமுடன் பாடியல்லோ நுணுக்கமாக சாங்கமுடன் செய்துவைத்த பெருநூலப்பா
நட்டமது வாராது இந்நூலப்பா நலமான வேதையிது கோடிக்கோடும்
திட்டமுடன் நாதாக்கள் சொன்னதில்லை தீர்க்கமுடன் சத்தகாண்டம் பண்புதானே. 6006

பண்பான ஆறுவகை காண்டத்துள்ளே பலகோடி வேதைமுகம் அனந்தஞ்சொன்னேன்
நண்பான நாதாக்கள் நீதிமார்க்கம் நலமுடனே யாரேனுஞ் சொன்னதில்லை
திண்பான நீதிவழிக் குரியசித்தை தீர்க்கமுடன் பாடிவைத்தேன் இந்நூலுக்குள்
அன்பான பெருநூல்தான் குருநூலாகும் வண்மையுடன் பாடிவைத்தேன் காண்டமாமே. 6007

காண்டமாஞ் சத்தகாண்டம் ஏழாயிரந்தான் காவியங்கள் போலவொரு நூலுமில்லை
பாண்டவாள் வையகத்து மாண்பரெல்லாம் பாங்குடனே சித்துவகை முனிவர்வாழ்க்கை
தாண்டவம்போல் குருநூல் ஏழாயிரத்தில் சாற்றினேன் அறுகாண்டந் தன்னிற்குள்ளே
பூண்டதொரு லோகஅதி சயங்களெல்லாம் புகட்டினேன் காலாங்கி கடாட்சந்தானே. 6008

தானான சத்தகாண்டந் தன்னைப்போலே சாற்றினார் அகஸ்தியனார் முனிவர்தானும்
கோனான பன்னீராயிரந் தானப்பா கொற்றவனே புலஸ்தியருக்கு உபதேசித்தார்
பானான பன்னிரண்டு காண்டஞ்சொன்னார் பாலகனே ஆயிரத்துக்கு ஒருகாண்டந்தான்
தேனான மனோன்மணியாள் கிருபையாலே தேற்றமுடன் பாடிவைத்த நூல்தான்பாரே. 6009

பாரேதான் ஏழுலட்சங் காப்புதன்னை பாலகனே பாடிவைத்தார் அனந்தமாக
நேரேதான் இந்நூல் ஏழாயிரந்தான் நேர்மையுள்ள காண்டமது தன்னைப்போலும்
சீரேதான் அகஸ்தியனார் உண்டுசெய்த சிறப்பான பன்னீராயிரத்தைப் போலும்
ஆரோதான் சொன்னதுண்டோ நூலையப்பா அப்பனே யானுமல்லோ உரைத்திட்டேனே. 6010

உரைத்தேனே வெகுநூல்கள் அனந்தங்கோடி உத்தமனே இந்நூலுக் கொப்பதாமே
கரைத்ததொரு பொருள்களெல்லாம் இதிலடக்கம் காசினியில் கண்டவர்கள் விடுவாரோசொல்
நரைதிரையும் வருவதில்லை இந்நூல்கண்டால் நாதாக்கள் தான்முதலோர் நாணுவார்கள்
சுரையடர்ந்த கரைபோலே எண்ணவேண்டாம் சுந்தரனே குருநூலாம் மெய்ந்நூலாமே. 6011

நூலான நூலுக்குள் மார்க்கஞ்சொன்னேன் நுட்பமுடன் மார்க்கமது என்னவென்றால்
பாலான சித்தருக்கு நீதிசொன்னேன் பாங்குடனே அனீதவழி விதியுஞ்சொன்னேன்
சேலான சன்மார்க்கந் துன்மார்க்கந்தான் செப்பினேன் கடைக்காண்டம் ஏழினுள்ளே
மாலான மகத்துவங்கள் சொல்லொண்ணாது மகத்தான நீதிவழி பாடுகாணே. 6012

காணவே சத்தகாண்டம் ஏழினுள்ளே கருவான கடைக்காண்டம் தன்னுக்குள்ளே
பூணவே சிடிகையென்ற நுணுக்கமப்பா புகட்டினேன் புலிப்பாணி மைந்தாகேளு
ஆணவங்கள் தானொடுங்கி மைந்தாநீயும் அப்பனே சித்தாதி முனிவர்க்கெல்லாம்
நாணலுடன் முடிவணங்கி கரங்குவித்து நற்பாத கமலமதை வணங்குவாயே. 6013

வணங்கியே நூலதனைப் பதனம்பண்ணு வகையில்லா கசடருக்கு ஈயவேண்டாம்
சுணங்கமெனுங் கழுதையப்பா மாண்பர்தாமும் சுந்தரனே வெகுபேர்கள் இருப்பாருண்டு
கணமுடைய ராட்சதர்கள் தன்னைப்போல கருமிகளும் மெத்தவுண்டு ஈயவேண்டாம்
மனங்கமழும் புண்ணியர்கள் தன்னைத்தேடி மகத்தான நூல்கொடுத்தால் புனிதமாமே. 6014

புனிதமாங் கருமிகட்குக் கொடுத்தாயானால் பூபாலகன் மணியே பாபமெய்தும்
கனிவுடைய புண்ணியர்கள் வெகுபேருண்டு காசினியில் உன்னைவந்து நூல்கேட்டாலே
இனிதான வார்த்தையது மிகவுங்கூறி எழிலான நூலுக்குச் சாபந்தீர்ந்து
தனியாகத் தானழைத்து உபதேசித்து தாரணியில் பிழைக்கும்வகை சொல்லுவீரே. 6015

சொல்லவென்றால் நாவில்லைப் பாவுமில்லை துரைராஜ காலாங்கி நாதர்தம்மை
புல்லவே அவர்தமது பதாம்புயத்தைப் போற்றியே எந்நாளும் மனதுவந்து
அல்லது விட்டகற்றி அன்புகூர்ந்து அப்பனே சதாநித்தம் மனதிலெண்ணி
வெல்லவே உபதேசம் ஓதியல்லோ விருப்பமுடன் நூல்கொடுத்தால் புண்ணியமாமே. 6016

புண்ணியமாம் இன்னமொரு மார்க்கங்கேளு புகழான புலிப்பாணி மைந்தாபாரு
மண்ணிலே வெகுகோடி சித்துதாமும் மகத்துவங்கள் கொண்டதொரு புனிதவான்கள்
நண்ணியதோர் நூல்களெல்லாம் மிகவுங்கூறி நலமுடனே மறைத்துவைத்தார் அனேகங்கோடி
உண்மையாய் நூலதனைட் பாடியல்லோ உத்தமனே மறைத்ததினால் ஒன்றுங்காணே. 6017

ஒன்றான சித்துமுனி ரிஷியைப்போலும் ஓகோகோ நாதாக்கள் தன்னைப்போலும்
குன்றான நூலதனை மிகவும்பாடி குகைதனிலே மறைத்துவைத்தார் கோடிமாண்பர்
வென்றிடவே அகஸ்தியரும் மிகவாய்ப்பாடி வெட்டவெளி குகைதனிலே மறைத்துவைத்தார்
தென்திசையில் சித்தர்களும் தாமுமல்லோ தெளியாமல் மலைமீதில் ஒளித்தார்தானே 6018

தானான சாத்திரத்தைப் பாடியல்லோ தண்மையுடன் குகைதனிலே வைத்தாரப்பா
கோனான கும்பமுனி ரிஷியார்தாமும் கூட்டமிட்டு சாத்திரத்தை மறைத்துவைத்தார்
மானான காலாங்கி நாதர்தாமும் மார்க்கமுடன் நூலதனைப் பாடியல்லோ
தேனான சீஷவர்க்க மாண்பருக்கு தேற்றமுடன் நூல்கொடுத்தார் திண்ணமாமே. 6019

போகர் இமயகிரி வடபாகத்தில் சிங்கம் குட்டி ஈனுவதைக் கண்டது

திண்ணமாம் இன்னமொரு மார்க்கம்பாரு தீர்க்கமுடன் புலிப்பாணி மைந்தாகேளு
வண்ணமா மேருவுக்கு வடபாகத்தில் மகத்தான கடலோரங் காட்டகத்தில்
நண்ணவே சிங்கமதை யானுங்கண்டேன் நாதாக்கள் சித்துமுனி அங்குமுண்டு
திண்ணமுடன் குளிகையது கொண்டுமல்லோ தீர்க்கமுடன் வனத்தில் இறங்கினேனே. 6020

இறங்கினேன் வடபாகங் கடலோரத்தில் எழிலான இருளடைந்த கானகந்தான்
உறங்குமே கரடிபுலி சிங்கந்தானும் ஓகோகோ நாதாக்கள் மெத்தவுண்டு
திறமுடைய கரிக்கூட்டம் சொல்லொண்ணாது திரளான வடகோடி கானகத்தில்
குறைவின்றி வாழுமது மிருகமெல்லாம் கொற்றவனே இமயகிரி வடபாகந்தானே. 6021

தானான முற்பக்கம் அரிகள்கூட்டம் தாக்கான பிற்பக்கம் கரிகள்கூட்டம்
கோனான மேற்பக்கம் பரிகள்கூட்டம் கொற்றவனே கீழ்ப்பக்கம் நரிகள்கூட்டம்
தேனான நடுமையக் கானகந்தான் தேவிமனோன் மணியாள் அறியாநாடு
மானான பரிதிமதி காணாநாடு மகத்தான சில்லென்ற காடுதானே. 6022

காடான நடுமையங் கானகத்தில் கரடிபுலி சிங்கமது வாழும்நாடு
தாடாண்மை கொண்டதொரு தழைத்தநாடு தகமையுள்ள கானகந்தான் சித்தர்நாடு
நாடாளும் ராஜர்பதி கண்டதில்லை நலமுடனே தேவரிஷி இருக்கும்நாடு
பாடாண்மை கொண்டதொரு பசுக்கள்நாடு பாரினிலே யாரேனுங் காணார்தாமே. 6023

காணாரே அவ்வனத்தில் மகிமைதன்னை கதைஉரைப்பேன் புலிப்பாணி மன்னாகேளு
தோணாமல் சித்தர்முனி ரிஷிகளுக்கும் தொல்லுலகில் கண்டறியா அதிசயங்கள்
நாணாது சிங்கமென்ற காடகத்தை நன்மையுடன் குளிகைகொண்டு சென்றுயானும்
வீணாகக் காலமது கழியாமற்றான் விருப்பமுடன் சிலகாலம் இருந்திட்டேனே. 6024

இட்டேனே நெடுங்காலம் அடியேன்தானும் எழிலான காலாங்கி கிருபையாலும்
திட்டமுடன் குளிகைகொண்டு கானகத்தில் தீர்க்கமுடன் சுற்றிவருங் காலந்தன்னில்

பட்டமுடன் ஆண்சிங்கம் பெண்ணைக்கண்டு பாச்சலுடன் மோகமது அதிகமாகி
சட்டமுடன் கலவிதனில் மிகக்கலந்து சாங்கமுடன் இருக்குமது காலந்தானே. 6025

காலமாம் ஆணுடனே பெண்ணுங்கூடி கலவிதனில் இருக்கின்ற நாளுங்கண்டேன்
தாலமாம் பன்னிரண்டு வருஷந்தானும் தாக்கான பெண்சிங்கங் கருவுமாகி
கோலமுடன் பூரணமாங் கெற்பங்கொண்டு கொற்றவனே ஈனுகிற காலமாச்சு
சாலமது என்சொல்வேன் மன்னாகேளு சாங்கமுடன் ஒருவருந்தான் கண்டிலாரே. 6026

பெண் சிங்கம் யானைக் கூட்டத்தில் குட்டி ஈனுவது

கண்டேனே கானகத்தில் அதிசயங்கள் கண்கொள்ளா மகிமையது என்னசொல்வேன்
அண்டர்முனி ராட்சதர்கள் அறியாநாடு அவ்வனத்தில் சிங்கமது கற்பங்கொண்டு
பண்டுபல வஸ்துக்கள் அருந்தியல்லோ பாங்குடனே கெற்பவே தனையுமாகி
அண்டமுடி யாமலது சிங்கந்தானும் அவனிதனில் வேதனைகள் படுகலாச்சே. 6027

ஆச்சப்பா ஆண்சிங்கந் தானுமல்லோ அரிவையெனும் பெண்சிங்கந் தன்னைக்கண்டு
பாச்சலுடன் யானையது இருக்குங்கூட்டம் பாண்மையுடன் தானறிந்து மனதுவந்து
மேச்சலுடன் பெண்சிங்கந் தன்னைக்கூட்டி மேன்மையுடன் கரிக்கூட்டந் தன்னிலங்கே
மாச்சலது வாராமல் சிங்கந்தானும் மன்னவனே சென்றல்லோ நிற்கலாச்சே. 6028

நிற்கவே கரிக்கூட்டம் முன்னதாக நேரான சிங்கமது பின்னதாக
விற்பனமாய் முதுகொடுத்து நின்றுகொண்டு வீரமுடன் குட்டியது ஈன்றபின்பு
சொற்பெரிய குட்டியென்ற சிங்கந்தானும் சுந்தரனே மத்தகெஜந் தலையிற்பாய்ந்து
உற்பனமா மூளையது உரிந்துமல்லோ உத்தமனே சிங்கமது இறங்கும்பாரே. 6029

பாரேதான் சிங்கமது இறங்கும்போது பாங்கான கரிக்கூட்டம் நடுங்கியல்லோ
நேரேதான் தலைவாறு திசைமாறிதானும் நேர்மையுடன் கானகத்தைச் சென்றுபோகும்
சீரேதான் சிங்கமென்ற குட்டிதானும் திரளான கரிக்கூட்டம் தன்னிற்சென்று
வீரேதான் நான்குநாள் இரையுங்கொண்டு விடுபட்சி காட்டகத்தே வருகுங்காணே. 6030

காணவே சிங்கமது பிறவியல்லோ கைலாய நாதருட கடாட்சத்தாலே
தோணவே வையகத்தில் குட்டிஈன்று தொல்லுலகில் வாழ்குவது மகிமைமெத்த
ஆணவங்கள் அதிகமுண்டு அரிதனக்கு அவனியிலே ராஜனென்ற மிருகமாச்சு
பூணவே வையகத்தின் மிருகமெல்லாம் புகழான சிங்கத்தின் கீழுமாச்சே. 6031

கீழான மிருகமது அனேகமுண்டு கீர்த்தியுள்ள சிங்கமது ராசனப்பா
பாழான காடுகளில் இருக்கும்சிங்கம் பார்த்தவர்கள் ஆரேனும் கண்டதுண்டோ
சாழலுடன் கானாறு தன்னிலப்பா சட்டமுடன் விழுந்திறந்த கதைகேட்டார்கள்
ஆழான மடுக்களிலே விழுந்திறந்த அதிசயங்கள் வையகத்தில் கண்டார்தாமே. 6032

தாமான இன்னமொரு மார்க்கம்பாரு தண்மையுள்ள புலிப்பாணி மைந்தாகேளு
கோமான்கள் அறிந்ததில்லை குவலயத்தில் கொற்றவனே இன்னமொரு மகிமைசொல்வேன்
சாமானிய மானதொரு சித்தரப்பா சட்டமுடன் ஒன்பதுபேர் கூட்டமாக
அமான மாகவல்லோ கூட்டங்கூடி அடவான காட்டகத்தில் வந்திட்டாரே. 6033

சிங்கத்தினால் சித்தர்கள் மாண்டது

வந்ததொரு வழிதனிலே மார்க்கங்கண்டு வண்மையுடன் சிங்கமது கர்ச்சித்தல்லோ
சிந்தனையாய் மாண்பருட சைகைதன்னை சீறலுடன் தானறிந்து கோபமிஞ்சி
தொந்தரவு செய்வதற்கு மனதுவந்து தோற்றமுடன் பாச்சலது அதிகமாகி
விந்தையுடன் சிங்கமது வேவுகொண்ட வீரியத்தைக் கண்டார்கள் சித்துதாமே. 6034

சித்தர்கள் சிங்கத்தைக் கண்டு கல்லால மரத்தின் மேல் ஏறிக்கொண்டது

சித்தான சித்துமுனி ரிஷிகள்தாமும் சீறலுடன் வருகின்ற சிங்கந்தன்னை
புத்தியுள்ள சித்துமுனி பார்த்துஏங்கி புகழான ஒன்பதுபேர் கூட்டத்தோடும்
பத்தியுடன் கல்லாலின் மரத்தின்மேலே பரிவுடனே ஏறியல்லோ பார்க்கும்போது
சுத்தியெங்கும் பார்த்துமல்லோ சிங்கந்தானும் சுந்தரனார் ஒன்பதுபேர் காணலாச்சே. 6035

காணவே சிங்கமது சித்தர்தம்மை கனதான வீரியத்தால் கோபமிஞ்சி
தோணவே சிங்கமது ஏதுசெய்யும் தோற்றாமல் கோபமது அதிகங்கொண்டு
பாணம்போல் சிறுநீரை பூமிதன்னில் பள்ளமதாய்ச் செய்துமல்லோ மண்ணைத்தானும்
பூணவே மூத்திரத்தில் வாலைவிட்டு புகழுடனே மண்ணதனைப் பிரட்டலாச்சே. 6036

பிரட்டியே வால்தனிலே மண்ணையேந்தி பின்பக்க மாகவல்லோ திரும்பியேதான்
ஆட்டியே வாலதனைத் தூக்கியேதான் வளமையுடன் மண்ணதனை நோக்கியல்லோ
தூட்டியே வால்சுற்றி எரியும்போது துப்புரவாய் மண்ணதனை மேலேநோக்கி
மிரட்டியே தானெரிய மண்தானப்பா மீறியே சித்தரின்மேல் விழுகலாச்சே. 6037

விழுகவே நாற்பத்தி எண்மர்பேரில் விஷமான மண்ணதுவும் மேலேபட்டு
பழுதுபடா மேனியதில் விஷமுங்கண்டு பாங்குடனே நித்திரைகள் வந்தாற்போல
நழுகியே சிங்கமது சென்றபின்பு நடுக்கமுடன் திரேகமது ஒடுக்கமாகி
முழுதுமே நாற்பத்தி எண்மர்பேரும் மூதுலக மண்மீதில் விழுந்திட்டாரே. 6038

மண்ணான பூமிதனில் விழுந்தபோது மயக்கமுடன் கண்ணுறங்கி இருந்தாற்போலும்
திண்ணமுடன் மடிந்தார்கள் சித்தரெல்லாம் தீர்க்கமுடன் வையகத்தைக் கண்டதில்லை
எண்ணியே மரத்தின்மேல் இருந்தபேர்கள் எழிலான இருவருமே இறங்கியேபின்
குண்ணியே முகம்வாடி மனமயர்ந்து குவலயத்தில் மடிந்தவரைக் கண்டார்தாமே. 6039

தானான மண்படாத இரண்டுபேரும் சட்டமுடன் மரம்விட்டுக் கீழிறங்கி
கோனான சிங்கமது சென்றபின்பு கொற்றவனே இருவருமே அறிந்துகொண்டு
தேனான மனோன்மணியை மனதிலெண்ணி தெளிவுடனே புத்தியது அதிகமாகி
பானான சித்துமுனி இருவர்தாமும் பரிட்சிக்க எண்ணமது கொண்டிட்டாரே. 6040

கொண்டுமே மரத்தடியை விட்டிறங்கி கொற்றவர்கள் சிங்கத்தின் பள்ளங்கண்டு
விண்டிடவே மூத்திரமாம் பள்ளங்கண்டு விருப்பமுடன் சோதனைகள் பண்ணவெண்ணி
கண்டிடவே கரமதனில் இருந்தசெம்பை கட்டழகர் தானெடுத்து மண்ணிற்போட
கொண்டதொரு செம்பதுவுந் தங்கமாச்சு கொற்றவனே அதின்விஷத்தை அறிந்தார்பாரே. 6041

பாரேதான் விஷமேறி பழுக்கலாச்சு பாங்கான அரியினது மூத்திரந்தான்
நேரேதான் மண்ணதனில் விஷமுமாகி நேர்மையுடன் சித்தரின்மேல் படுகலாச்சு
சீரேதான் தேகமது புண்ணுமாகி தீர்க்கமுடன் தானிறந்தார் சித்தரெல்லாம்
ஆரோதான் கண்டவர்கள் உலகிலில்லை அப்பனே சித்தர்முனி கண்டார்தானே. 6042

கண்டாரே சித்துமுனி ரிஷியார்தாமும் கானகத்தில் நடந்ததொரு அதிசயத்தை
தண்டம்போல் தான்கண்டு பிர்மித்தேங்கி தாரணியில் குளிகைகொண்டு சீனந்தன்னில்
வண்ணமுடன் சீனபதி மாண்பருக்கு வளமான அதிசயத்தை எடுத்துக்கூற
திண்ணமுடன் மனதுவந்து மனங்களித்து தீர்க்கமுடன் சீனபதிக்கு ஏகினாரே. 6043

போகர் சீன பதிக்கு வந்தது

ஏகவே இன்னமொரு மார்க்கங்கேளு எழிலான புலிப்பாணி மணியேபாரு
சாகமுடன் நெடுங்காலம் வடமேருதன்னில் சட்டமுடன் நானிருந்தேன் சிலதுகாலம்
பாகமுடன் சிங்கத்தின் அதிசயத்தை பாரினிலே நாதாக்கள் கண்டதில்லை
வேகமுடன் யான்கண்டு சீனத்தார்க்கு விருப்பமுடன் உபதேசஞ் செய்திட்டேனே. 6044

செய்தேனே வடமேரு தன்னிலப்பா சிறப்பான சிங்கத்தின் மகிமைதன்னை
வெய்யபுகழ் சீனபதி மாண்பருக்கு விருப்பமுடன் உபதேசஞ் செய்தேன்யானும்
பையவே யான்கொண்ட காயகற்பம் பட்சமுடன் அவர்களுக்குக் கொடுத்தேன்பாரு
துய்யவே சீனபதி மாண்பரெல்லாம் துப்புரவாய் காயாதி கொண்டார்பாரே. 6045

பாரேதான் காயாதி கொண்டபின்பு பாங்கான சீனபதி மாண்பர்தம்மில்
நேரேதான் சிலதுபேர் ஞானவானாய் நேர்மையுடன் குளிகையது பூண்டுகொண்டு
தீரேதான் வடமேரு கானகத்தில் தீர்க்கமுடன் தான்சென்று காணுதற்கு
வீரேதான் குளிகையது பூண்டுகொண்டு விருப்பமுடன் வடமேருக்கு ஏகினாரே. 6046

ஏகினார் சிங்கமென்ற காட்டகத்தில் எழிலாக நாதாக்கள் தன்னைப்போலே
பாகமுடன் காயாதி கொண்டுமல்லோ பக்குவமாய் குளிகைவிட்டு கானகத்தில்
சாகமுடன் சிங்கமதைக் கண்டாரங்கே சட்டமுடன் சிங்கமது கெர்ச்சித்தேதான்
வேகமுடன் சீனபதி மாண்பர்தம்மை வீறுடனே கொல்லுதற்கு வருகலாச்சே. 6047

வருகவே சித்துமுனி தம்மைப்போலே வாகான சீனபதி மாண்பரெல்லாம்
பெருகவே கல்லாலின் மரத்தின்மேலே பேரான முன்னிருந்த சித்துபோலே
சொரூபமதைக் கண்டவுடன் மரத்தின்பேரில் சுந்தரனே பார்த்துமல்லோ திகைத்துநின்று
அருவமென்ன சிங்கமதைக் கண்டுமல்லோ அப்பனே பிரமித்து நின்றிட்டாரே. 6048

நின்றாரே சித்துமுனி ரிஷியார்தாமும் நேரான சிங்கமது கண்டுமேதான்
குன்றிடவே தன்மனதில் உறுதிகொண்டு கூரான சிங்கமது ஏதுசெய்யும்
வென்றிடவே முன்போலே மண்ணைவாரி விட்டெரிய சீனபதி மாண்பரெல்லாம்
தன்றிடவே கல்லாலின் மரத்தின்பேரில் சட்டமுடன் மேலிருந்து விழுந்தார்தாமே. 6049

தாமான சீனபதி மாண்பரெல்லாம் தகமையுடன் மண்ணதனில் விழுந்துமேதான்
பூமான்கள் விஷமதுவும் சகியாமற்றான் புகழான தேகமது சிலிர்த்துமல்லோ
நாமான பஞ்சேந்திரியம் உள்ளடங்கி நமனுக்கு ஆளாகி பொறிகலங்கி
வேமான மாகவல்லோ மண்ணின்பேரில் விழுந்துமே பிரண்டிருக்கக் கண்டிட்டேனே. 6050

போகர் சீனபதி மாண்பருக்கு சிங்கத்தின் விஷத்தை முறித்து உயிர் கொடுத்தல்

கண்டேனே சீனபதி மாண்பர்தம்மை கடுகெனவே விஷமேறி இருந்தபோர்க்கு
தண்டகம்போல் காயாதி முறிப்புயானும் தகமையுடன் தான்கொடுத்து எழுப்பியல்லோ
மண்டலங்கள் உள்ளளவும் சிங்ககற்பம் மடியாமல் இருப்பதற்கு மனதுவந்து
விண்டவே யான்கொடுத்து உயிர்கொடுத்தேன் விட்டகுறை இருந்ததினால் எழுந்தார்பாரே 6051

பாரேதான் சீனபதி மாண்பருக்கு பாங்கான கற்பமுறை யானுஞ்சொல்லி
நேரேதான் பிழைப்பதற்கு வழியுஞ்சொன்னேன் நேர்மையுடன் கருவாளி கண்டுகொள்வார்
சீரேதான் சித்தர்முனி மார்க்கந்தன்னை சிறப்புடனே யானுரைத்தேன் மாண்பருக்கு
வேரேதான் மற்றோரால் சொல்லப்போமோ வேதாந்த காலாங்கி கடாட்சந்தானே. 6052

தானான சீனபதி மாண்பரெல்லாம் தகமையுடன் தானெழுந்து முடிவணங்கி
கோனான காலாங்கி கடாட்சத்தாலே கொற்றவனார் சீனபதி மாண்பரெல்லாம்
பானான விட்டகுறை இருந்துமல்லோ பாங்குடனே என்னாலே எழுப்பப்பட்டார்
மானான மகாதேவர் கடாட்சத்தாலே மறைபொருளை யானுமல்லோ உணர்ந்திட்டேனே. 6053

போகர் உச்சிலிங்கத் தேளைக் கண்டது

உணர்ந்தேனே இன்னமொரு மார்க்கம்பாரு உத்தமனே புலிப்பாணி மைந்தாகேளு
மணங்கமழும் வடகோடி கனகத்தில் மார்க்கமுடன் மகாமேரு பக்கந்தன்னை
கணமுடனே அனேகவித தெய்வந்தானும் காட்டகத்தே வாசமது செய்துகொண்டு
பிணமதனை யாபூதி கொள்ளுங்காளி பேரான காட்டகத்தைக் கண்டேன்தானே. 6054

தானேகேள் அண்டமுனி அறியாக்காடு தகமையுள்ள வனந்தனிலே திரிந்துயானும்
மானேகேள் மகாமேரு சாரல்பக்கம் மகத்தான குன்றுகளும் மலையுமுண்டு
தேனான மலைதனிலே வாசஞ்செய்யும் தேளதுவுந் திரள்கூட்டஞ் சொல்லொண்ணாது
கோனான தேளதுவின் கூட்டந்தன்னை தேற்றமுடன் கோடிவரை யான்பார்த்தேனே. 6055

பார்த்தேனே செந்தேளாம் கோடிவர்க்கம் சாங்கமுடன் யுகம்பிரித்து நடக்கும்போது
தீர்த்தலிங்கந் தனில்உதித்த செந்தேளப்பா தீரமுடன் கோடிதளம் வருகும்போது
ஆர்த்தியுடன் மேலேறி வருகுந்தேளாம் அப்பனே உச்சிலிங்கத் தேளேயாகும்
மூர்த்தியுடன் மும்மூர்த்தி யானபேரும் மூதுலகில் நடுங்குவது திண்ணமாமே. 6056

திண்ணமாம் உச்சிலிங்கத் தேள்தானப்பா தீர்க்கமுடன் காட்டகத்தே இருக்கக்கண்டேன்
வண்ணமுடன் மலைசாரல் காளிகோயில் வளமான தேவதாஸ் தலமுங்கண்டேன்
எண்ணரிய கோயிலது மூலஸ்தானம் எழிலாக வால்நுழைய இடமும்உண்டு
கண்ணமுடன் காளிதனைக் காணவென்றால் சாங்கமுடன் சுரங்கவழி செல்வார்பாரே. 6057

பாரேதான் தேவதா ஸ்தலத்துக்குள்ளே பாங்கான வழியதுவும் மூலஸ்தானம்
நேரேதான் காளிதனைக் காணவென்றால் நேர்மையுடன் மார்பாலே நகர்ந்துமல்லோ
தீரேதான் எண்சாணு விடமுந்தாண்டி தீர்க்கமுடன் காளிதனைக் காணலாகும்
கூரேதான் அதற்கப்பால் காளிவாசம் கொற்றவனே தானிருக்கக் காணலாமே. 6058

சுரங்கத்தில் உச்சிலிங்கத் தேள் இருப்பது

காணலாம் உச்சிலிங்கத் தேள்தானப்பா கடியதொரு சுரங்கமதில் வாசஞ்செய்து
பூணவே நெடுங்காலம் வாசஞ்செய்து பொங்கமுடன் இருக்குமந்த காலந்தன்னில்
நீணவே அவ்விடத்தில் கரிக்கூட்டங்கள் நீதியுடன் சொல்லுதற்கு லக்கோயில்லை
ஆணவங்கள் மிஞ்சியல்லோ யானைக்கூட்டம் அப்பனே கணக்குண்டோ சொல்லொண்ணாதே. 6059

யானை கோனானைத் துரத்துவது

ஒண்ணாது காட்டகத்தே கோனான்தானும் உத்தமனே மாடாடு மேய்க்கும்ஸ்தானம்
அண்ணார்ந்து பார்ப்பதற்கு முடிகொள்ளாது அப்பனே பசுக்கூட்டம் மெத்தவுண்டு
கண்ணாலே யானையது கோனான்தன்னை கடைநோக்கிப் பார்த்தல்லோ சீறலாகி
மண்ணோடே தும்பிக்கை யாற்புரண்டி மகத்தான கோனானைத் துரத்தலாச்சே. 6060

ஆச்சப்பா கரியல்லோ கோனானைத்தான் அப்பனே துரத்துகின்ற வேளைதன்னில்
பாச்சலுடன் கோனானும் ஓட்டங்கொண்டு பதுங்கியே செல்வதற்கு காளிகோயில்
மூச்சடங்கி ஓடியல்லோ தேவஸ்தானம் முனையான காளியது மூலஸ்தானம்
மாச்சலது வருவதற்கு முன்னதாக மகத்தான சுரங்கவழி சென்றான்தானே. 6061

சென்றாரே கோனானுங் காளிபக்கம் செம்மலுடன் பதுங்கியல்லோ முற்புறத்தில்
நின்றாரே கோனானும் உடல்நடுங்கி நீதியுடன் காளிபுறம் தன்னில்நிற்க
குன்றேறி வாழுகின்ற யானையப்பா கொற்றவனே சுரங்கம்வழி வருகலாச்சு
வென்றிடவே யானையது தும்பிக்கையால் வீரமுடன் சுரங்கமது நுழையலாச்சே. 6062

நுழையவே சுரங்கத்தின் வழியிலப்பா துண்மையுடன் தும்பிக்கை விட்டுமல்லோ
குழையவே தேகமது செல்லாமற்றான் கொற்றவனே யானையது நின்றுகொண்டு
தழைமேய்க்கும் கோனானைத் தும்பிக்கையால் தட்டாமல் நாற்புறமும் தடவும்போது
நுழையவே கதிதனக்கு இடமுமில்லை நுட்பமுடன் இடையூறு நேரலாச்சே. 6063

ஆச்சுதே தும்பிக்கை யாலேதானும் அப்பனே கோனானைத் தேடும்போது
மூச்சடங்கித் தானிருந்து கோனான்தானும் முனையான காளியின்மேல் சிந்தையாகி
மாச்சலது வாராமல் இருந்துகொண்டான் மகத்தான யானையுந்தன் தும்பிதன்னை
வீச்சலுடன் உச்சிலிங்கத் தேள்தானப்பா வீரமுடன் கொட்டிடவே சத்தமாமே. 6064

சத்தமது கொண்டிடவே யானைதானும் சதுரான மலைதனிலே கேட்கும்போது
முத்திபெறும் சித்தர்களின் கூட்டத்தார்கள் முனையான சத்தமதைக் கேட்டுமேதான்
புத்தியுடன் யானையது தன்னையல்லோ புகழான உச்சிலிங்கத் தேள்தானப்பா
வெத்தியுடன் கொட்டியதோர் தேள்தானென்று வீரமுடன் சித்தர்களும் அறிந்திட்டாரே. 6065

அறிந்தாரே உச்சிலிங்கத் தேள்தானப்பா அப்பனே கரிதனையே கொட்டிட்டென்று
செறிந்துமே மலைதனையே விட்டிறங்கி செம்மலுடன் யானையது பக்கம்வந்தார்
குறியான யானையது விஷமுமேறி கொப்பெனவே நெருப்பதுபோல் எரியுதங்கே
முறியுடனே தந்தமெல்லாம் பற்றியல்லோ முனையான கொழுந்துவிட்டு எரியலாச்சே. 6066

எரிந்துமே பிரிதிவென்ற சாம்பலாச்சு எழிலான யானையது மடிந்துபோச்சு
சொரிந்ததொரு சாம்பல்தன்னை சித்தர்கண்டு சோராமல் அவரவர்கள் பங்குவீதம்

புரிந்துமே பங்கதுவும் பகரும்போது புகழான கோனானும் சுரங்கத்தண்டே
வரிந்துமே கோனானை சித்தர்கண்டு வகையுடனே வளப்பமதைக் கேட்டிட்டாரே. 6067

கோனான் மீது இரக்கம் வைத்து சித்தர்கள் பங்கு கொடுத்தது

கேட்டவுடன் கோனானும் மனம்நடுங்கி கெவனமுடன் சித்தர்கட்கு கூறலுற்றான்
வாட்டமுடன் மாடாடு மேய்க்கும்போது வளமான யானையது என்னைக்கண்டு
தாட்டிகமாய்ச் சீரலது மிகஉண்டாகி சட்டமுடன் எந்தனையும் துரத்தலாச்சு
கோட்டமுடன் யானையது வரும்போது கொப்பெனவே யான்பயந்து ஓடினேனே. 6068

ஓடினேன் தங்குதற்கு இடமில்லாமல் ஓகோகோ நாதாக்கள் முனிவரேகேள்
தேடியே காளியது தேவஸ்தானம் தேற்றமுடன் யான்கண்டு மனதுவந்து
வாடியே சுரங்கமது வழியிற்சென்று மகத்தான காளியின்தன் பக்கம்நின்றேன்
நீடியே யானையது எந்தனைத்தான் நிஷ்களங்க மாகவல்லோ தேடலாச்சே. 6069

ஆச்சையா சித்துமுனி ரிஷியாரேகேள் ஆங்காரம் உள்ளதொரு யானைதானும்
மூச்சடங்கித் தும்பிக்கை தன்னினாலே முனையான சுரங்கத்தின் வழியினுள்ளே
பாச்சலுடன் தும்பிக்கை விட்டபோது பாழான சுரங்கமதில் மகிமையேதோ
கூச்சலுடன் வீரிட்டு எறிந்துமேதான் கொப்பெனவே பரிதிவென்ற சாம்பலாச்சே. 6070

சாம்பலாய்ப் போனதொரு சேதிகண்டு சட்டமுடன் சுரங்கமது உள்ளிருந்து
தீம்புகளும் நேராது என்றுசொல்லி தீர்க்கமுடன் வெளியரங்கம் வந்தேன்என்றான்
வீம்புடைய கோனானின் வார்த்தைதன்னை விருப்பமுடன் சித்தர்முனி கேட்டுவந்து
நாம்இவனுக்கு ஒருஉதவி செய்யவென்று நலமுடனே சித்தரெல்லாம் நினைத்திட்டாரே. 6071

நினைத்துமே உச்சிலிங்கத் தேளினாலே நிஷ்களங்க மானதொரு திரவியங்கள்
சுனைபோல ஏமமென்ற தங்கந்தானும் துப்புரவாய் நந்தமக்கு வாய்த்துதென்று
சுனையான கோனானால் வந்தபாக்கியம் காசினியில் சதகோடி சொல்லொண்ணாது
பனையளவு பாக்கியமும் இவனாலாச்சு பட்சமுடன் சித்தர்முனி எண்ணினாரே. 6072

எண்ணியே சித்தர்முனி மனதுவந்து எழிலான கோனானைத் தானழைத்து
பண்ணவே ஏமமென்ற வித்தைதன்னை பட்சமுடன் இவனுக்கோர் பாகம்ஈய்ந்து
வண்ணமுடன் செய்பாகம் கைபாகங்கள் வளமையுடன் காண்பித்து விதியும்சொல்லி
சுண்ணமென்ற சாம்பல்தனை ஓர்பாகந்தான் சுத்தமுடன் கைகொடுத்து போவென்றாரே. 6073

போமென்று சொல்லியல்லோ முனிவர்தானும் பொங்கமுடன் கோனானுக்கு உறுதிகூறி
நாமென்ற காலாங்கி வாக்குபோலே நலமுடனே ஞானோப தேசஞ்செய்து
தாமென்ற பிரிதிவியாஞ் சாம்பல்தன்னை சட்டமுடன் தான்கொடுத்து மதியும்சொல்லி
வேமென்ற காட்டகத்தே சித்தர்தாமும் வேகமுடன் குகைதனிலே சென்றிட்டாரே. 6074

சென்றவுடன் கோனானும் சாம்பல்தன்னை செம்மலுடன் அவர்பதிக்குக் கொண்டுசென்று
பொன்னான மாற்றதுவும் செம்பிலேற புகழான செம்பதுவுந் தங்கமாச்சு
மன்னவனைப் போலாகக் கோனான்தானும் மகாதேவர் சித்தர்முனி தம்மைப்போலும்
தென்னகரி ராமருட செல்வம்போலும் திரளான கோடிவரை பார்த்திட்டானே. 6075

பார்த்தானே சித்தருட மகிமைதன்னால் பாங்கான ஏமமென்ற வித்தைதன்னை
கீர்த்தியுடன் முறைசெய்த தபோபலத்தால் சீர்பெற்றான் கோனானுஞ் சித்துதம்மால்
பேர்பெற்றான் கோனானுங் காட்டகத்தில் பேருலகில் விட்டகுறை இருந்துதன்னால்
தார்வேந்தர் மெச்சிடவே தரணிதன்னில் தாமுமொரு சிவயோகி போலானானே. 6076

போகர் சதுரகிரி அதிசயத்தை புலிப்பாணிக்குக் கூறல்

ஆனான இன்னமொரு மார்க்கஞ்சொல்வேன் அப்பனே புலிப்பாணி புத்திவானே
கோனான கதைஉரைத்தேன் மகிமையல்ல கொற்றவனே இன்னமொரு மகிமைசொல்வேன்
தேனான தேவிமனோன் மணியாள்பாதம் தேற்றமுடன் யான்வணங்கி காதைசொல்வேன்
பானான காலாங்கி நாதர்பாதம் பட்சமுடன் யான்வணங்கி பகருவேனே. 6077

பகருவேன் புலிப்பாணி மன்னாகேளீர் பாரினிலே குளிகைகொண்டு சித்தியேதான்
நிகரமுடன் வையகத்து அதிசயத்தை நீதியுடன் யான்கண்டு மலையில்தேடி
சிகரமது சதுரகிரி மலையிலப்பா சிறப்புடனே யானிறங்கி இருக்குங்காலம்
நிகரமுடன் கிரிதனையே சுத்தியல்லோ நீடூழி காலம்வரை திரிந்திட்டேனே. 6078

திரிந்துமே மலையோரம் தன்னிற்சென்று தீர்க்கமுடன் யான்காணும் வேளைதன்னில்
புரிந்துமே சிகரமது கிரியில்நின்று புகழான பனையளவு சித்துதாமும்
தெரிந்துமே மலையைவிட்டு கீழிறங்கி சிறப்புடனே மாண்பர்களைக் காணும்வண்ணம்
செரிந்துமே மகிமையது கோடியுண்டு தேசமதில் விதியுள்ளான் காண்பார்பாரே. 6079

பாரேதான் இன்னமொரு மார்க்கஞ்சொல்வேன் பாலகனே புலிப்பாணி மன்னாகேளு
ஆரோதான் பொதிமாட்டுக் காரரப்பா ஆயிரம்பேர் ஒருகூட்ட மாகக்கூடி
தேரோடும் பாவனைப்போல் மாண்பரெல்லாம் தேற்றமுடன் மலையோரஞ் செல்லும்போது
சீரோடும் புகையிலையின் பொதிகைதன்னை சிறப்பான சித்துமுனி கண்டிட்டாரே. 6080

சதுரகிரி சித்தர் பொதிமாட்டுக்காரரை புகையிலை கேட்டது

கண்டாரே புகையிலையின் வாசந்தன்னை பாங்கான பனையளவு சித்துதானும்
கொண்டதொரு புகையிலையின் எண்ணமப்பா கொற்றவனே மயக்கமது மிகஉண்டாகி
எண்ணமுடன் புகையிலையின் கற்கந்தன்னை ஏற்றமுடன் புகைபிடிக்க மனதயர்ந்து
வண்ணமுடன் மலையைவிட்டுக் கீழிறங்கி வளமுடனே வருவதற்கு எண்ணினாரே. 6081

எண்ணியே சித்துமுனி ரிஷியார்தாமும் எழிலான கிரியைவிட்டு இறங்கும்போது
நிண்ணதொரு பனமரம்போல் தோற்றமாச்சு நிஷ்களங்க மாகவல்லோ இறங்கும்போது
தண்ணமுடன் மேற்பதியை விட்டுமல்லோ தாழவே படிப்படியாய் இறங்கும்போது
புண்ணியனார் சித்துமுனி ரிஷியார்தாமும் புகமுடனே இறங்கிவரக் குறைவானாரே. 6082

குறைவான ரோமமென்ற கரடிபோலும் கொற்றவனே சித்துமுனி ரூபங்கண்டார்
திரையான பொதிமாட்டுக் காரரெல்லாம் தீர்க்கமுடன் சித்துமுனி இறங்கும்நேர்மை

மறைவாக வான்ரூபங் குறைந்துகாணும் மகத்தான ரோமமது தெரியவில்லை
முறையான மகத்துவத்தை எண்ணாமற்றான் மூர்க்கமுடன் சித்துதமை வசனிப்பாரே. 6083

வசனிக்கப் பொதிமாட்டுக் காரரெல்லாம் வளமையுடன் ஒருவருக்கொரு உவமைகூறி
நிசமுடைய பனையளவு சித்துபோலும் நீதியுடன் சித்துதம்மை மதியாமற்றான்
புசமுடைய தேவாதி சித்துதம்மை புகழான மகத்துவங்கள் எண்ணாமற்றான்
சுகம்போன்ற ஆயிரம்பேர் மாண்பரெல்லாம் கட்டாக ஒருவருக்கோர் பேசுவாரே. 6084

பேசுவார் மலையைவிட்டு இறங்குஞ்சித்தை பேரான மகத்துவங்கள் அறியாமற்றான்
காசுபண மில்லாத சித்துவென்றும் கருவான சதுரகிரி இருக்குமாண்பன்
வீசுபுகழ் மகத்துவங்கள் இல்லாரென்றும் வீரமுடன் ஒருவருக் கோருகந்துபேசி
ஆசுகவி போலாக வார்த்தைகூறி அப்பனே சம்வாதம் செய்வார்தானே. 6085

தானான பொதிமாட்டுக் காரரெல்லாம் தகமையுடன் ஒருவருக்கோர் வாதுகூறி
கோனான குருவென்று மதியாமற்றான் கொற்றவனே கும்பலது மிகவுங்கூடி
கோனான புகையிலையின் பொதிகைதன்னை தேற்றமுடன் தானிறக்கி அமுதுகொள்ள
மானான சாவடியாங் கிரியோரந்தான் மகத்தான அமுதுகொள்ள நண்ணுவாரே. 6086

நண்ணியே ஏகாந்தக் கூட்டந்தன்னில் நலமுடனே தானிருக்கும் வேளையப்பா
திண்ணமுடன் கிரிதனிலே இருந்தசித்து தீர்க்கமுடன் மாண்பருட கூட்டந்தன்னில்
தண்மையாய் பொதிமாட்டுக் காரர்தன்னை தகமையுடன் சித்துமுனி அருகிற்சென்று
உண்ணவே புகையிலையின் கற்பமப்பா உத்தமனே எனக்கருளும் என்றிட்டாரே. 6087

என்றுமே ஏதுரைத்தார் முனிவர்தாமும் எழிலான மாண்பர்களின் முகத்தைநோக்கி
குன்றுமேல் சித்துமுனி ஒருவருண்டு குவலயத்தில் ஒருநாளும் வருவதில்லை
இன்றுமுதல் காற்றினது வாடையாலே எழிலான புகையிலையின் வாசமப்பா
வென்றிடவே அவர்தமக்குக் காணலாச்சு விட்டகுறை இருந்ததினால் கிடைக்கலாச்சே. 6088

ஆச்சப்பா பொதிமாட்டுக் காரர்பாலா அப்பனே எந்தனுக்கு மனதுவந்து
மூச்சடங்கித் தானிருக்கும் சித்துதானும் முனையான வனத்துரிஷி முனிவருக்கு
பாச்சலென்ற புகையிலையின் கற்பமப்பா பட்சமுடன் நீரவர்க்குத் தருவீரானால்
மாச்சலென்ற வினையகலும் உந்தனுக்கு மகயோக புண்ணியமது கிட்டும்பாரே. 6089

பொதிமாட்டுக்காரன் சித்தர் பெருமை அறியாமல் பகடி செய்தல்

பாரேதான் என்றலுமே யோகிதானும் பாங்குடனே சித்துமுனி நாதருக்கு
சீரேதான் புகையிலையின் கற்பந்தானும் சிறப்புடனே யாங்களது கொடுப்போமானால்
நேரேதான் உம்மாலே மகிமையென்ன நேர்மையுடன் எந்தமக்குக் கூறுமென்றார்
தீரேதான் சித்துமுனி ரிஷியார்தாமும் சிறப்புடனே மனதுவந்து கூறுவாரே. 6090

கூறுவார் வாய்திறந்து முனியார்தாமும் கொப்பெனவே பொதிமாட்டுக் காரருக்கு
தேறுதலாய் வார்த்தையது கூறும்போது தேற்றமுடன் அதிலொருவன் தானெழுந்து

மாறுதலாய் சித்துமுனி தம்மைப்பார்த்து மகத்தான ரிஷியாரே பண்பாய்க்கேளும்
ஆறுபடை சூழ்ந்திருக்கும் நதியோரத்தில் அசோகமென்ற விருட்சமது விழுகலாச்சே. 6091

சித்துமுனி சாய்ந்த அசோக மரத்தை நேராய் நிறுத்துதல்

விழுந்ததொரு அசோகமென்ற விருட்சந்தன்னை வீறுடனே நிமிரவது செய்வீரானால்
பழுதுபடா திருமேனி உந்தனுக்கு பட்சமுடன் கெற்பமது தருவோம்நாதா
வழுதுணையாங் கற்பமது கொண்டபோது மகத்தான சித்துமுனி எங்களுக்கு
முழுதுமே புகையிலையின் கற்பந்தன்னை முனையாக யாங்கொடுப்போங் காணீர்தானே. 6092

காணவே மாண்பரெல்லாங் கூறும்போது கருவான சித்துமுனி ரிஷியார்தாமும்
தோணவே அவர்களுக்கு பிரம்மைதோன்ற துப்புரவாய் சித்துமுனி நாதரல்லோ
வேணதொரு காயாதி கொண்டசித்து வேகமுடன் அசோகமென்ற விருட்சந்தன்னை
பூணவே தானோக்கிப் பார்த்துமல்லோ புகழான விருட்சமதை நிறுத்தினாரே. 6093

நிமிர்த்தவே விருட்சமது தானெழுந்து நீதியுடன் இலையூன்றி நிற்கும்போது
சமர்த்துள்ள சித்துமுனி தம்மைக்கண்டு தாரணியில் மகிமை பெரிதுமல்ல
கமர்போன்ற கானகத்தில் இருக்குங்கல்லாம் கடிதான மலைக்கல்லைத் தன்னைத்தானும்
சுமர்ந்துமே எந்தனிடங் கொண்டுவந்து சுந்தரரே கொடுத்தாலே நம்புவோமே. 6094

நம்புவோம் என்றல்லோ மாண்பரெல்லாம் நயமுடனே வார்த்தையது மனதுவந்து
வம்புடனே சித்துமுனி தன்னைக்கண்டு வளமுடனே வார்த்தையது கூறும்போது
தெம்புடனே குன்றுமலைத் தன்னைத்தூக்கி தீரமுடன் பொதிமாட்டுக் காரர்முன்னே
கும்பல்தனில் முன்னதனை எடுத்துமல்லோ கொப்பெனவே கொண்டல்லோ போட்டிட்டாரே. 6095

போட்டாரே சித்துமுனி ரிஷியார்தாமும் பொங்கமுடன் கொண்டுவந்து மாண்பர்முன்னே
நீட்டமுடன் முன்னதனைக் கொண்டுவந்த நிலையான வித்தையது மகிமையல்லோ
வாட்டமுடன் இன்னமொரு மார்க்கஞ்செய்தால் மகத்தான மகிமையென்று நம்பியல்லோ
கூட்டமுடன் உந்தமக்கு பணிகள்செய்து கொப்பெனவே சீஷர்களாய் இருப்போம்தானே. 6096

தானான வார்த்தையது கேட்டபோது தண்மையுடன் சிவஞான சித்துதாமும்
கோனான பொதிமாட்டுக் காரர்தம்மை கொப்பெனவே மகிமையது என்னவேண்டும்
தேனான மகிமையது வேண்டுமானால் தேற்றமுடன் சித்தொளிவுஞ் செய்யக்கூடும்
மானான மகாதேவர் கடாட்சத்தாலே மார்க்கமுடன் மகிமையது அதீதமுண்டே. 6097

பொதி மாட்டுக்காரர் சித்துவை மழை பொழியச் சொன்னது

தருவேனென்று சித்துமுனி கூறும்போது தகமையுள்ள பொதிமாட்டுக் காரர்தாமும்
குருவான சித்துமுனி ரிஷியாரேகேள் கொற்றவரே எங்களுக்கு இன்றுதானும்
பருமழையும் மின்னல்இடி காந்தல்தாமும் பட்சமுடன் வரவழைப்பீர் ஆனாலல்லோ
திருவான குருவென்று உம்மைத்தானும் தீரமுடன் எந்நாளும் வந்திப்போமே. 6098

வந்திப்போம் உம்மையொரு குருவாயெண்ணி மகத்தான நாதாக்கள் நீர்தானென்றும்
சிந்திப்போம் சதாகாலம் அர்ச்சித்தேதான் சீருடனே சின்மயத்தை மனதிலெண்ணி
எந்நாளுங் கிரிவாழும் பதாம்புயத்தை எழிலான மெய்க்குரு என்றெண்ணி
பந்நியே கிரிதனிலே மாண்பரெல்லாம் பாங்குடனே சதாநித்தம் அர்ச்சிப்போமே. 6099

போமேதான் வார்த்தையது கூறும்போது பொங்கமுடன் வனத்துமகா ரிஷியார்தாமும்
தாமேதான் சொன்னபடி வனத்தில்தானும் தகமையுடன் மண்காற்று மழையுமாக
ஆமேதான் மின்னல்இடி ஜோதிபோலும் அவனியெலாந் தத்தளிக்க மிகவேசெய்தார்
வேமேதான் பொதிமாட்டுக் காரர்எல்லாம் விருப்பமுடன் கண்டல்லோ பிரமித்தாரே. 6100

பிரமித்த சிறுபால மாண்பரெல்லாம் பேரான சித்துமுனி ரிஷியார்தம்மை
வர்மமுடன் பதாம்புயத்தை சுற்றிவந்து மனதுவந்து முடிசாய்த்து அஞ்சலித்து
தர்மமுள்ள நாதாந்த சித்தேநாங்கள் தாரணியில் எந்நாளும் உந்தமைத்தான்
தர்மமது வையால் வையகத்தில் மார்க்கமுடன் எந்நாளும் வசனிப்போமே. 6101

வசனிப்போம் சற்குருவே எந்தன்நாதா வளமையுடன் எந்நாளுங் கிரியில்வாழும்
நிசமுடைய வேதாந்த சித்தேகேளும் நிஷ்களங்க மானதொரு சொரூபபாதா
துசங்கொண்ட வீராதி சித்தேகேளும் துவாபரமா மூன்றுயுகந் தன்னில்தானும்
குசமுடைய சின்மயத்தில் இருந்தசித்தை கோடான கோடிவரை கண்டிட்டோமே. 6102

கண்டோமே அஷ்டகிரி தன்னில்நாதா காணோமே உம்மைப்போல் ஒருவரேனும்
தொண்டுசெய்து வெகுகோடி மாண்பரெல்லாம் தொல்லுலகில் கெட்டார்கள் அனந்தங்கோடி
விண்டுரை சொல்கேளாத வீணர்கோடி வெகுகோடி வையகத்தில் கண்டதுண்டு
துண்டரீக மானதொரு சித்துபோலே துப்புரவாய் வையகத்தில் காணோம்தானே. 6103

பொதி மாட்டுக்காரர்
புகையிலை கற்பம் கொடுத்தது

தானான கற்பமது கொடுக்கவேதான் தண்மையுள்ள பொதிமாட்டுக் காரரெல்லாம்
கோனான கிரிதனிலே இருக்குஞ்சித்து கொற்றவனார் மாயாவின் சித்துவுக்கு
மானான புகையிலையின் கற்பந்தன்னை மார்க்கமுடன் சித்தரவர் கொள்வதற்கு
பானான மாண்பரெல்லாம் ஒன்றாய்க்கூடி பட்சமுடன் ஆள்பாரங் காட்டினாரே. 6104

கட்டினார் மாண்பரெல்லாம் ஒன்றாய்க்கூடி கனமான சுமையதுவும் என்னசொல்வேன்
இட்டமுடன் சுமையதுவை எடுக்கும்போது எழிலான சித்துமுனி நடுக்கங்கொள்ள
வட்டமுடன் பாலரெல்லாம் ஒன்றாய்க்கூடி வளமான சித்தருக்கே கொண்டுசென்று
பட்டமரம் போலேயல்லோ மாண்பரெல்லாம் பரிதவித்து நின்றல்லோ பார்த்திட்டாரே. 6105

பார்த்தவுடன் மலையில்வந்த சித்துதாமும் பாலரெல்லாந் தானடுங்க கரத்திலேந்தி
தீர்த்தகிரி சிவலிங்கப் பொதியைப்போலும் திறமுடனே கிரிதனிலே கொண்டுசென்று
பூர்த்தியுடன் குருபாதந் தனைவணங்கி புகழுடனே அஞ்சலிகள் மிகச்செய்தாரே. 6106

செய்யவே சித்துமுனி சீஷர்தாமும் சிறப்புடனே குருநாதர் மனதுவந்து
துய்யபுகழ் புகையிலையின் கற்பந்தன்னை துப்புரவாய் மனதுவந்து நாதர்தானும்

வெய்யவே காயாதி கற்பந்தன்னை வேண்டியே விருப்பமுடன் கொடுத்தமாண்பர்
பையவே எவ்விடத்தில் இருப்போரப்பா பான்மையுடன் அவர்களுக்கு விதிசொல்வீரே. 6107

குரு உத்தரவுப்படி சீடராகிய சித்து பொதி மாட்டுக்காரருக்கு உபதேசித்தல்

விதியான குருமதியின் உபதேசத்தை வித்தகனார் சீஷவர்க்கந் தானுங்கேட்டு
மதியான உபதேசம் மாண்பருக்கு மார்க்கமுடன் செய்வதற்கு மனதிலெண்ணி
துதியுடனே பொதிமாட்டுக் காரர்தம்மை துப்புரவாய் அவர்மனதில் எண்ணங்கொண்டு
நிதியதுவுந் தான்கொடுத்து மாண்பருக்கு நீதியுடன் உபதேசம் எண்ணினாரே 6108

எண்ணியே பொதிமாட்டு மாண்பர்தம்மை எழிலாக வரவழைக்க மனதுபூண்டு
வண்ணமுடன் சரமாரி பொழியவல்லோ மார்க்கமுடன் மகாதேவர் தனைநினைத்து
திண்ணமுடன் ரிஷியாரும் நினைக்கும்போது தீர்க்கமுடன் பிரளயங்கள் அதிகமாகி
எண்ணமுடன் பொதிமாட்டுக் காரரெல்லாம் எழிலான மலைதனிலே வந்திட்டாரே 6109

வந்ததொரு மாண்பரெல்லாஞ் சித்துதம்மை மகாதேவர் முன்னிருந்த சித்தென்றெண்ணி
சொந்தமுடன் அவர்பாதம் முடிவணங்கி சுந்தரம்மா நெடுந்தூரம் சென்றோமையா
அந்தமுடன் சரமாரி பொழிந்துமல்லோ வையனே பிரளயங்கள் அதிகமாகி
விந்தையுடன் வந்ததொரு இடையூர்தன்னால் விசனமுடன் மலையேறி வந்தோம்தாமே 6110

வந்தோமே என்றுசொல்லி மாண்பரெல்லாம் வளமுடனே சித்துவுக்குக் கூறும்போது
பந்தமுடன் மாண்பருக்கு சித்துதாமும் பட்சமுடன் கூறலுற்றார் நாதர்தம்மை
விந்தையது உபதேசஞ் செய்வதற்கு வித்தகனார் குருமொழியின் வாக்கதாச்சு
சிந்தனையாய் எல்லோரும் வந்திருந்து சிறப்புடனே சித்துமுனி கூறினாரே. 6112

கூறினார் சித்துமுனி மாண்பருக்கு குவலயத்தில் நீங்கள்செய்த அறத்தினாலே
மீறியதோர் உங்களுக்கு உபதேசங்கள் மிக்கமனு நீதியுடன் குருவின்வாக்கு
தேறியே பலநூலும் ஞானம்தேர்ந்து தேற்றமுடன் உங்களுக்கு உபதேசங்கள்
சீறியே கோபமது வாராமற்றான் சிறப்புடனே உபதேசஞ் செய்தார்பாரே. 6112

பாரேதான் உபதேசஞ் செய்தவண்ணம் பாருலகில் யாருக்கும் கிட்டாதன்று
நேரேதான் கிரியிலுள்ள வனப்பும்வாய்ந்து நேர்மையுடன் மனுநீதி கலைக்கியானம்
கூரேதான் வேதமுதல் ஆறுசாத்திரம் குறிப்பான கலைக்கியானம் அறுபத்துநான்கு
தீரேதான் மாண்பருக்கு உபதேசித்தார் தீர்க்கமுடன் சித்துமுனி ரிஷியார்தாமே. 6113

பொதி மாட்டுக்காரருக்கு ஏமவித்தை காண்பித்தது

தானான ரிஷியாரும் அன்புகூர்ந்து தகமையுடன் பொதிமாட்டுக் காரருக்கு
கோனான குருசொன்ன வாக்குபாதம் குவலயத்தில் யாதொன்றும் குறைவில்லாமல்
மானான மனோன்மணியாள் கடாட்சத்தாலும் மகத்தான காலாங்கி கிருபையாலும்
தேனான தேவர்முனி ரிஷியார்பாதம் தெளிவுடனே வாதமது போதிப்பாரே. 6114

போதிக்க வாதமது யாதென்றாக்கால் போக்கான மலைதோறும் குன்றுதோறும்
ஆதித்தன் சந்திரனார் காணாவண்ணம் அகஸ்தியனார் மலைமூலி அனைத்துங்காட்டி
வாதிகளும் அறியாத மூலிவர்க்கம் வளமையுடன் கிரிமூலி பசிமூலியாவும்
வேதிக்கி மூலிகளும் அனைத்துங்காட்டி வேகமுடன் உபதேசஞ் செய்திட்டாரே. 6115

செய்துமே ஏமமென்ற வித்தைதன்னை செப்பினார் பொதிமாட்டுக் காரருக்கு
கைதவமாம் மூலிகைக்குச் சாபஞ்சொல்லி கபடகற்றி உளவுமுதல் யாவுங்காட்டி
வையகங்கள் தான்புகழ மாண்பருக்கு வண்மையுடன் ஏமமென்ற வித்தைதன்னை
துய்யபுகழ் மாண்பருக்கு உளவுமூலி செப்பினார் நாதரிஷி செப்பினாரே. 6116

பொதி மாட்டுக்காரருக்குக் காண்பித்த மூலியெல்லாம் போகர் புலிப்பாணிக்குக் கூறல்

செப்பவே இன்னமொரு மார்க்கங்கேளு செயலான புலிப்பாணி மைந்தாபாரு
ஒப்பமுடன் பொதிமாட்டுக் காரர்தாமும் ஓகோகோ நாதாக்கள் முனிவருக்கு
தப்பிதங்கள் நேராமல் புகையிலைகற்பஞ் சட்டமுடன் தான்கொடுத்த உபசாரத்தால்
செப்பவே ஏமமென்ற மூலிதன்னை செயலாகக் காண்பித்தார் கண்டிட்டேனே. 6117

கண்டேனே வனத்தினுட மூலியெல்லாம் கருவாகக் குளிகைகொண்டு கிரியைசுற்றி
விண்டதொரு மூலிகையின் வகுப்பையெல்லாம் விருப்பமுடன் உந்தமக்கு உபதேசங்கள்
பண்டதுபோல் யான்வகுத்து சொல்வேனப்பா பட்சமுடன் மூலியது போக்குசொல்வேன்
சண்டமா ருதம்போல செய்வாய்நீயும் சாங்கமுடன் கருமிகட்குச் சொல்லொண்ணாதே. 6118

வசளை மூலி 1008-க்கு மாற்று

சொல்லவென்றால் இன்னமொரு மார்க்கங்கேளு தூயதான வசளையென்ற மூலிமார்க்கம்
புல்லவே கறுவாளைக் கொண்டுவந்து புகழான முப்பூவுங் கூடச்சேர்த்து
கொல்லவே தாம்பரமாந் தகட்டின்மேலே கொப்பெனவே முப்பூவை மத்தித்தேதான்
மெல்லவே தகட்டின்மேல் பூசியேதான் மேன்மையுடன் கோழியென்ற புடத்தைப்போடே 6119

போடேதான் புடமதுவும் மாறிப்பாரு பொங்கமுடன் மாற்றதுவும் என்னசொல்வேன்
கூடேதான் நவலோகஞ் செந்தூரங்கள் கூறான மூலிகைக்கு ஈடுமுண்டோ
நாடேதான் மூலிவகை அறியா மாண்பர் நாட்டினிலே கெட்டார்கோடி
மாடேதான் குருமுடிக்கும் வகையுங்காணார் மட்டிகளாங் கூர்மையில்லா மாண்பர்தானே. 6120

பொன் முசுட்டை 500-க்கு மாற்று

மாண்பான இன்னமொரு மார்க்கஞ்சொல்வேன் மகத்தான புலிப்பாணி மன்னாகேளு
காண்பான பொன்முசுட்டை மூலிதானும் காடெல்லாந் திரிந்தாலும் கிடையாதப்பா
மாண்பான காணாறு குகைகள்கண்டு மடிந்தவர்கள் கணக்கில்லை கோடானகோடி
சாண்பாம்பு நீளமப்பா மூலிதானும் சட்டமுடன் ஆணிவேர் அறாமற்றானே. 6121

ஆணியாம் மூலிகைக்கு மூலமப்பா அப்பனே காணீளஞ் சொல்லலாகும்
காணிமுதல் காடெல்லாந் திரிந்திட்டாலும் கசடருக்கும் கிட்டாது கர்மிகட்கும்

வாணியாஞ் சரஸ்வதியாள் வீற்றிருக்கும் வளமான மூலியது பொன்முசுட்டை
பாணியது பூமிவளந் தன்னிலப்பா பாங்கான மூலியது காணாதன்றே. 6122

அன்றான மூலிகைதான் கொண்டுவந்து அப்பனே முப்பூவுங் கூடச்சேர்த்து
குன்றான சமூலமுடன் கூட்டியல்லோ கொற்றவனே குருத்தயில மாகக்கொண்டு
வென்றிடவே நவலோகத் தகட்டின்மேலே வீரமுடன் தயிலமதைப் பூசியல்லோ
சென்றிடவே பாண்டமென்ற ஓட்டிலப்பா செம்மலுடன் சீலையது வலுவாய்ச்செய்யே. 6123

வலுவான சீலையது செய்தபின்பு மகத்தான புலிப்பாணி மன்னாகேளு
சுலுவான புடமதுவுங் கோழியாக துப்புரவாய்ப் போட்டெடுக்க ஏமந்தானும்
மலுவான தடமதுவும் பழுப்புமேறி மகத்தான மாற்றதுவும் ஐநூறாகும்
நிலுவையாம் பிரிதிவென்ற தங்கமப்பா நீதிசொல்ல இதற்கீடு சொல்லொண்ணாதே. 6124

பொன்னாவாரை 2108-க்கு மாற்று

சொல்லவே இன்னமொரு மார்க்கங்கேளு சுந்தரனே புலிப்பாணி மன்னாபாரு
வெல்லவே நாதாக்கள் சொல்லவில்லை வேதாந்தத் தாயாருஞ் சொல்லவில்லை
புல்லவே காலாங்கி நாதர்தாமும் புகழான அகஸ்தியருங் கூறவில்லை
நல்லதொரு குளிகையது பூண்டதாலே நாட்டிலே நானுமல்லோ அறிந்திட்டேனே. 6125

அறிந்தேனே பொன்னினா வாரையப்பா அழகான மலைதோறும் சுனைகள்தோறும்
செறிந்துமே மூலிகையின் உளவுபார்த்து செம்மலுடன் முப்பூவுங் களஞ்செடுத்து
முறிந்துமே போகாமல் தயிலமாக்கி மூர்க்கமது வாராமல் மனதிலுன்னி
குறித்ததொரு தயிலமதை எடுத்துக்கொண்டு கொற்றவனே குடவனிலே பூசிடாயே. 6126

பூசிடவே குடவனிலே என்னசொல்வேன் புகழான நாதாக்கள் கூறவில்லை
காசியென்ற செம்பதுவுங் காணும்போது கனமான மாற்றதுவும் இருநூற்றெட்டு
மாசிபடா தங்கமது என்னசொல்வேன் மகத்தான பிரதிவென்ற தங்கமாச்சே
ஊசியென்னும் இரும்பினிலே தாக்கினாக்கால் உத்தமனே சுயத்தங்கம் அயத்தங்கமாமே. 6127

பொன் ஊமத்தை 708-க்கு மாற்று

தங்கமாம் இன்னமொரு அதீதஞ்சொல்வேன் தகமையுள்ள புலிப்பாணி மகனேகேளு
அங்கமாம் பொன்னூ மத்தையப்பா அழகான மூலியது கொண்டுவந்து
துங்கமாம் வழலையது வராகனொன்று துப்புரவாய் மூலியது சாற்றினாலே
பொங்கமுடன் மதியென்ற தகட்டிலப்பா புகழாகப் பூசிடவே ஏமமாமே. 6128

ஏமமாங் காயாதி கொண்டமூலி எழிலான காயகற்ப மூலியாகும்
சாமமென்ற மூலியது வாணமூலி தாக்கான சித்தருண்ணும் மூலியாச்சு
வாமமுடன் மாற்றதுவும் எழுநூற்றெட்டு வளமான சுயத்தங்கம் பிறவித்தங்கம்
நேமமென்ற பூசைக்குக் கருவித்தங்கம் நெடிதான சித்துமுனி மூலியாச்சே. 6129

கறுப்புக் காக்கையாந்தகரை 108-க்கு மாற்று

ஆச்சப்பா இன்னமொரு மார்க்கஞ்சொல்வேன் அப்பனே புலிப்பாணி மன்னாகேளு
மூச்சடங்கி நெடுங்காலங் கொண்டசித்து மூதுலகில் யாரேனுங் கண்டதில்லை
பாச்சலென்ற மூறலியது கறுங்கையானாகும் கதிரோனை கண்மறைக்கும் மூலிதானும்
மாச்சலென்ற மூலியது அதீதஞ்சொல்வேன் மகத்தான மாற்றதுவும் நூற்றெட்டுமாமே. 6130

எட்டான மூலியது துலமேயாகும் எழிலான பூநீறு களஞ்சியாகும்
சட்டமுடன் மத்தித்து வெண்ணெயாக்கி சதிரான செம்பென்ற தகட்டிற்பூசி
திட்டமுடன் சில்லிட்டுச் சீலைசெய்து சிறப்பான புடமதுவுங் கோழியாக
வட்டமுடன் ஆறியபின் எடுத்துப்பாரு மகத்தான தங்கமென்ற செம்புமாமே. 6131

செம்பான செம்பதுவும் என்னசொல்வேன் செழிப்பான தங்கமென்ற செம்புமாச்சு
அம்பொன்னாந் தங்கமென்ற செம்புதன்னை அப்பனே பதிதனிலே நூற்றுக்கொன்று
கும்பிடவே தானுருக்கிக் குருவொன்றீய குற்றமற்ற மதியதுவுந் தங்கமாச்சு
வெம்பியதோர் விஷமதுவுந் தீண்டினாற்போல் வேதாந்த சித்தனுட தங்கங்காணே. 6132

காணவே தங்கமதை என்னசொல்வேன் கைலாச நாதருந்தான் காணமாட்டார்
பூணவே சுயத்தங்கம் பிறவித்தங்கம் புகழான நாதாக்கள் செய்யும்தங்கம்
ஆணவங்கள் காவியங்கள் ஒடுக்குந்தங்கம் அரகரா இத்தங்கம் என்னசொல்வேன்
வேணதொரு நாதாக்கள் பாடுபட்டு வேதைமுகங் காணாமல் மறைத்திட்டாரே. 6133

மறைத்தாரே இத்தங்கம் யாருக்கென்றால் மகத்தான சிவயோகி ஞானிகட்கும்
குறைந்தங்க மானாலே வையகத்தில் கொற்றவர்கள் மாண்பருக்கு விடுதியாகும்
நிறைந்ததொரு பரிபூரணத் தங்கமப்பா நீதியுள்ள ஞானிகட்கும் சிவயோகிக்கும்
மறைகொண்டு கானகத்தில் வாழுஞ்சித்து சீரான தேவரிஷி வாய்க்குந்தானே. 6134

வாய்க்குமே மற்றவர்க்குச் சித்தியில்லை மகத்தான கொற்றவருங் கண்டதில்லை
காய்க்குமே இம்மூலி வேதைதன்னை காசினியில் யாருக்குங் கிட்டாதப்பா
தோக்கமலம் வீற்றிருக்கும் அம்பாள்பாதம் தொழுதுமே பணிந்துநித்தம் சதாகாலந்தான்
சேய்போலே யம்பாட்குப் பணிகள்செய்து சித்தம்வர மனதுவந்து நடந்துகொள்ளே. 6135

சிறியா நங்கை 64-க்கு மாற்று

கொள்ளவே இன்னமொரு அதீதஞ்சொல்வேன் சூரான புலிப்பாணி மகனேகேளு
எள்ளளவுங் கோளாறு நேரமற்றான் எழிலான கானகத்தின் மூலிகண்டேன்
மெள்ளவே சிறியானின் நங்கைதன்னை மேன்மையுடன் கொண்டுவந்து கூறக்கேளும்
விள்ளவே மூலியது சாற்றிலப்பா வீரமுடன் சூதமதைத் தாக்கிடாயே. 6136

நாக வேதை

தாக்கவே சூதமென்ற ரசத்தைத்தானும் தண்மையுள்ள நாகமதில் தன்னிலூட்ட
நோக்கமுடன் நாகமது கண்ணடைந்து நெருங்கியே சவளையது போலேயாகும்

ஊக்கமுடன் சவளையது எடுத்துமைந்தா ஓகோகோ நாதாக்கள் சொன்னநீதி
தூக்கமது கொள்ளாமல் செம்பிலப்பா துப்புரவாய் நூற்றுக்கு ஒன்றுதாக்கே. 6137

ஒன்றான சவளையது கொடுத்தபோது உத்தமனே மாற்றதுவும் என்னசொல்வேன்
வென்றிடவே மாற்றதுவும் அறுபத்துநான்கு வேதாந்தத் தாயாரும் உரைத்தநீதி
குன்றினில் வாழ்சித்தர்முனி கூறாரப்பா குவலயத்தில் உந்தனுக்காய் உரைப்பேன்யானும்
சென்றிடவே நெடுங்காலம் மலையில்காத்து செம்மலுடன் வாங்கியதோர் வேதைபாரே. 6138

பாரேதான் சிறியானின் நங்கைவேதை பாருலகில் யார்செய்வார் மாண்பரப்பா
நேரேதான் நாதாக்கள் செய்யும்வேதை நேர்மையுடன் கண்டறிந்து மனதுவந்து
தீரேதான் உந்தமக்கு மனங்களித்து தீர்க்கமுடன் யான்கொடுத்த வேதைதன்னை
சீரேதான் மற்றவருங் காணாமற்றான் சீருலகில் புத்திவானாய் வாழ்வீர்தாமே. 6139

பெரியா நங்கை 128-க்கு மாற்று

வாழவே இன்னமொரு அதீதஞ்சொல்வேன் மகத்தான புலிப்பாணி அதீதவானே
தாழவே பெரியாளின் மூலியப்பா தாரணியில் சித்தர்களுங் காணமாட்டார்
மூழவே கண்டாலுங் கூறமாட்டார் முனையான மூலிதனை மறைத்துப்போவார்
சூழவே கானகத்தில் இருக்குமூலி சுடர்மூலி விடமூலிச் சுருதியாமே. 6140

சுருதியாம் மூலியுட வேகந்தன்னை சுந்தரனே என்னசொல்வேன் மச்சகேந்திரா
நிருதியாங் காடெல்லாந் திரிந்தாலுந்தான் நிஷ்களங்க மானதொரு மூலிதன்னை
குருதியா மூலிநிறமே யாகும் குவலயத்தில் கண்டவர்கள் வில்லாரப்பா
பருதிமதி காணாத விருட்சத்தின்கீழ் படர்ந்துமே தானிருக்கும் மூலியாமே. 6141

மூலியாந் தழையதனைக் கொண்டுவந்து முனையான ரசமதுவுந் துலமேயாகும்
நாலிலோர் பங்கதுவுஞ் சூதந்தன்னை நலமுடனே தான்கூட்டி மத்தித்தேதான்
வேலியெனும் வீரமதை கால்தான்கூட்டி வேகமுடன் தான்குழைத்து மன்னாகேளு
பாலியெனும் பரித்தகட்டிற் பூசியேதான் பாங்கான ஓட்டிலிட்டு சீலைசெய்யே. 6142

சீலையது செய்தபின்பு ரவியில்வைத்து சிற்பரனே கோழியென்ற புடத்தைப்போடு
வேலையெனும் புடமதுவு மாறிப்பின்பு வேதாந்தத் தாயதனை மனதிலெண்ணி
நூலையது வரன்முறையாய்த் தொகுப்புங்கண்டு நுட்பமுடன் கைபாகஞ் செய்பாகந்தான்
மாலையுடன் புடமாறி எடுத்துப்பாரு மகத்தான ஏமமது களங்கமாச்சே. 6143

ஏமமென்ற களங்கதனை எடுத்துமைந்தா எழிலான வெள்ளிதனில் நூற்றுக்கொன்று
வாமமுடன் தானுருக்கிக் குருவொன்றீய மகத்தான வெள்ளியது ஏமமாச்சு
நாமமென்ற வெள்ளியது பிறவித்தங்கம் நாதாக்கள் கண்டதொரு நாகத்தங்கம்
ஆமமென்ற தங்கமது வர்ணத்தங்கம் அப்பனே மூலிகையின் பெருமைபாரே. 6144

பெருமையாம் அனேகவித போக்குமுண்டு பேரான வழலைக்கு மூலிவேண்டும்
கருமமது தானகற்றி புண்ணியவானே காசினியில் சித்துபோல் பெயருங்கொண்டு
அருமையுள்ள சித்தருக்கு அடிபணிந்து அன்புடனே ஏவலது மிகப்புரிந்து
ஒருமைப்பட வையகத்தில் எந்தநாளும் உலகமதில் பெயருண்டாய் வாழ்வீர்தானே 6145

தானான மாற்றதுவும் நூற்றிருபத்தெட்டு தண்மையுள்ள நாதாக்கள் செய்யுந்தங்கம்
கோனான சித்துமுனி அனேகமாகக் கூறினார் வெகுகோடி நூலிலப்பா
தேனான மனோன்மணியாள் கடாட்சத்தாலே தேற்றமுடன் கண்டறிந்த வேதைதன்னை
மானான மகாதேவர் புண்ணியத்தால் மகிழ்ச்சியுடன் எந்நாளும் மணங்கொள்வீரே. 6146

மணமுடனே சிதாபாசம் மனதிலெண்ணி மார்க்கமுடன் மதியமூர்தங் கொண்டுமல்லோ
கணலதுவும் நேராமல் யோகந்தன்னில் கழற்சியுடன் சிவயோக நிலையில்நின்று
குணமுடனே திரிகரண சொரூபராக குவலயத்தில் அஷ்டாங்க யோகங்கண்டு
வணங்கியே அஷ்டநிலை பதியைக்கண்டு வாமமுடன் அர்ச்சித்து வலுக்கொள்வீரே. 6148

உண்டான வித்தையது அனேகமுண்டு உத்தமனே பார்க்கவென்றால் கண்கொள்ளாது
திண்டான வித்தையது சொல்வீரானால் தீரமுடன் செய்வதற்கு வையமில்லை
பண்டான குலைகளவு இல்லாவித்தை பட்சமுடன் எந்தமக்குச் சொல்வீரானால்
வண்மையுடன் செய்துமல்லோ உந்தமக்கு வளமையுடன் காட்சியது தருவேன்பாரே. 6148

கறுப்புக் கோடா சூழி 50-க்கு மாற்று

கொள்ளவே இன்னமொரு குணமுஞ்சொல்வேன் சூரான புலிப்பாணி புனிதவானே
விள்ளவே காடெல்லாந் திரிந்தாலுந்தான் விட்டகுறை இருந்தாலே லயிக்கும்பாரு
வெள்ளமது கண்டாலே அழியுமூலி வேதாந்தத் தாயிருக்கு மூலியப்பா
எள்ளளவு குற்றமது நேராமூலி எழிலான கறுப்புக் கோடாலியாமே. 6149

கோடான சுழியென்ற மூலியப்பா கொற்றவனே கொண்டுவந்து சொல்லக்கேளும்
தாடான மூலிரசந் துலமேயாகும் தாக்கான வீரமது வராகனொன்று
கூடான சூதமது வராகனொன்று கொற்றவனே மூன்றையுந்தான் ஒன்றாய்க்கூட்டி
வாடாமல் வெண்ணெயது போலரைத்து வளமான செம்பதனில் பூசிடாயே. 6150

பூசவே மயினமதை செம்புதன்னில் புகழாக வேபித்து காய்ந்தபின்பு
வாசமுடன் கரியோட்டில் இட்டுமைந்தா வளமையுடன் சில்லிட்டுச் சீலைசெய்து
பாசமது தானகல ஆவியில்வைத்து பட்சமுடன் கோழியென்ற புடத்தைப்போடு
கோசமென்ற பீஜமது சேர்ந்ததாலே கொற்றவனே செம்பதுவும் வர்ணமாச்சே. 6151

ஆச்சப்பா செம்பதுவும் வர்ணமீறி அப்பனே மாற்றதுவும் ஐம்பதாகும்
மாச்சலென்ற களிம்பதுவும் விட்டகன்று மகத்தான செம்பதுவும் பழுப்புமீறி
காச்சலுடன் திரைசுவடு களிம்போடுரல் கசடகற்றி சவளையுடன் அழுகள்மாறி
ஆச்சரிய மானதொரு ஊட்டங்காய்ப்பு அப்பனே கரகரப்புட னயப்புதானே. 6152

தானான பிறவியென்ற தங்கம்போலே தண்மையுள்ள குற்றமது நீங்கியேதான்
கோனான குருதங்கம் பிறவித்தங்கம் குவலயத்தில் நாதாக்கள் செய்யும்தங்கம்
மானான மகாமேருவான தங்கம் மகத்தான மூலியுட காரசாரம்
தேனான பரிசமது பட்டபோது தெளிவான உறுதியென்ற தங்கந்தானே. 6153

தங்கமாம் அதிதனிலே நூற்றுக்கொன்று தாக்கடா சோடசமுங் காணும்காணும்
வங்கமாம் படுபாவி யானவங்கம் வளமான வரணமதைக் கொள்ளாதப்பா

புங்கமாம் அஷ்டசித்தி இதற்குள்ளாகும் புகழான தங்கமது பிறவித்தங்கம்
பங்கமது வாராது நாதத்தங்கம் பாருலகில் மாண்பருக்கு கிட்டாதன்றே. 6154

அன்றான விதியாளி வருவானானால் அவனுக்கே கிட்டுமது மற்றோர்க்கில்லை
குன்றான மலைநாடு தேசந்தன்னில் கொற்றவருஞ் சிவயோகி மாண்பருண்டு
தென்திசையில் அகஸ்தியனார் மலையிலப்பா தீரமுடன் சென்றுவந்தோர் கோடியுண்டு
வென்றிடவே அவர்களிலும் கருமியுண்டு வேதாந்த சிவயோகி தானும்உண்டே. 6155

உண்டான மனோலயத்தை அறிந்துகொண்டு உத்தமனே நூல்பார்த்த வாதியுண்டு
கண்டாலும் விள்ளாத காணியாளர் கசடகற்றி மனம்பொருந்தி கருத்திலெண்ணி
அண்டர்முனி தேவாதி ரிஷிகட்கொப்பாய் அப்பனே முற்பவத்தை அகற்றிவாழும்
சண்டமெனும் மாருதம்போல் பாசம்விட்டு சட்டமுடன் வாழுகின்ற யோகியாமே. 6156

யோகியாந் தத்துவத்தில் மிகுந்தவானாய் யோகமெனும் பதிதனக்கு உகந்தசீஷன்
போகமது தானகற்றி பொதிந்துவாழும் பொங்கமுடன் ஞானமென்ற மாண்பர்கண்டு
ரோகமது இல்லாத புண்ணியவானாய் நொடிக்குள்ளே பகுத்தறிவு கொண்டதீரன்
காகமது நேராத சீஷன்கண்டு சட்டமுடன் உபதேசஞ் செய்குவீரே. 6157

சிகப்பு சித்திரமூலம் 25-க்கு மாற்று

செய்யவே இன்னமொரு மார்க்கஞ்சொல்வேன் செயலான புலிப்பாணி அதீதவானே
துய்யதமிழ் பாண்டியனுக்கு ஒப்பதான துரைராஜ சுந்தரனே புகலக்கேளும்
வையகங்கள் தான்புகழும் வனாந்திரத்தில் வண்மையுள்ள சிவந்தகொடி வேலியப்பா
மெய்யான மலைதனிலே மெத்தவுண்டு மேதினியுளோர் காண்பதுவும் அரிதுமாமே. 6158

பாரேதான் மலைதனிலே சுற்றும்போது பாங்கான பாறையின்தன் வெப்புதன்னில்
நேரேதான் விளைந்திருக்கும் சிவந்தமூலி நெடிதான கொடிவேலி என்னலாகும்
சீரேதான் கொடிவேலி தனையெடுத்து சிறப்புடனே சூதமதை எடுத்துமைந்தா
வீரேதான் வீரமது களஞ்சிகூட்டி நீதியுடன் மத்தித்து ரவியிற்போடே. 6159

போடவே சீலையது வலுவாய்ச்செய்து பொங்கமுடன் கனயெருவிற் புடத்தைப்போடு
நீடவே புடமாறி எடுத்துப்பாரு நிலையான செம்பதுவும் என்னசொல்வேன்
கூடவே செம்புதனைப் பதனம்பண்ணு கொற்றவனே கலசகுண்டலத் துக்காகும்
ஆடவே மாற்றதுவும் இருபத்தைந்து அப்பனே குங்குமப்பூ நிறமுமாச்சே. 6160

ஆச்சுதென்று விடுகாதே இன்னங்கேளு ஆகாகா நாதாக்கள் மறைத்தஜோதி
வாச்சுதே சிவயோகிக்கு உகந்ததங்கம் வர்ணதங்கம் இதற்கல்லோ ஈடாமோதான்
போச்சுதென்று விடுகாதே புண்ணியவானே புகழான நாதாக்கள் ஆடுங்கூத்து
காச்சதே சிவந்த சித்திரமாமூலி கனகமென்ற வேதையது கைக்குள்ளாச்சே. 6161

உள்ளான பொருளெல்லாம் இதிலேதோயும் உத்தமனே நாதாக்கள் கூறாரப்பா
கள்ளமின்றி நேராக ஏமவித்தை காசினியில் சித்துமுனி செய்யும்மார்க்கம்
எள்ளளவும் பிசகதுவும் வாராதப்பா எழிலான வித்தையது என்னசொல்வேன்
கொள்ளைகொண்ட குருவினது வாக்குதானும் குவலயத்தில் பொய்யாது மெய்யதாமே 6162

மெய்யான சிவந்த சித்திரமாமூலி மேதினியில் வெகுமாண்பர் காணாமற்றான்
பொய்யான மூலிதனை மெய்யென்றெண்ணி பொங்கமுடன் கெட்டலைந்தார் கோடிகோடி
துய்யதமிழ் சாத்திரங்கள் கூறும்வண்ணம் துப்புரவாய் தலைமாடு கால்மாடாக
செய்யதொரு காப்பேடு காணாமற்றான் சேனைதிரள் மாண்பர்களும் கெட்டார்தாமே. 6163

சித்திர மூலி கற்பம்

கெட்டாரே சிவந்த சித்திரமாமூலி கெடியான வையகத்தில் காணாமற்றான்
பட்டலைந்து மலைவளங்கள் குன்னுநாடு பாருலகில் தேடியல்லோ காணாமற்றான்
அட்டகிரி தான்புகழும் மேடுதன்னில் அன்பான மூலிதனைக் கண்டறிந்து
விட்டகுறை இருந்ததொரு தன்மையாலே மேதினியில் சிலபேர்கள் கண்டார்தாமே. 6164

கண்டாரே காலாங்கி கிருபையாலே காசினியில் நாதாக்கள் இருக்கும்ஸ்தானம்
தொண்டுமிக செய்தல்லோ மூலிதன்னை தோறாது மனதுவந்து கற்பங்கொள்ள
சண்டமா ருதம்போலே மூலிகற்பம் சாங்கமுடன் இருவேளை உண்டுமல்லோ
வண்டுமூது கோடாது போலவர்ணங்கொண்டு வையகத்தில் வெகுமாண்பர் இருந்தார்தாமே. 6165

தானான மூலியது கொண்டபோது தாக்கான வாசியது கீழ்நோக்காகும்
கோனான குருநாதர் சொன்னவாக்கு குவலயத்தில் பொய்யாமல் மெய்யென்றெண்ணி
தேனான சிவப்பு சித்தரமாங்கற்பம் தேசமதில் கோடான கோடிப்பேர்கள்
மானான மலைவளத்தில் இருந்துகொண்டு மார்க்கமுடன் கற்பமது கொண்டிட்டாரே 6166

கற்பமாம் சித்தரமாம் மூலிகற்பம் கனமுடனே உண்டவர்க்கு வயதேசொல்வேன்
சொற்பமென்று எண்ணாதே துய்யபாலா சொர்ணம்போல் தேகமது மின்னும்பாரு
விற்பனமும் மிகவுண்டாம் அறிவுமுண்டாம் விருத்தமது வாராது பாலன்போலாம்
அற்பமென்று நினையாதே அறியபாலா ஆயிரமாம் வருடமது இருக்கலாமே. 6167

இருக்கவென்றால் உலகுபதி சித்துதாமும் எழிலுடனே நெடுங்காலம் இருந்தசித்து
பொருக்கவே காயாதி கற்பங்கொண்டு பொன்னுலகு பதிதனிலே சேர்ந்தாரப்பா
வருத்தமுடன் வெகுகோடி சித்துதாமும் வளமான மூலிகற்பம் கொண்டுமேதான்
திருக்கமல வீற்றிருக்கும் அம்பாள்பாதம் தீர்க்கமுடன் நெடுங்காலம் இருந்தார்பாரே. 6168

போகர் புலிப்பாணிக்கு பொய் இன்னது என்று கூறல்

பாரேதான் இன்னமொரு பண்புசொல்வேன் பாங்கான புலிப்பாணி பாக்கியவானே
நேரேதான் உலகுபதி மாண்பரெல்லாம் நெடிதான மொய்சாதனை நுகரும்நேர்மை
தீரேதான் யான்தெய்வம் என்பார்தானும் திரளான சார்வாகம் பொய்யேயாகும்
கூரேதான் கடவுளெனும் மதம்பொய் குவலயத்தில் தேவனில்லை என்பார்தாமே. 6169

தாமான மார்க்கமது பொய்யேயாகும் சகலகலை அறிவதுவும் பொய்யேயாகும்
நாமான மோகனங்கள் பொய்யேயாகும் நலமான வசியமுதல் மாற்றம்பொய்யே
வேமானம் உள்ளதொரு உச்சாடனங்கள் வெகுபிறட்டு கலைதிரட்டு மேதினிக்குள்
சாமானிய மானதொரு தேவசங்கம் சட்டமுடன் வரவழைத்தல் பொய்யதாமே 6170

பொய்யான செப்பிடுகள் வித்தைபொய்யே பொங்கமுடன் தூலங்கள் சொல்லப்பொய்யே
துய்யகெஜ தரணமது சுத்தம்பொய்யே துப்புரவாய் குளிசங்கள் எல்லாம்பொய்யே
வெய்யபுகழ் தேகமது தானும்பொய்யே மேதினியில் இருப்பவரும் பொய்யேயாகும்
நையவரு மூகமதிலெல்லாம் பொய்யே நாதாக்கள் சொல்லுமுறை சிலபொய்தானே. 6171

போகர் புலிப்பாணிக்கு மெய் இன்னது என்று கூறல்

தானான புலிப்பாணி தார்வேந்தாகேள் தண்மையுடன் சொல்லுகிறேன் தருமவானே
கோனேதான் உலகுபதி மாண்பரெல்லாம் கோர்வையுடன் பலநூலுங் கற்றுமென்ன
வீணேதான் பொய்மெய்யும் அறியாமாண்பர் விருதாவாய் சிவயோகஞ் செய்துகொண்டு
காணாமல் வையகத்தின் உண்மைதன்னை கசடகற்றி மெய்யறிய மறந்தார்பாரே. 6172

பாரேதான் வையகத்தில் தெய்வமுண்டு பாங்கான மோட்சமென்ற வீடுமுண்டு
நேரேதான் பாவிகட்கு நரகமுண்டு நீடாழி உலகமது அழிவதுண்டு
சீரேதான் வாதமது மெய்யேயாகும் சிறப்பான குளிகையது மெய்யேயாகும்
வீரேதான் கற்பமது மெய்யேயாகும் விருப்பமுடன் இறப்பதுவும் மெய்யதாச்சே. 6173

நன்னாரி கற்பம்

ஆச்சப்பா புலிப்பாணி புனிதவானே அவனிதனில் இன்னமுண்டு கற்பங்கேளிர்
மாச்சலென்ற நன்னாரி கற்பமப்பா மகத்தான கற்பமதை ஆண்டுகொண்டால்
பாச்சலென்ற உதிரமது விஷங்காணாது பாங்கான தேகமது கனலேறாது
வீச்சுடனே நேத்திரங்கள் குளிர்ந்துகாணும் வீரான சுவாசமது கீழ்நோக்காமே. 6174

நோக்கான மூலிகையாங் கற்பந்தன்னில் நுணுக்கமுள்ள மாண்பர்களுங் கொண்டுவந்து
தாக்கான மதிமயக்கம் பூண்டுகொண்டு வண்மையுடன் தவநிலைக்கு உறுதிகொண்டு
வாக்குமனம் சித்தமார்க்கம் பொங்கி வளமையுடன் வாசியது கீழேநோக்கி
தேக்கமுடன் சிவயோக பதியில்சென்று தேற்றமுடன் நெடுங்காலம் இருக்கலாமே. 6175

கற்பம் உண்பவர்க்கு ஏமசித்தி லிங்கப் போக்கு

இருக்கவே இன்னமொரு மகத்துவந்தான் எழிலான புலிப்பாணி திலர்தவானே
பொருக்கவே காயாதி கொண்டபேர்க்கு பொங்கமுடன் சீவனத்துக்கு இடமேதென்றால்
திருக்கையிலே தானிருக்கும் சிவனாராணை தீர்க்கமுடன் வாதமது புகலக்கேளும்
பெருக்கமுடன் காலாங்கி நாதர்பாதம் பெருமையுடன் யான்வணங்கிக் கூறுவேனே. 6176

கூறுவேன் ஜாதிலிங்கம் பலந்தானொன்று கொற்றவனே முலைப்பாலில் ஊறப்போடு
தேறுதலாய் முப்பொழுது மானபின்பு தெளிவிருத்து லிங்கமதை எடுத்துமைந்தா
மாறுபடா எறிகாலன் பாலையப்பா மார்க்கமுடன் எண்சாமம் சுருக்குத்தாக்கு
வீறுடைய குமரியின்தன் பாலால்தானும் விருப்பமுடன் நாற்சாமம் சுருக்குத்தாக்கே. 6177

தாக்கான லிங்கமதை எடுத்துபாலா தணமையுடன் ஆராதாரச் சரக்காம்
போக்கான சரக்கதுவும் ஏதென்றாக்கால் பொங்கமுடன் துருசுவெடி உப்புக்காரம்
நோக்கான சாரமுடன் சீனந்தானும் நுண்மையுள்ள கரியுப்பு கூடச்சேர்த்து
வாக்கதுவும் பிசகாத வண்ணமப்பா வளமையுடன் தீராஞ் செயநீர்தானே. 6178

தானான வாராதாரச் சரக்கால் தாரணியில் அண்டபிண்டந் தானுமாச்சு
கோனான குருவருளுங் காணலாகும் கொப்பெனவே சத்திசிவ மாற்றிக்காண்பீர்
பானான செந்தூரக் கட்டுப்போக்கும் பாங்கான களங்கும் இதனாலாகும்
தேனான தேவிமனோன் மணியாள்பாதந் தேர்ந்தெடுத்து ஆறாதாரந் தான்பாரே. 6179

பாரேதான் ஜெயநீரில் அனந்தம்போக்கு பாடினார் ஜெகதலத்தில் முனிவர்கோடி
நேரேதான் குருக்கிடையுங் கருக்கிடையுமப்பா நெடிதான சாஸ்திரங்கள் அனந்தஞ்சொன்னார்
வேரேதான் சாஸ்திரத்தில் இந்தப்போக்கு வேதைமுகங் காணுதற்கு குறிகள்சொன்னார்
நீரேதான் சாத்திரத்தின் உளவுகண்டு நீதியுடன் ஆறாதாரத்தைக் காணே. 6180

காணவே ஆறாதாரத்தைக் கண்டால் கனகமெனும் வாதமது கைக்குள்ளாச்சு
தோணவே லிங்கமது தன்னிலப்பா தோறாமல் எண்சாமம் சுருக்குத்தாக்கு
வேணவே ஜெயநீரில் நின்றபாகம் வேகமுடன் தூரதனில் நின்றசத்து
நீணவே சத்ததனை எடுத்துமைந்தா நிகட்சியுடன் லிங்கமதிற் கவசம்பூசே. 6181

பூசியே லிங்கமதிற் கவசம்போடு புகழான லிங்கமது புடம்தான்பத்து
மாசில்லா லிங்கமது மணல்தானப்பா மகத்தான புடமதுவும் பத்தேயாகும்
தேசியெனும் ஊசிநீர் ஆறாதாரம் தெளிவுடனே சுருக்கதனால் கட்டும்பாரு
ஊசியெனுங் காந்தமது லிங்கமப்பா உத்தமனே உருக்கதுபோ லிருக்கும்பாரே. 6182

உருக்கவே லிங்கமது எடுத்துமைந்தா உத்தமனே மேற்போக்கு கூறக்கேளும்
பொருக்கமுடன் சாரமென்ற ஜெயநீர்தனனால் பேரான தங்கமதை பத்துக்கொன்று
குருக்கியே தங்கமதை ஜெயநீராக்கி கூசாமல் லிங்கமதில் சுருக்குத்தாக்கு
நெருப்பினிலே வைத்தாலே சூடுதாக்கி நேரான ஜெயநீரை சுருக்குதாக்கே. 6183

தாக்கிடவே லிங்கமது இறுகிமைந்தா தண்மையுடன் வெட்டருக்கு போலேகாணும்
நோக்கிடவே மேற்போக்கு புகலக்கேளும் நுட்பமுடன் தேனதனை சுருக்குதாக்கு
வாக்குடனே காலாங்கி நாதர்பாதம் வண்மையுடன் அவர்பாதம் வணங்கியல்லோ
தீக்குழியில் அயமதனால் கட்டிதன்னை தீர்க்கமுடன் தானெடுத்து செப்பக்கேளே. 6184

கேளேதான் லிங்கமதை இரும்பில்வைத்து கெடியான தேனதனை மனதுவந்து
பாளேதான் போகாமல் சுருக்குதாக்கு பட்சமுடன் லிங்கமது இருகிக்காணும்
சூளேதான் சுருக்கதுவும் அறுபத்துநானகு சுயமான தேனதனால் உருக்குதாக்கு
மீளேதான் லிங்கமது ஜெயக்கட்டாகும் மிக்கான கட்டதுவும் அரிதாம்பாரே. 6185

அரிதான கட்டதனை எடுத்துமைந்தா அப்பனே சிற்றண்டத் தயிலம்வாங்கி
பொரியான வெங்காரம் பத்துக்கொன்று பொங்கமுடன் தயிலமதில் சேர்த்துமல்லோ
வரியான லிங்கமதை சுருக்குதாக்கு வண்மையுள்ள லிங்கமது இளகிக்காட்டும்
பரியான தங்கமது ஜெயநீர்சேர்ந்து பாங்கான லிங்கமது மெழுகுமாச்சே. 6186

ஆச்சப்பா லிங்கமது மெழுகேயாகும் அப்பனே மெழுகதனைப் பதனம்பண்ணு
காச்சலென்ற லிங்கமது இளகிக்காட்டும் கருவான லிங்கமது போக்குசொல்வேன்
மாச்சலது வாராமல் லிங்கந்தன்னை மயங்காமல் கருவங்கச் சுத்திசெய்து
பாச்சலுடன் வங்கமதை லிங்கந்தன்னை பட்சமுடன் தானுருக்கி இடைதானீயே. 6187

இடையான இடையதுவும் என்னவென்றால் எழிலான சரியிடையே செப்பலாகும்
மடைபோன்ற வங்கமதை உருக்கிமைந்தா மயங்காமல் உருக்குமுகந் தன்னில்ஈய்ந்து
கடையான தங்கமதில் வங்கலிங்கம் கருவுடனே உருகிநின்ற களங்குதன்னை
தடையறவே தங்கமதிற் கொடுத்துமைந்தா சட்டமுடன் தானுருக்கி எடுத்துப்பாரே. 6188

எடுத்துமிகப் பார்க்கையிலே என்னசொல்வேன் எழிலான களங்கமது ஏமவித்தை
கொடுத்ததொரு களங்குதனை எடுத்துபாலா தோறாமல் வெள்ளிச்செம்பில் பத்துக்கொன்று
கொடுத்திடவே உருக்குமுகந் தன்னில்ஈய்ந்து கொற்றவனே செம்பதனை ஊதிப்போடு
விடுத்ததொரு மாற்றதுவும் என்னசொல்வேன் விட்டகுறை இருந்தவர்க்கு லபிக்குந்தானே. 6189

தானான வெள்ளியது என்னசொல்வேன் தண்மையுள்ள மாற்றதுவும் ஆறதாகும்
மானான மட்டநிகர் நாலுக்கொன்று மகத்தான தங்கமது ஒன்றுசேரு
தேனான தேவியுட கடாட்சத்தாலே தேற்றமுடன் மாற்றதுவும் எட்டதாகும்
கோனான புடத்துக்கு உறுதிதங்கம் குவலயத்தில் ஆரறிவார் சித்தர்தானே. 6190

சித்தான சித்துமுனி நாதர்தாமும் சிறப்பான ரிஷிதேவர் சொன்னமார்க்கம்
முத்தான வேதையிது இன்னஞ்சொல்வேன் முனையான மார்க்கமது போலொண்ணாது
பத்தியுடன் சிவராஜ யோகிமாண்பர் பாலகனே செய்யும்வகை அனேகமுண்டு
சுத்தியுள்ள செம்பதுவும் துலந்தானொன்று துறையான லிங்கமது துலந்தான் இரண்டே. 6191

துலமான செம்பதனில் லிங்கம்ரெண்டு தூக்கான லிங்கமதைக் கிராசமீவாய்
நலமான இருண்ட செம்புகட்டிப்போகும் நாற்றமுள்ள ஊரலது ஏகிப்போகும்
நலமான ஊரலது ஏகியல்லோ சாங்கமுடன் திரைசவடும் அற்றுப்போகும்
குலமான தங்கமதைச் சரியாய்ச்சேர்த்து குகைதனிலே தானுருக்கி எடுத்திடாயே. 6192

எடுத்துமே மதிதனிலே பத்துக்கொன்று எழிலான தங்கமதைத் தாக்குதாக்கு
கொடுத்திடவே மாற்றதுவும் ஆறதாகும் கொப்பெனவே தங்கமது எட்டிலொன்று
அடுத்துமே தான்கொடுத்து உருக்கிக்கொண்டு அப்பனே வாராடித்துப் புடந்தான்போடு
கொடுத்ததொரு மாற்றதுவும் என்னசொல்வேன் தோறாமல் வயததுவும் ஏழதாமே. 6193

ஏழான பொன்னதுவும் பசுமைமெத்த எளிதான ஏற்றமொன்று இன்னஞ்சொல்வேன்
தாழான மட்டமது மாற்றுகாணும் தண்மையுள்ள பசுமையது என்னசொல்வேன்
காழான துருசினுட செந்தூரத்தால் கருவான மாற்றதுவும் அதிகங்காணும்
சூழான சூதவித்தை ஏமவித்தை சுந்தரனே சொல்லவுந்தான் நாவொண்ணாதே. 6194

ஒண்ணாது இன்னமொரு மார்க்கஞ்சொல்வேன் ஓகோகோ புலிப்பாணி உகந்தபாலா
கண்ணான லிங்கமது களஞ்சியொன்று கருவான நாகமது களஞ்சியொன்று
மண்ணான வாயுவென்ற பிரிதிவிதானும் மகத்தான வங்கமது களஞ்சியொன்று
திண்ணமாம் லோகமதை ஒன்றாய்க்கூட்டி தீரமுடன் மூசைதனில் உருக்கிடாயே. 6195

உருக்கியே கண்விட்டு ஆடும்போது உத்தமனே லிங்கமென்ற களஞ்சிதன்னை
பெருக்கியே உருக்குமுகந் தன்னிலப்பா பேரான லிங்கம் குருவொன்றீய
வருக்கமுடன் மூசைதனை ஆற்றிப்பாரு வளமான களங்கமது என்னசொல்வேன்
சுருக்கமுள்ள சிமிட்டுவித்தை வேதைதானும் துப்புரவாய் மூசைதனை உடைத்துப்பாரே. 6196

உடைத்துமிகப் பார்க்கையிலே என்னசொல்வேன் உத்தமனே லோகமென்ற களங்குலிங்கம்
தடையறவே மதியதுவும் ஏழதாகும் தாக்கான ரவியதுவும் மூன்றதாகும்
கடையான களங்கமது ஒன்றதாகும் களங்கமற தானுருக்கி குருவொன்றீய
மடைபோன்ற களங்கமதைத் தானெடுத்து மகத்தான ஓட்டில்வைத்து ஊதிப்போடே. 6197

போடேதான் கரியோட்டில் ஊதும்போது பொங்கமுடன் வெள்ளியது சவளைபோலாம்
நாடேநீ செம்பகல ஊதிப்போடு நலமான பசும்பொன்னு என்னசொல்வேன்
தேடேநீ புடமதனில் தாக்கிப்பாரு தெளிவான தங்கமது ஜோதிமெத்த
ஆடேநீ ஜீவனத்தைச் செய்துகொண்டு அப்பனே தவநிலையை சாதிப்பாயே. 6198

நத்தை கற்பம்

சாதிப்பா இன்னமொரு கற்பஞ்சொல்வேன் சற்பாத்ரம் உள்ளதொரு மைந்தாகேளு
வேதினிலே ஏரிதன்னில் வளருகின்ற மேன்மையுள்ள நத்தையது ஒன்றுவீதம்
ஆதியென்ற முப்பதுவும் கூடச்சேர்த்து அப்பனே மண்டலந்தான் கொண்டாயானால்
நீதியுடன் காயமது கற்பமீறி நீணிலத்தில் வெகுகாலம் இருக்கலாமே. 6199

இருக்கவென்றால் கோடிவரை இருக்கலாமே எழிலான காலாங்கி உண்டகற்பம்
திருக்கமலம் வீற்றிருக்கும் தாயார்பாதம் தீர்க்கமுடன் எந்நாளும் மனதிலெண்ணி
வருத்தமுடன் நத்தையின்தன் கற்பந்தன்னை வாகுடனே கொண்டவர்க்கு காயசித்தி
பெருக்கமுடன் முப்பூவின் வலுமையாலே பேரான நத்தையது கற்பமாச்சே. 6200

கற்பமென்ற நத்தையது யாதென்றாக்கால் கருவான பிரிதிவினில் வளர்ந்தபிண்டம்
சொற்பமென்று நினையாதே துய்யபாலா துப்புரவாய் பிரிதிவினில் வளர்ந்தசொர்ணம்
விற்பனர்கள் ராஜாதி யோகிமாண்பர் விருப்பமுடன் கொண்டருளும் காயகற்பம்
துப்புரவாய் இருந்தோர்க்கு ஒன்றுமில்லை துறைகோடி வரைகோடி கற்பமாமே. 6201

கற்பம் உண்பதற்கும் ஔஷதம் பலிப்பதற்கும் வாதம் செய்வதற்கும் சூட்சுமப் பூ

வரையான இன்னமொரு மார்க்கஞ்சொல்வேன் வளமையுள்ள புலிப்பாணி இந்திரகோபா
திரைமறைவு நேராமல் முப்புமார்க்கம் செப்புகிறேன் உந்தமக்கு புனிதவானே
முறையான வழிபாடு முன்னந்தம் முனையான சுருக்கமது இதிலடக்கம்
குறையாது சிடிகையென்ற வேதையப்பா குவலயத்தில் சித்துமுனி சொல்வார்தானே. 6202

தானான மனோன்மணியாள் கிருபையாலும் தாக்கான காலாங்கிக் கடாட்சத்தாலும்
தேனான முப்பூவின் வளமைதன்னை தேற்றமுடன் வெளியாங்க மாகச்சொல்வேன்
பானான முப்பூவை எடுக்குமார்க்கம் பாலகனே முறைபாடு வழிபாடாகும்
மானான பங்குனியாம் பருவந்தன்னில் மார்க்கமுடன் அமாவாசை பருவந்தானே. 6203

பருவமாம் வடக்குவெகு தூரமப்பா பாங்கான வளர்பூமி தன்னிற்சென்று
உருவுடனே நடுச்சாம வேளைதன்னில் உத்தமனே மனோன்மணியை மனதிலெண்ணி
குருவான பூநீரை எடுப்பதற்கு கொற்றவனே வெடிகாலந் தன்னிலப்பா
பருவமுடன் பூர்க்குமந்த முப்பூதன்னை பட்சமுடன் தானெடுத்து வரையக்கேளே. 6204

கேளேதான் முப்பூவென்ற பூநீர்தன்னை கவனமுடன் பீங்கானிற் பதனம்பண்ணு
நாளேதான் போகாமல் குருமுடிக்கும் நலமாகக் கைபாகஞ் சொல்வேனப்பா
பாளேதான் போகாமல் பூநீர்தன்னை பாங்கான நிலமதனிற் சொல்லக்கேளு
ஆளேதான் பூநீர்கள் எடுத்தபூமி அதிலிருக்கும் மர்மமதை அறைவேன்பாரே. 6205

பாரேதான் ஓராள் மட்டமாக பான்மையுடன் குழியதுதான் தோண்டும்போது
நேரேதான் பிரமமென்ற கல்தானப்பா நேர்மையுடன் தானிருக்கும் நிகலக்கேளு
தீரேதான் பிரமமென்ற சுக்கான்கல்லை தீரமுடன் தானெடுத்து சொல்லக்கேளு
சேரேதான் கல்லதனைப் பதனம்பண்ணு செயலான பாக்கியமும் அனேகமுண்டே. 6206

உண்டான இன்னமொரு மர்மஞ்சொல்வேன் உத்தமனே முப்பூவின் மார்க்கமப்பா
திண்டான கல்லுப்பு வேணமட்டும் திரமுடனே தானெடுத்து புகலக்கேளும்
வண்மையுடன் கல்லுப்பைப் பதனம்பண்ண வாகுடனே போகும்வகை வண்மைபாரீர்
வண்பாக மூன்றையுந்தான் முடிப்பதற்கு நலமான மும்மூர்த்தி சொரூபந்தானே. 6207

காடி முடிக்க விபரம்

தானான பழச்சாறு என்றமார்க்கம் தன்மையுடன் முடிப்பதற்கு பருவஞ்சொல்வேன்
கோனான குருவையென்ற நெல்தானப்பா கொற்றவனே அவிக்காமல் தானெடுத்து
பானான அரிசியது படிதான்நான்கு பாலகனே தானளந்து வரிசைபாரீர்
மானான புதுப்பாண்டந் தன்னில்தானும் மார்க்கமுடன் தான்சமைக்கும் வகைதான்கேளே. 6208

வகையான அரிசியது பொங்கியேதான் வண்மையுடன் தானிறக்கி ஆறப்போடு
தொகையுடனே மறுபாண்டந் தன்னிலிட்டு தோறாமல் ஜலமதுவும் சோடசந்தான்
முகையுடனே பாணியென்ற தண்ணீர்தன்னை முசியாமல் தான்காய்ச்சி இறக்கிக்கொண்டு
பகையான அரிசியென்ற சாரந்தன்னில் பக்குவமாய் நிலம்விட்டு மூடக்கேளே. 6209

மூடவே ரவியென்ற வெயில்தன்னில் முனையான காடியென்ற பாண்டந்தன்னை
நீடியே நாள்தோறும் அருணன்முன்னில் நிலையான பாண்டமதை வெயிலில்வைத்து
சாடியென்ற பாண்டமதில் ஜலமுந்தானும் தாக்கான ரவியினிலே சுண்டுமட்டும்
கூடியதோர் ஜலமதனைக் காய்ச்சிமைந்தா கொற்றவனே குறைவுக்கு விட்டிடாயே. 6210

விட்டிடவே நாள்தோறும் குறைவுமட்டும் வீரான காடியென்ற பாண்டந்தன்னில்
கொட்டளவு வெந்நீரை ஆறவைத்து குறையாமல் நாள்தோறும் இப்படியேவாரு
சட்டமுடன் பாணடமதை ஆறுதிங்கள் சாங்கமுடன் தினந்தோறும் ரவியில்வைத்து
திட்டமுடன் ராக்காலம் பனியில்வைக்க தீர்க்கமுடன் செய்குவது பாகமாமே. 6211

பாகமாங் காடியென்ற பாண்டந்தன்னை பரிதிமுன்னே தினந்தோறும் வைக்கும்போது
நாகமது சீரியதோர் விஷத்தைப்போல நாதாந்த காடிக்குக் காரமேறி
வேகமுள்ள சரக்குக்குக் காலனாச்சு வேகாத சரக்கெல்லாம் வெந்துநீரும்
யூகமுடன் காலாங்கி பாதம்போற்றி உத்தமனே காடியது வழிசொன்னேனே. 6212

சொன்னதொரு காடிதன்னை ஆறுதிங்கள் துப்புரவாய் ரவிதனிலே வைக்கும்போது
நன்னயமாய் நாதாக்கள் செய்பாகந்தான் நலமான பழச்சாறு என்னலாச்சு
வின்னமது நேராது முப்புமார்க்கம் விள்ளார்கள் சித்துமுனி ரிஷிகள்தேவர்
பன்னவே சாத்திரத்தில் சூட்சமுப்பு பாடவில்லை சித்தர்களும் பாடார்தானே. 6213

தானான ஆதியென்ற முப்புதன்னை தண்மையுள்ள பதினெண்பேர் சித்துதாமும்
மானான சாத்திரத்தில் சூடசுமமாக மார்க்கமுடன் முடிக்கும்வகை சொல்லார்தாமும்
கோனான குருநூலாம் சத்தகாண்டம் கூறினேன் போகர் ஏழாயிரத்தில்
பானான சூட்சமென்ற முப்புதன்னை பாருலகில் மாண்பருக்கு பாடினேனே. 6214

பாடினேன் காடியென்ற பழச்சார்சொன்னேன் பாண்மையுள்ள நாதாக்கள் மறைத்துவிட்டார்
நீடியதோர் சிவமுப்பு இந்தமுப்பு நீடாழி உலகமெலாம் இதிலடக்கம்
கூடியதோர் கருவிகர ணாதியந்தம் குருவான ஜெயநீர்கள் இதிலடக்கம்
ஆடியதோர் சரக்கு அறுபத்துநான்கு அப்பனே சிவமுப்பால் மடிவுகாணே. 6215

மடியவே சரக்கு அறுபத்துநான்கும் மார்க்கமுடன் கைபாகஞ் செய்பாகந்தான்
முடியுமே கைபாகந் தவறிட்டாலும் முனையான வைத்தியத்துக்கு ஆதியாகும்
அடியான காயகற்பம் இதுவேயாகும் அப்பனே காடியென்ற பழச்சார்தானும்
நெடியான காரமது ஏற்றுதற்கு நேர்மையுடன் கைபாகஞ் சொல்லக்கேளே. 6216

காடி திராவகம்

சொல்லவே காடியென்ற மார்க்கந்தன்னை தோறாமல் திராவகமாய் முடிப்பதற்கு
வெல்லவே வாலையென்ற சக்ரவாலை வேகமுடன் தீநீராய் வாங்குதற்கு
புல்லவே காடியென்ற மட்பாண்டத்தில் புகழான வாலையதை மேற்பொதிந்து
சில்லுடனே சீலையது வலுவாய்ச்செய்து தீர்க்கமுடன் வாலுகையாம் அடுப்பிலேற்றே. 6217

ஏற்றவே தீபதூபந் தான்கொடுத்து எழிலான வாலையென்ற பாண்டத்திற்கு
நாற்றிசையுங் குழலமைத்து சீஸாவைத்து நலமுடனே திராவகத்தை இறக்கிக்கொண்டு
மேற்புறமாம் ஜலமதனைத் தள்ளிநீக்கி மேன்மையுடன் மறுபடியும் ஜலத்தைவாறு
ஆற்கமுடன் மறுபடியும் குழலமைத்து அப்பனே திராவகத்தை வாங்கிடாயே. 6218

வாங்கியே திராவகத்தை பதனம்பண்ணு வளமான காடியென்ற பழச்சார்தன்னை
தூக்கியே திரியாதே வருண்மைந்தாகேள் துப்புரவாய் குருமுடிக்குந் திராவகந்தான்
ஏங்கியே திராவகத்தை முடியாமற்றான் எழிலான வையகத்து மாண்பரெல்லாம்
சாங்கமுடன் சாத்திரத்தை உணராமற்றான் சட்டமுடன் பலதுறையாய்ப் போனார்தாமே. 6219

பூவழலை எடுக்க

தாமான வழலையது எடுக்கும்பூமி தாக்கான நெடுங்காசி தன்னிலப்பா
பூமான்கள் செல்வதற்கு வளப்பஞ்சொல்வேன் புகழான திண்டிக்கல் பீம்பாறையாகும்
நாமேதான் சொன்னபடி திருபுவனமாகும் நலமான ஆவடியார் கோயில்தானும்
வேமேதான் விலாடபுரம் தன்னில்தானும் மிக்கான வயநாடு பூமியாச்சே. 6220

ஆச்சப்பா தென்காசி பதியில்தானும் அப்பனே கன்னியா குமரியாகும்
நீச்சான வளையலென்ற குப்பிதன்னை நேர்மையுடன் தான்முடிக்கும் காளாஸ்திரிதானும்
மூச்சுடனே நெடுந்தூரஞ் சென்றாலப்பா முனையான பாளமென்ற கோயம்புத்தூர்
வீச்சுடைய பூமியது பள்ளநாடு வீரான கள்ளழகர் நாடுதாமே. 6221

நாடான நர்மதா தேசமப்பா நலமான சித்தூரஞ் சிங்கிநாடு
பாடாண்மை கொண்டதொரு சீனதேசம் பாங்கான முப்பூவுக்கு இடமேயாகும்
கோடான கோடிமனு மாண்பர்க்கெல்லாம் கொற்றவர்க்கு இந்நாடே வஞ்சிநாடு
தாடாண்மை கொண்டதொரு தேசமப்பா தாரணியில் பூவழலை எடுக்கும்நாடே. 6222

எடுப்பதற்கு இந்நாடு சிந்துதேசம் எழிலான தேசமெல்லாம் பின்னாடாகும்
கொடுப்பதற்கு சிவயோகி மாண்பருக்கு கோடான கோடிமுறை இதிலொப்பாகும்
தடுப்பதற்கு இப்பூமி விட்டாலப்பா தாக்கான பூமிவள தமக்குமில்லை
உடுக்கையென்ற பிரம்மக்கல் தானுமப்பா உத்தமனே எடுக்கும் வகை செப்பினேனே. 6223

செப்பினேன் வழலையது எடுப்பதற்கும் செயலான காடியது முடிப்பதற்கும்
ஒப்பான முப்பூவின் மார்க்கந்தன்னை ஒழுங்குடனே முடிப்பதற்கு வழிதான்சொன்னேன்
தப்பிதங்கள் இல்லாமல் குருமுடித்தால் தண்மையுள்ள முப்பூவும் முடியும்பாரே. 6224

பூநீறு காய்ச்சல்

பாரேதான் பூநீறு சுத்திசெய்து பாகமுடன் எடுப்பதற்கு வகையைக்கேளும்
நேரேதான் பூநீரு படிதானப்பா நிலையான முன்சொன்ன காடிதானும்
சீரேதான் பூநீரில் விட்டுமைந்தா சிறப்புடனே கலக்கியதை தெளுநிறுத்து
சூரேதான் ரவிதனிலே காயவைத்து கொப்பெனவே உப்பதனை எடுத்திடாயே. 6225

எடுத்துமே இப்படியே பத்துமுறை கலக்கி எளிதான ரவிதனிலே காயவைத்து
தொடுத்ததொரு உப்பதனைப் பதனம்பண்ணு தோறாமல் பத்துமுறை செய்தஉப்பை
கெடுத்திடா வண்ணமது பீங்கான்தன்னில் கவனமுடன் பதனமாய்ச் செய்துகொண்டு
நடுத்தெருவாங் கருமியென்ற மாண்பருக்கு நவிலாதே நவின்றிட்டால் சாபமாமே. 6226

மிரம்மக்கல் சுண்ணம்

சாபமாம் இன்னமொரு மார்க்கங்கேளு தப்பாது காலாங்கி வாக்குதானும்
பாபமது நேராது புண்ணியவானே பாருலகில் சித்துமுனி சொல்லார்தாமும்
கோபமது கொண்டல்லோ முனிவர்தாமும் கூறாரே சிவமுப்பு சூட்சந்தன்னை
தாபமுடன் மனோன்மணியாள் கடாட்சத்தாலே சாங்கமுடன் அடியேனும் நவின்றிட்டேனே. 6227

இட்டதொரு பிரம்மக்கல் தனையெடுத்து எழிலான கருப்பதனை நீக்கிமைந்தா
தொட்டளவு குருசொல் வாக்குபோல துறைமுகமுங் கண்டறிந்து பளிங்குக்கல்லாம்
சட்டமுடன் கல்லதனை இடித்துமைந்தா சாங்கமுடன் பச்சையென்ற பூநீர்தன்னை
திட்டமுடன் கல்லுக்கு இரண்டேயாகும் தீரமுடன் தான்கலந்து பாண்டம்வையே. 6228

பாண்டமது தனிலமைத்து பாகங்கேளிர் பாங்காக முன்னரைத்த காடிநீரை
வேண்டியே பூநீறுக் கரைதானப்பா விருப்பமுடன் பாண்டமதிலூட்டு மைந்தா
தூண்டியதோர் கருமானம் இரண்டும்வேக துப்புரவாய்க் காடியென்ற நீரினாலே
மாண்டிடவே தானெரிப்பாய் காடிநீர்தான் மார்க்கமுடன் கண்டமட்டும் எரித்திடாயே. 6229

எரித்துமே பச்சையென்ற காடிநீரால் ஏற்றமுடன் தானலம்பி ரவியிற்போடு
மரித்துமே பிரம்மமென்ற கல்தானப்பா மகத்தான எண்ணெயது கக்கிப்போச்சு
குரித்தபொருள் பிரமமென்ற சுண்ணக்கல்தான் கூரான தேகமது அதிகங்கொண்டு
தெரிந்துமே பொடிப்பொடியாம் தகடுபோலாம் வெளிவான சுண்ணத்துக் கிடந்தானாச்சே 6230

ஆச்சென்று விடுகாதே இன்னங்கேளு அப்பனே காலாங்கி சொன்னநீதி
காச்சலென்ற சுன்னமதைத் தானெடுத்து கருவான கல்வமதில் இட்டுமைந்தா
மாச்சலென்ற சிற்றண்டங் கருதானப்பா மகத்தான பிரமக்கல் சுண்ணந்தன்னை
வீச்சுடனே தானரைப்பாய் மடியுமட்டும் வீறான சுண்ணமதை பில்லைசெய்யே 6231

செய்யவே சிறுபில்லை காசதாக செம்மலுடன் ரவியுலர்த்தி சொல்வேன்பாரீர்
துய்யதொரு பில்லைமுகந் தானுலர்ந்து துப்புரவாய் மூசையிட்டு சீலைசெய்து
வையகத்தே தானிருக்கும் கருமமான வளமான பாகமதை அறியாமற்றான்
கைபாகந் தவறாமல் மைந்தாநீயும் கருத்துடனே உலையில்வைத்து ஊதுவாயே. 6232

ஊதவே சுண்ணமது வாகுமாகும் உத்தமனே மூசையது வழுகுமட்டும்
நீதமுடன் ஊதிடவே சுண்ணமாகும் நிலையான சுண்ணமது பிரம்மக்கல்லாம்
தோதமுடன் மூசைதனை உடைத்துப்பாரு சுந்தரனே சுண்ணமது பிரமக்கல்லாம்
சாதமது தான்கொடுக்கும் சுக்கான்கல்லாம் சட்டமுடன் நாதாக்கள் பெருமைபாரே. 6233

பாரேதான் சுண்ணமென்ற பிரமக்கல்லை பாங்குடனே பீங்கானிற் பதனம்பண்ணு
நேரேதான் சரக்குக்குக் கேறலாச்சு நெடிதான பிரமக்கல் என்றசுண்ணம்
ஆரோதான் முடிப்பார்க எப்பாகேளு ஆதியென்ற சுண்ணமதை முடியாரப்பா
சீரேதான் சாத்திரத்தின் உளவாராய்ந்து சிறப்புடனே பார்த்துவைத்த சுண்ணமாமே. 6234

கல்லுப்பு காய்ச்சும் முறை

சுண்ணமாம் இன்னமொரு மார்க்கஞ்சொல்வேன் சுந்தரனே ரகுபாலா புண்யவானே
வண்ணமுடன் கல்லுப்பு பெரிதாய்க்கொண்டு வளமுடனே படியதுவும் தானெடுத்து
திண்ணமுடன் பாண்டமதில் இட்டுமைந்தா தீர்க்கமுடன் முன்சொன்ன காடிநீரை
நண்ணமுடன் மறுபாண்டந் தன்னிலப்பா நலமுடனே ஜலமதனை படிதான்வாரே. 6235

வார்க்கையிலே முன்சொன்ன காடிநீர்தான் வளமான பாண்டமதில் இட்டுமைந்தா
தீர்க்கமுடன் தான்கலக்க தெளுவிறுத்து தீரமுடன் பாண்டமதை அடுப்பிலேற்றி
ஏர்க்கவே உப்பதுவும் பூர்க்குமட்டும் எழிலான உப்பதனைக் காய்ச்சியல்லோ
சேர்க்கவே மறுபடியுங் காடிவிட்டு சிறப்புடனே கலக்கியதை எடுத்திடாயே. 6236

எடுத்திடவே இப்படியே பத்துமுறைக்காச்சு எழிலான கல்லுப்பும் குருவுப்பாகும்
கெடுத்திடா வண்ணமது பீங்கான்தன்னில் கிருபையுடன் பதனமது மிகவாய்ச்செய்து

தொடுப்பதற்கு முன்போலே உப்பைநன்றாய் சுத்தமுடன் சேர்க்கும்வகை விபரங்கேளு
அடுத்துமே முன்சொன்ன கைபாகந்தான் அப்பனே முறைபாடு கூறுவேனே. 6237

முப்பூ என்றதற்கு நாமம்

கூறவே முப்பூவென்ற மார்க்கந்தன்னை குவலயத்தில் மாண்பர்களுந் தெளிவதாக
ஆறவே முன்சொன்ன வழலைமார்க்கம் அப்பனே பலமதுவும் எடுத்துக்கொண்டு
மாறவே பிரமமென்ற முப்புதன்னை மார்க்கமுடன் பலமதுவும் எடுத்துக்கொண்டு
தேறவே கல்லுப்புச் சுண்ணந்தன்னை தேற்றமுடன் பலமதுவும் ஒன்றாய்க்கூட்டே. 6238

கூட்டியே மூன்றையுந்தான் ஒன்றாய்க்கூட்டி குறிப்புடனே வீரமுடன் புழுகுதானும்
தேட்டமுடன் வார்கனது இரண்டேயாகும் தெளிவுடனே முன்சொன்ன காடிதன்னை
வாட்டமுடன் தானரைப்பாய் நாலுசாமம் வளமான பில்லையது லகுவாய்ச்செய்து
நீட்டமுடன் ரவிதனிலே காயவைத்து நிஷ்களங்க மானதொரு அகலில்வையே. 6239

அகலான பாண்டமது தன்னில்வைத்து அப்பனே சீலையது வலுவாய்ச்செய்து
பகலான ரவிதனிலே காயப்போடு பாங்குடனே காய்ந்தபின்பு செப்பக்கேளு
நிகலவே கோழியென்ற புடந்தான்போடு நிஷ்களங்க மாகவல்லோ நீறிப்போகும்
புகலவே பற்பமதை பதனம்பண்ணு புகழான மனோன்மணிக்கு பூசைசெய்யே. 6240

பூசையாம் மனோன்மணியாள் ஆறாதாரம் பொங்கமுடன் தான்செய்து எடுத்துமைந்தா
ஆசையது கொள்ளாது வருண்மைந்தாகேள் அப்பனே சீசாவிற் பதனம்பண்ணு
காசுபணம் தேடுதற்கு உரிமைகேளு கனமான பாஷாணம் பலந்தானொன்று
மாசுபடா முப்பூவும் பலந்தான்காலாய் மார்க்கமுடன் கல்வமதில் போட்டிடாயே. 6241

போட்டவுடன் சரக்கதுவும் ஒன்றாய்க்கூட்டி பொங்கமுடன் முன்னுரைத்த காடிநீரால்
வாட்டமுடன் தானரைப்பாய் சாமமப்பா வளமான பில்லையது லகுவாய்ச்செய்து
நீட்டமுடன் ரவிதனிலே காய்ந்தபின்பு நீதியுடன் முன்சொன்ன மார்க்கம்போலே
தேட்டமுடன் புடமதுவுங் கோழிபார் தெளிவுடனே போடுவதும் முறைதான்கேளே. 6242

முறையான புடமதுவும் ஆறிப்பின்பு முனையான பற்பமதை எடுத்துமைந்தா
நிறைபோடு அணுவளவுங் குறையுமில்லை நீட்டமுடன் பற்பமது பாரமெத்த
குறையாது பாஷாணமென்ன சொல்வேன் குவலயத்தில் சித்துமுனி கூறாவண்ணம்
அறைந்தேனே உலகுபதி மாண்பருக்கு அப்பனே சிவயோக தலத்தில்நில்லே. 6243

நிற்கையிலே மனோன்மணியாள் மனதுவந்து நிஷ்களங்க மாகவல்லோ உனக்குமைந்தா
சொற்பமென்ற வாதமது பலிக்கும்பாரு சுந்தரனே உன்னைப்போல சித்துமுண்டோ
அற்பமென்று நினையாதே துய்யபாலா வருண்மைந்தா முப்பாலே எல்லாஞ்சித்தி
விற்பனர்கள் கொண்டாடும் இந்தவேதை மேதினியில் சமுசாரிக்கானவாறே. 6244

வாரான பற்பமது போக்குசொல்வேன் வளமான வெள்ளீயந் தன்னைத்தானும்
சூரான சேரதுதான் ஒன்றேயாகும் குறிப்புடனே தானுருக்கி செப்பக்கேளும்
நீரான பாஷாண பற்பந்தன்னை நீமகனே வராகனெடை காலதாக
சேரோடும் வெள்ளீயம் உருக்கியல்லோ செம்மலுடன் பற்பமதைத் தாக்கிடாயே. 6245

தாக்குவாய் வெள்ளீயப் பற்பத்தாலே தண்மையுள்ள நீரதுவும் உரிந்துகொள்ளும்
வாக்குடனே காலாங்கி மொழிபொய்யாது வளமையுடன் போகர் ஏழாயிரந்தான்
நோக்கமுடன் நீர்வடிந்து வெள்ளிதன்னை நுணுக்கமுடன் வருமைவருங் காலந்தன்னில்
ஏக்கமது கொள்ளாமல் வெள்ளிதன்னை எளிதாக சமுசாரி உண்ணலாமே. 6246

உண்ணவென்றால் சாபமது யாதுமில்லை உத்தமனே சரக்குஅறு பத்துநான்கும்
திண்ணமுடன் இம்முறைபோல் செய்வாயப்பா தீரமுடன் சரக்குஅறு பத்துநான்கும்
வண்ணமுடன் நீற்றுதற்கு பிசகோயில்லை வளமான முப்பூவின் சுண்ணமப்பா
சுண்ணமுடன் முப்பூவின் காரத்தாலே நலமான சரக்கெல்லாம் நீறிப்போமே. 6247

நீறுமே சூதமென்ற சரக்குதானும் நீதியுடன் பலமதுவும் எடுத்துக்கொண்டு
வீறுடனே முப்பூவைச் சரியாய்க்கூட்டி வீரமுடன் முன்சொன்ன காடிதன்னால்
மாறுதலும் நேராமல் பற்பந்தன்னை மார்க்கமுடன் தானரைப்பாய் சூதங்கூட்டி
நூலுடனே கலசமென்ற பாண்டந்தன்னில் துப்புரவாய் சில்லிட்டுச் சீலைசெய்யே. 6248

சீலையது ஏழுசீலை வலுவாய்ச்செய்து சிறப்புடனே ரவிதனிலே காயவைத்து
வாலையென்ற எந்திரமாம் புவனவாலை வளமான வாலுகையாம் அடுப்புதன்னில்
காலையது ஜாமமது நாலதாக கருவான சூதமதை எரிப்பாய்நீயும்
மாலையது சூதமதை எடுத்துப்பார்க்க மகத்தான கடுங்கார சுண்ணமாச்சே. 6249

அறுபத்து நான்கு சரக்காலும் வேதை முகம்

சுண்ணமென்றால் சுண்ணமது என்னசொல்வேன் சுந்தரனே நாதாக்கள் செய்யும்வேதை
வின்னமது வாராது இந்தப்போக்கு விருப்பமுடன் செய்வதற்கு மனதுவந்து
அன்னமெனுங் காடியென்ற பழச்சாரப்பா ஆகாகா சித்துமுனி மறைத்தாரங்கே
சொன்னமது முப்பூவால் கைக்குள்ளாச்சு சோறாமல் செய்பவர்க்கு சித்தியாமே. 6250

சித்தியாம் பஞ்சபூத சரக்கைத்தானும் சிறப்புடனே தானெடுத்து செப்பக்கேளீர்
வெத்தியுடன் முப்பூவை சரக்குபாதி வேகமுடன் காடியின்தன் பழச்சாற்றாலே
சுத்தியுடன் தானரைத்து பில்லைசெய்து துப்புரவாய் ரவிதனிலே காயப்போடு
சுத்தியுடன் ஓட்டிலிட்டு சீலைசெய்து சாங்கமுடன் புடமதுவுங் கோழிதானே. 6251

தானான கோழியது புடமதாக தண்மையுடன் ஆறினபின் எடுத்துப்பாரு
கோனான குருசொன்ன வாக்குபோலே கொற்றவனே பற்பமது தவளம்போலாம்
மானான பற்பமதை எடுத்துமைந்தா மகத்தான சீசாவில் பதனம்பண்ணு
பானான ரவிமதியில் தாக்கவல்லோ பாண்மையுடன் சொல்லுகிறேன் பண்பாய்த்தானே. 6252

பண்பான வெள்ளிச்செம்பில் பத்துக்கொன்னு பாங்குடனே பற்பமதை ஒன்றுதாக்க
நண்பான மாற்றதுவும் ஏழதாகும் நலமான புடமதுவுக்கே காவர்ணம்
திண்பான பட்டசெம்பு ஆறுவெள்ளி தீர்க்கமுடன் தான்கொடுக்க மாற்றெட்டாகும்
உண்மையுடன் தங்கமது நாலுக்கொன்று உத்தமனே சேர்க்க நலமாகும்பாரே. 6253

பாரேதான் அவமதுவும் ஒன்பதாகும் பாங்கான புடத்தங்கம் பிறவித்தங்கம்
சீரேதான் பஞ்சமுகங் கருத்துக்காணும் சிறப்புடனே மறைத்துவைத்தார் சித்துதாமும்

நேரேதான் சரக்கு அறுபத்துநான்கு நேர்மையுடன் முன்சொன்ன முப்பூவாலே
வீரேதான் சுண்ணமென்ற முப்பூவாலே விண்ணுலகும் மண்ணுலகும் காணலாமே. 6254

காணலாம் முப்பூவால் அனந்தம்போக்கு காசினியில் நாதாக்கள் ஆடுங்கூத்து
பூணவே சிவயோகி சித்தருக்கு புகட்டவில்லை இந்தவழி முப்பூ மார்க்கம்
தோணவே கைமுறையாய் எடுத்துபாகம் துப்புரவாய் வையகத்து மாண்பருக்கு
வேணதொரு கருவிகர ணாதியந்தம் விருப்பமுடன் பாடிவைத்த நுண்மைதானே. 6255

பாடினேன் முப்பூவின் வழலைமார்க்கம் பாருலகில் சகலசித்து மாடும்பாரு
நீடியதோர் முப்பூவைக் குன்றிவீதம் நீதியுடன் மண்டலந்தான் கொண்டாயானால்
வாடியதோர் திருமேனி சடலந்தானும் வண்மையுடன் காயாதி கற்பத்தாலே
கூடியதோர் தேகமது சட்டைதள்ளும் குணமான முப்பூவின் காட்சிகேளே. 6256

காட்சியாம் முப்பூவைக் கொண்டபேர்க்கு காசினியில் நரைதிரையும் இல்லையப்பா
மாட்சியுடன் நெடுங்காலம் இருக்கலாகும் மகத்தான வாசியது மேல்நோக்காது
நீட்சியுடன் பதாம்புயத்தை நண்ணலாகும் நிஷ்களங்க மானதொரு சித்தனாவான்
மீட்சிபெற வையகத்தில் மாண்பரெல்லாம் மேன்மையுடன் எந்நாளும் துதிப்பார்பாரே. 6257

துதிக்கையிலே சித்துமுனி ரிஷியார்தாமும் துரைராஜ சிவயோகி இவரேயென்பார்
மதிக்கவே எல்லவர்க்கு போகவானாய் மகத்தான காயாதி கற்பத்தாலே
விதித்ததொரு வயததுவும் மேலதாகி மேதினியில் வெகுகாலம் இருப்பாயப்பா
ததியான முப்பூவின் கைபாகந்தான் சாற்றவில்லை வெகுகோடி ரிஷிகள்பாரே. 6258

கோடியாங் காலாங்கி கிருபையாலே கூறினேன் போகர் ஏழாயிரந்தான்
தேடியே பார்த்தாலும் கிட்டாதப்பா தேசத்தில் விட்டகுறை இருந்தால்கிட்டும்
வாடியே அலையாதே மன்னாகேளு மகத்தான போகர் ஏழாயிரந்தான்
பாடியதோர் போகர் ஏழாயிரத்தில் பாங்கான கடைக்காண்டம் முப்பூபாரே. 6259

பாரேதான் போகர் ஏழாயிரத்தில் பட்சமுடன் காண்டமது ஏழுதன்னில்
நேரேதான் கடைக்காண்டம் ஏழிலப்பா நெடிதான முப்பூவாம் சூட்சுமப்பூ
சீரேதான் வையகத்து மாண்பருக்கு சிறப்புடனே பாடிவைத்தேன் சூட்சமாக
ஆரோதான் கருவாளி செய்வானப்பா அப்பனே அண்டபிண்டம் அறிவான்கேளே. 6260

போகர் புலிப்பாணிக்கு பூ நீரெடுக்க புத்தி கூறுதல்

கேளேதான் இன்னமொரு மார்க்கஞ்சொல்வேன் கெடியான புலிப்பாணி மன்னாகேளு
மீளேதான் பூநீரு எடுப்பதற்கு மீளாமல் வெகுமாண்பர் மாண்டாரப்பா
ஆளேதான் வகையறியா மாண்பரப்பா அப்பனே சாத்திரங்கள் படித்துக்கெட்டு
சூளேதான் சுடுவாதி மாண்பர்கூடி துறைமுகத்தைக் காணாமல் கெட்டார்தாமே. 6261

கெட்டதோர் மாண்பர்களின் சாத்திரவண்ணம் கேடறியார் பாடறியார் பயனுங்காணார்
நட்டதொரு பயிரதனை களைகள்போக்க நாதாந்த சித்துமுனி சொல்லைப்போல

விட்டகுறை இருந்ததொரு மாண்பர்போலே வீணாக ஆசைகொண்டு மதியுங்கெட்டு
தொட்டலைந்து பூநீராய் எடுக்காமற்றான் சேர்ந்துருண்டு வெகுபேர்கள் மாண்டார்தானே. 6262

மடிந்தாரே வையகத்து மாண்பரெல்லாம் மகாதேவர் கடவுளது ஏமவித்தை
கடிந்ததொரு பொருளறிய மாட்டாமற்றான் காசினியில் வெகுமாண்பர் மாண்டாரப்பா
முடிந்ததொரு சிவானந்தப் பொருளைக்காண மூதுலகில் யாராலுங் கிட்டுமோசொல்
படிந்தபொருள் முப்பூவின் நிதானமார்க்கம் பாருலகில் விதியாளி அறிவான்பாரே 6263

விதியான விதியிருந்தால் அதற்குக்கிட்டும் வீணாகக் கருமிகட்குக் கிட்டுமோசொல்
துதியான பராபரமான வஸ்துதன்னை துறைமுறையாய் கண்டறிந்தோன் காண்பான்பாரு
மதியான மூடனுக்கு வாய்க்குமோசொல் மகத்தான ஏமவித்தை பிரம்மவித்தை
கதிகாண எண்ணமது கொண்டபேர்க்கு கைவசமாம் ஏமவித்தை கிட்டும்பாரே. 6264

கிட்டுதற்கு பூவழலை எடுக்கவல்லான் கீர்த்தியுடன் நடராஜன் அருளேவேண்டும்
தொட்டகுறி போலதுபோல் காண்பதற்கு துரைராஜர் குருமுறைகள் வேண்டுமப்பா
பட்டமரம் போல்துளுக்கும் வழலைகாண பராபரியாள் கிருபையது வேண்டுமப்பா
விட்டகுறை இருந்தாலே லபிக்கும்பாரு விருதாவாய் மாண்டவர் கோடியாமே. 6265

கோடியா மனுகோடி ராஜமன்னர் குவலயத்தில் வழலையுட மார்க்கந்தன்னால்
நாடியே வழலையது பூர்க்குங்காலம் நலமுடனே கண்டறிய மாளாமற்றான்
ஓடியே இருமாப்பு வனப்புவாய்ந்து ஓகோகோ மாண்பரெல்லாம் மடிந்தாரப்பா
நீடியதோர் பொருளதுவும் விஷகாலந்தான் நிகட்சியுடன் எடுப்பதற்கு இல்லைதானே. 6266

இல்லையே வெகுபேர்கள் மாண்பரப்பா எழிலான சாத்திரத்தைப் பாராமற்றான்
அல்லல்படுந் துயரமது வருமையாலே அன்புடனே பூநீரை எடுப்பதற்கு
தொல்லையெனும் சாத்திரத்தை முன்பின்னாக சோராமல் பாடிவைத்தார் சித்தர்யாவும்
கல்லுதெய்வம் பேசுமென்று கையெடுத்து காசினியில் கையுரைத்த காட்சியாமே. 6267

காட்சியாம் கனகமென்ற பொருளையப்பா காசினியில் வெகுபேர்கள் காண்பதற்கு
தாட்சியில்லா சாத்திரங்கள் கண்டாராய்ந்து தடுமாறி தலைமாறி கலையுமாறி
மாட்சியுடன் கோர்வையென்ற சாத்திரத்தை மார்க்கமுடன் காணாமல் மயங்கினார்கள்
ஆட்சிபந்தம் வெகுநூல்கள் சொன்னாருண்டு அப்பனே குருநூல்தான் பாரார்தானே. 6268

பாராமல் மாண்பரெல்லாம் பதியுங்கெட்டு பாங்கான சாத்திரத்தின் முறையுங்கெட்டு
நேரேதான் சாத்திரத்தை விட்டகற்றி நேர்மையுடன் மதியூன்றி பாராமற்றான்
பூராய மானதொரு ரிஷிகள்நூலில் புகன்றிட்ட மர்மமதை அறியாமற்றான்
சாராய மானதொரு வஸ்துதன்னை சாங்கமுடன் கற்பமென்று கொண்டிட்டாரே. 6269

கொண்டாரே லாகிரிகள் அருந்தியல்லோ கோடான கோடிநூல்கள் மறைத்திட்டார்கள்
விண்டதொரு சாத்திரத்தை வினயங்கொண்டு வீண்காலம் போக்கியல்லோ மடிந்திட்டார்கள்
தண்டனையாஞ் சாபமது உள்ளுமாகி தாரணியில் வெகுபேர்கள் சமைத்திட்டார்கள்
சண்டமாரு போலே சத்தகாண்டம் சாற்றினேன் போகர் ஏழாயிரமுங்காணே. 6270

புலிப்பாணிக்கு போகர் மறுபடியும் புத்தி கூறல்

காணவே இன்னமொரு மார்க்கஞ்சொல்வேன் கருவான புலிப்பாணி மைந்தாகேளு
தோணவே பூநீரை எடுக்கும்போது சுந்தரனே உந்தனுக்கு பயமுண்டாகும்
வேணதொரு சித்துமுனி ரிஷிகள்தாமும் வேதாந்தத் தாயினது கடாட்சத்தாலே
பூணவே வேஷமது மாறாமல்கொண்டு புகழான முன்னிற்பார் பிரம்மைபாரே. 6271

பாரேதான் வேஷமது பூண்டுகொண்டு பாங்கான கபாலமது ஏந்திக்கொண்டு
நேரேதான் முன்னாக வந்துநின்று நேர்மையுடன் ஆங்கார கெர்ச்சிப்போடும்
ஆரோதான் பூநீரை எடுக்கவல்லான் ஆண்பிள்ளை நீதானோ வென்று கூறி
தேரோடும் சத்தமனக் கிரிச்சிபோலும் தேற்றமுடன் சத்தமது கேட்கும்பாரே. 6272

கேட்டுமே சித்துமுனி அசரீரிவாக்கு கவனமுடன் கேட்டதுவும் உந்தமக்கு
ஆட்களில்லா வனந்தனிலே இந்தவோசை அப்பனே அதிசயங்கள் காணுதென்று
நிட்கமுடன் தலையெடுத்துப் பார்க்கும்போது நிலையான கறுப்பண்ணச் சாமிபோலே
வீட்கமுடன் முன்னிற்கக் கண்டபோது வித்தகனே பயந்தொடுங்கி சாவார்தானே. 6273

சாவாரே இன்னமொரு மார்க்கஞ்சொல்வேன் சட்டமுடன் ஓமென்ற வேஷத்தோடும்
ஆவதுபோல் மகாமேரு தன்னைப்போலே கப்பனே ஜடலமது கொண்டுமல்லோ
வேவலுடன் சவுக்கார வழலையாலே வேதாந்தத் தாயினது அருளினாலே
மேமமுடன் நடுக்கமது பலமுண்டாய மேதினியில் வெகுமாண்பர் மடிந்தார்தானே. 6274

வையத்து மாண்பர் பூநீர் எடுக்கும் போது கருஞ்சாரையின் உபாயத்தை போகர் புலிப்பாணிக்கு உபதேசித்தல்

தானான இன்னமொரு மார்க்கஞ்சொல்வேன் தண்மையுள்ள புலிப்பாணி மைந்தாகேளு
கோனான எனதையர் காலாங்கிநாதர் கொற்றவனார் எந்தனுக்குச் சொன்னநீதி
பானான வையகத்து மாண்பரெல்லாம் பாராமல் பூநீரின் அபாயந்தன்னை
மோனான மௌனமென்ற மதியீனத்தால் மூதுலகில் சாபத்தால் மடிந்தார்தாமே. 6275

மடிந்தாரே அன்போடுங் கூடியல்லோ மகத்தான மேன்மக்கள் இருவர்கூடி
துடிந்ததொரு பூநீரை எடுப்பதற்கு துப்புரவாய் மனதுவந்து மாண்பர்தாமும்
விடிந்த தொருநாழிகையில் ஜாமந்தன்னில் விடுபட்டு வனாந்திரத்தில் இருவர்தாமும்
முடிந்ததொரு முப்பூவைக் காண்பதற்கு முயற்சியுடன் பூமிவளஞ்சென்றிட்டாரே. 6276

சென்றாரே வனந்தனிலே இருவர்தாமும் சிறப்புடனே பூநீரை எடுக்கும்போது
அன்றறிந்த கருஞ்சாரைச் சர்ப்பந்தானும் அப்பனே பூநீரை எடுக்கவந்த
நின்றிருந்த சிவயோகி மாண்பர்தம்மை நெடுந்தூரந் தான்துரத்தி வருகும்போது
குன்றான மலைபோலே விருட்சமப்பா கூறான விருட்சமதில் ஏறிட்டாரே. 6277

ஏறினதோர் மாண்பர்தம்மைக் கண்டபோது எழிலான சர்ப்பமது விருட்சந்தன்னில்
சீறியே தான்கண்டு சினந்துமேதான் தீர்க்கமுடன் சிவயோகி இருவர்தம்மை

மீறியே தீண்டுதற்கு விடமுங்கொண்டு மிக்கான மானிடரைக் காணும்போது
தூறியே சிவயோகி இருவர்தாமும் துப்புரவாய் அம்பதனால் எய்திட்டாரே. 6278

எய்யவே சர்ப்பமதின் சிரசிற்பட்டு எழிலான சர்ப்பமது மடிந்ததங்கே
பையவே சிவயோகி மாண்பர்தாமும் பார்த்துமே சர்ப்பமது மடிந்ததென்று
துய்யநல்ல விருட்சமதை விட்டிறங்கி தூயதான வடிமட்டும் வருகும்போது
வெய்யதொரு அதிசயங்கள் என்னசொல்வேன் வேதாந்தத் தாயினுட மகிமைகேளே. 6279

இறந்து போன கருஞ்சாரையை மற்றொரு கருஞ்சாரை மூலிகையால் எழுப்புதல்

கேளப்பா புலிப்பாணி மகனேமைந்தா கீர்த்தியுள்ள மகிமையது என்னசொல்வேன்
ஆளப்பா சிவயோகி இருவர்தாமும் அப்பனே பூவெடுத்த வண்மைதன்னை
மாளப்பா பூவெடுக்குங் காலந்தன்னில் மகத்தான கருஞ்சாரை கண்டுமல்லோ
மீளப்பா போகாமல் இருப்பதற்கு மீட்சியுடன் தந்திரங்கள் செய்யலாச்சே. 6280

தந்திரமா மூலியிட மகிமைதன்னை சதகோடி சூரியருங் கண்டதில்லை
விந்தையுள்ள சித்தரது திருக்கூத்தப்பா விண்ணுலகும் மண்ணுலகுங் கண்கொள்ளாட
சிந்தையுடன் இருமனது ஒன்றதாகி சிறப்புடனே பூவழலை எடுக்கும்போது
வந்ததல்லோ கருஞ்சாரை காலந்தானும் வளமையுள்ள மகிமையது புதுமைதானே. 6281

புதுமையாம் சர்ப்பமது என்னசொல்வேன் புகழாக மூலிதனை மனதுவந்து
கதுமையுடன் கானகத்தில் சென்றுமல்லோ கடிதான மலைக்குகைகள் தான்கடந்து
மெதுவான சஞ்சீவி மூலிதானும் மேன்மையுடன் வாய்தனிலே கவ்விக்கொண்டு
பதுமமென்ற சர்ப்பமது இருக்கும்ஸ்தானம் பான்மையுடன் வந்தல்லோ நிற்கலாச்சே. 6282

நிற்கின்ற மறுசர்ப்பந் தன்னைக்கண்டு நீதியுடன் சிலமாண்பர் இருவர்தாமும்
அற்பமென்று நினையாமல் ஆலோசித்து அறிவுள்ள சர்ப்பமதைக் கண்ணிற்கண்டு
துப்புரவாய் எய்ததொரு சர்ப்பந்தன்னைத் துணிவுகொண்டு மூலிதனை மணங்கள்வீச
சொற்பெரிய சர்ப்பமது உயிருண்டாக்கி சோறாமல் எழுந்திருக்கக் கண்டிட்டாரே. 6283

கண்டாரே சர்ப்பமது மூலிதன்னால் கைலாசஞ் சென்றதொரு சர்ப்பந்தன்னை
பண்டுவள மாலையணி கிருஷ்ணன்கொண்ட பாங்கான மூலியது விஷமூலிதானும்
தொண்டல்லோ தான்கொடுத்து உயிருண்டாக்கி கூட்டுறவாய் அழைத்துக்கொண்டு சென்றநேர்மை
சண்டமா ருதம்போலே இருவர்மாண்பர் சட்டமுடன் பிரமித்துத் திகைத்திட்டாரே. 6284

திகைத்துமே சிவமாண்பர் இருவர்தாமும் தீர்க்கமுடன் மனஞ்சோர்ந்து நிற்கும்போது
புகைபடர்ந்த வனந்தனிலே சர்ப்பந்தானும் புகட்சியுடன் முன்னிறந்த சர்ப்பங்கூட்டி
பகைபோன்ற சிவமாண்பர் இருவர்கான பாங்குடனே கானகத்தைச் சென்றவண்ணம்
தகமையுடன் சர்ப்பமது கொண்டுசெல்ல தாட்சியுடன் சிலமாண்பர் பார்த்திட்டாரே. 6285

பார்த்துமே சர்ப்பமது சென்றுதென்று பாங்குடனே சிவமாண்பர் இருவர்தாமும்
நேர்த்தியுள்ள மூலிகைதான் என்றறிந்து நேர்மையுடன் சிவமாண்பர் மனதிலெண்ணி

பூர்த்தியுடன் இருக்கப் பயந்தானுண்டோ புகழான அடிவார மரத்திற்றானும்
கார்த்திருந்து மூலிதனைக் கையிற்றானும் கவனமுடன் எடுத்துவர நண்ணினாரே. 6286

சிவமாண்பர் இருவரும் சர்ப்பத்தின் மூலியெடுத்துத் துன்பப்படுதல்

நண்ணியே சர்ப்பமது சென்றபின்பு நாதாந்தத் தாயாரை மனதிலெண்ணி
குண்ணியே மனதுவந்து முகமும்வாடி கூறான மூலிதனை எடுக்கவல்லோ
வண்ணமுடன் சிவமாண்பர் இருவருந்தான் வளமையுடன் உறவுகொண் டாடிகூட
திண்மையுடன் மூலிதனை ஒருதோழன்தான் துப்புரவாய்த் தானெடுக்கக் கண்டிட்டேனே. 6287

கண்டேனே சிவமாண்பர் மூலிதன்னை கரந்தனிலே மூலிதனைத் தொட்டபோது
அண்டர்பிரான் மகிமையது என்னசொல்வேன் ஆகாகா வையகத்தில் யார்தான்கண்டார்
சண்டமா ருதம்போலே சர்ப்பந்தானும் சட்டமுடன் மூலிதனை வைத்தநேர்மை
தண்டகம்போல் அடியேனும் கண்டுஏங்கி சட்டமுடன் மகிமைதனைப் பார்த்திட்டேனே 6288

பார்த்தேனே சிவமாண்பர் ஒருவர்தானும் பண்பான மூலிதனைக் கரத்திற்றானும்
நேர்த்தியுள்ள மூலிதனை என்றயம்பி நேர்மையுடன் கரந்தனிலே எடுக்கும்போது
பூர்த்தியுள்ள மூலியது என்னசொல்வேன் புகழான அஞ்சனமாய் மூலிதானும்
ஆர்த்தியுடன் சிவமாண்பர் தோழன்தன்னை அப்பனே இருக்கவது பார்த்திட்டேனே. 6289

பார்த்தேனே மூலியது மகிமைதன்னை பாண்மையுடன் பிரமித்து ஏங்கும்போது
தீர்த்தமுடன் மூலியது வளத்திற்றானும் தீர்க்கமுடன் சிவமாண்பர் கரத்தைப்பற்றி
நேர்த்தியுடன் மூலியது தன்னைத்தானும் நேரான வனந்தனிலே இருக்கும்நேர்மை
பூர்த்தியுடன் யான்கண்டு திடுக்கிட்டேங்கி புகழாகக் குளிகைகொண்டு வந்திட்டேனே. 6290

வந்தேனே கல்லாலின் மரத்தின்பேரில் வளமையுடன் குளிகைகொண்டு நிற்கும்போது
அந்தமுள்ள சிவமாண்பர் தன்னைத்தானும் வதிதம்மை சிறப்புடனே தானிழுக்கும் வண்மைமார்க்கம்
தந்திரமாம் மூலியது வசியமூலி தண்மையுடன் மகிமையது கூறுவேனே. 6291

கூறுவேன் புலிப்பாணி புனிதவானே குவலயத்தில் சித்துமுனி யாரேனுந்தான்
சீறுகின்ற சர்ப்பத்தின் கற்பமூலி சீருலகில் கண்டவர்கள் எவர்தானுண்டு
தேறுபுகழ் பதினெண்பேர் நவகோடிதாமும் தேசமதில் வெகுமகிமை பூண்டாரல்லோ
மாறுடைய கூறுஞ்சாரை சர்ப்பமூலி மானிலத்தில் கண்டவர்கள் இல்லைதாமே. 6292

இல்லையே சித்தர்களும் வணக்கங்கூறார் எழிலான சாத்திரத்தைத் தானுங்காணார்
தொல்லையெனும் வனமூலி விஷத்தைக்காணார் தொட்டதொரு கிட்டிருந்த மூலிகண்டார்
அல்லல்வினை தானறுக்கும் வசியமூலி அவனிதனில் வெகுசித்தர் கண்டாருண்டு
கொல்லிமலை திரிந்தாலும் இந்தமூலி குவலயத்தில் கிட்டாது கிட்டாதன்றே. 6293

கிட்டாது என்றதொரு மூலிதானும் கீர்த்தியுள்ள சிலமாண்பர் தன்னையல்லோ
எட்டாத பொருள்தேடிப் போனதாலே எழிலான சிவமாண்பர் தானுமங்கே
சட்டமுடன் பணியைநம்பி உழுதவர்போல் சாங்கமுடன் மூலியது வினயமாச்சு
விட்டகுறை இருந்ததனால் வாய்க்கும்பாரு விண்ணாடர் மண்ணாடர் காணார்தாமே. 6294

தானான பதாம்புயத்தைக் கண்டாலல்லோ தாக்கான வசியமூலி வாய்க்கும்பாரு
மானான சிவமாண்பர் மூலிகொண்டு மகத்தான கானகத்தே செல்லும்போது
பானான பாம்பதுதான் சென்றபாதை பாங்கான படும்பாதை என்றேயெண்ணி
கோனான குருதனையே மனதிலெண்ணி கொற்றவனார் மோசமென்று நினைத்திட்டாரே. 6295

மோசமது வந்ததென்று மனதிலெண்ணி முனையான சிவமாண்பர் ஏதுசெய்தார்
பாசமுடன் கைதனிலே இருந்தமூலி பட்சமுடன் பூமிதனில் உதறிட்டாரே
நாகமது கொண்டதொரு மூலிதானும் நற்கமல கரந்தனிலே வீழாமற்றானும்
வீசலுடன் மூலியது கரத்தைப்பற்றி விருப்பமுடன் கானகத்தில் விழுகலாச்சே. 6296

ஆச்சப்பா மூலியது இழுக்கும்போது அப்பனே கூடிருந்த தோழன்தானும்
மூச்சுடனே அவர்கரத்தை இவருங்கூடி முனையாகத் தானிழுக்கப் பார்த்தேன்யானும்
கூச்சலுடன் இருவருமே குய்யோவென்று கூர்மையுடன் மனதுவந்து எண்ணங்கொண்டு
பாச்சலுடன் கரமிருந்த வாளால்தாமும் பான்மையுடன் கரமதனைத் துணித்தார்பாரே. 6297

பாரேதான் கரமதுவுந் துணிந்தபோது பாங்குடனே மூலியுடன் கானகத்தில்
நேரேதான் கரந்தனையே மூலிதானும் நேர்மையுடன் தானிழுத்து போகக்கண்டேன்
சீரான சிவமாண்பர் இருவர்தாமும் சிறப்புடனே மறுபடியும் பதிதிரும்பி
கூரான பூவழலை காய்க்குமார்க்கம் குறிப்புடனே வந்துமல்லோ அமர்ந்திட்டாரே. 6298

கருஞ்சாரை மூலியால் முப்பூ எடுக்கப் போன சிவமாண்பர் கரமிழந்து மறுபடியும் குரு அருளால் வழலை எடுத்தல்

அமர்ந்தாரே சிவமாண்பர் இருவர்தாமும் அப்பனே புலிப்பாணி மைந்தாகேளு
சுமர்ந்ததொரு விருட்சமதில் யின்னுமாண்பர் சுந்தரனே மறுபடியும் ஏங்கிவந்து
சமர்த்துடனே பூவழலை எடுப்பதற்கு சுட்டமுடன் குருசொன்ன நீதிபோல
தமர்ந்திடா வண்ணமுடன் புனிதவான்கள் சட்டமுடன் தானெடுத்தார் புண்ணியராமே. 6299

மூலியால் இழந்த கரத்தை சர்ப்பம் தன் ஆசீர்மத்திலிருக்கும் குருவாகிய சித்துவுக்குக் காண்பித்தல்

புண்ணியராம் புலிப்பாணி மைந்தாகேளு புகழான சிவமாண்பர் கரத்தையல்லோ
வண்ணமுடன் சர்ப்பமது மனதுவந்து வளமையுடன் தன்தேவர் குருநாதர்க்கு
திண்ணமுடன் கரந்தனையே காட்டவென்று தீர்க்கமுடன் வாய்தனிலே கவ்வியல்லோ
எண்ணறிய நற்பொருளே எந்தன்நாதா எழிலான கானகத்தின் வளமைகேளே. 6300

சர்ப்பம் குருவுக்கு சுரம் வந்த விசேடம் உரைத்தல்

கேட்கவென்றால் அடியேனுங் கானகத்தில் கீர்த்தியுடன் பெண்ணாய் தானிருந்தோம்
மீட்கமுடன் இரைதேடி போகும்போது மிக்கான கானகத்தில் யாம்திரிந்தோம்
சூட்சமுடன் பாலையென்ற வனத்தில்நாங்கள் சுந்தரமே சித்தொளிவே போகும்போது
ஆட்கள்விட்டு ஒருவரையும் பிரிந்துமல்லோ ஐயனே கல்லால மரங்கண்டோமே 6301

கண்டோமே சிவசித்து மாண்பர்தம்மை கைலாச நாதரைப்போல் வேஷங்கொண்டு
உண்டான பொருள்தேடி கற்பமுண்ண உத்தமரே இருவர்தம்மைக் கண்டேன்யானும்
விட்டதொரு வழலையென்ற முப்பூதன்னை விருப்பமுடன் எடுக்கவந்த மாண்பர்தம்மை
சண்டமா ருதம்போல துரத்தியானும் சாங்கமுடன் சீறலது சீறினேனே. 6302

சீறியே ஓடுகையில் மாண்பர்தாமும் சிறப்பான கல்லாலின் மரத்தின்பேரில்
மீறியே எனைக்கண்டு பயந்தொடுங்கி மீளாத மரத்தின்மேல் ஏறிநின்றார்
வீரியமாய் அப்பாலே எந்தனைத்தான் விட்டல்லோ கொண்டுமே சிதைத்துப்போட்டார்
கீரியென்னும் விஷமூலி தன்னைத்தானும் கிருபையுடன் எந்தனுக்குக் கொடுக்கலாச்சே. 6303

கொடுக்கவே என்சேனை பிணையிலொன்று கொப்பெனவே நானிறந்த பாவனத்தை
அடுத்துமே கண்டல்லோ ஆலோசித்து ஐயனே குருமூலி தேடிவந்து
அடுத்திருந்த எந்தன்முன் வந்துநின்று பாங்கான மூலிதனை முகத்தில்வைக்க
நடுத்தலையில் வில்லறுந்த நாணிபோலே நாதனே உயிர்கொண்டு வந்திட்டேனே. 6304

வந்தேனே என்பிணையுங் கூடியல்லோ வளமான மரம்விட்டு வந்தபோது
சிந்தனையாய் மூலிதனை விட்டகற்றி சீறியே நாமிருவர் வந்தபின்பு
பந்தமுள்ள சிவமாண்பர் இருவர்தாமும் பட்சமுடன் கல்லாலின் மரத்தைவிட்டு
சந்தோஷ மாகியல்லோ இறங்கிமாண்பர் சட்டமுடன் மூலிதனைத் தொட்டிட்டாரே. 6305

தொட்டிட்ட மூலியது எந்தன்நாதா தொடர்ந்துமே கைதனையே பற்றியல்லோ
விட்டு விடாது அவர்கரத்தைப் பிடித்துமல்லோ வீறான நாமிருக்குங் கானகத்தில்
சட்டமுடன் கரந்தனையே பற்றியல்லோ சாங்கமுடன் தானிருக்குங் காலந்தன்னில்
விட்டகுறை இருந்ததொரு புண்ணியத்தால் வீரமுடன் விரல்தனைத் துண்டிட்டாரே. 6306

துண்டிடவே கரமதுவும் எந்தன்பக்கம் துப்புரவாய் விஷமூலி வேகத்தாலே
கண்டிதமாய் அவர்செய்த பாவத்தாலே கர்த்தாவே கரமதுவும் வந்துதென்று
திண்டிரை சூழ்வையகத்தில் சமாதிபூண்ட திரளான வெந்தன்குரு தீர்க்கநாதா
கொண்டுவந்தேன் உந்தமக்கு சாட்சியாக கொற்றவனே கதியென்ன என்னலாச்சே. 6307

வனத்து ரிஷியார் பாம்புக்கு உதவக் கூறல்

யாச்சென்று சொல்லுகையில் ரிஷியார்தாமும் அங்ஙனவே சர்ப்பமதுக்கு ஓதுவார்பார்
மூச்சடங்கி இருந்ததொரு சர்ப்பந்தன்னை முசியாமல் உயிர்மூலி தான்கொடுத்து
பாச்சலுடன் கானகத்தில் பின்னுமல்லோ பட்சமுடன் இருபேரும் வந்திட்டார்கள்
ஆச்சரிய மானதொரு விஷமூலிதன்னால் அப்பனே பிழைத்ததுவும் அருமைதானே. 6308

தானான சர்க்குருவின் கடாட்சத்தாலும் தாக்கான மனோன்மணியாள் கிருபையாலும்
கோனான மகாதேவர் கிருபையாலும் கூர்மையுடன் பிழைத்ததுவும் புண்ணியந்தான்
தேனான சிவமாண்பர் கரமறிந்து தீர்க்கமுடன் வந்ததுவும் பாவமாச்சு
மானான பாவத்துக்கு இடங்கொடாமல் மகத்தான சாபமதை நீக்குவீரே. 6309

நீக்கினால் வெகுகோடி புண்ணியந்தான் நிட்களங்க மானதொரு மாண்பருக்கு
ஆக்கமுடன் கரந்தனையே ஒட்டிக்கொள்ள அப்பனே மூலியது கொண்டுவந்து
நோக்கமுடன் தான்கொடுத்து அனுப்பினாக்கால் நெடிதான விரலதுவும் விருட்சந்தன்னில்
பாக்களவு பிறந்ததொரு கதையைப்போலே பாங்கான விரலதுவும் ஒட்டும்பாரே. 6310

ஒட்டுமே பின்னுமந்த மாண்பர்தாமும் ஓகோகோ வழலைதனைத் தானெடுக்க
கிட்டியே மறுபடியும் வருவாரங்கே கீழான விரலதுவும் அவரைக்கண்டு
எட்டியே தான்துரத்தி கையிலொட்டி எழிலான வங்கமது பங்கம்நீக்கி
சுட்டியே சிவமாண்பர் தானுமப்பா சொந்தமுடன் கைகொண்டு வாழ்குவாரே. 6311

வாழ்ந்தாலே தந்தமக்கு மோட்சமுண்டு வளமான கீர்த்தியது அதிகமுண்டு
ஆழ்ந்ததொரு வார்த்தைக்குக் குறைவில்லாமல் அங்ஙனவே மூலியது ஆராய்ந்தல்லோ
தாழ்ந்துமே குருபாதம் வாக்குத்தப்பி தானடைந்தால் குருவுக்குப் பாவமென்று
சூழ்ந்துமே குருஉரைத்த வாக்குப்போலே சூட்சமுடன் செய்யவல்லோ எண்ணலாச்சே. 6312

தாம்பிர கற்பம் சிவலிங்கமானது

எண்ணவே இன்னமொரு மார்க்கஞ்சொல்வேன் எளிதான புலிப்பாணி மகனேபாரு
வண்ணமுடன் காலாங்கி கிருபையாலே வளமையுடன் லோகபதி எல்லாங்காண
திண்ணமுடன் குளிகையது பூண்டுகொண்டு தீர்க்கமுடன் சீனபதி சென்றேன்யானும்
அண்ணலெனும் பதாம்புயத்தை யானுங்கண்டு அப்பனே காலாங்கி வரம்பெற்றேனே. 6313

பெற்றதொரு வரத்தினால் அனேகம்பெற்று பேரான பேரின்ப வீடறிந்து
கற்றதொரு சிவயோகி தவக்கியானி கைலாச சட்டமுனி நாதர்கூட்டம்
சுற்றுமுள்ள திருமூல வர்க்கத்தோரும் சுந்தரா னந்தரொடு ரோமந்தானும்
மற்றுமுள்ள சித்தாதி சித்தரெல்லாம் மகிழ்ச்சியுடன் மலைதனிலே பார்த்திட்டேனே. 6314

பார்த்தேனே அவரவர்கள் செய்தநூலை பாங்கான சமாதிமுகம் நின்றுகொண்டு
நேர்த்தியுள்ள பெருநூலாங் கிரந்தங்கோடி நெடிதான விரிநூலுஞ் சுருக்கங்கோடி
பூர்த்தியுடன் அவரவர்க்கு யிதவுகூறி புகழான சாத்திரத்தைக் கையிற்பற்றி
தீர்த்தமுடன் சிவலிங்க பதியில்சென்று சிற்பரனே நூல்களை யாம்பூசித்தேனே. 6315

பூசித்தேன் அதீதமென்ற நூல்கள்தம்மை புகழான சீனபதி மாண்பருக்கு
வாசித்தேன் சந்தேகந் தெளிவுநீங்கி வாகுடனே கருவிகர ணாதியந்தம்
நேசித்தேன் சீனபதி பெண்களைத்தான் நெடிதான சாத்திரத்தின் மார்க்கங்கண்டு
ஆசித்தேன் நெடுங்காலம் அங்கிருந்தேன் அப்பனே குளிகைகொண்டு பறந்திட்டேனே. 6316

போகர் புவனகிரியில் உச்சிலிங்கத் தேள் என்னும் சிறகுடைய செந்தேளைக் கண்டது.

பறந்தேனே குளிகையது பூண்டுகொண்டு பாங்கான இமயகிரி மேற்கேயப்பா
சிறந்ததொரு புவனமென்ற கிரியில்யானும் சிற்பரனே குளிகைவிட்டு இறங்கியேதான்
நிறைந்ததொரு குகைதனிலே சென்றேன்யானும் நெடிதான தேவரிஷி கோடானகோடி
குறைந்ததொரு கணக்கதுவும் லக்கோயில்லை கோடான கோடிசித்து முனிகண்டேனே. 6317

கண்டதொரு சித்துமுனி ரிஷியார்தாமும் கைலாச புவனகிரி தன்னிற்றானும்
அண்டமுடி போகாமல் யாகஞ்செய்து அப்பனே தானிருக்குங் காலந்தன்னில்
தண்டறிக மானதொரு கானகத்தில் தாட்டீக முள்ளதொரு செந்தேளப்பா
சண்டமா ருதம்போலே ரெக்கைகொண்டு சட்டமுடன் இறங்கிநிற்கப் பார்த்திட்டேனே. 6318

பார்த்தேனே புவனகிரி சிகரந்தன்னில் பாங்கான செந்தேளின் கொடூரந்தன்னை
தீர்த்தமுடன் சிகரம்விட்டு மேலேநோக்கி திகழான கொடிமுனையைப் பற்றிநின்று
வேர்த்துடலும் விஷமதுவும் தலைகொண்டேறி மிக்கான சிகரமென்ற செம்புதன்னை
ஆர்த்துமே தானோக்கிக் கொட்டும்போது அழகான செம்பதுவும் உருகிப்போச்சே. 6319

உருக்கியே செம்பதுவும் மலையோரத்தில் உத்தமனே பாய்ந்துமல்லோ லிங்கமாச்சு
மெருகான லிங்கமது செம்புமாகி மேன்மையுள்ள சமாதியென்ற பீடமாச்சு
திருவான பீடமது சித்தர்கண்டு தீரமுடன் சிவலிங்க மென்றுசொல்லி
பருவமுடன் அமாவாசை காலந்தன்னில் பட்சமது குருபூசை செய்வார்தானே. 6320

தானான பூசையது செய்யும்போது தாக்கான சிவலிங்கந் தன்னில்நின்று
தேனான ஜலமதுவும் முத்துப்போலே தேற்றமுடன் சிவலிங்கந் தன்னிற்பொங்கி
கோனான விஷமதுவும் பொங்கியல்லோ கொப்பெனவே ஜலமதுவாய் சுத்திநிற்கும்
பானான நிலமதனை எடுத்துசித்தர் பாங்குடனே சீசாவில் அடைப்பார்பாரே. 6321

பாரேதான் ஜலமதனை எடுத்துமல்லோ பாங்கான செம்பதனை உருக்கிக்கொண்டு
நேரேதான் ஆயிரமாங் களஞ்சிதானும் நேர்மையுடன் தானுருவங் காலந்தன்னில்
சேரேதான் இருக்குமுகந் தன்னிலப்பா சேர்வைகண்டு விஷநீரைத் தாக்குவார்பார்
சூரேதான் ஆயிரத்துக்கோர் களஞ்சிகொடுத்து உருக்கியல்லோ எடுப்பார்காணே. 6322

காணவே ஆயிரத்து எட்டுமாற்று கனமான தேவேந்திரன் தங்கமாச்சு
பூணவே தங்கமது பிறவித்தங்கம் புகழான சித்துமுனி வழங்குந்தங்கம்
வீணவே பூசைக்கு உதவுந்தங்கம் வேறுபடாத் தங்கமது சுயம்புத்தங்கம்
நீணவே கைலாச நாதர்தாமும் நீதியுடன் வீற்றிருக்கும் பீடந்தானே. 6323

பீடமாம் ஆயிரங்கண் இந்திரர்க்கு பேரான வாசனத்தின் தங்கமாகும்
கூடகோ புரந்தனுக்கு சிகரந்தங்கம் குவலயத்தில் மாண்பர்களுங் காணாத்தங்கம்
மாடமாளிகை நெருங்கும் மன்னர்தாமும் மார்க்கமுடன் ஆதீனத் தங்கமாகும்
தேடறியா நாதாக்கள் ரிஷிகள்தேவர் தோற்றமுடன் கண்டதொரு தங்கமாமே. 6324

தங்கமாம் புவனகிரி தன்னில்நின்று தாக்கான விஷமீறி வந்ததங்கம்
லிங்கமாம் சமாதியென்ற பீடந்தன்னில் நிஷ்களங்க மாகிவந்த தங்கமாச்சு
புங்கசித்தி எட்டுடனே பிறந்ததங்கம் புகழான நாதாக்கள் வசிக்குந்தங்கம்
பங்கமிலாத் தங்கமது பாரில்மாண்பர் பார்க்காத பிறவிஎன்ற தங்கமாச்சே. 6325

பாஷாண கற்பம்

ஆச்சப்பா இன்னமொரு மார்க்கஞ்சொல்வேன் அப்பனே புலிப்பாணி சுகுணமாரா
பாச்சலென்ற பாஷாண கற்பஞ்சொல்வேன் பாருலகில் நாதாக்கள் சொன்னதில்லை
நீச்சுடைய சர்ப்பமது தான்பிடித்து நீமகனே பாஷாணங் களஞ்சிரெண்டு
மூச்சுடனே சர்ப்பமது தானிருக்க முனியான பாஷாணந் தன்னைவாங்கே. 6326

வாங்கியே அரவத்தின் வாயில்தன்னில் வளமான பாஷாணங் களஞ்சிதன்னை
தூங்கியே திரியாமல் மைந்தாபாரு துப்புரவாய் வாயில் வைத்துத் தைத்துப்போடு
ஏங்கியே போகாமல் பாண்டந்தன்னில் எழிலாகத் தானடைத்து வாரமிட்டு
ஓங்கியே போகாமல் மேலுமூடி உத்தமனே பதனமது நாள்தான்எட்டே. 6327

எட்டான நாளதுவுஞ் சென்றபின்பு எளிதான பாண்டமதை திறந்துமைந்தா
கட்டான அரவத்தின் வாயைத்தானும் கடுகெனவே தானவிழ்த்து பார்க்கும்போது
திட்டமுடன் அரவமது ஜீவன்செத்து தீர்க்கமுடன் உயிரதுவும் சற்றேநிற்கும்
சட்டமுடன் பாஷாணந் தனையெடுத்து சாங்கமுடன் பாம்புக்குப் பாலைவாரே. 6328

வார்க்கையிலே அரவமது உயிருண்டாகி வளமான அரவமது வளமேசெல்லும்
பார்க்கையிலே பாஷாணம் விஷந்தானேறி பாங்கான காயகற்ப மாச்சுதப்பா
தீர்க்கமுடன் பாஷாணந் தனையெடுத்து தினையளவு வாகவல்லோ மண்டலந்தான்
ஏற்கையிலே மண்டலமும் மூன்றுகொண்டால் எழிலான காயமது இருக்கும்பாரே. 6329

அறுகுமே பாஷாண கற்பத்தாலே எழிலான கற்பமது கொண்டபேர்க்கு
குறுகியே தேகமது வயிரம்போலாம் குவலயத்தில் சித்துமுனி தம்மைப்போலே
அறுவதுவும் மிகவாகி புத்தியுண்டாய் அவனியிலே நீயுமொரு சித்தனாவாய்
நறுவலென்ற திரைநரையும் அற்றுப்போகும் நாதாந்த சித்தொளிவு நிதியுமாச்சே. 6330

சித்தான சித்துமுனி ரிஷிகளெல்லாம் தேசமதில் பலப்பலவாய் நூல்கள்கூறி
முத்தான பாஷாண கற்பஞ்சொல்ல மூதுலகில் மறைத்துவைத்தார் சித்தரெல்லாம்
சத்தசா கரங்கடந்து குளிகைபூண்டு சாயுச்சிய பதவிதனைக் காணவென்று
புத்தியுடன் காலாங்கி தாள்பணிந்து புகழான கற்பமதைக் கூறிட்டேனே. 6331

கூறினேன் கற்பமதைக் கொண்டபேர்க்கு குவலயத்தில் நெடுங்காலம் இருக்கலாகும்
மாறிட்ட மேனியது தங்கம்போலாம் மகத்தான வாசியது மேல்நோக்காது
நின்றிட்ட மேனியது தவளம்போலாம் நிட்களங்க வாசியது மேலோடாது
வீரிட்டு வார்த்தையது மொழிசொன்னாலும் வீணாகித் தேகமது குண்ணாதன்றே. 6332.

ஆமை கற்பம்

அன்றான புலிப்பாணி மைந்தாகேளு அப்பனே சொல்லுகிறேன் உந்தமக்கு
குன்றான மலையேறி குகைகடந்து கூறான சுவர்ணகிரி பதியமர்ந்து
வென்றிடவே குளிகையது பூண்டுகொண்டு வீறான சிகரமென்ற பதியைக்கண்டேன்
தென்றிசையில் தட்சணா மூர்த்திநாயன் தோற்றமுடன் கண்டதொரு கூர்மந்தானே. 6333

திரேதாயுகப் பிரளயத்தில் தட்சணாமூர்த்தி நாயன் மைந்தனை விழுங்கிய கூர்மத்தை சுவர்ணகிரியில் போகர் கண்டது

தானான கூர்மமது தன்னைக்கண்டேன் தாக்கான திரேதாயின யுகத்திலப்பா
மானான பிரளயங்கள் வந்தபோது மகத்தான கூர்மமது மலையிற்சென்று

தேனான மனோன்மணியாள் இருக்கும்பீடம் தெரிசனமே செய்வதற்கு மனதிலெண்ணி
பானான பார்லோகப் பிரளயத்தில் பட்சமுடன் கூர்மமது வந்ததாச்சே. 6334

வந்ததொரு கூர்மத்தைக் கண்டேன்யானும் வளம்பெரிய சுவர்ணகிரி மலையிலப்பா
அந்தமுடன் மலையைவிட்டு கீழிறங்கி அப்பனே சுனையருகே சென்றேன்யானும்
சிந்தனையாய் மனதுவந்து படியிறங்கி சிற்பரனைத் தெரிசிக்க தியானங்கொண்டு
சந்தோஷ மாகியல்லோ சுனையோரத்தில் சட்டமுடன் இறங்கையிலே கண்டிட்டேனே. 6335

சுனையில் கூர்மம் போகரைக் கண்டது

கண்டவுடன் கூர்மமது எனைப்பணிந்து கைலாச நாதரென்று தாள்பணிந்து
தெண்டமுடன் பதாம்புயத்தைப் பணிந்துபோற்றி தெளிவாக சுனையேறி மேலேநின்று
அண்டர்பிரான் எந்தனையுங் காணவந்த அன்பான போகரிஷி நாதாகேளும்
துண்டரீக மாகவல்லோ தட்சணாயன் துப்புரவாய் சாபமது தந்திட்டாரே. 6336

தந்ததொரு சாபத்தால் திரேதாயுகத்தில் சட்டமுடன் பிரளயத்தில் வந்தேனிங்கே
அந்தமுடன் நெடுங்காலம் சுனையில்யானும் அன்புடனே வாசமது செய்திருந்தேன்
சித்ததொரு சுவர்ணகிரி சுனையில்தானும் சிறப்பான சித்துமுனி வந்ததில்லை
விந்தையுடன் எந்தனுக்கு சாபந்தீர்க்க விட்டகுறை இருந்ததினால் வந்தீர்பாரே. 6337

பாரேதான் காலாங்கி நாதபாதா பட்சமுடன் எந்தன்மேல் கிருபைவைத்து
சீரேதான் சாபமதை நிவர்த்திசெய்து தீர்க்கமுடன் எந்தனையும் மீட்பீரானால்
நேரேதான் உந்தமக்குக் காயகற்பம் நெடுங்காலந் தானிருக்க யான்கொடுப்பேன்
கூரேதான் வார்த்தையது மொழியுங்கூறி குறிப்புடனே வரலாறு கூறலாச்சே. 6338

போகர் சாபம் நிவர்த்தி செய்தது

கூறவே கூர்மமது சொல்லும்போது கொற்றவனே சாபமது நிவர்த்திசெய்தேன்
மீறவே கூர்மமதை சாபம்நீக்கி மிக்கான கற்பமதைக் கேட்கும்போது
மாறவே எந்தனுக்குத் தெரியவோதி மகத்தான கற்பமதைக் கேட்கும்போது
நாறலுடன் கூர்மமது வயிற்றிருக்கும் நலமான குளிகைதனைத் தருகலாச்சே. 6339

தருகவே வயிற்றிலுள்ள காயகற்பம் தண்மையுடன் மனதுவந்து அடியேன்தானும்
பெருகவே யான்வாங்கி மண்டலந்தான் பேரான குளிகைதனில் குன்றியுண்ண
மெருகலுடன் தேகமது இறுகியல்லோ மேதினியில் நெடுங்காலம் இருப்பதற்கு
பொருகவே காயாதி கற்பங்கொண்டு பேறான உலகுதனில் வசித்திட்டேனே. 6340

வசித்ததொரு குளிகையினால் எந்தனுக்கு வாகான மகிமைகளும் அனேகமுண்டு
பசியதுவும் இல்லையப்பா பண்புள்ளோனே பாலகனே சித்தர்களுக்கு கிடைக்குமோசொல்
நிசிதமுள்ள காயாதி கற்பந்தன்னை நிகழ்ச்சியுடன் முன்னிருந்த நாதர்தாமும்
உசிதமுடன் கண்டவரும் யாருமில்லை உத்தமனே நாதாக்கள் சொல்லார்பாரே. 6341

கலைமான் கற்பம்

சொல்லாரே இன்னமொரு மார்க்கஞ்சொல்வேன் சுவர்ணமென்ற மலையிலப்பா மேற்பாகத்தில்
வெல்லவே குளிகைகொண்டு அடியேன்தானும் வேதாந்தத் தாயினது கடாட்சத்தாலே
புல்லவே வனந்தனிலே கலைமான்தன்னை புகழ்ச்சியுடன் அடியேனுங் கண்டபோது
நல்லதொரு கலைமானும் என்னைக்கண்டு நலமுடனே ஓடிவந்து பணியலாச்சே. 6342

பணிந்துமே எந்தனிட பாதம்போற்றி பட்சமுடன் எந்தனையும் வினவிகேட்க
துணிந்துமே காலாங்கி நாதர்பாதம் துப்புரவாய் மனதுவந்து அடியேன்தானும்
அணிகடனின் பதாம்புயத்தின் சீஷனென்றேன் ஆத்தாளின் கடைபாத தூளியென்றேன்
மணிபோன்ற வார்த்தையது கூறும்போது மகத்தான என்குருவே என்னலாச்சு. 6343

என்னவே காலாங்கி நாதசீஷா எழிலாக எந்தனுக்கு வந்தசாபம்
பன்னவே புஜண்டரிஷி யார்தாமும் பாங்கான கானகத்தில் யாகஞ்செய்ய
துன்னவே அடியனால் வந்தநேர்மை துப்புரவாய் யாதென்று வினவிக்கேட்பீர்
முன்னமே பெரியோர்கள் செய்தயாகம் மூதுலகில் அடியேனும் அறியேன்தானே. 6344

தானான புஜண்டமகா ரிஷியார்தாமும் தன்மையுடன் தவஞ்செய்யுங் காலந்தன்னில்
கோனான உமதையர் காலாங்கிநாதர் கொற்றவனார் தாமுரைத்த நீதிபோலே
தேனான மனோன்மணியாள் கிருபையாலும் தேற்றமுடன் சாபமதை நீக்கவெண்ணி
பானான குருபரனார் ரிஷி ஆசீர்மம் பாங்குடனே யான்வணங்கி நின்றிட்டேனே. 6345

நின்றேனே புஜண்டமகா ரிஷியார்பக்கம் நிட்களங்க மானதொரு சமாதிதன்னை
சென்றேனே நெடுங்காலம் நானிருந்தேன் தேஜொளியின் கிருபையது வண்மையாலே
வென்றதொரு யான்செய்த பாவந்தன்னை வேட்கையுடன் அணிதவரா வண்ணம்யானும்
குன்றுடனே மலைதேடி சமாதிபக்கம் கொற்றவனே சாபமதால் சென்றிட்டேனே. 6346

இட்டதொரு சாபமதை நீக்கியல்லோ எழிலாக எந்தனுக்குக் காட்சிதந்து
சட்டமுடன் ஞானோப தேசங்கொண்டு சாயுச்சிய பதவிதனைக் காணவென்று
திட்டமுடன் மனோலயத்தால் அருளுந்தந்து தீர்க்கமுடன் ஆசீர்மஞ் சாபம்நீக்கி
விட்டகுறை இருந்ததொரு நேர்மையாலே விடுதிக்கிப் போகவென அருள்கொள்வீரே. 6347

கொள்ளவென்று கலைமானுங் கூறும்போது கொப்பெனவே காலாங்கி கடாட்சத்தாலே
தெள்ளமுர்த மானபரா பரியின்பாதம் தேற்றமுடன் அடியேனும் முடிவணங்கி
எள்ளளவுந் தீங்குமிக நேராமற்றான் எழிலான மனோன்மணியைப் போற்றிசெய்து
உள்ளபடி கலைமானைப் பாதுகாக்க உவமையுடன் என்மனதில் எண்ணினேனே. 6348

எண்ணியே கலைமானின் சாபம்தீர்ந்தேன் எழிலான காயாதிதான் கொடுக்க
உண்ணவே நெடுங்காலந் தானிருந்தேன் உத்தமனே சித்துமுனி ரிஷியார்கூட்டம்
வண்ணமுடன் கலைமானின் கற்பந்தன்னை வாகுபெற உண்டவர்கள் ஆருமில்லை
கண்ணபிரான் கொண்டதொரு கற்பந்தானும் கலைமானின் கற்பத்துக்கு ஈடாகாதே. 6349

ஈடான கற்பமதை உண்டேன்யானும் எழிலான வையகத்து மாண்பரெல்லாம்
தேடாமல் கற்பமதை உண்டேன்என்று தேசமதில் சன்னியாசி வேஷங்கொண்டு

கோடான கோடிபொருள் சம்பாதிக்கக் கூறினார் கற்பமது கொண்டேனென்று
தாடாண்மை கொண்டதொரு பொய்ஞ்ஞானிக்கு தாரணியில் தனங்கொடுத்து கெட்டார்பாரே. 6350

பாரேதான் கற்பமதைக் கொண்டபோது பாங்குடனே சீனபதி சென்றேன்யானும்
நேரேதான் குளிகையது பூண்டுகொண்டு நெடிதான கடலோரஞ் சென்றுயானும்
சீரேதான் சுவர்ணகிரி இடப்பாகத்தில் சிறப்புடனே மலையேறிச் சென்றேன் யானும்
ஆரோதான் கண்டவர்கள் ஆருமில்லை அப்பனே சுவர்ணகிரி கண்டிட்டேனே. 6351

கேசரி கற்பம்

கண்டேனே இன்னமொரு மார்க்கஞ் சொல்வேன் கருவான புலிப்பாணி மைந்தாகேளு
சண்டமா ருதம்போல குளிகைகொண்டு சாங்கமுடன் சுவர்ணகிரி இடபாகத்தில்
தண்டகா ரணியமதில் அடியேன்தானும் சாங்கமுடன் சமாதிமுகந் தன்னில்நின்றேன்
அண்டர்பிரான் அருளினது கடாட்சத்தாலே அப்பனே கடலோரம் அமர்ந்தேன்தானே. 6352

தானான வையகத்து மகிமையெல்லாம் தாக்கான சுவர்ணகிரி கடலோரத்தில்
மானான மகத்துவங்கள் அதிகமென்று மார்க்கமுடன் சுந்தரா னந்தரேசர்
தேனான சாத்திரங்கள் பாடியல்லோ தேற்றமுடன் குகைதனிலே வைத்தாரப்பா
கோனான என்குருவாங் காலாங்கிநாதர் கொற்றவனார் எந்தனுக்குக் கூறினாரே. 6353

கூறியதோர் நூலதுவும் பொய்யாதென்று கொற்றவனே சமாதியென்ற பீடம்நின்று
மீறியே அஷ்டாங்க யோகஞ்சென்று மிக்கான தவநிலையில் நிற்கும்போது
நீறுடை சுந்தரா னந்தரேசர் நிஷ்களங்க சொரூபமென்ற சுடரேகொண்டு
மாறுடைய சித்தனைப்போல் வேஷங்கொண்டு மார்க்கமுடன் தரிசனங்கள் தந்திட்டாரே. 6354

தந்தாரே எந்தனுக்குத் தரிசனங்கள் தாக்கான எந்தனையும் ஆரென்றேதான்
சிந்தனையாய் மனதுவந்து கேட்கயானும் சிறப்புடைய காலாங்கி சீஷனென்றேன்
அந்தமுடன் சீனபதி விட்டுயானும் வையனே குளிகையது பூண்டுகொண்டு
விந்தைகளை அறியவென்று இடபாகத்தில் விருப்பமுடன் யான்பணிந்து துதித்திட்டேனே. 6355

சுந்தரானந்தர் சரிமார்க்கக் குளிகையை போகருக்குக் கொடுத்தது

துதிக்கையிலே சுந்தரா னந்தரேசர் துப்புரவாய் எந்தனுக்குத் துகளகற்றி
மதிப்புடனே எந்தனையு மனதுவந்து மார்க்கமுடன் கண்டதொரு வினயந்தானும்
விதிப்புடைய விட்டகுறை இருந்ததாலும் விருப்பமுடன் உந்தமக்கு உபதேசங்கள்
கதிபெறவே ஞானோபதேசஞ் செய்து கருவான கேசரியுந் தருவேன்பாரே. 6356

பாரேதான் புலிப்பாணி மைந்தாகேளு பாங்குடனே சுந்தரா னந்தரேசர்
சேரேதான் எந்தனுக்குக் குளிகைதந்து தேற்றமுடன் உலகுபதி மகிமையெல்லாம்
நேரேதான் சதாகாலஞ் சீஷனாக நேர்மையுடன் என்மீதில் மனதுவந்து
கூரேதான் கேசரியின் மார்க்கந்தன்னை குறிப்புடனே எந்தனுக்குக் கூறினாரே. 6357

போகர் புலிப்பாணிக்கு சன்மார்க்க விதி கூறல்

கூறவே புலிப்பாணி மைந்தாகேளு குவலயத்தில் எந்தனுக்கு சீஷமார்க்கம்
தேறவே கண்டல்லோ ஆராய்ந்தேதான் தேற்றமுடன் இருப்பதற்கு முறையுஞ்சொல்வேன்
மாறவே தொண்டுசெய்யும் சீஷனுக்கு மகத்தான சன்மார்க்க மேதென்றாக்கால்
ஆறவே விசுவாச அருளும்வேண்டும் அப்பனே அறிவுஜெபம் வேண்டும்பாரே. 6358

வேண்டுமே ஆசையுடன் இன்பம்வேண்டும் விருப்பமுடன் தவமுடனே பொறுமைவேண்டும்
தாண்டவம்போல் குருமொழியின் வணக்கம்வேண்டும் தாரணியில் ஜீவகாருண்யம் வேண்டும்
ஆண்டகையின் பதாம்புயத்தை நண்ணல்வேண்டும் அப்பனே இரக்கமுடன் ஈகைவேண்டும்
தூண்டியதோர் கருமானம் இன்னஞ்சொல்வேன் துப்புரவாய்த் துகளகற்றி இருக்கநன்றே. 6359

நன்றாக இறவாமல் முயற்சிதேடல் நலமான கற்புடைமை நண்ணல்வேண்டும்
குன்றான கொடியதொரு பாவம்நீக்கி குவலயத்தில் இருப்பவனே சன்மார்க்கன்தான்
தென்திசையில் அகத்தியர்க்கு நேர்மையாக தேற்றமுடன் உபதேசஞ் செய்யவல்லோன்
நன்றிபுரி வேணாடு வாழுமாண்பர் நலமான சித்துமுனிக் குவமையாச்சே. 6360

ஆச்சப்பா பொய்சூது கபடுதந்திரம் அப்பனே நிந்தையுடன் நிலைமைமாறல்
பேச்சுடனே மெய்தவறல் பொறாமைகூறல் பேரான பேரின்ப நிலைமறத்தல்
மூச்சடங்கி மெய்போலே யாகஞ்செய்தல் முனையான நற்குருவைத் தூஷணித்தல்
ஆச்சரிய மானதொரு களவுமார்க்கம் அப்பனே நீக்குவதும் உண்மைபாரே. 6361

உண்மையாம் முன்புநயம் புரணிகூறல் உத்தமரை உதாசினங்கள் மிகவும்பேசல்
நண்மையாம் பெரியோரைப் பகடிகூறல் நலமுடனே பரிசுத்தோன் போலேகூறல்
கண்மையாம் மேன்மேலும் போர்விளைத்தல் கருவான போருக்கு முயன்றுநிற்கல்
தண்மையாம் சித்துமுனி நூல்களெல்லாம் தானறிந்த பித்தனைப்போல் பினற்றுவானே. 6362

பித்தனென்றால் சொல்லுகிறேன் இன்னங்கேளு பிணிதீர்க்கும் பண்டிதன்போல் பெயர்வகுத்து
சுத்தமுடன் காவிக ஷாயம்பூண்டு சுந்தரனே உபதேசங் கூறவல்லோன்
சத்திநெறி தவறாத தருமவான்போல் தாரணியில் வேடமது பூண்டுகொண்டு
புத்தியுடன் கோபமதை அற்றவன்போல் புலம்பியே திரிவானே கழுதைமாண்பே. 6363

மாண்பான வையகத்தில் அநேகரப்பா மார்க்கமுடன் பலபலவாய் வேஷங்கொண்டு
ஆண்பிள்ளை போலாக வீரங்கொண்டு அதட்டியே வார்த்தையது மிகவுங்கூறி
காண்பவர்கள் எல்லவர்க்கும் கருத்துள்ளான்போல் கைதனிலே ருத்திராட்ச மாலைபூண்டு
வீண்பிள்ளை யாகவல்லோ திரிந்துகொண்டு விருதான வேஷமது கொள்வார்தானே. 6364

தானான புலிப்பாணி இன்னங்கேளு தண்மையுள்ள பூபாலா சொல்வேனப்பா
கோனான குருவருளும் பெற்றோனாக குவலயத்தில் கீர்த்திகொண்டு இருப்போனாக
தேனான மனோன்மணியாள் பதாம்புயத்தைத் தேற்றமுடன் எந்நாளும் துதிப்போனாக
பானான பரமசிவன் புத்திவானாய் பாருலகில் வசித்திருக்கும் சீடன்பாரே. 6365

கற்பம் உண்ண கெந்தகக் தயிலம்

பாரேதான் இன்னமொரு மார்க்கஞ்சொல்வேன் பாங்கான புலிப்பாணி மகனேகேளு
நேரேதான் உந்தமக்கு காயகற்பம் நெகிழ்ச்சியுடன் சொல்லுகிறேன் நேர்மையாக
வீரேதான் நெல்லிக்காய் கெந்திதானும் விருப்பமுடன் பலமதுவும் ஐந்துசேரு
சீரேதான் தாளகமும் ரெண்டுசேரு சிறப்பான சிங்கியது ஒன்றுகூட்டே. 6366

கூட்டவே மனோசிலையும் ஒன்றுசேரு குணமான கௌரியது ஒன்றுசேரு
நாட்டமுடன் பூரமது ஒன்றுசேரு நலமான வீரமது அரையேசேரு
வாட்டமுடன் அபினியது ஒன்றேசேரு வகுப்பான லிங்கமது ஒன்றுகூட்டு
தேட்டமுடன் துருசதுவும் ஒன்றேசேரு தெளிவான துத்தமது ஒன்றுதூக்கே. 6367

தூக்கியே சிற்றண்டங் கருவிலப்பா துடியாகத் தானரைப்பாய் நான்குசாமம்
தாக்குவாய் வாலுழுவைத் தயிலத்தாலே தானரைப்பாய் ஜாமமது எட்டதாக
நோக்கமுடன் கருஞ்சீரந் தயிலமப்பா நுணுக்கமுடன் தானரைப்பாய் ஆறுசாமம்
வாக்கதுவும் பிசகாத வண்ணமப்பா வளமான தாழம்பூ சார்தான்கூட்டே. 6368

சாரான தாழம்பூ நாலுசாமம் தண்மையுடன் மந்தாரை நாலுசாமம்
நாறான சரக்கெண்ணெய் நாலுசாமம் நலமான கொடிவேலி ஆறுசாமம்
தேறான கௌதும்பை ஆறுசாமம் தேற்றமுடன் துவரையது நாலுசாமம்
சேறான வெண்குன்றி ஆறுசாமம் செம்மையுடன் தானரைப்பாய் மைந்தாகேளே. 6369

கேளேதான் சரக்கெல்லாம் அரைத்தபின்பு கெவனமுடன் பில்லையது லேசதாக
நாளேதான் போகாமல் ரவியில்வைத்து நயமான புதுக்கலசந் தன்னிலப்பா
கோளேதான் நேராமல் மைந்தாநீயும் குமுறவே தானடைத்துச் சீலைசெய்து
கீளேதான் கலசமது துவாரமிட்டு கிருபையுடன் தயிலமது இறக்கிடாயே. 6370

இறக்கியே குழித்தயில மாகவல்லோ எழிலான கலசமதில் வடிதான்கொண்டு
சிறக்கவே முப்பூவுங் களஞ்சிசேர்த்து சிறப்புடனே கலசமதில் பதனம்பண்ணி
திரமான தயிலமதை யாரேனுந்தான் தீர்க்கமுடன் சொல்லவில்லை நூல்கள்தன்னில்
உறமான தயிலமது சித்துதானும் ஓகோகோ நாதாக்கள் சொல்வாரன்றே. 6371

அன்றான தயிலமதை ஆராய்ந்தேதான் அவனிதனில் மாண்பர்களும் பிழைக்கவென்று
குன்றான வழிபாடு முறைபாடெல்லாம் கூறினேன் போகர் ஏழாயிரத்தில்
தென்திசையில் பொதிகைமலை தன்னில்வாழும் தெளிவான சித்துமுனி நாதர்தாமும்
வென்றிடவே தயிலமதை மறைத்துவைத்தார் வேதாந்த நுட்பொருளை காட்டார்தானே. 6372

தானான சாத்திரத்தின் உளவுகண்டு தண்மையுள்ள கருவிகர ணாதியெல்லாம்
கோனான எனதையா காலாங்கிநாதர் கொற்றவனார் எந்தனுக்குச் சொன்னநீதி
தேனான மனோன்மணியாள் கடாட்சத்தாலே தேற்றமுடன் தயிலமதை வாங்கிமைந்தா
பானான பரிதியென்ற சூதந்தன்னில் பாங்குபெற தயிலமதை களஞ்சிநீட்டே. 6373

நீட்டவே பத்துக்கு ஒன்றுமேதான் நீதியுள்ள மதவானை அடங்கிநிற்க
வாட்டமுடன் தயிலமதை இரண்டுசாமம் வாகுபெற தானரைக்க சூதமாகும்

தாட்டிகமாய் சூதமதை செந்தூரிக்க தன்மையுடன் சொல்லுகிறேன் மைந்தாபாரு
நாட்டமுடன் தாரமென்ற நாதந்தானும் நலமான களஞ்சியது ஒன்றுசேரே. 6374

சேர்த்துமே முன்சொன்ன தயிலத்தாலே செவ்வையாய்த் தானரைப்பாய் நாலுசாமம்
நேர்த்தியாய் மெழுகுபத மாகுமட்டும் நேர்மையுடன் தானரைத்து செப்பக்கேளிர்
ஊத்துவமாய்க் குப்பிக்குச் சீலைசெய்து உத்தமனே சரக்கதனைக் குப்பியிட்டு
தீர்த்தமென்ற குப்பிக்கு மாக்கல்லாக திறமாக மேல்மூடி சீலைசெய்யே. 6375

செய்யவே தளவாயாஞ் சட்டிதன்னில் சிறப்புடனே மணலதனைக் கொண்டுவந்து
பையவே தளவாயாஞ் சட்டிதன்னில் பாங்குடனே ரவியில் நாலுவுய ரம்போடு
துய்யநல்ல குப்பிதன்னை மண்மேடிட்டு துப்புரவாய்க் குப்பிவாய் தெரியமூடி
எய்யவே மேற்பாண்டந் தன்னில்மூடி உத்தமனே சீலையது வலுவாய்ச் செய்யே. 6376.

வலுவான சீலையது செய்தபின்பு மைந்தனே மயங்காமல் செய்வாயப்பா
மெலுவான வாலுகையாம் ஏந்திரத்தில் மேன்மையுடன் தானெறிப்பாய் நாலுசாமம்
சுலுவான தீபமது கமலம்போலாம் சுந்தரனே தானெறிப்பாய் செப்பக்கேளு
உலுவான தீபமது ஆறியபின் உத்தமனே தானெடுக்க வகையைக்கேளே. 6377

கேளப்பா கணபதிக்குப் பூசைசெய்து கெட்டியாய் மனோன்மணியை மனதிலெண்ணி
நாளப்பா போகாமல் செந்தூரத்தை நலமாக சீசாவிற் பதனம்பண்ணு
பாளப்பா போகாமல் தேகந்தன்னை பட்சமுடன் நெடுங்காலம் இருப்பதற்கு
வேளப்பா காயாதி கற்பங்கொள்ள விருப்பமுடன் சொல்லுகிறேன் பண்பாய்க்கேளே. 6378

பண்பான செந்தூரங் குன்றிவீதம் பாலகனே மண்டலந்தான் இரண்டுவேளை
நண்பான தேனதினில் கொண்டாயானால் நலமான தேகமது கற்றூணாகும்
திண்பான வாசியது மேல்நோக்காது தீர்க்கமுடன் கொண்டவர்க்கு நரையுமில்லை
உண்டான காயாதி கற்பமெல்லாம் உத்தமனே இதற்குஈடு சொல்லொண்ணாதே. 6379

ஒண்ணாது செந்தூரந் தானுமப்பா உத்தமனே கோடிவரை இருக்கலாகும்
கண்ணான செந்தூரந் தன்னையப்பா கருத்துடனே பாச்சுகின்ற விதத்தைக்கேளு
மண்ணான செம்பதுவும் களஞ்சிநூறு மகத்தான செந்தூரங் களஞ்சியொன்று
ஒண்ணாது தானுருக்கி மூசைதன்னில் உத்தமனே தானெடுத்து சாய்த்திடாயே. 6380

சாய்க்கவே செம்பதுவும் மாற்றோபத்து தனியான மாற்றதுவும் என்னசொல்வேன்
வாய்ந்ததொரு பிறவியென்ற தங்கந்தானும் மகத்தான தங்கமது இதற்கீடுண்டோ
தேய்ந்ததொரு தேய்வுயென்ற தங்கமப்பா தேற்றமுள்ள பிறவியென்ற தங்கமாச்சு
பேய்ந்ததொரு மலைபோலே விளைந்ததங்கம் பெருமையுள்ள சிருஷ்டிப்பு தங்கந்தானே. 6381

தானான தங்கமது யோகித்தங்கம் தன்மையுடன் சிவவேடம் பூண்டோர்க்காகும்
கோனான குருத்தங்கம் ஞானத்தங்கம் கொற்றவர்கள் ராஜாக்கள் அணியுந்தங்கம்
பானான மனோன்மணியாட்கு உகந்ததங்கம் பாரினிலே சித்தர்மெச்சும் தங்கமப்பா
தேனான குருக்கள் மாரணியுந்தங்கம் தேஜொளிவின் சொரூபமென்ற தங்கந்தானே. 6382

தங்கமாம் இன்னமொரு போக்குசொல்வேன் தண்மையுள்ள புலிப்பாணி மகனேகேளு
பங்கமில்லா தங்கமது என்னசொல்வேன் பாலகனே ஒன்பதுக்கு ஒன்றுதாக்கு
துங்கமுள்ள ரசிதமது மாற்றோபத்து துடியான பசுமையென்ற ஏமமாச்சு
புங்கசித்தி எட்டுடைய சிவயோகிக்கு புனிதனே தங்கமது வாய்க்கும்பாரே. 6383

பாரேதான் கருமிகட்கும் சண்டாளர்க்கும் பலியாது இவ்வேதை பலியாதப்பா
ஆரோதான் சாத்திரங்கள் அனேகஞ்சித்தர் அபரிதமாய்ப் பாடிவைத்தார் கோடானகோடி
நேரேதான் இவ்வேதைக் குவமைகூற நெடியபுகழ் வையகத்தில் யாராலாகும்
சீரேதான் விட்டகுறை இருந்தபேர்க்கு தீர்க்கமுடன் வாய்ப்பதும் மெய்யதாமே. 6384

மெய்யான வித்தையது என்னசொல்வேன் மேதினியில் நாதாக்கள் கூறும்வித்தை
பொய்யான வித்தையது அநேகங்கோடி பூட்டினார் வெகுகோடி மாண்பர்க்காக
வையகத்தில் வாழுகின்ற மாண்பருக்கு மகத்தான செந்தூரம் உண்டபேர்க்கு
ஐயமற ரோகாதி ரோகமெல்லாம் அப்பனே உடலைவிட்டே ஏகும்பாரே. 6385

விலாங்கு கற்பம்

ஏகுமே இன்னமொரு கற்பம்பாரு ஏற்றமுடன் சொல்லுகிறேன் மைந்தாபாரு
பாருடைய நெய்போன்ற விலாங்குதன்னை பட்சமுடன் தான்பிடித்து பண்பாய்க்கேளு
சாகுதற்கு முன்பாக சூலந்தன்னை சட்டமுடன் வாயிலிட்டு விலாங்குதன்னை
வேகுதற்கு பாண்டமது தானமைத்து வேகமுடன் பூநீரைப் பாண்டம்போடே. 6386

போட்டுமே விலாங்குதனை மேலேவைத்து பொங்கமுடன் மேலுமந்த பூநீர்விட்டு
நாட்டமுடன் ஜலமதனை மேலேவிட்டு நிஷ்களங்க மாகவல்லோ பாண்டமூடி
வாட்டமுடன் தானவித்து ரவியிற்போடு வளமான விலாங்கதுவும் உலர்ந்தபின்பு
தாட்டிகமாய் கல்லுரலில் இட்டுமைந்தா சட்டமுடன் இரும்புலக்கை தன்னாற்சாடே. 6387

சாடவே சூரணமாய்ச் செய்துகொண்டு சட்டமுடன் சுக்குடனே ஓமஞ்சேர்த்து
கூடவே மிளகுடனே வாய்விளங்கம் குணமான பரங்கியென்ற பட்டைதானும்
போடவே ஏலமுடன் ஜாதிபத்திரி பொங்கமுடன் வெந்தயமும் இருசீரந்தான்
சூடவே பச்சையென்ற பூரந்தானும் சுத்தமுள்ள ரோசனையுங் கூடச்சேரே. 6388

சேர்த்துமே வகைக்குவொரு பலமதாக சிறப்புடனே நெய்தேனும் விட்டுக்கிண்டி
பேர்த்துமே புதுக்கலசந் தன்னிலப்பா பெருமையுடன் சீனிசர்க் கரையுங்கூட்டி
ஆர்க்கவே பாகுபதந் தன்னிலப்பா அப்பனே முன்னுரைத்த லேகியத்தைத்
தீர்க்கமுடன் தான்சேர்த்து கிளறிவாங்கி திட்டமுடன் பீங்கானிற் பதனம்பண்ணே. 6389

பண்ணவே கணபதிக்குப் பூசைசெய்து பாலகனே சோடசத்தில் வைத்துப்போற்றி
உண்ணவே மண்டலந்தான் கொண்டாயானால் உத்தமனே கழற்சிக்காய் விகிதங்கொள்ள
தண்ணமுடன் தேகமது இறுகிக்காட்டும் தாக்கான வாசியது மேல்நோக்காது
கண்ணபிரான் செய்ததொரு குளிகையப்பா கண்மணியே உந்தனுக்குப் போதித்தேனே. 6390

போதித்தேன் விலாங்கினுட மாயாகற்பம் பொங்கமுடன் சமுசாரிக்கான கற்பம்
வாதிகளுங் கண்டறிந்து செய்வாரப்பா வையகத்தில் விதியுள்ளான் செய்யுமார்க்கம்

சோதித்து சாத்திரங்கள் கண்டாராய்ந்து சுந்தரனே உந்தனுக்கு ஓதிவைத்தேன்
சாதித்தால் குளிகையென்ற விலாங்குகற்பம் சாங்கமுடன் யோகிகட்கு உறுதியாமே. 6391

உறுதியாஞ் சிற்றின்பங் கொண்டபேர்க்கு உத்தமனே யாக்கைநரம் புடையபேர்க்கும்
நிறுதியெனும் தாதுவிருத்தி இல்லாதார்க்கும் நீடூழி போகமது கொள்வோருக்கும்
குறுதியது இல்லாத தேகத்தோர்க்கும் குணமில்லா மணமில்லா மேனுயோர்க்கும்
அறிவுகுன்றி இருப்பதொரு மாண்பருக்கும் அழகான குளிகையது பாருபாரே. 6392

பாரப்பா குளிகையது கொண்டபேர்க்கு பாங்குடனே ஏழு யானை பலமுண்டாகும்
ஆரப்பா குளிகையது செய்யப்போறார் அப்பனே அறிவுடையோர் செய்யும்வேதை
நீரப்பா தனிலிருக்கும் விலாங்குகற்பம் நீதியுள்ள கற்பமது என்னசொல்வேன்
பேரப்பா சிவயோகி செய்யாரப்பா பேரின்ப நிலைநடந்தோர் செய்யார்தானே. 6393

செய்வார்கள் சிற்றின்பம் உடையபேர்கள் ஜெகதலத்தில் கோடியுண்டு லக்கோயில்லை
துய்யதமிழ் பண்டிதங்கள் மெத்தவுண்டு துப்புரவாய்ச் செய்துமல்லோ அதீதஞ்செய்வார்
மெய்யான கற்பமதை செய்தபேர்கள் மேதினியில் கலவிக்கு முதன்மையாவார்
பொய்யான கற்பமது கூறவில்லை புண்ணியனே உந்தனுக்கு புகட்டினேனே. 6394

புகட்டினேன் உந்தனுக்கு அன்புகூர்ந்து புகழான விலாங்கினது கற்பந்தன்னை
ஜகமுழுதும் சித்துமுனி சாத்திரத்தில் சாங்கமுடன் மறைத்துவைத்தார் என்னசொல்வேன்
அகங்கொண்ட மாண்பர்களுக்கு ஆகவென்று அப்பனே சிடிகையெல்லாம் மறைத்துப்போட்டார்
சுகம்பெறவே அடியேனும் மனதுவந்து சூட்டினேன் மாண்பர்களுக்கு உகந்தவாறே. 6395

ஆறான சூத்திரத்தில் மறைத்து எல்லாம் வாகுடனே சாத்திரத்தில் பெருக்கிவிட்டேன்
கூறான சிடிகையென்ற மார்க்கந்தன்னை குணம்பெறவே செய்தவர்க்கு எல்லாஞ்சித்தி
மாறாமல் கைபாகம் செய்பாகந்தான் மன்னவனே செய்தவர்க்கு எல்லாஞ்சித்தி
தூறான மார்க்கமது சென்றபேர்க்கு துப்புரவாய் யாதொன்றும் பலியாதன்றே. 6396

பலியாது குடிகெடுக்கும் பாவியோர்க்கும் பாங்கான சண்டாள துரோகியோர்க்கும்
வலிதான பவமுடைய கருமியோர்க்கும் வாகுடைய சிடிகையென்ற வேதைதானும்
நவியாளர் தங்களுக்கும் அவனாதியோர்க்கும் நற்பெண்டிர் களைக்கெடுத்த துரோகியோர்க்கும்
கலியுடைய சப்பாணி குருடருக்கும் சட்டமுடன் ஒருக்காலும் பலியாதன்றே. 6397

அன்றான போகர் ஏழாயிரத்தில் அப்பனே கடைக்காண்டந் தன்னிலப்பா
குன்றான மலைபோலே கோடிகற்பம் கொட்டினேன் நாதாக்கள் அறிந்ததில்லை
தென்திசையில் அகத்தியனார் காவியத்தில் தேற்றமுடன் வெகுகோடி பாடிவைத்தார்
வென்றிடவே சத்தகாண்டந் தன்னிலப்பா விருப்பமுடன் பாடிவைத்தேன் கோடியாமே. 6398

நாரை கற்பம்

கோடியாம் இன்னமொரு கற்பஞ்சொல்வேன் கோபாலா என்குருவே குமரவேலா
வாடியே மயங்காதே மன்னாகேளு வளமையுடன் நாரையென்ற கற்பஞ்சொல்வேன்
தேடியே கருநாரை கொண்டாராய்ந்து தேற்றமுடன் குடல்போக்கி சிறகுபோக்கி
ஆடியதோர் சூதமென்ற பாலைதன்னை அப்பனே அதன்வாயிற் புகட்டிடாயே. 6399

பகட்டவே இருவாயுந் தைத்துமல்லோ பொங்கமுடன் தாளியென்ற பாண்டந்தன்னில்
அகலமது சாணதுவும் விரல்தான்நாலு அப்பனே பூநீரைப் பரப்பிமைந்தா
நிகலவே நாரையென்ற பட்சிதன்னை நிஷ்களங்க மாகவல்லோ பாண்டம்வைத்து
புகலவே மேலுமந்த பூநீர்விட்டு புண்ணியனே மேற்பாண்டந் தன்னைமூடே. 6400

மூடவே சீலையது வலுவாய்ச்செய்து முசியாமல் தானெரிப்பாய் இரண்டுசாமம்
நீடவே பட்சியது வந்துமல்லோ நீதியுடன் தீயாறி எடுத்துப்பாரு
கூடவே மேலிருந்த பாண்டம்நீக்கி குற்றமற மாமிசத்தை எடுத்துமைந்தா
சாடவே குழிக்கல்லில் தன்னிலிட்டு சட்டமுடன் இரும்புலக்கை தன்னாற்சாடே. 6401

சாட்டியபின் சூரணமாய்ச் செய்துகொண்டு சாங்கமுடன் சூரணத்தில் நாலுக்கொன்று
தாட்டிகமாய் பஞ்சமுஷ்டி தானுஞ்சேர்த்து சட்டமுடன் பஞ்சதிரவியங்கள் அனைத்தும்
வாட்டமுடன் திரிகடுகு திரிபலாதி வகைவகைக்கு நாலுக்கொன்று சேரு
பூட்டவே இத்தாதி சரக்கையெல்லாம் புகழ்பெறவே நெய்தேனும் விட்டுக்கிண்டே. 6402

கிண்டியே பரணிதனில் பதனம்பண்ணு கீர்த்திபெற உண்பதற்கு விபரங்கேளு
தண்டகம்போல் இருவேளை உண்பாயானால் தாட்டிகமாய் வாசியது மேல்நோக்காது
மண்டலந்தான் கொண்டவர்க்கு வாசியோகம் மகத்தான மார்க்கமெல்லாம் வழியேகாட்டும்
சண்டமா ருதம்போலே இந்தகற்பம் சாங்கமுடன் உண்பவர்க்கு பலனைக்கேளே. 6403

கேளப்பா குளிகையது கொண்டபேர்க்கு கெடியான சின்மயத்தில் ஒடுக்கவாசி
நாளப்பா தன்மயமுங் காணாமற்றான் நலமான வாசிவழிக்கு இடங்கொடுக்கும்
ஆளப்பா ஆறாதாரத்தை காட்டும் அப்பனே அதிலொடுக்கம் கலைகள்இரண்டும்
தேளப்பா கொட்டினதோர் விஷத்தைப்போலும் தேஜொளிவின் பூரணத்தைக் காணலாமே. 6404

காணலாஞ் சுழுத்தியிலே இருந்துகொண்டு கருவிகர ணாதியந்தம் மேலேதொட்டு
பூணலாம் விசுத்தியிலே வாசிநாட்டி புகழ்பெறவே வனாகதத்தை மேலேபூட்டி
தோணவே சுடரொளியைத் தாக்கும்போது சூட்சமென்ற தலைதனையே பிரித்துக்காட்டும்
மாணவே மாயாதி சித்தரெல்லாம் மார்க்கமுடன் மறைத்துவைத்தார் உண்மைபாரே. 6406

உண்மையாய் வாசிதனை நடத்தும்போது உத்தமனே சிகரமது மூஞ்சிக்காட்டும்
தண்மையாய் நடுமையம் மவுனம்பார்த்து தாக்குவாய் அங்கென்று கும்பித்தாக்கால்
வண்மையாஞ் சுழுத்தியிலே கலைதானோக்கும் வளம்பெறவே பூரணத்தைப் பதியக்காட்டும்
கண்மையாஞ் சுவாசமது கபாலம்பற்றி கைலாய அங்குலத்தைக் காட்டும்பாரே. 6405

காட்டுமே சூட்சமென்ற குதிரையாலே கதிரொடுங்கி சடாபோலே கண்பிதுங்கி
நீட்டமுடன் பஞ்சபூதங்கள் அனைத்தும் நிலையான ஒடுக்கவழி அடங்கநின்று
கூட்டமுடன் பிரிதிவினில் தேய்வுதங்கி குறிப்புடனே தேய்வினிலே வாய்வுதங்கி
காட்டியே ஆகாசம் வப்பில்தங்கி கனமான யோகநிலை நிறுத்தும்பாரே. 6407

பாரேதான் கண்ணாலே மனக்கண்ணாலே பாங்குபெற யோகநிலை நடத்துதற்கு
சீரேதான் சித்துமுனி ரிஷிகள்தாமும் சிறப்புடனே குண்டலினியாம் யோகந்தன்னை
நேரேதான் நெடுங்காலங் கற்பமுண்டு தேற்றமுடன் போகநிலை ஒடுக்கந்தன்னை
வேரேதான் கருவான நூல்கள்பார்த்து விட்டகுறை இருந்ததென்று விட்டிட்டாரே. 6408

விட்டாரே தேவதா ரிஷிகளெல்லாம் விண்ணாடர் மண்ணாடர் மாண்பர்தாமும்
கெட்டாரே யோகநிலை சூட்சங்காணார் கேடழிந்து பாடழிந்து விழலாய்ப்போனார்
தொட்டகுறி போலாக உந்தமக்குத் தோறாமல் ஓதிவைத்தேன் புண்ணியவானே
விட்டகுறை இருந்ததொரு புண்ணியத்தால் வித்தகனே உந்தமக்கு அமைக்கலாச்சே. 6409

ஆச்சப்பா காலாங்கி கிருபையாலும் அப்பனே மனோன்மணியாள் ஆசீர்மத்தால்
மூச்சடங்கி வாசியோகஞ் செய்வதற்கு முனையான காயாதி கற்பமெல்லாம்
வாச்சுதே புலிப்பாணி மன்னாகேளு வளம்பெறவே உந்தனுக்கு யோகங்காண
மாச்சலென்ற யோகநிலை உந்தமக்கு மகத்தான மகிமைகளும் போதித்தேனே. 6410

மயில் முட்டை கற்பம்

போதித்த இன்னமொரு மார்க்கம்பாரு புகழான புலிப்பாணி மகனேயப்பா
ஆதித்தன் சந்திரன்போல் உந்தமக்கு அப்பனே யானுரைப்பேன் மகிமைபாரு
ஜோதிமய மானதொரு மயிலின்முட்டை சுந்தரனே மனதுவந்து முட்டைதன்னில்
பாதிமதி விந்துடனே யாயிநாதம் பாங்குபெற தானெடுப்பாய் களஞ்சியொன்றே. 6411

ஒன்றான களஞ்சியது வகைவகைக்கு உத்தமனே தானெடுத்து செப்பக்கேளீர்
குன்றாமல் முட்டைதனில் துவாரமிட்டு குறையாமல் சரக்கெல்லாம் அடைத்துமைந்தா
வென்றிடவே சீலையது வலுவாய்ச்செய்து விவரமுடன் துவாரமதை மறைத்துமைந்தா
சென்றிடவே பாண்டமதில் மணல்தான்கொட்டி செழித்துமே மேலுமந்த மணலைக்கொட்டே. 6412

கொட்டியே மேற்பாண்டந் தன்னைமூடி குமுறவே சீலையது வலுவாய்ச்செய்து
சட்டமுடன் வாலுகையாம் ஏந்திரத்தில் சாங்கமுடன் தானெரிப்பாய் நாலுசாமம்
பட்டயம்போல் மணலதுவுஞ் சிவந்தபின்பு பாலகனே எடுத்துப்பார் அண்டந்தன்னை
நட்டமென்ன காயாதிக்கு உறுதியாச்சு நலம்பெறவே கவசமதைப் பிரித்துவாங்கே. 6413

வாங்கியே கவசமதை எறிந்துபோடு வளம்பெறவே அண்டமதை உரலிலிட்டு
தூங்கியே திரியாதே இரும்புலக்கை துப்புரவாய்த் தான்கொண்டு ஜாடும்போது
பாங்குபெற மெழுகதுவும் என்னசொல்வேன் பாரினிலே நாதாக்கள் மறைத்துவைத்தார்
ஏங்கியே இருந்தாக்கால் என்னசித்தி எழிலான கற்பமதைத் தேடிக்கொள்ளே. 6414

கொள்ளவே நயம்பெறவே கற்பந்தன்னை குணபாகங் கைபாகஞ் செய்பாகத்தால்
மெள்ளவே குளிகைதனை முடித்துக்கொண்டு மேதினியில் நீயுமொரு சித்தனைப்போல்
உள்ளதொரு வேஷமதை விடுத்துமல்லோ உத்தமனே சிவராஜ யோகன்போலே
விள்ளவே நெடுங்காலம் இருப்பதற்கு விருப்பமுடன் காயாதி கற்பமுன்னே. 6415

உண்ணவே மண்டலந்தான் அந்திசந்தி உத்தமனே மயில்கற்பங் கொண்டாயானால்
திண்ணமுடன் நரைதிரையும் அற்றுப்போகும் தீர்க்கமுடன் நெடுங்காலம் இருக்கலாகும்
வண்ணமுடன் காயாதி கற்பத்தாலே வளமான வாசிதனை நடத்தலாகும்
திண்ணமுடன் காலாங்கி நாதர்தானும் சட்டமுடன் எந்தனுக்கு ஓதினாரே. 6416

ஓதவே காயாதி கற்பந்தன்னை உத்தமனே உந்தனுக்கு உரைத்தேனப்பா
நீதமுடன் காயாதி கற்பமுண்டு நீணிலத்தில் நீயுமொரு சித்தனைப்போல்
தோதகமாய் என்காலஞ் சென்றபின்பு துப்புரவாய் லோகாதி லோகமெல்லாம்
சாதகமாய்த் தான்திரிந்து மைந்தாநீயும் சட்டமுடன் சீனபதிக் கேகுவீரே. 6417

ஏகவே உந்தமக்கு வரமுந்தந்தேன் எழிலான மகிமையெல்லாந் தானுரைத்தேன்
போகவே குளிகையது பூண்டுகொண்டு பொங்கமுடன் காயாதி கற்பமுண்டு
சாகாமல் இருப்பதற்கு வினயங்கொண்டு சட்டமுடன் காயாதி கற்பந்தன்னை
ஆகாயந் தனிற்செல்ல குளிகைதானும் அப்பனே உந்தமக்கு தந்திட்டேனே. 6418

தந்தேனே என்றுசொல்லி போகர்தாமும் சட்டமுடன் சீனபதிக்கு ஏகியல்லோ
அந்தமுடன் சீனபதிப் பெண்களுக்கு அவனிதனில் நடந்ததொரு அதிசயங்கள்
சொந்தமுடன் தாமுரைத்து சித்துதாமும் சுந்தரனார் காலாங்கி சமாதிபக்கல்
விந்தையது இன்னமிகக் காணவென்று விருப்பமுடன் குளிகையிட்டு சென்றிட்டாரே. 6419

போகர் சீனபதி புரவி அதிசயத்தை புலிப்பாணிக்குக் கூறல்

சென்றாரே சீனபதிக் கடலோரத்தில் சிறப்புடனே போகமுனி நாதர்தாமும்
வென்றிடவே சிலநாளங்கு இருந்துமல்லோ வேகமுடன் மேருவட பாகத்தில்
குன்றான மலையோரஞ் செல்லும்போது கூறான சாம்பலென்ற குகையோரத்தில்
அன்றுமல்லோ செம்புரவி தன்னைத்தானும் அங்கெனவே போகர்முனி கண்டார்தாமே. 6420

தானான குளிகையது பூண்டுகொண்டு தாரணியில் வடபாகங் குகையோரத்தில்
மானான மகமேரு தன்னைப்போலே மகத்தான வசுவதா புரவிதன்னை
பானான சூரியன்போல் புரவிதானும் பாங்குடனே கண்டவரும் பிரமித்தேங்கி
தேனான மனோன்மணியை மனதிலெண்ணி தேற்றமுடன் பிறவியிடம் இறங்கினாரே 6421

இறங்கியே போகரிஷி முனிவர்தானும் எழிலான செம்புரவி அருகில்வந்து
திறமுடனே குளிகையது விட்டுமல்லோ தீர்க்கமுடன் அஞ்சலித்து கரங்குவித்து
நிறமுடைய செம்புரவி தன்னைக்கண்டு நிட்களங்கமான பரவசமுங் கொண்டு
குறவனைப்போல் சித்துமுனி ரிஷியார்தாமும் கும்பிட்டு முடிவணங்கிப் பணிந்திட்டாரே. 6422

பணிந்துமே போகரிஷி முனிவர்தாமும் பட்சமுடன் முடிவணங்கி நிற்கும்போது
மணியான செம்புரவி தானுங்கண்டு மகத்தான போகரிஷி யாரென்றுஎன்னை
அணியான காலாங்கி நாதர்பாதம் அவர்பாத சீஷனென்று யானுரைத்தேன்
துணிவுகொண்டு அடியேனுங் கூறும்போது துப்புரவாய் என்மீதில் கருணையாச்சே. 6423

கருணையெனும் வாய்மொழியை அறிந்துயானும் கர்த்தாவே எந்தனை ஆதரிக்கவென்று
அருணனைப்போல் மின்னுகின்ற புரவிதன்னை அடிவணங்கி முடிவணங்கி தொழுதேன்யானும்
வருணரிஷி வளர்த்ததொரு புரவியொன்று வாகுடனே ஆசீர்மம் மிகவுங்கூறி
தருணமது வந்ததொரு காரியத்தைச் சாங்கமுடன் உரைக்கவென்று கேட்கலாச்சே. 6424

வருணரிஷியார் அசுவம் போகரைக் கேட்டது

கேட்கவே போகரிஷி முனிவர்தானும் கெடியான லோகாதி தேசமெல்லாம்
மீட்கமுடன் குளிகைகொண்டு சுத்திவந்தேன் மிக்கான பதிதனையே காணவென்று
வாட்டமுடன் தெரிசனைக்கு வந்தேன்யானும் வளமான காலாங்கி கடாட்சத்தாலே
தேட்டமுடன் எந்தனுக்கு தெரிசனைத்தான் தேவனே கிடைத்ததென்று பணிந்திட்டாரே. 6425

பணிந்தாரே போகரிஷி நாதர்தாமும் பாங்கான செம்புரவி யாதுகூறும்
துணிவுடனே குளிகைபூண்டு இங்கேவந்து துய்யதொரு சிறுபாலா உந்தனுக்கு
மணியான உபதேசஞ் செய்வேனென்று மார்க்கமுடன் செம்புரவி கூறியல்லோ
பணிபோன்ற செம்புரவி மாலையொன்று பட்சமுடன் தான்கொடுத்து மதிக்கலாச்சே. 6426

மதிக்கவே நவரத்தின மாலையொன்றும் மன்னவனார் போகரிஷி நாதருக்கு
துதிக்கவே நெடுங்காலம் இருப்பதற்கும் துடியான கற்பமென்ற மார்க்கந்தானும்
நதிராகத் தான்கொடுத்து அசுவந்தானும் நயம்பெறவே கருவுள வானதெல்லாம்
கதிர்போன்ற போகரிஷி நாதருக்கு கனமாகத் தான்கொடுத்து கருதலாச்சே. 6427

செம்புரவி போகருக்கு உபதேசித்தல்

கருதவே காலாங்கி நாதர்தம்மை கனமுடனே கேட்டதொரு புண்ணியத்தால்
பொருந்தவே போகமுனி நாதருக்கு பொங்கமுடன் உபதேசஞ் செய்யவெண்ணி
அருமையுடன் மூலிகற்ப மானதெல்லாம் அன்புடனே கொண்டுபோய் மனதுவந்து
பெருமைபெற சதாகாலம் வையகத்தில் பேரான மகிமைதனைக் கூறும்பாரே. 6428

பாரேதான் போகரிஷி நாதாகேளும் பாருலகில் வந்ததொரு குளிகைபாலா
சீருடைய சித்தாதி முனிவர்தாமும் சீரான கானகத்தில் அனேகருண்டு
வீறுபுகழ் நாதாக்கள் சபிப்பாரப்பா வித்தகனே உந்தமக்குத் தீங்குநேரும்
மாறுபா டானதொரு வார்த்தைகூறி மன்னவனே மதிமோசஞ் செய்வார்தானே. 6429

தானான காலாங்கி சித்துபாலா தண்மையுடன் உந்தனுக்கு மூலிகற்பம்
கோனான மலைதனிலே சென்றுயானும் கொற்றவனே உந்தனுக்கு மூலிகற்பம்
தேனான செம்புரவி உண்டகற்பம் தேசமதில் மாண்பரெல்லாம் காணாகற்பம்
பானான சூரியனார் காணாகற்பம் பட்சமுடன் மனதுவந்து கொடுக்கலாச்சே. 6430

கொடுக்கவே வருணரிஷி தன்தனக்கு கொற்றவனார் உபதேசம் செய்தமூலி
நடுக்கடலில் கிருஷ்ணாவ தாரங்கொண்ட நலமான கண்ணபிரான் மூலிதன்னை
அடுத்துமே ஆகாசந் தான்பறந்து அலைகடலின் மையமதில் இறங்கியல்லோ
எடுத்துமே வாய்தனிலே கவ்விக்கொண்டு அசரியே மேற்பறந்து வருகலாச்சே. 6431

தருகவே மூலிதனை சாபந்தீர்த்து சட்டமுடன் போகரிஷி நாதருக்கு
குருவுரைத்த கற்பமென்ற மூலிதன்னை குவலயத்தில் ஒருவருக்கும் விள்ளாதப்பா
சருகுடைய மூலியின்தன் கற்பத்தாலே லட்சாதி கோடிவரை இருக்கலாகும்
திருவருளால் உந்தனுக்கு எல்லாஞ்சித்தி தீர்க்கமுடன் மூலிதனைப் பெற்றுக்கொள்ளே. 6432

கொள்ளவே என்றுமல்லோ மனதுவந்து கொற்றவர்க்கு மூலிதனைக் கொடுத்துமேதான்
எள்ளளவும் நாதாந்த சித்தர்தம்மால் எளிதாக ஏற்றமது நேராமற்றான்
உள்ளபடி ஞானோப தேசமார்க்கம் உத்தமனே தான்கொடுத்து அதீதங்கூறி
தெள்ளமுர்த மானதொரு மாயாகற்பம் தெளிவுடனே செம்புரவி ஈயலாச்சே. 6433

ஆச்சப்பா புலிப்பாணி மகனேகேளு வட்டதிசை தான்கடந்து புரவிகண்டேன்
பாச்சலுடன் குளிகையது மனதுவந்து பட்சமுடன் கண்ணபிரான் உண்ணகற்பம்
மூச்சடங்கி வருணரிஷி கொண்டகற்பம் முனையான அசுவமது உபதேசத்தால்
ஆச்சரிய மானதொரு கற்பந்தன்னை அன்புடனே பெற்றுவந்தேன் என்றிட்டாரே. 6434

என்னவே காலாங்கி நாதர்தம்மால் எழிலான எட்டுதிசை குளிகைகொண்டேன்
பன்னவே அசுவதா கடாட்சத்தாலே பாலகனே பெருங்கற்பம் யானுங்கண்டேன்
துன்னவே தேவதா ரிஷிவரத்தால் துப்புரவாய் மகமேரு கற்பங்கொண்டேன்
உன்னவே புஜண்டமகரிஷி சாபத்தால் உத்தமனே பற்பமது பெற்றிட்டேனே. 6435

பெற்றேனே கிட்கிந்தா ரிஷிவனத்தில் பேரான குளிகைகற்பம் யானுங்கொண்டேன்
கற்றதொரு முதலைகற்பம் யானுங்கொண்டேன் கருவான பச்சைவண்ணப் புரவிகற்பம்
வெற்றியுடன் இமயகிரி பர்வதத்தில் வேகமுடன் ஏழுவரை சென்றேன்யானும்
பற்றியங்ஙன மேலிருந்த தேவர் பாங்கான ரிஷிநாதர் முனிகண்டேனே. 6436

கண்டேனே அவரிடமும் குளிகைகொண்டேன் காணவே மற்றொரு வகையுங்கண்டேன்
விண்டபொருள் இருபத்தோர் வரையுஞ்சென்றேன் விட்டகுறை இருந்ததுவும் அனைத்துங்கண்டேன்
கொண்டல்முடி அச்சுதனார் மூலிகற்பம் கொடிதான சஞ்சீவி அனைத்துங்கண்டேன்
சண்டமா ருதம்போலே புரவிகற்பம் சாங்கமுடன் கண்டேன் என்றிட்டார்தானே. 6437

தானான புரவியது எந்தனுக்கு தண்மையுள்ள கற்பமது கொடுத்ததாலே
கோனான எந்தேவர் காலாங்கிநாதர் கொற்றவனார் பாதமது கடாட்சத்தாலும்
தேனான மனோன்மணியாள் கிருபையாலும் தேற்றமுடன் கற்பமது கொண்டுமல்லோ
பானான வையகத்தில் பகைவர்தம்மை பட்சமுடன் வென்றுமல்லோ ஜெயித்திட்டேனே. 6438

இட்டேனே புலிப்பாணி மைந்தாகேளு எழிலான கற்பமதை யாருக்குந்தான்
தொட்டகுறி போலாகச் சொல்லிவந்தேன் துரைராஜ சுந்தரனே உந்தமக்கு
விட்டகுறை இருந்ததொரு புண்ணியத்தால் விருப்பமுடன் உந்தனுக்கு உபதேசித்தேன்
சட்டமுடன் எந்நாளுங் காலாங்கிபாதம் சதாகாலந் தான்வணங்கி வாழுவீரே. 6439

லவண பற்பம்

வாழ்கவே இன்னமொரு மார்க்கஞ்சொல்வேன் வளமையுள்ள புலிப்பாணி மைந்தாகேளு
தாழ்கவே லவணமது இருபத்தைந்து தப்பாமல் வகையொன்றுக் களஞ்சிவீதம்
மூழ்கவே குழிக்கல்லில் தன்னைவிட்டு முனையான காடியென்ற நீரালப்பா
நீழ்கவே முன்சொன்ன காடிதானும் முசியாமல் தானெடுத்து அரைத்திடாயே. 6440

அரைத்துமே நாற்சாம மானபின்பு அன்பாக பில்லையது இலகுவாய்ச்செய்து
குறையாது ரவிதனிலே காயவைத்து குணமாக சில்லிட்டுச் சீலைசெய்து
முறைதானும் பிசகாமல் பின்னுமப்பா முசியாமல் கோழியென்ற புடந்தான்போடு
நிறைபோலே தீயாறி எடுத்துப்பாரு நிட்களங்க மானதொரு பற்பமாச்சே. 6441

ஆச்சப்பா லவணமதை எடுத்துமைந்தா அப்பனே முன்போலே காடியாலே
மூச்சடங்கத் தானரைப்பாய் நாலுசாமம் முசியாமல் முன்போலே சீலைசெய்து
மாச்சலுடன் ரவிதனிலே காயவைத்து பாங்குபெற புடந்தனையே போடுபோடு
மாச்சலது வாராது லவணபற்பம் மகத்தான நாதாக்கள் வித்தையாச்சே. 6442

லவணவகை இருபத்தைந்தும் என்னுடைய நிகண்டில் காண்க.

வித்தையாம் லவணமென்ற பற்பந்தன்னை வீறுடனே இரண்டுபத்து புடமேபோடு
சுத்தமுள்ள பற்பமது என்னசொல்வேன் சுந்தரனே நாதாக்கள் செய்யும்வேதை
சத்தியமாய் யானறிந்த மட்டுமல்லோ தண்மைபெற உந்தனுக்கு ஓதினேன்யான்
புத்தியுள்ள பூபாலா புண்ணியவானே புகழுடனே செய்துகொண்டால் சித்திதானே. 6443

தானேகேள் புலிப்பாணி மகனேயப்பா தண்மையுள்ள லவணவகை இருபத்தைந்து
மானேகேள் எந்தனது நிகண்டிலப்பா மகத்தான ஆயிரத்து எழுநூற்றுக்குள்
கோனான என்குருவின் கடாட்சத்தாலே கொற்றவனே லவணவகை இருபத்தைந்தும்
மானான பேர்கண்டு விடையுங்கண்டு மகத்தான இனங்கண்டு சேர்வைகாணே. 6444

காணவே லவணவகை பற்பந்தன்னை கருவாக முடித்தவர்க்கு எல்லாஞ்சித்தி
பூணவே பாஷாண முப்பத்திரண்டும் புகழாக லவணவகை பற்பத்தாலே
ஆணவங்கள் தானொடுங்கி அடங்கிக்கொல்லும் ஆராதாரத்தைத் தான்மறைத்து வைத்தார்
வேணதொரு சரக்கெல்லாம் லவணத்தாலே விஷங்கொண்டு மடிந்தல்லோ முடியும்பாரே. 6445

லவண வேதை முகம்

பாரேதான் லவணமதைக் கொண்டபோது பாலகனே தேகமது சுசிவேயில்லை
நேரேதான் கந்தமது இருக்கிக்காட்டும் நேர்மையுள்ள தேகமது உளுப்பேயில்லை
சீரேதான் காயாதி கற்பமாகும் சிறப்பான லவணத்தின் பற்பமல்லோ
வீரேதான் கவனமென்ற காரத்தாலே வெகுவித்தை ஆடுதற்கு இனமுங்கேளே. 6446

கேளேதான் பற்பமது தானெடுத்து கெடியான வெள்ளிதனில் நூற்றுக்கொன்று
நீளவே களஞ்சியது ஒன்றுதாக்க நிட்களங்க மானதொரு குருவினாலே
பாளமென்ற வெள்ளியது பழுக்கும்பாரு பாருலகில் நாதாக்கள் செய்யும்வேதை
ஆளாவ மாற்றதுவும் என்னசொல்வேன் அப்பனே பதினாறு மாற்றுகாணே. 6447

காணவே சிவயோகி மாண்பருக்கு கருவான லவணமென்ற தங்கந்தானும்
பூணவே பூசைமுகஞ் சொன்னதல்லால் புகழான வையகத்து மாண்பருக்கு
வேணபணி செய்வதற்கு சொன்னதல்ல வேதைமுகந் தங்கமென்ற லவணந்தன்னை
மாணமருங் கல்வியுள்ள வேடத்தோர்க்கு மகத்தான சிவயோகிக் காகும்பாரே. 6448

போகர் புலிப்பாணிக்கு தந்திர புத்தி கூறல்

பாரேதான் புலிப்பாணி மன்னாகேளு பாருலகில் கருமியுள்ள மாண்பருண்டு
நேரேதான் அவர்வாசல் காத்துநின்று நேர்மையுள்ள பழக்கமது செய்யவேண்டும்
சேரேதான் கிட்டிருந்த பழக்கத்தாலே சேர்வையுடன் மனதுவந்து நூல்கள்சூர்வார்
வீரேதான் வாதமென்ற போக்கைக்கேட்பார் வேறுபட தூறுபட மயங்குவாரே. 6449

மயங்குவார் பலநூலும் அறிந்தாற்போலே மார்க்கமெல்லாந் தெரிந்ததொரு மவுனிபோலும்
தியக்கமுடன் நூல்பார்த்துத் தெரிந்தோர்போலும் தீர்க்கமுடன் பவமகற்றி இருந்தோர்போலும்

தயக்கமது கொண்டல்லோ வாதுகூறி தப்பாமல் வேதைமுகங் கேட்பார்பாரு
நயம்படவே அவர்களுக்கு இதவுகூறி நன்மையுடன் இருப்பதுவும் நன்றாய்பாரே. 6450

நன்றான வார்த்தையது மிகவுங்கூறி நலம்பெறவே அவர்களுக்கு மதிகள்கூறி
குன்றான சாத்திரங்கள் கற்றநீங்கள் குவலயத்தில் வேதைமுகம் வேணதுண்டு
வென்றிடவே உந்தமக்கு வேறுண்டோசொல் வேதாந்த சித்துமுனி யார்தானுண்டோ
சென்றவர்கள் மடிந்தவர்கள் கோடானகோடி ஜெகதலத்தில் உம்மைப்போல் சித்துகாணே. 6451

சித்தான நாதரையாம் கண்டதில்லை சிறப்புடைய நாதரவர் நீர்தானென்று
புத்தியுள்ள பூபாலம் உம்மைப்போல பூவுலகில் பெரியோரைக் கண்டதில்லை
சத்தியத்தில் மிகுந்ததொரு தருமவான்போல் சட்டமுடன் முகதாவில் வந்தீரென்று
புத்தியுடன் தந்திரமாய் வார்த்தைகூறி புனிதனே விட்டகற்றல் மெத்தநன்றே. 6452

நன்றான வார்த்தையது மிகவுங்கூறி நலமுடனே பொய்ப்புகட்டு யாவுங்கூறி
சென்றிடவே பின்தொடர்ந்து வழிதான்விட்டு ஜென்மமுள்ள ஜீவந்தான் உள்ளமட்டும்
வென்றிடவே எப்போதும் மறக்கேனென்றும் வேதாந்த சித்தொளிவைப் பணிவேனென்றும்
குன்றியே முகம்வாடி மனதுவந்து குருபரனே தந்திரமாய்ப் பணிகுவாயே. 6453

பணியவே கருமியென்ற சீடருக்கு பாலமுர்தம் உண்டதொரு சந்தோஷம்போல்
கணிதமுடன் தமக்குகந்த சீடனென்று கருத்துடனே உன்மீதிற் பட்சம்வைத்து
அணிபெறவே விழியில்லான் என்றுவந்து அப்பனே கடாட்சமது மிகப்புரிந்து
துணிவுடனே உன்மீதிற் கிருபைவைத்து துப்புரவாய் பற்பமது கொள்ளார்தானே. 6454

தானான புலிப்பாணி மைந்தாகேளு தண்மையுள்ள நல்லோருந் தீங்கோருண்டு
கோனான குருக்கள் மார்யோகிமாண்பர் கொற்றவனே ஜெகதலத்தில் மெத்தவுண்டு
தேனான வார்த்தையது மிகவுஞ்சொல்வார் தெள்ளமுர்த மானதொரு நேசஞ்செய்வார்
பானான சீடன்மேல் பட்சம்வைத்து பகட்டுவார் மெய்பகட்டு அதிகம்பாரே. 6455

மாரண வேதை

பாரப்பா லோகமென்ற மாரணத்தை பக்குவமாய் பகருகிறேன் மன்னாகேளு
ஆரப்பா லோகமாரணத்தைச் சொன்னார் அப்பனே சொன்னவர்கள் மறைத்துச்சொன்னார்
நேரப்பா உந்தனுக்கு சிடிகைவேதை நேர்மையுடன் நானுரைப்பேன் நீதியாக
கூரப்பா செம்பதுவும் பத்தேயாகும் குறிப்பான வெள்ளியது இரண்டுதானே. 6456

தானான நாகமது ஒன்றேயாகும் தாக்குடனே பதின்மூன்றும் ஒன்றாய்க்கூட்டி
தேனான செம்பதனை ஊதிப்போடு தேற்றமுடன் சுத்தித்த செம்புதன்னை
மானான செம்புதனைப் பதனம்பண்ணு மகத்தான போகும்கை வரிசைகேளு
கோனான தங்கமது ஒன்றேயாகும் குறிப்பான வெள்ளியது ஒன்றுகாணே. 6457

காணவே நாகமது ஒன்றேயாகும் கனமான சூதமது ஒன்றேயாகும்
தோணவே முன்னுரைத்த செம்புதன்னில் தோறாமல் ஓரிடைதான் எடுத்துக்கொண்டு
பூணவே மூவகை ஜெயநீராலே புகழாகத் தானரைப்பாய் சாமமப்பா
மாணவே சரக்கெல்லாம் அறைத்தபின்பு மார்க்கமுடன் மாத்திரைகள் ஐந்துபாரே. 6458

செய்யவே வெள்ளிதனில் பத்துக்கொன்று செம்மலுடன் தானுருக்கி குருதானொன்று
பையவே கண்விட்டு ஆடும்போது பாகமுடன் தானுருக்கி குருவொன்றீய
துய்யதொரு வெள்ளியது மாற்றுஆறாகும் துப்புரவாய்ப் பசுமையது சொல்லப்போமோ
மெய்யான வித்தையது ஏமவித்தை மேதினியில் செய்பவர்கள் இல்லைதானே. 6459

இல்லையே பத்துக்கோர் தங்கஞ்சேர்த்து எழிலான வாரடித்துப் புடத்தைப்போடு
தொல்லையெனும் பிறவியது மாறாத்தங்கம் சயத்தங்கம் புடத்தங்கம் பசுமைத்தங்கம்
அல்லலது போக்கடிக்கும் அருமைத்தங்கம் ஆகாகா நாதாக்கள் மறைத்ததங்கம்
கல்லிலது விளைந்ததொரு தங்கந்தானும் கருவான தங்கமிதற் கொவ்வாதன்றே. 6460

அன்றான தங்கமது என்னசொல்வேன் அரகர நாதாக்கள் ஒளித்ததங்கம்
குன்றான சாத்திரத்தில் மறைத்ததங்கம் கோவேந்தர் சுட்டலைந்து கெட்டதங்கம்
வென்றிடவே உந்தமக்கு ஓதிவைத்தேன் வேதாந்தக் கண்மணியே புத்திவானே
கன்றில்லாப் பால்கறந்த கதையைப்போல காசினியில் சித்தரெல்லாம் ஒளித்தார்தானே. 6461

சூத வெள்ளி

தாமான இன்னமொரு மார்க்கஞ்சொல்வேன் தண்மையுள்ள புலிப்பாணி தம்பிரானே
கோமானுக்கு ஒப்பான கோவேகேண்மோ குவலயத்தில் எந்தனிட சத்தியவானே
ஆமான மானதொரு சாத்திரங்கள் அப்பனே வெகுகோடி நூல்கள்பார்த்து
சாமானிய மானதொரு சூதவெள்ளி சாற்றுகிறேன் சன்மார்க்க புனிதவானே. 6462

புனிதமாஞ் சூதமது துலாமேவைந்து புகழான காடியென்ற காரந்தானும்
கனிவுடனே காரமது ஒன்றேயாகும் கனமான மூசைதனிலிட்டு மைந்தா
பனிபோன்ற ஆறுவகை ஜெயநீர்தன்னால் பாங்குடனே மூசைதனில் நிறையவிட்டு
இனிதாக கலசமென்ற மண்பாண்டத்தில் எழிலாக மணலிட்டு மூசைவையே. 6463

வைத்து மேல்மூடி சீலைசெய்து வளமாக மேலுமந்த மணலைக்கொட்டி
சத்தமது போகாமல் பாண்டமிட்டு சதுராக சீலையது வலுவாய்ச்செய்து
சுத்தமுடன் கணபதியைப் போற்றிசெய்து சுந்தரனே நாற்சாமம் எரிப்பாயப்பா
துத்தமெனுங் காடியென்ற சாரத்தாலே துடியான சூதமது மடியலாச்சே. 6464

ஆச்சப்பா பாண்டமதை திறந்துமைந்தா அப்பனே மூசைதனில் இருக்குஞ்சத்தை
பாச்சலென்ற சூதமது வெண்ணெய்தன்னை பக்குவமாய் வருத்தெடுத்து பீங்கானிட்டு
மூச்சடங்கிப் போனதொரு சூதந்தன்னில் முசியாமல் கல்லுப்பு துலாமேபோடு
மாச்சலுடன் சூதமென்ற வெண்ணைதானும் மார்க்கமுடன் உருகியல்லோ நிற்கும்பாரே 6465

நிற்குமே சூதமென்ற வெண்ணெய்தன்னை நீதியுடன் மூசையிட்டு உருக்கிப்பாரு
அற்பமென்று நினையாதே அறிவுள்ளோனே ஆகாகா வானத்து மீன்தானாச்சே
சொற்பமென்று நினையாமல் ரவிவான்சேர்த்து துப்புரவாய் பூசையது செப்பக்கேளு
துர்க்கையென்ற காளிக்குப் பூசைபோடு துறையான வெள்ளிமுகங் காணலாமே. 6466

காணலாம் சூதமென்ற வெள்ளிதன்னை காசினியில் நாதாந்த சித்தர்தாமும்
பூணலாம் சித்துமுனிக் கானவேதை பூவுலகில் சமுசாரிக் கானவேதை
வேணபடி சூதமதைக் கொண்டபேர்க்கு வெகுபாடு வெகுகேடு குஷ்டரோகம்
ஆணவங்கள் தானொடுங்கி வழிந்துதேகம் அப்பனே சகரோகம் ஆவார்பாரே. 6467

பாரப்பா சூதமதைக் கொண்டபேர்கள் பாருலகில் வெகுபேர்கள் மடிந்தாரப்பா
நேரப்பா தவயோகி வேடம்பூண்ட நிஷ்களங்க மானதொரு சிவயோகிக்கும்
சூரப்பா வித்தையது பலிக்கும்பாரு குவலயத்தில் மற்றோர்க்கு பலியாதப்பா
ஆரப்பா புலிப்பாணி புனிதவானே அன்புடனே யானுரைத்தேன் பண்பாய்க்கேளே. 6468

சூத செந்தூரம்

பண்பான புலிப்பாணி பாலாகேளீர் பகருகிறேன் சூதமென்ற செந்தூரத்தை
நண்பான நூல்களுள் ஆராய்ந்தேதான் நாதாந்த சித்துமுனி அறிந்துமல்லோ
திண்பான செந்தூரப் போக்குதன்னை திசைமாறி அடைமாறி பிரட்டல்செய்து
உண்மையாய்ச் சொன்னதொரு மொழியைப்போலே உவமைகொண்டு பாடிவைத்தார் பேதந்தானே. 6469

பேதமாம் சூதமென்ற வெண்ணைதானும் பேரான கெந்தியென்ற திராவகத்தால்
நீதமுடன் தானரைப்பாய் இரண்டுசாமம் நிர்மலமாய் சூதமதை மடிந்துகொள்ளும்
போதமுடன் வாசியென்ற குப்பிதன்னில் பொங்கமுடன் மாக்கல்லால் கொண்டுமூடி
வாதமது பலிப்பதற்கு மெய்யேயானால் வளமான சீலையது வலுவாய்ப்போடே. 6470

போடேநீ குப்பிக்கு சீலைஏழு பொங்கமுடன் வாயைவிட்டு சீலைசெய்து
கூடேநான் தளவாயாம் பாண்டந்தன்னில் கொற்றவனே மணலிட்டுக் குப்பிவைத்து
நாமேதான் குப்பிதனில் மணலுமிட்டு நயமாக மேல்மூடி சீலைசெய்து
ஆடேநீ நாற்சாமம் எரித்தபோது அப்பனே செந்தூரம் ஆகும்பாரே. 6471

பாரேதான் செந்தூரந் தனைஎடுத்து பாங்குடனே நாதாக்கள் சொன்னமார்க்கம்
சேரேதான் வெள்ளியது களஞ்சிநூறு தேற்றமுடன் தானெடுத்து குகையிலிட்டு
சூரேதான் தானுருக்கி மைந்தாகேளு குறிப்புடனே குருவொன்று தன்னில்ஈய
வீரேதான் வர்ணமது என்னசொல்வேன் வீறான போக்கதுவும் கூறப்போமோ. 6472

போமேதான் வெள்ளிதனை உருக்கிப்பார்க்க போக்கான வெள்ளியது தங்கமாச்சு
நாமேதான் சொன்னபடி தங்கமாற்று நாதாக்கள் தம்மாலே கூறப்போமோ
வேமேதான் பிறவியென்ற தங்கந்தானும் வேதாந்தத் தங்கமது இதற்கீடுண்டோ
ஆமேதான் சிவயோகத் தங்கமாகும் அப்பனே காலாங்கித் தங்கமாமே. 6473

தங்கமாம் இன்னமொரு போக்குசொல்வேன் தண்மையுள்ள புலிப்பாணி தயவாய்க்கேளு
வங்கமதைத் தான்கொடுத்து ஊதிச்செம்பை வளமாகத் தானுருக்கி எடுத்துமைந்தா
துங்கமுள்ள செம்பதனில் நூற்றுக்கொன்று துப்புரவாய்த் தானுருக்கிக் குருவொன்றுஈய
பங்கமிலாத் தங்கமது என்னசொல்வேன் பாருலகில் சிவயோகிக் காணலாச்சே. 6474

ஆச்சப்பா செம்பதுவுந் தங்கமாச்சு அப்பனே நாதாக்கள் மறைத்துவைத்தார்
மாச்சலது வாராது தங்கச்செம்பாம் மகத்தான தங்கமது இதற்கீடுஉண்டோ
பூச்சுடைய பிறவியென்ற தங்கரேக்கு புகலவொண்ணா சுயத்தங்கம் இதற்கீடுஉண்டோ
ஆச்சரிய மானதொரு தங்கமாச்சு அப்பனே நாதாக்கள் மறைத்தார்தானே. 6475

தானான தங்கமதைத் தானெடுத்து தண்மைபெற வெள்ளிதனில் பத்துக்கொன்று
கோனான குகைதனிலே விட்டுருக்கி கொற்றவனே செம்பதுவும் ஒன்றேசுந்தால்
தேனான வெள்ளியது பழுக்கும்பாரு தேற்றமுடன் மாற்றதுவுங் கூறப்போமோ
மானான தேவேந்திரன் வீற்றிருக்கும் மகத்தான வாணியென்ற தங்கமாச்சே. 6476

ஆணியாம் இன்னமொரு போக்குசொல்வேன் அப்பனே புலிப்பாணி மைந்தாகேளு
காணியாஞ் செந்தூரம் எடுத்துமைந்தா காத்துடனே குடவனிலே நூற்றுக்கொன்று
வாணிபதந் தான்வணங்கி கொடுத்துப்பாரு வளமான குடவனது ஊறலேகி
ஆணியாந் தங்கமது கொப்பேசொல்வார் அப்பனே இந்திரபீட தங்கமாச்சே. 6477

இந்திரனார் வீற்றிருக்கும் ஆணித்தங்கம் எழிலான தங்கமது எவர்தான்செய்வார்
சுந்தரம்போல் சிவவேடம் பூண்டுமல்லோ துப்புரவாய்த் தானிருக்கும் யோகவான்கள்
விந்தையுடன் வினோதமென்ற வேதைதன்னை விருப்பமுடன் செய்துமல்லோ மனதுவந்து
அந்தமெலாம் புகழவரமும் பெற்று அப்பனே வசித்திருப்பார் போகமாண்பே. 6478

வெடியுப்பு கட்டு

மாண்பான இன்னமொரு போக்குசொல்வேன் மகத்தான புலிப்பாணி மன்னாகேளு
ஆண்மையுள்ள காலாங்கி நாதர்பாதம் அப்பனே நான்வணங்கி சீனதேசம்
வீண்காலம் போகாமல் குளிகைகொண்டு விட்டகுறை இருந்ததொரு புண்ணியத்தால்
தாண்டவம்போல் தேசாதி தேசமெல்லாம் சற்குருவைத் தானெடுத்து வரம்பெற்றேனே. 6479

பெற்றேனே காலாங்கி கடாட்சத்தாலும் பெருமையுள்ள மனோன்மணியாள் கிருபையாலும்
கற்றறிந்த நாதாக்கள் அருளினாலும் கைலாச நாதருட புண்ணியத்தால்
சற்றெங்குந் தேடியல்லோ கண்டாராய்ந்து சத்தமுடன் வேதைமுகம் உளவுகண்டு
பெற்றதொரு மைந்தனைப்போல் என்னையெண்ணி பெருமையுள்ள மார்க்கமெலாம் ஓதினேனே.

ஓதினேன் சிடிகைஎன்ற வேதையப்பா உத்தமனே வெடியுப்பு ஐந்தாங்காய்ச்சல்
தீதில்லா உப்பதுவுங் கப்பிஉப்பு தீர்க்கமுடன் பலமைந்து நிறுத்துமைந்தா
ஆதியென்ற முப்பூவைப் பழச்சாற்றாலே அப்பனே தானரைத்துக் கவசஞ்செய்து
ஜோதிமயந் தான்பெறவே ரவியில்வைத்து சோராமல் சீலையது வலுவாய்ச் செய்யே. 6481

செய்யவே கோழியென்ற புடத்தைப்போடு செயலான உப்பதுவுங் கட்டிப்போச்சு
பையவே உப்பதுவுங் கட்டிற்றானால் பாலகனே ஏமமென்ற செடியுமாச்சு
துய்யதொரு உப்பாலே எல்லாஞ்சித்தி துப்புரவாய் ஜெகத்தொளிவை அற்றபேர்க்கு
உய்யதொரு பொருளெல்லாந் தோயும்தோயும் உத்தமனே வெடியுப்பைக் கண்டோர்க்காமே. 6482

கண்டவர்கள் உப்பினிட மார்க்கந்தன்னை காட்டார்கள் கருவாளி மாண்பரெல்லாம்
விண்டதொரு உப்பினால் அப்புக்கட்டும் விண்ணுலகும் மண்ணுலகும் இதிலடக்கம்
சண்டமாருதங் கொண்ட உப்பினாலே ஜகமெலாம் படலக்கட்டி ஆடலாகும்
தொண்டுசெய்து உப்பதனை அறியவேண்டும் துரைராஜ சுந்தரனே செப்பக்கேளே. 6483

செப்பவென்றால் வெடியுப்பை விட்டாலல்லோ செம்மலுடன் பூவுமில்லை காயுமில்லை
அப்பினால் உப்பதனைக் கட்டலாகும் ஆகாகா நாதாக்கள் சிடிகைவேதை
ஒப்பமுடன் சிடிகையென்ற உப்புதன்னை ஓகோகோ நாதாக்கள் மறைத்துவைத்தார்
தப்பிதங்கள் நேராது உப்பின்மார்க்கம் தண்மையுள்ள மன்னவனே சாற்றக்கேளே. 6484

சாற்றவென்றால் உப்பினிட கட்டினத்தை சாங்கமுடன் குகையிலிட்டு உருக்கிமைந்தா
திட்டமுடன் குழலொன்று செய்துமல்லோ தீர்க்கமுடன் நாலுபட்டை யாகச்செய்து

வட்டமுடன் உப்பதனை உருக்கிமைந்தா வளமையுள்ள கருங்குழலில் பாய்ச்சியேதான்
நாட்டமது நேராமல் கருவைநீக்கி நயம்பெறவே உப்பதனை எடுத்திடாயே. 6485

எடுத்துமே உப்பதனைச் சொல்லக்கேளு எழிலான பஞ்சவர்ணம் ஏற்றப்பாரு
தொடுத்ததொரு லிங்கமதை அரைத்துமைந்தா தோறாமல் ஒருபக்கம் பூசிப்போடு
விடுத்ததொரு தாளகத்தை எடுத்துபாலா விருப்பமுடன் ஒருபக்கம் பூசிப்போடு
படுத்ததொரு கெந்தகத்தை அரைத்துமைந்தா பாங்குடனே ஒருபக்கம் பூசிப்போடே 6486

போடேதான் கெவுரியது எடுத்துமைந்தா பொங்கமுடன் ஒருபக்கம் பூசிப்போடு
ஆடேதான் நாற்சரக்கு மானபின்பு அப்பனே சீலையது வலுவாய்ச்செய்து
நாடேதான் ரவிதனிலே காயப்போடு நலமான புடமதுவுங் கோழியாகும்
தேடவே புடம்போடு எடுத்துப்பாரு தெளிவான வர்ணமது தோற்றும்பாரே. 6487

தோற்றவே பக்கமொரு வர்ணபேதம் தோறாத கம்பிஉப்பு சாரணையேயாக்க
மாற்றதுவும் சொல்லவென்றால் நாவேயில்லை மகத்தான சாஸ்திரந்தான் ஓடும்பாரு
ஆற்றவே லிங்கமது மாற்றுஆயிரந்தான் அப்பனே சொல்வதற்கு நாவுமில்லை
தேற்றமுடன் தாளகமும் ரெண்டாயிரம்மாற்று தெளிவான உப்பினிட வேகம்பாரே. 6488

வேகமாங் கெந்தியது மூவாயிரமாற்று எழிலான வேதைமுகஞ் சொல்லொண்ணாது
பாகமுடன் கெவுரியது ஐந்நூறுமாற்று பாங்குடனே வேதைமுகஞ் சொல்லும்பாரு
சாகமுடன் உப்பினிட மேற்பட்டையப்பா சதானந்தர் வைகுந்தர் அறிவாரோதான்
போகமது கொண்டதொரு காலாங்கிநாதர் பொன்னவனே எந்தனுக்கு உரைத்தார்தானே. 6489

தானான மாற்றினுட வேகமப்பா தாரணியில் சித்தர்தம்மால் சொல்லப்போமோ
கோனான காலாங்கி கடாட்சத்தாலே கொற்றவனே யானுரைத்தேன் உந்தமக்கு
தேனான முறையதுவை யாருஞ்சொல்லார் தேவாதி என்குருவே எந்தன்மைந்தா
பானான பரஞ்சுடரே உந்தமக்கு பாரினிலே பாலித்தேன் பண்பாய்த்தானே. 6490

பண்பான வேதையிது தாம்பிரவேதை பாலகனே யாருந்தான் விள்ளாரப்பா
நண்பான சாத்திரத்தில் சொல்லிருந்தும் நலமான மனோன்மணித்தாய் மறைத்தபாவம்
உண்மையாய் உளவறிந்து கண்மலரோ பொன்மலரோ நீயெனக்கு கருகாதே
உண்மையாய் ஒருவருக்கும் காட்டொண்ணாதே. 6491

காட்டினால் லோகமெல்லாஞ் சித்தாய்ப்போகும் கனமோசங் கனலோகம் கருவாய்ப்போகும்
நீட்டமுடன் சிவயோகி மாண்பரப்பா நீணிலத்தில் செய்துமல்லோ கண்டாராய்வார்
வாட்டமுடன் முறைபாடு கைபாடாக வளமையுடன் செய்தவர்க்கு எல்லாஞ்சித்தி
தாட்டிகமாய்ப் புத்திவான் அறிவானப்பா சண்டாள கருமிகளும் அறியார்பாரே. 6492

கல்லுப்பு வேதை

பாரேதான் இன்னமொரு போக்குசொல்வேன் பண்பான பரிகார மானபேர்க்கு
நேரேதான் புலிப்பாணி மன்னாகேளு நேர்மையுடன் உந்தமக்கு உபதேசிப்பேன்
சீரேதான் பெரும்பாடியாம் லவணந்தன்னை சிறப்புடனே தானெடுத்து மனதுவந்து
நீரேதான் சொன்னமுறை வழிபாடாக நிமலனே கைபாகஞ் செய்திடாயே. 6493

செய்யவென்றால் உப்பதனை சேரைவாங்கி செப்பவென்றால் வன்னியது பட்டையப்பா
கொய்யவே தானிடித்து மாவதாக்கி சுகம்பெறவே உப்புக்கு கீழ்மேலிட்டு
துய்யநல்ல உப்பதனை நடுவேவைத்து துரைராஜ சுந்தரனே செப்பக்கேளு
வெய்யதமிழ்ப் பண்டிதங்கள் பலிப்பதற்கு வேதாந்தத் தாயாரை வேண்டிக்கொள்ளே. 6494

கொள்ளவே உப்பதனை சீலைசெய்து கொப்பெனவே ரவிதனிலே காயவைத்து
மெள்ளவே கோழியென்ற புடத்தைப்போடு மேன்மையுள்ள உப்பதுவுங் கட்டிப்போகும்
கள்ளமது வாறாது உப்புக்கப்பா காசினியில் கருவாளி அறிவான்பாரு
உள்ளபடி யானுரைத்தேன் உந்தமக்கு உத்தமனே கைபாகஞ் செய்வாய்காணே. 6495

காணவென்றால் உப்பதனை எடுத்துமைந்தா கலங்காமல் பூநீரைச் சுத்திசெய்து
தோணவே நாலுக்கோர் இடைதான்சேர்த்து தோறாமல் தானரைப்பாய் கல்வமிட்டு
வேணபடி வன்னியின்தன் பட்டைசாற்றால் வேகமுடன் தானரைப்பாய் நாலுசாமம்
பூணவே பில்லையது லகுவாய்ச்செய்து புண்ணியனே கோழியென்ற புடத்தைப்போடே. 6496

புடமான புடமதுவும் ஆறிப்பாரு புகழான உப்பினிட கட்டியல்லோ
நீடேதான் நிஷ்களங்க மானஉப்பு நீடாழி உலகுபதி யார்தான்கண்டார்
கோடான கோடிமனு சித்தருண்டு கொற்றவர்கள் கட்டுமல்லோ மறைத்தேவைத்தார்
பாடான பாடதுவும் யார்தான்செய்வார் பாலகனே விதியாளி செய்வான்தானே. 6497

உப்புக்கட்டு செந்தூர வேதை

விதியான கட்டென்ற உப்பைத்தானும் விமலனே செந்தூரஞ் செப்பக்கேளு
மதிபோன்ற உப்பதுவுங் கசிவுநீங்கி மகத்தான தவளம்போல் உருகியல்லோ
துதியான உருக்கினம்போல் குடோரியாக துப்புரவாய் இருக்குமந்த உப்புதன்னை
பதியான வன்னமென்ற பேதிதன்னை பாலகனே நாலுக்கோர் அளவுசேரே. 6498

சேர்த்துமே கல்வத்தில் பழச்சார்விட்டு செம்மையுடன் தானரைப்பாய் நாலுசாமம்
பார்த்துமே பில்லையது லகுவாய்ச்செய்து பாலகனே ரவிதனிலே காயவைத்து
ஆர்த்துமே சில்லிட்டுச் சீலைசெய்து அப்பனே ஏழுசீலை வலுவாய்ச்செய்து
பூர்க்கவே செந்தூரம் லபிப்பதற்கு புகழான அடுப்பில்வைத்து எரித்திடாயே. 6499

எரிப்பதற்கு வயணமது சொல்வேனப்பா எழிலான தளவாயாம் பாண்டந்தன்னில்
திரியான மணலதனைக் கொட்டிமைந்தா தீர்க்கமுடன் கல்லதனை மேலேவைத்து
சொரியான கருமணலை இன்னுமல்லோ சோராமல் பாண்டமதில் மணலைக்கொட்டி
சரியாக மேற்பாண்டந் தன்னைமூடி சட்டமுடன் தானெரிப்பாய் சாமம்நாலே. 6500

நாலான சாமமது எரித்தபோது நலமான செந்தூரம் என்னசொல்வேன்
காலான செந்தூரந் தனையெடுத்து கருமான வெள்ளிதனில் பத்துக்கொன்று
மாலான வெள்ளியது உருகும்போது மகத்தான செந்தூரங் களஞ்சிசுந்து
கோலான கரியினால் கிண்டும்போது கொற்றவனே உட்கொண்டு பழுக்கும்பாரே. 6501

பாரேதான் மற்றதுவும் என்னசொல்வேன் பாங்கான வயததுவும் எட்டுமாகும்
சூரேதான் நாலுக்கோர் தங்கஞ்சேர்த்து குறிப்புடனே வாரடித்துப் புடத்தைப்போடு

நேரேதான் மறுபடியும் உருக்கிப்பாரு நேர்மையுள்ள தங்கமது கூறப்போமோ
ஆரோதான் செய்வார்கள் இந்தப்போக்கு அப்பனே உந்தமக்கு உரைத்தேன்தானே. 6502

தானான புடத்தங்கம் பிறவித்தங்கம் தண்மையுள்ள குடோரியது உறங்காதப்பா
கோனான சிவராச தங்கமப்பா கொற்றவனே லவணமதிற் பிறந்ததங்கம்
தேனான சிவயோகிக் குகந்ததங்கம் தெளிவான நாணயத்துக்கு உகந்ததங்கம்
மானான வைய்கத்தில் மாண்பர்தாமும் மார்க்கமுடன் செய்கின்ற தங்கமாமே. 6503

தங்கமாம் லவணமென்ற சாரகாரம் தாரணியில் வெகுமாண்பர் காணமாட்டார்
புங்கசித்தி எட்டுரியோன் காண்பான்பாரு புகலான சித்துமுனி செய்யுந்தங்கம்
வங்கமதற் கேங்காது வரணத்தங்கம் வளமான புரிசடையோன் அணியுந்தங்கம்
இங்கிதமாய் சமுசாரி வழங்குந்தங்கம் எழிலான உப்பினிட தங்கங்காணே. 6504

தேர்மகிமை பஞ்சபூதம் ஒடுக்க வேதைமுகம்

காணேதான் இன்னமொரு மார்க்கஞ் சொல்வேன் கருவான புலிப்பாணி கண்ணியவானே
தோணவே பூதமென்றால் பஞ்சபூதம் சொல்லுகிறேன் நாதாக்கள் மகிமைதன்னை
வேணபடி வாதமெனும் தேர்தானப்பா விருப்பமுடன் பூட்டுகிறேன் பஞ்சபூதம்
ஆணரசர் முன்னுக்குள் அஞ்சுபூதம் அப்பனே சரக்குவகை பூதம்அஞ்சே. 6505

அஞ்சான தேதென்று கேட்பாயானால் அப்பனே தங்கமது பிரிதிவாகும்
துஞ்சமென்ற இரும்பதுவும் வாயுவாகும் துப்புரவாய்ச் செம்பதுவும் தேயுவாகும்
மிஞ்சவே காரீயம் அப்புவாகும் மிக்கான நாகமது ஆகாசந்தான்
துஞ்சலென்ற லோகமது அஞ்சுங்கூடி துறையான பஞ்சபூதம் ஒடுக்கந்தானே. 6506

ஒடுக்கமாந் தேருக்கு பிரிதியாச்சு உத்தமனே பீடமது உரைப்பேன்பாரு
தொடுக்கவே பாஷாணம் பஞ்சபூதம் தோராமல் பீடவகை அரைப்பேன்பாரு
இடுக்கமுள்ள கெந்தியது பிரிதிவாகும் எழிலான கெவுரியது தேய்வேயாகும்
விடுக்கவே லிங்கமது ஆகாசமாகும் விரிவான வீரமது உப்புமாமே. 6507

அப்பான துரிசியது வாய்வுமாகும் அழகான பாஷாண பஞ்சபூதம்
உப்பான காரசார பஞ்சபூதம் உத்தமனே யானுரைப்பேன் விபரங்கேளு
கப்பலென்ற தேருக்கு உருளையப்பா கனமான லவணமென்ற பூதமெல்லாம்
ஒப்பமுடன் வெடியுப்பு பிரிதிவாகும் ஓகோகோ நாதாக்கள் ஆடுங்கூத்தே. 6508

கூத்தான வெடியுப்பு பிரிதிவாச்சு குணமான வளையலுப்பு தேய்வுமாச்சு
நாத்தமென்ற கல்லுப்பு அப்புவாச்சு நலமான சீனமது வாய்வுமாச்சு
சாத்திரத்தில் உரைத்தபடி பூநீரப்பா தண்மையுள்ள தாகாசந் தானேயாகும்
சூத்திரமாம் பிரிதிவினில் உற்பவித்த சுடரான உப்பதுவும் ஆகாசமாச்சோ. 6509

ஆச்சப்பா சரக்கு அறுபத்துநான்கும் அப்பனே ஐந்தைந்தா யுகம்பிரித்து
மூச்சடங்கிக் கிடந்ததொரு தேருக்கப்பா முனையான சட்டமதில் தாள்கள்பார்த்து
ஆச்சரிய மாகவல்லோ சிகரமட்டும் அப்பனே தூணிருத்தி கால்கள்நாட்டி
மாச்சலென்ற உபசாரங்கள் தொண்ணூற்றாறும் மார்க்கமுடன் அலங்கரித்து வரிசைகேளே. 6510

வரிசைபெற நவரத்னம் ஒன்பதுந்தான் வளமைபெற கல்லாணி ஆக்கிக்கொண்டு
அறிவுடைய சிம்பமதில் அத்திரந்தான் அப்பனே மூலிகையைக் கயற்போலாக்கி
புரிசடையோன் தம்பிரான் தன்னைத்தானும் புகழான தேர்மீதில் உச்சாடித்து
சரியுடனே மூலமதிற் தாள்கொண்டுபூட்டி தற்பரனை கள்ளாணி முடிக்கிடாயே. 6511

முடுக்கவே கருவிகர ணாதியந்தம் முனையான உடல்பொருள்கள் ஆவியெல்லாம்
தொடுக்கவே அண்டசராசரங்கள் மட்டும் தோறாமல் தாம்கண்ட வேதைகோடி
நடுக்கடலில் நாணியறுந் திட்டார்போலே நலமான பூதமெல்லாம் ஒன்றேயானால்
படுகணையில் மாறன்விட்ட அம்புபோலே பாரினிலே வாதமது பலிக்கும்பாரே. 6512

பலிக்குமே அறிவுடையோன் செய்துகொள்ளும் பாங்கான வேதைமுகங் கோடானகோடி
ஜொலிக்குமே பிரணவத்தால் மூலிகட்டும் சோராமல் சரக்கெல்லாம் சுருண்டுமாளும்
ஒலிக்குமே லோகமெலாம் ஒன்றாய்க்கூடி உத்தமனே வாதத்துக்கு உறுதியாச்சு
சலியாத சரக்கெல்லாம் ஐந்தைந்தாக சட்டமுடன் செய்வார்க்கு வாதமாமே. 6513

வாதமென்றால் சரக்குகளுள் பஞ்சபூதம் வளமான பூதமதில் ஒன்றுதப்பில்
கீதமென்ற கின்னரிக்கு நாணற்றாப்போல் கீர்த்தியுள்ள சரக்கெல்லாம் விழலாய்ப்போகும்
தோதமுடன் வாதமது காணவென்றால் தோறாமல் பஞ்சபூதத்தைப் பாரு
பேதமது வாராது பூதங்கண்டால் பேரான உலகினிலே சித்தாவாயே. 6514

சித்தான சித்துமுனி இந்தமார்க்கம் சிறப்புடனே சாத்திரத்தில் சொல்லவில்லை
முத்தான நூலெல்லாம் அனேகங்கண்டேன் முனையான பஞ்சபூத பேதந்தன்னை
சத்தேனும் மாண்பர்களும் பிழைப்பதற்கு தயவுவைத்து யாரேனுங் கூறவில்லை
முத்திபெற சாத்திரங்கள் கோடானகோடி மூதுலகில் சொன்னவர்கள் கோடியுண்டே. 6515

கோடியே நாதாந்த சித்துதாமும் குறிப்புடனே சாத்திரங்கள் அதிதஞ்சொன்னார்
தேடியே சாத்திரங்கள் தலைவகுத்து செப்பினார் யாதொன்றுங் கண்டதில்லை
பாடியதோர் வெகுநூல்கள் கைமறைப்பு பாருலகில் பாடிவைத்தார் சித்தர்தாமும்
நீடியே உந்தனுக்கு வாதங்காண நீதியுடன் போதித்தேன் உண்மைதானே. 6516

சூத வெள்ளிமணி

உண்மையாம் இன்னமொரு பாகஞ்சொல்வேன் உத்தமனே நாதாக்கள் சொன்னாரில்லை
வண்மையுள்ள காலாங்கி கிருபையாலே வளம்பெரிய சித்தரெல்லாம் மறைத்துவைத்த
தண்மையுள்ள கைபாகஞ் செய்பாகத்தை சட்டமுடன் நாதாக்கள் கூறவில்லை
நண்மைபெற மாண்பர்களும் பிழைக்கவென்று நன்மையுடன் யானுரைப்பேன் பண்புதானே. 6517

தானான சூதமது பலந்தான்ஐந்து தாக்குடனே சுத்திசெய்து எடுத்துமைந்தா
பாங்குடனே மருதாறு சிங்கிதன்னை பட்சமுடன் தானெடுத்து செப்பக்கேளு
மானான பலமதுவும் பத்தேயாகும் மகத்தான கல்வமதில் இட்டுமைந்தா
தேனான செவ்வாவின் பழரசத்தால் தேற்றமுடன் தானரைப்பாய் சாமம்நாலே. 6518

நாலான சாமமது அரைத்தபின்பு நலமான மூசையது குரைதான்செய்து
பாலான ரவிதனிலே காயவைத்து பாங்குபெற மூசைதனை எடுத்துமைந்தா

தாலான தளவாயாம் பாண்டந்தன்னில் தண்மையுடன் பூமணலைக் கொட்டியல்லோ
காலான மூசைதனை மையம்வைத்து கண்மணியே மூசைதனில் சூதந்தாக்கே. 6519

தாக்கவே மேலுமந்த பில்லைமூடி தளமுடனே மணலதனை மேலேசெய்து
நோக்கமுடன் தானெரிப்பாய் நாலுசாமம் நுட்பமுடன் தீயாறி எடுத்துப்பாரு
பாக்கதுபோல் உருளையது திரண்டுமல்லோ பாங்குடனே தானிருக்கும் வருண்மைந்தாகேள்
வாக்கதுவும் பொய்யாது புண்ணியவானே வளம்பெறவே சூதமதை எடுத்திடாயே. 6520

எடுத்துமே சூதமென்ற மணியையப்பா எழிலான சாரணைதான் செப்பக்கேளு
கொடுத்துமே ஆறுவகை ஜெயநீர்தன்னால் துப்புரவாய் தானரைப்பாய் நாலுசாமம்
வித்தொரு வெண்ணெய்தனை தானெடுத்து விருப்பமுடன் நாகுயென்ற காசந்தன்னை
அடுத்துமே பலமதுவும் நிறுத்துமைந்தா அப்பனே கவசமது செய்திடாயே. 6521

செய்யவென்றால் காடியென்ற காரந்தன்னில் செம்மலுடன் சூதமென்ற வெண்ணெய்தன்னை
பையவே கவசமது செய்துபாலா பாங்குபெற சுக்கானின் சீலைசெய்து
துய்யதொரு ரவிதனிலே காயவைத்து துப்புரவாய் ஏழுசீலை வலுவாய்ச்செய்து
வெய்யவே உமிபுடத்தில் போட்டுமைந்தா விருப்பமுடன் தானெடுப்பாய் பதமாய்த்தானே. 6522

பதமான சீலையது பிரித்துமைந்தா பாங்குபெறத் தானெடுப்பாய் சூதந்தன்னை
கதமான சூதமது இறுகியல்லோ கண்மணியே நல்லதுபோ லிருக்கும்பாரு
பதமுடனே மணியெடுத்து செப்பக்கேளு பாங்குபெற வெள்ளாட்டுப் பாலினாலே
மிதமுடனே நாற்சாமம் சுருக்குத்தாக்கு மிக்கான சூதமென்ற மணியுமாமே. 6523

மணியான சூதமதை எடுத்துமைந்தா மார்க்கமுடன் குளிகைக்கு வழிதான்சொல்வேன்
அணியான பூநாகம் பலம்பத்தப்பா அப்பனே மணிபோக்கி எடுத்துப்பாரு
கணிதமுடன் தேனதனில் அரைத்துமைந்தா கருத்துடனே மணிதனக்குக் கவசஞ்செய்து
பணிதமுடன் சீலையது காவிக்கல்லால் பான்மையுடன் தான்பொதித்து ரவியிற்போடே. 6524

போடவே ரவிதனிலே காய்ந்தபின்பு பொங்கமுடன் மண்மறைவிற் புடத்தைப்போடு
தேடவே தீயாறி எடுத்துப்பாரு தெளிவுடனே கவசமது இறுகியல்லோ
மூடவே கவசமதை உடைத்துமைந்தா உத்தமனே பார்க்குமந்த வேளைதன்னில்
கூடவே மண்ணாகஞ் செம்புதானும் குணமான சூதமதை இறுகலாச்சே. 6525

ஆச்சப்பா சூதமது மணியுமாச்சு அப்பனே சாரணைகள் இன்னஞ்சொல்வேன்
மூச்சடங்கி நெடுங்காலம் இருப்பதற்கு முனையான சூதமதை மணியேசெய்தால்
பாச்சலுடன் நெடுந்தூரம் நடக்கலாகும் பாங்கான குளிகையது கீழ்நோக்காது
வீச்சுடனே கிருஷ்ணாவ தாரனப்பா விண்ணுலகில் ஆடியதோர் குளிகையாச்சே. 6526

குளிகைக்கு சாரணைகள் என்னவென்றால் கொற்றவனே ஊமத்தங் காய்கள்தன்னை
நளினமுடன் தானரைத்துக் கவசஞ்செய்து நலமுடனே சீலையது வலுவாய்ச்செய்து
பளிதமது வாறாது பாலாகேளு பாங்குபெற மண்மறைவிற் புடத்தைப்போடு
வனிதமுடன் கவசமது நீக்கிமைந்தா வளமையுடன் தானெடுத்து செப்பக்கேளே. 6527

செப்பவென்றால் குளிகையது என்னசொல்வேன் செம்மலுடன் போகும்வகை முறைமைகேளு
ஒப்பமுடன் குளிகைதனை எடுத்துமைந்தா ஓகோகோ நாதாக்கள் செய்யும்வண்ணம்

தப்பிதங்கள் வாராமல் தவளைச்சங்கு சாங்கமுடன் தானிடித்து மாவதாக்கி
இப்புவியில் சித்துவிளை யாடுதற்கு எழிலான சாரணைகள் சொல்வேன்பாரே. 6528

சொல்லவென்றால் சாரணைகள் நிம்பழுத்தால் சுத்தமுடன் தானரைத்து மைபோலாக்கி
வெல்லவே சூதமென்ற கட்டியப்பா வேகமுடன் தானரைத்துக் கவசஞ்செய்து
புல்லவே ரவிதனிலே காயவைத்து புகழான மண்மறைவிற் புடத்தைப்போடு
வெல்லவே புடமாறி எடுத்துப்பாரு வேதாந்தத் தாயினது கடாட்சந்தானே. 6529

தானான புடமதுவும் கவசம்நீங்கி தண்மையுள்ள மணிதனையே எடுத்துமைந்தா
பானான சங்கினிட சுண்ணந்தன்னை பார்த்திபனே தானெடுத்து மைபோலாட்டி
கோனான குருசொன்ன நீதிபோலே கொற்றவனே கைமுறைகள் பிசகாமற்றான்
ஊனான சங்குதனைக் கவசஞ்செய்து உத்தமனே புடம்நூறு போட்டிடாயே. 6530

புடமதுவுஞ் சதமென்றால் நூறுபோடு புகழான ரசமணியுங் கட்டும்பாரு
தடமதுவும் நடப்பதற்கு இதுவேசித்தி தண்மையுள்ள சூதமது குளிகையாச்சு
மடந்தனிலே தானிருக்கும் சிவயோகிக்கு மகத்தான குளிகையது கிட்டிற்றானால்
நடராஜ சுந்தரனார் கிருபையாலே நாதாந்த சித்துவெனச் செப்பலாமே. 6531

சித்தான சித்துகளும் இவர்க்குஈடுண்டோ சிறப்பான நாதாக்கள் கண்டதில்லை
வெற்றியுடன் அஷ்டசித்து இதனாலாகும் வேதாந்தத் தாயாரும் பிரசங்கிப்பாள்
முத்திபெற மோட்சவழி காணலாகும் முனையான சிவயோகி இவர்தானென்பார்
சத்தியங்கள் தவறாமல் குளிகைகொண்டு சட்டமுடன் நடப்பவனே சித்தன்பாரே. 6532

பாரேதான் குளிகையது என்னசொல்வேன் பாங்கான புலிப்பாணி பாலகனே
நேரேதான் சாத்திரங்கள் உளவாராய்ந்து நேர்மையுடன் மாண்பர்களும் ஆகாவென்று
சீரேதான் குளிகைதனை முடித்துமல்லோ சிறப்புடனே அஷ்டசித்து யாராலாகும்
ஆரோதான் உந்தமக்கு போதிப்பாரே அப்பனே உந்தமக்கு அருள்செய்வேனே. 6533

அருளான அருளிதுவும் என்னவென்றால் அப்பனே முன்செய்த புண்ணியத்தால்
பொருளான சூதமென்ற மணிதானப்பா புண்ணியனே உந்தமக்கு கிட்டலாச்சு
இருளான பவக்கடலை விட்டகற்றி எழிலான தவக்கடலை ஏகியல்லோ
மருளான ஞானமென்ற கடலைக்கண்டு மன்னவனே சிவயோக நிலையில்நில்லே. 6534

நிற்கவென்றால் உந்தமக்கு எல்லாங்கிட்டும் நீதியுடன் சூதமென்ற குளிகைதன்னால்
அற்பமென்று நினையாதே அருண்மைந்தாகேள் ஆகாகா விதியிருந்து கிட்டலாச்சு
சொற்பமெனும் கருமியென்ற மாண்பந்தம்மை சுட்டறுத்து விட்டகற்றி துகளகற்றி
கற்புடைய மாயவலைச் சிக்கறுத்து களங்கமில்லா சிவயோக தவத்தைப்போற்றே. 6535

போற்றியே சூதமென்ற குளிகைதன்னை பொங்கமுடன் துவாரமிட்டு கயர்தான்மாட்டி
நாற்றிசையும் மெச்சுதற்கு கண்டம்போல் நாயகனே கழுத்திலிட்டு வேடம்பூண்டு
ஆற்றவே நெடுந்தூரம் நெடுந்தேசம் அப்பனே வயிரமாங் காதவோசை
ஏற்றமுடன் தானடக்க வாசியோடும் எழிலான குளிகையது மகிமைபாரே. 6536

பார்க்கவென்றால் அறுபத்து நான்குசித்தும் பாருலகில் வெகுகூத்து ஆடலாகும்
தீர்க்கமுடன் ஆவினது முதுகில்வைத்தால் திறமான பசுவதுவும் பால்கொடாது

ஏர்க்கவே குளிகையது வேகத்தாலே எளிதான பாலதுவும் மேலேநோக்கும்
ஆர்க்கமுடன் மணியதுவை எடுத்தாலல்லோ அப்பனே பாலதுவுங் கறக்கும்பாரே. 6537

கறக்குகின்ற ஆவதுவும் பால்கொடாது காசினியில் இதுவுமொரு சித்துவாகும்
திறமுடைய குளிகைதனை எடுத்துமைந்தா தீர்க்கமுடன் பதனமாய்ச் செய்துகொண்டு
உறமுடனே நெடுங்காலம் இருந்துகொண்டு உத்தமனே சிவயோகஞ் சாதித்தேதான்
நிறமதுவும் மாறாமல் சதாகாலந்தான் நீட்சியுடன் சமாதிமுகம் நின்றிடாயே. 6538

நிற்கவே விதியிருந்த புண்ணியத்தால் நிலமையுள்ள குளிகையது கிடைக்கலாச்சு
அற்பமென்ற பொருளெல்லா மாண்பாகேளு அப்பனே உந்தனுக்குக் கிடைக்கலாச்சு
விற்பிடித்த மன்னவரும் நன்றமைத்து விட்டகுறை இருந்ததொரு புண்ணியத்தால்
உற்பனமாங் குளிகையது வாய்க்கலாச்சு ஓகோகோ நாதாக்கள் கடாட்சந்தானே. 6539

செம்பு சுத்தி

காணவே இன்னமொரு போக்குசொல்வேன் கருவான புலிப்பாணி மகனேகேளு
தோணவே செம்பதுவுஞ் சேர்தானொன்று செப்புகிறேன் செம்புதனை மூசையிட்டு
வேணபடி சரக்குவகை சொல்வேனப்பா வேதாந்தத் தாயினது கடாட்சத்தாலே
பானமெனும் வெடியுப்பு பலந்தானொன்று பாங்குபெற துருசதுவும் பலந்தான்ஒன்றே. 6540

ஒன்றான வளையுப்பு பலந்தானொன்று உத்தமனே சாரமது பலந்தானைந்து
குன்றான வீரமது பலந்தான்ரெண்டு குறையாமல் கல்லுப்பு பலந்தான்ரெண்டு
வென்றிடவே அன்னமென்ற பேதியப்பா வேகமுடன் அண்டோடு தானுஞ்சேர்த்து
சென்றுமே பொடியாக்கி திரள்வேந்தேகேள் செப்புகிறேன் கைவரிசை முறைமைபாரே. 6541

முறையான சரக்கெல்லாம் ஒன்றாய்க்கூட்டி உத்தமனே கல்வமதில் பொடியதாக்கி
குறையாமல் செம்புதனை உருக்கிமைந்தா குணம்பெறவே நயம்பெறவே கிராசமீவாய்
திறையகற்று செம்பதுவும் இருளுமேகி தீர்த்தமுடன் சிவந்துமல்லோ இன்னம்பாரு
துறையான செம்பதனை எடுத்துமைந்தா துகளகற்றி ஊதியெடு சுத்தியாச்சே. 6542

சுத்தியாஞ் செப்புதனை எடுத்துப்பாரு சுந்தரனே ஆறுவகை ஜெயநீர்தன்னால்
வெற்றிபெற தானுருக்கிக் காய்ப்பாயப்பா வேதாந்தத் தாயினது கடாட்சத்தாலே
சத்தியமாய் ஊறலது ஏகியல்லோ சண்முகனார் பூசைக்கு ஏற்றமாச்சு
அத்திபுரந் தானெரித்த ஆலங்காடர் அப்பனே தானணியுஞ் செம்புமாச்சே. 6543

செம்பான செம்புதனை பதனம்பண்ணு செயலான முத்தியமும் பெறுவாயப்பா
கும்பமுனி சாத்திரத்தில் அனேகஞ்செம்பு கூறினார் பன்னீரா யிரத்திலப்பா
நம்பியல்லோ செய்தவர்க்கு எல்லாஞ்சித்தி நாதாந்த சித்துமுனி சாத்திரத்தில்
அம்பொன்னாஞ் செம்பொன்னின் வினோதவித்தை அப்பனே கோடிமுறை சூட்டினாரே. 6544

சூட்டினேன் இச்செம்பு சிடிகைவேதை சிறப்பான செம்புகளும் இன்னமுண்டு
வாட்டமுடன் இச்செம்பை மதியில்தானும் வளமுடனே பத்துக்கு ஒன்றுதாக்க
நாட்டமுடன் வயதுவும் என்னசொல்வேன் நலமான மாற்றதுவும் ஆணிக்காறு
ஆட்டிடையன் கதைபோலே இருக்கவேண்டாம் அப்பனே செம்பிருக்க அலைவாருண்டோ. 6545

உண்டான வெள்ளிதனை உருக்கிமைந்தா உத்தமனே பத்துக்கோர் தங்கஞ்சேர்த்து
கண்டதமாய் வாரடித்து புடத்தைப்போடு கண்மணியே என்னசொல்வேன் மாற்றோஎட்டு
பண்டிதங்கள் பொய்யாது ஆயுர்வேதம் பாரினிலே கலைவகுத்து நிலைவகுத்து
விண்டிடவே போகர் ஏழாயிரத்தை விருப்பமுடன் பாடிவைத்தேன் காண்டம்ஏழே. 6546

ஏழான காண்டமது கடைக்காண்டத்தில் எழிலான சிவயோக தவயோகங்கள்
ஆழவே வைப்புமுதல் சிடிகைவேதை அப்பனே யானுரைத்தேன் உந்தமக்கு
வாழவென்றால் இந்நூல்தான் சத்தகாண்டம் வையகத்து மாண்பருக்கும் போதாதுண்டோ
மீழவே கருவறிந்து பொருளறிந்து மிக்கான குருவறிந்து நினைவாய்க்கொள்ளே. 6547

கொள்ளவென்றால் சாத்திரத்தை எண்ணிப்பாரு கோடான கோடிமுறை குறிப்புசொன்னேன்
விள்ளவே மனோன்மணியாள் பதாம்புயத்தை விருப்பமுடன் பணிந்தாக்கால் எல்லாஞ்சித்தி
உள்ளதொரு பொருளெல்லாம் இதிலேதோயும் உத்தமனே காண்டமது ஏழுங்கண்டால்
கள்ளமது வாறாது புண்ணியவானே கருத்துடனே பாடிவைத்தேன் காண்டம்ஏழே. 6548

கண்டமாம் இன்னமொரு போக்குசொல்வேன் கண்மணியே விண்மணியே கருவாய்க்கேளு
வேண்டியதோர் கருமான வினோதமுண்டு வித்தகனே நாதாக்கள் மறைத்துவைத்தார்
தூண்டியே பொருளறிந்து தொடர்பறிந்து தூய்தான சாத்திரத்தின் நிலையறிந்து
ஆண்டியெனுஞ் சித்தர்முனி பதமறிந்து அப்பனே கருமுறைகள் சொல்வேன்யானே. 6549

சொல்லவென்றால் புலிப்பாணி சொகுசுள்ளானே சுந்தரனே இந்திரனே சுகுணமாரா
புல்லறிவால் உந்தனுக்குப் புகட்டுவோம்யாம் புகழான செம்பினிட சுத்திதன்னை
வெல்லவே செம்பதுவும் பலமொன்றாகும் வேகமுள்ள வீரமது பலமொன்றாகும்
சொல்லவே காரமது பலமொன்றாகும் செயலான நிமிளையது பலமொன்றாமே. 6550

ஒன்றான சாரமது பலமொன்றாகும் உத்தமனே கெவுரியது பலமொன்றாகும்
வென்றிடவே துருசதுவும் பலமொன்றாகும் வேகமுள்ள சீனமது பலமொன்றாகும்
நன்றான லிங்கமது பலமொன்றாகும் நலமான வெடியுப்பு பலமொன்றாகும்
மன்றான கரியுப்பு பலமொன்றாகும் பாலகனே இதுகளெல்லாம் ஒன்றாய்க்கூட்டே. 6551

கூட்டவே சரக்கெல்லாம் கல்வமிட்டு குமுறவே பொடியாக்கி மைந்தாகேளு
நாட்டமுடன் செம்புதனை குகையிலிட்டு நலமாகத் தானுருக்கிக் கிராசமீவாய்
வாட்டமுடன் கிராசமது கொடுக்கும்போது வளமான செம்பதுவும் ஊறலேகி
நீட்டமுடன் தங்கமென்ற செம்புபோலாம் நிதியான செம்புதனை பதனம்பண்ணே. 6552

பண்ணவே செம்பெடுத்து மைந்தாகேளு பாங்குபெற வெள்ளிதனில் பத்துக்கொன்று
தண்ணமுடன் கொடுத்துருக்கி மாற்றைப்பாரு தாக்கான வயததுவும் சத்தமாகும்
திண்ணமுடன் சுயத்தங்கம் பிறவித்தங்கம் தீர்க்கமுடன் தங்கமதின் பசுமையாகும்
உண்ணவே சீவனத்துக்கு இடம்வேறுண்டோ உத்தமனே நாதாக்கள் செம்புதானே. 6553

தானான வெள்ளிதனில் பத்துக்கொன்று தண்மையுடன் தங்கமது ஒன்றுசேர்த்து
கோனான காலாங்கி கடாட்சத்தாலே கொற்றவனே தானுருக்கி வாரடித்து
பானான புடமதுவும் தீர்ந்துதானால் பாலகனே மாற்றதுவும் எட்டதாகும்
மானான மனோன்மணியாள் கடாட்சத்தாலே மன்னவனே செம்பினுட வேதைகாணே. 6554

வைர வைப்பு

வேதையாம் இன்னமொரு போக்குசொல்வேன் வேதாந்தத் தாயினுட மகிமையாலே
தீதொன்றும் வாராமல் ரவியின்மார்க்கம் தீர்க்கமுடன் சொல்லுகிறேன் திறமாய்க்கேளு
போதமுடன் சீனமென்ற படிகக்கல்லாம் பொங்கமுடன் சேரதுவும் நிறுத்திமைந்தா
வாதமதில் மேலான வைடூரியந்தான் வளமான வச்சிரமாங் கல்லின்போக்கே. 6555

போக்கான படிகமென்ற கல்தானப்பா பொங்கமுடன் வச்சிரமாங் குகையிலிட்டு
வாக்கதுவும் பொய்யாமல் வசனிப்பேன்யான் வளமான மாந்தளிரும் உருக்குப்பச்சை
நோக்கமுடன் சேரதுவும் கால்தானொன்று நுட்பமுடன் பூநீருக் கிடமொன்றாக
ஆக்கமுடன் காக்கையென்ற நிமிளையப்பா அடவான சேரதுவுங் கால்தானொன்றே. 6556

காலான குடோரியென்ற காரஞ்சேர்ந்து கருவாக மூசையிட்டு உருக்கும்போது
பாலான சரக்கெல்லாம் ஒன்றாய்க்கூடி பாகுபதம் போலுருக்கி தண்விட்டாடும்
மாலான வயிரமது போலேதோன்றும் மகத்தான நிமிளையென்ற வேதைதன்னால்
சூலான கெற்பமது உள்ளேதோன்றி சுக்கிரன்போல் சரணைவெளி காணலாமே. 6557

காணலாம் ரவையென்ற கல்லுமாச்சு கருவான தவளம்போலே இருக்கும்பாரு
பூணலாம் சரணையிட்டு ஒளியேகொண்டால் புகழான சுக்கிரன்போல் பூர்க்கும்பாரு
தோணவே வேணமட்டும் குகைதானிட்டு தோறாமல் முன்சொன்ன கணக்குபோலே
வேணபடி கணக்கெடுத்து உருக்கிப்பாரு வெகுகோடி நிதியனைத்தும் காண்பாய்பாரே 6558

பாரப்பா மூசையிட்டு உருகும்போது பாலகனே சிறுமணியாங் கருவமைத்து
நேரப்பா உருக்கியதை சாய்ப்பாயானால் நெடிதான ஜெகஜோதி என்னசொல்வேன்
சீரப்பா இதற்கீடு ரத்னமுண்டோ சீருலகில் வெகுமாண்பர் தெரியாமற்றான்
ஆரப்பா முறையோடும் வழிபாடோடும் அப்பனே தாமுரைத்தார் அதிகவானே. 6559

அதிகமாம் வயிரமென்ற போக்குதன்னை அப்பனே யானுரைத்தேன் நுணுக்கமெத்த
பதிதமுள்ள வைப்பதனை சித்துதாமும் பாருலகில் மாண்பருக்குத் தெரியாமற்றான்
துதியோடும் பதியோடும் நூல்கள்சொல்லி துப்புரவாய் மதிதனக்கு ஏராமற்றான்
விதியான சிடிகையென்ற கைபாகத்தை விட்டகற்றி நூல்மறைத்து விலக்கினாரே. 6560

விலக்கவே வைப்புமுதல் உளவுதன்னை வெகுபேர்கள் அறியாமல் வினயங்கொண்டு
துலக்கமுடன் நூல்தனைக் காணாமற்றான் துப்புரவாய்க் கருவிகர ணாதியந்தம்
பலக்கவே சிடிகையென்ற வேதைதன்னை பாராமல் பாருலகில் கெட்டார்கோடி
ஜலக்கம்பம் என்றதொரு கெந்திபோலே சாங்கமுடன் செய்வதற்கு மதிபோனாரே. 6561

மதியான வயிரமது பிறவிபோலாம் மகத்தான நாதாக்கள் செய்தவேதை
துதியான பிறவியென்ற கல்லினாலே துப்புரவாய் ராசாதி ராஜர்தாமும்
நதிகளிலும் மலைகளிலும் கண்டெடுத்த நாதாந்த சித்தொளியே கல்போலாகும்
பதியான சுனைதனிலும் ஓடைதன்னில் பாங்குடனே வயிரமது விளையுந்தானே. 6562

கெம்பு வைப்பு

தானான இன்னமொரு போக்குசொல்வேன் தண்மையுள்ள புலிப்பாணி தம்பிரானே
கோனான இந்தமுறை வேதையப்பா குவலயத்தில் நாதாக்கள் கூறவில்லை
பானான படிகமது சேர்தானொன்று பாலகனே பூநீரும் பலந்தானொன்று
தேனான தேன்வளையல் சேர்தான்காலாம் தேற்றமுடன் பவளமென்ற புத்துகாலே. 6563

காலான பண்பவள சேர்தான்காலாம் கண்மணியே வளையலுப்பு சேர்தான்காலாம்
மாலான சரக்கெல்லாம் ஒன்றாய்க்கூட்டி மகத்தான வங்கமென்ற செந்தூரந்தான்
நூலான நூற்படியே கால்சேர்கூட்டி நுட்பமுடன் தானுருக்கிக் கருவமைத்து
சூலான கெற்பமது உள்ளிருக்க துப்புரவாய் மணிபோலே வார்த்திடாயே. 6564

வார்க்கவென்றால் மணியதுவும் உருகியல்லோ வளமான கெம்பினுட தளம்போலாகும்
தீர்க்கமுடன் தளமெடுத்த சாணைதன்னில் திறமுடனே தான்கொடுத்து மதியபோண்டு
ஏற்கவே இவ்வேதை சிடிகைவேதை எழிலான கெம்பினுட தளந்தானாச்சு
பூர்க்கவே சாணைதனில் மணிகொடுத்தால் புகழான கெம்பினுட ஜோதிதானே. 6565

ஜோதியாங் கெம்பினுட மகிமைதன்னை சுந்திரனார் சித்துமுனி மறைத்துவைத்தார்
வாதிகளும் காணாமல் மதியம்பூண்டு வண்மையுடன் கைமறைப்பைத் தெரியாமற்றான்
நீதியுடன் சாத்திரங்கள் டடித்தயர்ந்து நிஷ்களங்க மாயிருந்தார் கோடிபேர்கள்
வீதியெனுங் கொல்லனது மாளிதன்னில் விரும்பூசி விற்றதொரு கதையுமாச்சே. 6566

கதையான கதைகாட்டி மையம்பூண்டு காசினியில் தான்மறைத்தார் வினோதவித்தை
கெதையான உப்பினிட கெதையைச்சொன்னேன் கெணிதமுடன் எண்ணிகண்டு காணாமற்றான்
விதைபோட்டால் சுரையொன்று காய்க்குமோசொல் வித்தகனே நூல்களெல்லாம் வினயங்கூறி
உதயம்போல் கெம்புவைப்பு இருக்க உத்தமனே வெகுதேசஞ் சென்றார்பாரே. 6567

பாரேதான் மணிதனைபே சாணைதன்னால் பக்குவமாய்த் தான்பொடித்து ஒளியுங்கொண்டு
நேரேதான் வணிகரிடஞ் சென்றாயானால் நெடிதான செம்பதுவும் பிறவியென்று
சீரேதான் ஜெகத்திலுள்ள மாண்பரெல்லாம் ஜெகதலத்தில் பிறவியுள்ள கல்லேயென்று
தீரேதான் ஜெகத்திலுள்ள மாண்பரெல்லாம் செப்பிடுவார் பின்னொன்றும் செப்பார்தானே. 6568

தானான கெம்பதனை பார்தான்செய்வார் தண்மையுள்ள புலிப்பாணி மன்னாகேளு
கோனான நாதாக்கள் சித்துதாமும் குவலயத்தில் மறைத்துவைத்தார் நூல்களெல்லாம்
தேனான நூல்களெல்லாம் உளவாராய்ந்து தேற்றமுடன் ஓதிவைத்தேன் உந்தமக்கு
பானான பரஞ்சுடரே போற்றிசெய்து பாலகனே சதாநித்தம் துதிப்பாய்த்தானே. 6569

நற்பச்சை வைப்பு

துதிப்பான இன்னமொரு பாகஞ்சொல்வேன் துப்புரவாய் புலிப்பாணி மன்னாகேளு
மதிப்புடைய படிகமென்ற கல்தானப்பா மன்னவனே சேரதுவும் நிறுத்திக்கொண்டு
பதிவுடைய காச்சிக்கல் பச்சைதன்னை பாங்குபெற இருசேராய் நிறுத்துக்கொண்டு
மதிபோன்ற பூநீருங் கூடச்சேர்த்து மகத்தான வளையல் ரங்குதானுஞ்சேரே. 6570

சேரேதான் குகையிலிட்டு செப்பக்கேளும் செயலான ஆறுவகை ஜெயநீர்தன்னை
வீரேதான் மூசையிட்டு குடோரிசேர்த்து விருப்பமுடன் துருத்தியது நாலுகொண்டு
நேரேதான் தானுருக்கி மைந்தாகேளு நேர்மையுடன் கருக்கட்டி வார்ப்பாயப்பா
ஆரேதான் மற்றொருவர் காணாமற்றான் அப்பனே ஆறியபின் உடைத்துப்பாரே. 6571

உடைத்துமே பார்க்கையிலே என்னசொல்வேன் ஓகோகோ நாதாக்கள் மறைத்தவண்ணம்
படிகமும் நவநீதம் யானறிந்து பட்சமுடன் நானுரைத்த பச்சைதன்னில்
மடைபோன்ற சீரலது இருக்கும்பாரு மகத்தான வணிகரிடஞ் சென்றாயானால்
சடைநீக்கி சாணைதனில் கொண்டுமல்லோ சட்டமுடன் ஜோதிதனை அறிந்துபாரே. 6572

ஜண்டரசு பஸ்மம்

அறிவான பச்சையென்ற வைப்புதன்னை அப்பனே உந்தமக்கு உரைத்தவர்போல்
குறியான முறையறிந்து வழியறிந்து குணமான பாகமது தானறிந்து
முறியாமல் உருக்குமுகம் பாலறிந்து முனையான கருவதனில் பாச்சும்போது
நெறியான பிறவியென்ற கல்லைப்போலும் நெடிதான பச்சையென்ற தளமுமாச்சே. 6573

ஆச்சப்பா இன்னமொரு பாகஞ்சொல்வேன் அறிவுள்ள சிறுபாலா அன்புள்ளானே
ஆச்சரிய மானதொரு செப்புதன்னை அப்பனே புலிப்பாணி அறைவேன்பாரு
மூச்சடங்கி தானிருந்தேன் நெடுங்காலசித்து மூதுலகில் சமாதிகொண்ட காலாங்கிநாதர்
பாச்சலுடன் சீனபதி சமாதிருந்து பட்சமுடன் எந்தனுக்கு உரைத்தவாறே. 6574

வாறான வெடியுப்பு பலமோபத்து வளமையுள்ள சீனமது பலமோபத்து
சூறான கண்டரது பலமோபத்து குறிப்பான கல்லுப்பு பலமோபத்து
சேறான மிருதாருசிங்கி பலமோபத்து செம்பவள புத்துமது பலமோபத்து
மாறான கெந்தியது துலாமோவைந்து மகத்தான பூரமது பலமுமைந்தே. 6575

அஞ்சான சரக்கெல்லாம் ஒன்றாய்க்கூட்டி அப்பனே சாரமென்ற ஜெயநீர்தன்னால்
மிஞ்சவே தானரைப்பாய் நாலுசாமம் மிக்கான பில்லையது லகுவாய்ச்செய்து
அஞ்சாமல் சக்ரமாம் வாலைதன்னில் துப்புரவாய்த் தானமைத்து பாண்டந்தன்னில்
பஞ்சமென்ற கவசமது வைந்தும்வைத்து பட்சமுடன் ஒன்றின்மே லொன்றுவையே. 6576

வைத்துமே கரகமென்ற பாண்டந்தன்னில் வளமுடனே சீலையது வலுவாய்ச்செய்து
பொய்த்துமே போகாமல் தீயைமூட்டி பொங்கமுடன் தானெரிப்பாய் கமலம்போலே
சுத்துமே சலமதனை விட்டுமைந்தா சுந்தரனே வாலையது எரிக்கும்போது
பத்துமே தீயதுவும் ஏராமற்றான் பாங்குபெற வாலைதனை எரித்திடாயே. 6577

எரிக்கையிலே பதங்கமது என்னசொல்வேன் எழிலாக சாமமது ஐந்திலே
சரியான சூதமென்ற பதங்கந்தானும் சதுரான மேற்கலசந் தன்னைப்பற்றி
சரிகுழலில் மேலாகப் பதங்கமேறி சுத்தமுடன் தவளமது நிரந்தைப்போலும்
உரியதொரு சூதமென்ற ஆசுதானும் உத்தமனே பளபளத்து நிற்கும்பாரே. 6578

பாரப்பா சாமமது நாலேயாகும் பாங்குபெற தானெரிப்பாய் கமலம்போலே
நேரப்பா எரித்தவுடன் காரமேறி நேர்மையுடன் சரக்குமிகச் சேர்த்துமல்லோ
வேரப்பா வடிப்பாண்டம் சிட்டம்நின்று விளக்கொளிபோல் சிறுபொடியாந் தகடுபோலே
ஆரப்பா தவளம்போ லிருக்கும்பாரு அப்பனே சண்டரசப் பெருமைதானே. 6579

பெருமையாம் சண்டரசமென்ற பற்பம் பேருலகில் நாதாக்கள் மறைத்துமல்லோ
அருமையாம் உள்ளதொரு பற்பந்தன்னை அப்பனே தான்மறைத்துப் பாடிவைத்தார்
ஒருமையாம் எல்லாரும் அறிவதற்கு உத்தமனே உந்தமக்கு உகமைகூறி
பெருமையாய் யானுரைத்தேன் உந்தமக்கு பேரான கைமுறையைத் தெரிந்துகொள்ளே. 6580

கொள்ளவே சண்டரச போக்குசொல்வேன் குறிப்பான ரோகமதைக் கொல்லும்வேகம்
விள்ளவே ரோகமது என்னவென்றால் வீறான சூலையது பதினெட்டும்போம்
உள்ளதொரு குன்மமது எட்டும்போகும் ஓகோகோ பாண்டுவகை ஆறுந்தீரும்
கள்ளமிலா பித்தமது நாற்பதும்போகும் கருவான வாதமென் பதுவும்போமே. 6581

போமேதான் வாயுவென்ற ரோகம்போகும் பொல்லாத பீலிகையும் மகோதரம்போம்
ஆமேதான் கெவுசியென்ற கெண்டைபோகும் அப்பனே விக்கலென்ற உளமாந்தைபோகும்
நாமேதான் சொன்னபடி வயிற்றுவலிபோகும் நலமான சோகையொடு பிரமேகம்போம்
வேமேதான் மேகமது இருபதும்போகும் வேகமுடன் விஷபாகந் தீருந்தானே. 6582

தானான கயரோகம் செயரோகம்போம் தாக்கான இருமலொடு வீளைகச்சும்
கோனான மண்டையில் சூலைபோகும் கெடிதான கருப்பனென்ற வியாதிபோகும்
பானான படர்தாமரை கறுப்புபோகும் படையோடு சில்விஷங்கள் எல்லாந்தீரும்
தேனான காலாங்கி நீதிவாக்கு தேசமதில் பொய்யாது மெய்யதாமே. 6583

மெய்யான சில்விஷமாங் குஷ்டம்போகும் மேலான விப்புருதி அகண்டமாலை
வெய்யவே கிராணியது கழிச்சல்போகும் வெளுப்பான சீழ்மூலம் நவமூலம்போம்
துய்யதொரு பவுத்திரமும் மறையாப்பும்போம் துலையாத புத்துவுடல் யோனிச்சூலை
எய்யவே மந்தார காரம்போகும் எழிலான நேத்திரநோய் போகும்பாரே. 6584

பாரேதான் கண்ணோய்தான் தொண்ணூற்றாறும் பாங்கான பிடரிநோய் ஜன்னிபதிமூன்றும்
நேரேதான் அண்டமென்ற வாதம்போகும் நெடிதான பாதத்தின் வீக்கம்போகும்
கூரேதான் குறிப்புற்று கன்னப்புற்று குடிகெடுக்கும் ராசனென்ற பிளவையோடும்
சேரேதான் முதுவாளை விலாவின்வாளை செயலான தமர்க்காய்ச் சிலந்திகாணே. 6585

காணவே இடிவிழுந்து புரைமேற்புண்ணும் கண்ணோசை சதைவளர்த்தி ரோகந்தானும்
தோணவே கபவாதம் ரத்தவாதம் தோற்றாத கைமுடக்கு கால்முடக்கு
வேணதொரு நாவரட்சி சந்திடுப்பு வீரான கீலினது வாய்வுபோகும்
தோணவே கரம்புவலி முடிச்சிபோகும் கோளான மலக்குற்றம் போகும்பாரே. 6586

போகுமே அனுபானம் கண்டறிந்து போக்கவே வியாதிகளுக்கு உகந்தவண்ணம்
ஏகுமே கைபாகஞ் செய்பாகந்தான் எழிலான புடபாகம் ருசிபாகந்தான்
ஆகுமே இத்தனையுங் கண்டறிந்து அப்பனே நூல்வழியே சென்றாயானால்
பாகுபதங் கால்வழிதான் காணலாகும் பாங்கான நாதாக்கள் கற்பந்தானே. 6587

கற்பமாம் சண்டரச சூதமப்பா காசினியில் சித்தரெல்லாம் மறைத்துவைத்தார்
பற்பமது உலகோர்கள் அறியாமற்றான் பான்மைபெற நூல்களிலே மறைத்துச்சொன்னார்
அற்பமென்று நினையாதே அருண்மைந்தாகேள் அன்புடனே யாமுனக்கு உரைத்தநீதி
கற்பேந்திர காலமது நெடுங்காலந்தான் காசினியில் இருப்பதுவும் உண்மைதானே. 6588

உண்மையாஞ் சண்டரச பற்பந்தன்னை உலகுபதி மாண்பர்களும் உளவறிந்து
தண்மையுடன் கைபாகஞ் செய்பாகத்தால் சட்டமுடன் செய்குவது மெய்யேயானால்
வண்மையாஞ் சித்தர்முனி நாதர்போலே வளமுடனே வையகத்தில் நெடுங்காலந்தான்
திண்மையுடன் வெகுகோடி காலமப்பா தீர்க்கமுடன் இருப்பதுவும் உண்மைதானே. 6589

உண்மையாம் வையகத்தில் நெடுங்காலந்தான் உத்தமனே நாதாக்கள் சித்தரோடும்
பண்மையுள்ள சாத்திரங்கள் பலவாராய்ந்து பாருலகில் மாண்பர்களும் பிழைப்பதற்கு
கண்மையாய் காலாங்கி தாள்பணிந்து கர்த்தாவை அஞ்சலித்து முடிகள்சாய்த்து
நன்மைபெற உந்தனுக்கு மனதுவந்து நாட்டினேன் உண்மை சத்தியமும்பாரே. 6590

சத்தியமாம் என்னூலை முழுதும்பார்த்து சாங்கமுடன் செய்பவர்க்கு எல்லாஞ்சித்தி
முத்தியது பெறுவதற்கு காயகற்பம் முனையான பற்பமிது சூதபற்பம்
வெத்திபெற அஷ்டாங்க சித்தியெட்டும் வேதாந்தத் தாயினிட நடனமார்க்கம்
முத்தியது பெறுவதற்கு தேககற்பம் மூதுலகில் சத்தியர்க்கு பலிக்கும்பாரே. 6591

பலிக்குமே சூதமுண்ட மாண்பரெல்லாம் பாருலகில் மகானுபான் என்பார்பாரு
ஜொலிக்குமே தேகமது கற்றூணாகும் சோராது வாசியது மேல்நோக்காது
சுலிக்காது இருகண்ணும் வருந்தியுந்தோன்றும் காசினியில் வேசியாக மாண்பரென்பர்
சலிக்காது சண்டரச பற்பமப்பா சட்டமுடன் செய்வேனே யோகிபாரே. 6592

பஞ்சபூத சிவராச யோக செந்தூரம்

பாரப்பா புலிப்பாணி மைந்தாகேளு பாலகனே காலாங்கி நாதர்நீதி
ஆரப்பா எந்தனுக்கு உரைத்தமார்க்கம் அப்பனே அஞ்சலித்து முடிவணங்கி
சேரப்பா சமாதிமுகஞ் சென்றபோது செம்மலுடன் எந்தமக்குக் கொடுத்தபாகம்
நேரப்பா சொல்லுகின்ற பஞ்சபூதம் நெடிதான வேதைமுகம் நன்றாய்த்தானே. 6593

வேதையாம் வேதைமுகம் பஞ்சபூதம் மேன்மையுள்ள செந்தூரம் காயகற்பம்
கோதையெனும் மனோன்மணியாள் கடாட்சத்தாலும் கொற்றவனார் நாதாக்கள் பாதத்தாலும்
பாதையெனும் பஞ்சபூதச் செந்தூரத்தைப் பாருலகில் மாணாக்கர் பிழைப்பதற்கும்
சூதையது கூறாமல் குமாரவேலா சுந்தரனே கைபாகஞ் செப்புவேனே. 6594

செப்புவேன் கெந்தியது சேர்தான்பாதி செயலான வீரமது சேர்தான்பாதி
ஒப்பமுடன் லிங்கமது சேர்தானொன்று உத்தமனே சாரமது சேர்தானொன்று
மெய்ப்புடனே பூரமது சேர்தானொன்று மேன்மையுடன் கல்வமதில் இட்டுமைந்தா
எப்படியும் ஓரைந்தா யட்சபூதம் எழிலான சரக்கெல்லாம் பொடியாய்ப்போச்சே. 6595

பொடியான சரக்கெல்லாம் மையதாகி பொங்கமுடன் தாகமது கருவிட்டாட்டி
கன்னமாஞ் சரக்கெல்லாம் நன்றாயாட்டி கண்மணியே ஜாலமெட்டுந் தீர்ந்தபின்பு
வடிவான பஞ்சரச சரக்கையெல்லாம் வளம்பெறவே பில்லையது லகுவாய்த்தட்டி
மிடியோக ஓட்டிலிட்டுச் சீலைசெய்து மீட்சிபெற ரவிதனிலே காயப்போடே. 6596

போடவே ரவியாறிக் காய்ந்தபின்பு பொங்கமுடன் மணல்மறைவிற் புடத்தைப்போடு
நாடவே இப்படியே பத்துமுறைபோடு நலமான தாகமென்ற கருவினாலே
சாடவே புடமதுவும் பத்துந்தீர்ந்தால் சட்டமுடன் மறுபடியுஞ் செப்பக்கேளு
கூடவே சரக்கதனைக் கல்வமிட்டு கொற்றவனே கையானின் ரசத்தைத்தாக்கே. 6597

தாக்கவே நாற்சாமம் அரைத்தபின்பு சட்டமுடன் பில்லையது லகுவாய்ச்செய்து
ஆக்கமுடன் ரவிதனிலே காயவைத்து அப்பனே சில்லிட்டுச் சீலைசெய்து
போக்கான சரக்கெல்லாங் கட்டுதற்கு பொங்கமுடன் மண்மறைவிற் புடத்தைப்போடு
வாக்கதுவும் பொய்யாமல் கோழியாக வளமுடனே புடம்போடக் கட்டும்பாரே. 6598

கட்டுமே பஞ்சரசச் சரக்குதானும் கருவாக பத்துமுறை இப்படியேபோட்டால்
சட்டமுடன் சரக்கதுவுங் கட்டிப்போகும் சார்பான செந்தூரம் நீலவர்ணம்
மட்டுமே சிவப்பதுவும் ஏராதப்பா மார்க்கமுடன் பின்னும்வகை செப்பக்கேளு
பட்டுப்போல் செந்தூரஞ் சிவப்பதற்கு பாலகனே வரிசையது செப்புவேனே. 6599

செப்பவென்றால் நாவில்லை பாவுமில்லை தேசத்தின் கருவாளி செய்வாரப்பா
ஒப்பமுடன் கருமிகட்கு வாய்க்காதப்பா ஓகோகோ வாய்த்தாலும் விழலாய்ப்போகும்
இப்புவியில் உந்தமக்கு தருமிகட்கும் ஏழிலான வேதைமுகம் கூறினேன்யான்
தப்பிதங்கள் நேராது சன்மார்க்கவானே சட்டமுடன் செய்பவனே புத்திவானே. 6600

புத்தியுடன் சரக்கதனைத் தானெடுத்து பூபாலா பின்னுமந்தக் கல்வமிட்டு
பத்தியுடன் கருந்துளசி சாறுவிட்டு பாலகனே நாற்சாமரம் அரைத்தபின்பு
சத்தியமாய் பில்லையது லகுவாய்ச்செய்து சாங்கமுடன் ரவிதனிலே காயவைத்து
முத்திபெற சில்லிட்டுச் சீலைசெய்து முனையான ஜோதியென்ற புடந்தான்போடே. 6601

போடேதான் புடமதுவுங் கோழியாக பொங்கமுடன் இப்படியே பத்துமுறைபோடு
நாடேதான் செந்தூரம் நவிலப்போமோ நாதாந்த சித்துமுனி சொல்லாவண்ணம்
கூடநீ செந்தூரந் தனையெடுத்து கொற்றவனே கல்வமதிலிட்டு மைந்தா
ஆடேதான் குமரியின்தன் சாற்றினாலே அப்பனே தானரைப்பாய் சாமம்நாலே. 6602

நாலான சாமமது அரைத்தபின்பு நலமான பில்லையது லகுவாய்ச்செய்து
பாலான ரவிதனிலே காயப்போடு பாலகனே காய்ந்தபின்பு சில்லிசெய்து
மாலான சீலையது செய்தபின்பு மகத்தான மணல்மறைவிற் புடத்தைப்போடு
சூலான புடமாறி எடுத்துப்பாரு துப்புரவாய்ச் செந்தூரஞ் சொல்லொண்ணாதே. 6603

ஒண்ணாது செந்தூரம் என்னசொல்வேன் ஓகோகோ நாதாக்கள் கூறவில்லை
மண்ணான சரக்கதுவும் பிரிதிவிதன்னால் மகத்தான காரசார மதுவேயாகி
தண்ணமுடன் வேதைமுகங் கோடானகோடி தாக்கிடவே சிமிட்டுவித்தை என்னலாகும்
விண்ணான நாதாக்கள் காணாவித்தை விருப்பமுடன் உந்தனுக்கு ஓதினேனே. 6604

ஓதினேன் செந்தூரந் தனையெடுத்து உத்தமனே வெள்ளிதனில் நூற்றுக்கொன்று
நீதியுடன் தானுருக்கிக் குருவொன்றீய நிஷ்களங்க மானதொரு வெள்ளிதானும்
ஆதியென்ற பஞ்சபூத சரக்கினாலே அப்பனே வர்ணமது மிகவேயாகி
பாதிமதி சடையணிந்த தம்பிரானால் பலிக்குமடா வாதவித்தை ஜொலிக்கும்பாரே 6605

ஜொலிக்குமே மாற்றதுவும் என்னசொல்வேன் சோராமல் வயதுபன் னிரண்டதாகும்
ஒலிக்குமே தங்கமதை என்னசொல்வேன் ஓகோகோ சித்துமுனி அறியாத்தங்கம்
பலிக்குமே சிவயோக மாண்பருக்கு பாவியென் மாண்பருக்கு பலியாதப்பா
எலித்தலையில் கோடாரித்தான் விழுந்தாற்போல எளிதான கைமுறைகள் வினோதந்தானே. 6606

தானான சுயத்தங்கம் பிறவித்தங்கம் தாக்கான சிவயோகி செய்யுந்தங்கம்
கோனான காலாங்கி நாதர்சொன்ன குருவான வாக்கதுவும் பொய்யாதப்பா
தேனான மனோன்மணியாள் கடாட்சத்தாலே தேற்றமுடன் பலவிதமாய் நூலைப்பாடி
மானான மாண்பர்களும் அறியாமற்றான் மயக்கமுடன் மருட்கடலில் அழுந்திட்டாரே. 6607

மருட்டான சிடிகையென்ற வேதைதன்னை மார்க்கமுடன் அறியாமல் மாண்பர்தாமும்
இருட்டுவழி ஏகியல்லோ பாலரெல்லாம் எழிலான கைமுறையைப் பாராமற்றான்
பொருளிருக்கும் இடமதுவும் தோன்றாவண்ணம் பொங்கமுடன் மதியீன மயக்கத்தாலே
குருட்டுவிழிப் பூனையது விட்டம்பாய்ந்த குறிப்பான கதைபோலே மேவலாச்சே. 6608

நவலோக செந்தூரம்

மேவலா மின்னமொரு மேன்மைகேளு மேதினியில் கீர்த்திபெற்ற புண்ணியவானே
ஆவலுடன் உந்தமக்கு மனதுவந்து அப்பனே காலாங்கிப் பதம்பணிந்து
சாவதுவும் என்றைக்கும் நிட்சயந்தான் சாங்கமுடன் பலதொழிலும் கற்றுமென்ன
போவது மெய்யல்லால் இருப்பதில்லை பொங்கமுடன் வையகத்து வாழ்க்கையாமே. 6609

வாழ்க்கையாம் வெகுகாலம் இருப்போமென்னும் வண்மையுடன் பலநூலும் உளவாராய்ந்து
தாட்கமல பதாம்புயத்தை மனதிலெண்ணி தகமையுள்ள காயாதி கற்பங்கொண்டு
வீட்கமுடன் நெடுங்காலஞ் சமாதிசென்று விருதாவாய் மறுபடியும் வந்துமென்ன
பாழ்க்கமுடன் பவக்கடலை விட்டகற்றி பாருலகில் சுந்தரம்போல் இருப்பீர்தானே. 6610

சுந்தரனே காவிக ஷாயம்பூண்டு சுத்தமுடன் இருப்பதுவும் யோகியல்லோ
தந்திரமாய் அஷ்டசித்தி ஆடியென்ன தாரணியில் யோகமது கொண்டுமென்ன
அந்தமெல் லாம்புகழ ஞானங்கொண்டு அவனிதனில் பொய்வேஷங் கொண்டுமென்ன
மந்திரத்தில் மாங்காய் விழுங்கதையைப்போல மானிலத்தில் வெகுபேர்கள் மயங்குவாரே. 6611

மயக்கவே எந்தனது மணியேகேளும் மாசற்ற நவலோகச் செந்தூரந்தான்
தியக்கமது வாராமல் லோகந்தன்னை தீர்க்கமுடன் முறைபாடு சொல்வேன்யானும்
நயமுடைய தங்கமது ஒன்றேயாகும் நலமான காரீயம் ஒன்றேகாலாம்
அயமதுவும் விராகனது ஒன்றேயாகும் அப்பனே நாகமது ஆறதாமே. 6612

ஆறான செம்பதுவும் ஒன்றேயாகும் அப்பனே குடவனது ஒன்றேயாகும்
காரான வெள்ளியது இரண்டேயாகும் கருவான வெள்வங்கம் ஒன்றேயாகும்
கூறான வெட்டுருக்கு ஒன்றேயாகும் குறிப்பான நவலோகம் ஒன்றாய்க்கூட்டி
சேறான லோகமெலாம் ஒன்றாய்ச்சேர்த்து செப்புகிறேன் வரிசைபெற வண்மைகேளே. 6613

வண்மையாய் இடைகண்டு இனமுங்கண்டு வகுப்பான சேர்வையது யானுங்கண்டு
தண்மைபெற நாதாக்கள் தாள்வணங்கி தாமுரைத்த முறைபாடு வழிபாடெல்லாம்

உண்மையுடன் தாமறிந்து புத்திவானை உகமையுள்ள லோகமதைக் கண்டாராய்ந்து
திண்ணமுடன் மூசையிட்டுச் சீலைசெய்து தீர்க்கமுடன் சரவுலையில் ஊதிடாயே. 6614

ஊதவே நவலோகம் ஒன்றாய்ச்சேர்ந்து உத்தமனே உருகியல்லோ களங்கமாகும்
நீதமுடன் களங்கெடுத்து உடைத்துமைந்தா நிஷ்களங்க மாகவல்லோ கல்வமிட்டு
சூதமது ஈரிடைக்கு ஒன்றேசேர்த்து சுத்தமுடன் கெந்தியது இரட்டிப்பாக
வாதமது பலிப்பதற்கு வருண்மைந்தாகேள் வளம்பெறவே தாளகமும் பலந்தான்கூட்டே. 6615

கூட்டியே கண்டரது கால்தான்சேரு குணமான கெவுரியது களஞ்சிஇரண்டு
நீட்டமுடன் மனோசிலையுங் காலதாக நெடிதான வீரமது களஞ்சிநாலு
தாட்டிகமாய்த் துத்தமது களஞ்சிஇரண்டு தாக்கான பூரமது களஞ்சியாறு
வாட்டமுடன் இடைகண்டு கல்வமிட்டு வளம்பெறவே தானரைக்க வகையைக்கேளே. 6616

வகையான ஆறுவகை ஜெயநீர்தன்னால் வளம்பெறவே தானரைப்பாய் எட்டுசாமம்
துகையான சரக்கெல்லாம் ஒன்றாய்க்கூட்டி தோராமல் தானரைத்து பில்லைதட்டி
புகையாமல் இருப்பதற்கு ரவியில்வைத்து புகழான சீலையது வலுவாய்ச்செய்து
பகையான புடமதுவும் மண்ணிலப்பா பாங்குபெற கோழியென்ற புடந்தான்போடே. 6617

புடமதுவுந் தீயாறி சென்றபின்பு பத்தியுள்ள பூபாலா உரைப்பேனப்பா
தடங்கண்டு வழிகண்டு தண்மையோடு சட்டமுடன் மணலதனை நீக்கிமைந்தா
அடலான வாசல்தனை எடுத்துப்பாரு அப்பனே செந்தூரம் நீலவர்ணம்
மடலான செந்தூரந் தனையெடுத்து மன்னவனே பின்னுமந்த கல்வம்பூட்டே 6618

பூட்டியே சரக்கெல்லாங் கல்வமிட்டு புத்தியுள்ள கண்மணியே ஜெயநீரப்பா
தாட்டிகமாய் ஆறுவகை ஜெயநீர்தன்னால் சட்டமுடன் தானரைப்பாய்ப் பின்னுமல்லோ
வாட்டமுடன் தானரைத்து பில்லைதட்டி வளமுடனே ரவிதனிலே காயவைத்து
நீட்டமுடன் சில்லிட்டுச் சீலைசெய்து நீதியுடன் மண்மறைவிற் புடந்தான்தாக்கே. 6619

தாக்கவே கோழியது புடமதாக்கி தண்மையுள்ள பூபாலா போட்டாயானால்
நோக்கமுடன் ஓடதனை உடைத்துப்பாரு உத்தமனே செந்தூரம் என்னசொல்வேன்
ஆக்கமுடன் செந்தூரம் அருணன்போலாம் அப்பனே நாதாக்கள் கூறவில்லை
வாக்கதுவும் பொய்யாது வருண்மைந்தாகேள் வண்மைபெற செந்தூர வேதைதானே. 6620

செந்தூரம் வேதைமுகம் ரோக நிவர்த்தி

தானான வேதைமுகஞ் சாற்றக்கேளீர் தண்மையுள்ள பூபாலா தருமவானே
கோனான எனதையர் காலாங்கிநாதர் கொற்றவனார் தாமுரைத்த நீதிவண்ணம்
பானான பராபரியாள் பாதம்போற்றி பாருலகில் மாண்பர்களும் பிழைக்கவென்று
தேனான சிவயோக நிலையில்நின்று தேற்றமுடன் வேதைமுகங் கூறுவேனே. 6621

கூறுவேன் செந்தூரந் தனையெடுத்து குணமான வெள்ளிதனில் நூற்றுக்கொன்று
மாறுதலாய்க் குகையிலிட்டு உருக்கிமைந்தா மார்க்கமுடன் தகடடித்துப் புடத்தைப்போடு
தேறுதலாய் மாற்றதுவும் என்னசொல்வேன் தேற்றமுடன் எட்டரைக்கு ஆணிக்கொக்கும்
கூறுதலாய்ப் பிறவியென்ற தங்கமாகும் குணமான செந்தூர வேதைகாணே. 6622

காணவே இன்னமொரு மார்க்கஞ்சொல்வேன் கைலாச புலிப்பாணி கருவுள்ளானே
தோணவே செம்பதனை உருக்கிமைந்தா துப்புரவாய் இடைக்கிடைதான் செந்தூரத்தை
வேணமட்டும் செம்புருக்கிக் கிராசமீவாய் வித்தகனே செம்பதுவுங் களங்கமாகும்
மாணமருங் கல்வியுள்ள பூபாலாகேள் மகத்தான செம்பதனை ஊதிப்போடே. 6623

ஊதவே செம்பதுவும் தங்கச்செம்பாம் உத்தமனே நாதாக்கள் மறைத்தசெம்பு
நீதமுடன் செம்பெடுத்து செப்பக்கேளும் நிஷ்களங்க மானதொரு வெள்ளிதன்னை
தோடமுடன் நூற்றுக்கு ஒன்றுசேர்க்க துப்புரவாய் மாற்றதுவும் பதினாறாகும்
வாதமது காணவென்றால் இதுவேவாதம் வளம்பெரிய நாதாக்கள் வாதம்பாரே. 6624

பாரேதான் வாரடித்துப் புடந்தான்போடு பாங்காண வெள்ளியது செம்பினாலே
நேரேதான் மாற்றதுவும் அதிகங்காணும் நேர்மையுள்ள பிறவியென்ற தங்கமாச்சு
சீரேதான் இத்தங்கம் சிவயோகத்தங்கம் சிறப்பான மாண்பர்களுக்கு உகந்ததங்கம்
ஆரோதான் சொல்வாரோ உந்தமக்கு அப்பனே யானுரைத்தேன் உண்மைபாரே. 6625

உண்மையாம் நவலோக செந்தூரத்தை உத்தமனே உந்தனுக்கு ஓதினேன்யான்
வண்ணமுடன் சீவனத்துக் கிடமதாக வளம்பெரிய செந்தூரம் பதனம்பண்ணு
எண்ணரிய நற்பொருளை குருவாயெண்ணி எளிதான வறுமை வருங்காலந்தன்னில்
கண்மறையுங் காலமது தானறிந்து கண்மணியே சீவனத்துக் கிடந்தான்கொள்ளே. 6626

கொள்ளவே வறுமைவருங் காலந்தன்னில் கொற்றவனே நவலோக செந்தூரத்தை
கள்ளமது வாராமல் மைந்தாகேளு கணக்குடனே நாளொன்றுக்கு இருநேரந்தான்
வள்ளலுயர் வணிகரிடம் சென்றுமல்லோ வகையுடனே பணவிடைதான் பொன்தான்யீய்ந்து
உள்ளவரை சீவியநா ளுள்ளமட்டும் உத்தமனே காலமது கழிக்கநன்றே. 6627

நன்றான செந்தூரம் பதனம்பண்ணு நாதாக்கள் மறைத்துவைத்த செந்தூரந்தான்
குன்றான மலைபழுக்கும் நவலோகந்தான் கொற்றவனே கருமிகட்கு மனம்விடாதே
தின்றாலும் ஒருவனாய் மனதுவந்து தீர்க்கமுடன் மருமமதா உண்பாயப்பா
அன்றெறித்த ஆதிசிவன் உந்தனுக்கு அப்பனே தான்கொடுத்த வேதையாமே. 6628

வேதையா இன்னமொரு போக்குசொல்வேன் வேதாந்தக் கண்மணியே புனிதவானே
கோதையர்கள் மாயவலை சிக்கிடாதே கொற்றவனே சிக்கினால் மனம்விள்ளாதே
மாதாவின் சீர்பதத்தை தாரணியில் எப்போதும் தலைமேற் கொண்டு
சீதையுடன் ராமருந்தான் இருந்தநேர்மை செப்பினதோர் கதைதனையே கண்டீர்தானே. 6629

கண்டதொரு மாண்பர்களுக்கு இந்தலோகம் கருவான ரோகமது போவதற்கும்
பண்டுளவ மாலையணி கிருஷ்ணாவதாரன் பார்மாலை யாகவல்லோ பூண்டுகொண்டு
தண்டுளவ துளசியென்ற மூலிச்சாற்றால் சட்டமுடன் நவலோக செந்தூரத்தை
கொண்டிடவே அனுபானம் பணவிடைதானப்பா கொற்றவனே ரோகமது தீருங்காணே. 6630

காணவே நவலோக செந்தூரத்தால் கசரோகம் க்ஷயரோகம் கழன்றுபோகும்
பூணவே திருகடுகை சூரணத்தில் புகழான செந்தூரம் பணவிடைதான்கொள்ள

ஆணவத்தால் மிஞ்சிவந்த மேகரோகம் அப்பனே கடல்புக்கி ஓடும்பாரு
மாணமருங் கல்வியுள்ள மன்னாகேளும் மகத்தான வியாதிமுகம் இன்னங்கேளே. 6631

கேளப்பா அனுபானம் நெய்தானாகும் கெடியான நவலோக செந்தூரத்தை
ஆளப்பா வியாதிமுகந் தானறிந்து அப்பனே அனுபானம் அறிந்துகொண்டால்
கேளப்பா ஒருநாளும் வாராதப்பா குணமுள்ள நவலோகச் செந்தூரந்தான்
பாரப்பா போகாமல் மண்டலந்தான் பரிவுடனே கொண்டவர்க்கு ரோகம்போமே. 6632

போமேதான் பதினெட்டு குஷ்டம்போகும் பொல்லாத மேகமென்ற இருபதும்போம்
ஆமேதான் சூலைபதி னெட்டும்போகும் அப்பனே காமாலை ஆறுந்தீரும்
வேமேதான் வாதமது எண்பதும்போகும் வேகமுடன் பித்தமது நாற்பதும்போம்
நேமேதான் சொன்னபடி கிராணிபோகும் நலமாகப் பாண்டுவகை தீருந்தானே. 6633

தீருமே தேகமது ஊதல்தீரும் தீர்க்கமுடன் ரோகநீ ரெல்லாம்போகும்
ஈரதனில் தான்சுரக்கும் விஷநீரப்பா எழிலான தந்தநோ யெல்லாந்தீரும்
நாறுடலம் கிரந்தியென்ற புண்கள்போகும் நலமான தாதுடனே வலியுண்டாகும்
கூறுமுனி காலாங்கி நாதர்வாக்கு குவலயத்தில் ஒருநாளும் பொய்யாதாமே. 6634

பொய்யாது நவலோகஞ் செந்தூரந்தான் பூட்டுகிறேன் நாலாயிரத்துச் சொச்சம்
மெய்யிலுள்ள ரோகமது எல்லாந்தீரும் மேலான நவலோக செந்தூரந்தான்
வையகங்கள் தான்புகழும் செந்தூரத்தை வளம்பெரிய நாதாக்கள் மறைத்துவைத்தார்
துய்யநல்ல பண்டிதங்கள் மிகவாராய்ந்து துப்புரவாய் ஓதிவைத்தேன் நுணுக்கம்பாரே. 6635

பாரேதான் நவலோக செந்தூரத்தை பாருலகில் நாதாக்கள் மறைத்துவைத்தார்
ஆரோதான் சாஸ்திரங்கள் உளவாராய்ந்து அப்பனே போதிப்பார் யாருமில்லை
நேரேதான் உந்தன்முகம் மனதுவந்து நெடிதான முறைபாடு வழிபாடெல்லாம்
தீரேதான் இடைபாகங் கைபாகங்கள் தீர்க்கமுடன் உந்தனுக்குப் போதித்தேனே. 6636

ரச வெள்ளி

போதித்தேன் இன்னமொரு மார்க்கங்கேளீர் பொங்கமுடன் புலிப்பாணி புனிதவானே
ஆதித்தன் சந்திரன்போல் வெள்ளிப்போக்கு அப்பனே யானுரைப்பேன் அன்புள்ளோனே
நீதியுடன் சூதமது பலந்தானொன்று நிஷ்களங்க மானதொரு காடிவீரம்
தீதில்லாப் பாஷாணஞ் சுன்னமொன்று தீர்க்கமுடன் களஞ்சியிடை தானுந்தூக்கே. 6637

தூக்கியே கல்வமதில் இட்டுமைந்தா துப்புரவாய் ஆறுவகை ஜெயநீர்தன்னால்
நோக்கமுடன் தானரைப்பாய் இரண்டுசாமம் நுணுக்கமுடன் மெழுகதனை உருட்டிமைந்தா
வாக்குடனே பாகமது பிசகிடாமல் வளமான சூதமென்ற வெண்ணெய்தன்னை
பாக்களவாய் உருட்டியதை மூசையிட்டு பண்புபெற சில்லிட்டுச் சீலைசெய்யே. 6638

சீலையென்றால் ஏழுசீலை வலுவாய்ச்செய்து திட்டமுடன் சரவுலையில் வைத்துஊது
வாலையுடன் தீயாறி எடுத்துப்பாரு வளமான சூதமது வெள்ளியாகும்
காலையிலே தானுதிக்குஞ் சூரியன்போல் கருவான வெள்ளியது ஜோதிமெத்த
ஆலையெனும் தகடதனை இறுத்திமைந்தா அப்பனே புடம்போடத் துலக்கமாமே. 6639

துலக்கமாம் வெள்ளியது என்னசொல்வேன் துப்புரவாய்ச் சூதமென்ற வெள்ளியாச்சு
பலத்ததொரு சிவராச வெள்ளிதன்னை பாருலகில் நாதாக்கள் மறைத்துவைத்தார்
சுலபமென்ற வேதைமுகங் காணாமாண்பர் சுந்தரனே வெகுகோடி மாண்பரப்பா
கலக்கமது வாராது சூதவெள்ளி கருவான வங்கத்துக்கு அசைந்திடாதே. 6640

அசையாது சோதனைக்கு உறுதிவெள்ளி அப்பனே நாதாக்கள் நூலறிந்து
வகையொன்றும் நேராமல் தாள்பணிந்து அஷ்டாங்க யோகநிலைத் தன்னிற்சென்று
திசையெட்டுங் குளிகையது யானுங்கொண்டு திருவிளையாள் மனோன்மணியாள் போற்றிசெய்து
இசையுடனே உந்தமக்கு இந்தபாகம் இன்பமுடன் தான்கொடுத்த வேதையாச்சே. 6641

ஆச்சப்பா கைபாகஞ் செய்பாகந்தான் அப்பனே வினயமென்ற பதமறிந்து
மூச்சடங்கி நெடுங்காலம் இருந்தசித்து முனையான பாகமதைக் கைமறைத்தார்
பாச்சலுடன் அடியேனுங் குளிகைகொண்டு பாருலகைச் சுத்தியல்லோ மனதுவந்து
வீச்சுடனே உந்தமக்கு ஓதிவைத்தேன் விட்டகுறை இருந்ததினால் வாய்க்கலாச்சே. 6642

வாய்க்கவே முன்செய்த புண்ணியத்தால் வளமான வினயமென்ற வெள்ளிப்போக்கு
தாய்க்கமலந் தாள்பணிந்த புண்ணியத்தால் சட்டமுடன் உந்தமக்குக் காணலாச்சு
பேய்பிடித்து மாண்பரெல்லாம் வாதந்தேடி பேரான நிலைகடந்து பதிகடந்து
மாய்கையெனும் சமுசார மிட்டிழந்து மாடிழந்து வீடிழந்து மாண்டார்தாமே. 6643

மாண்டாரே வையகத்தில் கோடிமாண்பர் மானிலத்தில் கணக்குண்டோ லக்கோயில்லை
வேண்டியதோர் கருமானம் அனேகங்கொண்டு விட்டகுறை இல்லாமல் விழலாய்ப்போனார்
காண்டவம்போல் பூர்வீகப் புண்ணியத்தால் தற்பரனே உந்தமக்கு இந்தப்பாகம்
ஆண்டகையாள் மனோன்மணியாள் கடாட்சத்தாலே அப்பனே உந்தமக்கு வந்தவாறே. 6644

வெள்வங்க நீர் வாங்கல்

வாறான இன்னமொரு போக்குசொல்வேன் வளமையுள்ள புலிப்பாணி மன்னாகேளும்
கூறான வெள்வங்கம் பலந்தானொன்று கொற்றவனே சூதமது பலந்தான்பாதி
நீறான பாஷாண சுன்னமப்பா நெடிதான மூசையிட்டு உருக்கியல்லோ
பேறுடைய பற்பமது குன்றியப்பா பெருமையுடன் உருக்குமுகந் தன்னில்தாக்கே. 6645

தாக்கவே வெள்வங்கம் உருகியல்லோ தகமையுள்ள நீரதனை யுரிந்துகொள்ளும்
தேக்கலென்ற வெள்ளீய வூட்டங்காய்ப்பு தெளிவான நீரதுவும் மருகியல்லோ
நோக்கமுடன் பிறவியென்ற வெள்ளியாச்சு நெடிதான வங்கமதற் கசையாதப்பா
ஏக்கமது கொள்ளாமல் இந்தப்பாகம் எளிதாகச் செய்வதற்குச் சித்தியாமே. 6646

சித்தியாம் வெள்ளீயம் பிரயோகித்தால் சீரான சமுசாரிக் கானவித்தை
முத்திபெற வழியுண்டு ஞானமுண்டு மூதுலகில் நீயுமொரு சித்தனாவாய்
நித்தியமும் சிவானந்த நிலையில்நின்று நீதியுடன் சிவயோகந் தன்னைப்பாரு
சத்தியவான் வார்த்தையப்பா பொய்யாதப்பா சட்டமுடன் காலாங்கி சொன்னவாக்கே. 6647

நாகக் கட்டுவேதை

சொன்னதொரு புலிப்பாணி மைந்தாகேளு சொகுசுள்ள கண்மணியே தீராமாரா
நன்னயமாய் பலநூலுங் கற்றுணர்ந்த நாதாந்தச் சித்தொளிவை நவில்வேனப்பா
உன்னிதமாய் நாகமென்ற லோகந்தன்னை உற்பனமாய்த் தானெடுத்து உண்மைபாரு
பன்னவே நாகமது தானெடுத்து பாலகனே உருக்கியல்லோ சாய்த்திடாயே, 6648

சாய்க்கவே இலுப்பைநெய் தன்னிலப்பா சட்டமுடன் சாரமதைக் கிராசமீய்ந்து
வாய்க்கவே பதினோரு முறைதானப்பா வளமுடனே உருக்கிமிகச் சாய்த்தாயானால்
மாய்த்துமே சட்டையது சவளையாகி மகத்தான நாகமது ஒருகண்ணாகி
பேய்ந்ததொரு மழையினால் மண்கசடான பேரான பிரிதிவி போலிருக்கும்பாரே. 6649

பாரப்பா புலிப்பாணி இன்னங்கேளு பாகமுடன் முன்செய்த நாகந்தன்னை
நேரப்பா கரிவங்கந் தானுங்கூட்டி நேர்மையுடன் தானுருக்கிச் செப்பக்கேளிர்
ஆரப்பா தேன்வளையல் என்றபூநீர் அப்பனே தானுருக்கி கருவிட்டாட்டி
தீரப்பா நாகமதற் கங்கிபூட்டி திறமுடனே ஏழுவகைச் சீலைசெய்யே. 6650

ஏழான சீலையது வலுவாய்ச்செய்து எழிலான ரவிதனிலே காயவைத்து
ஆழான புடமதுவுங் கோழியப்பா அப்பனே தான்போட்டு எடுத்துப்பாரு
மீளான நாகமது கட்டும்பாரு மிக்கான தவளையென்றே செப்பலாகும்
கோளாறு வாராது இந்தப்பாகம் கொற்றவனே நாகமது கட்டிப்போச்சே. 6651

கட்டியதோர் நாகமது இன்னஞ்சொல்வேன் கருவான கையானின் சாற்றினாலே
திட்டமுடன் தானுருக்கி சாய்ப்பாயப்பா திறமான நாகமது சீறலேகி
சட்டமுடன் தவளையது போலேயாகி தகமையுள்ள நாகமது பகையடங்கி
நட்டமில்லா களங்கமதுபோல் ஜோதியோடும் நலமான நாகத்தின் கட்டுதானே. 6652

தானான நாகமது கட்டுதன்னை தண்மையுள்ள பூபாலா சாற்றக்கேளு
மானான மருதோன்றி சாற்றினாலே மார்க்கமுடன் தானுருக்கி சாய்ப்பாயப்பா
பானான பரஞ்சுடர்போல் ஜோதிமின்னும் பாலகனே பத்துமுறை உருக்கிச்சாய்க்க
தேனான நாகமது கண்ணடைந்து ஏற்றமுடன் புத்துமென்ற புட்டுதானே. 6653

புட்டான நாகமதைத் தானெடுத்து புகழான பழச்சாற்றில் உருக்கிச்சாய்க்க
திட்டமுடன் பத்துமுறை உருக்கிப்பாரு தீர்க்கமுள்ள சவளையது போலேயாகும்
கட்டமுடன் பாராமல் விராலிதன்னை கருவாகத் தானுருக்கிச் சாய்த்துப்பாரு
நட்டமென்ன சிவந்தகொடி வேலிதன்னை நன்றாக பத்துமுறை சாய்த்திடாயே. 6654

பத்தான முறையதுஞ் சாய்த்தாயானால் பாலகனே நாகமது கொடிகட்டாம்
சத்தான நாகமது கட்டேயானால் சதகோடி சூரியர்போல் பிரகாசிக்கும்
முத்தமரும் ஞானமுள்ளோர் செய்யமாட்டார் மூதுலகில் சமுசாரி செய்யும்வித்தை
குத்தமது வாராது நாகந்தன்னை குணமுடனே செய்பவனே வாதியாமே. 6655

வாதியாம் நாகமென்ற களங்கெடுத்து வரிசைபெற சூதமது நேரேசேர்த்து
நீதியாம் ஆறுவகை ஜெபநீர்தன்னால் நீட்டியரை எண்சாமம் தானுமப்பா
ஆதியெனும் பரஞ்சுடரை மனதிலெண்ணி சோராமல் தானரைப்பாய் மெழுகுபோலாம்
பாதிமதி சடையணியுந் தம்பிரானால் பாலகனே மெழுகது போலிருக்குந்தானே. 6656

தானான மெழுகதனை பில்லைதட்டி தகமையுடன் ரவிதனிலே காயவைத்து
கோனான குருசொன்ன வாக்குபோலே கொற்றவனே சில்லிட்டுச் சீலைசெய்து
மானான மணல்மறைவிற் புடத்தைப்போடு மகத்தான செந்தூரம் நீலவர்ணம்
பானான புடமதுவும் பத்தேயாகும் பாலகனே தானரைத்துப் போடுபோடே. 6657

போடவே செந்தூரம் அருணன்போலாம் பொங்கமுடன் தானெடுத்து செப்பக்கேளு
ஆடவே ஜீவனத்துக் கிடமேதென்றால் அப்பனே வழிபாடு சொல்வேனப்பா
நீடவே செம்பதுதான் களஞ்சிபத்து நெடிதான செந்தூரங் களஞ்சியொன்று
கூடவே தானுருக்கிக் கொடுத்துப்பாரு கொற்றவனே மாற்றதுவும் ஒன்பதாமே. 6658

தாமேதான் செம்பதனை வாரடித்து தண்மைபெற புடம்போட பிறவித்தங்கம்
வேமேதான் காவிக்கு முப்புக்கேகா வேதாந்தக் கண்மணியே விளக்கம்பாரு
ஆமேதான் பசுமையென்ற தங்கமப்பா அப்பனே சமுசாரிக் கானதங்கம்
நாமேதான் சொன்னபடி நாகத்தங்கம் நலம்பெறவே செய்பவனே புத்திவானே. 6659

புத்தியா இன்னமொரு போக்குசொல்வேன் புகழான வெள்ளியது பத்துக்கொன்று
வெற்றிபெற தானுருக்கி குருவொன்றீய வித்தகனே மாற்றதுவும் என்னசொல்வேன்
சத்தியமாய் எட்டரைதான் ஆணிக்கொக்கும் சன்மார்க்க புத்தியுள்ள பூபாலாகேள்
நித்தியமும் குருபதாம் புயத்தைப்போற்றி நீமகனே ஜீவித்து இருப்பீர்காணே. 6660

காணவே வாரடித்துப் புடந்தான்போடு கருவான வெள்ளியது பசுமையாகி
நீணவே தானிருக்கும் மாற்றோமெத்த நிஷ்களங்க மானதொரு தங்கமப்பா
ஆணவங்கள் தானொடுங்கி பதாம்புயத்தை அப்பனே எந்நாளும் மனதிலெண்ணி
காணவே கரங்குவித்து அஞ்சலித்து காசினியில் மர்மமதாய் வாழ்குவீரே. 6661

வாழ்கவென்றால் செந்தூரம் பதனம்பண்ணு மகத்தான புலிப்பாணி மன்னாகேளு
வாழ்கவென்றால் செந்தூரந் தனைஎடுத்து வளம்பெறவே செயரோகந் தன்னில்ஈவாய்
வாழ்கவென்றால் மேகமென்ற இருபதுக்கும் மகத்தான கசரோகந் தன்தனக்கும்
வாழ்கவென்றால் காயாதி கற்பம்போலே வண்மையுடன் தானருந்தி வண்மைகொள்ளே. 6662

கொள்ளவே அனுபானந் தன்னில்ஈய கொற்றவனே காசமது ஆறும்போகும்
உள்ளதொரு பாண்டுவகை ஆறுந்தீரும் உத்தமனே வாயுவென்ற தெண்பதும்போம்
கள்ளமிலா பித்தமது நாற்பதும்போம் சயரோகஞ் சில்விஷங்கள் அற்றுப்போகும்
வள்ளலுயர் மேகமென்ற குஷ்டரோகம் வண்மைபெறுந் தாமரையும் தானும்போமே. 6663

போமேதான் பொல்லாத ரோகம்போகும் போக்கான வாய்நாற்றம் வெள்ளைதீரும்
நாமேதான் சொன்னபடி நளிர்சுரங்கள் நலமிலாக் கிராணியது ஆறுந்தீரும்
வேமேதான் நேத்ரவலி தொண்ணூற்றாறும் விட்டகலும் மேனியது காந்திமெத்த
ஆமேதான் நாதாக்கள் கொண்டகற்பம் அப்பனே நாகசெந் தூரம்பாரே. 6664

பாரேதான் செந்தூரம் உண்டபேர்க்கு பாலகனே ஏழானை பலமுண்டாகும்
நேரேதான் கிருஷ்ணாவ தாரனைப்போல் நெடிதான ஸ்ரீலீலை மன்மதந்தான்
சீரேதான் செந்தூரந் தானுமல்லோ ஸ்ரீராமர் கொண்டதொரு கற்பமாகும்
வேறேதான் கற்பமது இதற்கீடுண்டோ வேதாந்தத் தாய்கொடுத்த கற்பமாச்சே. 6665

கற்பமாம் நாகமென்ற செந்தூரந்தான் காலாங்கி நாதருட கடாட்சத்தாலே
சொற்பமென்று நினையாதே துய்யபாலா சுந்தரனே சமுசாரிக் கானவித்தை
விற்பனர் கொண்டாடும் வேதைதன்னை விள்ளாதே ஒருவருக்கும் விள்ளவேண்டாம்
அற்பமென்று நினையாதே அருண்மைந்தாகேள் ஆச்சரிய மானதொரு மகிமைதானே. 6666

பூரக்கட்டு வேதை

மகிமையாம் இன்னமொரு போக்குசொல்வேன் மகத்தான புலிப்பாணி மன்னாகேளு
அகிலமெலாந் தான்புகழும் காலாங்கிநாதர் வண்மையுடன் எந்தமக்கு சொன்னநீதி
சகிதமுடன் உந்தமக்கு ஞானோபித்து சகலகலை கியானமெல்லாம் உபதேசிப்பேன்
விகிதராய்க் கருமிகளும் உம்மைப்பற்றி வீரமுடன் நேசமது கொள்வார்பாரே. 6667

பாரான கருமிகளும் உம்மைவேண்டி பாருலகில் சினேகவதஞ் செய்யவென்று
காரான நல்லவர்போல் வார்த்தைகூறி கடுஞ்சினத்தை மனதிலெண்ணி மெய்யேசூர்வார்
நேரான சிடிகையென்ற வேதைமார்க்கம் நேர்மையுடன் தாமுரைக்க வதீதஞ்சொல்வார்
சூரான வார்த்தையது மிகவிடாமல் குணமுடனே நயனமதுவாய் நேசங்கொள்ளே. 6668

கொள்ளவென்றால் பூரணத்தைக் கேட்பாரப்பா கொற்றவனே மர்மமதை வெளிவிடாதே
தெள்ளுதமிழ் வாகடத்தைப் பேசுபேச தேஜொளியில் சின்மயத்தை வெளியிடாதே
உள்ளதொரு பொருளெல்லாம் உவமையோடும் உத்தமனே தடம்பிரித்து கேட்பாரப்பா
கள்ளமன மில்லாமல் கடகற்றி கண்மணியே உண்மையது புகன்றிடாயே. 6669

புகலவே புலிப்பாணி மன்னாகேளு புகழான பூரணமென்ற வேதைதன்னை
சகலமுனி சித்துகளுஞ் சொன்னாரப்பா தாரணியில் மர்மமதாய் சொல்லிவிட்டார்
நிகலவே சாத்திரங்கள் கோடானகோடி நீதியுடன் கட்டுமுறை அனேகங்கண்டார்
அகலமுள்ள இரும்பென்ற பாண்டந்தன்னை அப்பனே வெண்மையதாய் துலக்கிப்போடே. 6670

போடவேதான் பூரமென்ற சரக்குதன்னை பொங்கமுடன் அயச்சட்டி தன்னிலிட்டு
நீடவே பலமொன்றாய் நிறுத்திக்கொண்டு நிஷ்களங்க மானவெள்ளாட்டுப் பாலால்
சாடவே சுறுக்கதுவும் எட்டுசாமம் தண்மையுடன் தான்கொடுத்து பின்னுங்கேளு
கூடவே பசுவின்பால் நாலுசாமம் கொற்றவனே தான்கொடுத்து எடுத்திடாயே. 6671

எடுக்கவே பூரமது என்னசொல்வேன் எழிலான தந்தமது போலேகாணும்
ஒடுக்கமதாய் இறுகியல்லோ இறுகிக்காட்டும் உத்தமனே தவளைநிறம் போலேகாணும்
தொடுக்கவே வெடியுப்பு பலம்ஒன்றாகும் தோறாமல் சீனமது பலம்ஒன்றாகும்
விடுத்ததொரு துருசதுவும் பலம்ஒன்றாகும் வித்தகனே சிங்கியது பலம்ஒன்றாமே 6672

ஒன்றான சரக்கெல்லாம் கல்வமிட்டு உத்தமனே நாதாக்கள் சொன்னவண்ணம்
தென்றிடவே கல்வமதில் இட்டுமைந்தா வேகமுள்ள எருக்கன்பால் தன்னால்ஆட்டி
குன்றான பூரமதுக் கங்கிபூட்டி சூர்மையுடன் ரவிதனிலே காயப்போடு
நன்றான சீலையது ஏழுசெய்து நலமுடனே எரிக்கும்வகை வரிசைகேளே. 6673

வரிசையாய் தளவாயாம் பாண்டந்தன்னில் வகையுடனே பூமணலைக் கொட்டியேதான்
பரியான பூரமதை எடுத்துமைந்தா பாங்குபெற மணலதனில் பொதிந்துமல்லோ

விரிவான மணலதனால் மேலுமூடி மேலுமந்தப் பாண்டமிட்டு சில்லுசெய்து
துரிதமுடன் ரவிதனிலே காயவைத்து துப்புரவாய் வாலுகையால் ஏற்றிடாயே. 6674

ஏற்றியே தீபமது என்னசொல்வேன் எழிலான புலிப்பாணி புத்திவானே
போற்றியே அம்பாளின் பதாம்புயத்தைப் பொங்கமுடன் தானெரிப்பாய் கமலம்போல
நீற்றவே பூரமது கட்டுவாகி நீதியுடன் தவளம்போல் நிற்கும்பாரு
ஆற்றியே ஜாமமது நாலுமாகும் அப்பனே தானெரித்து எடுத்திடாயே. 6675

எடுக்கவே கணபதியைப் போற்றிசெய்து எழிலான பாண்டமது திறந்துபாரு
விடுத்ததொரு பூரமது என்னசொல்வேன் விண்ணுலகு சந்திரன்போல் விளக்கமெத்த
தொடுத்ததொரு பூரமதைத் தானெடுத்து சோராமல் கவசமதை நீக்கியேதான்
தடுத்திடா மருந்துவகை யானுரைப்பேன் தற்பரனே சிற்பரனே சார்ந்துகேளே. 6676

சார்ந்துமே பூரமதை எடுத்துபாலா தண்மையுடன் பற்பமது செய்வதற்கு
ஓர்ந்துமே ஈயமென்ற செந்தூரத்தை ஓகோகோ நாதாக்கள் மறைத்துவைத்தார்
தீர்ந்ததொரு செந்தூரந் தனைஎடுத்து தீர்க்கமுடன் பூரமதுக் கிடையேதூக்கி
ஆர்ந்துமே சிற்றண்டக் கருவினாலே அப்பனே தானரைப்பாய் சாமம்நாலே. 6677

நாலான சாமமது அரைத்தபின்பு நலமாகப் பூரமதுக் கங்கிபூட்டி
பாலான ரவிதனிலே காயப்போடு பட்சமுடன் தானெடுத்து சீலைசெய்து
மாலான மண்மறைவிற் புடத்தைப்போடு மகத்தான கோழியென்ற புடமேயாகும்
சூலான பூரமதுக் குள்ளிருந்து சுந்தரனே சூதமது மடியும் பாரே. 6678

மடியுமே இப்படிதான் பத்துமுறைபோடு மார்க்கமுடன் ஈயமென்ற செந்தூரத்தால்
படிப்படியாய் கருவிட்டு ஆட்டிஆட்டி பாலகனே பூரமதுக் கங்கிபூட்டி
விடிந்தபின்பு ரவிதனிலே காயவைத்து வித்தகனே சீலையது வலுவாய்ச்செய்து
முகந்தபின்பு முன்போலே புடமும்போடு முனையான பதமாறி எடுக்கக்கேளே. 6679

கேளேதான் பூரமது இறுகியல்லோ நெடியான சூதமது மடங்கிநிற்கும்
வீளேதான் பூரமதை எடுத்துமைந்தா விருப்பமுடன் பின்னுமல்லோ அதீதங்கேளு
நாளேதான் போகாமல் நாதவானே நவிலுகிறேன் பஞ்சபூத வாராதாரம்
சூளேதான் துருசுவெடி யுப்புக்காரம் சுந்தரனே வருஞ்சாரம் சீனந்தானே 6680

சீனமாங் கரியுப்புத் தானுஞ்சேர்த்து சிறப்புடனே செவ்வாலம் பாலாலாட்டி
சோனமதாம் புரத்துக் கங்கிபூட்டி சோராமல் ரவிதனிலே காயப்போடு
கானமருஞ் சுண்ணாம்பு சீலைசெய்து கடுரவியால் பின்னுமங்கே காயவைத்து
ஊனமது வாராமல் மணல்தானப்பா உத்தமனே கோழியென்ற புடத்தைப்போடே. 6681

புடமாறித் தீர்ந்தபின்பு எடுத்துப்பாரு புகழான ஆறுவகை சரக்குதன்னால்
தடமான பஞ்சபூத வாராதாரம் தண்மையுடன் சரக்கதுவும் சேர்த்துமல்லோ
திடமாகப் புகழடங்கி வீரடங்கி தீர்க்கமுள்ள பூரமது என்னசொல்வேன்
மடலான பூரமது உருகியல்லோ மார்க்கமுடன் தந்தம்போல் இருக்கும்பாரே. 6682

தந்தமாம் பூரமது கட்டுமானால் தண்மையுள்ள வேதையது என்னசொல்வேன்
அந்தமுடன் பூரமதை எடுத்துபாலா ஆகாகா வராகமென்ற நெய்யினாலே
பந்தமுடன் சுருக்கதுவும் நாலுசாமம் பாகமுடன் தான்கொடுக்க முழுகட்டாகும்
விந்தையுடன் பூரமது சிடிகைவேதை விண்ணுலகில் மண்ணுலகில் காணார்தாமே. 6683

காணாமல் சித்துமுனி நாதர்தாமும் கருவான சாத்திரங்கள் அதிகஞ்சொன்னார்
தோணாத கருக்குருவும் முறைபாடெல்லாம் தோறாமல் பாடிவைத்தார் நூல்கள்தோறும்
வீணாதான் போகாமல் சாத்திரத்தில் விட்டகுறை இருந்தாலே லபிக்குமென்று
மாணாக்கள் அறியவென்று பலநூலெல்லாம் மானிலத்தில் பலவிதமாய்க் கூறினாரே. 6684

கூறினார் வாதநூல் அனேகஞ்சொல்லி குணமான பாகமதை விட்டறுத்து
தேறினார் நூல்களெல்லாம் முன்பின்னாக தேற்றமுடன் கைமறைப்பாய்க் கட்டறுத்து
மீறியே சிலநூலில் உண்மைகூறி மிக்கான செய்பாகம் வேரறுத்து
சீறியே மாணாக்கர் தமைச்சினந்து சீரறுத்து வாரறுத்து திகைத்திட்டாரே 6685

திகைத்ததொரு நூல்களெல்லாம் உளவாராய்ந்து தீர்க்கமுடன் காலாங்கிப் பதம்பணிந்து
பகைத்ததொரு சித்தர்களைக் கரங்குவித்து பட்சமுடன் அஞ்சலிகள் மிகவுஞ்செய்து
வகையுடனே குளிகையது பூண்டுமல்லோ வளமான சீனபதி அடியேன்சென்று
தகமையுடன் குருபரனார் பதாம்புயத்தைத் தாள்பணிந்து சதாகாலந் தரிசித்தேனே. 6686

தரிசித்தேன் சமாதிமுகம் மதிவாய்நின்று தேற்றமுடன் குருவணக்கம் அதிகங்கூறி
புரிசடையோன் பதாம்புயத்தை மனதிலெண்ணி பூபாலா காலாங்கி நாதர்பாதம்
தெரியாத எந்தனுக்கு உவமைகூறி தெளிவான உபதேசம் மிகவேநண்ணி
சரியான சமாதியது பெறவேவேண்டி சட்டமுடன் அருளெனக்கு அருளென்றேனே. 6687

என்றதொரு வாக்கதுவும் கூறும்போது எழிலான காலாங்கி நாதர்தாமும்
தென்றிசையில் கும்பமுனி நாதருக்கு தேற்றமுடன் தரிசனைகள் தந்தாற்போல
சென்றதொரு எந்தனுக்கு வாசீர்மங்கள் தெளிவாக மனதுவந்து அதிகங்கொண்டு
கன்றழுகுங் காலமதில் தாயுவந்து கடும்பசிக்கு பால்கொடுத்த கதைபோலாச்சே 6688

ஆச்சப்பா எந்தனுக்கு உபதேசங்கள் அவனிதனில் யாரதுதான் சொன்னாரில்லை
மூச்சடங்கி சென்றதொரு காலாங்கிநாதர் முனையாக எந்தனுக்கு உண்மைகூறி
மாச்சலுடன் சமாதிமுகந் தானிருந்து மன்னவனே கருவிகர ணாதியந்தம்
ஏச்சலது வாராமல் பெற்றுமல்லோ எழிலான சீனபதி கடந்திட்டேனே. 6689

கடந்தேனே சீனபதி நீங்கியல்லோ காலாங்கி நாதருட கிருபையாலும்
சுடர்போன்ற மனோன்மணியாள் கடாட்சத்தாலும் சுந்தரனே அஷ்டதிசை துடர்ந்துவந்தேன்
திடமான முறைபாடு வழிபாடெல்லாம் தீர்க்கமுடன் குணபாடு தெரிந்துமேதான்
சட்டமுடன் காயாதி கற்பங்கொண்டு தாரணியில் நெடுங்காலம் இருந்திட்டேனே. 6690

இருந்தேனே நெடுங்காலங் குளிகைகொண்டு எழிலான சமாதிமுகம் எல்லாங்கண்டு
பொருந்தவே உந்தமக்கு உபதேசங்கள் பொங்கமுடன் கொட்டிவைத்தேன் இடங்கொள்ளாது
திருந்தவே பூரமென்ற காயகற்பம் திட்டமுடன் குன்றிவீதங் கொண்டாயானால்
அருந்தியதோர் தேகமது ஜோதிமின்னும் அப்பனே பூரமதின் வேகந்தானே. 6691

தானான குருசொன்ன வாக்குபோலே சட்டமுடன் மண்டலந்தான் உண்பாயானால்
பானான தேகமது என்னசொல்வேன் பரிதிகண்ட பனிபோலே நோய்கள்தீர்ந்து
தேனான மேனியது காந்திவீசும் தேசமதில் விதியாளி அறிவான்பாரு
மானான மகாதேவர் கடாட்சத்தாலே மார்க்கமுடன் உந்தமக்கு அமைக்கலாச்சே. 6692

வேதை முகம்

அமைப்பான பூரமதை எடுத்துமைந்தா அப்பனே மதிதனிலே நூற்றுக்கொன்று
நிமைப்பொழுதும் காலமது வீண்போகாமல் நீதியுள்ள புலிப்பாணி புனிதவானே
சுவைதாங்கும் நளியாளர் குறைதீர்த்தாப்போல சுந்தரனே சிடிகையென்ற வேதைதன்னை
அமைப்புடனே மதிதானும் உருகும்போது அப்பனே பூரமது ஒன்றுதாக்கே. 6693

தாக்கியே உருக்குமுகந் தன்னிலப்பா தகமையுடன் வெள்ளிதனை எடுத்துப்பாரு
ஆக்கியோன் வாக்கதுவும் பொய்யாதப்பா அப்பனே வெள்ளியது என்னசொல்வேன்
பாக்கியம்உண் டாவதற்கு பசுமையாகி பாங்குடனே பத்தரையாம் மாற்றுமாகும்
வாக்கதுவும் பொய்யாது மைந்தாகேளு வண்மையுள்ள பிறவியென்ற தங்கமாச்சே. 6694

தங்கமாம் சுயத்தங்கம் பிறவித்தங்கம் தாரணியில் நாதாக்கள் மெச்சுந்தங்கம்
புங்கசித்திக் குகந்ததொரு யோகத்தங்கம் புகழான சமுசாரிக்கான தங்கம்
வங்கமதற் கசையாத வலுத்ததங்கம் வளம்பெரிய சித்துமுனி போற்றுந்தங்கம்
இங்கிதமாம் மாண்பர்களுக்கு உகந்ததங்கம் எழிலான நடராஜ தங்கம்பாரே. 6695

பாரேதான் புலிப்பாணி மைந்தாகேளு பாலகனே இன்னமொரு போக்குசொல்வேன்
நேரேதான் செம்பதுவும் களஞ்சிநூறு நேர்மையுடன் குகைதனிலே இட்டுமைந்தா
தீரேதான் பாகமது பிசகிடாமல் தீர்க்கமுடன் தானுருக்கி மருந்தைசுவாய்
சூரேதான் காரமது விட்டுருக்கி கொற்றவனே குருவொன்று கொடுத்திடாயே. 6696

கொடுத்தவுடன் செம்பதுவும் உருகியல்லோ கோவேந்தர் புலிப்பாணி மன்னாகேளு
அடுத்தவிஷஞ் செம்பினது ஊரலேகி அப்பனே மாற்றதுவும் சொல்லப்போமோ
தடுத்திட வர்ணமது என்னசொல்வேன் தாரணியில் நாதாக்கள் மறைத்தசூத்து
நடுப்படையில் வில்லுக்கு நாணுமற்று நானிலத்தில் விழுந்ததொரு கதைபோலாச்சே. 6697

கதையான செம்பதுவும் மாற்றோமெத்த காசினியில் ஆரறிவார் மகிமைதன்னை
சதையாமல் வாரடித்துப் புடத்தைப்போடு சட்டமுடன் தங்கமது என்னசொல்வேன்
உடையாது புடத்துக்கு வசைந்திடாது உத்தமனே வங்கமதுக் குறந்திடாது
பதையாமல் வாரடித்துப் புடந்தான்போட பாங்குபெற செம்பொன்னின் மகிமைபாரே. 6698

பாரேதான் கவசகுண்ட லத்துக்காதி பாங்குபெற சிவயோகிக்கு உகந்ததங்கம்
நேரேதான் வறுமைவருங் காலந்தன்னில் நேர்மையுடன் உண்பதற்கு சொன்னநீதி
ஆரோதான் சொல்வார்கள் இந்தப்போக்கு அப்பனே யாம்உனக்கு உரைத்தேனப்பா
சீரேதான் நெடுங்காலந் தவமிருந்து சிற்பரனே வேதைமுகஞ் செய்துபாரே. 6699

செய்துமே குருவணக்கம் மிகவுங்கூறி செயலான பாக்கியமும் அதிகங்கொண்டு
வையகங்கள் தான்புகழ புத்திவானாய் வளம்பெரிய நாதாக்கள் பதம்பணிந்து

துய்யநல்ல சிவவேடம் பூண்டுமல்லோ துப்புரவாய் யோகநிஷ்டை தனிலிருந்து
பையவே உனக்குகந்த சீஷன்தேடி பாலகனே உபதேசஞ் செய்வார்தானே. 6700

கொச்சி வீரக்கட்டு

தானான இன்னமொரு போக்குசொல்வேன் தகமையுள்ள நற்பாலா பண்புள்ளானே
கோனான எனதையர் காலாங்கிநாதர் கொற்றவனார் எந்தனுக்குச் சொன்னநீதி
தேனான மனோன்மணியாள் கடாட்சத்நாலே தெளிவுடனே எந்தனுக்கு உபதேசித்தார்
பானான பரஞ்சுடரைப் போற்றியேதான் பாடுகிறேன் கொச்சியென்ற வேதைகாணே. 6701

காணவே கொச்சியென்ற வீரமப்பா கவனமுடன் பலமதுதான் கொண்டுவந்து
தோணவே லட்சுமியாள் வீற்றிருக்கும் துகையான வில்வமது பழந்தான்பத்து
நீணவே பழமதனைக் கீறியல்லோ நீதியுடன் வீரமதை உள்ளமைத்து
மாணவே சீலையது வலுவாய்ச் செய்து மயங்காமல் மணல்மறைவிற் புடத்தைப்போடே. 6702

போடவே இப்படியே பத்துமுறைபோடு போக்கான வீரமது கட்டிப்போகும்
நீடவே வீரமது கட்டினாக்கால் நீடாழி உலகமெலாம் கட்டலாம்பார்
சாடவே வீரமதைத் தானெடுத்து சட்டமுடன் சமென்ற செந்தூரத்தை
ஆடவே பழச்சாற்றால் தானரைத்து அப்பனே வீரமதுக் கங்கிபூட்டே. 6703

பூட்டியே ரவிதனிலே காயவைத்து பொங்கமுடன் சீலையது வலுவாய்ச்செய்து
நீட்டியே மணல்மறைவிற் புடத்தைப்போடு நீதியுடன் வீரமது புகையடங்கி
தாட்டிகமாய் உருகியே கட்டிநிற்கும் தூடாண்மை யானதொரு அப்புதானும்
கூட்டியே பின்னுமந்த வீரந்தன்னை குணமாக மறுபடியுஞ் செப்பக்கேளே. 6704

செப்பவென்றால் இன்னமொரு மார்க்கஞ்சொல்வேன் செயலான வீரமது தானெடுத்து
ஒப்பமுடன் மிருதாரு சிங்கிதன்னை ஓகோகோ நாதாக்கள் மறைப்புநீக்கி
தப்பிதங்கள் வாராமல் சிங்கிதன்னை சட்டமுடன் வெண்கருவால் தானரைத்து
மெய்ப்புடனே வீரமதற் கங்கிபூட்டி மேன்மையுடன் ரவிதனிலே காயப்போடே. 6705

காய்ந்தபின்பு சீலையது வலுவாய்ச்செய்து கவனமுடன் மண்மறைவிற் புடத்தைப்போடு
தேய்ந்ததொரு வீரமது கட்டுமாகி தேற்றமுடன் படிகமென்ற கல்லுபோலாம்
மாய்ந்ததொரு வீரமதைத் தானெடுத்து மறுபடியும் முன்போல பாகஞ்செய்து
பாய்ந்ததொரு மண்மறைவிற் புடந்தான்பத்து பாலகனே போட்டுவரக் கட்டிப்போமே. 6706

கட்டியதோர் வீரமதைத் தானெடுத்து கலங்காமல் சீலையது விலக்கியல்லோ
திட்டமுடன் பின்னுமொரு பாகஞ்சொல்வேன் தீர்க்கமுள்ள புலிப்பாணி புகலக்கேளீர்
எட்டியென்ற வித்ததுவும் பலந்தானைந்து எழிலாக நிம்பழத்தின் சாற்றினாலே
கொட்டியதோர் விஷந்தனைத் தானரைத்துக் கூறவே வீரமதற் கங்கிபூட்டே. 6707

அங்கியென்ற வீரமதை ரவியில்வைத்து அப்பனே ஏழுசீலை வலுவாய்ச்செய்து
இங்கிதமாய் மண்மறைவிற் புடத்தைப்போடு எழிலான புடமாறி எடுத்துப்பாரு
சங்கையில்லா வீரமது என்னசொல்வேன் சட்டமுடன் மணிபோலே இறுகிநிற்கும்
வங்கமென்ற மணிபோலே தோற்றும்பாரு வளமையுள்ள வீரமணி ஆகுந்தானே. 6708

தானான வீரமணி என்னசொல்வேன் தாக்கான புடமதுவும் முன்போலாக
கோனான புடமதுவும் தூறுபோடு கொற்றவனே வீரமணி என்னசொல்வேன்
மானான வீரமணி கட்டினாக்கால் மதகரியில் ஏறுதற்கு ஐயமுண்டோ
தேனான மனோன்மணியாள் கடாட்சத்தாலே தேஜொளியில் வீரமணி காணலாமே. 6709

காணலாம் வீரமணி தனையெடுத்து கனமான மதகரியின் மேலேசென்று
பூணவே வீரமணி கட்டினேன்யான் புகழாக எதிரியென்ற மாண்பர்தம்மை
வேணவே மண்டைதனைப் பிளப்பேனென்று விருதுபறை அறைந்திடலாம் மணியினாலே
நாணவே சித்தாதி முனிவர்தாமும் நடுங்குவார் மணிதனையே கண்டபோதே. 6710

கண்டதொரு நாதாந்த சித்துதாமும் கனமுடனே உந்தனைத்தான் போற்றுவார்கள்
மண்டலத்து ராஜாதி ராஜர்தாமும் மகாவீரன் என்றல்லோ மதிப்பார்தாமும்
கொண்டல்வண்ணன் அச்சுதனார் கிருஷ்ணாவதாரன் குவலயத்தில் கொண்டதொரு குளிகையென்பார்
தெண்டிரை சூழ்மாண்பரெல்லாம் உம்மையல்லோ தேர்ந்ததொரு சித்துமுனி என்பார்பாரே. 6711

பாரேதான் வீரமென்ற குளிகைதன்னை பாங்குடனே தானெடுத்துப் பகரக்கேளு
நேரேதான் ஆவினது முதுகின்பேரில் நேர்மையுடன் தான்வைக்கப் பால்கொடாது
சீரேதான் வீரமணி ஆட்டந்தன்னால் சிறப்பான பாலதுவுஞ் சுவறிப்போகும்
நீரேதான் மணியதனை எடுத்தாயானால் நிஷ்களங்க மானபால் சுரக்கும்பாரே. 6712

சரக்குமே மணியதனை எடுத்துபாலா சுந்தரனே சொல்லுகிறேன் சூட்சம்பாரு
இரக்கமுடன் உன்மீதில் மனதுவந்து எழிலான மணியினது பூட்டகத்தைத்
திறக்கவே மணியென்ற வண்மைதன்னை தீர்க்கமுடன் புகலுகிறேன் தின்னம்பாரு
பறக்கவே வாயுவேகந் தன்னைப்போலே பாரினிலே வாயிலிட்டு நடக்கலாமே. 6713

நடக்கவே செந்தூரம் நெடுங்காலந்தான் நடராஜ சுந்தரனே நவில்வேனப்பா
அடக்கமுடன் குளிகைதனை வாயிலிட்டு அவனியெலாம் நடந்தாலும் அசைந்திடாது
படம்வரையும் மாதர்தனைப் புணர்ந்திட்டாலும் பகரவே கூடாது லீலாவண்ணம்
சடமதுவும் தோன்றாது உந்தமக்கு சட்டமுடன் குளிகைதனைக் கொள்வீர்தாமே. 6714

குளிகை வேதமுகம்

கொள்ளவே இன்னமொரு போக்குசொல்வேன் குணமான புலிப்பாணி கேந்திராகேள்
எள்ளளவும் பிசகாது இந்தப்பாகம் எழிலான வீரமணி வேதையப்பா
விள்ளாதே ஒருவருக்கும் இந்தப்பாகம் விட்டகுறை இருந்ததினால் உந்தமக்கு
கள்ளமது வாராமல் மனதுவந்து கண்மணியே கடாட்சித்தேன் பண்புதானே. 6715

பண்பான வீரமணி தனையெடுத்து பார்வேந்தா வெள்வங்கஞ் சேர்தானப்பா
திண்ணமுடன் தானுருக்கி குகையிலிட்டு தீரமுடன் வீரமணி தனையெடுத்து
அண்ணலார் பதம்போற்றி அடிபணிந்து அப்பனே குளிகையது எடுத்துமைந்தா
வண்ணமுடன் வங்கமது உருகும்போது வளம்பெறவே குளிகைதனைப் பொதிந்திடாயே. 6716

பொதியவே நீருண்டு மேலெழும்பி பொங்கமுடன் மணியதுவும் தெறிக்கும்பாரு
மதிபோன்ற வெள்ளியது என்னசொல்வேன் மகத்தான வெள்ளீயம் நீர்தானேகி

துதிபெறவே வெள்ளியது மாற்றோமெத்த துப்புரவாய் சொல்வதற்கு நாவுமில்லை
பதியான வீரமணி தனிலுதித்த பரிதியென்ற வெள்ளியது காணலாமே. 6717

காணவே இன்னமொரு போக்குசொல்வேன் கண்மணியே புலிப்பாணி கவிராஜேந்திரா
ஆணவத்தால் வந்ததொரு கசரோகங்கள் அப்பனே தேனதனில் அனுபானித்தால்
நாணமது வாராமல் ரோகங்கள்நாடாது மேனிவிட்டு நழுகும்பாரு
மாணமருங் கல்வியுள்ள புத்திவானே மார்க்கமுடன் இன்னமொரு மர்மங்கேளே. 6718

கேளப்பா மணியதனை எடுத்துமைந்தா கெவனமுடன் பரணிதனிற் பதனம்பண்ணு
வாளப்பா தேகமது செல்லும்போது வளமுடனே ஐந்தறிவுங் குண்ணுமல்லோ
நாளப்பா உடலைவிட்டு ஆத்துமந்தான் நீங்கியே போவதற்கு முன்னதாக
பாளப்பா தன்னைத்தான் மறந்துமல்லோ பாமுடலும் போவதற்கு நாளுமுண்டே. 6719

உண்டான காலமது ஒடுக்கந்தன்னில் உத்தமனே தாகமென்ற கருவுதன்னில்
கொண்டிடவே வீரமென்ற குளிகைதன்னை கொற்றவனே தானிழைத்து நாவில்தீட்ட
தண்டமுடன் செத்தசவம் போலானாலும் தாரணியில் தலையெடுத்து வார்த்தைகூறும்
சண்டமா ருதம்போல இந்தவீரம் சட்டமுடன் உந்தனுக்கு ஓதினேனே. 6720

சகல ரோகங்களுக்கும் சூரணபாகம் காயகற்பம்

ஓதவே இன்னமொரு மார்க்கஞ்சொல்வேன் ஓகோகோ நாதாக்கள் ஒளித்தமார்க்கம்
நீதமுடன் காயகற்ப சூரணந்தான் நிலையான யோகிகட்கும் மாண்பருக்கும்
தோடமுடன் சரக்குவகை செப்பக்கேளும் தோன்றாமல் சுக்குடனே மிளகுமாகும்
ஆதமுடன் திப்பிலியும் கடுக்காய்த்தான்றி அப்பனே மாசிக்காய் தானுங்கூட்டே. 6721

கூட்டவே தேசரவம் வாய்விளங்கம் குணமான கார்போகங் கடுக்காய்ப்பூவும்
நாட்டமுடன் சிற்றரத்தை பேரத்தை நலமான வாலுளுவை ஓமந்தானும்
வாட்டமுடன் சிறுமல்லி பேராமல்லி வளமான குராசுரளி ஓமந்தானும்
கோஷ்டமுடன் கண்டதிப்பி லியுங்கூட்டி குணமான அதிமதுரம் மேலந்தானே. 6722

தானான கிராம்புடனே லவங்கப்பட்டை தண்மையுள்ள ஜாதிக்காய் ஜாதிபத்திரி
கோனான தக்கோலம் பிறப்பின்மூலம் கோடிதான பூமிசர்க்கரை யுமாகும்
தேனான பரங்கியுட பட்டைதானும் தெளிவான வால்மிளகு செங்கடுக்காய்
பானான துளசியென்ற வித்துதானும் பாங்கான ஆலினது வித்துங்கூட்டே 6723

வித்தான அரசினது வித்துமாகும் வீரான இச்சினுட வித்துமாகும்
சுத்தமுள்ள பூனையென்ற காலிதானும் சுந்தரனே ஊமத்தை வித்துங்கூட்டு
மெத்த வரிதான விராலிவித்து மேன்மையுள்ள பூவரசன் வித்துகூட்டு
சத்தநதிக் கப்பாலே விளையும்வித்து சந்தனமாம் வித்ததுவும் கூடச்சேரே. 6724

சேரப்பா அத்தியுட வித்துதானும் செயலான அழிஞ்சியுட வித்துதானும்
கூரப்பா சாரத்தின் வித்துதானும் குறிப்பான ஊசத்தின் வித்துதானும்
நேரப்பா முருக்கிலையின் வித்துதானும் நெடிதான எருக்கினிட வித்துதானும்
ஆரப்பா சூரியுட வித்துதானும் அப்பனே எள்ளினுட வித்துகாணே. 6725

காணவே வகைவகைக்கு பலந்தானொன்று கருத்தாகத் தான்வருத்து சூரணித்து
தோணவே சூரணத்தை ஒன்றாய்க்கூட்டி சோராமல் பசும்பாலில் சுத்தித்தேதான்
வேணதொரு சரிபாகஞ் சீனிசேர்த்து விருப்பமுடன் சீசாவிற் பதனம்பண்ணு
ஆணவங்கள் உண்டாக இந்தப்பாகம் அப்பனே சரிகூட்டி பதனம்பண்ணே. 6726

பண்ணவே முப்பூவுங் களஞ்சிசேர்த்து பண்மையுடன் மண்டலந்தான் கொண்டபேர்க்கு
நண்ணவே நடுச்சாம வயதுதன்னில் நாட்டமுடன் சிவயோகஞ் செய்யும்பேர்க்கு
திண்ணவே மண்டலந்தான் காயகற்பம் தீர்க்கமுடன் சமுசாரிக் கானவித்தை
வண்ணமுடன் இப்பாகஞ் சித்தருக்கு வளமையுடன் மறைத்துவைத்தார் வண்மைபாரே. 6727

பாரேதான் மண்டலங் காயாதியப்பா பாங்குபெற உண்டவர்க்கு எல்லாஞ்சித்தி
நேரேதான் சமுசாரிக்கான கற்பம் நெடிதான துறவிகட்கும் உகந்தகற்பம்
சீரேதான் காயாதி கொண்டபின்பு தீர்க்கமுடன் வழலையது கொள்ளவேண்டும்
நீரேதான் வழலையது கைபாகந்தான் நீதியுடன் அறிவதற்கு இன்னங்கேளே. 6728

யோகம் சாதிப்போருக்கு வழலைத் திராவகம்

கேளப்பா புலிப்பாணி மன்னாபாரு கெடியான யோகங்கள் சாதிப்போர்க்கு
வாளேதான் சமுசாரி குடியுள்ளோர்க்கு வகுப்பான சிவயோகி வேடத்தோர்க்கும்
பாளேதான் யோகமது போகாமற்றான் பகருகிறேன் திராவக வழலையப்பா
சூளேதான் கைபாகஞ் செய்பாகந்தான் சூட்டுகிறேன் வரிசைமுறை இன்னங்கேளே. 6729

முறையான முறைபாடு யாதென்றாக்கால் முனையான லவணமது வெடியுப்பாகும்
துறையான கல்லுப்பு வளையலுப்பு துடியான சவுட்டுப்பு இந்துப்பாகும்
குறையகற்பம் கரியுப்பு பூநீருப்பு குணமான காரமுடன் சீனகற்பம்
பிறைபோன்ற பாஷாணங் கெவுரிதானும் பேரான லிங்கமது பூரங்கூட்டே. 6730

கூட்டவே வீரமுடன் சிங்கிதானும் குணமான தாளகமும் கெவுரிதானும்
நீட்டவே மனோசிலையும் அரிதாரந்தான் நிலையான கெந்தியுடன் கற்பாஷாணம்
நாட்டமுடன் சங்குயென்ற பாஷாணந்தான் நலமான துத்தமுடன் துருசுங்கூட்டு
வாட்டமுடன் சரக்கெல்லாஞ் சமனதாக வளமுடனே தானிறுத்து எடுத்துக்கொள்ளே. 6731

கொள்ளவே சரக்குநிகர் சாரஞ்சேர்த்து கொடிதான சீனமது இரட்டிப்பாக்கி
விள்ளவே குழிக்கல்லில் பொடியதாக்கி வீரான வாலையிட்டு திராவகந்தான்
மெள்ளவே பாண்டமதில் சரக்கையிட்டு மேன்மையுடன் சக்கரமாம் வாலைதன்னை
எள்ளளவு கோளாறு நேராமற்றான் எளிதான திராவகத்தை வாங்குவாங்கே. 6732

வாங்கையிலே திராவகந்தான் வெளுத்தவண்ணம் வளமையுடன் மறுபடியும் அடித்துவாங்கு
தூங்கியே திரியாதே துய்யபாலா துப்புரவாய் திராவகத்தை ஏழுமுறைவாங்கு
ஏங்கியே இருக்காமல் திராவகத்தை எழிலான சீசாவிற் பதனம்பண்ணு
சாங்கமுடன் யோகமது சாதிக்குங்கால் சட்டமுடன் திராவகத்தின் தண்மைகேளே. 6733

தண்மையாம் திராவகத்தை தாக்குவண்ணம் தகமையுள்ள புலிப்பாணி தயவுள்ளோனே
உண்மையுடன் மண்டலந்தான் அந்திசந்தி உத்தமனே களஞ்சியது கொண்டாயானால்

நண்ணமுடன் வாசியது மேல்நோக்காது நளினமது வாராது நடுங்காமேனி
சுண்ணமது கொண்டாலும் ஒன்றுமில்லை சுந்தரனே திராவகத்தைப் பதனஞ்செய்யே. 6734

புலிப்பாணிக்கு போகர் ஞானப்பால் ஊட்டல்

செய்யவே இன்னமொரு புலப்பஞ்சொல்வேன் செயலான புலிப்பாணி கணிதவானே
வையகத்தில் நெடுங்காலம் இருந்துமல்லோ வளமுடனே உபதேசம் அனேகங்கொண்டீர்
வெய்யவே மருத்துவங்கள் கோடானகோடி மேன்மையுடன் தானடைந்தீர் புண்ணியத்தால்
பையவே உந்தமக்கு ஞானப்பாலைப் பகருகிறேன் புலிப்பாணி பண்புள்ளோனே. 6735

பண்பான புலிப்பாணி பாருள்ளானே பகருகிறேன் ஞானமென்ற பாலையப்பா
நண்பான வேங்கைதனை விட்டிறங்கி நலமுடனே திருப்பாலின் கடலின்மார்க்கம்
விண்ணதனில் குளிகையிட்டு என்பின்னாக விட்டகுறை இருந்ததொரு புண்ணியத்தால்
வண்ணமுடன் பின்தொடர்ந்து வருகவென்று வணக்கமுடன் போகரவர் கூறுவாரே. 6736

கூறுவார் வாய்திறந்து போகர்தாமும் குணமான புலிப்பாணி தன்னைத்தானும்
நாறுமுடல் உந்தமக்கு உபதேசங்கள் நற்கதிகள் பெறுவதற்கு நயமதாக
ஆறுபுடை சூழ்நகரந் தன்னைநீங்கி அப்பனே திருப்பாலின் கடல்வாவென்று
பேறுடைய சப்தமுடன் உச்சாடித்து பெருமையுடன் சீஷனுக்கு உபதேசிப்பாரே. 6737

போதிப்பார் லோகமது மார்க்கந்தன்னைப் பொங்கமுடன் சாத்திரத்தில் வழிபாடெல்லாம்
சாதிப்பாய் உலகமெல்லாம் ஆடலாகும் தற்பரன்போ லிருப்பதற்கு ஞாயமுண்டு
நீதியுடன் வையகத்து மகிமையெல்லாம் நிஷ்களங்க மாகவல்லோ நடத்தலாகும்
ஆதியந்த மானதொரு சாதிபேதம் அப்பனே நடத்துவதாம் உண்மைபாரே. 6738

பாரேதான் திக்கெட்டும் ஆளலாகும் பாராளும் மன்னவரை வெல்லலாகும்
தீரேதான் திக்குவிஜயம் கொண்டதீரன் தீர்க்கமுள்ள பற்குணனை வெல்லலாகும்
சீரேதான் ஏழுகடலுங் காணலாகும் சிறப்புடனே நீரின்மேல் நடக்கலாகும்
சூரேதான் மிருகமென்ற ஜாதிதன்னை குறிப்புடனே அழைப்பதற்கு வசியமுண்டே. 6739

வசியமாம் பட்சிதனை பிடித்துவந்து வழக்கமுடன் பாஷைகளைச் சொல்லலாகும்
நிசிதமுடன் அரவமதை ஆட்டலாகும் நிஷ்டூர மானதொரு கொடியபேரை
நசிதமுடன் நன்மையாற் சொல்லலாகும் நலமான பரிபோகஞ் செய்யலாகும்
பசிவந்த பாலனுக்கு பால்கொடுத்த பாருலகில் கதைபோல முடியுந்தானே, 6740

தானான உலகமதை யாண்டுமென்ன தாரணியில் கீர்த்தியது பெற்றுமென்ன
கோனான கோவேந்தர் தன்னைப்போலே கொற்றவனே கிரீடமதைக் கொண்டுமென்ன
தேனான மாளிகையுங் கட்டியென்ன திகழான சமுசாரங் கொண்டுமென்ன
பானான பாலகரைப் பெற்றுமென்ன பாலகனே ஞானமென்ற பால்தான்வேண்டே. 6741

பாலான ஞானமென்ற பாலையப்பா பகருகிறேன் புலிப்பாணி பளிங்குள்ளானே
மேலான பதந்தனையே நண்ணவேண்டும் மேதினியில் பவக்கடலை அகற்றவேண்டும்
நாலான பதந்தனக்கு மேலேயப்பா நற்பதமாம் பொற்பதத்தை நண்ணல்வேண்டும்
காலான சிதாபாசப் பொருளையப்பா கருதுவேன் உந்தமக்கு கருதுவேனே. 6742

கருதவென்றால் நாவில்லை பாவுமில்லை கண்மணியே புலிப்பாணி கவிராஜேந்திரா
திருகமுள்ள திருப்பாலின் கடலின்பக்கம் சிற்பரனே என்பாலா சிரியவானே
குருவினது காலாங்கி வாக்குபோலே குணமான உபதேசம் நீயும்பெற்று
பரிதிமதி உள்ளநாளளவு மட்டும் பாலகனே உபதேசம் போற்றுவாயே. 6743

போற்றவே புலிப்பாணி புகழுள்ளானே பொங்கமுடன் திருப்பாலின் நடுமையத்தில்
ஆற்றவே கிருஷ்ணாவ தாரனப்பா அலைகடலில் பள்ளிகொண்ட அம்பலத்தில்
நாற்றிசையும் நாதாந்த சித்துதாமும் நடுக்கமுடன் ரிஷிகளெல்லாம் பார்த்திருக்க
மேற்புரத்தில் போகரிஷி நாதர்தாமும் மெல்லெனவே வடபாகஞ் சாதிப்பாரே. 6744

சாதிக்க வடபாகந் தனிலிருந்து சட்டமுடன் புலிப்பாணிக்கு உபதேசிக்க
மேதினியில் தேவாதி தேவரெல்லாம் மேன்மையுடன் கண்டல்லோ பிரமித்தேங்க
ஆதியென்ற பராபரியாள் முன்னேநிற்க அங்ஙனவே உபதேச மனதுவந்து
ஜோதிமணி மந்திரத்தை உச்சாடித்து சுந்தரர்க்கு உபதேசங் கூறுவாரே. 6745

கூறுவார் உபதேசமென்ன வென்றால் குணமான திருப்பாலின் கடலின்மேலே
மாறுபா டானதொரு மயத்தைநீக்கி மகத்தான சிதபசா நிலையில்நின்று
தேறுதலாய் சமாதிமுகம் நிற்கவேண்டும் தேஜொளிவின் சின்மயத்தை அறியவேண்டும்
ஆறுதல மென்றதொரு பிரளயத்தை அப்பனே உச்சரித்து நிலையில்நில்லே 6746

நிலையான நிலையதுவும் என்னசொல்வேன் நிஷ்களங்க மானதொரு கபாலபீடம்
கலையான கலையதுவும் இடகலைபிங்கலையில் கருவான நாசியது மையம்பற்றி
மலையான கபாலமென்ற பீடம்பற்றி மகத்தான மூலவரை மேலேசென்று
தலையான பஞ்சேந்திரம் உள்ளடக்கம் சாற்றுகிறேன் சிவயோகம் சாற்றுவேனே. 6747

சாற்றுகிறேன் வாரமது ஒன்பதுந்தான் சட்டமுடன் தானடைத்து மேலேபூட்டி
போற்றியதோர் கும்பகத்தில் நின்றுகொண்டு போதனா சத்தியெல்லாம் மனதிலெண்ணி
தூற்றியே தான்புடைத்து பொருளாராய்ந்து துப்புரவாய் சிதாபாசக் களையறுத்து
மாற்றியே அட்சரத்தை உள்ளாராய்ந்து மகத்தான உளவுதனை அறிந்துகொள்ளே. 6748

கொள்ளவே அறுபத்துக் கலைநான்காக கோடான கலைவகுத்து கயிர்கள்மாட்டி
விள்ளவே சச்சிதா நிலையில்நின்று விட்டகுறை வருமளவும் மேலேநோக்கி
உள்ளதொரு பூரணத்தை வெளிகாட்டாமல் உத்தமனே விசுத்தியிலே நின்றுகொண்டு
தெள்ளமுர்த மானதொரு ஞானப்பாலை தேற்றமுடன் ஊசரத்தில் இருந்துதாக்கே. 6749

தாக்கவே யூசரத்தைக் கொள்ளும்போது தகமையுள்ள அனாகதத்தை யெட்டிவாங்கு
நோக்கமுடன் கேசரத்தைக் கொண்டாயானால் நுணுக்கமுடன் கலைவகுத்து பிரிக்கலாகும்
ஆக்கமுடன் விசுத்தியிலே இருந்துகொண்டு ஆண்மையுடன் சுழுத்தியிலே மேலேபாய்ந்து
சாக்கரதை சொற்பனமும் வஸ்தையற்று சட்டமுடன் இருப்பதுவே சமாதிதானே. 6750

ஞானப்பால் அறிதல்

தானான சமாதியிலே நின்றுகொண்டு சட்டமுடன் யோகமது கொள்ளும்போது
கோனான குருநிலையை கைநிலையாய் குவலயத்தில் நடப்பவனே யோகவானாம்

தேனான தேஜொளிவின் மயத்தைக்கண்டு தேற்றமுடன் சொக்கியல்லோ போகாமற்றான்
பானான பரஞ்சுடரைப் பற்றியல்லோ பரவெளியில் சமாதிவழி சாதிப்பாயே. 6751

சாதிக்க முச்சுடரை அறியலாகும் சட்டமுடன் நிஷ்டானு பூதிகொண்டு
ஆதியந்தக் கருவிகர முளவாராய்ந்து அஷ்டாங்க யோகநிலை தன்னிற்சென்று
நீதியுடன் மாயவலை சிக்கறுத்து நிஷ்களங்க மானசுபா நிலையிற்சென்று
சோதியெனும் உட்பொருளை மனதிலெண்ணி சுந்தரனே கமலமென்ற பீடந்தாக்கே. 6752

தாக்கையிலே கேசரத்தில் நின்றுகொண்டு தகமையுள்ள பூரணத்தைப் போற்றிச்செய்து
நோக்கமுடன் கும்பத்தின் மேலிருந்து நொடிக்குள்ளே சுவாதிஷ்டானந் தெரிந்து
வாக்குடனே மனோலயத்தை உச்சரித்து வளமுடனே அஷ்டநிலை பதியிற்சென்று
தூக்கமெனும் இருட்கடலை விட்டகற்றி துய்யகரு ணானந்தங் கருவிபூணே. 6753

பூணவே கருவியென்றால் ஞானப்பாலை புகழான பவக்கடலை விட்டகற்றி
தோணவே சின்மயத்தை மனதிலெண் ணி தோறாத கடுஞ்சினத்தைச் சிக்கறுத்து
வேணபடி முச்சுடரைப் பற்றியல்லோ வேதாந்த மனோன்மணியைத் துதித்துநின்று
நீணவே வைராக்கிய கியானமூட்டி நிஷ்களங்க மானதொரு நிலையில்நில்லே. 6754

நில்லப்பா பசுபதியாம் பாசந்தன்னை நினைவான மவுனமென்ற நிலையிற்பூட்டி
வல்லதொரு பிரகாச நிலையில்நின்று வளம்பெறவே சூக்குமத்தின் வேரறுத்து
புல்லவே பாஷாந்திர பேதாபேதம் புகழான கருவிகர ணாதியந்தம்
நல்லதொரு சிவானந்த நிலையைப்பற்றி நாட்டமுடன் மனதுவந்து நவிலக்கேளே. 6755

நவிலவே சிதாபாச வலையகற்றி நலமுடனே பௌஷிகத்தின் வேரறுத்து
நவிலவே கற்பாந்திர காலமட்டும் கருத்துடனே சச்சிதா நிலையைப்பற்றி
புவிலவே அருட்கடலை காண்பதற்கு புகழான இருட்கடலை விட்டகற்றி
நவிலவே வித்தியா ரண்ணியத்தை விருப்பமுடன் கூறுகிறேன் உண்மைபாரே. 6756

பாரேதான் சன்னியாசி வர்த்தங்கொண்டு பாங்கான கலையகற்றி நிலையைப்பற்றி
சேரேதான் சிவானந்த லாகிரியாலே செம்மலுடன் குருசம்பிர தாயவர்க்கம்
நீரேதான் கற்றறிந்து நிலையில்நின்று நிட்சிதமாம் பொருளதனை விட்டகற்றி
சூரேதான் சசிவர்ண சுயரூபத்தைக் குணமுடனே ஓதுகிறேன் இன்னந்தானே. 6757

தானான மனக்குரங்கை விட்டகற்றி தண்மையுள்ள இதிகாசப் பொருளறிந்து
தேனான அமுர்தமெனும் அட்சீரபாத்திரம் தெகிட்டாத தெள்ளமுர்த ஞானப்பாலை
மானான மதியமுர்தம் கொண்டாற்போல மதகரியா மாணுவத்தை ஒடுக்கிநின்று
பானான பத்மமெனும் யகாந்தப்போரைப் பற்றறுத்து விட்டறுத்துப் பதிவாய்நில்லே. 6758

நிற்கையிலே ஜோதிமயம் தன்னில்தோற்றும் நீதியுள்ள பாடுதுறை வழிதான்காட்டும்
அற்பமென்று நினையாதே அடிவணங்கி அம்பரத்தின் மேலிருந்து அறிவாலெண்ணி
சொற்பமதாய் வாசியதைக் கீழ்நோக்காமல் சோராமல் மனந்தளர்ந்து சூட்சமேகி
உற்பனமாய் உமிநீரை வழலையாக்கி உத்தமனே நாள்தோறும் அமுர்தம்உண்ணே. 6759

உண்ணவே தேகமெனும் கோட்டைதன்னில் உத்தமனே உட்கோட்டை ஏழுகோட்டை
நண்ணவே துவாரமது ஒன்பதாகும் நலமான பஞ்சேந்திரம் ஐந்துமாகும்

திண்ணவே உடல்பொருள் ஆவியந்தம் தீர்க்கமுள்ள ஏழுசுற்று கோட்டைக்குள்ளே
வண்ணமுடன் கலையதுதான் முப்பத்திரண்டு வளமான இடைகலையின் கலைதான்இரண்டே. 6760

இரண்டான கலைக்குள்ளே முப்பத்திரண்டு எழிலான கலையதுவும் இதிலடக்கம்
திரண்டுமே ரேசகபூ ரகத்தைப்பற்றி தெளிவான கும்பகமும் இதிலடக்கம்
கரண்டகம்போல் ஆகாசகபாடமாகும் கருவிகர ணாதியந்தம் இதிலடக்கம்
வரண்டதொரு மேல்வீடு மோட்சவீடு வளம்பெரிய ஆகாய கோட்டையாமே. 6761

கோட்டையாங் கபாலமென்ற கோட்டையப்பா கொடிதான சின்மயத்தின் கோட்டையாகும்
பாட்டையுடன் வாசலது அதிலேயுண்டு பாலகனே சின்மயத்தின் வாசலப்பா
தேட்டையெனும் அமுர்தமப்பா உமிழ்நீர்தேட்டை தேஜொளிவின் பம்பரம்போல் சுரக்குந்தேட்டை
காட்டையது கண்டாலுங் காணலாம்பார் காயாபுரி கோட்டையின்தன் கருகாணாரே. 6762

காணாரே பஞ்சேந்திர கோட்டைதன்னை கருவான தடங்களது காணமாட்டார்
தோணாரே வாசலது அடங்கண்டாலும் தோறாமல் சின்மயத்தின் வழியறிந்து
வீணாளைப் போக்காமல் உட்டில்போலே வியாபித்துக் குருவயர்ந்து விழலாய்ப்போனார்
ஊணாமல் பரஞ்சுடரை தனல்என்றெண்ணி உத்தமனே பாதைவழி தெரியார்காணே. 6763

தானான அட்சரத்தை ஓதமாட்டார் தண்மையுள்ள குருட்டுவழி தன்னில்சென்று
தேனான மடாலயத்தை வீடென்றெண்ணி தேற்றமுடன் கிருஷ்ணாவ தாரனப்பா
பானான கீதையிலே உபதேசித்த பற்குணனார் உபதேசம் போலேயப்பா
மானான பத்மபீடம் பெற்றேனென்று மார்க்கமுடன் தாமுரைத்துக் கெட்டார்பாரே. 6764

கெட்டாரே ஞானத்தின் பீடங்கண்டால் கெடியான மோட்சவழி காணலாகும்
தொட்டாலே சின்மயத்தின் பொருளேதொட்டால் தோராமல் கேசரிதான் பத்தலாகும்
விட்டகுறை இருந்தாலும் ஞானப்பால்தான் விருப்பமுடன் உந்தமக்கு லபிக்கும்பாரு
தொட்டகுறி போலதுவே துய்யபாலா துப்புரவாய் உபதேசம் செய்திட்டேனே. 6765

துருசு செந்தூரக் களங்கு

இட்டேனே இன்னமொரு பாகஞ்சொல்வேன் எழிலான புலிப்பாணி ராஜபாலா
நட்டதொரு பயிரெல்லாம் பயிர்தானாமோ நாடதனில் பெற்றதெல்லாம் பாலராமோ
துட்டரென்றால் துட்டரது சொல்லப்போமோ துரைராஜ சுந்தரனே துய்யபாலா
கெட்டவர்கள் நல்லவர்கள் ஆவாரோதான் கெடியான வையகத்தில் மாண்பர்தாமே. 6766

மாண்பான வையகத்தின் மார்க்கம்சொல்வேன் மார்க்கமுடன் முறைபாடு வெவ்வேறாகும்
தாண்பான கொக்கதுதான் அன்னமாமோ தாடாண்மை கொண்டதொரு கோழிதானும்
ஆண்பான கலாபமென்ற மயில்தானாமோ அப்பனே குன்றின்மணி கெம்பாமோசொல்
காண்பான செக்கதுவும் லிங்கமாமோ தாரணியில் முறைபாடு இன்னங்கேளே. 6767

கேளேதான் பணியதுவும் மழைதானாமோ கெடிதான மின்மினிதான் விளக்காமோசொல்
தானான பிரிதிவென்ற பவளந்தானும் தாக்கான நற்பவளம் ஆகுமோசொல்
பாளான சிப்பியது வெள்ளியாமோ பாலான வெள்ளைமணல் உப்பாமோசொல்
கோளான மாண்பர்களில் நிகர்தான்கூற கொற்றவனே வேணவித்தி யாசம்பாரே. 6768

பாரேதான் சௌரியங்கள் அதிகமுள்ளோர் பாருலகில் அவருக்கோர் ஈடுமுண்டோ
நேரேதான் அவரொக்க ரிஷிகளாவார் நேர்மையுடன் இவரொக்கர் அவரேனாவார்
சீரேதான் சீர்வளங்கள் மிகவும்பாடி சிறப்புடனே பேர்வளங்கள் மிகக்கொண்டாடி
கூரேதான் சித்துமுனி சாத்திரங்கள் கூறினார் வெகுகோடி வேதைதானே. 6769

வேதையாம் இன்னமொரு பாகஞ்சொல்வேன் வேதாந்தத் தாயினது கிருபையாலே
பாதையாம் சமுசாரிக் கானவித்தை பாலகனே உந்தமக்கு பகருவேன்யான்
சீதையெனும் பெண்ணாகி மாதுபூண்ட ஜெகஜோதி தங்கமதை என்னசொல்வேன்
சூதகற்றி மயக்கறுத்து சுட்டிடாமல் சுந்தரனே சிடிகையென்ற வேதைகேளே. 6770

கேளேதான் துருசதுவும் சேர்தானெட்டு கெடியான தாரமது சேர்தானொன்று
பாளேதான் போகாமல் கல்வமிட்டு பாலகனே தானரைப்பாய் நாலுசாமம்
நீளேதான் செருப்படையில் நாலுசாமம் நிலையான நுணாமூலி நாலுசாமம்
கீளேதான் வேரோடிப் படர்ந்திருக்கும் கெடியான கும்மட்டி மூலிவாங்கே. 6771

வாங்கியே தானரைப்பாய் நாலுசாமம் வளமுடனே மாத்திரையாய் செய்துகொண்டு
தூங்கியே திரியாதே துய்யபாலா துப்புரவாய் மாத்திரையைப் பீங்கானிட்டு
ஓங்கியே வெள்ளாட்டுக் கோமியந்தான் உத்தமனே மண்டலந்தான் ஊறப்போடு
சாங்கமுடன் மண்டலந்தான் சென்றபின்பு சட்டமுடன் மாத்திரைதான் எடுத்துக்கொள்ளே. 6772

கொள்ளவே மாத்திரைகள் பதனம்பண்ணு கோவேந்தர் புலிப்பாணி புனிதவானே
விள்ளவே வெள்ளியது பலந்தான்ரெண்டு விருப்பமுடன் மாத்திரைதான் பலந்தான்பத்து
எள்ளளவும் பிசகதுவும் நேராமற்றான் எழிலான வெள்ளிதனை மூசையிட்டு
உள்ளபடி வெள்ளியது உருகும்போது உத்தமனே மாத்திரைதான் துலமும்போடே. 6773

போடேதான் மாத்திரைதான் உருகியல்லோ பொங்கமுடன் தானிறக்கி வைத்துமல்லோ
நாடேதான் மற்றாநாள் பின்னுமப்பா நலமுடனே மூசைதனை உருகிக்கொண்டு
நீடேதான் பின்னுமந்த மூசைதன்னில் நிலையான மாத்திரையை துலந்தானீவாய்
கூடேதான் மூசைதனை இறக்கிவைத்து குணமாக மற்றாநாள் உருக்கிக்கொள்ளே. 6774

உருக்கியே பத்துமுறை பத்துநாளப்பா முனையான மாத்திரையை கிராசமீவாய்
செருக்குடனே பத்துநா ளானபின்பு செவ்வையுடன் மூசைதனை எடுத்துமைந்தா
பெருக்கவே யாதுவகை ஜெயநீர்தன்னில் பேரான வெள்ளிதனை உருக்கிச்சாய்ப்பாய
சுருக்கமது வாராது வெள்ளிக்கப்பா சுந்தரனே பத்துமுறை உருக்கிஊத்தே. 6775

ஊத்தையிலே குண்டசெம்பு வெள்ளிதானும் உத்தமனே மஞ்சளென்ற வர்ணங்காணும்
நாத்தமுள்ள செம்பதுவும் ஊறலேகி நலமான வெள்ளியது பழுக்கும்பாரு
பாத்தவர்கள் வாதமென்ற சூதுவித்தை பாருலகில் மகிமைதனை அறிவாரோதான்
நேர்த்தியுள்ள கண்டரது மகிமையாலே நேர்மையுள்ள வெள்ளியது பழுக்கலாச்சே. 6776

ஆச்சப்பா மலைநாட்டுக்கு உள்ளிருக்கும் அப்பனே குரும்பரென்ற சித்துதானும்
பாச்சலுடன் காடுமலை வனாந்திரங்கள் பாங்கான குகைதனிலே இருந்துகொண்டு
ஏச்சலது வாராமல் எந்நாளைக்கும் எழிலான கண்டருட வேதைதன்னை
ஆச்சரிய மாகவல்லோ செய்துகொண்டு அப்பனே கடைமாறி உண்ணுவாரே 6777

உண்ணுவார் சமுசாரி தம்மிடத்தில் உத்தமனே நிதிவாங்கி பொன்கொடுத்து
திண்ணமுடன் மாற்றதுவும் என்னசொல்வேன் துய்யவெள்ளி பத்தரையுங் காணும்காணும்
எண்ணரிய நற்பொருளைக் காணாமற்றான் எழிலான சமுசாரி எல்லாமாய்ந்தார்
பண்ணவெனக் கும்மையது அறியாமற்றான் பாருலகில் யானுமல்லோ மயங்கினேனே. 6778

மயங்கியதோர் எந்தனுக்கு மன்னாகேளு மகத்தான காலாங்கி கிருபையாலே
நயம்படவே வித்தையது யானுங்கண்டு நாதாந்த சித்தொளிவின் ஒளியுங்கண்டு
ஜெயம்பெறவே வாதமென்ற வேதைதன்னை சேர்வையுடன் உந்தனுக்கு யானுந்தந்தேன்
பயப்படவே எந்நாளும் பதாம்புயத்தைப் பணிந்துமல்லோ வசனித்துத் துதிப்பாய்தானே. 6779

தானான திருராமர் கொண்டசீதை தகமையுள்ள ஜானகியாள் தன்தனக்கு
கோனான கோவேந்தர் பதியிலப்பா கொற்றவனே சித்தர்களும் முடித்தவேதை
தோனான செம்பொன்னே தங்கவர்ணம் தேற்றமுடன் பிறவியென்ற தங்கமாகும்
பானான சுயத்தங்கம் நயத்தங்கம் பாருலகில் நாதாக்கள் மறைத்தார்காணே. 6780

காணவே நாதாக்கள் மறைத்ததாலே காலாங்கி நாதருட கிருபையாலும்
தோணவே மனோன்மணியாள் கடாட்சத்தாலும் தோறாமல் உந்தனுக்கு மனதுவந்து
வேணதொரு நீதிமுறை பாடுகூறி வேதாந்த உபதேச உண்மைகூறி
நீணவே உந்தனுக்கு உபதேசித்தேன் நீடாழி பதவிதனை ஆளுவீரே. 6781

தாளகக் கட்டுவேதை

ஆளவென்றால் இன்னமொரு மார்க்கஞ்சொல்வேன் அப்பனே புலிப்பாணி அறிவுள்ளானே
நீளவே தாரமது சேர்தானெட்டு நிலையான காரமது சேர்தான் ரெண்டு
சூளவே துருசதுவும் சேர்தான்ரெண்டு சுந்தரனே சூதமது சேர்தான்ரெண்டு
மீளவே இவையெல்லாங் கல்வமிட்டு மிக்கான சிவகரந்தைச் சாற்றால் ஆட்டே. 6782

ஆட்டவே நாற்சாமம் ஆனபின்பு அப்பனே மாத்திரைதான் செய்துகொண்டு
தாட்டிகமாய் வெள்ளிதனை உருக்கிமைந்தா சட்டமுடன் சேருக்கு பத்துதாக்கு
நீட்டமுடன் வெள்ளியது உருகும்போது நிஷ்களங்க மானதொரு மருந்துதன்னை
வாட்டமில்லா சேரதுதான் ஒன்றுதாக்கு வளமுடனே வெள்ளியது உரியும்பாரே. 6783

உரியுமே மாத்திரையை வாங்கிக்கொள்ளும் உத்தமனே மூசைதனை ஆறவைத்து
சரியாக ஐந்துநாள் தணியவிட்டு சாங்கமுடன் மறுபடியும் பின்னுமல்லோ
புரியான வெள்ளிதனை மூசையிட்டு பட்சமுடன் தானுருக்கி மருந்தையப்பா
வரியான கணக்குடனே முன்போலப்பா வளமுடனே சேருக்கு ஒன்றுதாக்கே. 6784

தாக்கவே மூசையிட்டு உருக்கிமைந்தா தண்மையுடன் நாளதுவும் அமைந்ததாக
நோக்கமுடன் இப்படியே பத்துமுறையப்பா நுணுக்கமுடன் உருக்கியல்லோ ஆறவைப்பாய்
வாக்கதுவும் பொய்யாது காலாங்கிநீதி வளம்பெரிய சித்தர்களும் மறைத்ததோஷம்
ஏக்கமது கொள்ளாமல் எழில்வேந்தாகேள் எழிலுடனே செய்குவது பாகமாமே. 6785

பாகமாம் இப்படியே பத்துமுறைதீர்ந்த பாலான வெள்ளிதனை எடுத்துமைந்தா
ஆகமத்தில் முறைபாடு செய்பாடெல்லாம் அப்பனே கண்டுமிக உளவாராய்ந்து

வேகமுடன் ஆறுவகை ஜெயநீர்தன்னால் வெட்கமுடன் தானுருக்கி சாய்ப்பாயப்பா
பாகமது பொய்யாது மெய்யேயாகும் பாருலகில் செய்தவர்க்கு சித்திதானே. 6786

சித்தியாம் இப்படியே பத்துமுறைபோடு சேர்வைகண்டு பதனங்கண்டு உருக்கிச்சாய்ப்பாய்
சத்தியவான் காலாங்கி நாதர்வாக்கு சங்கரனே பொய்யாது வேதவாக்கியம்
பத்தியுடன் மனோன்மணியை தொழுதுபோற்றி பாலகனே முறைபோலே செய்வாயப்பா
சத்தியுள்ள வெள்ளிதனை ஊதிப்பாரு சுந்தரனே மாற்றதுவும் சொல்லொண்ணாதே. 6787

சொல்லவென்றால் நாவில்லை பாவுமில்லை துரைராஜ சுந்தரனே எவர்தான்காண்பர்
வல்லதொரு சித்தாதி முனிவர்தாமும் வளம்பெரிய சாத்திரத்தில் மறைத்துவைத்த
கல்லான முறைகளெல்லாங் கருக்கள்காட்டி கருவிகர ணாதியந்தம் முடிவுண்டாக்கி
நல்லதொரு முறைபாடு செய்பாடெல்லாம் நாட்டினிலே மாண்பர்களுக்கு உரைத்திட்டேனே. 6788

உரைத்தேனே தாரமென்ற களங்குமார்க்கம் ஓகோகோ நாதாக்கள் கூறவில்லை
வரையான பொருளெல்லாம் இதிலேதோயும் வளமான மாற்றதுவும் பத்தேயாகும்
திரைகடலில் நாதாக்கள் மறைத்ததாலே தீர்க்கமுள்ள வேதைமுகம் யானுங்கண்டு
விரைபோட்டால் சுரையொன்று முளைக்குமோதான் வித்தகனே தாரமென்ற தங்கமாமே. 6789

நாற்பத்தொண்பது பேர் முனிவர்கள், பதினெண் சித்தர்கள், நவகோடி ரிஷிகள் போகரை வருந்தல்

தங்கமாம் இன்னமொரு அயனஞ்சொல்வோம் தண்மையுள்ள புலிப்பாணி தயவுள்ளோனே
இங்கிதமாய் எந்தனையும் சித்தர்கூடி எழிலான விண்ணப்ப வருந்தல்தன்னை
சங்கமென்ற சபையாறு மனதுவந்து சட்டமுடன் எந்தனையும் கேள்விகேட்க
வந்தனமாய்ச் சொன்னதொரு வளம்பாடெல்லாம் வண்மையுடன் உந்தனுக்கு ஓதுவேனே. 6790

ஓதவே எந்தனையும் சித்தர்கூடி ஓகோகோ நாதாக்கள் கூட்டத்தோடும்
நீதமுடன் எந்தனையும் வரவழைத்து நீதியுடன் முறைபாடு வழிபாடெல்லாம்
தோதகமாய் கட்டுரைத்தார் கோடானகோடி தேறாமல் யானுமல்லோ விடைகள்சொன்னேன்
போதனைகள் மிகவுரைத்தார் இறங்கியல்லோ பொங்கமுடன் யானுமல்லோ விடைதந்தேனே. 6791

தந்தேனே விடையதுவும் என்னவென்றால் தகமையுள்ள ரிஷிகூட்ட முனிவரெல்லாம்
சொந்தமுடன் வாதாடி உறவுகொண்டு சோராமல் எந்தனுக்கு இதவுகூறி
வந்தனங்கள் மிகச்செய்து அஞ்சலித்து வளம்பெரிய காலாங்கி நாதசீஷா
இந்தவரை நெடுங்காலம் கோடிகாலம் இகபரமும் கண்டறிந்த சித்துபாரே. 6792

பாரேதான் வையகத்தின் மகிமையெல்லாம் பட்சமுடன் காலாங்கி நாதர்தாமும்
சீரேதான் உந்தமக்கு உபதேசங்கள் செய்துவைத்த படியாலே தோஷமில்லை
நீரேதான் குளிகையது பூண்டுகொண்டு நீடாழி உலகமெலாஞ் சுற்றிவந்து
கூரேதான் மகிமையெல்லாம் அறிந்துகொண்டீர் கொற்றவனார் காலாங்கி கடாட்சந்தானே. 6793

தானான மகிமையெல்லாம் அறிந்தாலுந்தான் தாரணியில் ஒருபோதும் தோஷமில்லை
தோனான உமதையர் காலாங்கிநாதர் கொற்றவனார் குருபாத கடாட்சத்தாலே
தேனான சாத்திரத்தின் முறைபாடெல்லாம் தெளிவுடனே சிக்கருத்து சத்தகாண்டம்
பானான சூரியன்போல் ஏழாயிரந்தான் பாடிவைத்தீர் சீனபதி மாண்பருக்கே. 6794

மாண்பான சாஸ்திரத்தை உந்தன்சீஷன் மகத்தான புலிப்பாணிக்கு உபதேசித்தீர்
ஆண்மையுள்ள சித்தாதி சித்தரெல்லாம் அவர்பேரில் மெத்த மனஸ்தாபமுண்டு
வீண்போன்ற சாத்திரமாய் இருந்தாலல்லோ விருப்பமுடன் அவர்தமக்கு உபதேசிக்க
தாண்மையுள்ள சாத்திரந்தான் சத்தகாண்டம் தாரணியில் சாத்திரங்கள் மெத்தவுண்டே. 6795

உண்டான சாத்திரத்தை அவர்க்குமல்லோ உத்தமனே மனதுவந்து உபதேசித்தீர்
கண்டாலும் விடுவாரோ ரிஷிகள்தாமும் கருவான மகிமையென்ற வேதைமார்க்கம்
சண்டமா ருதம்போல உலகவாழ்க்கை சட்டமுடன் வெகுகோடி ஊதிவிட்டு
மண்டலத்தில் மகிமையெல்லாம் வெளியிட்டாக்கால் மாண்பர்களும் ஒருவருந்தான் மதியார்தானே

தானான சத்தகாண்டம் ஏழாயிரந்தான் தகமையுடன் கூறிவிட்டீர் தோஷமில்லை
பானான எண்ணாயிரஞ் சாத்திரத்தைப் பகரவேண்டாம் புலிப்பாணி நாதருக்கு
தேனான சாத்திரத்தை மனதுவந்து தேற்றமுடன் மேருகிரி தன்னிலப்பா
கோனான குகைதனிலே வைத்தாலல்லோ கொற்றவனே லோகமெலாம் மதிப்பார்தானே. 6797

மதிப்பான சாத்திரத்தை வெளியிலிட்டால் மகாதேவர் ஆனவரும் ஒருவருண்டோ
துதிப்புடனே ஒருவருந்தான் தன்னைத்தானும் துப்புரவாய் மதிப்பாரும் யாருமில்லை
விதிப்படியே விட்டகுறை இருந்துதானால் விருப்பமுடன் வினயம்வந்து கிட்டும்பாரு
கதிபெறுவர் எண்ணாயிரங் காவியத்தால் காசினியில் அதீதமென்ற மார்க்கம்பாரே. 6798

பாரேதான் காண்டம் ஏழாயிரத்தில் பாருலகில் வெகுகோடி அதிசயங்கள்
நேரேரென் சித்தாதி கூட்டத்தோடு நேர்மையுடன் பாடிவைத்த நுணுக்கமெல்லாம்
சேரேதான் கிட்டிருந்து உளவுகண்டு சேனரகசியங் களெல்லாம் வெளியாய்விட்டீர்
ஊரேதான் உலகமெலாம் இதிலடக்கம் உத்தமனே ஏழாயிரம் பாடல்தானே. 6799

பாடலாய் மறைத்துவைத்த சங்கையெல்லாம் பாரிலுள்ள மாண்பர்களுங் கண்டுகொள்வார்
தேடவே சாத்திரத்தைப் புனிதவானே தேற்றமுடன் புலிப்பாணிக்கு உறுதிகூறி
ஆடவே அம்பலத்தில் நல்லோர்தம்மை அறிவுடையோர் சிவயோக மாண்பருக்கு
கூடவே சாத்திரத்தைத் தேர்ந்துமல்லோ குணமான வெகுபுத்தி கூறுவீரே. 6800

கூறுவீர் இதிகாச புத்திசொல்லி குவலயத்தில் ஆள்கண்டு பதமுங்கண்டு
தேறியதோர் சிறுபாலர் ஆனாலுந்தான் தேற்றமுடன் புத்திமதி மிகவுரைத்து
மீறியே கட்டளைக்கு அஞ்சிடாமல் மிக்கமனது வந்துமல்லோ அதிகங்கூறி
ஆறியே சினமதுவும் மிகஅகற்றி அப்பனே நூல்கொடுத்து பதனஞ்சொல்லே. 6801

சொல்லவே புலிப்பாணிக்கு உண்மைகூறி சோறாமல் மனத்திடமும் நன்றாய்சொல்லி
வெல்லவே வரவுக்குத் தக்கதாக வேதாந்த சின்மயத்தை ஓதச்சொல்லி
புல்லவே சாத்திரத்துக்கு உறுதிசொல்லி புகழான சத்தியங்கள் வாங்கியேதான்
நல்லதொரு சாத்திரத்தைத் தந்தீரானால் நலமாக இருக்குமென்று நவின்றிட்டாரே 6802

நவின்றதொரு வாக்கதுவும் பிசகாமற்றான் நாதாக்கள் சொல்லுதற்கு இடையூறின்றி
குவின்றிடவே புலிப்பாணி புனிதவானே குவலயத்தில் பத்தியுண்டாய் மாண்பர்கண்டு
தவின்றிடவே விதியாளி குணமுங்கண்டு தக்கபடி நூலீய்ந்தால் தருமமாகும்
புவின்றிடவே உந்தனது மனதுபோலே பூதலத்தில் நடப்பதுவுங் கடாட்சந்தானே. 6803

தானான காலாங்கி நீதிபோலே சட்டமுடன் போகர் ஏழாயிரத்தை
கோனான வையகத்தில் யானும்பாடி கொற்றவனே உந்தனுக்கு உபதேசித்தேன்
தேனான சாத்திரத்தைப் பாதுகாத்து தேசத்தில் கொடுப்பதுவும் உந்தன்பாரம்
பானான கருமிகட்கு கொடுப்பாயானால் பாலகனே பாவம்வந்து எய்தும்பாரே. 6804

பாரேதான் இன்னமொரு மார்க்கஞ்சொல்வேன் பாங்கான புலிப்பாணி பளிங்குள்ளானே
நேரேதான் அவரவர்கள் மகிமைதன்னை நேர்மையுடன் சொல்லுகிறேன் உண்மையாக
சீரேதான் சித்தரெல்லாம் ஒன்றாய்க்கூடி சிறப்புடனே காலாங்கி நாதர்தம்மை
வீரேதான் சீனபதி தன்னிலேகி விருப்பமுடன் மனதுவந்து வந்திட்டாரே. 6805

வந்தாரே காயாதி கொண்டசித்து வளம்பெரிய சீனபதி மார்க்கந்தன்னை
அந்தமுடன் காலாங்கி சமாதிபக்கம் அற்புதமாய் வெகுகோடி நாதர்தாமும்
சொந்தமுடன் எனதையர் காலாங்கிநாதர் சுடரொளியைக் காணவென்று மனங்களித்து
விந்தையாய் உபதேசம் பெறவேநண்ணி விருப்பமுடன் சமாதியிடம் வந்தார்தானே. 6806

தானான நெடுங்காலஞ் சமாதிருந்த தண்மையுள்ள நாதாக்கள் ரிஷிகள்தாமும்
கோனான எனதையர் காலாங்கிநாதர் கொற்றவனார் முன்பாக வினயங்கூறி
தேனான மகத்துவங்கள் இதிகாசங்கள் தேற்றமுடன் செய்தல்லோ ஏவல்செய்தார்
பானான பரஞ்சுடராம் எந்தன்நாதா பட்சமுடன் அதிசயத்தைக் கண்டிட்டேனே. 6807

பூதானந்த சித்தர் மகிமை

கண்டாரே இன்னமொரு மார்க்கஞ்சொல்வேன் கனகரதி பூஷணமே கல்விவானே
அண்டமதில் ஆகாயந் தன்னிலல்லோ மகாபூதா னந்தநாதர்
உண்டைவில்லு கவுண்டேகும் ஆகாயத்தில் உத்தமனே அந்தமட்டுஞ் சொல்வேனென்று
கண்டிதமாய்க் காலாங்கி வாக்குந்தந்து கனமுடனே வாசியோகம் நடத்தினாரே. 6808

வாசியைத் தானடத்தி பூதநாதர் வளமான கேசரத்தினம் பரத்தில்
மாசியெனும் மண்டலத்தில் ஏகியல்லோ மன்னவனார் மண்டலந்தான் அங்கிருந்து
காசிபதி கடலோரந் தன்னிற்சென்று கனமான சீனபதி அருகில்வந்து
தேசியெனும் வாசியைத்தான் நடத்தியல்லோ தேற்றமுடன் சீனபதி இறங்கினாரே. 6809

இறங்கினார் நாற்பதுநாள் மண்டலந்தான் எழிலான ஆகாசந் தனிலிருந்து
சிறந்ததொரு வாசியைத்தான் நடத்தியல்லோ சிறப்புடனே வையகத்தோர் காணவென்று
பறந்துமே வையகத்தில் இறங்கியேதான் பாங்கான காலாங்கி சமாதிமுன்னே
இறந்ததொரு சவம்போலே விழுந்தாரல்லோ எழிலாக பூதநாத சித்துதானே. 6810

சித்தான சித்துமுனி நாதர்தாமும் சிறப்பான காலாங்கி தம்மிடத்தில்
பத்தியுடன் அஞ்சலிகள் மிகவுஞ்செய்து பான்மையுடன் சிரங்குனிந்து கரங்குவித்து
முத்திபெற எந்தனுக்கு உபதேசங்கள முனிவரே செய்யவென்று அடிபணிந்து
சத்தியமாய் எந்தனைத்தான் ஆதரிக்க சட்டமுடன் கடாட்சமது அருள்செய்வீரே. 6811

அருளான அருளதுவும் பெற்றுமல்லோ அன்புடனே பூதநாத னந்தசித்து
இருளான இருளகற்றி மையம்பூண்டு எழிலான சீனபதி விட்டுமல்லோ

குருவான டமாகனா ரந்தனாரை குறிப்புடனே காண்பதற்கு மனதிலெண்ணி
திருவான ஜோதிமயந் தன்னைக்காண தீர்க்கமுடன் தென்பொதிகை வந்திட்டாரே. 6812

கருவூரார் மகிமை

வந்தாரே இன்னமொரு மார்க்கஞ்சொல்வேன் வளமான புலிப்பாணி அறிவுள்ளானே
இந்தமா நிலத்தில் வெகுஅதிசயங்கள் எழிலான சித்துமுனி கோடானகோடி
சுந்தரனார் காலாங்கி நாதர்பக்கம் துப்புரவாய் வந்தவர்கள் லக்கோயில்லை
விந்தைகளும் மிகச்செய்தார் ரிஷியார்தாமும் விண்ணுலகு கருவூரார் சித்துபாரே. 6813

பாரப்பா புலிப்பாணி பண்புள்ளானே பாலகனே எந்தனிரு மணியேகேண்மோ
ஆரப்பா ஆகாய மண்டபத்தில் அப்பனே நட்சத்திர வளவுமட்டும்
நேரப்பா வாசியைத்தான் நடத்தியல்லோ நேர்மையுடன் ஆகாயஞ் சென்றாரில்லை
கூரப்பா கருவூரான் என்றசித்து கொற்றவனே ஆகாயஞ் சென்றார்காணே. 6814

காணவே கருவூரார் என்றசித்து காசினியில் மகிமைவெகு கண்டசித்து
தோணவே நடேசரைத்தா னுண்டுசெய்த தோறாத கருவூரார் என்றசித்து
மானமருங் கல்வியுள்ள சித்தரெல்லாம் மானிலத்தில் மதிப்பதற்குக் கீர்த்திகொண்ட
ஆணவமாங் காமியத்தை விட்டொழித்த அப்பனே கருவூரார் என்றசித்தே. 6815

சித்தான சித்துமுனி கருவூரார்தான் சிறப்பான காலாங்கி நாதர்முன்னே
சுத்தமுடன் காலாங்கி நாதர்தம்மை சுந்தரனார் சீனபதி சமாதிதன்னில்
வித்தகனார் பார்த்திருக்க மகிமைபூண்டு விண்ணுலகம் ஆகாயஞ் செல்வேனென்று
புத்தியுடன் நட்சத்திர வளவுமட்டும் பரஞ்சுடரே செல்வேனென்று ஏகினாரே. 6816

ஏகவே வாசியோகஞ் செய்துகொண்டு எழிலான நட்சத்திர மண்டலத்தில்
போகவே மனவுறுதி கொண்டுமல்லோ பொங்கமுடன் மூன்றுமண்ட லந்தானப்பா
சாகாமல் ஆகாய மண்டலத்தில் சட்டமுடன் மூன்றுமண்ட லமிருந்து
வேகமுடன் வாசியோகஞ் செய்துகொண்டு வேட்கையுடன் பூமிதனில் இறங்கிட்டாரே. 6817

இட்டாரே கருவூரார் என்றசித்து எழிலான வையகத்தின் மகிமைகோடி
சட்டமுடன் செய்தல்லோ யாகம்பூண்டு சதுராக நெடுங்காலந் தாமிருந்தார்
திட்டமுடன் காலாங்கி நாதர்தாமும் தீர்க்கமுடன் கருவூரார் தன்தனக்கு
வாட்டமுடன் முதலியதோர் மகிமையெல்லாம் வளமுடனே உபதேசஞ் செய்தார்பாரே 6818

சுந்தரானந்தர் மகிமை

பாரப்பா புலிப்பாணி பளிங்குள்ளானே பகருகிறேன் சித்தருட மகிமைதன்னை
ஊரப்பா சீனபதி தேசந்தன்னில் உத்தமனார் காலாங்கி நாதர்தம்மை
சேரப்பா சமாதியிடம் சென்றுமல்லோ செம்மலுடன் காலாங்கி தம்மைக்காண
ஆரப்பா வென்றல்லோ காலாங்கிநாதர் அப்பனே மனதுவந்து கூறென்றாரே. 6819

கூறென்று சொல்லுகையில் சித்தரான குணமான சுந்தரா னந்தமூர்த்தி
தேறலுடன் யாரென்று வினவிக்கேட்க தெளிவான காலாங்கி நாதர்தாமும்

மாறலது வாராமல் சித்துதாமும் மகத்தான காலாங்கி நாதருக்கு
ஆறலுடன் அஞ்சலித்து மனதுவந்து அப்பனே சுந்தரனார் என்றிட்டாரே. 6820

என்றாரே சுந்தரா னந்தமூர்த்தி எழிலான காலாங்கி நாதருக்கு
வென்றிடவே என்தேவா லோகநாதா விருப்பமுடன் தங்களிடம் மனங்களித்து
சென்றுநான் வந்தேனே சீனதேசம் செம்மலுடன் அடியேனைப் பாதுகாத்து
குன்றான உபதேசம் எந்தனுக்கு கொப்பெனவே கூறுமென்று பணிந்திட்டாரே. 6821

பணிந்துமே சுந்தரா னந்தர்தாமும் பட்சமுடன் காலாங்கி நாதருக்கு
துணிந்துமே எந்தனது மகிமைதன்னைத் துப்புரவாய்க் காட்டுகிறேன் குருவேந்தாகேள்
கணிதமுடன் மேகமண்ட லத்தில்யானும் கர்த்தாவே வாசியோகஞ் செய்துகொண்டு
பணிவுடனே ஆகாசஞ் சென்றுமல்லோ பாங்குடனே மேகத்தோடு ஏகுவேனே. 6822

ஏகுவேன் மேகத்தோடு இணக்கமாகி எழிலான திருப்பாலின் கடலின்மேலே
போகுவேன் மேகங்கள் ஜலந்திரட்டி பொங்கமுடன் தானிறங்குங் காலந்தன்னில்
தாகுடனே மேகமது ஆகாசத்தில் தகமையுடன் செல்லுமது பக்கமெல்லாம்
வாகுடனே ஆகாசந் திரிந்துயானும் வளமுடனே நெடுங்காலம் இருப்பேன்தானே. 6823

தானான பூமிசஞ் சாரமில்லை தண்மையுடன் மேகத்தில் மேகமாக
கோனான மண்டலத்தில் நெடுங்காலந்தான் கொற்றவரே வாசியோகஞ் செய்துகொண்டு
தேனான மனோன்மணியைத் துதித்துமல்லோ தேற்றமுடன் நெடுங்காலந் தானிருந்தேன்
பானான பரஞ்சுடரே சொரூபானந்தா பரம்பொருளே உபதேசம் பகருவீரே. 6824

பகரவென்று சுந்தரா னந்தர்கேட்ட பாருலகில் இதிகாச மகிமைகண்டு
நிகரமுடன் இவர்தமக்கு உபதேசங்கள் நீதியுடன் கூறுவதற்கு மனங்களித்து
உகரமென்ற அட்சரத்தை உபதேசித்து உத்தமனார் சுந்தரா னந்தருக்கு
ககரமுடன் அகரமுதல் உயிர்களெல்லாம் கருவான அட்சரத்தை ஓதினாரே 6825

ஓதவே அஞ்சலிகள் மிகவும்பெற்று உத்தமனார் சீனபதி கண்டுமல்லோ
நீதமுடன் விடையதுவும் பெற்றுமல்லோ நிலையான தம்பதிக்கு ஏகினார்காண்
சேதமது வாராமல் சித்துதானும் ஜெகதலத்தில் நெடுங்காலம் இருந்தாரல்லோ
தோதமுள்ள சித்தாதி சித்தரெல்லாம் தோறாமல் என்குருவைக் கண்டிட்டாரே. 6826

போகர் புலிப்பாணிக்கு பாஷாண விளைவுகள் கூறல்

கண்டாரே இன்னமொரு கருமானங்கேள் கைலாச புலிப்பாணி கருவுள்ளானே
அண்டரண்ட தேசமெல்லாஞ் சுற்றிவந்தேன் அப்பனே பாஷாண விளைவுகண்டேன்
துண்டரீக மானதொரு விளைவுமார்க்கம் துப்புரவாய் யான்கண்டு விடமுங்கண்டேன்
சண்டமா ருதம்போலே விளைவுகண்டேன் தண்மையுள்ள பாஷாண விளைவுகேளே. 6827

சுருமாக்கல் விளைவு

கேளப்பா சுருமாவின் விளைவுமார்க்கம் கெடியான டில்லிக்கு மேற்கேயப்பா
ஆளப்பா பூமியெல்லாம் சுருமாவாகும் அப்பனே நீலாஞ்சனக் கல்லுதானும்

கேளப்பா வாராது அஞ்சனங்கள் கொற்றவனே சுருமாவின் கீழ்மட்டந்தான்
கீளப்பா அஞ்சனமாம் பாறையல்லோ கெடியான கல்லினுட பூமியாமே. 6828

கெந்தக விளைவு

பூமியாம் டில்லிக்கு கிழக்கேயப்பா புகழான கெந்தகத்தின் பூமியாகும்
சாமியது கிருபையினால் விளையுங்கெந்தம் சதுரான சித்தர்களுக்கு உகந்தகெந்தி
வாமிசிவ காமியம்மாள் வீற்றிருக்கும் வளமான சிவப்பு கெந்தி அங்கேயுண்டு
நாமிகவே குளிகைகொண்டு சென்றேனப்பா நலமான டில்லிக்குக் கிழக்கேதானே. 6829

கிழக்கான பூமியப்பா நெடுந்தூரந்தான் கிளையான ஆறுண்டு சுனைதானுண்டு
பழக்கமதாய் மாண்பர்களும் போனதில்லை பாங்கான குறும்பருட நாடேயாகும்
அழகான பூமியது சொல்லவொண்ணாது அப்பனே கெந்தகந்தான் விளையும்நாடு
தழலான செடிமரங்கள் பூண்டுமில்லை தாரணியைக் குளிகைகொண்டு கண்டிட்டேனே. 6830

தாளக விளைவு

இட்டதொரு கிழக்குக்குத் தெற்கேயப்பா எழிலான திருச்சங்கு மைந்தனல்லோ
சட்டமுடன் ஆண்டிருந்த ராஜ்ஜியத்தின் சதுரான மேற்புறத்தின் ஓடையப்பா
வட்டமுள்ள பூமியது நெடுந்தூரந்தான் வளமான தாளகத்தின் பூமியாகும்
திட்டமுடன் பூமியெல்லாந் தாளகந்தான் திரமான நடுமையேறி தாரமாமே. 6831

அரிதான அரிதாரம் என்னசொல்வேன் அப்பனே அதின்கீழே மனோசிலையுமாகும்
சரிதான விளைவல்லோ பூமியெல்லாம் சாங்கமுடன் தாளகத்தின் பூமியாகும்
பரியான தங்கமது விளையும்நாடு பாருலகில் நாதாக்கள் கண்டதுண்டு
திரிலோகந் தான்மதிக்கும் தங்கமப்பா தீர்க்கமுடன் விளைகின்ற நாடுதானே. 6832

கற்பரி பாஷாண விளைவு

நாடான நாடதுதான் சொல்வேனப்பா நலமான புலிப்பாணி நண்புள்ளானே
காடான காடெல்லாம் யான்திரிந்து கனமான குளிகையது கொண்டுமல்லோ
மேடான பூமியது திரிந்துமேதான் மேன்மையுள்ள கற்பரிபாஷாணங் கண்டேன்
தாடாண்மை உள்ளதொரு பாஷாணந்தான் தாரணியில் தங்கமிகச் செய்யலாமே. 6833

செய்யவே கற்பரிபாஷாணந் தன்னால் செயலான நவலோகம் வெல்லலாகும்
துய்யதொரு நவலோகம் நீறிப்போகும் துப்புரவாய் லோகங்கள் சத்துருவேயாகும்
வெய்யவே நடுமையந் தன்னிலப்பா வேட்கமெனும் அவுல்பாஷாணந் தானாகும்
பையவே அதின்கீழே தானிருக்கும் பாங்கான ஜலபாஷாணந் தான்பாரே. 6834

காய கற்பம் செந்தூரம்

பாரப்பா இன்னமொரு பரிகாரந்தான் பாலகனே ஸ்தூலமது உறுதிசெய்ய
ஆரப்பா மணலிரும்பு கொண்டுவந்து அப்பனே உருக்கியல்லோ தகடடித்து

சீரப்பா முன்சொன்ன பாஷாணத்தைச் சிறப்புடனே நிம்பழத்தின் சாற்றினாலே
ஊரப்பா மூன்றுவகை பாஷாணந்தான் உத்தமனே தானரைப்பாய் சாமம்நாலே. 6835

நாலான சாமமது தானரைத்து நலமான இரும்பதனைத் தகடதாக்கி
பாலான சரக்கெல்லாம் மேலேபூசி பட்சமுடன் ரவிதனிலே காயவைத்து
மாலான சில்லிட்டுச் சீலைசெய்து மார்க்கமுடன் கோழியென்ற புடந்தான்போடு
சூலான வயமதுவும் களங்கமாகி துப்புரவாய்த் தானிருக்கும் வயந்தான்காணே. 6836

காணவே அவரெலாந் தானெடுத்து கருவாகப் புடமதுவாய்ச் சேர்த்துக்கொண்டு
தோணவே கடைச்சரக்கு செப்பக்கேளிர் தோறாமல் கெவுரியென்ற வீரந்தானும்
மாணவே கெந்தகமும் லிங்கந்தானும் மகத்தான சிங்கியுடன் பூரமாகும்
நீணவே வகைவகைக்குப் டலந்தான்காலாய் நிஷ்களங்க மாகவல்லோ பழச்சார்தானே. 6837

தானான சாரதுவும் பிழிந்துகொண்டு தண்மையுள்ள அயப்பொடியாங் களங்குதன்னில்
தேனான செம்பழத்தின் சாற்றினாலே தெளிவுறவே தானரைப்பாய் நாலுசாமம்
பானான வில்லையது இலகுவாய்ச்செய்து பாலகனே ரவிதனிலே காயவைத்து
மானான ஓட்டிலிட்டுச் சீலைசெய்து மகத்தான மண்மறைவிற் புடத்தைப்போடே. 6838

போடேதான் இப்படியே புடந்தான்போடு பொங்கமுடன் தானரைத்து வில்லைதட்டி
நீடேதான் முன்னுரைத்த பாகம்போலே நீதியுடன் வில்லைதட்டிக் காயவைத்து
கூடேதான் சில்லிட்டுச் சீலைசெய்து கொற்றவனே கோழியென்ற புடந்தான்போடு
போடேதான் மண்மறைவிற் பத்துமுறைபோடு பொலிவான வயமதுவும் சிவக்கும்பாரே. 6839

சிவக்குமே அயமதுவும் பாஷாணத்தால் சிறப்புடைய குற்றமது பதினொன்றும்போம்
தவப்பலனைக் கொண்டவர்க்கு சித்தியாகும் தகமையுள்ள மணலிரும்பு செந்தூரந்தான்
தவப்பலனைக் கொண்டோர்கள் காணமாட்டார் அப்பனே புத்தியுள்ள புனிதவானே
பவக்கடலை விட்டகற்றி பாலாநீயும் பாருலகில் இருப்பதுவே புண்ணியமாமே. 6840

செந்தூரம் அனுபானம்

புண்ணியனாய் இருக்கவென்றால் பூபாலாகேள் புகழான செந்தூரம் உண்பதற்கு
திண்ணமுடன் தேனதனில் மண்டலந்தான் தீரமுடன் தானிருந்த தேகங்கற்றூண்
வண்ணமுடன் வாசியது மேல்நோக்காது வளமான செந்தூரந் தானுமல்லோ
நண்ணமுடன் சட்டையது தள்ளும்பாரு நாதாந்த சித்தர்கள்தான் ஆடுங்கூத்தே. 6841

கூத்தான செந்தூரம் மண்டலந்தான் குறிப்புடனே கொண்டவர்க்குப் பலனைக்கேளு
நீத்தமுடன் நெடுங்காலம் இருக்கலாகும் நெடியான ரோகமது கடலேபோகும்
சாத்தகி ஆழ்வார்தானுங் கொண்டகற்பம் தாரணியில் வெகுகாலம் இருந்தாரல்லோ
பூத்தமலர் முகசுகுண மாதர்தம்மை பகழாக ஆயிரம்பேர் கூடலாமே. 6842

கூடலாங் கிருஷ்ணாவ தாரனல்லோ கொற்றவனார் சிலகாலம் உண்டகற்பம்
ஆடலாம் தேசவிளை யாட்டையெல்லாம் அப்பனே அயமென்ற செந்தூரத்தால்
ஓடலாம் வெகுதூரம் நடக்கலாகும் உத்தமனே நடந்தாலும் இளைப்போயில்லை
தேடலாம் வெகுகோடி திரவியங்கள் தேடினால் பலனொன்றும் இல்லைதானே. 6843

இல்லையே செந்தூரம் வேதைகாண எழிலான வெள்ளியது களஞ்சிநூறு
தொல்லையெனும் பிறவியது மாற்றம்போல தோறாமல் வர்ணமது சொல்லப்போமோ
கொல்லனது உலையில் உருக்கியல்லோ கொற்றவனே செந்தூரங் களஞ்சிதாக்கு
வல்லதொரு வெள்ளியது பழுப்புமாகி மகத்தான ஏமமது சொல்லொண்ணாதே. 6844

ஒண்ணாத தங்கமது மாற்றுசொல்வேன் ஓகோகோ நாதாக்கள் மறைத்துவைத்து
தண்ணமுடன் மாற்றதுவோ லக்கோயில்லை தாடாண்மை கொண்டதொரு உறத்ததங்கம்
பண்ணுதற்கு விட்டகுறை இல்லாவிட்டால் பலிக்குமோ பாராளும் மாண்பருக்கு
நண்ணமுடன் மனதுவந்து இந்தப்பாகம் எழிலாக செய்பவர்க்குப் பலிக்குந்தானே. 6845

பலிக்குமே இத்தங்கம் பிறவித்தங்கம் பாரிலுள்ள சிவயோகிக் கானதங்கம்
ஒலிக்குமே ஜெகஜோதியான தங்கம் உத்தமனே கருமிகட்கு வாய்க்காதப்பா
நலியாளர் தங்களுக்கு இந்தத்தங்கம் நாதியற்ற பேர்களுக்கு நவிலவேண்டும்
பலியாது கருமிகளாய் இருப்பாரானால் பாருலகில் கருமிகட்கு வாய்க்காதன்றே. 6846

மகா சிடிகை அயச்செந்தூரம் சமுசாரிக்கான வேதை

அன்றான இன்னமொரு போக்குசொல்வேன் அப்பனே புலிப்பாணி அன்புள்ளானே
குன்றான செந்தூரம் என்னசொல்வேன் குறிப்பான அயமதுவும் பலந்தான்பத்து
வென்றிடவே நிம்பழத்தின் சாற்றினாலே விருப்பமுடன் சுத்தியது செய்துமல்லோ
நன்றாகக் கல்வமதில் இட்டுமைந்தா நலமுடனே தானரைக்க மருந்தைக்கேளே. 6847

கேளப்பா முருங்கைவேர் பட்டைதன்னை கிருபையுடன் தானிடித்துச் சாறுபிழிந்து
பாளப்பா போகாமல் பத்துசாமம் பாங்குடனே தானரைப்பாய் சுண்ணநீரும்
ஆளப்பா பலமதுவும் ஒன்றேயாகும் அப்பனே தான்போட்டு அரைத்துமல்லோ
சூளப்பா வில்லையது லகுவாய்ச்செய்து சுந்தரனே ரவிதனிலே காயப்போடே 6848

காய்ந்தபின்பு பில்லையதை எடுத்துமைந்தா கருவாக ஓட்டிலிட்டுச் சீலைசெய்து
வாய்ந்ததொரு புடமதுவும் கெஜமேயாகும் வளமுடனே போட்டபின்பு எடுத்துப்பாரு
தீய்ந்துமே போகாமல் செந்தூரந்தான் தீர்க்கமுடன் அருணனது நிறம்போலாகும்
மாய்ந்துமே அயமதுவும் மடிந்துமல்லோ மகத்தான செந்தூரஞ் சொல்லொண்ணாதே. 6849

சொல்லவென்றால் நாவில்லை பாவுமில்லை துப்புரவாய் நாதாக்கள் மறைத்தசித்து
வெல்லவே இவ்வேதை யார்தான்செய்வார் விதியாளி செய்வாரே மற்றோர்காணார்
புல்லவே செந்தூர மகிமைதன்னைப் பூதலத்தில் மாண்பர்களுங் கண்டதில்லை
அல்லவென்றால் செந்தூரம் கோடிபாகம் அப்பனே கண்டதுண்டு மெத்தகாணே. 6850

காணவே செந்தூரம் மண்டலந்தான் கருவாகக் கொண்டவர்க்குப் பலனைக்கேளு
தோணவே தேனதனில் கொண்டாலல்லோ தோறாமல் தேகமது இருக்கும்பாரு
வேணதொரு ரோகமெல்லாம் நீங்கியல்லோ விரைக்குமே நரம்பதுவும் துடிப்புமெத்த
பாணமெனும் மன்மதனார் வேகந்தன்னை பாலிக்கும் வயத்தினுட வீரங்காணே. 6851

வீரமாம் வாசியது மேலோடாது வீறான நரம்புகளும் முருக்குமேறி
சாரமுடன் தேகமது வலுவுமெத்த சட்டையது மூன்றுவிசை தள்ளும்பாரு
கோரமென்ற தேகமது அழகுமீறி கொற்றவனே நெடுங்காலம் இருக்கலாகும்
பாரமென்ற வயமதுவும் சொல்லப்போமோ பாராளுஞ் சித்தர்முனி வேதையாச்சே. 6852

வேதையாம் இன்னமொரு போக்குசொல்வேன் வேதாந்தப் புலிப்பாணி புண்ணியவானே
பாதையாம் மதிதனிலே பத்துக்கொன்று பட்சமுடன் தானுருக்கி குருவொன்றீய
சோதனைக்கு இடையாது உறத்ததங்கம் சோராமல் லிங்கமிட்டு ஊதிப்போடு
வேதைமுறை சொன்னவழி தப்பாதப்பா வேதாந்த சித்தினுட உண்மைபாரே. 6853

சிடிகை அயச் செந்தூரம்

உண்மையாம் இன்னமொரு பாகஞ்சொல்வேன் உத்தமனே புலிப்பாணி புனிதவானே
திண்ணமுடன் அயமதுவும் பலந்தான்பத்து திறமான நிம்பழத்தின் சாற்றினாலே
வண்ணமுடன் தானரைப்பாய் நாலுசாமம் வாகுடனே கமுவியல்லோ வயமெடுத்து
கண்ணமுடன் கல்வமதில் இட்டுமைந்தா தகமையுடன் பழமதுதான் செப்பக்கேளே. 6854

செப்பவென்றால் கருநாகப் பழரசத்தால் செம்மலுடன் தானரைப்பாய் நாலுசாமம்
ஒப்பமுடன் முப்பூவுங் களஞ்சிசேர்த்து உத்தமனே தானரைத்து பில்லைதட்டி
தப்பிதங்கள் வாராமல் ரவியில்வைத்து சட்டமுடன் சில்லிட்டுச் சீலைசெய்து
மெய்ப்புடனே கோழியென்ற புடந்தான்போடு மேலான செந்தூர மாகுந்தானே. 6855

தானான செந்தூரந் தனையெடுத்து தண்மையுடன் முன்போல கல்வமிட்டு
தேனான கருநாகப் பழரசத்தால் தேற்றமுடன் தானரைப்பாய் நாலுசாமம்
பானான பில்லையது லகுவாய்ச்செய்து பாலகனே ரவிமுகத்தில் காயப்போடு
மானான சில்லிட்டுச் சீலைசெய்து மார்க்கமுடன் முன்போல புடத்தைப்போடே 6856

போடேதான் பத்துமுறை இப்படியேபோடு பொங்கமுடன் அயமதுவும் செந்தூரந்தான்
நாடேதான் முறைபோலே செய்வாயானால் நலமான செந்தூரம் வேதையாகும்
கூடேதான் ஆவின்பால் வெண்ணெய்தன்னில் குணமுடனே நெல்லிடைதான் கொண்டாயானால்
தேடேதான் காலாங்கி கடாட்சத்தாலே தெளிவாக தேகமது மின்னும்பாரே. 6857

பாரேதான் மண்டலந்தான் கொண்டபோது பாங்கான தேகமது சட்டைதள்ளும்
நேரேதான் தேகமது வண்டுபோலாம் நெடிதான வாசியது மேல்நோக்காது
கூரேதான் தேகமது கற்றூணாகும் கொற்றவனே யமனுக்கு நாளுமில்லை
வேரேதான் கற்பமது வேண்டுமோதான் வித்தகனே வயத்தினுட மகிமைகாணே. 6858

காணவே இன்னமொரு மகிமைசொல்வேன் கருவான புலிப்பாணி கணிதவானே
தோணவே வெள்ளியது களஞ்சிபத்து தோறாமல் தானுருக்கி மருந்தொன்றீய
மாணவே வெள்ளியது பழுக்கும்பாரு மகத்தான மாற்றதுவும் என்னசொல்வேன்
வேணபடி வங்கமதைக் கொடுத்தேஊது வேட்கையுடன் வர்ணமது ஏகாதன்றே. 6859

ஏகாது உப்புக்குங் காவிக்குந்தான் எழிலான செந்தூரம் என்னசொல்வேன்
போகாது புடத்துக்கு உறுதிதங்கம் பொங்கமுடன் நாதாக்கள் உரைத்ததில்லை

சாகாமல் இருந்திடலாம் செந்தூரத்தால் சதாகாலங் கற்பமது உண்டுபாரு
வேகாது தேகமது தீயிற்பட்டால் வெந்தாலும் மேனியது வினைகொள்ளாதே. 6860

போகர் காலாங்கிநாதர் சீவிய சரித்திரத்தை புலிப்பாணிக்கு உபதேசித்தல்

கொள்ளவே இன்னமொரு மார்க்கஞ்சொல்வேன் கொற்றவனே புலிப்பாணி குணமுள்ளானே
வெள்ளமுர்த மானதொரு எந்தன்சாமி தெளிவான காலாங்கி நாதர்தாமும்
உள்ளபடி திரேதாயின உகத்திலப்பா உத்தமனே தாமிருந்த வண்மையெல்லாம்
கள்ளமின்றி இகழாமல் யானுரைப்பேன் கைலாச புலிப்பாணி கருவாய்க்கேளே. 6861

கருவான திரேதாயின உகத்திலப்பா காலாங்கி நாதருட உண்மையெல்லாம்
திருவான குருமுனி சொன்னநீதி தீர்க்கமுடன் இருவரது சரித்திரங்கள்
குருவான என்தேவர் எந்தனுக்கு கூறியதோர் லோகவதி சயங்களெல்லாம்
கருவறிந்து வழியறிந்து உந்தமக்கு கழறுவேன் புலிப்பாணி கவிவல்லோனே. 6862

வல்லதொரு திரேதாயின உகத்திலப்பா வளமான லட்சத்தி நாற்பத்தாண்டில்
புல்லான உலகமது மகிமைசொல்வேன் புகழான பிரளயங்கள் நேர்ந்தபோது
கல்லான மலைகளுமே முழுகியல்லோ கடலேழுந் தான்கடந்து மலைமட்டந்தான்
வல்லமையாய் சத்தசமுத்தி ரங்களெல்லாம் வளமுடனே பொங்கியது நிற்கலாச்சே. 6863

நிற்கையிலே காலாங்கி நாதர்தாமும் நீடாழி உலகமதைக் கண்டேயேங்கி
சொற்பமுடன் தன்மனதில் எண்ணியல்லோ தோறாமல் காலாங்கி கமலர்தாமும்
விற்பனர்கள் இருவருமாய் காலாங்கிகிரியில் வீற்றிருந்தார் மண்டலந்தான் நெடுநாளப்பா
அற்பமுடன் வையத்து மாண்பர்தம்மில் அனேகம்பேர் அம்மலையில் இருந்திட்டாரே. 6864

இருந்தாரே நெடுங்காலம் காலாங்கிநாதர் எழிலான மலைமீதில் என்னசொல்வேன்
பொருந்தவே காயாதி கற்பங்கொண்டு பொங்கமுடன் உலகமதின் மகிமையெல்லாம்
திருந்தவே கண்ணினாற் கண்டுமல்லோ தீர்க்கமுடன் தன்மனதில் உள்ளடக்கி
அருந்தவத்தில் உதித்ததொரு ரிஷிகள்தேவர் அனேகரிட மகிமையெல்லாம் பார்த்திட்டாரே. 6865

பார்த்தாரே காலாங்கி மலையிலப்பா பாங்கான ரிஷியினுட மகிமைசொல்வேன்
தீர்த்தமென்ற கரையிலப்பா ரிஷியாருண்டு திரமான ரிஷியாரும் புலிரூபந்தான்
ஆர்க்கவே திருமுகத்தைக் கண்டாலல்லோ அப்பனே மானிடத்தின் சித்துபோலாம்
மூர்க்கமது வாராது முனிநாதர்க்கு முனையான வேங்கையுட சித்துதானே. 6866

சித்தான வேங்கையென்ற மனிதசித்து ஜெகதலத்தில் யாரேனுங் கண்டதில்லை
பத்தியுள்ள என்தேவர் காலாங்கிநாதர் பாங்கான திரேதாயின உகத்திலப்பா
வெத்தியுடன் கண்டதொரு மகிமைதன்னை வேதாந்த சித்தெனக்கு வெளியிட்டார்காண்
எத்திசையும் சித்தர்முனி கண்டதில்லை எழிலான அதிசயத்தின்கூறுதானே. 6867

மச்ச ரிஷி

கூறான கோடிவகை அதிசயங்கள் கொற்றவனே காலாங்கி மலையிலப்பா
நீறான மலைமுனியாந் தவசியப்பா நெடுங்காலந் தானிருக்குங் கொடியசித்து

வாறான மச்சமென்ற தேகமப்பா வளமான திருமுகந்தான் மனிதரூபம்
சேறாடும் சுனையோரம் மலையோரத்தில் செம்மலுடன் தவமிருப்பார் ரிஷியார்தானே. 6868

தானான அவர்பெருமை மெத்தவுண்டு தகமையுள்ள சித்தாதி கண்டதில்லை
கோனான என்தேவர் காலாங்கிநாதர் கொற்றவனார் எந்தனுக்குச் சொன்னநீதி
தேனான மகிமைகளுங் கோடானகோடி திரேதாயின உகத்திலப்பா கண்டதுண்டு
மானான நெடுங்கால சித்துவென்று மகாதேவர் சொல்லெனக்குத் தெரியலாச்சே. 6869

கூர்ம ரிஷி

ஆச்சப்பா இன்னமொரு மார்க்கஞ்சொல்வேன் அப்பனே புலிப்பாணி அரியவானே
மூச்சடங்கி நெடுங்காலம் இருந்தசித்து முனையான காலாங்கி நாதரப்பா
பாச்சலுடன் பிரளயங்கள் வந்தபோது பாங்கான மலைமீதில் இருக்குங்காலம்
மாச்சலுடன் தவயோகி ரிஷியார்தம்மை மன்னவனே கண்டஅதி சயத்தைக்கேளே. 6870

கேளப்பா தேகமது கூர்மவர்ணம் கெடியான திருமுகந்தான் மனுஷரூபம்
வாளப்பா நெடுங்காலந் தவசிருந்து வளமையுடன் காலாங்கி மலைமேற்றானும்
ஆளப்பா பிரளயங்கள் வந்தபோது அப்பனே தவசிருந்த சித்துமாகும்
காளப்பா திரேதாயின யுகத்தில்தானும் கருவான மலைதனிலே இருந்தசித்தே. 6871

வராக ரிஷி

சித்தான புலிப்பாணி சிறியபாலா சிறப்புள்ள அதிசயங்கள் இன்னஞ்சொல்வேன்
பத்தியுடன் காலாங்கி நாதர்தாமும் பாருலகில் திரேதாயின உகத்திலப்பா
சத்தியங்கள் தவறாமல் தவசுசெய்து சாங்கமுடன் பிரளயங்கள் வந்தபோது
சுத்தியே நிற்பதற்கு இடங்கொள்ளாமல் சுந்தரனார் மலைமீதில் ஏறினாரே 6872

ஏறினார் காலாங்கி மலையின்மேலே எழிலான பிரளயங்கள் வந்தபோது
மீறியே யாகங்கள் செய்துகொண்டு மிக்கான மலைகளிலே இருக்கும்போது
கூறியதோர் வராகமென்ற ரிஷியார்தாமும் கொற்றவனார் மலையதனில் தவசிருந்தார்
கோறியே காலாங்கி நாதர்தாமும் கொப்பெனவே தவசியிடம் சென்றார்பாரே. 6873

பாரேதான் எனதையர் காலாங்கிநாதர் பாங்கான மலைதனிலே தவசிருந்த
சீரான வராகரிஷி தன்னைத்தானும் சிறப்புடனே காலாங்கி காணும்போது
தீரான உருவமது வராகம்போலும் தீர்க்கமுள்ள திருமுகந்தான் மனிதரூபம்
நேரேதான் தவயோகஞ் செய்துகொண்டு நேர்மையுடன் தானிருந்த ரிஷிகண்டாரே. 6874

கண்டாரே நெடுங்காலம் தவசிருக்கும் கருவான ரிஷியாரை மனதுவந்து
தெண்டமுடன் காலாங்கி நாதர்தாமும் தேற்றமுடன் ரிஷியாரைக் கேட்கும்போது
சண்டமா ருதம்போலே ரிஷியார்தாமும் சட்டமுடன் மனதுவந்து சாற்றலுற்றார்
திண்ணமுடன் திரேதாயின யுகத்திலப்பா திருவாண்டு முதல்வருஷஞ் சமாதிகாணே. 6875

தானான காலாங்கி நாதரேகேள் தகமையுடன் திரேதாயின உகத்திலப்பா
தேனான மனோன்மணியாள் கிருபையாலே திரளான பிரளயங்கள் வந்தபோது

மானான மகாதேவர் கடாட்சந்தானே மன்னவனே நெடுங்காலந் தவசிருந்தேன்
பானான வையகத்தில் ஆரேனுந்தான் பக்கம்வந்து கேட்டதில்லை என்றிட்டாரே. 6876

இட்டாரே வராகரிஷி முனிவர்தானும் எழிலான காலாங்கி தன்னைக்கண்டு
விட்டகுறை இருந்ததொரு புண்ணியத்தால் விருப்பமுடன் எந்தனையும் காணலாச்சு
சட்டமுடன் உந்தனுக்கு உபதேசங்கள் சாங்கமுடன் போதிப்பேன் என்றுசொல்லி
திட்டமுடன் உலகத்தில் மகிமையெல்லாம் தீர்க்கமுடன் காலாங்கிக் கோதினாரே 6877

ஓதினார் சமாதிமுகம் இருந்தகாலம் உத்தமனார் காலாங்கி நாதருக்கு
ஆதியெனும் பராபரத்தின் ரகசியத்தை அப்பனே காலாங்கிக் கோதினார்காண்
நீதியுடன் உபதேசம் பெற்றுமல்லோ நிகட்சியுடன் தெற்குமுகம் திரும்பிவந்தார்
பாதிமதி சடையணிந்த தம்பிரான்போல் பரமகுரு ரிஷியொருவர் இருந்திட்டாரே. 6878

நரசிங்க ரிஷி

இருந்தாரே இன்னமொரு மார்க்கஞ்சொல்வேன் எழிலான புலிப்பாணி இன்புள்ளானே
பொருந்தவே திரேதாயின யுகத்திலப்பா பொங்கமுடன் காலாங்கி நாதர்தாமும்
திருந்தியே கண்டதொரு அதிசயங்கள் தீர்க்கமுடன் எந்தனுக்கு சொன்னநீதி
வருந்தவே நரசிங்க ரிஷியார்தன்னை வளப்பமுடன் கண்டதொரு உண்மைபாரே. 6879

உண்மையாங் காலாங்கி நாதர்தாமும் உத்தமனார் திரேதாயின யுகத்திலப்பா
வண்மையுடன் காலாங்கி நாதர்தாமும் வாகுடனே மலைமீதிற் கண்டசேதி
திண்மைபெற மார்க்கமது யாதென்றாக்கால் தீர்க்கமுடன் கிரிசுத்தி வருகும்போது
வண்மையுள்ள சுனையொன்று தடாகமுண்டு வளம்பெரிய தவசிதனைப் பார்த்திட்டாரே. 6880

பார்த்தாரே நரசிங்க ரிஷியார்தம்மைப் பட்சமுடன் காலாங்கி காணும்போது
தீர்த்தமுடன் ரிஷியாரின் தவசின்வேடம் திரேகமெல்லாம் சிமபத்தின ரூபமாகும்
நேர்த்தியுள்ள வர்ணமது தங்கவர்ணம் நேர்மையுடன் வையகத்தில் இருந்தசித்து
ஆர்த்ததொரு திருமுகம் மனிதரூபம் அப்பனே தவநிலையை அறிந்திட்டாரே. 6881

அறிந்தாரே தவசியுட மகிமைதன்னை அன்புடனே மனதுவந்து அருகில்வந்து
சிறந்ததொரு ரிஷியாரைக் காலாங்கிநாதர் தேற்றமுடன் வினவியங்கே கேட்கும்போது
குறித்ததொரு காலாங்கி நாதருக்கு குணமான நரசிங்க ரிஷியார்தாமும்
மறித்துமே காலாங்கி நாதர்தாமும் மன்னவனே மார்க்கமது கூறுவேனே. 6882

கூறுவேன் என்றதுமே ரிஷியார்தாமும் குணமான காலாங்கி நாதருக்கு
தேறுதலாய் உபதேசம் மிகவுஞ்சொல்லி தேற்றமுடன் நெடுங்காலம் மலையிலப்பா
மாறுலக வையகத்தில் தவசிருந்து மன்னவனே யானறிந்த மகிமைகோடி
ஆறுதலாய் உபதேச அதீதங்கூறி அப்பனே போகவென்று விடைதந்தாரே. 6883

தந்தாரே காலாங்கி நாதருக்கு தாரணியில் அதிசயங்கள் அதீதஞ்சொன்னார்
பொந்தியே காலாங்கி நாதர்தாமும் போனதொரு கிரிகைதனில் மேற்குபாகம்
சொந்தமுடன் காணுதற்கு மனதுவந்து தோறாமல் கிரியோரம் வருகும்போது
விந்தையுடன் அதிசயங்கள் என்னவென்றால் வீரான வாமரிஷி தனைக்கண்டாரே. 6884

வாமரிஷி

கண்டாரே புலிப்பாணி புனிதவானே காசினியில் இன்னும்வெகு அதிசயங்கள்
அண்டர்பிரா நாதாக்கள் ரிஷியார்தாமும் யாரேனுங் கண்டறிந்து சொன்னதுண்டோ
சண்டமா ருதம்போல எந்தன்தேவர் சட்டமுடன் காலாங்கி நாதர்தாமும்
கண்டறிந்த அதிசயத்தை யாமுரைப்பேன் கண்மணியே விண்மணியே கழறக்கேளே. 6885

கேளப்பா எந்தனது காலாங்கிநாதர் செடிதான திரேதாயின யுகத்திலப்பா
ஆளப்பா கிரிசுத்தி வருகும்போது அப்பனே மலையோரம் வடபக்கந்தான்
மீளவே தவநிலையைப் பார்க்கவென்று மிக்கான சுனையருகே வந்தபோது
சூளப்பா ரிஷியார்கள் கூட்டத்தோடும் சந்தரனே வாமமகா ரிஷிகண்டாரே. 6886

கண்டாரே வாமமகா ரிஷியார்தம்மைக் கருவான தேகமது வாமரூபம்
கொண்டதொரு திருமுகமும் மனிதரூபம் கோடான கோடியது நெடுங்காலந்தான்
அண்டமகா ரிஷிபோலே வாமர்தாமும் அருளான பெருந்தவசு தானிருந்தார்
கொண்டல்வண்ணன் அச்சுதன்போல் விசுவரூபம் கொடியதவம் செய்திருக்கக் கண்டிட்டாரே. 6887

கண்டாரே திரேதாயின யுகத்திலப்பா கடுந்தவசு செய்திருந்த ரிஷியார்தம்மை
சண்டமா ருதம்போலே தவசிருந்து சாங்கமுடன் வையகத்து மகிமையெல்லாம்
வண்டணியாள் ரேணுகையாள் மகிமைதன்னை வளமுடனே தானுரைத்தார் காலாங்கிக்கு
குண்ணதின் மேலிருந்து தவசியாகும் கூறினார் வெகுகோடி மகிமைதானே. 6888

பரசுராம ரிஷி

தானான இன்னமொரு தன்மைசொல்வேன் தன்மையுள்ள புலிப்பாணி கனவானேகேள்
கோனான எனதையர் காலாங்கிநாதர் கொற்றவனார் எந்தனுக்குச் சொன்னநீதி
தேனான திரேதாயின யுகததிலப்பா தேற்றமுடன் இருபதாம் ஆண்டுதன்னில்
பானான பிரம்மகுல பரசுராமன் பெருந்தவசு தானிருந்த வண்மைபாரே. 6889

பாரேதான் பிரளயங்கள் வந்தபோது பாங்கான காலாங்கி மலையின்பேரில்
நேரேதான் நெடுங்காலந் தவசிருந்து நேர்மையுள்ள பிரம்மகுல சித்துதானும்
சீரேதான் கிரிதனக்கு கீழ்பாகந்தான் சிறப்புடனே தவமிருந்த ரிஷியார்தம்மை
ஆரோதான் காண்பதற்கு வையகத்தில் அப்பனே யாராலும் முடியாதன்றே. 6890

அன்றான காலாங்கி நாதர்தாமும் அறிவுடைய சித்துமகா ரிஷியாரல்லோ
குன்றான பருவதத்தைத் தேடியேதான் குணமான காலாங்கி நாதர்தாமும்
சென்றாரே பரசுமகா ரிஷியார்பக்கல் செம்பவள ரிஷியாரும் அருகிற்சென்று
நின்றாரே நெடுநேரம் முடிகள்சாய்த்து நீதியுடன் காலாங்கி பணிந்திட்டாரே. 6891

பணிந்திட்ட காலாங்கி நாதருக்கு பட்சமுடன் பரசுமகா ரிஷியார்தாமும்
துணிந்திட்ட காலாங்கி நாதருக்கு துப்புரவாய் உபதேசங் கோடிவண்ணம்
அணிபெறவே வையகத்து மகிமையெல்லாம் அப்பனே உபதேசஞ் செய்தாரல்லோ
கணிதமுடன் காலாங்கி நாதர்தாமும் கருத்துடனே மலையைவிட்டு ஏகினாரே. 6892

ஏகவே காலாங்கி நாதர்தாமும் எழிலான சீனபதி தன்னிற்சென்று
பாகமுடன் லோகஅதி சயங்களெல்லாம் பாலித்தார் சீனபதிப் பெண்களுக்கு

ஆகம சாஸ்திர புராணங்களெல்லாம் அங்ஙனவே போதித்து வினயங்கூறி
போகரென்ற எந்தனையும் சீஷனாக்கி பொங்கமுடன் நெடுங்காலம் இருந்திட்டாரே. 6893

ராம ரிஷி

இருந்தாரே இன்னமொரு அயனஞ்சொல்வேன் எழிலான புலிப்பாணி எந்தன்மாரா
பொருந்தவே சீனபதி விட்டுநீங்கி பொங்கமுடன் காலாங்கி நாதர்தாமும்
திருந்தவே திரேதாயின யுகத்திலப்பா தீர்க்கமுடன் பிரளயங்கள் வந்தபோது
அருந்தவசி யாயிருந்த ராமர்தன்னை அங்ஙனவே கண்டுமல்லோ மதித்திட்டாரே 6894

மதித்தாரே ராமரிஷி முனியார்தம்மை மார்க்கமுடன் காலாங்கி நாதர்தேவர்
துதிப்புடனே ராமரிஷி என்றுமேதான் துப்புரவாய் அஞ்சலிகள் மிகவுஞ்செய்து
விதிப்படியே பட்டாபி ஷேகமென்று விருப்பமுடன் தன்மனதில் உவந்துகொண்டு
நதிக்கரையைத் தான்தேடி தீர்த்தங்கொண்டு நமஸ்கார துதிகள் மிகச்செய்திட்டாரே. 6895

செய்ததொரு காலாங்கி நாதர்தம்மை செங்கண்மால் ரிஷியாரும் மனங்களித்து
துய்யதொரு துலபமாம் மலைதன்னை துப்புரவாய் கையேந்தி முடிகள்சாய்ந்து
வெய்யபுகழ் உபதேசம் எந்தனுக்கு விருப்பமுடன் செய்யவென்று வினவிக்கேட்க
கைதவமாய் உபதேச உண்மைதன்னை கர்த்தாவும் எந்தனுக்குக் கூறிட்டாரே. 6896

கூறியே உபதேச உண்மைதன்னைக் குணமான காலாங்கி நாதருக்கு
தேறியதோர் கிரேதாயின உகத்தில்தானும் தேற்றமுடன் தானடைந்த மகிமையெல்லாம்
ஆறிடவே காலாங்கி நாதருக்கு அங்ஙனவே உபதேசஞ் செய்தாரல்லோ
பீறியே காலாங்கி நாதர்தாமும் மிக்கவே சீனபதி சென்றிட்டாரே. 6897

சென்றுமே சிலகாலம் அங்கிருந்து செம்மலுடன் கிரேதாயின யுகத்தில்தானும்
குன்றுமலை வனாந்திரங்கள் குகைகள்தேடி கூறான சித்துமுனி அனைத்துங்கண்டு
தென்றிசையில் கும்பமுனி மலையுங்கண்டு தேற்றமுடன் காலாங்கி மலையைக்காண
வென்றிடவே பிரளயங்கள் வந்தபோது மேன்மையுடன் மலைதனிலே இருந்திட்டாரே. 6898

பலராம ரிஷி

இருந்தாரே இன்னமொரு இணக்கஞ்சொல்வேன் எழிலான புலிப்பாணி புனிதவானே
திருந்தவே திரேதாயின யுகத்திலப்பா தீர்க்கமுடன் காலாங்கி நாதர்தாமும்
அருந்தவசி பலராமர் என்னுஞ்சித்து அம்மலையில் நெடுங்காலந் தவசிருக்க
குருந்தமெனும் மரக்கலப்பைத் தோளிலேந்தி குணமான ரிஷியாரின் தவங்கண்டாரே. 6899

தவமான ரிஷியாருங் கிரியைதன்னில் சட்டமுடன் நெடுங்காலந் தவசுகொண்டு
சவம்போலே மூச்சடங்கி ரூபத்தோடும் சட்டமுடன் தவசிருக்கும் வண்மைதன்னை
பவமகற்று காலாங்கி நாதர்தாமும் பண்புடனே முடிசாய்ந்து தலைகுனிந்து
நவகோடி அஞ்சலிகள் மிகவுஞ்செய்து நாதாந்த சித்துருவே கெதியென்றாரே. 6900

கெதியென்று காலாங்கி கேட்குங்காலம் கெடியான பலராமர் ரிஷியார்தாமும்
பதிதனையைத் தேடிவந்த ரிஷியாருக்கு பட்சமுடன் ஞானோப தேசங்கூறி

மதிபோன்ற மகாதேவர் காலாங்கிக்கு மார்க்கமுடன் உலகஅதி சயங்களெல்லாம்
இதிகாச புராணமென்னும் மறைப்பையெல்லாம் இஷ்டமுடன் மனதுவந்து போதித்தாரே. 6901

பௌத்தம ரிஷி

போதிக்க இன்னமொரு அயனஞ்சொல்வேன் பொங்கமுடன் புலிப்பாணி புகழுள்ளானே
ஆதித்தன் சந்திரன்போல் பௌத்மமகாசித்து அரகரா யென்னசொல்வேன் கிரியிலப்பா
ஜோதிபிர காசமென்ற காலாங்கிநாதர் சொர்ணமென்ற கிரியைதனில் செல்லும்போது
சாதியிலா தவனார் பௌத்மமகாசித்து சட்டமுடன் நெடுந்தவசி பார்த்திட்டாரே. 6902

பார்த்தாரே என்தேவர் காலாங்கிநாதர் பாரான மலைதனிலே தவசியாரை
சார்த்தகையாள் வார்போல தவங்கள்பூண்டு சட்டமுடன் நெடுங்கால சித்துதம்மை
கோர்த்துமே சுரமெத்து அஞ்சலித்து கொப்பெனவே காலாங்கி வணக்கஞ்செய்தார்
தீர்த்தமுடன் பத்திரமாந் துளபமாலை தீர்க்கமுடன் தான்கொடுத்து வர்ணித்தாரே. 6903

வசனிக்கா ஞானோப தேசந்தன்னை வளமுடனே பௌத்மமகா ரிஷியார்தாமும்
நிசமுடனே மனங்களித்து மனதுவந்து நிட்சயமாம் ஞானமென்ற இதிகாசத்தை
வசனமதாய் உபதேச உண்மையாக வாக்களித்தார் காலாங்கி நாதருக்கு
தசமுடனே பஞ்தசா காயமாக்கி சட்டமுடன் மனதுவந்து கொடுத்திட்டாரே. 6904

கலிகா ரிஷி

கொடுக்கவே இன்னமொரு மார்க்கஞ்சொல்வேன் கோளாறு தானகற்றி மைந்தாகேளு
விடுக்கவே காலாங்கி நாதர்தாமும் விட்டகுறை இருந்ததொரு தன்மையாலே
படுகளம் போல்பத்தாவ தாரந்தன்னை பாற்கடல்கள் சுற்றிவந்து பான்மைகொண்டார்
தொடுகுறிபோல் கலிக்கமகா ரிஷியார்தம்மை தோறாமல் கிரிதனையே கண்டார்தானே. 6905

தானான கலிக்கமகா ரிஷியார்தன்னை தகமையுள்ள காலாங்கி நாதர்தாமும்
பானான கிரேதாயின யுகத்திலப்பா பாங்கான மலைதனிலே கண்டாரங்கே
தேனான பிரளயங்கள் வந்தபோது தேற்றமுடன் மலைதனிலே நின்றசித்து
கோனான கொடுந்தவசி யானசித்து கொப்பெனவே சித்துமகா பத்துமாமே. 6906

தசரிஷிகளின் விளக்கம்

பத்தான மகிமையது என்னசொல்வேன் பாங்கான புலிப்பாணி பாலாகேளிர்
செத்துமே சாகாமல் காயங்கொண்டு சேனைநெடுங் காலமது வரையிலப்பா
முத்தான மோட்சவழி பெறுவதற்கு முத்தான பத்துமகா ரிஷியார்தாமும்
சுத்தமுடன் கிரேதாயின யுகத்திலப்பா சுந்தரனே தவசிருந்து சித்துபாரே. 6907

பாரேதான் காலாங்கி நாதர்தாமும் பட்சமுடன் எந்தனுக்குச் சொன்னநீதி
நேரேதான் அவர்களுந்தான் மனிதரன்றி நெடிதான தேவர் அவதாரமல்ல
சீரேதான் கலியுகத்து மாண்பரெல்லாம் சிறப்புடனே தசாவதாரக் கடவுளென்று
வேரேதான் இன்னமொரு தெய்வமுண்டோ வித்தகனே என்றல்லோ விதிக்கின்றாரே. 6908

வித்தகனே இவர்களெல்லாம் தெய்வமல்ல விண்ணுலகம் பதிப்பதற்கு கூடுமோதான்
செத்தவர்கள் கோடிமனு மாண்பருண்டு தேவாதி தேவரிஷி யானபேரும்
கைத்தவங்கள் தான்மறந்து மண்ணாய்ப்போனார் காசினியில் யாவருந்தான் இப்படியேபோனார்
மெய்த்தவங்கள் செய்துமல்லோ காரம்பூண்டு வெகுகோடி மாண்பர்களும் இருக்கின்றாரே. 6909

போகர் ஆயிரத்தெட்டு சிவாலயப் பெருமை கூறல்.

இருக்கவே இன்னம்வெகு மகத்துவங்கள் எழிலான புலிப்பாணி கண்ணியவானே
பொருக்கவே வையகத்தின் மகிமையெல்லாம் புகட்டினேன் கணக்குண்டோ லக்கோயில்லை
பெருக்கவே தொகைகண்டு விதிகண்டு பேரான ஸ்தலமகிமை யாவுங்கண்டு
குருக்கவே திசையெட்டும் மதிக்கும்நான்கும் கூரான தேவகோட்டை கூறுவேனே. 6910

கூறுவேன் புலிப்பாணி மன்னாகேளு கொற்றவனார் காலாங்கி சொன்னநீதி
பேறுடைய வையகத்தின் ஸ்தலங்களெல்லாம் பேர்வகுத்துச் சீர்வகுத்துப் பிரித்துச்சொன்னார்
ஆறுதலம் பஞ்சபூத ஸ்தலத்தைக்கண்டு அப்பனே எந்தனுக்கு ஓதினார்காண்
மாறுபடா ஸ்தலமகிமை உந்தனுக்கு மார்க்கமுடன் வகைபிரித்துச் சொல்வேன்தானே. 6911

தானான பஞ்சபூத ஸ்தலமேதென்றால் தாக்கான காளஸ்திரி காஞ்சியாகும்
தேனான திருக்காசி சிதம்பரந்தான் தெளிவான திருவருணை ஸ்தலமுமாகும்
பானான ஸ்தலத்தினது சேர்வைசொன்னேன் பாங்கான ஆறாதாரங்கள் சொல்வேன்
மானான மகாதேவர் மதுரையைத்தான் மகத்தான ஸ்தலமென்று மதிப்பிட்டாரே. 6912

மதிப்பான ஸ்தலத்தினது கோர்வைசொல்வேன் மகத்தான மதுரைக்குள் எண்பத்துநாலு
துதிப்புடைய சிதம்பரக் கோர்வைசொல்வேன் துப்புரவாய் பதினாறு றெண்டுயெட்டு
இதிலான வருணைக்குக் கோர்வைசொல்வேன் விற்பனனே சோடசமா மொன்றுநான்கு
மதிப்போன்ற காளஸ்திரி கோர்வைசொல்வேன் மார்க்கமுடன் கலைரெண்டு தசங்கலொன்றே 6913

ஒன்றான காசியின்றன் கோர்வைசொல்வேன் ஓகோகோ நாதாக்கள் மறைத்தகூத்து
சென்றதொரு கோர்வையது யாதென்றாக்கால் செம்மலுடன் ஒன்றுபத்து நான்குளட்டு
நன்றான திருக்காஞ்சி கோர்வைசொல்வேன் நலமான பஞ்சம்ரண்டு சத்தம்நாலு
குன்றான கணக்குவகை இன்னஞ்சொல்வேன் குணமுள்ள புலிப்பாணி மன்னாகேளு. 6914

மன்னாகேள் திருவானைக் காவலப்பா மகத்தான ஸ்தலத்தினது கோர்வைசொல்வேன்
நன்னயமாய் அதைச்சார்ந்த தேவஸ்தானம் நலமான ஈறாறு ஸ்தலமேயாகும்
தென்னாடன் கும்பமுனி அகஸ்தியன்தான் தேவதா கிரியுடனே ஸ்தலமுஞ்சொல்வேன்
முன்னேதான் பெரியோர்கள் உரைத்தவண்ணம் முனியான கோயில்வகை கூறுவேனே. 6915

வரையான அகஸ்தியனார் ஸ்தலமொன்றுண்டு வளமான கோர்வையது இன்னஞ்சொல்வேன்
திறையான சத்தமது மூன்றேயாகும் திகழான வட்டமது நான்கேயாகும்
குறையாத நந்தியது கோட்டையப்பா கொற்றவனார் மலயருகே சுற்றியுண்டு
முறையான அகஸ்தியனார் தேவஸ்தானம் முனையான லக்கமிது சொல்லொண்ணாதே. 6916

ஒண்ணாது திருக்கடையூர் தேவஸ்தானம் உத்தமனே கோர்வையது என்னசொல்வேன்
திண்ணமுடன் கலைநான்கு இருமூன்றாறு திகழான மண்டபங்கள் பதினெட்டாகும்

வண்ணமுடன் சீர்காழி தேவஸ்தானம் மகத்தான கோர்வையது என்னசொல்வேன்
தண்ணமுடன் கலைநான்கு பதிகளெட்டு தாக்கான மண்டபமும் பதினாலாமே. 6917

நாலான சேதுபதி தலமுஞ்சொல்வேன் நலமான கோர்வையது என்னசொல்வேன்
காலான அறுபத்து நாலுமாகும் கருவான மண்டபந்தான் முப்பத்திரண்டு
மாலான மகாதேவர் எந்தன்நாதர் மார்க்கமுடன் கண்டறிந்த தலமுமாகும்
பாலான மனோன்மணியாள் கடாட்சத்தாலே பாங்கான புதுமை இன்னங்கூறுவேனே. 6918

கூறுவேன் தணிகையது தலமுமாகும் கூரான கோர்வையது என்னசொல்வேன்
ஆறுதலங் கோட்டையது மலைமேலப்பா அப்பனே தசம்ரெண்டு சத்தம்நாலு
வேறுண்டோ வையகத்தில் சொன்னாரில்லை வெட்டவெளி யானதொரு தலமுமில்லை
நாறுண்டோ பூவதுபோல் மணமுமாகி நானிலத்தில் கோடிதலங் கண்டேன்பாரே. 6919

பாரேதான் கோணமது நவகோணந்தான் பாங்கான கும்பமென்ற கோணமப்பா
நேரேதான் தேவதா தலமுமாகும் நெடிதான கோர்வையது என்னசொல்வேன்
கூரேதான் கலையாறு ருசிகையெட்டு குணமான தேவுதா தலமுமாகும்
நீரேதான் வகுத்தறிய இன்னஞ்சொல்வேன் நிஷ்களங்க மாயவர் தலமுமாமே. 6920

தலமான தேவதா தலமுமாகும் தாக்கான கோர்வையது என்னசொல்வேன்
பிலமான கோயிலது முப்பத்திரண்டு பேரான மண்டபந்தான் அறுபத்துநான்கு
வலமான பாஞ்சால தேசமப்பா வளமான தேவதா தலமுமாகும்
நலமான கோர்வையது என்னசொல்வேன் நாட்டிலே நவில்வதற்கு நாவில்லைதானே. 6921

நாவில்லைப்பா வில்லையென்ன சொல்வேன் நன்மையுள்ள அறுபத்து நாலுசத்தம்
காவிலா நேபாள தேசமப்பா கருவான தேவதா தலமுமாகும்
பூவிலுயர் கோர்வையது என்னசொல்வேன் புகழான சத்தமது பரிசமெட்டு
தாவுபுகழ் ஆவுடையார் தலமுமாகும் தகமையுள்ள கோர்வையது சொல்லக்கேளே. 6922

சொல்லவென்றால் நாற்பத்தி ஆறேயாகும் சுத்தமுள்ள சத்தமது நாலேயாகும்
வெல்லவே பழனிமகா தலமுமாகும் வேதாந்தத் தலத்தினது கோர்வைசொல்வேன்
புல்லவே சதுரெட்டு திசைகள்நான்கு புகழான கோணமது அறுபத்துநான்கு
வெல்லவே கழுக்குன்ற பதிதானப்பா மேன்மையுள்ள தலமென்று செப்பலாமே. 6923

செப்பவென்றால் கோர்வையது என்னசொல்வேன் ஜெகதலத்தில் யாராலும் சொல்லப்போமோ
ஒப்பமுடன் இருபத்து நாலுமாகும் ஓகோகோ நாதாக்கள் மறைத்தகூத்து
எப்படியும் ஈரைந்தாய்ப் பதினாறாக எழிலான மண்டபமும் கூறலாகும்
தப்பிதங்கள் இல்லாமல் தயவுள்ளானே சாற்றுகிறேன் திருவொற்றி ஊரைத்தானே. 6924

தானான துவாபரமாம் யுகத்திலப்பா தகமையுடன் பிரளயங்கள் வந்தபோது
கோனான திருவொற்றி ஊர்தானப்பா கொற்றவனே கடலிலே நெடுந்தூரந்தான்
தேனான மாபுரமுங் கோபுரந்தான் தோறாமல் பிரளயங்கள் வந்துமல்லோ
மானான தலமதுவும் மூழ்கியல்லோ மன்னவனே சமுத்திரமும் மேவலாச்சே. 6925

மேவவென்றால் கோர்வையது என்னசொல்வேன் மேன்மையுள்ள நாற்பத்தி எட்டேயாகும்
தாவுகடல் அலையதுவும் மிஞ்சியேதான் சட்டமுடன் பூமியல்லோ முழுகலாச்சே

ஆவலுடன் குளிகைகொண்டு சென்றேனப்பா அப்பனே திருப்புவனங் கண்டேன்யானும்
நாவதனில் கூறுதற்கு நளினமில்லை நலமான தலமதுவும் மகிமையாச்சே. 6926

ஆச்சப்பா கோர்வையது என்னசொல்வேன் அப்பனே பதினெட்டு ரெண்டுபத்து
பாச்சலென்ற திருப்பழனி தலமுமாகும் பாங்கான மகிமையது என்னசொல்வேன்
மாச்சலென்ற கோர்வையது முப்பத்திரண்டு மகத்தான மண்டபமும் எட்டுநாலு
வீச்சுடனே குளிகைகொண்டு பார்த்துவந்தேன் விதக்கவே புலிப்பாணி இன்னங்கேளே. 6927

கேளப்பா பிணிதீர்த்த வைத்தியநாதர் கெடியான தலமென்ற தொன்றுவுண்டு
ஆளப்பா கோர்வையது என்னசொல்வேன் அப்பனே பதினாறு திக்குநாலு
ஆளப்பா திருப்பரமாங் குன்றந்தானும் வளமையுள்ள கெடிஸ்தலமாம் அதற்குப்பேரு
சூளப்பா கோர்வையது என்னசொல்வேன் துப்புரவாய் இருமூன்று சதுரமெட்டே. 6928

எட்டான திருவாரூர் என்னலாகும் எழிலான கோர்வையது என்னசொல்வேன்
சட்டமுடன் திருவாசல் அறுபத்துநான்கு தகமையுள்ள கலையாறு சத்தமெட்டு
திட்டமுடன் திருவிடையா மருதூரப்பா தேவதா தலமென்று செப்பலாகும்
வட்டமுடன் கோர்வையது வன்பத்தாறு அப்பனே பரிசமது நாலுதானே. 6929

நாலான திருவிருஞ்சி தலமுமப்பா நலமான மலைநாடு கள்ளர்தேசம்
பாலான கோர்வையது என்னசொல்வேன் பாங்கான விளையாட்டு சத்தமெட்டு
காலான திருச்சோழ தலமுமாகும் கருவான மகிமையது என்னசொல்வேன்
நூலான கோர்வையது நாலுபத்து நுட்பமுடன் கலையாறு பாசமெட்டே. 6930

எட்டான சேரனது தலமுமப்பா எழிலான மகிமையது என்னசொல்வேன்
மட்டான தலபதியின் மகிமைசொல்வேன் மகத்தான கோர்வையது தொண்ணூற்றாறு
திட்டமுடன் பாண்டியனார் தலமுமப்பா திகழான வைகைவள நாடேயாகும்
வட்டமுடன் கோர்வையது என்னசொல்வேன் வண்மையுள்ள கலைரெண்டு சோடசமும்ஏழே. 6931

ஏழான காசியது எட்டேயாகும் எழிலான மகிமையது என்னசொல்வேன்
பாழான கோர்வையது நூற்றிரண்டுபத்து சட்டமுடன் மகிமையது மெத்தவுண்டு
காழான நாகார்ச்சுன தலமுமாகும் கருவான கோர்வையது எழுபத்திரண்டு
தாழான டில்லியது மகிமைமெத்த தாக்கான கோர்வையது எண்பத்திரண்டே. 6932

ரெண்டான சீனபதி தன்னிற்சென்று எழிலான குளிகையது யானும்பூண்டு
குண்டலினியாம் வாசிதனை பூட்டியல்லோ கொற்றவனே சீனபதி யானிருந்து
சண்டமா ருதம்போலே சிலநாட்சென்று சாங்கமுடன் குளிகையது பூண்டுகொண்டு
வண்ணமுடன் தீர்த்தவரைக் காணுதற்கு வளமுடனே சென்றதொரு மகிமைபாரே. 6933

தீர்த்த மகிமை

பாரேதான் படிகமாந் தீர்த்தங்கண்டேன் பாங்கான ஜம்புவென்ற தீர்த்தங்கண்டேன்
நேரேதான் செந்தாமரை தீர்த்தங்கண்டேன் நெடிதான மனோன்மணியாள் தீர்த்தங்கண்டேன்
கூரேதான் மஹேஸ்வரனார் தீர்த்தங்கண்டேன் குறிப்பான மச்சமென்ற தீர்த்தங்கண்டேன்
சீரேதான் மானிடவ தீர்த்தங்கண்டேன் சிறப்பான கோபருவ தீர்த்தங்கண்டேனே. 6934

காணவே பட்சியென்ற தீர்த்தங்கண்டேன் கருவான சங்கிலினுட தீர்த்தங்கண்டேன்
பூணவே சந்தனமாந் தீர்த்தங்கண்டேன் புகழான வியாசமுனி தீர்த்தங் கண்டேன்
மாணவே மகாதேவர் தீர்த்தங்கண்டேன் மகத்தான பச்சையென்ற தீர்த்தங்கண்டேன்
கோணவே திருப்பாலின் தீர்த்தங்கண்டேன் தோறாக வண்டூரன் தீர்த்தமாமே. 6935

தீர்த்தமாங் கரியமால் தீர்த்தங்கண்டேன் திறமான நாகேஸ்வர தீர்த்தங்கண்டேன்
பூர்த்தியாய் பரமசிவ தீர்த்தங்கண்டேன் புகழான பாகவத தீர்த்தங்கண்டேன்
கீர்த்தியுள்ள செங்கண்மால் தீர்த்தங்கண்டேன் கெடியான புண்ணியத் தீர்த்தங்கண்டேன்
பார்த்தேனே சடாயுவென்ற தீர்த்தங்கண்டேன் பாங்கான வச்சிரவல்லி தீர்த்தந்தானே. 6936

தானான குசலமென்ற தீர்த்தங்கண்டேன் தாக்கான யமுனையென்ற தீர்த்தங்கண்டேன்
கோனான அகஸ்தியனார் தீர்த்தங்கண்டேன் குணமான வன்னியனார் தீர்த்தங்கண்டேன்
தேனான மல்லியென்ற தீர்த்தங்கண்டேன் தெளிவான அனுமாரின் தீர்த்தங்கண்டேன்
பானான காசியென்ற தீர்த்தங்கண்டேன் பாங்கான கைலங்கிரி தீர்த்தம்பாரே. 6937

பாரேதான் செண்பகத்தின் தீர்த்தங்கண்டேன் பாங்கான கைகேசி தீர்த்தங்கண்டேன்
நேரேதான் கறுப்பண்ணர் தீர்த்தங்கண்டேன் நெடிதான கிட்கிந்தா தீர்த்தங்கண்டேன்
கூரேதான் அஷ்டமென்ற தீர்த்தங் கண்டேன் குணமான ஜெகமோகினி தீர்த்தங்கண்டேன்
திரேதாயின் திருவல்லி தீர்த்தங்கண்டேன் திறமான கற்பத்தின் தீர்த்தங்கண்டேனே. 6938

காணவே இன்னம்வெகு தீர்த்தமுண்டு கண்மணியே விலாடமென்ற தீர்த்தங்கண்டேன்
பூணவே இரணியனார் தீர்த்தங்கண்டேன் புகழான புஜண்டரிட தீர்த்தங்கண்டேன்
வேணபடி திருமாலின் தீர்த்தங்கண்டேன் விருளான கும்பமென்ற தீர்த்தங்கண்டேன்
நீணவே காளிங்க தீர்த்தங்கண்டேன் நிஷ்களங்க சொர்ணமென்ற தீர்த்தந்தானே. 6939

தானான தீர்த்தமது என்னசொல்வேன் தகமையுள்ள புலிப்பாணி தம்பிரானே
மானான தாமரையின் தீர்த்தங்கண்டேன் மகத்தான ஞானமென்ற தீர்த்தங்கண்டேன்
வேனான யாதவமாந் தீர்த்தங்கண்டேன் வெளியான அமுர்தமென்ற தீர்த்தங்கண்டேன்
பானான அசுவனியாந் தீர்த்தங்கண்டேன் பாங்கான அற்புதமாம் தீர்த்தமாமே. 6940

ஆமேதான் புலிப்பாணி அன்புள்ளானே அப்பனே அனாகதத்தின் தீர்த்தங்கண்டேன்
நாமேதான் காலாங்கி நாதர்தம்மால் நலமான குளிகையது பூண்டுகொண்டு
தாமேதான் காலாங்கி சொன்னநீதி தண்மையுடன் வாக்கதுவும் செய்யாமற்றான்
போமேதான் அஷ்டதிசை யான்கடந்து பொங்கமுடன் தீர்த்தமதைக் கண்டிட்டேனே. 6941

கண்டேனே வெகுகோடி தீர்த்தந்தன்னை காசினியில் ஆர்கண்டார் என்னைப்போல
உண்டான சித்துமுனி ரிஷிகள்தேவர் உலகமெலாம் குளிகைகொண்டு சென்றதுண்டே
ஒண்டொடியாய் மரம்பொந்து சமாதிபீடம் ஓகோகோ நாதாக்கள் கண்டதில்லை
சண்டமா ருதம்போலே குளிகைபூண்டு சட்டமுடன் அஷ்டதிசை கண்டிட்டேனே. 6942

இட்டேனே இன்னமொரு மார்க்கஞ்சொல்வேன் எளிதான நாதாந்த சித்துதாமும்
பட்டமாம் விட்டலவோ பாரின்மீது பாருலகில் அதிசயத்தைக் கண்டதில்லை
விட்டகுறை இருந்ததொரு புண்ணியத்தால் வேதாந்தத் தாயினது மகத்துவத்தால்
சட்டமுடன் வையகத்து மகிமையெல்லாம் தாரணியில் கண்டறிந்த மகிமைபாரே. 6943

புதுமையாம் வெகுகோடி சித்தர்தாமும் புகழான உலகுதனில் கோடானகோடி
கதுமையுள்ள தேவரிஷி இருந்தாரல்லோ காசினியில் அதிசயங்கள் கண்டேனென்றும்
பதுமைமுகம் அஷ்டதிக்கு பரிசம்யாவும் பார்த்துவந்த உறுதியதும் கூறவில்லை
வதுவைபுரி சுரக்காயங் கரிக்காயென்ற வார்த்தையது போலலைவாய் நவின்றிட்டாரே. 6944

நவின்றாரே சித்துமுனி கோடானகோடி நாற்பத்து எட்டுலட்ச கிரந்தந்தன்னை
குவின்றதொரு சாத்திரங்கள் மலைபோலாக குணமுடனே பாடிவைத்தார் லக்கோயில்லை
கவிந்ததொரு குறுக்குவழி சறுக்குமார்க்கம் கண்டுமனது வந்தல்லோ உளவாராய்ந்து
அவிந்ததொரு விளக்கதனை ஏற்றினார்போல் அப்பனே சத்தகாண்டம் பாடினேனே. 6945

போகர் தன் வரலாற்றை புலிப்பாணிக்குக் கூறல்

பாடினேன் இன்னமொரு மார்க்கஞ்சொல்வேன் பாலகனே புலிப்பாணி பகரக்கேளாய்
நீடியதோர் காலாங்கி கிருபையாலே நீதியுடன் நெடுங்காலம் இருந்தேனங்கே
தேடியே காலாங்கி நாதர்தாமும் தேற்றமுடன் தன்தனக்கு உகந்தசீஷன்
நாடியே வேண்டுமென்று நன்மையாலே நானவற்கு நற்சீஷன் ஆகினேனே. 6946

ஆகினேன் நெடுங்காலம் பணிசெய்து அப்பனே சமாதிக்குப் பூசைசெய்தேன்
பாலில்விழும் ஈயைப்போல பரிதவித்தேன் பட்சமுடன் என்மீதில் மனதுவந்து
சாகின்ற சடலமது காயந்தந்து சட்டமுடன் எந்தனுக்கு இதவுகூறி
மேதிடவே ஞானோப தேசஞ்சொல்லி மேன்மையுடன் எந்தனை ஆசீர்மித்தாரே. 6947

எந்தனையும் ஆசீர்மம் மிகவுஞ்செய்து எழிலான உபதேச உண்மைகூறி
அந்தமுடன் ஆதியந்த முடிவுஞ்சொல்லி அப்பனே யோகமென்ற வழியுங்காட்டி
விந்தையுடன் வையகத்து மகிமைகூறி விட்டகுறை யாவனைத்து மொழிந்துமல்லோ
சொந்தமுடன் எந்நாளும் சீஷனாக்கி சுந்தரனே மகத்துவங்கள் கூறினாரே. 6948

கூறினார் வெகுகோடி இதிகாசங்கள் கொற்றவனே சமாதிமுறை பாடுஞ்சொல்லி
தேறியே சிலகாலம் அங்கிருந்து தேற்றமுடன் வையகத்து அதிசயங்கள்
மீறியே தானுணர்ந்து குளிகைபூண்டு மிக்கான நாடுபதி தேசமெல்லாம்
கோறியே தேசமெல்லாம் மகிதம்பூண்டு கொற்றவனே எந்தனுக்கு அருள்தந்தாரே. 6949

தந்தாரே எந்தனுக்குக் கோடியாக சட்டமுடன் காலாங்கி நாதர்தாமும்
அந்தமுடன் எந்தனுக்கு அதீதமார்க்கம் அப்பனே தாமுரைத்துப் போகவென்று
இந்தமா நிலத்திலுள்ள மகிமையெல்லாம் ஏற்றமுள்ள குளிகையினால் அறிந்துகொண்டு
விந்தையுடன் பாடிவைப்பேன் சத்தகாண்டம் விண்ணுலகம் மண்ணுலகம் விடங்கொள்ளாதே. 6950

கொள்ளாது போகர் ஏழாயிரந்தான் கொற்றவனே நாதாக்கள் கூறவில்லை
எள்ளளவும் பிசகாது இந்நூலப்பா இணையான நூலுக்கு எதுவேதென்றால்
கள்ளமிலாக் கும்பமுனி சொன்னநூலாம் காசினியில் பெருநூலாம் பேதமுண்டோ
தள்ளவுந் தான்போகாத காண்டமப்பா தருவான பன்னீ ராயிரந்தானே. 6951

பன்னீராயிரம் என்னும் நூல்தானப்பா பயிலான காண்டமது பன்னிரெண்டுமாகும்
சொன்னமொழி தவறாது துய்யபாலா துகளகற்றி பன்னீராயிரந்தான் சொன்னார்

கன்னியமாய்ப் பன்னிரண்டு காண்டஞ்சொன்னார் கண்மணியே ஆயிரத்துக்கு ஒருகாண்டந்தான்
உன்னிதமாய் இந்நூலுக்கு உவமைகூறி உத்தமனார் பாடிவைத்தார் உண்மைதானே. 6952

உண்மையாம் என்நூலைக் கண்டறிந்து உத்தமனே கும்பமுனி நூலைப்பாரு
திண்ணமுடன் பன்னிரெண்டு காண்டம்பாரு தீர்க்கமுடன் ரகசியங்கள் எல்லாம்விள்ளும்
நன்மைபெற மோட்சவழி கதியேகொள்வார் நாதாந்த கும்பமுனி முன்னேநிற்பார்
தண்மையுள்ள சாத்திரந்தான் பெருநூலப்பா தகமையுள்ள பன்னிரண்டு காண்டம்பாரே. 6953

பாரேதான் அகஸ்தியனார் கோடிநூல்கள் பாருலகில் பாடிவைத்தார் மறைப்புமெத்த
நேரேதான் பெருநூலின் மார்க்கமெல்லாம் நேர்மையுள்ள என்னூல்போல் விள்ளலாகும்
சீரேதான் பன்னிரெண்டு காண்டமாக சிறப்புடனே பாடிவைத்தார் புலஸ்தியற்கு
வேரேதான் சாஸ்திரங்கள் பார்ப்பதுண்டோ பார்த்தாலும் பெருநூலுக் கொவ்வாதன்றே. 6954

அன்றான சாத்திரங்கள் அனந்தங்கோடி அளவில்லா சூத்திரங்கள் கணக்கோயில்லை
குன்றான மலைபோலே குவித்துவைத்தார் கொடிதான சாத்திரத்தின் மகிமையெல்லாம்
தென்றிசையில் கும்பமுனி செய்தநூல்கள் தேசத்தில் பாதியுண்டு ஆயுர்வேதம்
வென்றிடவே பதினெண்பேர் செய்தநூல்கள் வேட்கமுடன் மறுபாதி என்னலாமே. 6955

என்னவே கும்பமுனி என்றநாமம் எழிலான அகஸ்தியரின் நாமமாகும்
பன்னவே அகஸ்தியனார் என்றநாமம் பலபலவாஞ் சாத்திரத்தில் முறைபாடாக
துன்னவே கும்பமுனி என்றுமேதான் துப்புரவாய் எப்போதும் வழக்கம்பாரு
சொன்னதொரு நூல்களிலே மகிமைகோடி தோறாமல் பாடிவைத்தார் முனிவர்தாமே. 6956

முனியான சாத்திரங்கள் பலநூல்கோர்வை மூதுலகில் பாடிவைத்தார் சித்தரெல்லாம்
கனியான நவகனியாம் நூல்தானப்பா கருத்துடனே பன்னிரண்டு காண்டஞ்சொன்னார்
பனியதுதான் சூரியனைக் கண்டாற்போல பறக்குமடா பன்னிரண்டு காண்டமுன்னே
தொனிபோன்ற சாத்திரங்கள் களவுமார்க்கம் துப்புரவாய்க் காவியத்துக் கொவ்வாதன்றே. 6957

அன்றான சாத்திரமாங் கோர்வையப்பா அப்பனே பன்னிரண்டு காண்டஞ்சொன்னார்
குன்றான மலைபோலே கோடித்தங்கம் கொட்டினார் பன்னிரண்டு காண்டத்துள்ளே
சென்றிடவே வைத்தியமும் வாதமார்க்கம் செயலான யோகமுதல் ஞானமார்க்கம்
வென்றிடவே மாந்திரீக மாரணவேதம் வேண்டியதோர் கருமானம் மிகஉண்டாமே. 6958

உண்டான சாத்திரத்தில் இல்லாமார்க்கம் உத்தமனே பெருநூலிற் காணலாகும்
கண்டாலும் விடுவாரோ பெருநூலப்பா காசினியில் பன்னிரண்டு காண்டந்தன்னை
விண்டதொரு பொருளெல்லாம் அதிலேதோயும் வித்தகனே மற்றோர்நூல் காண்பதில்லை
சண்டமா ருதம்போலே பன்னிரண்டுகாண்டம் சங்கையற ஆயிரத்துக்கு ஒருகாண்டந்தானே. 6959

சங்கையில்லா பெருநூலைப பார்த்தபேர்கள் சாயுச்சிய பதவிதனைப் பெறவேயாகும்
இங்கிதமாய்ப் பெருநூலைப் பார்க்காமாண்பர் எழிலான சாலோக சாபமீந்தான்
அங்கமுடன் சாரூப பதவிமூன்றும் அப்பனே கிட்டுவதும் அரிதேயாகும்
புங்கசித்தி எட்டுவித போகந்தன்னைப் புகழுடனே பெருநூலோர் காண்பார்தானே. 6960

போகர் புலிப்பாணியை ஆசீர்வதித்து புத்தி கூறல்

தானான இன்னமொரு தண்மைசொல்வேன் தாக்கான புலிப்பாணி தயவுள்ளானே
கோனான எனதையர் காலாங்கிநாதர் கொற்றவனே எந்தனுக்குச் சொன்னநீதி
பானான பார்லோகம் இடங்கொள்ளாது பாலகனே சொல்வதற்கு நாளுமில்லை
தேனான மனோன்மணியாள் கடாட்சத்தாலே தேற்றமுடன் கோடிமுறை சொல்வேன்பாரே. 6961

பாரேதான் கலியுகம் பிறக்கலாச்சு பாலகனே சத்தியமும் விழலாய்ப்போச்சு
ஆரேதான் உனக்கு மதிசொல்வார் அப்பனே உபதேசம் பெற்றமட்டும்
பேரிருக்க ஊரிருக்க பிதாவிருக்க பேரான மகத்துவத்தை வெளியிடாதே
சீரழிந்த மாண்பரெல்லாஞ் ஜெனிப்பாரப்பா ஜெகதலத்தில் கருமியென்ற கோடிப்பேரே. 6962

கோடியாம் நல்லவர்போ லிருப்பாரப்பா கொற்றவனே உந்தனுக்கு உபதேசித்த
தேடியதோர் பொருளப்பா சத்தகாண்டம் தெளிவான ஏழாயிரங் காவியத்தைப்
பாடியே உந்தனுக்கு தத்தமாக பட்சமுடன் யான்கொடுத்த பெருநூலப்பா
வாடியே மயங்காதே மனம்விடாதே மதிகெட்டு நில்லாதே நூல்கொடாதே. 6963

கொடுத்தாலும் விதியாளி பார்த்தறிந்து கொற்றவனே கொடுத்தாலும் புண்ணியமெய்தும்
கெடுத்ததொரு குடிகெடுக்கும் பாவிகட்கும் கெடியான சண்டாள மாண்பருக்கும்
அடுத்துறவு நயம்பேசி புரணிகூறும் அநியாயக் காரருக்கும் அறிவிலார்க்கும்
தொடுத்ததொரு பெருநூலாஞ் சத்தகாண்டம் துப்புரவாய்க் கொடுத்தாலே பாவமாமே. 6964

பாவமாம் நூலதனைப் பதனம்பண்ணு பாலகனே சமாதிமுகம் வைத்துப்போற்று
ஆவலுடன் விதியாளி வந்துகேட்டால் அப்பனே நீகொடுத்து மதிகள்கூறு
சாவதுவும் தலைமேலே இருக்குமப்பா சாங்கமுடன் நூல்கொடுத்தால் மெத்தநன்று
போவதுமெய் இருப்பதுபொய் என்றவாக்கியம் பொங்கமுடன் வேதமது நுணுக்கமாமே. 6965

வேதங்கள் நுணுக்கறிந்து ஈயாவிட்டால் வெகுபாவம் வெகுசாபம் நரகமெய்தும்
நீதமுடன் பரிசுத்த வாளருக்கு நீதியுடன் கொடுப்பதுவே கர்மமாகும்
தோதமுடன் விதியாளி வந்துகேட்டால் தோறாமல் சமாதிமுகம் இருந்தநூலை
ஆதவமாம் அருளினது விசுவாசத்தால் அப்பனே நூல்கொடுத்து மதிகள்கூறே. 6966

கூறவென்றால் புலிப்பாணி குணமுள்ளானே கொற்றவனே கலியுகமும் பிறந்துபோச்சு
மாறலுடன் வையகத்தில் வெகுபாடப்பா மாண்பர்களும் வெகுகேடு படுவாரப்பா
சீறலுடன் பொய்சூது கபடுதந்திரம் சிறப்பான குறைபாடு அதீதமார்க்கம்
மீறவே தானடக்குங் கலியுகத்தில் மிக்கான உண்மையது அறிந்துகொள்ளே. 6967

கொள்ளப்பா ஒருவரையும் நம்பவேண்டாம் கொற்றவனே கலியுகத்தில் அநியாயங்கள்
தள்ளவே போகாது தரணிமீதில் சட்டமுடன் அனேகவித தெய்வமென்பார்
விள்ளவே விசுவாசம் பாவமுண்டு வித்தகனே அனேகவித சாத்திரங்கள்
உள்ளபடி கூறுவார் மாந்தரப்பா உத்தமனே மயங்காதே புத்திவானே. 6968

புத்தியாய் கலியுகத்தில் சிலதுகாலம் புகழுடனே தாமிருந்து சமாதிகொள்வாய்
சத்தியத்தைத் தவறாதே தம்பிரானே சதகோடி சூரியன்போல் ஞானங்கொள்ளு

வித்தகனே விற்பனனே விண்ணுள்ளானே விட்டகுறை நேருமட்டும் வையகத்தில்
புத்தியாய் நெடுங்காலந் தாமிருந்து புண்ணியனே சமாதிமுகம் புரிவீர்தானே. 6969

போகர் சமாதிக்குப் போகல்

தானான புலிப்பாணி தகமையோனே தாக்கான என்தேவர் சொன்னநீதி
கோனான காலாங்கி வாக்குபோலே கொற்றவனே சமாதிமுகஞ் செல்வேனப்பா
மானான மனோன்மணியாள் கடாட்சத்தாலும் மகாதேவர் காலாங்கி கிருபையாலும்
பானான பாரிலுள்ளோர் புண்ணியத்தால் பாலகனே சமாதிமுகஞ் செல்வேன்தானே. 6970

செல்கவென்றால் எந்தன்முறை பாடுபோலே ஜெகதலத்தில் சிலகாலம் நீரிருந்து
புல்கவே வையகத்தைத் தான்மறந்து புகழான சமாதிமுகம் ஏவநன்று
வில்கவே கலியுகத்தில் இருந்துமென்ன விட்டகுறை இருந்தாலும் என்னலாபம்
அல்லது நெடுநாளும் இருந்தாலுந்தான் அப்பனே தேகமது மண்ணாய்ப்போமே. 6971

மண்ணான தேகமது இருந்துமென்ன மகிதலத்தில் நெடுங்காலம் வாழ்ந்துமென்ன
வண்ணமுடன் கலியுகத்தில் அநியாயங்கள் வாகுடனே சதாகாலம் நடக்கும்பாரு
எண்ணமது கலியுகத்து மாண்பருக்கு எழிலான கோடிமுறை தத்துவங்கள்
கண்ணவிந்த மாண்பரப்பா கலியுகத்தார் காசினியை மறப்பதுவும் மெத்தநன்றே. 6972

நன்றான காசினியை மறந்துமல்லோ நான்போகுஞ் சமாதிமுகந் தன்னைப்போல
குன்றான கலியுகத்தில் நீயுமப்பா கொற்றவனே சமாதிமுகஞ் செல்கநன்று
என்றைக்கும் வையகத்தின் வாழ்க்கையெல்லாம் எழிலுடனே மறப்பதுவும் மெத்தநன்று
தென்திசையில் கும்பமுனி சமாதிபக்கம் தேற்றமுடன் சமாதிமுகங் கொள்வீர்தானே. 6973

போகர் சித்தர்களுக்கும் ரிஷிகளுக்கும் வணக்கம் கூறல்

தானான அகஸ்தியர்க்கு சரணஞ்சொன்னேன் தாக்கான அவர்பாதம் போற்றிபோற்றி
கோனான வரரிஷியார் தாள்பணிந்தேன் கொற்றவனே அவர்பாதம் போற்றிபோற்றி
தொழுதுமே சிவவாக்கியர் சரணஞ்சொன்னேன் தோற்றமுடன் அவர்பாதம் போற்றிபோற்றி
விழுந்துமே நந்தீசர் சரணஞ்சொன்னேன் விருப்பமுடன் அவர்பாதம் பணிந்திட்டேனே. 6974

தொழுதேனே ரோமரிஷி சரணஞ்சொன்னேன் தோறாமல் அவர்பாதம் பணிந்துபோற்றி
பழுதுபடா மச்சமுனி சரணஞ்சொன்னேன் பாலகனே அவர்பாதம் போற்றிபோற்றி
தொழுதுமே சிவவாக்கியர் சரணஞ்சொன்னேன் தோற்றமுடன் அவர்பாதம் போற்றிபோற்றி
விழுந்துமே நந்தீசர் சரணஞ்சொன்னேன் விருப்பமுடன் அவர்பாதம் பணிந்திட்டேனே 6975

பணிந்தேனே தன்வந்திரி சரணஞ்சொன்னேன் பாலகனே அவர்பாதந் தொழுதுபோற்றி
அணியான ராமருக்குச் சரணஞ்சொன்னேன் அப்பனே அவர்பாதம் போற்றிபோற்றி
துணிந்துமே கௌபாலர் தாள்பணிந்தேன் துப்புரவாய்ச் சரணங்கள் மிகவுஞ்சொன்னேன்
மணியான சுந்தரா னந்தருக்கு மகத்தான சரணங்கள் போற்றிதானே. 6976

போற்றியே தேரையர் சரணஞ்சொன்னேன் புகழுடனே அவர்பாதந் தொழுதுபோற்றி
ஆற்றலுடன் பூதனா நந்தருக்கு அப்பனே அவர்பாதந் தொழுதுபோற்றி
மாற்றலுடன் புண்ணாக்கு ஈசருக்கு மகத்தான சரணங்கள் மிகவுஞ்சொன்னேன்
தேற்றமுடன் இடைக்காடர் சரணஞ்சொன்னேன் தெளிவுடனே அவர்பாதந் தொழுதேன்தானே. 6977

தானான டமரகா னந்தருக்கு தண்மையுடன் மிகநோக்கி சரணஞ்சொன்னேன்
கோனான தட்சணா நாயருக்கு கோடிமுறை சரணங்கள் மிகவுஞ்சொன்னேன்
பானான அகப்பேய் சித்தருக்கு பட்சமுடன் வெகுகோடி சரணஞ்சொன்னேன்
மானான யாக்கோபு பாதம்போற்றி மார்க்கமுடன் சரணங்கள் கூறினேனே. 6978

கூறினேன் குரும்பரென்ற சித்தருக்கு கோடான கோடியது சரணஞ்சொன்னேன்
தேறியே அவர்பாதந் தொழுதுபோற்றி தேற்றமுடன் அஞ்சலிகள் மிகவுஞ்செய்தேன்
மாறுபடா சோதியென்ற முனிவருக்கு மகத்தான சரணங்கள் அதிகஞ்சொன்னேன்
ஆறுநதி தீர்த்தமது கொண்டுமல்லோ அவர்பாதம் அர்ச்சனைகள் செய்திட்டேனே 6979

செய்தேனே இன்னம்வெகு மார்க்கஞ்சொல்வேன் செயலான புலிப்பாணி செல்வவானே
துய்யநல்ல ஊர்வசியாள் சரணஞ்சொன்னேன் துப்புரவாய் என்மீதிற் கடாட்சம்வைத்து
வெய்யபுகழ் காலாங்கி கடாட்சத்தாலே விருப்பமுடன் என்மீதில் மனதுவந்து
தையலெனும் ஊர்வசியாள் கடாட்சத்தாலே சட்டமுடன் சத்தகாண்டம் பாடினேனே. 6980

பாடினேன் புலிப்பாணி மைந்தாகேளு பாலகனே வியாசமுனி நாதருக்கு
தேடியே அவர்பாதந் தொழுதேனப்பா தேற்றமுடன் சரணங்கள் மிகவுஞ்சொன்னேன்
கூடியே கௌதம ரிஷியாரின்தன் கொற்றவனே அவர்பாதந் தொழுதுபோற்றி
நீடியே அஞ்சலிகள் மிகவுஞ்செய்து நீதியுடன் அவர்பதத்தைப் பணிந்திட்டேனே. 6981

இட்டேனே திருமூலர் சரணஞ்சொன்னேன் எழிலுடனே அவர்பாதந் தொழுதுபோற்றி
சட்டமுடன் பாம்பாட்டிச் சித்தருக்கு சதகோடி நமஸ்காரம் செய்தேன்யானும்
திட்டமுடன் அவர்பாதந் தொழுதுபோற்றி தீர்க்கமுடன் மேலும்அஞ்சலிகள் செய்தேன்
பட்டமுடன் கடுவெளியார் சித்தருக்கு பாலகனே நமஸ்காரஞ் செய்தேன்பாரே. 6982

பாரேதான் கமலமென்ற முனியாருக்கு பட்சமுடன் சதகோடி சரணஞ்சொன்னேன்
சீரேதான் அவர்பாதந் தொழுதுபோற்றி சிறப்புடனே அஞ்சலிகள் மிகவுஞ்செய்தேன்
நேரேதான் கைலாச ரிஷியாருக்கு நேர்மையுடன் அவர்பாதந் தொழுதுபோற்றி
கூரேதான் நமஸ்காரம் மிகவுஞ்சொன்னேன் கொற்றவனே புலிப்பாணி பண்புள்ளானே. 6983

பண்பான அஞ்சனமாம் ரிஷியாருக்கு பாலகனே சரணங்கள் அதிகஞ்சொன்னேன்
நண்புடனே தாள்பணிந்து முடிகள்சாய்த்து நன்மையுடன் அவர்பாதந் தொழுதுபோற்றி
வண்பான நவகண்டர் பாதம்போற்றி வளமுடனே அவர்தனக்கு சரணஞ்சொன்னேன்
திண்பான அஞ்சலிகள் மிகவுஞ்செய்து தீர்க்கமுடன் கரங்குவித்து வணங்கினேனே. 6984

வணங்கவே இன்னம்வெகு சித்தருண்டு வளமான நாதாந்த ரிஷியாரப்பா
இணங்கினேன் ஜமதக்னி முனியாருக்கு எழிலான சரணங்கள் மிகவுஞ்சொன்னேன்
சுணங்கமது வாராமல் ரிஷியாருக்கு சுத்தமுடன் அவர்பாதந் தொழுதுபோற்றி
மணங்கமழுந் திரணாக்கிய முனிவருக்கு மார்க்கமுடன் அவர்பாதந் தொழுதிட்டேனே. 6985

தொழுதேனே இன்னமொரு மார்க்கஞ்சொல்வேன் தொல்லையெனும் பிறவியது மயக்கறுத்த
பழுதுபடா புலிப்பாணி பகர்வேனப்பா பாலகனே இன்னம்வெகு சித்தருண்டு
முழுதுமே மூதுலகில் கீர்த்திபெற்ற முனையான அசுவினியாந் தேவருக்கு
தொழுதுமே அவர்பாதம் போற்றிபோற்றி தோற்றமுடன் அஞ்சலிகள் பகருவேனே. 6986

பகரவே புஜண்டமகா ரிஷியாருக்கு பண்புடனே வெகுகோடி சரணஞ்சொன்னேன்
நிகரவே அவர்பாதந் தொழுதுபோற்றி நீதியுடன் தலைகுனிந்து முடிகள்சாய்த்தேன்
சகராஜ பரிட்சித்து மன்னனுக்கு சட்டமுடன் சோதிடங்கள் தாமுரைத்த
சுகரென்ற ரிஷியார்க்குச் சரணஞ்சொன்னேன் துப்புரவாய் அவர்பாதம் பணிந்திட்டேனே. 6987

பணிந்தேனே பலிப்பாணி மன்னவாகேள் பாருலகில் கும்பமென்ற ஈசருக்கு
துணிந்துமே அவர்பாதந் தொழுதுபோற்றி துப்புரவாய் சரணங்கள் அதிகஞ்சொன்னேன்
கணிதமென்ற மூலத்தின் ஈசருக்கு கனகாபி ஷேகமுடன் சரணஞ்சொன்னேன்
மணிபோன்ற பாதமதைத் தொழுதுபோற்றி மன்னவனே சதாகாலம் நினைப்பேன்காணே. 6988

காணவே கருவூரார் சித்தருக்கு கனகாபி ஷேகமது மிகவுஞ்செய்து
தோணவே அவர்தனக்கு சரணஞ்சொன்னேன் துப்புரவாய் அவர்பாதம் போற்றிபோற்றி
மாணமருங் கல்வியுள்ள கொங்கணர்க்கு மகத்தான சரணங்கள் மிகவுஞ்சொன்னேன்
நீணவே வாலையா னந்தருக்கு நீதியுடன் பாதமது பணிந்தேன்தானே. 6989

தானான புலஸ்தியர்க்கு சரணஞ்சொன்னேன் தாக்கான வால்மீகர் பாதம்போற்றி
கோனான சுப்பிரமணியர் சரணஞ்சொன்னேன் கூரான அவர்பாதந் தொழுதுபோற்றி
தேனான ஜெயகண்டி பாதம்போற்றி செங்கமல வள்ளுவனார் சரணஞ்சொன்னேன்
மானான மகாதேவர் காலதூதர் மகத்தான பாதமது பணிந்திட்டேனே. 6990

இட்டேனே நவகோடி ரிஷியாருக்கு எழிலான பதினெண்பேர் சித்தருக்கும்
சட்டமுடன் நாற்பத்தி எட்டுப்பேர்கள் சதுரான முனிவருக்கு சரணஞ்சொன்னேன்
திட்டமுடன் மனோன்மணியாள் பாதம்போற்றி திகழான சுடரொளியாஞ் சோதிபோற்றி
அட்டதிசை தான்புகழுங் காலாங்கிநாதர் வையனே உன்பாதம் போற்றிதானே. 6991

போகர் சித்தர்களுக்கு அவையடக்கம் கூறல்

தானான சித்துமகா ரிஷியாருக்கு தண்மையுள்ள மனுவொன்று சொல்வேனப்பா
கோனான எனதையர் காலாங்கிநாதர் கொற்றவனார் சீனபதி தேசந்தன்னில்
மானான வையகத்து மகிமையெல்லாம் மார்க்கமுடன் எந்தனுக்கு உபதேசித்தார்
பானான சதகோடி சூரியன்போல் பாடினேன் சத்தகாண்டம் பண்பாய்த்தானே. 6992

பண்பான லோகஅதி சயங்களெல்லாம் பாருலகில் நாதாக்கள் மறைத்ததாலே
நண்பான மாண்பர்களும் பிழைக்கவேதான் நலமான புலிப்பாணி பாலனுக்கு
திண்ணமுடன் இதிகாச வித்தையெல்லாம் தீர்க்கமுடன் சத்தசாக ரத்தைப்போலே
உண்மையாம் போகர் ஏழாயிரந்தான் உகமையுடன் பாடிவைத்தேன் காண்டம்பாரே. 6993

பாரேதான் மகத்துவங்கள் வெளியாச்சென்று பண்புள்ள நாதாக்கள் நீங்களெல்லாம்
வேரேதான் கோபமது கொள்ளாமற்றான் வேழ்க்கமுடன் எந்தன்மேல் கிருபைவைத்து

சீரேதான் சிறுபாலன் என்னையுந்தான் சிறப்புடனே மனதுவந்து அஞ்சலித்து
நேரேதான் என்மீதிற் சினங்கொள்ளாமல் நேர்மையுடன் கொண்டணைத்தல் பாரமாமே. 6994

பாரமாம் எந்நூலிற் துகளுண்டானால் பாலகனே சிக்கறுத்து மனங்களித்து
தூரான வார்த்தையது மிகக்கொள்ளாமல் துப்புரவாய்ச் செந்தமிழைச் சீர்திருத்தி
கூறான விதிபாடு முறைபாடோடு குணபாடு வழிபாடு தானமர்த்தி
சீறான போகர் ஏழாயிரத்தைச் சிறப்புடனே உகந்துமனங் கொள்வீர்தாமே. 6995

தாமான சித்துமுனி ரிஷியார்முன்னே தகமையுடன் பாடிவைத்த சத்தகாண்டம்
ஆமேதான் பசுங்கிள்ளை முன்னே அப்பனே அருங்காக்கை சத்தம்போலும்
வேமேதான் செந்தமிழாற் சித்தர்முன்னே வேட்கையுடன் யான்செய்த சத்தகாண்டம்
தாமேதான் புல்லறிவார் உரைத்ததாலே தண்மையுடன் பெரியோர் புன்னகையுமாமே. 6996

நகையான போகர் ஏழாயிரந்தான் நலமான சித்தர்முனி நாதருக்கு
தகமையுள்ள காண்டமது பெருமையோசொல் தாரணியில் அனேகம்பேர் சித்தர்கூடி
குகைதனிலே வெகுநூல்கள் பாடியல்லோ கொற்றவனே சமாதிமுகம் வைத்தாரப்பா
வகையான சாத்திரத்துக்கு ஒப்புசொல்ல வல்லவனே எந்நாளும் முடியாதன்றே. 6997

அன்றான ஆதிசேடன் தன்னினாலும் அப்பனே வினவிடவும் போகாதப்பா
குன்றான மலைபோலே சாத்திரங்கள் கொட்டினார் சித்தரெல்லாம் லக்கோயில்லை
வென்றிடவே கும்பமுனி வர்க்கத்தோரும் வேதாந்த திருமூல வர்க்கத்தோரும்
நன்றாகப் பாடிவைத்தார் கோடிநூல்கள் நலமாகப் பாடிவைத்தேன் சிந்நூலாமே 6998

சிந்நூலாம் என்றதொரு இந்தநூலை சினமதுவுங் கொள்ளாமல் மனதுவந்து
அன்னூலும் பெருநூலா இருந்திட்டாலும் பட்சமுடன் மனங்களித்து ஆசீர்மித்து
என்னூலைக் குற்றமது கூறாமற்றான் எழிலான சிறியேன்மேல் அன்புகூர்ந்து
நன்னூலா யிதம்பூண்டு இன்னூல்தன்னை நன்மையுடன் அனுசரித்துக் கொள்ளநன்றே. 6999

கொள்ளவே போகர் ஏழாயிரந்தான் கொற்றவனே நெடுங்காலந் தவமிருந்து
உள்ளபடி உடல்பொருள்கள் ஆவியெல்லாம் உத்தமனே இந்நூலுக் கொப்பிவைத்தேன்
கள்ளமிலா சாத்திரமாம் சத்தகாண்டம் கலியுகத்தார் தான்பிழைக்கப் பாடிவைத்தேன்
உள்ளபடி சாபமது இந்நூற்கில்லை உத்தமனே காண்டமது ஏழுதானே. 7000

தானான காண்டமது ஏழுக்குள்ளே சதகோடி சூரியன்போல் மகத்துவங்கள்
கோனான காலாங்கி கடாட்சத்தாலே கொற்றவனே பெருநூலாம் குருநூலாக
தேனான மனோன்மணியாள் கிருபையாலும் தேஜொளிவின் சின்மயத்தின் அருளினாலும்
மானான போகர் ஏழாயிரந்தான் மார்க்கமுடன் பெருநூலும் முற்றதாமே. 7001

www.ingramcontent.com/pod-product-compliance
Lightning Source LLC
LaVergne TN
LVHW100624051026
849519LV00001B/94
* 9 7 8 9 3 8 7 6 5 5 8 2 9 *